நோர்வீஜியன் வுட்

நோர்வீஜியன் வுட்

ஹாருகி முரகாமி

தமிழில்: க. சுப்பிரமணியன்

எதிர்
வெளியீடு

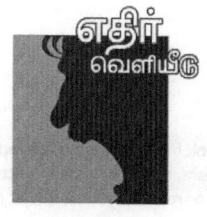

நோர்வீஜியன் வுட்

ஹாருகி முரகாமி

தமிழில்: க. சுப்பிரமணியன்

முதல் பதிப்பு: ஜூன் 2014

எதிர் வெளியீடு,
96, நியூ ஸ்கீம் ரோடு, பொள்ளாச்சி - 642 002
தொலைபேசி: 04259 - 226012, 99425 11302

விலை: ரூ. 550

Norwegian Wood

Haruki Murakami

Translated by K. Subramanian

Copyright © 1987 by Haruki Murakami

First Edition: June 2014
This edition was published by arrangement with Curtis Brown, London

Published by
Ethir Veliyeedu, 96, New Scheme Road, Pollachi - 2
email: ethirveliyedu@gmail.com
www.ethirveliyeedu.com

ISBN: 978-81-19576-74-6
Cover Design: Santhosh Narayanan
Printed at Jothy Enterprises, Chennai.

All rights reserved. No part of this book may be reprinted or reproduced or utilised in any form or by any electronic, mechanical or other means, now known or hereafter invented, including photocopying and recording, or in any information storage or retrieval system, without permission in writing from the publisher.

ஹாருகி முரகாமி

ஜப்பானிய சமகால எழுத்தாளர்களில் ஒருவரான ஹாருகி முரகாமி, உலக அளவில் பிரபலமும், உலகின் 50 மொழிகளில் படைப்புகள் மொழிபெயர்க்கப்பட்ட பெருமையும் உடையவர். ஜப்பானிலும் சர்வதேச அளவிலும், தன் புனைவு மற்றும் புனைவல்லாத படைப்புகளுக்காக எண்ணற்ற விருதுகளையும் பரிசுகளையும் வாங்கிக்குவித்தவர்.

1949 ஜனவரி — 12—ல் பிறந்த முரகாமி தன் தாய் — தந்தையிடமிருந்து இலக்கிய அறிமுகம் பெற்றார். டோக்கியோவின் வஸேதா பல்கலையில் நாடகம் குறித்து படித்த அவர், அங்குதான் அவரது காதல் மனைவி யோகோவை சந்தித்தார். இந்நாவலில் வரும் டோருவைப்போலவே, இவர் முதன்முதலில் இசைத்தட்டு கடையொன்றில்தான் வேலைபார்த்தார்.

இசையின்மீதான அவரது ஆர்வம், சில வருடங்கள் ஜாஸ் கபே நடத்தவும் தூண்டுதலாக இருந்தது. இசையும் இலக்கியமும் அவருக்கு மிகவும் பிடித்தமானவை. இளம்வயதில் அவரது முதல் லட்சியம் இசைக்கலைஞனாக வேண்டுமென்பதுதான். வாத்தியங்கள் வசப்படாததால், அவர் எழுத்தாளராவதென தீர்மானித்தார். அவர் தன் சொந்த சேகரிப்பாக கிட்டத்தட்ட 6,000 இசைத்தட்டுகள்வரை சேகரித்துவைத்துள்ளார். ***‘நோர்வீஜியன் வுட்’*** உட்பட சில நாவல்களுக்கான தலைப்புகளை அவர் பாடல்களிலிருந்தே தேர்வுசெய்துள்ளார் என்பதே அவரது

இசையார்வத்தைப் புரிந்துகொள்ளப் போதுமானது.

மேற்கத்திய இலக்கியம் அவருக்குப் பிடித்தமானது. மேற்கத்திய இலக்கியம்மீதான அவரது ஆர்வமே அவரை பிற ஜப்பானிய எழுத்தாளர்களிடமிருந்து தனித்துக்காட்டியது. டிக்கன்ஸ், செக்காவ், பால்ஸாக் படைப்புகள் அவரது ஆர்வத்தைத் தூண்டுபவை. தாஸ்தயேவ்ஸ்கியும் டால்ஸ்டாயும், ஜப்பானிய எழுத்தாளர்களில் ரியு முரகாமியும், பனானா யோஷிமோட்டோவும் அவருக்குப் பிடித்தமான எழுத்தாளர்கள்.

இலக்கியம், இசைக்கு அடுத்தபடியான அவரது விருப்பப் பட்டியலில் க்ரைம் நாவல்கள், பூனைகள், மாரத்தான், பேஸ்பால் போன்றவற்றையும் சேர்த்துக்கொள்ளலாம். பேஸ்பால் போட்டியொன்றைப் பார்த்துக்கொண்டிருந்த முரகாமி, அந்த போட்டி தந்த மனஎழுச்சியில் தன் முதல் நாவலை எழுதத் தொடங்கினார்.

அதேபோல் முப்பத்து மூன்று வயதுக்குமேல் மாரத்தானில் ஆர்வம் ஏற்பட்டு, ஹோக்காய்டோவிலுள்ள சரோமோ ஏரியைச் சுற்றி, 100 கிலோமீட்டர் மாரத்தானை வெற்றிகரமாக நிறைவு செய்தார். ஒரு நல்ல படைப்பாளிக்கு படைப்பு மனநிலையைப் பேணுவதற்குத் தேவையான உறுதியை தக்கவைத்துக்கொள்வதற்கு நல்ல உடல்நலம் அவசியம் எனக் கருதுகிறார் அவர்.

அவருக்கு விமர்சனத்தில் ஆர்வமில்லை. “விமர்சனம் தேவைதான். ஆனால் அது என் வேலையில்லை” என்பதுதான் அவரது நிலைப்பாடு. முரகாமி தனிமைவிரும்பி. இலக்கிய வட்டங் களிலோ, குழுச் செயல்பாடுகளிலோ அக்கறை காட்டாதவர். அவரது முதல் வாசகர் அவரது மனைவி யோகோதான். தன் படைப்புகளை உருவாக்கும்போது அதில் தீவிர அக்கறை காட்டுபவர். ஒரு படைப்பை உருவாக்கும் காலகட்டங்களில், அதிகாலை நான்கு மணிக்கே எழுந்துகொள்ளும் முரகாமி, நான்கிலிருந்து ஐந்துமணி நேரம் தொடர்ந்து எழுதுவார். ஒரு படைப்பை நான்கிலிருந்து ஐந்து முறை திரும்பத் திரும்ப எழுதி செப்பனிட்டு அதை இறுதி வடிவத்துக்குக் கொண்டுவருவார்.

இன்னொரு விதத்தில் அவர் மொழிபெயர்ப்பாளரும்கூட. மேற்கத்திய இலக்கியங்களில் அவருக்கு உவப்பான நூல்களை, ஆங்கிலத்திலிருந்து ஜப்பானிய மொழிக்கு மொழிபெயர்த்துள்ளார். சமீப காலங்களாக, ஒவ்வொரு வருடமும் நோபல் பரிசுக்கான யூகப் பட்டியலில் ஹாருகி முரகாமி பேரும் இடம்பெறுகிறது.

அவரது கதைகளால் ஈர்க்கப்பட்டு பிற படைப்பாளிகள்,

திரைப்படமாகவும், குறும்படங்களாகவும், நாடகமாகவும்கூட அவரது கதைகளை உருவாக்கியிருக்கின்றனர்.

முக்கிய படைப்புகள்: நோர்வீஜியன் வுட் *(Norwegian Wood)*, தி வைன்ட் அப் பேர்டு குரோனிக்கிள் *(The Wind up Bird Chronicle)*, ஐக்யு 84 *(IQ 84)*, டான்ஸ், டான்ஸ், டான்ஸ் *(Dance, Dance, Dance)*, அன்டர்கிரவுண்ட் *(Underground)*, எலிபெண்ட் வானிஷஸ் *(Elephant Vanishes)*, எ வைல்ட் ஷீப் சேஸ் *(A Wild Sheep Chase)*, காஃப்கா ஆன் தி ஷோர் *(Kafka on the Shore)*, ஆப்டர் டார்க் *(After Dark)*.

வென்ற விருதுகள்: நோமா இலக்கிய விருது *(Noma Litererary Prize)*, டேனிசாகி விருது *(Tanizaki Prize)*, வேர்ல்டு பேண்டஸி விருது *(World Fantasy Award)*, ப்ரான்ஸ் காஃப்கா விருது *(Franz Kafka Prize)*, குன்ஸோ விருது *(Gunzo Award)*.

மொழிபெயர்ப்பாளர் குறிப்பு

க. சுப்பிரமணியன் பத்திரிகைத் துறையில் கடந்த பத்தாண்டுகளாக பணியாற்றி வருபவர். இவரது சிறுகதை மற்றும் கவிதைகள் பல பிரபல இதழ்களில் வெளியாகியுள்ளன. 'இலக்கியச் சிந்தனை' விருதுபெற்ற இவரது சிறுகதை தமிழின் குறிப்பிடத்தக்க இயக்குநரான பாலுமகேந்திராவின் 'கதைநேரம்' பகுதிக்காகவும் தேர்வாகி தொலைக்காட்சியில் ஒளிபரப்பாகியுள்ளது. மொழிபெயர்ப்பில் ஆர்வமுடைய இவர் சுயமுன்னேற்ற நூல்கள் முதல் நாவல்கள் வரையிலாக பல நூல்களை ஆங்கிலத்திலிருந்து தமிழுக்கு மொழிபெயர்த்துள்ளார்.

புனைவின் நிழலில்

1987—ல் ஹாருகி முரகாமி ***'நோர்வீஜியன் வுட்'***டை வெளியிட்ட போது, அவரது வழக்கமான ஆறிலக்க எண்ணிக்கையிலான வாசகர் எண்ணிக்கை லட்சக்கணக்கில் எகிறியதைக்கண்டு அதிர்ச்சியும் மனக்குழப்பமும் அடைந்தார். புகழ் ஒரு விஷயமென்றால், அடுத்தபடியாக நட்சத்திர எழுத்தாளர் அந்தஸ்து, ஐரோப்பாவின் அறியப்படாத பகுதிகளிலும் அவரை அறியச்செய்த மிகையார்வம் ஒருபக்கம். (அவர் இந்த புத்தகத்தை கிரீஸிலும் இத்தாலியிலும் இருக்கும்போது எழுதியிருந்தார்.) 1991—ல் அவர் அமெரிக்க ஐக்கிய நாடுகளுக்கு இடம்பெயர்ந்தார். 1995 வரை அவர் ஜப்பானில் மீண்டும் வசிக்க ஆயத்தமாகவில்லை, 1995—ல் திரும்பியபோதும் தொலைக்காட்சியில் தோன்றுதல், சிறப்பாக விற்பனையாகும் ஜப்பானிய எழுத்தாளராக சிறப்புரையாற்றுதல் இவையெல்லாம் கூடாதென்ற தனது சொந்த நிபந்தனைகளுடனே திரும்பினார்.

இப்போதும் ஜப்பானில் ***நோர்வீஜியன் வுட்*** அனைவரும் வாசிக்கும், முரகாமியின் புத்தகங்களில் ஒன்றாக இருக்கிறது. எனினும் முரகாமியின் இளம்வாசகர்கள் அவர் ஜப்பானின் இருண்ட பழங்காலத்துடனும் ***(தி வைண்ட் அப் பேர்டு குரோனிக்கிள்)***, 1995—ன் கோபே நிலநடுக்கத்தின் இரட்டைத் தாக்குதல்— டோக்கியோ சுரங்கப் பாதையில் நிகழ்ந்த சாரின் வாயுத் தாக்குதலைச் சொல்லும் ***அன்டர்கிரவுண்ட்***, போன்ற

நிகழ்வுகளுடன் வளர்ச்சிபெற்றிருக்கின்றனர்.

1979—ல் முரகாமி அவரது எழுச்சிமிக்க, தொடக்கம்முதலே நிராகரித்துவந்த ஜப்பானின் பிரதானபோக்கான தன்வரலாற்றுப் போக்கிலான புனைவை ஒத்த தன்மையுடன் இந்நாவல் காணப்படுகின்றதென்ற சந்தேகமும் அலுப்பும் ஒருவருக்கு ஏற்பட்டிருக்கலாம். முரகாமியேகூட, "என்னளவில் தனிப்பட்ட முறையில், *நோர்வீஜியன் வுட்* அதற்கு நேரெதிரானது. அது சாகசம், சவால். நான் ஒருபோதும் நேரடியான, எளிய கதையை எழுதிய தில்லை, நான் என்னை சோதித்துப்பார்க்க விரும்பினேன். கடந்த 1960—களில் நான் *நோர்வீஜியன் வுட்*டை அமைத்தேன். நான் முக்கியப் பங்குவகிக்கும் பல்கலைக்கழக சூழலையும் தினசரி வாழ்க்கை விவரங்களையும் எனது மாணவ பருவ நாட்களிலிருந்து இரவல் வாங்கிக்கொண்டேன். அதன்விளைவாக, பலர் இதனை தன்வரலாற்று நாவலென கருதுகின்றனர். ஆனால் உண்மையில் இது சிறிதும் தன்வரலாற்று நாவலல்ல. எனது சொந்த இளமைப்பருவம் மிகவும் குறைவான நாடகத்தன்மையுடையது, இதனைவிடவும் மிகவும் சலிப்பானது. நான் எனது சொந்த வாழ்வின் உண்மையை எழுதியிருந்தால் நாவல் 15 பக்கங்களுக்கு அதிகமாக நீண்டிராது" என்கிறார்.

ஆசிரியர் ஒருவேளை நாவலின் தன்வரலாற்றுத் தன்மையை கேலிசெய்திருக்கலாம். ஆனால் இந்த நூல் ஒரு தன்வரலாறுபோன்ற உணர்வைத் தருகிறது. மன விளையாட்டுக்களின் மீதான உயிர்ப்பான அனுபவங்கள், அதிஇயற்கையின் மீதான முயற்சி இவற்றின்பக்கமாய் இருக்கிறது. உண்மையில் கோபேயிலிருந்து டோக்கியோவுக்கு இளம்வயது ஹாருகி முரகாமி முதன்முறையாக வந்தபோது வாழ்க்கை எப்படியிருந்ததென, அவரின் பிற எந்த நாவல்களைவிடவும் இது பெரிதும் நேரடியாகச் சொல்கிறது. அதன்பின் மாணவர் இயக்க கொந்தளிப்புகளிடையே முரகாமி, தன் வாழ்வின் காதலுக்குரிய மனைவியான யோகோவைச் சந்திக்கும் காலகட்டமான 1968—70 வருடங்கள் நாவலில் பெரும்பகுதியை ஆக்கிரமித்துள்ளது. ஆசிரியர் சொல்வது சரிதான், எனினும் இதில் நிறைய புனைவு இருக்கிறது, மேலும் நிறைய நையாண்டி மற்றும் நகைச்சுவை, முரகாமியின் வழக்கமான வாசகர்கள் உடனே கண்டுகொள்ளும் குறியீடுகள் அதிகம் இருக்கின்றன. இது எவ்விதத்திலும் வெறும் காதல் கதையல்ல.

ஜப்பானுக்கு வெளியிலுள்ள முரகாமியின் தீவிர வாசகர்கள், *நோர்வீஜியன் வுட்*டின் முந்தைய மொழிபெயர்ப்பான ஆல்பிரட் பிர்ன்ஃபார்மின் பிரதிகளைப் பெறுவதில் வெற்றிபெற்றிருக்கலாம். அது ஜப்பானில் விநியோகம் செய்வதற்காக, மாணவர்கள்

தங்களது விருப்பத்துக்குரிய எழுத்தாளரை அனுபவித்து படிப்பதற்காக, அவர்கள் ஆங்கிலத்தின் புதிரான தன்மை காரணமாக போராடக்கூடாதென்பதற்காக, பின்னால் இலக்கணக் குறிப்புகளுடன் தயாரிக்கப்பட்டது. இந்த நாவல் ஃபிரெஞ்சு, இத்தாலிய, சீன, கொரிய, நோர்வீஜிய, ஹீப்ரு மொழிகளில் வந்துள்ளபோதும், இந்த தற்போதைய பதிப்பு ஜப்பானுக்கு வெளியே பதிப்பிப்பதற்காக முரகாமியின் அங்கீகரிக்கப்பட்ட முதல் ஆங்கில மொழிபெயர்ப்பாகும்.

ஜே. ரூபின்

1

அப்போது எனக்கு 37 வயது, அடர்த்தியான மேகங்களை ஊடுருவியபடி ஹாம்பர்க் விமான நிலையத்தை அணுகிக் கொண்டிருந்த, பிரம்மாண்டமான 747 விமானத்தில், எனது இருக்கையில் பெல்டால் பிணைக்கப்பட்டிருந்தேன். நிலத்தை நனைத்துக் கொண்டிருந்த குளிர்ந்த நவம்பர் மாத மழை, பெல்ஜியம் நிலப்பகுதியை சேர்ந்த அனைத்தையும் இருண்டதாக ஆக்கியிருந்தது. விமான நிலைய ஊழியர்கள் நீர் ஊடுருவாத கோட்டுடன் காணப்பட்டனர், விமானநிலைய கட்டடத்தின் உச்சியில் ஒரு கொடியொன்று பறக்க, பிஎம்டபிள்யு விளம்பரப் பலகை தெரிந்தது, ஆக — மீண்டும் ஜெர்மனி.

விமானம் தரையிறங்கியதும், மேற்கூரையிலமைந்த ஒலிபெருக்கியிலிருந்து மென்மையான இசை மிதந்துவரத் தொடங்கியது: பீட்டில்ஸ் இசைக்குழுவின் *நோர்வீஜியன் வுட்* இசைத் தொகுதியின் சமீபத்திய பதிப்பான இனிய சேர்ந்திசை. அந்த கீதம் ஒருபோதும் எனக்குள் ஒரு உதறலை ஏற்படுத்தத் தவறியதில்லை, ஆனால் இந்த முறை அது எப்போதையும்விட பலமாக இருந்தது.

நான், என் கபாலம் பிளந்துகொள்வதைத் தடுப்பதற்காக கைகளில் முகத்தைப் புதைத்தபடி முன்னோக்கிக் குனிந்தேன். விரைவில் ஜெர்மன் விமான பணிப்பெண்களில் ஒருத்தி என்னை அணுகி, நான் உடல்நலமின்றி இருந்தேனா என ஆங்கிலத்தில் கேட்டாள்.

"இல்லை, சும்மா தலைசுற்றல்தான்" என்றேன் நான்.

"உறுதியாகத்தான் சொல்கிறீர்களா?"

"ஆம், நிச்சயமாகத்தான். நன்றி."

அவள் புன்னகைத்துவிட்டுச் சென்றாள், இசை பில்லி ஜோயல் ராகத்துக்கு மாறியது. நான் நிமிர்ந்து உட்கார்ந்து ஜன்னலின் வழியே கடலின் வடபகுதியின்மேல் மிதந்துகொண்டிருந்த அடர்த்தியான மேகங்களைப் பார்த்தபடி, எப்போதைக்குமாக போன காலங்கள், இறந்த அல்லது மறைந்துபோன நண்பர்கள், ஒருபொழுதும் நான் மீண்டும் அறியவராத உணர்வுகள் என என் வாழ்வில் நான் இழந்தவற்றைப் பற்றி சிந்தித்தபடியிருந்தேன்.

விமானம் வாசலை அடைந்தது. பயணிகள் தங்களது இருக்கை பெல்ட்டை விடுவித்துக்கொண்டு, தங்கள் தலைக்குமேலிருந்த லாக்கரிலிருந்து சுமைகளை எடுக்கத் தொடங்கினர். அத்தனை நேரமும் நான் புல்வெளியில் இருந்தேன். என்னால் புற்களின் வாசனையை நுகரவும், என் முகத்தைத் தீண்டும் காற்றை உணரவும், பறவைகளின் கூச்சலைக் கேட்கவும் முடிந்தது. 1969-ன் இலையுதிர்காலம். விரைவில் நான் 20 வயதுடையவனாக இருப்பேன்.

அந்த விமான பணிப்பெண் மீண்டும் என்னைப் பார்ப்பதற்காக வந்தாள். இம்முறை அவள் என்னருகில் அமர்ந்து, நான் நலமாக இருந்தேனா என கேட்டாள்.

"நான் நன்றாக இருக்கிறேன், நன்றி" புன்னகையுடன் சொன்னேன். "ஒருவித மன பாரமாக உணர்கிறேன்."

"நீங்கள் சொல்லவருவது தெரிகிறது," அவள் சொன்னாள். "அவ்வப்போது இப்படி எனக்கும்கூட நிகழ்கிறது."

அவள் எழுந்து நின்று என்னைப் பார்த்து அழகியதொரு புன்னகை செய்தாள். "நல்லது, பயணம் இனியதாய் அமையட்டும். மீண்டும் சந்திப்போம்."

"மீண்டும் சந்திப்போம்."

பதினெட்டு வருடங்கள் கடந்துவிட்டன, இருந்தும் அன்றைய தினத்து புல்வெளியின் அனைத்து விவரங்களையும் என்னால் திரும்பக் கொண்டுவரமுடியும். நாட்கணக்கில் பெய்த மிதமான மழையால் கோடைகாலத்தின் தூசுகள் சுத்தமாகக் கழுவப்பட்டு, மலைகள் ஆழ்ந்த, அழகிய பசுமையை அணிந்திருந்தன.

அக்டோபர் மாத தென்றல் காற்று, தலையுயரத்துக்கு வளர்ந்திருந்த ஒருவகை வெள்ளைப் பெரணி வகையை அசைந்தாடச் செய்தது. உறைந்த நீலநிறத்தில் காணப்பட்ட கோபுரமொன்றின்மீது, நீண்ட மேகத் துணுக்கு ஒன்று ஒட்டிக்கொண்டு காணப்பட்டது. அது கிட்டத்தட்ட தொலைதூர வானைப் பார்ப்பதையே சிரமமானதாகச் செய்தது. மெல்லிய காற்று புல்வெளியினூடே கடந்து, அவளது கூந்தலூடே புகுந்தது. அது மரங்களினூடே சென்று மறைவதற்குமுன் அதன் கிளைகளை சலசலக்கச் செய்து, தொலைதூர குரைப்பொலியின் துணுக்குகளை அனுப்பி வைத்தது. வேறொரு உலகிலிருந்து எங்களை வந்தடையும் தெளிவற்ற ஒலியாக அது தோன்றியது. நாங்கள் வேறெந்த சப்தத்தையும் கேட்கவில்லை. வேறெவரையும் காணவில்லை. பளிச்சிடும் இரு செந்நிறப் பறவைகள் மைதானத்தின் மத்தியிலிருந்து தாவிப் பறந்து விரைவாக மரங்களடர்ந்த பகுதிக்குள் பாய்ந்துமறைவதை மட்டுமே நாங்கள் கண்டோம். நாங்கள் நிதானமாக நடந்தபடியிருக்க நவோகோ என்னிடம் கிணறுகளைப் பற்றி பேச ஆரம்பித்தாள்.

நினைவு ஒரு வேடிக்கையான விஷயம். அந்தக் காட்சியில் நான் இடம்பெற்றிருந்தபோது, அதில் நான் சற்றும் கவனம் செலுத்தவில்லை. நீடித்த மனப்பதிவை ஏற்படுத்தும் ஒன்றாக நான் அதனை ஒருபோதும் நினைத்துப் பார்த்ததில்லை. நிச்சயமாக பதினெட்டு வருடங்களுக்குப்பின் அத்தகையதொரு நுட்பமான விவரத்தோடு என்னால் அதனை நினைவுபடுத்த முடியுமென ஒருபோதும் கற்பனை செய்ததில்லை. அன்றைக்கு அந்த காட்சிகள் குறித்து நான் சற்றும் அக்கறை காட்டியதில்லை. நான் என்னைப் பற்றியே நினைத்துக்கொண்டிருந்தேன். என்னருகில் நடந்துகொண்டிருந்த அழகிய பெண்ணைப் பற்றியே நினைத்துக் கொண்டிருந்தேன். நான் ஒன்றாக எங்கள் இருவரைப் பற்றியும், பின் திரும்பவும் என்னைப் பற்றியும் நினைத்துக்கொண்டிருந்தேன். எனது அந்த வயதில், வாழ்க்கையின் அந்தக் காலகட்டத்தில், நான் பார்க்கும் ஒவ்வொன்றும், உணரும் ஒவ்வொன்றும், சிந்திக்கும் அனைத்தும் ஒரு பூமராங்கைப்போல என்னிடம் திரும்ப வந்துகொண்டிருந்தன. அதைவிட பரிதாபம், நான் காதல் வசப்பட்டிருந்தேன். சிக்கல்கள் நிறைந்த காதல். இயற்கைக் காட்சி என்பது என் மனதில் கடைசி விஷயமாக இருந்தது.

எனினும் இப்போது மீண்டும் என் நினைவுக்கு திரும்ப வந்த முதல் விஷயம் அந்தப் புல்வெளிக் காட்சிதான். புற்களின் வாசனை, காற்றில் நிறைந்திருந்த லேசான குளிர்ச்சி, மலைத் தொடர், நாயொன்றின் குரைப்பொலி — இவையே முதலில் நினைவுக்கு வந்தவை, மேலும் அவை முழுமையான தெளிவுடன்

வந்தன. என்னால் அவற்றினருகே சென்று விரல் முனையில் தீண்டமுடியும் என்பதுபோல உணர்ந்தேன். அந்தக் காட்சி என்னதான் தெளிவாக இருந்தும், யாரும் அதில் இல்லை. ஒருவரும் இல்லை. நவோகோவோ நானோ அங்கே இல்லை. நாங்கள் எங்கே மறைந்துபோயிருக்கக்கூடும்? இத்தகைய விஷயம் எப்படி நிகழ்ந்திருக்கக்கூடும்? அப்போது மிக முக்கியமானதாகத் தோன்றிய அனைத்தும்— நவோகோ, நான் மற்றும் அப்போது எனது உலகமாகத் திகழ்ந்தவை— அனைத்தும் எங்கே போயிருக்கக்கூடும்? உண்மையில் அவளது முகத்தைக்கூட என்னால் ஞாபகப்படுத்த முடியவில்லை. குறைந்தபட்சம், உடனடியாக. என்னிடம் எஞ்சியிருப்பதெல்லாம் ஆட்கள் யாரும் இல்லாத பின்னணி, தூய இயற்கைக்காட்சி.

போதுமான நேரம் எடுத்துக்கொண்டால், என்னால் அவளது முகத்தை நினைவுகூரமுடியும் என்பது உண்மைதான். நான் பிம்பங்களை இணைக்கத் தொடங்குகிறேன். அவளது சிறிய, குளிர்ச்சியான கைகள், அவளது நேரான, தொடுவதற்கு மிக மென்மையும் குளுமையும் வாய்ந்த கருநிறக் கூந்தல், மென்மையான, வட்டமான காதுமடல், அதற்கு சற்று கீழே காணப்படும் மிக நுண்ணிய மச்சம். குளிர்காலத்தில் அவள் அணியும் ஒட்டக முடியினாலான மேற்கோட்டு, கேள்வி கேட்கும்பொழுது என் கண்களுக்குள் நேராகப் பார்க்கும் அவளது பழக்கம், அவ்வப்பொழுது (என்னவோ குளிரான மலையுச்சியிலிருந்து பேசுவதுபோல்) அவளது குரலில் தென்படும் மெல்லிய நடுக்கம்— திடீரென அவளது முகம் அங்கிருக்கிறது. எப்போதும்போல முதலில் பக்கவாட்டுத் தோற்றத்தில். ஏனெனில் நவோகோவும் நானும் எப்போதும் அருகருகே சேர்ந்து நடப்போம். பின் அவள் என்னை நோக்கி திரும்பிச் சிரிக்கிறாள். தலையை சற்றே சாய்த்து பேசத் தொடங்குகிறாள். தெளிவான ஊற்று ஒன்றிலிருந்து பெருகிச் சேர்ந்த நீரில் துள்ளிப் பாயும் மின்னோவா மீனின் பிம்பத்தை பார்க்க முயல்பவள்போல் என் கண்களுக்குள் உற்றுப் பார்க்கிறாள்.

எனினும் நவோகோவின் முகம் தோன்ற சற்று நேரமெடுக்கிறது. வருடங்கள் செல்லச் செல்ல, அதற்கான நேரம் அதிகரித்து வருகிறது. வருத்தம் தரும் உண்மை என்னவெனில் நான் ஐந்து நொடிகளில் ஞாபகப்படுத்திக்கொள்ள முடிந்ததெல்லாம்— அந்திப்பொழுதில் நிழல்கள் நீண்டுகொண்டே போவதுபோல் விரைவிலேயே 10 நொடிகள், பின் முப்பது நொடிகள், பின் முழுமையாக ஒரு நிமிடம் தேவைப்படும். ஒருநாள், இந்த நிழல்கள் இருளால் விழுங்கப்பட்டுவிடும் என நான் யூகிக்கிறேன். அதைத் தவிர வேறு வழி இல்லை: நவோகோ

வழக்கமாக நிற்கும் இடத்திலிருந்து, என் பழைய சுயமானது நிற்குமிடத்திலிருந்து, என் நினைவானது விலகிச் செல்வது அதிகரித்தபடியே இருக்கிறது. மேலும் அந்த இயற்கைக் காட்சி, அக்டோபர் மாதப் புல்வெளியின் தோற்றம், திரைப்படத்தில் வரும் குறியீட்டுக் காட்சியைப்போல் எனக்குள் திரும்பத் திரும்ப வருகிறது. அது தோன்றும் ஒவ்வொரு முறையும், என் மனதில் ஏதோ ஓரிடத்தில் உதைவிட்டுச் செல்கிறது. ***எழுந்திரு*** என அது சொல்கிறது. ***நான் இன்னும் இங்கிருக்கிறேன். விழித்துக்கொள், அதைப் பற்றி சிந்தனை செய். நான் ஏன் இன்னும் இங்கிருக்கிறேன் என்பது பற்றி சிந்தனை செய்.*** அந்த உதை ஒருபோதும் என்னைப் புண்படுத்தியதில்லை. அதில் வலி என்பதே சற்றும் கிடையாது. ஒவ்வொரு உதையுடனும் ஒரு வெறுமையான சத்தம் மட்டுமே எதிரொலிக்கிறது. இதுவும்கூட ஒருநாள் மறைந்து போகப்போகிறது. எனினும், ஹாம்பர்க் விமான நிலையத்தில் விழுந்த உதைகள் வழக்கத்தைவிட வலிமையானதாகவும் கூடுதல் நேரமெடுப்பதாகவும் இருந்தன. அதனால்தான் நான் இந்தப் புத்தகத்தை எழுதிக் கொண்டிருக்கிறேன். அதைப் பற்றி சிந்திப்பதற்கு; புரிந்துகொள்வதற்கு. நான் உருவாக்கியிருக்கும் விதத்திலேயே இது அமையப்போகிறது. நான் முழுமையாக விளங்கிக்கொண்டதாக உணர்ந்த விஷயங்களையே எழுதியிருக்கிறேன்.

இப்போது, அன்றைக்கு நவோகோ என்ன பேசிக்கொண்டிருந்தாள் என நாம் பார்க்கலாமா?

நிச்சயமாக 'மைதான கிணற்றைப்' பற்றிதான். அத்தகையதொரு கிணறு இருந்ததா என எனக்கு கருத்தெதுவும் இல்லை. அந்த இருண்ட நாட்களில் நவோகோ வழக்கமாக தன் மனதுக்குள் உருவாக்கி உயிர்கொடுத்த பிற பல விஷயங்களைப் போலவே அந்தக் கிணறும் அவள் மனதுக்குள் மட்டுமே இருந்த பிம்பமாகவோ அல்லது குறியீடாகவோதான் இருக்கவேண்டும். ஒருமுறை அவள் அதைப் பற்றி என்னிடம் விவரித்தாள், பின்பு என்னால் அந்தப் புல்வெளிக் காட்சியை கிணறின்றி நினைத்துப் பார்க்கவே முடிந்ததில்லை. அதன்பின் வந்த நாட்களில், நான் பார்த்திருக்கவே செய்யாத ஒன்றின் பிம்பம் என் முன்னிருந்த அசல் மைதானத்தின் காட்சியுடன் தவிர்க்கவியலாதபடி ஒன்று கலந்துபோனது. என்னால் அந்தக் கிணற்றைப் பற்றிய நுணுக்கமான விவரங்களையும் விவரிக்கமுடியும். அது மிகச் சரியாக மைதானம் முடிந்து வனப்பகுதி எங்கே தொடங்குகிறதோ அந்த எல்லையிலிருந்து மூன்றடி தொலைவில், புற்களால் சூழப்பட்டு பூமியின் மீது கறுநிற திறப்பாக இருந்தது. அதன் எல்லையைக் குறிக்கும் விதத்தில்— வேலியோ, கல்லாலான தடுப்போ எதுவும்

ஹாருகி முரகாமி । 19

(குறைந்தபட்சம் தரைமட்டத்திலிருந்து உயர்ந்து காணப்படும் ஒன்றாகவோகூட—) இல்லை. அது ஒரு அகலத் திறந்த வாயகன்ற குழியன்றி வேறில்லை. அதன் கழுத்துப் பகுதியிலமைந்த கற்கள் சிதைந்து, ஒருவித சேறுபூசிய வெண்ணிறத்துக்கு மாறியிருந்தன. அவை கீறல் விழுந்தும், அவற்றின் சில பகுதிகள் காணாமல் போயுமிருந்தன. ஒரு சிறிய பச்சைநிறப் பல்லியொன்று அத்தகைய கற்களின் இணைவுப் பகுதி ஒன்றினுள் ஊர்ந்துசென்றது. நீங்கள் கிணற்றின் விளிம்போரம் நின்று உள்ளே எட்டிப் பார்த்தால் எதையுமே காணமாட்டீர்கள். கிணற்றைப் பற்றி எனக்குத் தெரிந்ததெல்லாம் அதன் அச்சுறுத்தும் ஆழம் மட்டுமே. அது அளவிடுவதற்கெல்லாம் அப்பாற்பட்டது, மேலும் உலகத்திலுள்ள இருளையெல்லாம் எத்தனை தூரம் காய்ச்ச முடியுமோ அப்படிக் காய்ச்சி ஊற்றியதுபோன்ற இருட்டால் நிறைந்திருந்தது.

"அது உண்மையிலே ரொம்ப, ரொம்ப ஆழம்," நவோகோ கவனமாக தன் சொற்களைத் தேர்ந்தெடுத்தபடி பேசினாள். சில சமயங்களில் அவள் எதிர்பார்க்கிற மிகச் சரியான வார்த்தையைக் கண்டுபிடிப்பதற்காக, அவள் அவ்விதத்தில் மெதுவாகப் பேசுவாள். "ஆனால் யாருக்கும் அது எங்க இருக்குனு தெரியாது," அவள் தொடர்ந்தாள். "ஒரே ஒரு விஷயம் மட்டும் நிச்சயமா எனக்குத் தெரியும். அது இங்கே எங்கேயோதான் இருக்குது."

அவள் தனது கம்பளி மேற்கோட்டுக்குள் கைகளைச் செருகியபடி, 'நான் சொல்வது உண்மை!' என்று சொல்வதுபோல என்னைப் பார்த்துச் சிரித்தாள்.

"அப்படினா அது நிச்சயம் ரொம்ப அபாயகரமானதா இருக்கணும்," என்றேன் நான். "ஒரு ஆழமான கிணறு, ஆனா அது எங்கிருக்குனு யாருக்கும் தெரியாது. நீ அதுக்குள்ள விழநேரலாம். அதுவே உன்னோட முடிவா இருக்கலாம்."

"முடிவு, தொப்! ஆஆஆஆ! முடிஞ்சது."

"இதுமாதிரியான விஷயங்கள் நிச்சயம் நடக்கும்."

"எப்பவாவது சமயத்துல நடக்கும். இரண்டு மூணு வருஷத்துக்கு ஒரு முறை நடக்கலாம். திடீர்னு யாராச்சும் மறைஞ்சு போவாங்க. மறைஞ்சு போனவனை அவங்களால கண்டுபிடிக்கமுடியாது. அப்புறம் இங்க சுத்தியுள்ள ஆட்கள் சொல்லுவாங்க, 'ஓ! அவன் மைதானத்துக் கிணத்துல விழுந்துட்டான்'."

"சாகிறதுக்கு இது நல்ல வழியில்லை," நான் சொன்னேன்.

"இல்லை, சாகிறதுக்கு இது பயங்கரமான வழி," தனது மேல்கோட்டிலிருந்து ஒருவகைப் பூண்டின் விதைக்கொத்தை தட்டியபடியே சொன்னாள் நவோகோ. "கழுத்து முறிஞ்சு போறதுதான் இருக்கறதுலேயே சிறந்த விஷயமா இருக்கும், ஆனா பெரும்பாலும் உன்னோட கால் முறிஞ்சு போறதுதான் நடக்கும். அதுக்கப்புறம் உன்னால ஒண்ணும் பண்ணமுடியாது. நீ மேல பாத்து அடித்தொண்டையில கத்துனாலும், ஒருத்தரும் உன் சத்தத்தைக் கேட்கப்போறதில்ல. யாராவது ஒருத்தர் உன்னைக் கண்டுபிடிப்பாங்கனுகூட நீ எதிர்பார்க்கமுடியாது. அதோட நூறுகால் பூச்சிகளும் சிலந்திகளும் உன் உடம்பெல்லாம் ஊர்ந்துக்கிட்டு இருக்கும், இதுக்கு முன்னால இறந்தவங்களோட எலும்புங்க உன்னைச் சுத்தி மிதந்துட்டு இருக்கும். உள்ளே இருட்டா, சொதசொதப்பா இருக்கும். தலைக்குமேல மழைக்கால ராத்திரியில நிலா தெரியறது மாதிரி சின்னச் சின்னதா வெளிச்சம் தெரியும். அதே இடத்துல கிடந்து கொஞ்சம் கொஞ் சமா தானா இறந்துபோவ."

"ஐயோ, அதைப் பத்தி நினைச்சாலே பயத்துல உடம்பு நடுங்குது." நான் சொன்னேன். "யாராச்சும் ஒருத்தர் அந்தக் கிணத்தைக் கண்டுபிடிச்சு, அதைச் சுத்தி சுவரெழுப்பணும்."

"ஆனா அதை யாராலும் கண்டுபிடிக்க முடியாது. அதனால நீ அந்தப் பாதையில போகலைங்கிறதை உறுதிப்படுத்திக்கோ."

"கவலைப்படாதே நான் போகமாட்டேன்."

நவோகோ பையிலிருந்து தனது இடது கையை எடுத்து எனது கையை அழுத்தினாள். "நீ கவலைப்படாத, உனக்கு ஒண்ணும் ஆகாது. நடுராத்திரியில நீ இந்த இடத்தைச் சுத்தி ஓடினாலும் ஒருபோதும் கிணத்துல விழமாட்ட. உன் பக்கத்துல இருக்கிற வரைக்கும் நானும் விழமாட்டேன்."

"எப்பவுமா?"

"எப்பவும்!"

"எப்படி நீ அவ்வளவு உறுதியா சொல்ற?"

"எனக்குத் தெரியும் அவ்வளவுதான்," என் கையின் மீதான அவளது பிடியை அதிகரித்தபடி, மௌனமாக நடந்தபடியே சொன்னாள். "இதெல்லாம் எனக்கு தெரியும். எப்பவுமே நான் சொல்றது சரியாயிருக்கும். இதுக்கும் தர்க்கத்துக்கும் எந்த சம்பந்தமும் இல்ல. நான் அப்படித்தான் உணர்றேன்.

ஹாருகி முரகாமி | 21

உதாரணமா, இதுபோல உண்மையிலே உன்னோட நெருக்கமா இருக்கும்போது, நான் கொஞ்சம்கூட பயமா உணர்றதில்ல. இருளோ தீமையோ எதுவும் எப்பவும் என்னை நெருங்காது."

"ஆமா, அதுதான் சரி, நீ செய்யவேண்டியதெல்லாம் எப்போ தைக்குமா என்னோட இதுபோல இருக்க வேண்டியதுதான்."

"அப்படியா சொல்ற?"

"நிச்சயமா"

நவோகோ சற்றே நின்றாள். எனவே நானும் நின்றேன். அவள் என் தோள்களின்மீது தனது கைகளை வைத்து என் கண்களுக்குள் உற்றுப் பார்த்தாள். அவளது கருவிழியின் ஆழத்துக்குள், செறிவான, கருநிறத் திரவம் ஒரு விநோதமான வடிவில் சுழன்றது. அவளது அழகிய கண்கள் நீண்ட, நெடு நேரத்திற்கு என்னை உற்றுப்பார்த்தன. பின் அவள் தனது முழு உயரத்துக்கு எக்கி அவளது தாடையால் எனது தாடையைத் தீண்டினாள். அது ஒரு அற்புதமான, பிரியத்தைக் காட்டும் பாவனை. ஒரு கணத்துக்கு அது என் இதயத்தை நிறுத்தியது.

"நன்றி."

"சந்தோஷம்." என்றேன் நான்.

"நீ அப்படிச் சொன்னதில் எனக்கு ரொம்ப மகிழ்ச்சி. உண்மை யிலே சந்தோஷம்," அவள் சோகமானதொரு புன்னகையுடன் சொன்னாள். "ஆனா அது சாத்தியமில்லை."

"சாத்தியமில்லையா? ஏன்?"

"அது சரியா இருக்காது. அது பயங்கரமானதா இருக்கும். அது—"

நவோகோ தனது வாயை மூடிக்கொண்டு மீண்டும் நடக்கத் தொடங்கினாள். அவளது தலைக்குள் அனைத்துவிதமான எண்ணங்களும் சுழன்றடித்துக் கொண்டிருக்கும் என்று என்னால் கூறமுடியும். எனவே அவற்றில் குறுக்கிடுவதற்குப்பதில் நான் மௌனமாக அவளருகில் நடந்தபடி இருந்தேன்.

நீண்ட மௌனத்துக்கு பின் அவள் சொன்னாள், "அது தவறானதா இருக்கும்— உனக்குப் பொருந்தாததா, எனக்குப் பொருந்தாததா இருக்கும்."

"என்ன தவறு?" நான் முணுமுணுத்தேன்.

"உன்னால புரிஞ்சுக்க முடியலையா? ஒருத்தர் மற்றவரை எப்போதைக்குமா கவனிச்சுக்கிறது சாத்தியமே இல்லை. நான் என்ன சொல்றேன்னா, ஒருவேளை நமக்கு திருமணம் ஆயிடுச்சுன்னு வெச்சுக்கலாம். பகல்பொழுதுல நீ வேலைக்குப் போயாகணும். நீ வெளியில போயிருக்கிறப்ப யார் என்னைக் கவனிச்சுக்கப் போறது? இல்லை நீ வியாபார விஷயமா பயணம் போறப்ப யார் என்னைக் கவனிச்சுக்கப் போறாங்க? நம் வாழ்வோட ஒவ்வொரு நிமிடமும் நான் உன்னோட ஒட்டிக்கிட்டே இருக்கமுடியுமா? அதுல என்னவிதமான சமத்துவம் இருக்கும்? அது என்னவிதமான உறவா இருக்கும்? சீக்கிரமாவோ தாமதமாவோ நீ என்மேல வெறுப்பாயிடுவ. உன் வாழ்க்கையோட நீ என்ன செஞ்சிட்டிருக்க, ஏன் உன்னோட எல்லா நேரமும் இந்தப் பெண்ணை சிறுபிள்ளை மாதிரி கவனிச்சுக்கிட்டிருக்கோம்னு ஆச்சரியப்பட ஆரம்பிச்சுடுவ. என்னால அதைத் தாங்கமுடியாது. அது என்னோட எந்த ஒரு பிரச்சினையையும் தீர்க்காது."

"ஆனா உன்னோட பிரச்சினைகள், உன் மிச்சமிருக்கிற வாழ்க்கை முழுக்க தொடரப்போறதில்லையே," அவளது முதுகைத் தொட்டபடி நான் கூறினேன். "அதுவும் ஒரு நேரத்துல முடிஞ்சுபோயிடும். அப்படி முடியும்போது, நாம அதை நிறுத்திட்டு, அங்கிருந்து எப்படித் தொடங்குறதுனு யோசிப்போம். ஒருவேளை நீ எனக்கு உதவவேண்டி வரலாம். நாம வாழ்க்கையை ஏதோவொரு கணக்குப் புத்தகத்தைப் பார்த்து நடத்திக்கிட்டிருக்கலை. உனக்குத் தேவையா நீ என்னைப் பயன்படுத்திக்கோ. உனக்கு புரியலை? நீ ஏன் இவ்வளவு பிடிவாதமா இருக்கிற? இயல்பா இரு, இறுக்கத்தைவிடு. நீ எப்பவும் ரொம்ப இறுக்கமா இருக்கிறதனாலதான் மோசமானதையே எதிர்பார்க்கிற. உன்னோட உடலை இயல்பா விடு. மற்றதெல்லாம் தானாவே லேசா ஆயிடும்."

"எப்படி நீ அப்படிச் சொல்லலாம்?" உணர்ச்சியற்ற குரலில் அவள் கேட்டாள். நவோகோவின் குரல், நான் ஏதோ சொல்லக்கூடாத ஒன்றைச் சொல்லியிருக்கக்கூடுமென என்னை எச்சரிக்கை செய்தது.

தன் காலுக்குக் கீழிருந்த நிலத்தைப் பார்த்தபடியே, "இப்படி யொரு விஷயத்தை நீ எப்படிச் சொல்லலாம், சொல்லு," என்றாள் அவள். "ஏற்கெனவே எனக்குத் தெரியாத எதையும் நீ சொல்லிக்கிட்டிருக்கலை. —உன்னோட உடலை இயல்பா விடு,

மற்றதெல்லாம் தானாவே லேசா ஆயிடும்— இதை என்கிட்ட சொல்றதோட அர்த்தம் என்ன? இப்ப நான் என் உடலை இயல்பா விட்டா, நான் தொலைஞ்சேன். நான் எப்பவுமே இப்படித்தான் வாழ்ந்துக்கிட்டிருக்கேன், அதோட எப்படி வாழறதுன்னு எனக்குத் தெரிஞ்ச ஒரே வழி இதுதான். நான் ஒரு நொடி இயல்பா இருந்தாக்கூட, என்னால எப்போதைக்குமா திரும்பி வர்றதுக்கான வழியைக் கண்டுபிடிக்க முடியாது. நான் துண்டு துண்டா ஆகி காத்துல கரைஞ்சுடுவேன். உன்னால் ஏன் அதைப் பார்க்கமுடியாமப போச்சு? உன்னால இதைப் பார்க்க முடியலைன்னா, நீ எப்படி என்னை கவனிச்சுக்கிறதைப் பத்தி பேசலாம்?"

நான் ஒன்றும் சொல்லவில்லை.

"நான் குழம்பியிருக்கேன். உண்மையிலே குழம்பியிருக்கேன். அது நீ நினைக்கிறத விடவும் ரொம்பவும் சிக்கலானது. ஆழமானது.... இருளானது... உறைஞ்சுபோனது. ஆனா என்கிட்ட ஏதாவது பேசு. அந்த மாதிரி நேரத்துல நீ எப்படி என்கூட படுத்துக்க முடியும்? அத்தகைய விஷயத்தை நீ எப்படி செய்ய முடியும்? ஏன் நீ என்னைத் தனியா விட்டுடக்கூடாது?"

இப்போது நாங்கள் அச்சுறுத்தும் மௌனம் நிறைந்த பைன் மரக் காடுகளூடே நடந்துகொண்டிருந்தோம். கோடைகால முடிவில் இறந்த சில்வண்டுகளின் உலர்ந்த உடல்கள் பாதையெங்கும் சிதறிக்கிடந்தன. அவை எங்களது ஷூவின்கீழ் நொறுங்கின. நாங்கள் தொலைத்த ஒன்றைத் தேடிச்செல்வதுபோல், நவோகோவும் நானும் பாதையெங்கும் மெதுவாக தொடர்ந்து நடந்தோம்.

எனது கையை தன் கையிலெடுத்துக்கொண்டு, தலையைக் குலுக்கியபடி அவள் சொன்னாள், "என்னை மன்னிச்சிடு."

"உன்னைப் புண்படுத்தணும்னு நான் நினைக்கல. நான் சொன்னதை நினைச்சு வருத்தப்படாத, உண்மையிலே நான் வருத்தப்படறேன், நான் என்மேலதான் கோபமா இருந்தேன்."

"நான் இன்னும் உண்மையிலே உன்னைப் புரிஞ்சுக்கலையோனு நினைக்கிறேன்," என்றேன் நான். "அந்தளவுக்கு நான் புத்திசாலி இல்லை. விஷயங்களைப் புரிஞ்சுக்கிடறதுக்கு எனக்கு கொஞ்சம் காலம் ஆகும். ஆனா அந்தக் காலகட்டத்துக்குப் பிறகு உலகத்துல உள்ள வேற யாரையும்விட நான் உன்னை நல்லா புரிஞ்சுக் கிட்டிருப்பேன்."

நாங்கள் நின்றுவிட்டிருந்ததோடு, அமைதியான காட்டின்

நடுவில் நின்று கவனித்தோம். நான் எனது கால்பெருவிரல் முனையால் சில்வண்டு ஓடுகளையும் பைன் கூம்புகளையும் எற்றியபடி, பைன் மரக்கிளைகளினூடே திட்டுத் திட்டாகத் தெரிந்த வானத்தைப் பார்த்தேன். கைகளைப் பைகளுக்குள் விட்டபடி நவோகோ சிந்தனையுடன் காணப்பட்டாள். அவளது கண்கள் குறிப்பாக எதன்மீதும் மையம் கொண்டிருக்கவில்லை.

"டோரு, என்கிட்ட ஏதாச்சும் பேசு," என்றாள் அவள். "நீ என்னை விரும்புறியா?"

"நான் விரும்பறேன்கிறது உனக்கே தெரியும்."

"உன்னால எனக்காக இரண்டு விஷயம் பண்ணமுடியுமா?"

"நீங்க மூணு விருப்பங்கள் வரை சொல்லலாம், மேடம்."

நவோகோ சிரித்தபடி தனது தலையை அசைத்தாள், "வேணாம், இரண்டே போதும். நீ இங்கே என்னைப் பார்க்க வந்ததற்காக நான் உனக்கு எவ்வளவு நன்றிக்கடன் பட்டிருக்கிறேன்கிறதை நீ உணரணும்கிறது ஒண்ணு. நீ என்னை எவ்வளவு மகிழ்ச்சியா ஆக்கியிருக்கேனு புரிஞ்சுக்குவேனு நான் நம்புறேன். எல்லாத்துல இருந்தும் அது என்னைக் காப்பத்தப்போறதுன்னு எனக்குத் தெரியும். நான் வெளிக்காட்டாம இருக்கலாம், ஆனா அதுதான் உண்மை."

"நான் மறுபடியும் உன்னைப் பார்க்கிறதுக்கு வருவேன். உன்னோட அடுத்த ஆசை என்ன?" என்றேன் நான்.

"நீ என்னை எப்போதும் ஞாபகத்துல வெச்சுக்கணும்னு விரும்பறேன். இங்க நான் உன்பக்கத்துல நிக்கிறதுபோல, நான் இருக்கிறதா என்னை நீ ஞாபகத்துல வெச்சுப்பியா?"

"எப்பவும், எப்போதைக்குமா நான் ஞாபகத்துல வெச்சுப்பேன்." என்றேன்.

அவள் பேசாமல் நடந்துவந்தாள். கிளைகளினூடே ஊடுருவி வந்த இலையுதிர்கால வெளிச்சம் அவளது மேற்கோட்டின் தோள் பகுதியில் நடனமாடியது. முன்பைவிட அருகில், நாயொன்று மீண்டும் குரைத்தது. நவோகோ ஒரு சிறிய குன்றில் ஏறி காட்டைவிட்டு வெளியேறி, சிறிய சரிவொன்றில் விரைவாக இறங்கினாள். நான் அவளை இரண்டு மூன்றடி இடைவெளியில் பின்தொடர்ந்தேன்.

"இப்படி வா," நான் அவளை பின்னுக்கு அழைத்தேன். "அந்தக்

கிணறு நிச்சயம் இங்கேதான் எங்கோ இருக்கவேண்டும்." நவோகோ நின்று புன்னகைத்தபடியே என் கைகளைப பற்றிக்கொண்டாள். மீதமுள்ள தூரத்தை அருகருகே நடந்தபடி கடந்தோம். "நீ என்னை உண்மையிலே எப்பவும் மறக்கமாட்டேன்னு உறுதியா சொல்றியா?" அவள் கிட்டத்தட்ட கிசுகிசுக்கும் குரலில் கேட்டாள்.

"நான் உன்னை எப்பவும் மறக்கமாட்டேன். என்னால எப்பவும் உன்னை மறக்கமுடியாது." என்றேன் நான்.

இருந்தபோதும், எனது நினைவுகள் மங்கியபடியே செல்வது அதிகரித்து வருகிறது, மேலும் ஏற்கெனவே எத்தனையோ விஷயங் களை நான் மறந்துவிட்டேன். இத்தகையதொரு ஞாபகத்திலிருந்து எழுதுவதை, நான் பலசமயம் மரண வேதனையாக உணர்கிறேன். மிக முக்கியமான விஷயத்தை நான் மறந்துவிட்டால் என்ன செய்வது? எனக்குள் உண்மையிலே முக்கியமான நினைவு களனைத்தும் குவிந்திருக்கும் அந்த இருண்ட இடம் மெதுவாக அழிவுவசப்பட்டால் என்னாகும்?

அப்படி நடப்பதற்கு முன்னால், அவையனைத்தையும் நான் எழுதியாகவேண்டும். என் இதயத்தின் இத்தகைய மறைந்த, மறைந்துகொண்டிருக்கும் பரிபூரணமற்ற நினைவுகளைக் கைப்பற்றி, பட்டினியில் வாடும் ஒருவன் எலும்புகளைச் சப்புவதுபோன்ற தீவிரத்துடன் நான் இந்தப் புத்தகத்தை எழுதிச்செல்கிறேன். நான் நவோகோவுக்கு கொடுத்த உறுதிமொழியைக் காப்பாற்ற நானறிந்த ஒரே வழி இதுதான்.

ஒருசமயம், வெகுகாலத்துக்கு முன், நான் இளமையாக இருந்தபோது, இப்போதிருப்பதைவிட என் நினைவுகள் பெரிதும் உயிர்த்துடிப்புடன் இருந்தபோது, நான் அவளைப் பற்றி பலசமயம் எழுத முயன்றதுண்டு. ஆனால் என்னால் ஒரு வரியைக்கூட எழுத முடிந்ததில்லை. முதல் வரியை மட்டும் எழுதமுடிந்துவிட்டால், மற்றவை தானாகவே பெருகிவந்து பக்கத்தை நிறைத்துவிடுமென எனக்குத் தெரியும். ஆனால் அதைச் சாத்தியமாக்க ஒருபோதும் முடிந்ததில்லை. அளவுக்கதிகமான விவரங்களைக் காட்டும் வரைபடம் சமயங்களில் பயனின்றிப் போவதுபோல அனைத்தும் மிகத்தெளிவாகவும் கூர்மையாகவும் இருந்தபோது, எங்கிருந்து தொடங்குவது என எனக்கு ஒருபோதும் தெரிந்ததில்லை. இப்போது, பரிபூரணமற்ற எழுத்து என்னும் கொள்கலனில் நான் இட்டு நிரப்புவதெல்லாம் பரிபூரணமற்ற நினைவுகளும் பரிபூரணமற்ற சிந்தனைகளும்தான் என்பதை நான் உணர்ந்திருக்கிறேன். எனக்குள்ளிருக்கும் நவோகோவின்

நினைவுகள் எத்தனை தூரம் மங்கலாகிறதோ அத்தனை ஆழமாக என்னால் அவளைப் புரிந்துகொள்ள முடியும். அவள் என்னிடம் தன்னை மறக்கவேண்டாமென கேட்டுக்கொண்டது ஏனென்றுகூட எனக்குத் தெரியும். நிச்சயமாக நவோகோவும்கூட அறிந்திருப்பாள். அவளைக் குறித்த என் நினைவுகள் மங்குமென்பதை அவள் அறிந்திருப்பாள். முக்கியமாக அதனால்தான் அவள் தன்னை மறக்கவேண்டாமென, அவள் இருப்பதுபோல நினைத்துக் கொள்ளுமாறு வேண்டிக் கேட்டுக்கொண்டாள்.

இந்த எண்ணம் என்னை கிட்டத்தட்ட தாங்கமாட்டாத துயரத்தால் நிரப்பியது. ஏனெனில் நவோகோ ஒருபொழுதும் என்னை நேசித்திருக்கவில்லை.

2

முன்பொரு காலத்தில், பல வருடங்களுக்கு முன்பு—உண்மையில் 20 வருடங்களுக்கு முன்பு—நான் துயிற்கூடம் ஒன்றில் வசித்துக் கொண்டிருந்தேன். அப்போது எனக்கு பதினெட்டு வயது, முதலாமாண்டு மாணவன். டோக்கியோவுக்கும் தனித்து வாழ்வதற்கும் நான் புதியவன் என்பதால், கவலையுடனிருந்த எனது பெற்றோர், பெரும்பாலான மாணவர்கள் வாடகைக்குப் பிடிக்கும் தனி அறையைப் போலில்லாமல் நான் வசிப்பதற்காக தனியார் துயிற்கூடம் ஒன்றைக் கண்டுபிடித்திருந்தனர். அந்த துயிற்கூடம் உணவும் இதர வசதிகளையும் அளித்து உலக பரிட்சயமில்லாத 18 வயது மாணவர்கள் காலம்தள்ள உதவியது. மேலும் செலவும் ஒரு காரணம். ஒரு தனிப்பட்ட அறைக்காவதைவிட துயிற்கூடத்துக்கு பெரிதும் செலவு குறைவு. படுக்கை வசதிகளும் ஒரு விளக்கும் வைத்திருக்கும் பட்சத்தில், நான் நிறைய வீட்டு உபயோகப் பொருட்களை வாங்கத் தேவையில்லை. என் வரையில், வாடகைக்கு ஒரு ஃப்ளாட்டை எடுத்து ஏகாந்தமாக, வசதியாக தங்குவதையே நான் தேர்வு செய்திருப்பேன். ஆனால் நான் சென்றுகொண்டிருந்த தனியார் பல்கலைக்கழகத்தில் சேர்க்கை மற்றும் கல்விக்கட்டணமாக என் பெற்றோர் செலவழித்திருந்த தொகையை அறிந்திருந்ததால், வற்புறுத்தும் நிலையில் நான் இல்லை. தவிரவும், உண்மையில் நான் எங்கே வசித்தேன் என்பதைப் பொருட்படுத்தவேயில்லை.

நகரின் மத்தியில் அமைந்திருந்த ஒரு குன்றில், பார்வைக்குப் புலனாகும் விதத்தில், பெரிய நாற்கர வடிவத்தில் கான்கிரீட்

சுவர்கள் சூழ, துயிற்கூடத்தின் மதில் அமைந்திருந்தது. முன்வாயிலுக்கு சற்றே உட்புறமாக ஒரு பெரும் செல்கோவா மரம் உயர்ந்து நின்றது. குறைந்தபட்சம் அதற்கு 150 வருடங்களாவது இருக்கும் என்று கூறினர். அதன் அடிமரத்துக்குக் கீழே நின்று நீங்கள் உயரே பார்த்தால், அதன் அடர்ந்த பசுமையான இலைகள் காரணமாக உங்களால் ஆகாயத்தைப் பார்க்கமுடியாது.

அதன் வாயிலிலிருந்து அமைக்கப்பட்ட பாதை மரத்தைச் சுற்றிக்கொண்டு சென்று, அந்த பெரிய முற்றத்தினூடாக நீளமாக, நேராகச் சென்றது. பாதையின் இருபுறமும் ஒன்றையொன்று பார்த்தபடி இரு மூன்றடுக்கு கான்கிரீட் துயிற்கூட கட்டடங்கள் அமைந்திருந்தன. அவை மிகப்பெரிதாக, நிறைய ஜன்னல்களுடன்—ஒன்று ஃப்ளாட்டுகள் சிறைக்கூடமாக மாற்றப்பட்டிருக்க வேண்டும் அல்லது சிறைக்கூடம் ஃப்ளாட்டுகளாக மாற்றப் பட்டிருக்கவேண்டும் என்ற மனப்பதிவை உருவாக்கின. எனினும் அவை அழுக்கடைந்தோ, இருண்டதொரு உணர்வை உருவாக்குவதாகவோ இல்லை. அனைத்து ஜன்னல்களும் சூரியன் வெளிறச் செய்யமுடியாத இளமஞ்சள் நிற திரைகளுடன், திறந்து காணப்பட, அவற்றினூடே வானொலி இசைப்பதை நீங்கள் கேட்கலாம்.

இந்த இரு துயிற்கூடங்களுக்கும் அப்பால், பாதை இரண்டடுக்கு பொதுக்கட்டடத்தின் நுழைவுக்கு இட்டுச்சென்றது. அதன் முதல் தளம் உணவருந்தும் கூடத்தையும், குளியலறைகளையும் உடையதாயிருக்க, இரண்டாவது தளம் கூட்டம் நடத்துவதற்கான அறைகள், அரங்கம் மற்றும் விருந்தினர் அறைகளையும்கூட கொண்டிருந்தது. விருந்தினர் அறையின் பயன்பாடு என்னால் ஒருபோதும் புரிந்துகொள்ளமுடியாத ஒன்றாக இருந்தது. பொதுக்கட்டடத்துக்கு அடுத்ததாக மூன்றாவதாக ஒரு துயிற்கூடம் இருந்தது. அதுவும் மூன்றடுக்கு உயரம் உடையதாய்த் திகழ்ந்தது. பரந்த பசும்புல்வெளிகள் முற்றத்தை நிறைத்தன. சுழன்று சுழன்று நீர்பாய்ச்சும் கருவிகள், சுழலும்போது சூரிய ஒளியில் ஜாலம் காட்டின. பொதுக் கட்டடத்துக்குப் பின்னால் கால்பந்து, பேஸ்பால் விளையாடப் பயன்படுத்தப்படும் மைதான மொன்றும், ஆறு டென்னிஸ் முற்றங்களும் இருந்தன. அந்த வளாகம் நீங்கள் விரும்பும் அனைத்தையும் கொண்டிருந்தன.

அந்த இடத்தில் ஒரேயொரு பிரச்சினையிருந்தது: அது அதன் அரசியல் வாசனை. மிதமிஞ்சிய வலதுசாரித் தன்மையுடைய நபரொருவரால் நடத்தப்பட்ட, சந்தேகத்திற்கிடமான அமைப்பாக அது இருந்தது. நான் அறிந்தவரையில், அவர்கள் அதனை நடத்திய விதத்தில் ஏதோ விநோதமாக, தவறாகத் தெரிந்தது. அவர்கள்

புதிய மாணவர்களுக்கு வழங்கும் துண்டுப் பிரசுரங்களிலும் துயிற்கூடத்தின் விதிமுறைகளிலும் நீங்கள் அதனைக் காண முடியும். "கல்விசார்ந்த அடிப்படைக் கொள்கைகளை பெருமளவு மாற்றியமைப்பதன் மூலமாக தேசத்தின் நலனைப் பேணுவதற்கான மனிதவள ஆதார சேவையைப் பெற முயற்சிப்பதே" அந்த துயிற்கூடம் நிறுவப்பட்டதின் நோக்கமென கூறப்பட்டது. இந்த நோக்கத்துக்கு ஆதரவு தெரிவித்த பணம் படைத்தவர்கள் பலர் தங்களது தனிப்பட்ட நிதியை இந்த இடத்தைக் கட்டுவதற்கு கொடுத்துதவியிருந்தனர். இதுதான் இந்தத் திட்டத்தின் பொதுவான தோற்றம். எனினும் அதன் பின்னாலிருந்தது பெரிதும் வெளிப்படையாய்த் தெரியாத ஒன்று. சிலர் அது வரி ஏய்ப்பு என்றனர், இன்னும் சிலர் இத்திட்டத்தில் பங்குபெறுபவர்களின் பிரபல்யத்துக்கான யுக்தியாக இதனைப் பார்த்தனர். வேறு சிலர் முக்கிய நிலப்பகுதியான இதனை மோசடியாகச் சுருட்டுவதை மக்களிடமிருந்து மறைப்பதே துயிற்கூடம் கட்டப்பட்டதின் பின்னாலுள்ள நோக்கம் என்றனர். எனினும் ஒன்றுமட்டும் நிச்சயமாய்த் தெரிந்தது, துயிற்கூட வளாகத்தில் பல்வேறு பல்கலைக்கழகங்களைச் சேர்ந்த மேல்தட்டு மாணவர்கள் அடங்கிய தனிச்சிறப்புமிக்க மன்றம் ஒன்று இருந்தது. அவர்கள் துயிற்கூடத்தின் நிறுவனர்கள் சிலர் உள்ளடங்கிய ஆய்வுக் குழுக்களை உருவாக்கி, மாதத்தில் சிலமுறை அவர்கள் சந்தித்துக்கொண்டனர். மன்றத்தின் அனைத்து உறுப்பினருக்கும் அவர்கள் பட்டப்படிப்பை முடித்தபிறகு நல்ல வேலை உண்டென உறுதியளிக்கப்பட்டிருந்தது. மேற்சொன்ன கருத்துகளில் எது சரி என எனக்கு கருத்தெதுவும் இல்லை. ஆனால் அவையனைத்தும் சேர்ந்து அந்த இடத்தில், ஏதோ சந்தேகத்திற்குரியது இருக்கிறது என்ற யூகத்தை உருவாக்கின.

எப்படியிருந்தபோதும்— நான் இரண்டு வருடம், *1968*—ன் வசந்த காலம் முதல் *1970*—ன் வசந்த காலம் வரை—இந்த சந்தேகத்திற்கிடமான துயிற்கூடத்தில் வசித்தேன். நான் ஏன் அதனை நீண்ட காலம் சகித்துக்கொண்டேனென உண்மையில் என்னால் சொல்லமுடியவில்லை. அந்த இடம் வலதுசாரி சார்ந்ததோ அல்லது இடதுசாரி சேர்ந்ததோ அல்லது வேறெதுவோ, தினசரி வாழ்வில் அதனால் எனக்கு எந்த நடைமுறைச் சிரமமும் இருந்ததில்லை.

ஒவ்வொரு தினமும் கொடியேற்றும் சடங்கோடு தொடங்கும். மேலும் அவர்கள் தேசிய கீதத்தை இசைக்கவும் செய்தார்கள். நீங்கள் ஒன்றில்லாமல் மற்றதைக் கொண்டிருக்கமுடியாது. மிகச் சரியாக வளாகத்தின் மையத்தில், மூன்று துயிற்கூடங்களின் அனைத்து ஜன்னல்களிலிருந்தும் பார்க்கும்படியான இடத்தில்

கொடிக்கம்பம் நின்றுகொண்டிருந்தது.

கிழக்கு துயிற்கூடத்தின் (எனது கட்டடம்) தலைவர்தான் கொடிக்குப் பொறுப்பானவர். தனது ஐம்பதுகளின் கடைசியிலோ அறுபதுகளின் தொடக்கத்திலோ இருந்த கழுகைப் போன்ற கண்களுடைய, உயரமான மனிதர் அவர். அவரது குத்திட்டு நிற்கும் ரோமங்கள் கருமை கலந்த சாம்பல் நிறத்திலிருக்க, சூரியனால் கருத்துப்போன கழுத்துப்பகுதியில் நீண்ட தழும்பொன்று இருந்தது. பலரும் அவர், போர்க்கால நகோனோ ஒற்றுப் பள்ளியில் பட்டம் பெற்றவரென கிசுகிசுத்தனர், ஆனால் யாருக்கும் உறுதியாய்த் தெரிந்திருக்கவில்லை. அவரையடுத்து நிற்கும் மாணவன், அவரது உதவியாளனாகச் செயலாற்றினான். அவனைப் பற்றியும்கூட உண்மையில் யாரும் அறிந்திருக்கவில்லை. அவன் உலகத்திலேயே மிக ஒட்ட வெட்டப்பட்டிருந்த தலைமுடியைக் கொண்டிருந்ததுடன் எப்போதும் அடர் நீலநிற மாணவர் சீருடையை அணிந்திருந்தான். அவன் பெயரோ, அல்லது எந்த அறையில் வசிக்கிறான் என்றோ எனக்குத் தெரியாது. அவனை குளியலறையிலோ, உணவருந்தும் அறையிலோ ஒருபொழுதும் பார்த்தது இல்லை. அவன் மாணவன்தானா என்பதுகூட எனக்கு உறுதியாய்த் தெரியாது. எனினும் அந்தச் சீருடையில் அவன் அவசியம் மாணவனாகத்தான் இருக்கவேண்டுமென நீங்கள் நினைப்பீர்கள். விரைவில் அதுவே அவனது பட்டப்பெயராயிற்று. நகோனாவுக்கு எதிரிடையாக, சீருடை அணிந்தவன் தடித்துக் குட்டையாய், வெளிறிய மஞ்சள் முகத்துடன் காணப்பட்டான். அச்சத்தை ஏற்படுத்தும் இந்த ஜோடி, தினமும் காலையில் ஆறு மணிக்கு உதயசூரியன் கொடியை உயர்த்துவார்கள்.

நான் துயிற்கூடத்தில் நுழைந்த புதிதில், இந்நிகழ்வின் கலப்பில்லாத புதுமையானது, இந்த தேசபக்தி சடங்குகளைக் காண்பதற்காக பல சமயங்களில் அதிகாலையிலேயே என்னை எழுந்திருக்கத் தூண்டியுள்ளது. கிட்டத்தட்ட ரேடியோ ஆறுமணிக்கான சிக்னலை வெளியிட்ட அதே கணத்தில் அந்த இருவரும் முற்றத்தில் தென்படுவர். சீருடையான் தனது சீருடையை அணிந்து கூடவே தோலாலான கறுப்பு ஷூக்களுடனும், நகானோ ஒரு சிறிய மேற்கோட்டும் வெள்ளைநிற ரப்பர் அடிப்பாகத்தைக் கொண்ட ஷூவும் அணிந்திருப்பார். சீருடையான் மெருகேற்றப்படாத பாலோவ்னியா மரத்திலான சடங்குகளுக்கான பொருட்களடங்கிய பெட்டியை வைத்திருக்க, நகானோ தன் வசம் ஒரு சோனி டேப்ரிக்கார்டரைச் சுமந்தபடி காணப்படுவார். அவர் அதனை கொடிக்கம்பத்தின் அடியில் வைக்க, அதேசமயம் சீருடையான் அந்தப் பெட்டியைத் திறந்து, நல்ல முறையில் மடிக்கப்பட்ட கொடியைக் கையிலெடுத்து

அதனை மரியாதையுடன் நகானோவிடம் கொடுப்பான், அவர் அதைக் கொடிக்கம்பத்திலுள்ள கயிற்றில் பிணைத்து, தூய வெள்ளை நிறப் பின்னணியில் உதயசூரியனின் பளிச்சிடும் செந்நிற வட்டத்தை வெளிப்படுத்துவார். பின் சீருடையான் கீதத்தை இசைப்பதற்கான பொத்தானை அழுத்துவான்.

“நமது பிரபுவின் ஆட்சி..”
கொடி மேல்நோக்கி ஏறும்.
“கூழாங்கற்கள் பாறைகளாக...”

கொடிக்கம்பத்தின் பாதியை எட்டியிருக்கும்.

“பாசியில் மூடப்பட்டிருக்கும்.”

இப்போது அது உச்சியிலிருக்கும். காற்று வீசும் தெளிவான நாட்களில் இருவரும் மேல்நோக்கி கொடியைப் பார்த்தபடி விறைப்பாக நிற்பது, அருமையானதொரு காட்சியாக இருக்கும்.

அந்திப்பொழுதில் கொடியை இறக்குவதும் அதே சம்பிரதாய மரியாதையோடு, ஆனால் தலைகீழாக நிகழ்த்தப்படும். கொடி கீழிறங்கியதும் அது பெட்டியில் அதற்கான இடத்தைக் கண்டடையும். தேசியக்கொடி இரவில் பறந்ததில்லை.

கொடி ஏன் இரவில் இறக்கப்படுகிறதென நான் அறிந்திருக்கவில்லை. இருள் பொழுதிலும் தேசம் இருக்கத்தான் செய்கிறது. எண்ணற்ற நபர்கள் இரவெல்லாம் வேலைசெய்கின்றனர்—ரயில்வே கட்டுமானப் பணியாளர்கள், வாடகைக் கார் ஓட்டுநர்கள், மதுவிடுதிப் பணிப்பெண்கள், தீயணைப்புப் பணியாளர் மற்றும் இரவுநேர காவல்பணியாளர்கள்: அத்தகைய நபர்களுக்கு கொடியின் பாதுகாப்பை மறுப்பது நியாயமற்றதாக எனக்குப் படுகிறது. அல்லது இது என்னைத் தவிர யாரும் பொருட்படுத்தாத, உண்மையில் அக்கறைகாட்டாத ஒன்றாயிருக்கலாம். நானும்கூட உண்மையில் பொருட்படுத்தினேன் என்றில்லை. இது தற்செயலாய் என் மனதில் தோன்றியது அவ்வளவுதான்.

அறைகள் ஒதுக்கப்படுவதற்கான விதிகளின்படி, முதலாமாண்டு, இரண்டாமாண்டு மாணவர்களுக்கு இரட்டை அறைகளும், மூன்றாமாண்டு மற்றும் இறுதியாண்டு மாணவர்களுக்கு ஒற்றை அறைகளும் ஒதுக்கப்பட்டன. இரட்டை அறைகள் ஒன்பதுக்கு பன்னிரண்டைவிட சற்றே நீளமானவை ஆனால் குறுகலானவை. கதவுக்கு எதிரேயமைந்த சுவரில் அலுமினிய சட்டமிட்ட ஜன்னல் இருந்தது. ஜன்னலுக்கு அருகில் இரண்டு மேஜைகள் அந்த அறையிலுள்ளவர்கள் ஒருவருக்கொருவர்

முதுகுகாட்டியபடி படிக்கும் விதத்தில் போடப்பட்டிருந்தன. கதவின் இடப்புறம் இரும்பாலான அடுக்குப் படுக்கை நின்றிருந்தது. விநியோகிக்கப்பட்ட அறைகலன்கள் எளிமையான, உறுதியான பொருட்களாக இருந்தன. அவற்றுள் ஒரு ஜோடி லாக்கர், ஒரு சிறிய காப்பியருந்தும் மேஜை, அத்தியாவசியமான அலமாரிகள் போன்றவை அடக்கம். இருப்பதிலேயே மிகவும் சாதாரணமான பார்வையாளன்கூட, இந்த அமைப்பை கவித்துவமானது என்று சொல்லத் தயங்குவான். பெரும்பாலான அறைகளின் அலமாரிகள்— எடுத்துச்செல்லும் வானொலிகள், முடி உலர்த்திகள், மின்னணு மதுமூடும் பாத்திரங்கள், குக்கர்கள், உடனடி காபி, தேநீர்ப் பொதிகள், சர்க்கரைக் கட்டிகள் மற்றும் ரேமன் உடனடி நூடுல்ஸ் தயாரிப்பதற்கான எளிய பானைகள், பாத்திரங்களைக் கொண்டிருக்கும். சுவர்களில் பெண்களின் புகைப்படங்கள் நிறைந்த பத்திரிகைகளிலிருந்து எடுக்கப்பட்ட அல்லது திருடிய போர்னோ திரைப்படங்களின் சுவரொட்டிகள் காணப்படும். ஒருவன் பன்றிகள் இணைசேரும் புகைப்படத்தை ஒட்டியிருந்தான். ஆனால் இது வழக்கமான நிர்வாணப் பெண்கள், பாப் பாடகிகள், அல்லது நடிகைகளின் புகைப்படங்களிலிருந்து பெரிதும் விதிவிலக்கானது. மேஜையிலுள்ள புத்தக அலமாரிகளில் பாடப்புத்தகங்கள், அகராதிகள், மற்றும் நாவல்கள் இருக்கும்.

முழுக்க ஆண்களாலான அந்த அறைகளின் நாற்றம் அச்சுறுத்தக்கூடியது. குப்பைக் காகிதக் கூடையின் அடிப்புறத்தில் பூஞ்சைக்காளான் பிடித்த ஆரஞ்சுத் தோல்கள் பற்றிப் பிடித்திருக்கும். காலி கேன்கள் சாம்பல் தட்டும் சாதனமாய் பயன்படுத்தப்பட்டு, அதில் சிகரெட்டின் முனைகள் குவிந்துகிடந்து, அவை உள்ளுக்குள்ளேயே எரியத் தொடங்குகையில், அதனை காபி அல்லது பீரால் அணைக்கப்படும்போது ஒருவித சகிக்கவியலாத நாற்றத்தை வெளிப்படுத்தும். அலமாரியிலுள்ள அனைத்து பாத்திரங்கள் மற்றும் குவளைகளில் கறுநிற கரி மற்றும் இன்னதென்று சொல்லமுடியாத துணுக்குகள் தொற்றியிருக்கும். தரையெங்கும் இன்ஸ்டன்ட் ரேமனின் உறைகளும், காலிபீர் குப்பிகளும், ஏதோவொன்றின் தூக்கியெறியப்பட்ட மூடிகளும் கிடக்கும். எவரொருவருக்கும் அதைக் கூட்டிப் பெருக்கி குப்பைத் தொட்டியில் போடவேண்டுமென ஒருபோதும் தோன்றியதில்லை. அறைகளினூடே காற்றெதாவது வீசினால் தூசிப்படலத்தைக் கிளப்பிவிடும். ஒவ்வொரு அறையும் அதற்கேயான பயங்கரமான வாசனையைக் கொண்டிருக்கும். ஆனால் அந்த வாசனையின் பகுதிப்பொருட்கள் ஒன்றேதான்: வியர்வை, உடல்வீச்சம், மற்றும் குப்பைகள். படுக்கைக்குக் கீழே அழுக்கு உடைகள் குவிக்கப்பட்டிருக்கும். சீரான இடைவெளியில்

மெத்தையை உலர்த்த வேண்டுமென்ற கவலை எவரொருவருக்கும் இல்லாததால், வியர்வையில் ஊறித் திளைத்த அந்தத் திண்டுகள் மீட்சிக்கு வழியற்ற ஒருவித வாடையை வெளிவிடும். இப்போது நினைத்துப் பார்த்தால், இந்தக் குப்பைக் குவியல்கள் எந்தவொரு உயிர்க்கொல்லி தொற்றுநோய்கள் தோன்றவும் காரணமாகாதது ஆச்சரியம் என்றே படுகிறது.

அதற்கு மாறாக, எனது அறை ஒரு சவக்கிடங்கைப்போல சுகாதாரமாக இருக்கும். தரையும் ஜன்னலும் துளியும் அழுக்கின்றி, மெத்தைகள் வாரந்தோறும் உலர்த்தப்பட்டு, அனைத்துப் பென்சில்களும் பென்சில்களுக்கான உறையில் இருப்பதோடு, திரைச்சீலைகள்கூட மாதம் ஒருமுறை சலவை செய்யப்பட்டு காணப்படும். என் அறைத் தோழன் சுகாதார வெறியன். திரைச் சீலைகள் பற்றி சொன்னபோது, துயிற்கூடத்திலுள்ள வேறெவரும் நான் சொன்னதை நம்பவில்லை. திரைச்சீலைகளை துவைக்கலாம் என்பதையே அவர்கள் அறிந்திருக்கவில்லை. திரைச்சீலைகள் ஜன்னலைப்போலவே ஓரளவுக்கு அவற்றின் நிரந்தரமான பகுதிகள் என்றே பெரிதும் நம்பியிருந்தனர். "அவனிடம் ஏதோ தவறு இருக்கிறது," என்று அவர்கள் சொன்னதுடன் அவனை பாசிசவாதி (Nazi) அல்லது பாசிச படை உறுப்பினர் (Storm Trooper) என முத்திரை குத்தினர்.

எங்களது அறையில் அழகிகளின் படங்கள்கூட கிடையாது. இல்லை, எங்கள் அறையில் ஆம்ஸ்டர்டாமிலுள்ள கால்வாய் ஒன்றின் புகைப்படம் இருந்தது. நான் நிர்வாண புகைப்படம் ஒன்றை ஒட்டியிருந்தேன். ஆனால் அதனை எனது அறைத் தோழன் கிழித்துப் போட்டுவிட்டான். "ஹே, வாட்டனபி, எனக்கு இதுமாதிரியான விஷயங்களில் பெருசா ஆர்வம் கிடையாது" என்றான் அவன். அதற்குப் பதிலாக கால்வாயின் புகைப்படத்தை இடம்பெறச் செய்தான். நானும் நிர்வாணத்தில் பிரத்யேக ஈர்ப்புடையவனில்லை என்பதால், அதற்கு எதிர்ப்பு தெரிவிக்கவில்லை.

மற்ற பையன்கள் என் அறைக்கு வந்தபோதெல்லாம், "என்ன கருமம் இது?" என்பதுதான் அந்த ஆம்ஸ்டர்டாம் புகைப் படத்தைப் பார்த்து அவர்கள் வெளிப்படுத்தும் பிரபஞ்ச பிரதிவினையாயிருக்கும்.

"ஓ! அதுவா ஸ்டோர்ம் ட்ரூப்பர் இதைப் பார்த்து சுய இன்பம் செய்ய விரும்புறான்," என்றேன் நான்.

நான் அதனை ஜோக்காக நினைத்துச் சொன்னேன். ஆனால்

அவர்கள் அனைவரும் நான் சொன்னதை உண்மையென எடுத்துக்கொள்ள, நானே அதை உண்மையென நம்பத் தொடங்கி விட்டேன்.

ஸ்டோர்ம் ட்ரூப்பர் எனக்கு அறைத் தோழனாக வாய்த்ததற்காக அனைவரும் என்மீது பரிதாபப்பட்டனர். ஆனால் உண்மையில் நான் அதுகுறித்து அந்தளவு வருந்தவில்லை. நான் என் பகுதியை சுத்தமாக வைத்துக்கொள்ளும் பட்சத்தில், அவன் என்னைத் தனியே விட்டுவிடுவான். உண்மையில் அவன் எனது அறைத்தோழனாக வாய்த்தது பல விதத்தில் உதவிகரமாக இருந்தது. சுத்தம் செய்வதனைத்தையும் அவனே மேற்கொண்டான். மெத்தைகளை வெயிலில் உலர்த்துவதை அவனே பார்த்துக்கொண்டான். குப்பைகளை அவனே அகற்றினான். குளிக்கக்கூட நேரமின்றி நான் ஒன்றிரண்டுநாள் வேலை மும்முரத்திலிருந்துவிட்டால், அவன் சற்றே மூக்கையுறிஞ்சி நான் குளிக்கவேண்டுமென ஆலோசனை சொல்வான். ஏன், எனது நாசித்துவார முடிகளை வெட்டிச் சீர்படுத்துவதற்கான நேரம் வரும்போதோ அல்லது முடிதிருத்துபவரிடம் செல்வதற்கான சமயத்தையோகூட அவன் சொல்லிவிடுவான். என்னைக் கவலைப்படுத்திய ஒரேவிஷயம், அறையில் ஒரேயொரு ஈயைக் கண்டால்கூட பூச்சி மருந்தை புகைமூட்டம்போல தெளிக்கும்விதம்தான். ஏனெனில் அப்போது நான் அருகிலிருக்கும் குப்பைக் குவியல்களில் ஒன்றில் புகலிடம் தேடவேண்டியிருக்கும்.

ஸ்டோர்ம் ட்ரூப்பர் தேசியப் பல்கலைக்கழகமொன்றில் பூகோளம் படித்துக்கொண்டிருந்தான்.

நாங்கள் முதன்முறையாகச் சந்தித்தபோது அவன், "நான் வ—வ—வரைபடங்களைப் பற்றி படிச்சுக்கிட்டிருக்கேன்" என்றான்.

"உனக்கு வரைபடங்களைப் பிடிக்குமா?" நான் கேட்டேன்.

"ஆமா, நான் பட்டம் வாங்கினதும், பூகோளவியல் அளவை அமைப்பில் வேலைக்குச் சேர்ந்து வ—வ—வரைபடங்களை உருவாக்கப் போறேன்"

வாழ்க்கை அளிக்கும் பல்வேறுவிதமான குறிக்கோள்கள் மற்றும் கனவுகளால் நான் கவரப்பட்டேன். நான் டோக்கியோ வந்து முதன்முறையாக எனக்கு முதன்முதலில் ஏற்பட்ட மிகவும் புதிய மனப்பதிவுகளில் ஒன்று இது. வரைபடம் உருவாக்குவதில்கூட ஆர்வமும் தீவிரமும் உடைய சிலர்—வெகுசிலர்—சமூகத்துக்குத் தேவை என்னும் எண்ணம் என்னுள் எழுந்தது. என்றாலும்,

அரசாங்கத்தின் பூகோளவியல் அளவை நிறுவனத்தில் சேர்ந்து பணியாற்ற விரும்பும் ஒருவர், வரைபடம் எனும் வார்த்தையைச் சொல்லும் ஒவ்வொருமுறையும் திக்குவது விநோதமே. வரைபடம் எனும் வார்த்தையைச் சொல்லும் நேரம் தவிர பெரும்பாலும் ஸ்டோர்ம் ட்ரூப்பர் சிறிதும் திக்குவதில்லை. அவன் அதைச் உச்சரிக்கும்போது திக்குவான் என்பது 100% நிச்சயம்.

"நீ என்ன படிச்சுக்கிட்டிருக்க?" அவன் என்னைக் கேட்டான்.

"நாடகம்," என்றேன் நான்.

"நாடகம் போடப் போறியா?"

"இல்லை, நாடகப் பிரதிகளை வாசிப்பேன், ஆராய்ச்சி செய்வேன். ரேசின், ஐயானஸ்கோ, ஷேக்ஸ்பியர் இதுமாதிரியான விஷயங்கள்."

அவன் ஷேக்ஸ்பியரைப் பற்றி கேள்விப்பட்டிருப்பதாகவும் மற்றவர்களைப் பற்றி கேள்விப்பட்டதில்லை என்றான். மற்றவர்களைப் பற்றி பெரிதாய் எனக்கே எதுவும் தெரியாது, நான் அவர்களது பெயர்களை விரிவுரைக்காக கொடுக்கப்படும் கையேடுகளில் பார்த்திருக்கிறேன் அவ்வளவுதான்.

"நாடகம்னா உனக்குப் பிடிக்குமா?" என அவன் கேட்டான்.

"குறிப்பா அப்படியெல்லாம் சொல்லமுடியாது."

இது அவனைக் குழப்பியது. அவன் குழப்பமடைந்தபோது அவனது திக்குவாய் இன்னும் மோசமானது. நான் அதற்கு காரணமானதை எண்ணி வருந்தினேன்.

"நான் எதை வேணும்னாலும் தேர்ந்தெடுத்திருப்பேன்— மானுடவியல், ஆசிய வரலாறு. தற்செயலாதான் நாடகத்தைத் தேர்வுசெஞ்சேன் அவ்வளவுதான்," நான் தந்திருக்கவேண்டிய, மிக திருப்திகரமான பதில் அதுவல்ல.

"எனக்குப் புரியலை," அவன் உண்மையிலே புரிந்து கொள்ளாதவன்போல தோன்றியபடி சொன்னான். "எனக்கு வரைபடங்கள்னா பிடிக்கும். அதனால நான் டோக்கியோ வரத் தீர்மானிச்சேன். நான் வ—வ— வரைபடங்கள் உருவாக் குறதைப்பற்றி படிக்கிறதுக்காக என் பெற்றோர் பணம் அனுப்பு றாங்க. ஆனால் நீ அப்படியில்லையா?"

அவனது அணுகுமுறை என்னுடையதைவிடவும் பெரிதும் அர்த்தமுடையதாய் பட்டது. நான் என்னைக் குறித்து விளக்க முயற்சிப்பதைக் கைவிட்டேன். பின் அடுக்குப் படுக்கைகளில் எங்களுக்கானதைத் தேர்வுசெய்ய, யார் அதிகம் தீக்குச்சிகளை இழுக்கிறார்கள் என விளையாடினோம். அவன் மேல் படுக்கையைப் பெற்றான்.

உயரமாய், ஒட்டவெட்டிய முடி, நீண்ட முகவாய்க்கட்டையுடன் இருக்கும் அவன் எப்போதும் ஒரேவித உடையையே அணிவான். வெண்ணிற சட்டை, கறுப்பு கால்சராய், கறுப்பு ஷூக்கள், அடர்நீல நிறத்தில் தளர்வான மேல்சட்டை. அவன் தனது பல்கலைக்கழகத்துக்குக் கிளம்பும்போது இவற்றுடன் சீருடை மேற்சட்டையும் கறுப்புநிற ப்ரீப்கேஸும் சேர்ந்துகொள்ளும். ஒரு பக்கா வலதுசாரி மாணவன். இதனால்தான் அவனை எல்லாரும் ஸ்டோர்ம் ட்ருப்பர் என்றழைக்கின்றனர். ஆனால் உண்மையில் அவனுக்கு அரசியலில் சற்றும் ஆர்வம் கிடையாது. அவன் சீருடை அணிகிறானென்றால், ஆடைகளைத் தேர்வுசெய்யும் சிரமத்துக்கு ஆளாக அவன் விரும்பவில்லை. கடற்கரையோரங்களில் ஏற்படும் மாறுதல்கள், புதிய ரயில்வே சுரங்கப்பாதை நிறைவு போன்ற விஷயங்களே அவனது ஆர்வத்திற்குரியதன்றி வேறெதுவும் இல்லை. இதுபோன்ற விஷயங்களை அவன் பேச ஆரம்பித்தானானால் நீங்கள் தெறித்து ஓடும் வரையோ அல்லது தூங்கிப் போகும்வரையோ மணிக்கணக்கில் பேசுவான்.

அவன் தினமும் காலையில் 'நமது பிரபுவின் ஆட்சி' பாடலுடன் ஆறு மணிக்கு எழுந்திருப்பான். ஆக சொல்லப்போனால் அந்த ஆடம்பரமான கொடியேற்றும் சடங்கு முற்றிலும் பயனற்றதல்ல. அவன் உடையணிந்து குளியலறை சென்று, முடிவேயின்றி தனது முகத்தைக் கழுவுவான். சிலசமயங்களில், நிச்சயம் அவன் தனது ஒவ்வொரு பல்லையும் வெளியே எடுத்து ஒரு சமயத்துக்கு ஒன்றாகத் துலக்குகிறானோ என்ற உணர்வு எனக்கு ஏற்படுவதுண்டு. அறைக்குத் திரும்பி, அவன் தனது துவாலையிலுள்ள சுருக்கங்களைச் சரிசெய்து, அது உலர்வதற்காக அறையை கதகதப்பாக வைத்திருக்கும் இயந்திரத்தின்மீது போடுவான். பின் டூத்பிரஷையும் சோப்பையும் அலமாரியில் திரும்பவும் வைப்பான். கடைசியாக, அவன் தேசத்திலுள்ள மற்றவர்களுடன் சேர்ந்து வானொலி உடற்பயிற்சி செய்வான்.

இரவில் வெகுநேரம் வரை வாசிப்பதையும் எட்டுமணி வரை தூங்குவதையும் வழக்கமாகக் கொண்டவன் நான். எனவே அவன் அறையில் அங்குமிங்கும் உலாவும்போதும் உடற்பயிற்சி செய்யும்போதும்கூட நான் தூக்கமயக்கத்தில் இருப்பேன்—

ஹாருகி முரகாமி | 37

அவன் குதிக்கும் பயிற்சிப் பகுதிக்கு வரும்வரையில். அவன் தனது துள்ளலை அதிசிரத்தையுடன் மேற்கொண்டதால், அவனது கால்கள் தரையைத் தொடும் ஒவ்வொரு முறையும் படுக்கை மேலெழும்ப ஆரம்பித்தது. நான் மூன்று நாட்களுக்கு பொறுத்துக்கொண்டேன். ஏனெனில் சேர்ந்துவாழும் வாழ்க்கை ஒரு குறிப்பிட்ட அளவு, சகிப்புத்தன்மையைப் பழகுவதற்கான அழைப்பு என அவர்கள் கூறியிருந்ததே காரணம். ஆனால் நான்காம் நாள் காலையில், என்னால் இனியும் இதைப் பொறுக்கமுடியாது என்ற நிலைக்கு ஆளானேன்.

"ஏய் நீ இதை மாடியிலோ வேறெங்கேயாச்சுமோ போய் செய்யமுடியுமா? என்னால தூங்கமுடியலை," என்றேன் நான்.

"ஆனா இப்பவே ஆறரை மணியாச்சு!" அவன் வாயைப் பிளந்தபடி சொன்னான்.

"ஆமா, இப்ப 6.30 ஆயாச்சுனு எனக்குத் தெரியும். நான் இன்னும் தூங்கிக்கிட்டிருந்துக்கணும். சரியா இதை எப்படி விளக்குறதுனு எனக்குத் தெரியலை, ஆனா இதுதான் எனக்கு சரிப்பட்டு வரும்."

"எப்படியானாலும் என்னால மாடியிலபோய் செய்யமுடியாது. மூணாவது மாடியில யாராச்சும் புகார் பண்ணுவாங்க. இங்க, நாம ஸ்டோர் ரூமுக்கு மேல இருக்கிறோம்."

"அப்ப முற்றத்துக்குப் போ. புல்வெளியில பண்ணு."

"அதுவும் பிரயோசனமில்லை. என்கிட்ட டிரான்சிஸ்டர் ரேடியோ இல்லை. இதை ப்ளக்ல சொருகியாகணும். வானொலி உடற்பயிற்சியை இசையில்லாம பண்ணமுடியாது."

உண்மைதான், அவனது வானொலி— மின்கலமில்லாத, பழைய குப்பை. என்னுடையது எடுத்துச்செல்லும் வசதியுடைய ட்ரான்சிஸ்டர். ஆனால் அது இசை கேட்பதற்கு மட்டுமேயான பண்பலை வரிசையை மட்டுமே கேட்கக்கூடியது.

"சரி நாம சமாதானமா போவோம்." நான் சொன்னேன். "உன்னோட உடற்பயிற்சிகளைச் செய், ஆனால் குதிக்கிற பகுதியை மட்டும் விட்டுடு. அது ரொம்பவும் சத்தமா இருக்கு. என்ன சொல்றே?"

"கு— குதிக்கிறதா? அப்படினா?"

"குதிக்கிறதுனா குதிக்கிறதுதான். மேலும் கீழுமா

துள்ளுறது."

"ஆனா இதுல குதிக்கிறது எதுவும் இல்லை."

என் தலை வலிக்கத் தொடங்கியது. நான் தோல்வியை ஒப்புக்கொள்ளத் தயாராக இருந்தேன், ஆனால் எனது கருத்தை விளங்கவைக்க விரும்பினேன். நான் படுக்கையிலிருந்து வெளியே வந்து மேலும் கீழுமாகத் துள்ளியபடி ஜப்பான் ஒலிபரப்பு குழும வானொலி உடற்பயிற்சியின் தொடக்க கீதத்தைப் பாட ஆரம்பித்தேன். "நான் இதைப்பத்தி பேசறேன்," என்றேன்.

"ஓ, அதுவா? நீ சொல்றது சரினுதான் நான் நினைக்கிறேன். நான் கவனிக்கவேயில்லை."

"நான் என்ன சொல்றேன்னு புரியுதா?" படுக்கையின் விளிம்பில் அமர்ந்தபடி நான் சொன்னேன். "அந்தப் பகுதியை மட்டும் விட்டுடு. மத்ததையெல்லாம் நான் சகிச்சுக்கிறேன். குதிக்கிறதை நிறுத்தி என்னைத் தூங்கவிடு."

"ஆனால் அது சாத்தியமேயில்லை," என அவன் நிலைமையைச் சொன்னான். "என்னால எதையும் விடமுடியாது. நான் இதே விஷயத்தை பத்து வருஷமா தினமும் செஞ்சுக்கிட்டு வர்றேன். ஒருமுறை நான் தொடங்கிட்டா, மொத்தத்தையும் சுயநினைவே இல்லாம செய்வேன். நான் எதையாவது செய்யாமவிட்டா, மொத்தத்துல எதையுமே என்னால செய்யமுடியாது."

அதற்குமேல் எனக்கு சொல்வதற்கு எதுவுமில்லை. நான் என்ன சொல்லியிருக்கமுடியும்? இதற்கு முற்றுப்புள்ளி வைப்பதற்கான உடனடி வழி, அவன் அறையைவிட்டுச் செல்லும்வரை காத்திருந்து அவனது பாழாய்ப்போன வானொலியை ஜன்னல்வழியாக வீசியெறிவதுதான். நான் அதைச் செய்திருந்தால் அனைத்துவிதமான நரகங்களும் எதிர்ப்படுமென எனக்குத் தெரியும். ஸ்டோர்ம் ட்ருப்பர் அவனுக்குச் சொந்தமான அனைத்தையும் பொக்கிஷமாகக் காத்துவந்தான். வார்த்தைகளின்றி நான் படுக்கையில் உட்கார்ந்திருப்பதைக் கண்டதும், அவன் என்னை சிரித்துத் தேற்ற முயன்றான்.

"ஹே, வாட்டனபி நீயேன் எழுந்து என்னோட உடற்பயிற்சி செய்யக்கூடாது?" பின் அவன் காலையுணவுக்குச் சென்று விட்டான்.

நான் ஸ்டோர்ம் ட்ருப்பரைப் பற்றியும் அவனது வானொலி உடற்பயிற்சி பற்றியும் நவோகோவிடம் சொன்னபோது அவள்

உள்ளுக்குள் சிரித்தாள். நான் அவளைச் சிரிக்கவைக்க முயற்சி செய்துகொண்டிருக்கவில்லை, ஆனாலும் முடிவில் அது நான் சிரிப்பதில் போய்முடிந்தது. அவளது புன்னகை உடனடியாக மறைந்தபோதும், நெடுநாட்களுக்குப்பின் முதன்முறையாக நான் அதனைக் கண்டதில் மகிழ்ந்தேன்.

நாங்கள் யோட்சுவாவில் தொடர்வண்டியை விட்டிறங்கி, தொடர்வண்டி நிலையத்தினை ஒட்டிச்சென்ற பாதையில் நடந்துசென்றோம். அது மே மாத நடுவிலமைந்த ஞாயிற்றுக் கிழமையொன்றின் மதியப்பொழுது. காலையில் அவ்வப்பொழுது சற்று நேரத்திற்கு பெய்வதும் நிற்பதுமாயிருந்த சாரல் மதியத்துக்கு முன்பே நின்றிருந்தது. தாழ மிதந்துகொண்டிருந்த மேகங்களை தெற்கத்திக் காற்று அடித்துச் சென்றிருந்தது. செர்ரி மரங்களின் அற்புதமான பசிய இலைகள் காற்றில் சலசலத்து, சூரிய ஒளியை எல்லாத் திசைகளிலும் வாரியிறைத்தன. அது ஒரு இளவேனில் பகல். நாங்கள் கடந்துசென்ற நபர்கள் தங்களது மேற்சட்டை அல்லது மேற்கோட்டை தங்களது தோளிலோ கையிலோ சுமந்தபடி சென்றனர். இதமான ஞாயிற்றுக்கிழமை மதியவேளை சூரியனின்கீழ் அனைவரும் மகிழ்ச்சியாகத் தெரிந்தனர். ரயில்வே பாதைக்கப்பால் மைதானத்தில் டென்னிஸ் ஆடிக்கொண்டிருந்த இளைஞர்கள்— ஆடைகளைக் களைந்துவிட்டு ஷார்ட்ஸுடன் ஆடினர். இரண்டே இரண்டு கன்னியாஸ்திரிகள் மட்டும் கோடைகால வெப்பம் அவர்களை அணுகவே செய்யாததுபோல், குளிர்கால உடைகளுடன் இருக்கை ஒன்றில் அமர்ந்து பேசியபடி இருந்தனர். எனினும் சூரியனின் கீழமர்ந்து உரையாடுவதை அனுபவிப்பதுபோன்று இருவரும் திருப்திகரமாகக் காணப்பட்டனர்.

பதினைந்துநிமிட நடையில் நான் எனது கனத்த பருத்திச் சட்டையைக் கழற்றிவிட்டு, டி சர்ட்டுடன் செல்லுமளவுக்கு வியர்த்திருந்தேன். நவோகோ தனது இளஞ்சாம்பல்நிற ஸ்வெட் சர்ட் கைப்பகுதியை, தனது முழங்கை வரை மடித்துவிட்டிருந்தாள். வெளிப்படையாகவே அது பலமுறை சலவை செய்யப்பட்டு நன்கு வெளுத்திருந்தது. அந்தச் சட்டையில் அவளை வெகுநாட்களுக்கு முன்பே பார்த்திருப்பதுபோல உணர்ந்தேன். அது வெறுமனே எனக்கேற்பட்ட உணர்வேயின்றி, தெளிவான ஞாபகம் அல்ல. அந்த நேரத்தில் நவோகோ பற்றி நான் அந்த அளவுக்கு ஞாபகத்தில் வைத்திருந்ததில்லை.

“நீ சேர்ந்து வசிக்கிறத எந்தளவுக்கு விரும்பற? நிறைய பேரோட சேர்ந்து இருக்கிறது சந்தோஷமானதா?” அவள் கேட்டாள்.

"எனக்குத் தெரியல, ஒரு மாசமோ என்னவோதான் நான் சேர்ந்து இருக்கிறேன். அது அந்தளவுக்கு மோசமில்லை, என்னால சகிச்சுக்க முடியுது."

அவள் ஒரு ஊற்றின் அருகில் நின்று, ஒரு வாய் பருகினாள். தனது கால்சட்டைப் பையிலிருந்து எடுத்த வெள்ளை கைக்குட்டையால் தனது வாயைத் துடைத்தாள். பின் அவள் குனிந்து கவனமாக தனது ஷூ லேஸ்களைத் திரும்பவும் முடிச்சிட்டாள்.

"என்னால முடியும்னு நினைக்கிறியா?"

"எது? துயிற்கூடத்தில் வசிக்கிறதா?"

"ஆமா"

"இதெல்லாம் மனோபாவத்தைப் பொறுத்ததுனு நான் நினைக்கிறேன். அப்படி நீ விரும்பினா— விதிமுறைகள், தங்களை கவர்ச்சிகரமான— திறமையான நபர்னு நினைக்கிற முட்டாள்கள், காலை ஆறரைக்கு வானொலி உடற்பயிற்சி செய்ற அறைத்தோழர்கள்னு நிறைய விஷயங்களைக் குறித்து கவலைப்பட வேண்டியிருக்கும், ஆனா நீ எங்க போனாலும் பெரும்பாலும் இப்படித்தான் இருக்கும். உன்னால சமாளிக்க முடியும்."

"நானும் அப்படித்தான் நினைக்கிறேன்," என ஆமோதிப்பாகச் சொன்னாள். அவள் தன் மனதில் ஏதோ ஒன்றைப் பற்றி சிந்தித்துக்கொண்டிருப்பவளைப் போலத் தோன்றினாள். பின் வழக்கத்துக்கு மாறான ஒன்றைப் பார்ப்பதுபோல, அவள் என் கண்களை நேராக உற்றுப் பார்த்தாள். அப்போது அவளது கண்கள் மிகுந்த ஆழமும் தெளிவும் உடையதாக இருப்பதைக் கண்டேன். அவை என் இதயத் துடிப்பை வேகமாக்கின. நான் ஒருபோதும் அவளது கண்களுக்குள் இப்படி உற்றுப்பார்ப்பதற்கான சந்தர்ப்பம் அமைந்ததில்லை என உணர்ந்தேன். நாங்கள் இருவரும் ஒன்றுசேர்ந்து நடப்பதும், இத்தனைதூரம் பேசியதும் இதுதான் முதல் முறை.

"நீ துயிற்கூடத்திலோ இல்ல வேறெங்கெயாவதோ தங்குறதுபற்றி யோசிச்சுக்கிட்டிருக்கியா?" நான் கேட்டேன்.

"ம்ம், ஒண்ணுசேர்ந்து வாழ்றது எப்படியிருக்கும்னு நான் ஆச்சரியப்பட்டுக் கிட்டிருந்தேன். அதோட..." என்றாள் அவள். வெளிப்படுத்துவதற்கான மிகச்சரியான வார்த்தையைக்

கண்டுபிடிப்பதற்கு முயற்சிப்பவள்போலவும்— அதில் தோல்வியடைந்தவள்போலவும் அவள் தோன்றினாள். பின் பெருமூச்சுவிட்டபடி கீழே பார்த்தாள். "ஓ, எனக்குத் தெரியலை. அதை விடு."

அதுவே உரையாடலின் முடிவாய் இருந்தது. அவள் கிழக்குநோக்கி தொடர்ந்து நடக்க, நான் சற்றே பின்னால் தொடர்ந்தேன்.

நான் கடைசியாக நவோகோவைப் பார்த்து கிட்டத்தட்ட ஒருவருடம் ஆகியிருந்தது. இந்தக் காலகட்டத்தில் அவள் நிறைய எடைகுறைந்து வேறொரு நபரைப்போல காணப்பட்டாள். அவளது சிறப்பு அம்சங்களில் ஒன்றான கொழுத்த கன்னம் மொத்தமாய் மறைந்திருந்தது. அவளது கழுத்து நேர்த்தியாகவும் உருண்டும் காணப்பட்டது. அவள் தற்போது மெலிந்தோ ஆரோக்கியமின்றியோ காணப்பட்டாள் என்றுசொல்ல முடியாது. அவள் எடைகுறைந்த விதத்தில் ஏதோ இயற்கையும் களங்கமற்ற தன்மையும் இருந்தது. ஏதோவொரு நீண்ட குறுகிய இடத்தில் அவள் உயரமாகவும் குறுகலாகவும் மாறும்வரை ஒளிந்திருந்ததுபோல தோன்றியது. என் நினைவிலிருந்ததைவிடவும் பெரிதும் அழகாயிருந்தாள். நான் அவளிடம் அதைப் பற்றி சொல்லவிரும்பினேன். ஆனால் அதைச் சொல்வதற்கொரு நல்ல வழியைக் கண்டுபிடிக்கமுடியவில்லை.

நாங்கள் சந்திக்கத் திட்டமிட்டிருக்கவில்லை, சூவோ பயணியர் தொடர்வண்டியில் எதிர்பாராமல் சந்தித்தோம். அவள் தனியாக படம் பார்க்கத் தீர்மானித்திருந்தாள், நான் காண்டாவிலுள்ள புத்தகக் கடைக்குச் சென்றுகொண்டிருந்தேன்— இருவருக்குமே அவசர வேலையென்று எதுவுமில்லை. அவள்தான், நாம் தொடர்வண்டியிலிருந்து இறங்கலாமென யோசனை சொன்னாள். அப்படியே நாங்கள் யோட்சுவாவில் இறங்கினோம். பசுமையான பாதை நடப்பதற்கான அருமையான இடமாக அமைந்ததால், அருகிலிருந்த பழைய கோட்டை அகழிவரை நடந்தோம். நாங்கள் இருவர் மட்டுமே இருந்தோம், குறிப்பாக பேசுவதற்கு விஷயம் எதுவுமில்லை, மேலும் நவோகோ ஏன் தொடர்வண்டியைவிட்டு இறங்கலாமெனச் சொன்னாள் என்பதுபற்றி சற்றும் நிச்சயமின்றி இருந்தேன். எங்களுக்கிடையே உண்மையில் எப்போதுமே பேசிக்கொள்ள நிறைய விஷயமிருந்ததில்லை.

நாங்கள் வீதியை அடைந்த நிமிடமே நவோகோ நடக்கத் தொடங்கினாள், நான் அவளது பின்னால், சில தப்படி இடைவெளி விட்டபடி விரைந்தேன். எங்களுக்கிடையே இருந்த

இடைவெளியை இல்லாமல் செய்திருக்கமுடியும். ஆனால் என்னை ஏதோவொன்று தடுத்தது. அவளது தோளின்மீதும், நேரான கரிய கூந்தலின் மீதும் என் கண்களை பதித்தபடி நான் நடந்தேன். அவள் பெரிய, பழுப்புநிற ஹேர்சிலைடு அணிந்திருந்தாள். அவள் தன் தலையைத் திருப்பியபோது அவளது சிறிய, வெண்ணிற காதின் கணநேரத் தோற்றம் தெரிந்தது. அவ்வப்போது அவள் பின்னால் திரும்பி ஏதாவது சொல்லுவாள். சமயங்களில் நான் பதில் சொல்லியே ஆகவேண்டிய கருத்தாக இருக்கும், சமயங்களில் அது நான் என்ன பதில் சொல்வதென்று தெரியாத ஒன்றாக இருக்கும். இன்னும் சில சமயங்களில், அவள் என்ன சொன்னாளென எனக்கு கேட்டிருக்கவே செய்யாது. எப்படியானபோதும் அவள் அதில் அக்கறை காட்டியதாகத் தெரியவில்லை. அவள் என்ன சொல்ல விரும்பினாளோ, அதைச் சொல்லி முடித்ததும் மீண்டும் அவள் முன்புறமாய்த் திரும்பி தொடர்ந்து நடந்தபடியிருப்பாள். ஆஹா! இது நடைபயில்வதற்கு அருமையான நாளென்று எனக்கு நானே சொல்லிக்கொண்டேன்.

எனினும் அந்த நடையை வைத்து மதிப்பிட்டால், நவோகோவுக்கு இது வெறும் நடை மட்டுமல்ல. இடாபாஷியில் அவள் வலப்புறமாகத் திரும்பி அகழியைவிட்டு வெளிவந்து, ஜின்போசோவிலுள்ள நால்வழிப் பாதையைக் கடந்து, ஓச்சானோமிஸுவில் குன்றில் ஏறி ஹோங்கோவில் வெளியே வந்தோம். அங்கிருந்து கொமோகோம் செல்லும் ட்ராம் பாதையை அவள் பின்தொடர்ந்தாள். சூரியன் அஸ்தமனமாகிக் கொண்டிருக்க பகலானது மென்மையான வசந்தகால மாலையாகிக்கொண்டிருந்தது.

“நாம எங்கிருக்கோம்?,” எங்களது சுற்றுப்புறத்தை முதன் முறையாகக் கவனித்தவள்போல நவோகோ கேட்டாள்.

“கொமோகோம்,” என்றேன் நான். “உனக்குத் தெரியாதா? நாம இப்படி ரொம்ப தூரம் சுத்திவர்றது.”

“நாம ஏன் இங்க வந்தோம்?”

“நீதான் இங்க அழைச்சுட்டு வந்த, நான் சும்மா உன் பின்னால வந்துக்கிட்டிருந்தேன்.”

நாங்கள் ஒரு குவளை நூடுல்ஸுக்காக, நிலையத்துக்கருகிலிருந்த கடைக்குச் சென்றோம். தாகத்தால் நான் ஒரு முழு பீரைச் சாப்பிட்டேன். உணவுக்கு உத்தரவிட்டதுமுதல் சாப்பிட்டு முடிக்கும்வரை எங்களில் ஒருவரும் ஒரு வார்த்தை பேசவில்லை.

அத்தனை தூர நடையில் நான் களைத்துப் போயிருந்தேன். அவள் தன் கைகளை மேஜையில் வைத்தபடி அமர்ந்தவாறு மீண்டும் ஏதோ ஒன்றைப் பற்றி யோசித்துக்கொண்டிருந்தாள். தொலைக்காட்சி செய்தியில், அந்த இதமான ஞாயிறன்று அனைத்து பொழுதுபோக்கும் இடங்களும் கூட்டமாகக் காணப்படுவதாகக் கூறிக்கொண்டிருந்தனர். நாங்கள் யோட்சுயாவிலிருந்து கொமோகோம்வரை இப்போதுதான் நடந்து முடித்திருக்கிறோம் என எனக்குள் சொல்லிக்கொண்டேன்.

“ம், நீ அளவா, கச்சிதமா இருக்கிற,” நான் எனது நூடுல்ஸை சாப்பிட்டு முடித்ததும் கூறினேன்.

“ஆச்சரியமாயிருக்கா?”

“ம்ம்.”

“பள்ளிக்கூடத்துல நான் நீண்ட தூர ஓட்டப்பந்தய வீராங்கனையா இருந்தவ. நான் உனக்குச் சொல்லியிருக்கணும் வழக்கமா நான் பத்தாயிரம் மீட்டர் ஓட்டப்பந்தயத்துல கலந்துக்கிறவ. அதோட என் அப்பா எனக்கு நினைவு தெரிஞ்ச நாள்லயிருந்து ஞாயிற்றுக்கிழமைல மலையேற என்னை அழைச்சுட்டுப் போவார்— அங்க மலைக்கு பக்கத்துல இருக்கிற எங்களோட வீடு உனக்கு தெரியும்தானே. எனக்கு முன்பிருந்தே எப்பவுமே வலிமையான கால்கள்தான்.”

“ஆனா பார்வைக்கு அப்படித் தெரியல,” நான் சொன்னேன்.

“எனக்குத் தெரியும்,” என்றாள் அவள். “எல்லாரும் என்னை மென்மையான சின்னப் பொண்ணா நினைக்கிறாங்க. ஒரு புத்தகத்தை அதோட அட்டையை வைச்சு எடைபோடக்கூடாது,” சின்னப் புன்னகையுடன் இதைச் சொன்னாள்.

“அது எனக்கும்கூட பொருந்தும்,” என்றேன் நான். “நான் சோர்ந்து போயிட்டேன்.”

“ஓ, என்னை மன்னிச்சுடு, நான் நாளெல்லாம் உன்னை இழுத்தடிச்சுக்கிட்டு இருக்கேன்.”

“இருந்தாலும், நாம பேசறதுக்கு ஒரு வாய்ப்பு கிடைச்சதுல எனக்கு சந்தோஷம். நாம இரண்டு பேரும் மட்டும் இதுக்கு முன்னால ஒருபோதும் இப்படிப் பேசினதில்ல,” என்றேன் நான். நாங்கள் என்ன பேசினோம் என்பதை நினைவுபடுத்த முயற்சி செய்து வெற்றிபெறாமலே.

அவள் மேஜையிலிருந்த சாம்பல் கிண்ணத்துடன் விளையாடிக் கொண்டிருந்தாள்

"எனக்கே ஆச்சரியமாயிருக்கு..." அவள் தொடங்கினாள், "...நீ தப்பா நினைக்கலைனா.. நான் என்ன சொல்ல வர்றேன்னா, இதுல உண்மையிலே உனக்கு எந்தச் சிரமமும் இல்லைனா... நாம பரஸ்பரம் மறுபடியும் சந்திக்கலாம்னு நினைக்கிறியா? நான் உன்னை இப்படிக் கேட்கிறதுக்கு எனக்கு எந்த உரிமையும் இல்லைனு தெரியும்."

"எந்த உரிமையுமா? நீ என்ன சொல்ல வர்றே?"

அவள் முகம் சிவந்தாள். அவளது கோரிக்கைக்கான என் பதில் நிச்சயம் சற்று கடுமையானதாக இருந்திருக்கவேண்டும்.

"எனக்குத் தெரியலை... உண்மையில என்னால அதை விளக்கமுடியாது," அவளது ஸ்வெட் சர்ட்டின் கைப்பகுதியின் ஓரங்களை முழங்கைக்கும் கீழுமாய் இழுத்தபடி சொன்னாள். அவளது கைகளின் மீதிருந்த மென்மையான ரோமங்கள், கடையின் விளக்கு வெளிச்சத்தில் அழகிய பொன்னிறத்தில் தோற்றமளித்தன. "ரொம்பச் சரியா சொல்லணும்னா உரிமைனு நான் சொல்ல நினைக்கலை. அதை இன்னொரு விதத்தில் சொல்வதற்கு எதிர்பார்த்துக் கொண்டிருந்தேன்."

முழங்கையை மேஜையில் வைத்தபடி, சுவரிலிருந்த நாட்காட்டியை அவள் உற்றுப்பார்த்தபடி இருந்தாள். அதில் அவள் சொல்லவேண்டிய சரியான வார்த்தையைக் கண்டுபிடித்து விடலாம் என்பதுபோல். அதில் தோல்வியுற்று அவள் பெருமூச்சு விட்டாள். பின் தன் கண்களை மூடிக்கொண்டு தனது ஹேர்சிலைடுடன் விளையாடினாள்.

"அதை விடு," என்றேன் நான். "நீ என்ன சொல்ல வந்தேனு எனக்குத் தெரியும்னு நினைக்கிறேன். இருந்தாலும் அதை எப்படிச் சொல்றதுங்கிறதுல நானும் தெளிவா இல்லை."

"நான் என்ன சொல்ல விரும்பறேனோ அதை ஒருபோதும் சொன்னதில்லை," நவோகோ தொடர்ந்தாள். "கொஞ்ச காலமா அது அப்படித்தான் இருக்கு. நான் ஏதோ ஒண்ண சொல்ல முயற்சிக்கிறேன். ஆனா எனக்குக் அமையுறதெல்லாம் தவறான வார்த்தைங்க— தவறான வார்த்தைங்க இல்லைன்னா நான் சொல்ல வர்றதுக்கு நேர்மாறான வார்த்தைங்க. நான் அதைச் சரிப்படுத்த முயற்சிசெய்றேன், விஷயத்தை இன்னும் மோசமாத்தான் ஆக்குது அது. நான் ஆரம்பத்துல என்ன

ஹாருகி முரகாமி | 45

சொல்ல முயற்சி செஞ்சுட்டு இருந்தேனோ அதிலிருந்து விலகிப் போயிடறேன். இது நானே இரண்டு பேரா மாறி என்னை நானே விரட்டிப் பிடிச்சு விளையாடுற மாதிரி. ஒரு பாதி இன்னொரு பாதியை இந்தப் பெரிய, தடிமனான கம்பத்தைச் சுத்தி துரத்துது. என்னோட மறுபாதிகிட்ட சரியான வார்த்தைகள் இருக்குது. ஆனா என்னோட முதல் பாதி அவளைப் பிடிக்கமுடியாது." அவள் தன் தலையை உயர்த்தி என் கண்களுக்குள் பார்த்தாள். "உனக்கு இதுல ஏதாச்சும் அர்த்தமாகுதா?"

"ஓரளவுக்கு எல்லாருமே இதேபோல உணர்றாங்க,"என்றேன் நான். "அவங்க தங்களை வெளிப்படுத்த முயற்சிக்கிறாங்க. ஆனா சரியானபடி வெளிப்படுத்த முடியாதப்ப அது அவங்களைக் கவலைக்குள்ளாக்குது."

நவோகோ என் பதிலால் அதிருப்தியடைந்தவளாய்க் காணப்பட்டாள். மேலும் விளக்கமெதுவும் தராமல் அவள் சொன்னாள், "இல்லை, இதுவும் சரியானதில்ல."

"எப்படியானாலும், உன்னைத் திரும்பவும் பார்த்ததில் எனக்கு சந்தோஷம். ஞாயிற்றுக்கிழமை நான் எப்பவும் ஃப்ரீதான், அதோட நடைபயிற்சி எனக்கு நல்லது."

நாங்கள் யமானோட் செல்லும் தொடர்வண்டியில் ஏறினோம். நவோகோ ஷின்ஷிகுவில் சூவோ தொடர்வண்டிக்கு மாறிக்கொண்டாள். அவள் கொக்குபுன்ஷியின் மேற்கோர புறநகர்ப் பகுதியின் தொடக்கத்திலுள்ள சிறிய குடியிருப்பில் வசித்துக்கொண்டிருந்தாள்.

நாங்கள் பிரிந்தபோது அவள் கேட்டாள், "நான் பேசுற விதம் ஏதாச்சும் மாறியிருக்கா?"

"மாறியிருக்கிறதாதான் நான் நினைக்கிறேன். ஆனால் அது என்னனு எனக்கு நிச்சயமா தெரியலை. உண்மையைச் சொல்றதாயிருந்தா, நான் உன்னைப் பாத்து ரொம்ப நாளாச்சுனு எனக்குத் தெரியும், ஆனா உன்கிட்ட ரொம்ப பேசுனதா எனக்கு ஞாபகமில்ல."

"அது உண்மைதான்," என்றாள் அவள். "எப்படியோ, நான் உனக்கு சனிக்கிழமை போன் பண்ணலாமா?"

"நிச்சயமா, நான் உன்கிட்டயிருந்து அழைப்பை எதிர் பார்த்துக்கிட்டு இருப்பேன்."

நான் பள்ளியில ஆறாம் வகுப்பு படிக்கும்போதுதான்

நவோகோவை முதலில் சந்தித்தேன். அவளும் கிறித்துவ அமைப்பு ஒன்றால் நடத்தப்பட்ட நவநாகரீக பள்ளியொன்றில் ஆறாம் வகுப்பு படித்துக்கொண்டிருந்தாள். நீங்கள் அளவுக்கதிகமாகப் படித்தால், பண்படாதவர் என உங்களை கருதுமளவுக்கு அந்தப் பள்ளி மிகவும் பண்பட்டதாகத் திகழ்ந்தது. நவோகோ எனது சிறந்த (மேலும் ஒரே) நண்பனான கிஸுகியின் பெண்தோழி. கிட்டத்தட்ட அவர்கள் பிறந்தது முதலே நெருங்கியவர்களாக இருந்துவந்திருந்தனர். அவர்களது வீடுகள்கூட 200 கஜத் தொலைவுக்குள்தான் இருக்கும்.

குழந்தைப்பருவம் முதலே ஒன்றாக இருக்கும் பெரும்பாலான ஜோடிகளைப்போல, கிஸுகி, நவோகோ உறவில் இயல்பான வெளிப்படைத் தன்மையும் அவர்கள் இருவரும் மட்டுமே தனித்திருக்க விரும்புவதில் சற்றே நியாயமும் இருந்தது. அவர்கள் எப்போதும் ஒருவர் மற்றொருவர் வீட்டுக்குச் செல்வதும் உண்பதும் மற்றவரின் குடும்பத்தோடு மக்—ஜோங் விளையாடுவதுமாக இருந்தனர். நான் எத்தனையோ முறை அவர்களுடன் டபுள் டேட்டிங் சென்றிருக்கிறேன். நவோகோ எனக்காக அவளது பள்ளித் தோழி யாரையாவது கூட்டிவர, நாங்கள் நால்வரும் மிருக்காட்சிசாலைக்கோ, பூல் எனும் ஒருவகை பில்லியர்ட்ஸ் ஆட்டத்துக்கோ, சினிமாவுக்கோ செல்வோம். அவள் அழைத்துவரும் பெண்கள் எப்போதும் அழகானவர்களாகவும், என் ரசனையைவிடவும் சற்றே அதிகம் பண்பட்டவர்களாகவும் இருந்தனர். அரசால் நடத்தப்பட்ட எனது சொந்தப் பள்ளியைச் சேர்ந்த, பேசுவதற்கு எளிதான, ஓரளவுக்கு அத்தனை பண்படாத பெண்களுடன் என்னால் இன்னும் சிறப்பாக இசைந்துபோகமுடியும். நவோகோ அழைத்துவந்த பெண்களின் அறிவுக்கூர்மைமிக்க தலைக்குள் என்ன சிந்தனை ஓடுகிறதென என்னால் ஒருபோதும் சொல்ல முடிந்ததில்லை, அதேபோல வெளிப்படையாகவே அவர்களும் என்னைப் புரிந்துகொண்டதில்லை.

கொஞ்சநாட்களுக்குப் பின், கிஸுகி எனக்காக துணையை ஏற்பாடு செய்வதைக் கைவிட்டான். பதிலாக நாங்கள் மூவருமே ஒன்றாக விஷயங்களை மேற்கொள்ளத் தொடங்கினோம்—கிஸுகி, நவோகோ மற்றும் நான். விநோதம் என்னவெனில் அதுதான் மிகவும் வசதியான கூட்டணியாக இருந்தது. இந்தக் கூட்டணியில் நாலாவது நபர் சேர்வதென்பது எப்போதும் விஷயங்களை சற்றே தர்மசங்கடத்துக்குள்ளாக்கியது. நாங்கள் தொலைக்காட்சி டாக் ஷோ மாதிரி. நான் விருந்தினர், கிஸுகி திறமையுள்ள தொகுப்பாளர், நவோகோ அவனது உதவியாளர். அவன் அந்த மைய இடத்தை நிரப்புவதில்

திறம்பட இருந்தான். பல சமயம் மிகவும் முரட்டுத்தனமாக நபர்களை அவன் கேலிசெய்வது உண்மையென்றாலும், யதார்த்தத்தில், அவனொரு பரிவுமிக்க, நல்ல மனதுடைய நபர். அவன் தன் கருத்துகளையும் நகைச்சுவைகளையும் என்னிடமும் நவோகோவிடமும் நியாயமாக பகிர்ந்துகொண்டான். எங்களில் ஒருவரும் கண்டுகொள்ளாமல் விடப்பட்டதாக உணராதவாறு பார்த்துக்கொள்வதில் அக்கறை எடுத்துக்கொண்டான். யாராவது ஒருவர் நீண்ட நேரம் அமைதியாக இருந்தால், அவன் தன் உரையாடலை அவர்களை நோக்கித் திருப்பி, அவர்களைப் பேசவைப்பான். அது அநேகமாக நாம் நினைப்பதைவிடவும் கடினமாக இருந்திருக்கும். நொடிக்கு நொடி அவன் தன் பேச்சை சரிசெய்துகொள்வதும் கண்காணிப்பதும் எப்படியென அறிந்திருந்தான். அத்தோடு, பொதுவாக ஒருவருடைய சுவாரஸ்யமில்லாத பேச்சில் சுவையான பகுதிகளைக் கண்டுபிடிக்கும் அபூர்வமான திறமையும் அவனுக்கிருந்தது. எனவே அவனிடம் பேசிக்கொண்டிருக்கும்போது, நீங்கள் உங்களை அசாதாரணமான வாழ்க்கையையுடைய, பெரிதும் சுவாரஸ்யமான நபராக உணர்வீர்கள்.

இருந்தும் அவன் சிறிதளவுகூட கலந்துறவாடும் குணமுடையவன் அல்ல. பள்ளியில் நான் மட்டுமே அவனது உண்மையான நண்பன். அத்தகைய சிறந்த பேச்சுவன்மைமிக்க அவன் தனது திறமைகளை தன்னைச் சுற்றியுள்ள பரந்த உலகத்தின் பக்கம் திருப்பாமல், எங்களது சிறிய மூவர் கூட்டணியில் கவனம் செலுத்துவதில் மட்டுமே திருப்தியடைந்தது ஏனென எனக்கு ஒருபோதும் விளங்கியதில்லை. அதுமட்டுமின்றி அவன் ஏன் என்னை தனது நண்பனாகத் தேர்வுசெய்தானென்றும் நான் புரிந்துகொண்டதில்லை. வாசிப்பதில் ஆர்வமுள்ள, இசை கேட்பதில் விருப்பமுடைய சாதாரணமான பையன் நான். கிஸுகி போன்ற ஒருவன் என்மீது கவனம் செலுத்துமளவுக்கு எந்த ஒன்றிலும் நான் சிறந்துவிளங்கியதில்லை. எனினும் நாங்கள் நேரடியாக அதுபற்றி பேசிக்கொண்டதில்லை. அவனுடைய தந்தையார் ஒரு பல் மருத்துவர். அவரது தொழில் திறமைக்காகவும் கூடுதல் கட்டணத்துக்காகவும் பெயர்பெற்றவர்.

நாங்கள் சந்தித்த சற்று நேரத்திலே, “ஞாயிற்றுக்கிழமை டபுள் டேட் வர விரும்புறியா?” என என்னைக் கேட்டான். “என் கேர்ள் பிரெண்ட் பெண்கள் பள்ளிக்கூடத்துல படிக்கிறா, அவ உனக்காக அழகான ஒரு பெண்ணை அழைச்சுட்டு வருவா.”

“நிச்சயமா,” என்றேன் நான், இப்படித்தான் நான் நவோகோவைச் சந்தித்தது.

நாங்கள் மூவரும் நிறைய நேரங்களை ஒன்றாகச் செலவிட்டோம், ஆனால் கிஸுகி எப்போதெல்லாம் அறையைவிட்டுச் சென்றானோ அப்போதெல்லாம் நானும் நவோகோவும் ஒருவருக்கொருவர் பேசிக்கொள்வதில் இடையூறை எதிர்கொண்டோம். நாங்கள் என்ன பேசுவதென ஒருபோதும் அறிந்திருந்ததில்லை. உண்மையில், நாங்கள் பொதுவாகப் பேசிக்கொள்ள எந்தவொரு விஷயமும் இல்லை. பேசுவதற்குப் பதில் நாங்கள் நீர்குடிப்பதும் மேஜையிலிருக்கும் எதையாவது வைத்து விளையாடுவதுமாய் கிஸுகி திரும்பவந்து உரையாடலைத் தொடங்குவதற்காய்க் காத்திருந்தோம். குறிப்பாக நவோகோ பேசும் வகையறாவைச் சேர்ந்தவளல்ல, நானோ பேசுவதைவிடவும் கேட்பதில்தான் பெரிதும் ஆர்வம் செலுத்துபவன். எனவே நான் அவளுடன் தனியே விடப்பட்டபோதெல்லாம் அசௌகரியமாக உணர்ந்தேன். நாங்கள் பொருத்தமில்லாதவர்கள் என்பதல்ல, எங்களுக்குள் பேசுவதற்கென எதுவும் இருந்ததில்லை.

கிஸுகியின் இறுதிச் சடங்குகளுக்குப்பின் நானும் நவோகோவும் ஒருவரையொருவர் ஒருமுறை மட்டுமே பார்த்திருந்தோம். அந்நிகழ்வு நடந்து இருவாரங்களுக்குப் பின் ஒரு சிறிய விஷயமொன்றை பொறுப்பெடுத்துக் கொண்டு செய்வதற்காக கபே ஒன்றில் நாங்கள் சந்தித்தோம். அது முடிந்ததும் எங்களிடம் சொல்லிக்கொள்ள வேறு வார்த்தைகள் இல்லை. நான் வேறுபட்ட சில விஷயங்களைப் பேசமுயற்சித்தேன். ஆனால் அவையெதுவும் எங்கும் இட்டுச்செல்லவில்லை. நவோகோ பேசியபொழுது அவளது குரலில் ஏதோ கோபம் தெரிந்தது. அவள் என்மீது கோபமாகக் காணப்பட்டாள். ஆனால் ஏனென்று எனக்குத் தெரியவில்லை. அன்றைய தினத்துக்குப் பின், நாங்கள் ஒருவருடம் கழித்து டோக்கியோவின் சூவோ தொடர்வண்டியில் தற்செயலாக சந்திக்க நேர்ந்ததுவரையில் நாங்கள் மீண்டும் பார்த்துக்கொள்ளவில்லை.

நவோகோ நிச்சயம் என் மீது கோபமாக இருந்திருக்கவேண்டும், ஏனெனில் கிஸுகியை கடைசியாகப் பார்த்த நபர் நானேயன்றி அவளல்ல. அதனை இப்படிச் சொல்வது நல்லவிதமாக இல்லாதிருக்கலாம், ஆனால் அவள் எப்படி உணர்ந்தாள் என்பதை கூடுதலாகவோ குறைவாகவோ புரிந்து கொண்டிருந்தேன். என்னால் முடிந்திருந்தால் என் இடத்தில் அவளை வைத்து, அவளிடத்தில் நான் இருந்திருப்பேன், ஆனால் கடைசியில் நடந்தது நடந்ததுதான். அதுகுறித்து நான் ஒன்றும் செய்வதற்கில்லை.

அது மே மாதத்தின் அருமையான மதியப்பொழுது. மதிய உணவுக்குப் பின், வகுப்பைப் புறக்கணித்துவிட்டு

ஹாருகி முரகாமி । 49

பூல் அல்லது வேறெதாவதோ விளையாடப் போகலாமென கிஸுகி யோசனை சொன்னான். மதிய வகுப்புகளில் எனக்கு சிறப்பான ஆர்வமெதுவுமில்லை என்பதால் நாங்கள் இருவரும் பள்ளியைவிட்டு கிளம்பி, குன்றிலிருந்து நிதானமாக இறங்கி துறைமுகத்திலிருந்த பூல் அரங்குக்கு வந்து நான்கு ஆட்டங்கள் ஆடினோம். நான் எளிதாகச் சென்ற முதல் ஆட்டத்தில் ஜெயித்ததும், அவன் இறுக்கமாக ஆகி அடுத்த மூன்று ஆட்டங்களையும் வென்றான். இதன் அர்த்தம், எங்களது வழக்கப்படி நான் தொகை செலுத்தவேண்டும். நாங்கள் விளையாடியபோது கிஸுகி ஒரேயொருமுறைகூட நகைச்சுவையாகப் பேசவில்லை. அது மிகவும் வழக்கத்துக்கு மாறானது. அதன்பின்பு நாங்கள் புகைத்தோம்.

"ஏன் இவ்வளவு இறுக்கமாயிருக்க?" நான் கேட்டேன்.

"நான் இன்று தோற்க விரும்பவில்லை" என நிறைவான புன்னகையுடன் கிஸுகி சொன்னான்.

அன்றிரவு அவன் அவனது கார் நிறுத்துமிடத்தில் இறந்து போனான். அவன் தனது என்—*360*—யின் புகைப்போக்கிக் குழாயிலிருந்து ரப்பர் குழாயை இணைத்து, அதன் ஜன்னலொன்றுக்குள் இழுத்து, ஜன்னலின் இடைவெளிகளை நாடாவால் ஒட்டி மறைத்து, காரின் இயந்திரத்தை முடுக்கி விட்டிருந்திருக்கிறான். அம்முறையில் அவன் இறப்பதற்கு எவ்வளவு நேரமாகியிருக்கும் என எனக்குத் தெரியவில்லை. அவனது பெற்றோர் உடல்நலமில்லாத உறவினர் ஒருவரைப் பார்க்க வெளியே சென்றிருந்தனர். அவர்கள் காரை நிறுத்துவதற்காக கார் நிறுத்துமிடத்தைத் திறந்தபோது அவன் ஏற்கெனவே இறந்திருந்தான். அவனது வானொலி இயங்கிக்கொண்டிருந்தது. பெட்ரோல் நிலைய ரசீதொன்று, கண்ணாடித் துடைப்பானின்கீழ் மாட்டியிருந்தது.

கிஸுகி தற்கொலைக் கடிதம் எதுவும் விட்டுச்சென்றிருக்க வில்லை, எவரொருவரும் யூகிக்கும்படி காரணமெதுவும் இல்லை. நான்தான் அவனைக் கடைசியாக சந்தித்த நபரென்பதால், காவலர்களால் விசாரிப்பதற்காக அழைக்கப்பட்டிருந்தேன். விசாரணை அதிகாரியிடம் நான், கிஸுகி தற்கொலை செய்துகொள்வதற்கான எந்த அறிகுறியையும் வெளிப்படுத்த வில்லை எனவும், மிகச்சரியாக எப்போதும் இருப்பதைப்போலவே காணப்பட்டான் எனவும் கூறினேன். அந்த காவல்துறை அதிகாரி வெளிப்படையாகவே என்னைப் பற்றியும் கிஸுகி பற்றியும் மோசமான மனப்பதிவை ஏற்படுத்திக்கொண்டிருப்பார்.

வகுப்புகளைப் புறக்கணித்துவிட்டு பூல் விளையாடும் நபர் தற்கொலை செய்துகொள்வது மிகவும் இயல்பானதுதான் என்று நினைத்திருப்பார். செய்தித்தாளில் வெளிவந்த ஒரு சிறிய கட்டுரை அந்த விவகாரத்துக்கு ஒரு முடிவைக் கொண்டுவந்தது. கிஸுகியின் பெற்றோர் அவனது என் —360—ஐ விற்றுவிட்டனர். கொஞ்ச நாட்களுக்கு பள்ளியில் அவனது மேஜையில் வெள்ளை மலர் வைக்கப்பட்டது.

கிஸுகியின் மரணத்துக்கும் எனது தேர்வுக்கும் இடையிலான பத்து மாதங்களில், நான் என்னைச் சுற்றியுள்ள உலகில் எனக்கென ஓரிடத்தைக் கண்டுபிடிக்க இயலாதவனாயிருந்தேன். நான் பள்ளியிலுள்ள பெண் ஒருத்தியிடம் படுக்கத் தொடங்கினேன், ஆனால் அது ஆறு மாதங்கள்கூட நீடிக்கவில்லை. அவளிடம் எதுவும் என்னை ஈர்ப்பதாயில்லை. நான் பெரிதும் படிக்கத் தேவையில்லாத, நுழைவுத் தேர்வு எழுதினால் இடம் கிடைக்கக்கூடிய, டோக்கியோவிலுள்ள தனியார் பல்கலைக் கழகத்துக்கு விண்ணப்பித்தேன். பெரிதும் ஆரவாரமின்றி நான் தேர்ச்சிபெற்றேன். அந்தப் பெண் என்னை டோக்கியோ போகவேண்டாமென கேட்டுக்கொண்டாள்— “அது இங்கிருந்து 500 கி.மீ தொலைவிலுள்ளது” என அவள் வேண்டினாள்.— ஆனால் கோபேவிலிருந்து என்னவிலை தந்தாவது சென்றுவிடும் நிலையிலிருந்தேன் நான். ஒரே ஒரு நபரைக்கூட தெரியாத ஓரிடத்தில் புதியதொரு வாழ்வைத் தொடங்க நான் விரும்பினேன்.

“நீ எப்போ என்னுடன் படுத்தியோ அதிலிருந்து என்னைப் பத்தி கொஞ்சமும் அக்கறை காட்டுறதில்லை,” அவள் அழுதபடியே சொன்னாள்.

“அது உண்மையில்லை,” என்றேன் நான். “இந்த ஊர்லயிருந்து நான் இப்போ அவசியம் கிளம்பியாகணும்.” ஆனால் அவள் என்னைப் புரிந்துகொள்ளத் தயாராக இல்லை. இப்படியாக நாங்கள் பிரிந்தோம். அனைத்தைப் பற்றியும் நினைத்துப் பார்த்தது ஊரிலுள்ள மற்ற பெண்களைவிடவும் இனியவளாக அவளை உணரச்செய்தது. நான் செய்ததைக் குறித்த மிகமோசமான உணர்வுடன் டோக்கியோ செல்லும் அதிவிரைவு தொடர்வண்டியில் அமர்ந்திருந்தேன். ஆனால் அதை இல்லாமல் செய்ய வழியில்லை. நான் அவளை மறக்க முயற்சிக்கவேண்டும்.

துயிற்கூடத்தில் எனது புதிய வாழ்க்கையைத் தொடங்கியபோது நான் செய்வதற்கு ஒரே ஒரு விஷயம் மட்டுமே இருந்தது.

அனைத்தையும் மிகவும் இறுக்கமானதாக எடுத்துக்கொள்வதை நிறுத்திவிட்டு எனக்கும் பிற அனைத்துக்குமிடையில் முறையான இடைவெளிவிடுவதுதான் அது. பச்சை நிற விரிப்பு விரித்த பூல் ஆட்டமேஜைகள், சிவப்பு நிற என்—360 வாகனம், பள்ளிமேஜைகளின் மீதான வெண்ணிற மலர்கள், தகனக்கூடத்தின் உயரமான புகைப்போக்கியிலிருந்து எழும் புகை, காவல்நிலைய விசாரணை அறைகளின் கெட்டியான காகித எடைக்கல் இவற்றையெல்லாம் மறப்பது. முதலில் இது வேலைசெய்வதுபோல் தோன்றியது. நான் இவற்றையெல்லாம் மறப்பதற்கு கடினமாக முயற்சிசெய்தேன், ஆனால் என்னுள் வெறுமையானதொரு முடிச்சு எஞ்சியது, காலத்தின் போக்கில் அந்த முடிச்சு நான் வார்த்தைகளில் கூறும்படியான தெளிவான, எளிமையானதொரு வடிவெடுக்கத் தொடங்கியது.

மரணம், வாழ்க்கைக்கு எதிரானதாக அல்லாமல் அதன் ஒரு பகுதியாய் இருக்கிறது.

அதனை வார்த்தைகளில் மொழிபெயர்ப்பது புளித்துப்போன ஒன்றாயிருக்கலாம். ஆனால் நான் அதனை உணர்ந்தவேளையில் அது வார்த்தைகளாய் இல்லாமல் எனக்குள் வெறுமையான முடிச்சாய் இருந்தது. மரணம் இருக்கிறது— பேப்பர் வெய்ட்டில், பூல் ஆட்ட மேஜையில் உள்ள நான்கு வெள்ளை மற்றும் சிவப்புப் பந்துகளில்— மேலும் நுண்ணிய தூசுகளை நம் நுரையீரல்வரை சுவாசிப்பதுபோல், நாம் மரணத்தை சுவாசிப்பதும் வாழ்வதுமாய்த் தொடர்கிறோம்.

அப்போதுவரை, நான் மரணத்தை வாழ்விலிருந்து முற்றிலும் வேறுபட்டதாய், சுயேட்சையானதாய் புரிந்துவைத்திருந்தேன். மரணத்தின் கை எங்களை எடுத்துச்செல்லவிருக்கிறது எனபதை நான் உணர்ந்திருந்தேன். ஆனால் எங்களை அடையும் தினம் வரும்வரை அது எங்களை தனியாய் விட்டுச் சென்றிருக்கிறது. இது என்னளவில் எளிய, தர்க்கபூர்வமான உண்மையாகப் பட்டது. வாழ்க்கை இதோ இங்கிருக்கிறது, மரணம் அதோ அங்கிருக்கிறது. நான் இங்கிருக்கிறேன் அங்கல்ல.

கிஸுகி இறந்த இரவன்று, நான் மரணத்தை (வாழ்வை) இத்தகைய எளிய நோக்கில் பார்க்கும் திறனை இழந்திருந்தேன். மரணம் வாழ்க்கைக்கு எதிரானதல்ல— அது ஏற்கெனவே இங்கிருந்தது, எனது இருப்புக்குள், அது எப்போதுமே இங்குதான் இருந்துவந்திருக்கிறது, என்னதான் முயற்சித்தாலும் நான் அதனை மறக்கமுடியாது. அந்த மே மாத இரவில் பதினேழு வயது கிஸுகியை எடுத்துக்கொண்டதெனில் அது அதேபோல

என்னையும் எடுக்கும்.

அதைத் தொடர்ந்துவந்த வசந்தகாலம் முழுவதும், எனது பதினெட்டு வயதில் என் இதயத்தில் அந்த முடிச்சுடனே வாழ்ந்தேன். ஆனால் அப்போதெல்லாம் இறுக்கமாக இருப்பதற்கு எதிராகப் போராடினேன். இறுக்கமாக இருப்பதென்பது உண்மையை அணுகும் அதே விஷயமில்லை என்பதை நான் எத்தனை தெளிவின்றி இருந்தபோதும், உணர்ந்தேன். ஆனால் மரணமென்பது உண்மை, முக்கியமான உண்மை, நீங்கள் அதனை எப்படிப் பார்த்தீர்கள் என்பது பொருட்டில்லை. எனக்குள்ளிருந்த இந்த மூச்சுத் திணறவைக்கும் முரண்பாட்டில் சிக்கிக்கொண்டு, நான் முடிவில்லாமல் வட்டப்பாதையில் சுற்றிச் சுற்றி வந்தேன். இப்போது என்னால் அதனைத் திரும்பிப் பார்க்க முடிந்தபோதும், அவை மிகப் புதிரான, விநோதமான நாட்கள். வாழ்க்கை மையமாக இருக்க, அனைத்தும் மரணத்தைச் சுற்றி சுழன்றன.

3

அடுத்த சனிக்கிழமையன்று நவோகோ என்னைத் தொலை பேசியில் அழைத்தாள், அந்த ஞாயிறன்று நாங்கள் டேட்டிங் சென்றோம். அதனை டேட்டிங் என அழைக்கலாமென நான் நினைக்கிறேன். அதனைவிடவும் சிறப்பான வார்த்தையை என்னால் யோசிக்கமுடியவில்லை.

முன்போலவே, நாங்கள் தெருக்களில் நடந்தோம். எங்காவது காபியருந்த நாங்கள் நின்றோம், மேலும் நடந்தோம். மாலையில் இரவுணவு சாப்பிட்டு விடைபெற்றுக்கொண்டோம். மீண்டும் அவள் துண்டுதுணுக்குகளாக மட்டுமே பேசினாள், ஆனால் இது அவளை இடைஞ்சல் செய்ததாகத் தெரியவில்லை. மேலும் நான் உரையாடல் தொடர்ந்து நடைபெறுவதற்காக சிறப்பு முயற்சிகள் எதுவும் மேற்கொள்ளவில்லை. எங்களது தினசரி நடவடிக்கைகள், கல்லூரி நிகழ்வுகள் என— நாங்கள் மனதில்பட்டதையெல்லாம் பேசினோம். ஒவ்வொன்றும் எங்கும் இட்டுச்செல்லாத சிறிய துணுக்குகளாக இருந்தன. நாங்கள் கடந்த காலத்தைப்பற்றி எதுவும் பேசிக்கொள்ளவில்லை. பிரதானமாக நாங்கள் நடந்தோம், நடந்தோம், நடந்தோம். அதிர்ஷ்டவசமாக டோக்கியோ நாங்கள் ஒருபோதும் முழுவதுமாக நடந்து தீர்க்கமுடியாத அளவுக்கு பெரிய நகரமாக இருந்தது.

நாங்கள் கிட்டத்தட்ட அனைத்து வார இறுதி நாட்களிலும் இதேபோல் தொடர்ந்து நடந்துகொண்டிருந்தோம். அவள் முன்னால் செல்ல, நான் சற்றே பின்னால் தொடர்வேன். நவோகோ

விதவிதமான ஹேர்சிலைடுகளை வைத்திருந்தாள், எப்போதும் அவற்றை அவள் தன் வலதுகாது வெளித்தெரியும்விதமாக அணிவாள். பின்னாலிருந்து அவளை இந்த விதத்தில் மிகத் தெளிவாக என்னால் நினைவுகூரமுடியும். எப்போதெல்லாம் அவள் ஏதாவதொன்றின் காரணமாக தர்மசங்கடமாக உணர்கிறாளோ அப்போதெல்லாம் தனது ஹேர்சிலைடுடன் விளையாடுவாள். மேலும் அவள் எப்போதும் தனது வாயை கைக்குட்டையொன்றால் ஒற்றிக்கொண்டிருப்பாள். அவள் ஏதாவது சொல்ல நினைக்கும்போதெல்லாம் இப்படிச் செய்வாள். எத்தனை அதிகமாக அவளது இத்தகைய பழக்கங்களைக் கவனித்தேனோ அத்தனை அதிகமாக நான் அவளை விரும்ப ஆரம்பித்தேன்.

நவோகோ டோக்கியோவின் மேற்குப் புறநகரையொட்டிய பகுதியிலமைந்த பெண்கள் கல்லூரிக்குச் சென்றுகொண்டிருந்தாள். அக்கல்லூரி அதன் ஆங்கிலக் கல்விக்காக புகழ்பெற்ற அழகிய சிறு பகுதியாகத் திகழ்ந்தது. அதனருகில் தெளிந்த, சுத்தமான நீருடன் ஓர் குறுகிய நீர்ப்பாசனக் கால்வாய் இருந்தது. நவோகோவும் நானும் அதன் கரையையொட்டி பல சமயங்களில் நடந்துசெல்வோம். சிலநேரங்களில் அவள் தன் குடியிருப்புக்கு என்னை அழைத்து, எனக்காக சமைப்பாள். நாங்கள் இருவரும் அத்தனை நெருக்கமாக ஒன்றுசேர்ந்து இருப்பது அவளுக்கு ஒரு பிரச்சினையாக பட்டதாக ஒருபோதும் தோன்றியதில்லை. அந்த அறை சிறியது, ஒழுங்கானது, பகட்டெதுவும் இல்லாதது. ஜன்னலின் ஓரத்தில் தொங்கும் காலுறைகள் மட்டுமே அங்கே ஒரு பெண் வசிக்கிறாள் என்பதற்கான குறிப்பை வெளிப்படுத்தியது. அவள் கிட்டத்தட்ட நணபர்களே இன்றி எளிய, சிக்கனமான வாழ்க்கையை நடத்தினாள். நவோகோவை பள்ளியிலிருந்தே அறிந்த ஒருவர்கூட, அவளை இந்தமாதிரி கற்பனை செய்து பார்த்திருக்க முடியாது. அப்போது, அவள் உண்மையான நவநாகரிகப் பாங்குடன் ஆடை அணிந்திருப்பாள். அவளை சுற்றி லட்சம் நண்பர்கள் இருப்பர். நான் அவளது அறையைப் பார்த்தபோது, என்னைப் போலவே அவளும் அவளையறிந்த அனைவரிடமிருந்தும் தூரமாய் விலகி, கல்லூரி செல்லவும் புதிய வாழ்க்கையைத் தொடங்கவும் விரும்பியுள்ளாள் என்பதை உணரவந்தேன்.

"நான் ஏன் இந்த இடத்தைத் தேர்ந்தெடுத்தேன் தெரியுமா?" ஒரு புன்னகையுடன் அவள் கேட்டாள். "வீட்டுலயிருந்து யாரும் இங்க வரப் போறதில்ல. நாமல்லாம் வேறெங்கியோ, இன்னும் அழகான இடத்துக்கு போய்க்கிட்டிருக்க வேண்டியவங்க. நான் என்ன சொல்லவர்றேன்னு உனக்குத் தெரியுதா?"

எனினும் நவோகோவுடனான எனது உறவு, அதற்கான முன்னேற்றத்துடன் இல்லாமலில்லை. கொஞ்சம் கொஞ்சமாக, அவள் என்னுடன் பெரிதும் நெருங்கிப் பழகினாள். நானும் அவளுடன் நெருங்கினேன். கோடை விடுமுறை முடிந்து, புதிய கல்வியாண்டு தொடங்கியபோது, உலகிலேயே செய்யவேண்டிய இயல்பான விஷயம் அதுதான் என்பதுபோல் நவோகோ என்னருகில் சேர்ந்து நடக்கத்தொடங்கினாள். இப்போது அவள் என்னை ஒரு நண்பனாகப் பார்த்தாள். அத்தகையதொரு அழகிய பெண்ணுடன் சேர்ந்து நடப்பது எந்தவிதத்திலும் எனக்குத் துயரமான ஒன்றல்ல என நானும் தீர்மானித்தேன். நாங்கள் டோக்கியோ முழுவதிலும் அதே சுற்றிவளைத்துச் செல்லும்விதத்தில் மலைகளின்மீது ஏறியும் நதிகளையும் இருப்புப் பாதைகளையும் கடந்தும் மனதில் எந்த இலக்கும் இல்லாது வெறுமனே நடந்தபடியிருந்தோம். எங்களது நடையானது காயம்பட்ட எங்களது ஆத்மாக்களை குணப்படுத்தும் ஆன்மிகரீதியமான சடங்குபோல நாங்கள் நிதானமாக முன்னேறினோம். மழைபெய்தால் குடைகளைப் பயன்படுத்தினோம். ஆனால் என்ன ஆனபோதும் நாங்கள் நடந்தோம்.

பின் இலையுதிர்காலம் வந்தது. துயிற்கூடத்தின் மைதானங்கள் ஜெல்கோவா இலைகளால் புதைந்தன. நான் எனது முதல் புல்ஓவரை அணிந்தபோது, புதிய பருவத்தின் வாசனை வந்தது. ஒரு ஜோடி ஷூக்கள் தேய்ந்துபோக, நான் புதிய, பதனிடப்படாத தோலாலான ஷூக்களை வாங்கினேன்.

அப்போது நாங்கள் என்ன பேசினோம் என்று என்னால் நினைவுகூர முடியுமெனத் தோன்றவில்லை. எதுவும் சிறப்பானதாக இருக்காதென நினைக்கிறேன். பழையதை ஞாபகப்படுத்தும் எதனையும் குறிப்பிடுவதை நாங்கள் தொடர்ந்து தவிர்த்தோம். அரிதாகவே கிஸுகியைப் பற்றி பேசினோம். முழு மௌனமாக காபியருந்தும்போதுதான் நாங்கள் ஒருவர் மற்றவரின் முகம்பார்த்தோம்.

நான் ஸ்டோர்ம் ட்ரூப்பர் பற்றிய கதைகளைச் சொல்வதை நவோகோ விரும்பினாள். ஒருமுறை அவன் தனது சக மாணவியுடன் (சந்தேகமின்றி புவியியல் வகுப்பைச் சேர்ந்த பெண்தான்) வெளியில் சென்றான். ஆனால் மாலையில் வெகுசீக்கிரமே உற்சாகமின்றித் திரும்பிவந்தான். "வா—வா— வாட்டனபி, பெண்களோட நீ எதைப்பத்தி பேசுவ, கொஞ்சம் சொல்லேன்?" நான் அவனிடம் என்ன சொன்னேன் என்பது எனக்கு ஞாபகமில்லை. ஆனால் அவன் கேட்பதற்கு தவறான ஆளைத்

தேர்வுசெய்திருந்தான். ஜூலை மாதத்தில் துயிற்கூடத்தில் ஒருவன் ஸ்டோர்ம் ட்ரூப்பரின் ஆம்ஸ்டர்டாம் கால்வாய் படத்தை எடுத்துவிட்டு, பதிலாக கோல்டன் கேட் பாலத்தின் படத்தை ஒட்டிவிட்டான். அவன், ஸ்டோர்ம் ட்ரூப்பர் கோல்டன் கேட் பாலத்தைப் பார்த்து சுயஇன்பம் செய்வானா என அறிய விரும்புவதாகக் கூறினான். "அவன் அந்தப் படத்தை ரசித்தான்," என பின்பு அவனிடம் கூறினேன். அது வேறொருவன் பனிச்சிகரம் ஒன்றின் படத்தை ஒட்டுவதற்குத் தூண்டியது. அவன் இல்லாத ஒவ்வொரு முறையும் புகைப்படம் மாறியதால் ஸ்டோர்ம் ட்ரூப்பர் மனமுடைந்தான்.

"எ— எ— எந்தப் பாழாப்போனவன் இதைச் செய்யுறது?" என அவன் கேட்டான்.

"எனக்கே ஆச்சரியமாயிருக்கு, ஆனா என்ன வித்தியாசம்? இதெல்லாம் அருமையான படங்கள்தானே. நீதான் நன்றியோட இருக்கணும்." என்றேன்.

"ஆமா, இருக்கணும்தான். ஆனா இது விசித்திரமா இருக்கு."

ஸ்டோர்ம் ட்ரூப்பரைப் பற்றிய எனது கதைகள் எப்போதும் நவோகோவைச் சிரிக்கச் செய்தன. இவ்வாறு செய்ததில் பலமுறை வெற்றிகரமாக அமையவில்லை, எனவே நான் அவனைப் பற்றி அடிக்கடி பேசினேன். எனினும் நான் அவனை இந்தவிதத்தில் பயன்படுத்தியதற்காக என்னைக் குறித்து பெருமிதமாய் உணரவில்லை. அவன் அத்தனை வசதியில்லாத குடும்பமொன்றில் இளைய மகனாய்ப் பிறக்க நேர்ந்தது தற்செயல். அவனது சொந்த நன்மைக்காக சற்றே கூடுதல் கவனத்துடன் வளர்க்கப்பட்டவன். அவனது சின்ன வாழ்க்கையில், வரைபடங்களை உருவாக்குவது அவனது சிறிய கனவுகளில் ஒன்று. அதற்காக அவனை வைத்து வேடிக்கை செய்யும் உரிமை யாருக்குண்டு?

எனினும், அப்போது ஸ்டோர்ம் ட்ரூப்பர் நகைச்சுவைகள் துயிற்கூட பேச்சில் தவிர்க்கவியலாத ஒன்றாக ஆகியிருந்தன. நான் செய்ததை இல்லாமலாக்க எனக்கும் வேறு வழியில்லை. தவிரவும், நவோகோவின் சிரித்த முகம், என் சந்தோஷத்திற்கான சிறப்பான ஆதாரமாக ஆகியிருந்தது. நான் அனைவருக்கும் புதிய கதைகளைச் சொல்லியபடி போனேன்.

நவோகோ என்னிடம் ஒருமுறை— ஒரேயொருமுறை— நான் பெண்கள் யார்மீதாவது விருப்பப்பட்டதுண்டா என கேட்டாள். நான் கோபேவில் விட்டுவந்த பெண்ணைப் பற்றி அவளிடம்

ஹாருகி முரகாமி । 57

கூறினேன். "அவ அழகானவ, அவளோட படுக்கைக்குப் போனதை நான் ரசிச்சேன், சமயங்கள்ல அவளோட இழப்பை நான் உணர்ந்தேன், ஆனால் கடைசியில அவ என்னை வசீகரிக்கல. எனக்குத் தெரியலை, என் இதயத்துல பெரிசா எதுவும் நுழைஞ்சுட முடியாத கடினமான முடிச்சு இருக்கிறதா சமயங்கள்ல நான் நினைக்கிறேன். உண்மையிலே என்னால யாரையாவது காதலிக்க முடியுமானு சந்தேகப்படுறேன்."

"நீ எப்போவாச்சும் காதலிச்சிருக்கியா?" நவோகோ கேட்டாள்.

"இல்லவே இல்லை," என்றேன் நான்.

அதைத்தாண்டி அவள் எதுவும் கேட்கவில்லை.

இலையுதிர்காலம் முடிந்ததும் குளிர்காற்று நகரமெங்கும் வலுவுடன் வீசியது. நவோகோ பல சமயங்களில் எனது தோள்களை உரசியபடி நடந்தாள். அவளது கனமான கம்பளி மேற்கோட்டினூடாக அவளது சுவாசத்தை என்னால் உணரமுடிந்தது. அவள் என் கைகளுடன் தனது கைகளைப் பின்னிக் கொள்வாள். அல்லது அவளது கையை எனது பையினுள் திணிப்பாள். உண்மையிலே குளிராக இருக்கும்போது, என் கைகளை இறுகப் பற்றிக் கொண்டு நடுங்குவாள். இவை எதற்கும் எந்த சிறப்பான அர்த்தமுமில்லை. நான் என் கைகளை எனது பைகளுக்குள் நுழைத்தபடி தொடர்ந்து நடந்தபடியிருப்பேன். பாதையில் நடக்கும்போது, எங்களது ரப்பர் மற்றும் தோலாலான ஷூ— அகன்ற, உலர்ந்த ஷிகாமோர் இலைகளின் மீது நாங்கள் நடக்கும்போது ஏற்படும் உலர்ந்த நொறுங்கும் சத்தத்தைத் தவிர வேறெந்த சப்தத்தையும் உண்டாக்கவில்லை. அந்த சத்தத்தைக் கேட்கும்போதெல்லாம், நவோகோவை எண்ணி வருத்தமாக உணர்ந்தேன் நான். அவளுக்குத் தேவை எனது தோள்களல்ல, வேறொருவரது தோள். அவளுக்குத் தேவை என் அன்பல்ல; இன்னொருவரின் அன்பு. அது நானாக இருந்ததில் கிட்டத்தட்ட குற்றஉணர்ச்சி மிக்கவனாக உணர்ந்தேன்.

குளிர்காலம் உச்சத்துக்குச் சென்றபோது, நவோகோ கண்களின் பளிச்சிடும் தெளிவு இன்னும் அதிகரித்ததுபோல் தோன்றியது. செல்வதற்கு வேறேதும் இடமில்லாத தெளிவு அது. சமயங்களில் வெளிப்படையாக எந்தக் காரணமுமின்றி நவோகோ தனது கண்களால் என் கண்களை உற்றுப் பார்ப்பாள். அவள் எதையோ தேடுவதுபோலிருக்கும். இது எனக்கு ஒருவித விநோத, தனிமையான, ஆதரவற்ற உணர்வைக் கொடுக்கும்.

அவள் வார்த்தைகளில் அடக்கமுடியாத ஏதோ ஒன்றை, வார்த்தைகளுக்கு மேலான ஒன்றை, தனக்குள் பற்றிக்கொள்ள முடியாத, வார்த்தைகளுக்கும் மேலான ஏதோ ஒன்றை, எப்போதாவது வார்த்தைகளாக மாற்றமுடியும் என்ற நம்பிக்கையில்லாத ஒன்றை— என்னிடம் சொல்ல முயற்சிக்கிறாளோ என வியந்திருக்கிறேன். அதற்குப் பதிலாகத்தான், அவள் தனது ஹேர்சிலைடுடன் விளையாடவோ, கைக்குட்டையால் தனது வாயோரத்தை ஒற்றவோ, அல்லது என் கண்களுக்குள் அர்த்தமற்றவிதத்தில் உற்றுப்பார்க்கவோ செய்தாளோ. அவள் இப்படியெல்லாம் செய்யும்போது அவளை இறுகத் தழுவ விரும்பினேன், ஆனால் தயங்கி அடக்கிக்கொண்டேன். நான் நிச்சயம் அவளை புண்படுத்திவிடுவேனென பயந்தேன். இவ்வாறாக நாங்கள் இருவரும் டோக்கியோவின் தெருக்களில் தொடர்ந்து நடந்தபடியிருக்க, நவோகோ வெட்டவெளியில் வார்த்தைகளைத் தேடியபடியிருந்தாள்.

துயிற்கூடத்தில் உள்ளவர்கள் நவோகோவிடமிருந்து எனக்கு அழைப்பு வரும்போதோ ஞாயிறு காலையில் வெளியே கிளம்பும்போதோ என்னைக் கேலிசெய்வர். இயல்பாகவே அவர்கள் நான் ஒரு பெண் தோழியைக் அடைந்துவிட்டதாக கற்பனை செய்திருந்தனர். அவர்களிடம் உண்மையை விளக்கு வதற்கு எந்த வழியும் இல்லை, விளக்குவதற்கான தேவையும் இல்லை. எனவே அவர்கள் விருப்பம்போல் நினைக்கும்படி விட்டுவிட்டேன். மாலையில், நாங்கள் எந்த முறையைக் கையாண்டோம்? அவள் கீழே எப்படி கிடந்தாள்? அன்றைக்கு அவள் அணிந்திருந்த உள்ளாடையின் நிறமென்ன? என்பதுபோன்ற முட்டாள்தனமான கேள்விகளைச் சந்திக்கவேண்டியிருந்தது. நான், அவர்கள் விரும்பிய பதில்களை சொன்னேன்.

இவ்வாறாக நான் 18 லிருந்து 19 வயதுடையவனானேன். தினமும் சூரியன் உதயமாகி அஸ்தமனமானது, கொடியானது ஏற்றி இறக்கப்பட்டது. ஒவ்வொரு ஞாயிறும் எனது இறந்த நண்பனுக்குரியவளோடு நான் வெளியில் சென்றேன். நான் என்ன செய்துகொண்டிருந்தேனென்றோ அல்லது என்ன செய்யவிருந்தேனென்றோ எனக்கு எந்த யோசனையும் இல்லை. எனது படிப்புக்காக நான் க்ளாடெல், ரேசின், ஐசென்டின் போன்றோரைப் படிப்பேன். ஆனால் அவர்களை கிட்டத்தட்ட சிறிதும் புரிந்துகொள்ளவில்லை. விரிவுரைகளின்போது நான் நண்பர்கள் எவரையும் உண்டாக்கிக்கொள்ளவில்லை. துயிற்கூடத்திலும் எவரொருவரையும் தெரிந்துகொள்ளவில்லை. நான் எப்போதும் ஒரு புத்தகத்துடன் தனியாக இருந்ததால், துயிற்கூடத்திலுள்ள மற்றவர்கள் நான் எழுத்தாளனாக

விரும்புவதாக நினைத்தனர். ஆனால் எனக்கு அத்தகைய லட்சியம் எதுவும் இல்லை. நான் எதுவாகவும் ஆக ஆசைப்படவில்லை.

நவோகோவுடன் இந்த உணர்வைக் குறித்து நான் பேச முயன்றேன். குறைந்தபட்சம் அவளால் ஓரளவுக்கு சரியாக நான் என்ன உணர்ந்தேனென புரிந்துகொள்ள முடியுமென நினைத்தேன். ஆனால் என் நிலையை விளக்க என்னால் ஒருபோதும் வார்த்தைகளைக் கண்டுபிடிக்க முடிந்ததில்லை. விநோதமாக, அவளது வார்த்தைகளைத் தேடும் வியாதி என்னையும் பீடித்துக் கொண்டதுபோல தோன்றியது.

சனிக்கிழமை இரவுகளில் நான் வரவேற்பறையில் அமர்ந்து நவோகோவின் அழைப்புக்காகக் காத்திருப்பேன். பெரும்பாலான நபர்கள் வெளியே சென்றிருப்பார்கள் என்பதால், அந்த அறை வழக்கமாக ஆளரவமற்றே இருக்கும். நான் அந்த மௌனமான வெளியில் சிதறும் ஒளித்துணுக்குகளை உற்றுக்கவனித்தபடி, எனது இதயத்தினுள் என்ன இருக்கிறதென பார்க்கப் போராடியபடி இருந்தேன். நான் விரும்பியது என்ன? மற்றவர்கள் என்னிடமிருந்து விரும்புவதென்ன? ஆனால் ஒருபோதும் என்னால் விடை கண்டுபிடிக்க முடிந்ததில்லை. சில சமயம் நான் அந்த ஒளித் துணுக்குகளை அணுகி அவற்றைப் பற்றிப் பிடிக்க முயல்வேன். ஆனால் எனது விரல்கள் எதையுமே தீண்டியதில்லை.

நான் நிறைய வாசித்தேன். ஆனால் நிறைய வெவ்வேறு புத்தகங்களை வாசிக்கவில்லை. எனக்கு விருப்பமானவர்களின் புத்தகங்களை திரும்பத் திரும்ப வாசிப்பதையே விரும்பினேன். அப்போது ட்ருமன் கேபோட், ஜான் அப்டைக், எஃப் ஸ்காட் ஃபிட்ஜெரால்டு, ரேமண்ட் சாண்ட்லர் போன்றோரை வாசித்தேன். ஆனால் என் விரிவுரைகளிலோ அல்லது துயிற்கூடத்திலோ அத்தகைய எழுத்தாளர்களைப் படிக்கும் எவரொருவரையும் காணவில்லை. அவர்கள் காஸுமி தக்காஷி, கென்ஷாபுரோ ஓயி, யுகியோ மிஷிமா அல்லது சமகால பிரெஞ்சு புதின எழுத்தாளர்களையே விரும்பினர். புத்தகங்களும் கையுமாக நான் காணப்பட்டதற்கு மற்றவர்களிடம் சொல்வதற்கு என்னிடம் அதிக விஷயமில்லாததும் ஒரு காரணம். கண்களை மூடியபடி, எனது விருப்பத்துக்குரிய புத்தகங்களில் ஒன்றைத் தொடுவேன், பின் அதன் வாசனையை ஆழமாக எனக்குள் இழுப்பேன். என்னை மகிழ்ச்சிப்படுத்த இதுவே போதுமானது.

18 வயதில் எனது விருப்பத்திற்குரிய புத்தகமாக இருந்தது ஜான் அப்டைக்கின் ***தி சென்டாவுர்***. ஆனால் அதனை பலமுறை வாசித்த பின்பு, அது தன் ஆரம்பக் கவர்ச்சியை இழக்கத்

தொடங்க, *தி கிரேட் கேட்ஸ்பை* முதலிடத்தைப் பிடித்தது. அதன்பின்பு கேட்ஸ்பை நீண்ட காலத்துக்கு முதலிடத்தில் இருந்தது. எப்போதெல்லாம் வாசிக்கத் தோன்றுகிறதோ அப்போது நான் அதனை அலமாரியிலிருந்து உருவி, ஏதாவது ஒரு பக்கத்தைத் திறந்து வாசிப்பேன். அது ஒருபோதும் என்னை அதிருப்தியடையச் செய்ததில்லை. அந்தப் புத்தகம் முழுவதிலும் அலுப்பூட்டும் பக்கமென ஒன்றுகூட இல்லை. நான் மற்றவர்களிடம் என்ன ஒரு அற்புதமான நாவல் என சொல்ல விரும்பினேன். ஆனால் என்னைச் சுற்றியுள்ளவர்களில் ஒருவரும் தி கிரேட் கேட்ஸ்பையையோ அதுபோன்ற நாவல்களையோ வாசித்ததில்லை. எஃப். ஸ்காட் ஃபிட்ஜெரால்டை வாசிக்கும்படி வலியுறுத்துவது பிற்போக்கான செயலில்லை என்றாலும்கூட, அது 1968—ல் ஒருவர் செய்யும் செயலாக இல்லை.

கடைசியில் நான் கேட்ஸ்பை வாசித்த ஒருவரை என் உலகில் சந்தித்தேன், அதன் காரணமாகவே நானும் அவனும் நண்பர்களானோம். அவனது பெயர் நாகசாவா. அவன் என்னைவிட இரண்டு வயது பெரியவன். டோக்கியோவின் மதிப்புக்குரிய பல்கலைக்கழகத்தில் சட்டக் கல்வி பயின்றுகொண்டிருந்ததன் காரணமாக தேசிய தலைமைப்பொறுப்பை நோக்கி வேகமாக முன்னேறிக் கொண்டிருந்தான். ஒருநாள் உணவருந்தும் கூடத்தில் வெளிச்சமான இடத்தில் நான் கேட்ஸ்பை வாசித்துக் கொண்டிருந்தேன். நாங்கள் ஒரே துயிற்கூடத்தில் வசித்து வந்தாலும் அதுவரை ஒருவரையொருவர் முகப் பரிச்சயம் மட்டுமே கொண்டிருந்தோம். அவன் என்னருகில் அமர்ந்து நான் என்ன வாசித்துக் கொண்டிருக்கிறேனென கேட்டான். நான் அதன் பெயரைக் கூறியபோது, அவன் அதை பிடித்திருக்கிறதா எனக் கேட்டான். "இதை நான் மூணாவது முறையா வாசிக்கிறேன்" என்றேன் நான். "அதோட ஒவ்வொரு முறையும் புதுசா ஏதாவது கண்டுபிடிக்கிறேன். போனமுறை வாசிச்சதைவிட அதிகமாவே விரும்பறேன்."

"இவன் தி கிரேட் கேட்ஸ்பையை மூணு முறை வாசிச்சிருக்கிறதா சொல்றான்" அவன் தனக்குத்தானே சொல்லிக்கொள்வதுபோல கூறினான். "சரி, கேட்ஸ்பைக்கு நண்பனா இருக்கிற யாரும் எனக்கும் நண்பன்தான்!"

இப்படியாக நாங்கள் நண்பர்களானோம். இது அக்டோபரில் நடந்தது.

எத்தனை நன்றாக நான் நாகசாவாவை அறியவந்தேனோ, அத்தனை விநோதமாய் அவன் தோன்றினான். என் வாழ்க்கையில்

நிறைய விநோதமான நபர்களைச் சந்தித்திருக்கிறேன். ஆனால் யாரும் நாகசாவா அளவுக்கு விநோதமானவர்களில்லை. அவன் என்னைவிடவும் மிகுந்த ஆர்வமுள்ள வாசகனாக இருந்தான். ஆனால் அவன் குறைந்தபட்சம் மறைந்து முப்பது வருடமாகாத எந்த எழுத்தாளரின் புத்தகத்தையும் ஒருபோதும் தொடுவதில்லை என்பதை விதியாக வைத்திருந்தான். "அதுமாதிரியான புத்தகங்களை மட்டும்தான் என்னால நம்பமுடியும்," என்றான் அவன்.

"சமகால இலக்கியங்கள்ல எனக்கு நம்பிக்கையில்லைனு இல்லை," அவன் தொடர்ந்தான், "ஆனா காலத்தோட ஞானஸ்னானத்தைப் பெறாத எந்த ஒரு புத்தகத்தையும் வாசிச்சு நான் என்னோட மதிப்புமிக்க நேரத்தை வீணடிக்க விரும்பலை. வாழ்க்கை ரொம்ப சிறியது."

"எந்த மாதிரியான எழுத்தாளர்கள் உனக்கு பிடிக்கும்?" என்னைவிட இரண்டு வருடங்கள் மூத்த அவனிடம் மரியாதை யான குரலில் கேட்டேன்.

"பால்ஸாக், தாந்தே, ஜோசப் கான்ராட், டிக்கன்ஸ்" அவன் தயக்கமின்றிக் கூறினான்.

"ரொம்பச் சரியா தற்போதைய மோஸ்தரா இல்லாதவங்க."

"அதனாலதான் நான் அவங்களை வாசிக்கிறேன். எல்லாரும் படிக்கிற புத்தகங்களை மட்டுமே நாமும் வாசிச்சா, மத்தவங்க சிந்திக்கிறதை மட்டுமே சிந்திப்போம். அது சோம்பேறிகளோட, நாகரிகமில்லாதவங்களோட உலகம். சரியான ஆளுங்க அப்படி செய்றதை நினைச்சு வெட்கப்படுவாங்க. நீ கவனிச்சதில்லையா, வாட்டனபி? நீயும் நானும் மட்டும்தான் இந்த துயிற்கூடத்தில அசலானவங்க. மத்தவங்களெல்லாம் அபத்தமானவங்க."

இதைக் கேட்டதும் நான் மறுத்துப் பேசினேன், "எப்படி நீ அப்படிச் சொல்லலாம்?"

"ஏன்னா அதுதான் உண்மை. எனக்குத் தெரியும். நான் பார்த்திருக்கேன். இது நம்ம நெத்தியில அடையாளச் சின்னம் மாதிரி. அதோட நாம இரண்டுபேருமே தி கிரேட் கேட்ஸ்பை வாசிச்சிருக்கோம்."

நான் விரைவாக சில கணக்குகளைப் போட்டேன். "ஆனா ஃபிட்ஜெரால்டு இறந்து 28 வருஷம்தான் ஆகுது," நான் சொன்னேன்.

“அதனாலென்ன? இரண்டு வருஷம்தானே? ஃபிட்ஜெரால்டு காலத்தை முந்திக்கிட்டார்.”

நாகசாவா செவ்வியல் நாவல்களின் ரகசிய வாசகன் என்பதை துயிற்கூடத்திலிருந்த வேறெவரும் அறியமாட்டார்கள், அறிந்திருந்தாலும் அது ஒரு பொருட்டாக இருந்திருக்காது. நாகசாவா புத்திசாலி என பெயர் பெற்றவன். அவன் உற்சாகமாக டோக்கியோ பல்கலைக்கழகத்துக்குள் நுழைந்து, நல்ல மதிப்பெண்களைப் பெற்றான். அவன் குடிமைப் பணிக்கான தேர்வெழுதி, வெளியுறவுத்துறை அமைச்சகத்தில் சேர்ந்து, ராஜதந்திரி ஆவான். அவன் வசதியான குடும்பத்திலிருந்து வந்தவன். அவனது தந்தை நாகொயாவில் பெரிய மருத்துவமனை வைத்திருந்தார். அவனது சகோதரனும் டோக்கியோவில் படித்து பட்டம்பெற்று, மருத்துவக் கல்லூரிக்குச் சென்று கொண்டிருந்தான். ஒருநாள் மருத்துவமனை அவனுக்குச் சொந்தமாகும். நாகசாவாவின் பையில் எப்போதும் நிறைய பணம் உண்டு. மேலும் அவன் உண்மையான கௌரவத்துடன் தன்னை நடத்திக்கொண்டான். துயிற்கூடத்தின் தலைமைப் பொறுப்பாளர் உட்பட, மற்றவர்கள் அவனை மரியாதையுடன் நடத்தினர். அவன் யாரையாவது, ஏதாவது செய்துதரும்படி கேட்கும்போது, அந்த நபர் எதிர்ப்பின்றி அதைச் செய்துதருவான். இந்த விஷயத்தில் வேறு யோசனைக்கே இடமில்லை.

நாகசாவா மற்றவர்களை ஈர்த்து தன்னைப் பின்பற்றச்செய்யும் பண்பை பிறவியிலேயே பெற்றிருந்தான். கும்பலின் தலைவனாக இருப்பது, நிலைமையை மதிப்பிடுவது, மற்றவர்கள் கீழ்ப்படியும்படி துல்லியமான— திறமையான உத்தரவுகளைப் பிறப்பிப்பது எப்படி என்பதையெல்லாம் அவன் அறிந்திருந்தான். தேவதையின் ஒளிவட்டம் போன்று, அவனது தலையைச் சுற்றி அவனது ஆற்றலை வெளிப்படுத்தும் ஒளிவட்டம் ஒன்றிருந்தது. மேலான பிறவியான அவனைக் காண்பதே பிறரைத் தூண்டப் போதுமானதாயிருந்தது. எனவேதான் நாகசாவா, விசேஷமான எந்தத் திறமையுமில்லாத என்னை அவனது பிரத்யேக நண்பனாகத் தேர்ந்தெடுத்தது அனைவரையும் அதிர்ச்சியடைய வைத்தது. இதன் காரணமாகவே நான் பெரிதும் அறியாதவர்கள்கூட என்னை ஒருவித மரியாதையுடன் நடத்தினர். ஆனால் நான் நாகசாவாவின் நண்பனாகத் தேர்ந்தெடுக்கப்பட்டதற்கான காரணம் எளிமையான ஒன்று. நான் மற்றவர்களைப்போலன்றி நாகசாவாவை முகஸ்துதி எதுவுமின்றி நடத்தியதே அதற்கு காரணமென்பதை அவர்கள் அறிந்ததுபோல் தெரியவில்லை. அவனது இயல்பில், சிக்கலான, விநோதமான பண்புகளில் எனக்கு ஒருவித நிச்சயமான ஆர்வம் இருந்ததேயன்றி— அவனது

நல்ல மதிப்பெண்கள், ஒளிவட்டம், தோற்றம் போன்ற இதர விஷயங்களெல்லாம் என்னை ஈர்த்தது இல்லை. இது அவசியம் அவனுக்கு புதிதான ஒன்றாக இருந்திருக்கவேண்டும்.

நாகசாவாவின் ஆளுமை பெரிதும் முரண்பட்ட விஷயங்களும் இருந்தன. சமயங்களில் அவனது இரக்கவுணர்வு கண்டு நானும்கூட வியந்திருக்கிறேன். ஆனால் அதேயளவு அவன் வன்மமும் குரூரமும் மிக்கவனாக இருந்தான். அவன் ஆச்சரியப்படுமளவுக்கு உன்னதமும் மீட்பில்லாத கடையனும் ஒன்றுசேர்ந்தவன். அவனுடைய இதயம் தனிமையில் மூழ்கித் துடிக்கையில் கூட நம்பிக்கை தரும் தலைவனாக அவனால் வழிநடத்திச் செல்லமுடியும். நான் ஆரம்பம் முதலே அவனிடம் இந்த இணைமுரணான குணங்களைக் கண்டேன். அவை ஏன் மற்றெல்லாருக்கும் புலப்படவில்லை என்பதை என்னால் ஒருபோதும் புரிந்துகொள்ள முடியவில்லை. தனக்கே உரித்தான பிரத்யேகமான நரகத்தில் அவன் வசித்துவந்தான்.

இருந்தும், நான் அவனை மிகவும் அனுகூலமான ஒளியில் பார்ப்பதில் எப்போதும் வெற்றிபெற்றேன் என்றே நினைக்கிறேன். அவனது மாபெரும் நற்பண்பு நேர்மை. அவன் எப்போதும் பொய்சொல்லமாட்டான் என்பதோடு, தனது குறைபாடுகளையும் ஒப்புக்கொண்டான். தன்னை தர்மசங்கடத்துக்கு உள்ளாக்கும் விஷயங்களை மறைக்க அவன் எப்போதும் முயன்றதில்லை. என்னளவில், அவன் மாறாத கருணையும் உதவும் குணமும் மிக்கவன். அவன் மட்டும் இல்லாவிட்டால், துயிற்கூடத்தில் என் வாழ்க்கை— அப்போதிருந்ததைவிட இன்னும் மோசமாக இருந்திருக்கும். இருந்தும் நான் ஒருமுறைகூட அவனுடன் என் இதயம்திறந்து பேசியதில்லை. இந்தவிதத்தில் எனக்கும் நாகசாவாவுக்குமான உறவு, எனக்கும் கிஸுகிக்குமான உறவுக்கு முற்றிலும் நேரெதிரானது. முதல்முறை நாகசாவா மதுவருந்திவிட்டு ஒரு பெண்ணை கொடுமைப்படுத்தியதைக் கண்டபோதே நான், அவனிடம் என்னை ஒருபோதும் வெளிப்படுத்திக் கொள்வதில்லை என எனக்குநானே உறுதிமொழி எடுத்துக்கொண்டேன்.

துயிற்கூடம் முழுவதும் நாகசாவா பற்றி சில இயல்புக்கு மாறான கதைகள் பேசப்பட்டன. அத்தகைய ஒரு கதைப்படி நாகசாவா ஒருமுறை மூன்று நத்தைகளை விழுங்கியதாகச் சொல்லப்பட்டது. மற்றொரு கதை அவனுக்கு மிகப்பெரிய ஆண்குறி இருப்பதாகவும் அவன் நூற்றுக்கு மேற்பட்ட பெண்களுடன் உறவுகொண்டுள்ளதாகவும் கூறியது.

நத்தைக் கதை உண்மையானதுதான். அதை அவனே என்னிடம் கூறினான். "மூணு பெரிய பெண் நத்தைகள். மூன்றையும் மொத்தமா விழுங்குனேன்," என்றான் அவன்.

"என்ன கருமத்துக்கு?"

"நான் இங்க தங்கவந்த முதல் வருஷத்துல அது நடந்துச்சு," அவன் தொடர்ந்தான். "முதலாமாண்டு, மூன்றாமாண்டு மாணவர்களுக்குள்ள ஏதோ பிரச்சினை இருந்துச்சு. ஏப்ரல்ல தொடங்கி கடைசியில செப்டம்பர்ல ஒரு முடிவுக்கு வந்துச்சு. முதலாமாண்டு மாணவர்களோட பிரதிநிதியான நான், மூன்றாமாண்டு மாணவர் பிரதிநிதிகள்ட்ட விஷயத்தை நேர்படுத்தப் போனேன். அசல் வலதுசாரி முட்டாளுங்க. அவங்க மரத்தாலான அசல் கென்போ கத்திகளை வைச்சிருந்தாங்க. அநேகமா விஷயங்களை நேர்படுத்துறத அவங்க கடைசியாகவே செய்யவிரும்பினாங்க. அதனால நான், 'சரி, நாம இதை ஒரு முடிவுக்குக் கொண்டுவருவோம். நீங்க என்னை என்ன செய்ய விரும்புறீங்களோ செஞ்சுக்கங்க, ஆனா மத்தவங்களை விட்டுடுங்க'னு சொன்னேன். அதுக்கு அவங்க, 'நீ ஒண்ணுக்கு மேற்பட்ட நத்தைகளை விழுங்குறியானு நாங்க பார்க்கிறோம்'னு சொன்னாங்க. 'சரி, நாம நத்தைகளைப் பிடிப்போம்'னு நான் சொன்னேன். அந்த பாஸ்டார்ட்ஸ் வெளியேபோய் மூணு பெரிய நத்தைகளைப் பிடிச்சுட்டு வந்தாங்க. நான் அதெல்லாத்தையும் விழுங்குனேன்."

"அது எப்படி இருந்துச்சு?"

"எப்படி இருந்துச்சா? நீ அதுல ஒண்ணை விழுங்கிப்பாரு. அது தொண்டையிலிருந்து நழுவிப்போய் வயித்துல விழறதும்... அதோட குளிர்ச்சியும் அதை விழுங்கின பின்னால் வர்ற அருவருப்பான டேஸ்டும்... உவ்வே, அதை நினைச்சாலே உடம்பே குளுந்துபோகுது. நான் வாந்தியெடுக்க விரும்புனேன். ஆனாலும் சகிச்சுக்கிட்டேன். அதாவது, நான் அதை வாந்தியெடுத்திருந்தா, அது எல்லாத்தையும் மறுபடி விழுங்க வேண்டியிருந்திருக்கும். அதனால அந்த மூணையும் நான் வாந்தியெடுக்காம வயித்துக்குள்ளே வெச்சுக்கிட்டேன்."

"அப்புறம் என்ன ஆச்சு?"

"நான் என்னோட அறைக்குத் திரும்பி ஒரு வாளி உப்புத் தண்ணியைக் குடிச்சேன். வேறென்ன செய்யமுடியும்?"

"ஆமா, நானும் அப்படித்தான் நினைக்கிறேன்."

“ஆனா அதுக்கப்புறம் யாரும் என்கிட்ட எதுவும் சொன்னதில்ல. மூணாமாண்டு மாணவர்கள்கூட. இங்கே மூணு நத்தைகளை விழுங்கக்கூடிய ஒரே ஆள் நான்தான்.”

“நீ விழுங்கக்கூடிய ஆள்தான்னு நான் அடிச்சுச் சொல்றேன்.”

அவனது ஆணுறுப்பின் அளவை அறிவது பெரிதும் எளிதாகவிருந்தது. துயிற்கூடத்தின் பொதுக்குளியலறைக்கு நான் அவனுடன் சென்றேன். சரிதான், அவன் பெரிய ஆணுறுப்பைக் கொண்டிருந்தான். ஆனால் 100 பெண்கள் என்பது மிகைப்படுத்தல். “ஒருவேளை எழுபத்தைஞ்சா இருக்கலாம். என்னால எல்லாத்தையும் ஞாபகப்படுத்திப் பார்க்கமுடியாது. ஆனா அந்த எண்ணிக்கை குறைஞ்சபட்சம் 70— ஆவது இருக்கும்னு என்னால நிச்சயமா சொல்லமுடியும்.” நான் அவனிடம் ஒரே ஒருத்தியிடம்தான் உறவு கொண்டிருக்கிறேன் என்று சொன்னபோது அவன் சொன்னான், ”நாம அதை சரி பண்ணிடலாம். கஷ்டமில்ல. அடுத்தமுறை என்னோட வா. நான் உனக்கு ஒருத்தியை முடிஞ்சவரை சிரமமில்லாம பிடிச்சுத்தாரேன்.”

நான் அவன் சொன்னதை நம்பவில்லை. ஆனால் அவன் தான் சொன்னது சரியென நிரூபித்தான். கிட்டத்தட்ட மிகவும் எளிதாக, வெறும் பீரின் பரவசத்துடன். நாங்கள் ஷிபுயா அல்லது ஷின்ஜுகுவில் ஒருவகையான மதுபான விடுதிக்குச் சென்றோம். (அவனுக்கே பிடித்தமான கடைகள் இருந்தன). அங்கே ஜோடியாய் இருக்கிற பெண்களைக் கண்டுகொண்டு, (அந்த இடம் ஜோடி ஜோடியான பெண்களால் நிறைந்ததாக இருந்தது.) அவர்களுடன் பேசினோம், மதுவருந்தினோம், ஒரு ஹோட்டலுக்குச் சென்றோம், அவர்களுடன் பாலுறவு வைத்துக் கொண்டோம். அவன் ஒரு சிறந்த பேச்சாளன். சொல்வதற்கு அவனிடம் சிறந்த விஷயங்கள் இருந்தது என்றில்லை, ஆனால் அவன் பேசுவதைக் கேட்பதன்மூலம் பெண்கள் ஈர்க்கப்பட்டு அதிகமாகக் குடித்து, முடிவில் அவனுடன் படுப்பதில் சென்று முடிந்தது. அவர்கள் மிகவும் அழகான, ரசனைமிக்க, புத்திசாலியான ஒருவனுடன் இருப்பதை ரசித்தனர் என நினைக்கிறேன். அதில் மிகவும் ஆச்சர்யகரமான விஷயம், நான் அவனுடன் இருந்த காரணத்தினாலேயே, அதேயளவு வசீகரமிக்கவனாக நான் அவர்களுக்குத் தோற்றமளித்ததுதான். நாகசாவா என்னைப் பேசுமாறு தூண்டுவான், பெண்களும் அவனுக்களித்த அதே வியப்புக்கலந்த புன்னகையுடன் எனக்கு பிரதிவினை செய்வார்கள். அவன் தனது உண்மையான

திறமையைச் செயல்படுத்தி அற்புதம் செய்த ஒவ்வொரு முறையும் என்னை ஆச்சரியப்படுத்தினான். நாகசாவாவுடன் ஒப்பிட, கிஸுகியின் பேச்சுத்திறன் வெறும் குழந்தை விளையாட்டு. இது முற்றிலும் மாறுபட்ட தளத்திலான செயல்பாடு. நாகசாவாவின் சக்தியில் பெரிதும் அதிகமாக நான் கட்டுண்டு கிடந்ததைக் கண்டபோதும்கூட, கிஸுகியின் இழப்பை உணர்ந்தேன். அவனது நேர்மையை எண்ணி புதிதாய் வியப்படைந்தேன். எவ்வளவோ திறமையிருந்தபோதும், அவன் அதை என்னிடமும் நவோகோவிடமும் மட்டுமே பகிர்ந்துகொள்வான். ஆனால் நாகசாவா அவனது குறிப்பிடத்தக்க திறமைகளை தன்னைச் சுற்றியுள்ள அனைவரிடமும் வெளிக்காட்டும் மனப்போக்கைக் கொண்டிருந்தான். அவன் பார்க்கும் பெண்களுடனெல்லாம் படுப்பதற்காக துடித்துக்கொண்டிருந்தான் என்றில்லை, அது அவனளவில் ஒரு விளையாட்டு.

தெரியாத பெண்களுடன் படுப்பதுகுறித்து நான் அத்தனை ஆர்வமாய் இல்லை. நிச்சயமாக எனது பாலுறவு வேட்கையைத் தணித்துக்கொள்வதற்கான எளிதான வழிதான் அது, அந்த அனைத்துத் தீண்டல்களையும் தழுவல்களையும் நான் ரசித்தேன்தான், ஆனால் அதற்கடுத்த நாள் காலையை வெறுத்தேன். நான் எழுந்ததும் எனக்கருகில் உறங்கிக்கொண்டிருந்த புதிய பெண்ணைப் பார்ப்பேன். அறை ஆல்ஹகாலின் நாற்றமெடுக்கும், படுக்கை, திரைகள், அறையின் ஒளியமைப்பு எல்லாம் ‘காதல் புரிவதற்கேயான ஹோட்டலின்’ பிரத்யேகமான பகட்டைக் கொண்டிருக்கும். என் தலையானது மதுவின் பின்விளைவால் ஏற்பட்ட குழப்பத்துடனிருக்கும். பின் அந்தப் பெண் விழித்துக்கொண்டு தனது ஸ்டாக்கிங்ஸை அணிந்தபடியே, தன் அரைக்கால் சட்டையைத் தேடுவாள், “உனக்கு நேத்தைய ராத்திரி பழக்கமான ஒண்ணுனு நம்புறேன். எனக்கு இந்த மாசத்திலேயே மோசமான நாள் இதுதான்” என்பதுபோல ஏதாவது சொல்வாள். பின் அவள் கண்ணாடிமுன் அமர்ந்து அவளது வலியெடுக்கும் தலையைப்பற்றியோ, அல்லது அவளது உதட்டுச் சாயத்தை மறுபடியும் தீட்டும்போதோ அல்லது அவளது செயற்கை கண்புருவ மயிரைப் பொருத்தும்போதோ ஒத்துழைக்காத அவளது ஒப்பனை பற்றியோ முணுமுணுப்பாள். நான் அவர்களுடன் முழுஇரவையும் செலவிட முடிவு செய்திருக்கமாட்டேன், ஆனால் ஒரு பெண்ணிடம் உணர்ச்சியைத் தூண்டும்போது நடு இரவுக்குமேல் துயிற்கூடத்தில் அனுமதிக்கமாட்டார்கள் என்பதைப் பற்றி கவலைப்பட்டுக்கொண்டிருக்க முடியாது (மேலும் அது இயற்பியல் விதிகளுக்கு எதிரானது), எனவே நான் முழு இரவும் வெளியில் தங்குவதற்கான அனுமதியுடன்

செல்வேன். இதன் பொருள், நான் காலைவரை வெளியில் தங்கிவிட்டு போதை மயக்கம் தெளிந்து சுயவெறுப்புடன், சூர்யவெளிச்சம் என் கண்களைக் கூச, வாயெல்லாம் புழுதிபடிந்து, யாரோ ஒருவரது தலையைச் சுமந்துசெல்வதுபோல் திரும்பவேண்டும் என்பதாகும்.

இப்படி மூன்று அல்லது நான்கு பெண்களுடன் படுத்தபின்பு, நாகசாவாவிடம் நான் கேட்டேன், "இதையே 70 பேரோட செஞ்சபின்னாலயும், இது ஒருவிதத்துல அர்த்தமில்லாததா தோணலை?"

"நீயொரு நாகரிமான ஆள்ங்கிறதைத்தான் இது காட்டுது. வாழ்த்துகள். ஒருத்திக்கு பின்னால இன்னொருத்தினு தெரியாத பெண்களோட படுக்குறது மூலமா எதையும் அடைஞ்சுட முடியாது. இது உன்னை சோர்வடைய வைச்சு உன்மேலயே உனக்கு அருவருப்பை ஏற்படுத்தும். எனக்கும் அதேதான்."

"அப்ப இந்த கருமத்தை ஏன் நீ தொடர்ந்துக்கிட்டு இருக்க?"

"சொல்றது கஷ்டம். ஏய், தாஸ்தாவெஸ்கி சூதாட்டம் பற்றி எழுதுனது உனக்குத் தெரியுமா? அது இந்த மாதிரி இருக்கும்—உன்னைச் சுற்றி முடிவில்லாத சாத்தியங்கள் சூழ்ந்திருக்கும்போது, அவற்றைக் கடந்துசெல்ல விடுறதுதான் நீ செய்யக்கூடியதிலே சிரமமான விஷயம். நான் என்ன சொல்லவர்றேன்னு புரியுதா?"

"ஓரளவுக்கு"

"கவனி. சூரியன் அஸ்தமானமாகுது. பெண்கள் வெளியேவந்து குடிக்கிறாங்க. அவங்க எதையோ எதிர்பார்த்து அலைஞ்சு திரியறாங்க. அந்த ஏதோ ஒண்ணை என்னால கொடுக்கமுடியும். குழாயிலிருந்து தண்ணீர் குடிக்கிறதைப்போல உலகத்துல ரொம்ப எளிமையான விஷயம் இது. அவங்களுக்குத் தெரியவர்றதுக்கு முன்னாலே நான் அவங்களை வீழ்த்திடுவேன். இதுதான் அவங்க எதிர்பார்க்கிறது. சாத்தியம்னு நான் சொல்லவர்றது இதைத்தான். இதெல்லாம் உன்னைச் சுற்றி இருக்குது. உன்னால இதை எப்படி புறக்கணிக்கமுடியும்? இதைப் பயன்படுத்தறதுக்கு உனக்கு ஓரளவு திறமையும் வாய்ப்பும் வேணும். நீ வாயை மூடிக்கிட்டு அதை கடந்துபோகட்டும்னு விட்டுடுவியா?"

"எனக்குத் தெரியலை. நான் எப்பவுமே அதுபோல ஒரு சூழல்ல இருந்ததில்லை," நான் ஒரு புன்னகையுடன் சொன்னேன். "இது

எதுமாதிரியானதுனு என்னால கற்பனை பண்ணமுடியல."

"உனது அதிர்ஷ்டத்தை நினைச்சு சந்தோஷப்படு," நாகசாவா சொன்னான்.

நாகசாவாவின் செல்வச்செழிப்பான பின்னணியையும் தாண்டி அவன் துயிற்கூடமொன்றில் வசித்ததற்கு அவனது பெண்பித்தும் ஒரு காரணம். அவனது தந்தை, அவனை டோக்கியோவில் தனியாக தங்கச் சம்மதித்தால் நாகசாவா பெண்கள் விவகாரம் தவிர வேறெதையும் செய்யமாட்டான் என்று கவலைப்பட்டே, பல்கலைக்கழகத்தில் படிக்கும் நான்கு வருடங்களும் துயிற்கூடத்தில் தங்க அவனை வற்புறுத்தியிருக்கவேண்டும். அது நாகசாவாவுக்கு பெரிய விஷயமாக இல்லை. சில விதிமுறைகள் தன்னைக் கவலைக்குள்ளாக்குவதை அவன் அனுமதிக்கவில்லை. எப்போதெல்லாம் அவன் தேவையென உணர்ந்தானோ, அப்போதெல்லாம் அவன் ஓர் இரவுக்கான அனுமதிபெற்று பெண் வேட்டைக்குச் செல்வான் அல்லது அந்த இரவை தனது பெண்தோழியின் குடியிருப்பில் செலவழிப்பான். இத்தகைய அனுமதிகள் பெறுவதற்கு எளிதானவையல்ல, ஆனால் அவனளவில் அவை இலவச அனுமதிச் சீட்டு போன்றவை— என்னளவிலும்கூட, அவன் அனுமதி கேட்கும்பட்சத்தில் எளிதானவைதான்.

நாகசாவா நிலையான ஒரு பெண்தோழியையும் கொண்டிருந் தான். அவனது முதல் வருடத்திலிருந்தே அவளுடன் வெளியே போய்வந்து கொண்டிருந்தான். அவளது பெயர் ஹாட்சுமி, அவளுக்கு நாகசாவாவின் வயதே இருக்கும். நான் அவளை சிலமுறை சந்தித்துள்ளேன், அவள் பெரிதும் இனிமையானவள் என்று கண்டுகொண்டேன். அவள் பார்த்ததும் கவனத்தை ஈர்க்கும் வகையைச் சேர்ந்தவளல்ல, உண்மையில் நான் அவளை முதன்முறையாகச் சந்தித்தபோது மிகச் சாதாரணமானவளாகவே தெரிந்தாள். நான்— நாகசாவா ஏன் இன்னும் சிறப்பான பெண்ணைத் தேர்வுசெய்திருக்கக் கூடாதென ஆச்சரியப்பட்டேன். ஆனால் அவளுடன் பேசிப்பழகும் எவரொருவரும் உடனடியாக அவளை விரும்ப ஆரம்பிப்பர். அமைதியான, புத்திக்கூர்மையுள்ள, வேடிக்கையான, அன்பு பாராட்டுகிற, எப்போதும் குறையற்ற, நல்ல ரசனையுடன் ஆடையணிபவள் அவள். நான் அவளைப் பெரிதும் விரும்பியதோடு, ஹாட்சுமியைப்போல் எனக்கொரு பெண் தோழி இருந்திருந்தால், எளிதில் வசப்படும் ஒன்றுக்குமேற்பட்ட பெண்களுடன் படுக்கமாட்டேனென அறிந்திருந்தேன். அவளும் என்னை விரும்பியதோடு, நாங்கள் டபுள் டேட் செல்லும்படிக்கு அவளது மன்றத்திலுள்ள முதலாமாண்டுப்

பெண்ணை என்னுடன் இணைப்பதற்கு கடினமாக முயன்றாள். ஆனால் பழைய தவறுகளைச் செய்யாமலிருப்பதற்காக நான் சாக்குப்போக்குகளைச் சொல்லிவந்தேன். ஹாட்சுமி, நாட்டிலேயே முன்னணி பெண்கள் கல்லூரிக்குச் சென்றுவந்துகொண்டிருந்தாள். அந்த அதிபணக்கார இளவரசிகள் ஒருத்தியிடம் நான் போய்ப் பேசுவதென்பது நடக்காத ஒன்று.

ஹாட்சுமி, நாகசாவா பெண்களுடன் படுக்கைக்குச் சென்றான் என்பதை நன்றாகவே அறிந்திருந்தபோதும், அவள் அவனிடம் ஒருபோதும் குறைசொல்லியதில்லை. அவள் தீவிரமாகவே காதல்வயப்பட்டிருந்தாள், எனினும் அவள் ஒருபோதும் கோரிக்கைகளை வைத்ததில்லை.

ஒருமுறை நாகசாவா என்னிடம், "ஹாட்சுமியைப் போன்ற தொரு பெண்ணுக்கு நான் தகுதியானவன் இல்லை" என்றான். நான் அவன் சொன்னதை ஆமோதித்தேன்.

அந்த குளிர்காலத்தில் ஷின்ஷிகுவிலுள்ள சிறியதொரு இசைத்தட்டுக் கடையில் நான் பகுதிநேர வேலையில் சேர்ந்தேன். அதற்குப் பெரிய சம்பளமெல்லாம் இல்லை, ஆனால் வேலை எளிமையானது— வாரத்தில் மூன்று இரவுகள் கடையைக் கவனித்துக்கொள்ளவேண்டும். அத்தோடு அவர்கள் எனக்கு மலிவான விலையில் இசைத்தட்டுகளைத் தருவார்கள். கிறிஸ்துமஸின் போது நான் நவோகோவுக்காக, அவளுக்குப் பிடித்த ட்ராக்குடன் கூடிய ஹென்ரி மான்சினியின் ***டியர் ஹார்ட்*** இசைத் தொகுப்பு ஒன்றை வாங்கினேன். அதனை நான் காகிதத்தால் பொதிந்து அதன்மீது பளிச்சென்ற சிவப்பு ரிப்பனால் கட்டினேன். அவள் எனக்கு, அவளே பின்னிய கம்பளிக் கையுறைகளை வழங்கினாள். அதில் கட்டைவிரல் பகுதி சற்றே சிறிதாக இருந்தபோதும், அவை என் கையை கதகதப்பாய் வைத்தன.

அவள் முகம்சிவந்து, "ஐயோ, எவ்வளவு மோசமான கைவேலை, ஐ யாம் ஸாரி" என்றாள்.

"கவலைப்படாத, ரெண்டும் சரியான அளவுலதான் இருக்கு," எனது கையுறை அணிந்த கைகளை அவள்முன் நீட்டியபடியே சொன்னேன்.

"சரி, குறைஞ்சபட்சம் நீ கையை உன் பைகளுக்குள்ள நுழைக்கத் தேவையில்லனு நினைக்கிறேன்."

அந்தக் குளிர்கால விடுமுறையில் நவோகோ கோபேயிலுள்ள

வீட்டுக்குப் போகவில்லை. நானும்கூட டோக்கியோவிலேயே தங்கி அந்த வருட முடிவுவரை இசைத்தட்டுக் கடையில் வேலை செய்துகொண்டிருந்தேன். பிரத்யேகமாக நான் கோபேவில் கொண்டாட எதுவுமில்லை, மேலும் நான் பார்க்கவேண்டியவர்களும் யாருமில்லை. துயிற்கூட உணவகம் விடுமுறைக்காக மூடப்பட்டது. எனவே உணவுக்காக நான் நவோகோவின் குடியிருப்புக்குச் செல்லவேண்டியதாயிற்று. புதுவருடத்துக்கு முந்தைய நாள் எல்லாரையும்போலவே நாங்களும் அரிசி கேக்கும் சூப்பும் சாப்பிட்டோம்.

1969—ன் ஜனவரி மாதக் கடைசி மற்றும் பிப்ரவரியில் நிறைய விஷயங்கள் நடந்தன.

ஜனவரி மாதக் கடைசியில் ஸ்டோர்ம் ட்ரூப்பர் கடும் காய்ச்சல் காரணமாக படுக்கையில் விழுந்தான். அன்று நான் நவோகோவுடன் இருக்கவேண்டியது. ஒரு இசைநிகழ்ச்சிக்காக சில இலவசச் சீட்டுகளைப் பெறுவதற்காக நான் நிறைய சிரமத்திற்கு ஆளாகியிருந்தேன். அந்த ஆர்கெஸ்ட்ராவில் அவளுக்கு விருப்பமானவற்றில் ஒன்றான ப்ராமின் நான்காவது சிம்பொனி இசைக்கப்பட இருந்ததால், குறிப்பாக அதற்குச் செல்வதற்கு மிகவும் ஆவலாக இருந்தாள். ஆனால் வேதனைமிக்க இறப்பின் விளிம்பில் இருப்பதுபோல் படுக்கையில் புரண்டுகொண்டிருந்த அவனை நான் அப்படியே விட்டுச்செல்ல விரும்பவில்லை. எனது இடத்திலிருந்து அவனைக் கவனித்துக்கொள்ள எந்த ஒரு முட்டாளையும் என்னால் கண்டுபிடிக்க முடியவில்லை. நான் கொஞ்சம் பனிக்கட்டிகளை வாங்கி ஒன்றுக்குமேற்பட்ட ப்ளாஸ்டிக் பைகளில் பொதிந்து, அதனை அவனது நெற்றியின்மீது வைத்தேன். வியர்த்திருந்த அவனது புருவத்தை குளிர்ந்த துண்டால் துடைத்தேன். ஒவ்வொரு மணி நேரத்திற்கும் அவனது உடல் வெப்பநிலையைக் கவனித்தேன். அவனுக்காக அவனது பனியனைக்கூட மாற்றினேன். காய்ச்சல் ஒருநாள் முழுவதும் உச்சத்திலே இருந்தது, ஆனால் அடுத்தநாள் காலை அவன் படுக்கையிலிருந்து குதித்து எதுவுமே நடக்காததுபோல் உடற்பயிற்சி செய்ய ஆரம்பித்தான். அவனது உடல்வெப்பநிலை முழுக்க இயல்பாக இருந்தது. அவன் ஒரு மனித ஜென்மம் என்று நம்புவதே சிரமமாக இருந்தது.

"விநோதமா இருக்கு, என் வாழ்க்கையில் எனக்கு காய்ச்சலே வந்ததில்ல." என்றான் ஸ்டோர்ம் ட்ரூப்பர். அது கிட்டத்தட்ட அவன் என்னைக் குற்றம் சொல்வதுபோல் இருந்தது.

அது என்னை நிதானமிழக்கச் செய்தது. "ஆனா உனக்கு

காய்ச்சல் அடிச்சுது," வீணாய்ப்போன இரு நுழைவுச்சீட்டுகளை அவனிடம் காண்பித்து நான் வலியுறுத்தினேன்.

"நல்ல வேளை, அது இலவசமா கிடைச்சது," என்றான். நான் அவனது வானொலியைப் பிடுங்கி ஜன்னலின் வழியே வெளியே வீச விரும்பினேன், ஆனால் அதற்கு மாறாக தலைவலியுடன் படுக்கைக்குத் திரும்பினேன்.

பிப்ரவரியில் ஒன்றுக்கு மேற்பட்ட முறை பனி பொழிந்தது.

அந்த மாதம் முடியும் தறுவாயில் எனது தளத்திலுள்ள மூன்றாமாண்டு மாணவன் ஒருவனுடன் மடத்தனமான சண்டையில் இறங்கி, அவனுக்கொரு குத்துவிட்டேன். அவன் தனது தலையை கான்கிரீட் சுவரின்மீது மோதிக் கொண்டான், எனினும் அவன் மோசமாக அடிபடவில்லை. எனக்காக நாகசாவா விஷயங்களை நேர்படுத்தினான். இருந்தும், நான் துயிற்கூடத்தின் தலைமைப் பொறுப்பாளர் அலுவலகத்திற்கு அழைக்கப்பட்டு எச்சரிக்கப்பட்டேன். அதன்பிறகு நான் அந்த துயிற்கூடத்தில் வசிப்பதை நாளுக்கு நாள் அசௌகரியமாக உணர்ந்தேன்.

அந்தக் கல்வியாண்டு மார்ச்சில் நிறைவுற்றது, ஆனால் என்னுடைய தரமதிப்பீடு சிலபடி தாழ்ந்தே இருந்தது. எனது தேர்வு முடிவுகள் சாதாரணமானதாக— ஒருசில பி மதிப்பீடு தவிர பெரும்பாலானவை சி மற்றும் டி மதிப்பீடுகள் உடையதாகவே அமைந்திருந்தன. நவோகோ அவளது இரண்டாம் வருடத்தின் வசந்தகால பருவக் கல்வியைத் தொடங்குவதற்குத் தேவையான அனைத்து மதிப்பீடையும் பெற்றிருந்தாள். நாங்கள் பருவகாலங்களின் ஒரு முழுச்சுழற்சியை நிறைவுசெய்திருந்தோம்.

ஏப்ரலின் நடுவில் நவோகோ 20 வயதை எட்டினாள். அவள் என்னைவிட ஆறு மாதங்கள் பெரியவள், எனது பிறந்தநாள் நவம்பரில் வரும். அவள் இருபது வயதை எட்டியதில் ஏதோ புதுமையிருந்தது. நவோகோவாகட்டும் அல்லது நானாகட்டும், 18 மற்றும் 19—க்கிடையில் தொடர்ந்து முன்பின்னாக சென்றுவந்தோம் என்பது மட்டுமே அர்த்தமாகியது. 18 க்குப் பின் 19 வரும். அத்தோடு நிச்சயமாக 19—க்குப் பின் 18 வரும். ஆனால் அவள் 20—ஐ எட்டினாள். இலையுதிர்காலத்தில் நானும் அதே வயதிலிருப்பேன். இறந்தவன் மட்டுமே எப்போதைக்குமாக 17—ல் இருப்பான்.

அவளது பிறந்த நாளில் மழைபெய்தது. விரிவுரைக்குப்பின்

அருகிலிருந்த கடையில் ஒரு கேக் வாங்கிக்கொண்டு, அவளது வீட்டுக்குச் செல்லும் ட்ராமைப் பிடித்தேன் நான். "நாம் இதனைக் கொண்டாடியாகவேண்டும்" என்றேன் நான். அநேகமாக அவளது இடத்தில் நானிருந்தாலும், இதையேதான் நான் விரும்பியிருப்பேன். உங்களது இருபதாவது பிறந்தநாளை தனியாகச் செலவிடுவது சிரமம். ட்ராம், மிகவும் பயங்கரமாக குலுங்கியிருந்ததால் நான் நவோகோவின் அறைக்கு வரும்போது கேக்கானது வேறெதையும்விட பெரிதும் ரோம சாம்ராஜ்யத்திலிருந்த வட்டவடிவ அரங்கைப்போல் தோற்றமளித்தது. இருந்தும், ஒருவாறு நான் உடன் கொண்டுவந்திருந்த 20 மெழுகுவத்திகளை நிற்கச் செய்து, அவற்றை ஏற்றி, திரைகளை மூடி விளக்குகளை அணைத்து, நாங்கள் பிறந்தநாள் கொண்டாட்டத்துக்கான தயாரிப்புகளைச் செய்தோம். நவோகோ ஒரு ஒயின் பாட்டிலைத் திறந்தாள். நாங்கள் ஒயினருந்தி கொஞ்சம் கேக்கை ருசித்து எளிய இரவுணவை ரசித்துச் சாப்பிட்டோம்.

"எனக்கு தெரியலை, இருபது வயசுல இருக்கிறது மடத்தனமா இருக்கு. நான் இன்னும் தயாராகலை. இது யாரோ பின்னாலயிருந்து என்னைத் தள்ளூற மாதிரி விநோதமா படுது," என்றாள் அவள்.

"நான் தயாராகறதுக்கு இன்னும் ஏழு மாசம் இருக்கு," என ஒரு புன்னகையோடு கூறினேன்.

"நீ ரொம்ப அதிர்ஷ்டக்காரன்! இப்பவும் பத்தொன்பது வயசு தான்!" நவோகோ பொறாமையின் சாயலுடன் சொன்னாள்.

நாங்கள் சாப்பிடும்போது, ஸ்டோர்ம் ட்ரூப்பரின் புதிய மேல்சட்டை பற்றி அவளிடம் கூறினேன். அதுவரை அவனிடம் ஒன்றே ஒன்று— அடர் நீலநிற புல்ஓவர் ஒன்றுதான் இருந்தது. எனவே இரண்டு என்பது அவனளவில் பெரிய விஷயம். அந்த புல்ஓவர் அருமையான ஒன்று, கருப்பு சிவப்பு நிறத்தில் அதன் மையத்தில் மானின் உருவம் பின்னப்பட்டிருந்தது. ஆனால் அவன் அதை அணிந்தபோது அனைவரையும் சிரிக்கும்படிச் செய்தது. அவனால் என்ன நடந்துகொண்டிருந்தது என்பதைப் புரிந்துகொள்ள முடியவில்லை.

"எ — என்ன இவ்வளவு சந்தோஷம் வாட்டனபி?" உணவுக் கூடத்தில் என்னருகில் அமர்ந்து அவன் கேட்டான். "என் நெற்றியில் ஏதாவது ஒட்டியிருக்கா?"

"ஒண்ணுமில்லை," என் முகத்தை இயல்பாக வைத்துக்கொள்ள முயன்றபடி நான் சொன்னேன். "வேடிக்கையெல்லாம்

எதுவுமில்லை. அருமையான சட்டை."

"நன்றி," முகம் மலர அவன் சொன்னான்.

நவோகோ அந்தக் கதையை ரசித்தாள். "நான் அவனைச் சந்திக்கவேண்டும், ஒரே ஒரு தடவையாவது" என்றாள் அவள்.

"வாய்ப்பே இல்லை, நீ அவன் முகத்துக்கு நேராவே சிரிச்சுடுவ," என்றேன் நான்.

"நீ அப்படியா நினைக்கிற?"

"பந்தயமே கட்டுவேன். நான் அவனைத் தினம் பாக்குறேன், இருந்தும் சமயத்துல என்னாலயே சிரிப்பை அடக்க முடியறதில்லை."

நாங்கள் மேஜையைச் சுத்தம்செய்துவிட்டு தரையில் அமர்ந்து இசை கேட்டபடி மிச்சமிருந்த ஒயினைப் பருகினோம். நான் ஒரு குவளை பருக எடுத்துக்கொண்ட நேரத்தில், அவள் இரு குவளை பருகினாள்.

அன்றிரவு நவோகோ வழக்கத்துக்கு மாறாக அதிகம் பேசுபவளாகக் காணப்பட்டாள். அவள் என்னிடம் தனது குழந்தைப் பருவம், பள்ளி, குடும்பம் பற்றியெல்லாம் கூறினாள். ஒவ்வொரு அத்தியாயமும் அதிசிரத்தையுடன் வரையப்பட்ட நுண்ணோவியம்போன்று நீண்ட ஒன்று. நான் அவளது ஞாபகசக்தி கண்டு வியந்துபோனேன். ஆனால் உட்கார்ந்து அவள் கூறியதைக் கேட்டுக்கொண்டிருந்தபோதுதான், அவள் இந்தக் கதைகளை கூறிய விதத்தில் ஏதோ பிரச்சினை இருப்பது எனக்குத் தோன்றியது. ஏதோ விநோதமாய், கோணலாய்த் தெரிந்தது— ஒவ்வொரு கதையும் அதற்கேயான தர்க்கத்தை உள்ளூரக் கொண்டிருந்தாலும், ஒன்றிலிருந்து மற்றொன்றை இணைக்கும் தொடர்பு விசித்திரமான ஒன்றாக இருந்தது. நாம் அறியும் முன்பு கதை ஏ கதை பி—யாக மாறியது. அது ஏ—வின் கதையையும் கொண்டதாயிருந்தது. பின் பி, சி—யாக என முடிவே தென்படாததாக இருந்தது. முதலில் நான் பதில் சொல்லவேண்டிய விஷயங்களைக் கண்டேன். ஆனால் சற்று நேரத்துக்குப் பின் நான் பதில் சொல்ல முயற்சிப்பதை நிறுத்திக்கொண்டேன். இசைத்தட்டு ஒன்றை நான் ஓடவிட்டேன். அது முடிந்ததும், அந்த முள்ளைத் தூக்கிவிட்டு மற்றொன்றைப் போட்டு ஓடவிட்டேன். கடைசி இசைத்தட்டு முடிந்ததும், நான் திரும்பவும் முதலாவதுக்கு வந்தேன். அவளிடம் ஆறு இசைத்தட்டுகள் மட்டுமே இருந்தன. அந்தச் சுற்றானது

செயிண்ட் பெப்பர்ஸ் லோன்லி ஹார்ட்ஸ் கிளப் பாண்ட்—டில் தொடங்கி பில் எவானின் ***வால்ட்ஸ் பார் டெப்பி***—யில் நிறைவுற்றது. சாளரத்தையும் தாண்டி மழைபெய்தது. நேரம் மெதுவாக நகர்ந்தது. நவோகோ தனக்குத்தானே பேசியபடியே சென்றாள்.

அதேவேளை என்ன தவறு என்பது எனக்குப் புலப்பட்டது. நவோகோ பேசும்போது சில விஷயங்களைத் தொடாமலிருப்பதில் பெரிதும் அக்கறை எடுத்துக்கொள்வாள். நிச்சயமாக அத்தகைய விஷயங்களில் கிஸுகியும் ஒன்று. ஆனால் கிஸுகியையும் தவிர்த்து வேறு பல விஷயங்களும் இருந்தன. அவள் தீர்மானகரமாக சில விஷயங்களைத் தவிர்க்க நினைத்ததால், மிகவும் சாதாரணமான, வெறுமையான விஷயங்களை துல்லியமான விவரங்களுடன் முடிவின்றிப் பேசியபடியே போனாள். நான் இதற்குமுன்பு ஒருபோதும் அவள் அத்தகைய தீவிரத்துடன் பேசிக் கேட்டதில்லை என்பதால் அவள் பேச்சில் நான் குறுக்கிடவில்லை.

எனினும் கடிகாரம் ஏழுமணி அடித்ததும், நான் பரபரப்பாக உணர ஆரம்பித்தேன். அவள் நான்குமணி நேரத்துக்கும் மேலாக விடாமல் பேசிக்கொண்டிருந்தாள். நான் கடைசித் தொடர்வண்டியைப் பற்றியும், நள்ளிரவுக்குமேல் உள்ளே அனுமதியில்லாதது குறித்தும் கவலைப்பட ஆரம்பித்தேன். நான் எனக்கான வாய்ப்பைக் கண்டதும் குறுக்கிட்டேன்.

“துயிற்கூடத்துல உள்ளவங்க வீடு திரும்பவேண்டிய நேரம் இது” எனது கைக்கடிகாரத்தைப் பார்த்தபடி சொன்னேன். “கடைசி வண்டி வந்துக்கிட்டிருக்கும்.”

என் வார்த்தைகள் அவளை எட்டியதுபோல தெரியவில்லை அல்லது, ஒருவேளை அவளை எட்டியிருந்தால் அவளால் அதன் பொருளைப் புரிந்து கொள்ளமுடியாத நிலையிலிருந்திருப்பாள். ஒருநொடிக்கும் குறைவான நேரம் அவள் தன் வாயை மூடிவிட்டு, பின் தனது கதையைத் தொடர்ந்தாள். எனவே நான் முயற்சியைக் கைவிட்டுவிட்டு, இன்னும் வசதியான நிலைக்கு மாறியபடி, இரண்டாவது ஒயின்பாட்டிலில் எஞ்சியிருந்ததைக் குடித்தேன். அவளை தனக்குத்தானே பேசவிடுவதே நல்லதென நினைத்தேன். துயிற்கூடம் திரும்புவதற்கான நேரமும் கடைசிவண்டியும் அவை தம்மைப் பற்றி தாமே சிரத்தை எடுத்துக்கொள்ளட்டும்.

எனினும் அவள் பேச்சு நீண்ட நேரம் தொடரவில்லை. நான் அறியுமுன்பே அவள் பேசுவதை நிறுத்தியிருந்தாள். கடைசி வார்த்தை எந்த இடத்தில் தடைப்பட்டதோ அப்படியே அரைகுறையாய்

காற்றில் மிதந்தபடி இருந்தது. அவள் சொல்லிக்கொண்டிருந்ததை உண்மையில் முடித்திருக்கவில்லை. எளிமையாகச் சொன்னால் அவளது வார்த்தைகள் ஆவியாகிப் போயிருந்தன. அவள் தொடர்ந்து பேச முயற்சித்துக்கொண்டிருந்தாள். ஆனால் வெறுமையை எதிர்கொண்டபடி காணப்பட்டாள். ஏதோவொன்று இப்போது போய்விட்டது, அதனை அழித்த நபர் அநேகமாக நானாகத்தான் இருக்கவேண்டும். புரிந்துகொள்வதற்கு நேரமெடுத்துக்கொண்டு, எனது வார்த்தைகள் கடைசியில் அவளை அவசியம் எட்டியிருக்கவேண்டும். எந்தவொரு சக்தி அவளை இத்தனை நீண்டநேரம் தொடர்ந்து பேசவைத்துக் கொண்டிருந்ததோ அதனை அழித்திருக்கவேண்டும். இதழ்கள் சற்றே பிரிந்திருக்க, அரைநினைவுடனிருந்த அவளது விழிகள் என்மீது திரும்பின. அவள், மின்செருகியைப் பிடுங்கும்வரை சத்தமிட்டுக்கொண்டிருந்த ஒருவிதமான எந்திரத்தைப்போல் காட்சியளித்தாள். அவளது கண்கள் ஏதோ ஒருவித மெல்லிய, ஒளி ஊடுருவும் சவ்வால் மூடப்பட்டதுபோல் தெளிவற்றுக் காணப்பட்டன.

“குறுக்க பேசுறதுக்கு மன்னிச்சுடு, ஆனா இப்பவே நேரமாயிட்டிருக்கு, அதோட...” என்றேன் நான்.

ஒரு பெரிய கண்ணீர்த்துளி அவளது கண்ணிலிருந்து வழிந்து, கன்னமெங்கும் ஓடி இசைத்தட்டு உறையின்மீது விழுந்து சிதறியது. அந்த முதல் கண்ணீர்த் துளி தடையின்றி ஓடியதும், அதைத் தொடர்ந்து தடையற்ற ஒழுக்காக மிச்ச கண்ணீர்த்துளிகள் தொடர்ந்தன. நவோகோ தரையைப் பார்த்தபடி முன்னோக்கிக் குனிந்தபடி கைகளாலும் கால்களாலும் நின்றபடி, அவளது உள்ளங்கை பாயில் அழுந்தியபடியிருக்க ஒருவர் வாந்தியெடுப்பதுபோன்ற வேகத்துடன் அழத்தொடங்கினாள். என் வாழ்வில் ஒருபோதும் அத்தகையதொரு தீவிரத்துடன் யாரும் அழுது பார்த்ததில்லை. நான் அவளை அணுகி, அவளது நடுங்கும் தோள்களில் ஒரு கையை வைத்தேன். பின், உள்ளுணர்வின் காரணமாக, அவளை என் கைகளுக்குள் அணைத்துக் கொண்டேன். என்மீது அழுந்தியிருந்த அவளது முழு உடலும் நடுங்கியபடி இருக்க, சத்தமின்றி அவள் அழுகையைத் தொடர்ந்தாள். என் சட்டை அவளது கண்ணீராலும் சூடான மூச்சுக்காற்றாலும் ஈரமாகி— பின் நனைந்தேபோனது. விரைவில் அவளது விரல்கள் என் முதுகினூடே, எப்போதும் அங்கேயே இருந்துவரும் முக்கியமான எதையோ ஒன்றைத் தேடுவதுபோல் நகரத்தொடங்கின. அவளது எடையை எனது இடதுதோளில் தாங்கியபடி, எனது வலது கையைப் பயன்படுத்தி அவளது மென்மையான, நீண்ட கூந்தலை வருடினேன். பின் நான்

காத்திருந்தேன். அந்த நிலையில் நவோகோ அழுகையை நிறுத்துவதற்காகக் காத்திருந்தேன். நான் காத்துக்கொண்டே இருந்தேன். ஆனால் நவோகோவின் அழுகை நிற்கவேயில்லை.

அன்றிரவு நான் நவோகோவுடன் உறங்கினேன். அது சரியான விஷயம்தானா? என்னால் சொல்லமுடியவில்லை. இப்போதுகூட கிட்டத்தட்ட இருபது வருடங்களுக்குப் பின்பும், என்னால் நிச்சயமாகச் சொல்லமுடியவில்லை. ஒருவேளை நான் ஒருபோதும் அறியாமல் போகலாம். ஆனால் அந்த நேரத்தில், நான் செய்யமுடிந்ததெல்லாம் அதுதான். அவள் அதீத குழப்பத்திலும் இறுக்கத்திலும் இருந்தாள். நான் அதிலிருந்து அவளை விடுவிக்கவேண்டுமென விரும்புவதாக தெளிவுபடுத்திவிட்டாள். நான் விளக்குகளை அணைத்துவிட்டு, ஒருவேளையில் ஒன்றாக, என்னால் ஆனமட்டும் மென்மையாகத் தீண்டியபடி, அவளது ஆடைகளைக் களைந்தேன். பின் எனது உடைகளைக் களைந்தேன். அந்த ஏப்ரல்மாத மழையிரவில், நாங்கள் ஒருவர் மற்றவரின் நிர்வாண உடலை தழுவியபடி இருந்தபோது குளிர்ச்சி தெரியாமல் போதுமான அளவு கதகதப்பாகவே இருந்தது. வார்த்தைகளின்றி இருளில் நாங்கள் ஒருவர் மற்றவரின் உடலைத் தொட்டுணர்ந்தோம். நான் அவளை முத்தமிட்டு, அவளது மென்மையான மார்பகங்களை என் கைகளில் பற்றினேன். அவள் எனது எழுச்சியுற்ற ஆண்மையை கையால் பற்றினாள். அவளது அந்தரங்கம் கதகதப்பாகவும் ஈரமாகவும் என்னை அழைப்பதாகவும் இருந்தது.

இருந்தும், நான் அவளுள் நுழைந்தபோது, நவோகோ வேதனையில் துடித்துப்போனாள். இதுதான் அவளுக்கு முதல்முறையா? என் நான் கேட்க அவள் ஆமோதித்தாள். இப்போது நான் குழம்பிப்போனேன். நவோகோ கிஸுகியுடன் இருந்த காலங்களில் எல்லாம், அவள் அவனுடன் படுத்திருந்திருப்பாள் என நான் எண்ணியிருந்தேன். என்னால் முடிந்த வரைக்கும் உள்ளே நுழைந்து, நவோகோவைப் பிடித்துக்கொண்டு அங்கேயே நீண்டநேரத்துக்கு இயக்கமின்றி இருந்தேன். பின் அவள் அமைதியடைந்தது போல் காணத்தொடங்கியபின், நான் அவளுள் என்னை இயங்க அனுமதித்தேன். மெதுவான, இதமான அசைவுகளுடன் உச்சகட்டத்தை எட்ட நீண்ட நேரம் எடுத்துக்கொண்டேன். முடிவில் அவளது கைகள் என்னைச் சுற்றி இறுகப்பிணைத்தன. கடைசியில் அவள் தன் மௌனத்தை உடைத்தாள். நான் இதுவரை கேட்டதிலேயே உச்சகட்டத்தின் மிகத்துயரமான ஒலி அவளது முனகல்தான்.

அனைத்தும் முடிந்தபின், நான் நவோகோவிடம் அவள்

கிஸுகியுடன் ஒருபோதும் உறவு வைத்துக்கொள்ளாதது ஏனென கேட்டேன். அது தவறுதான். நான் இந்தக் கேள்வியைக் கேட்ட நொடியே அவள் தன் கையை என் மீதிருந்து விலக்கிக்கொண்டு மீண்டும் சத்தமின்றி அழத்தொடங்கினாள். நான் அவளது படுக்கையை தனியறையிலிருந்து எடுத்துவந்து, தரையிலிருந்த பாயின்மீது விரித்து, அவளை அதில் படுக்கவைத்து போர்வையால் மூடினேன். ஜன்னலுக்கு அப்பால் முடிவின்றிப் பெய்துகொண்டிருந்த ஏப்ரல் மாத மழையை புகைபிடித்தபடி பார்த்தபடியிருந்தேன்.

விடிந்தபோது மழை நின்றிருந்தது. நவோகோ தன் முதுகுப்புறத்தை எனக்குக் காட்டியபடி உறங்கிக்கொண்டிருந்தாள். அல்லது ஒருவேளை அவள் சிறிதும் தூங்காமல்கூட இருந்திருக்கலாம். அவள் தூங்கினாளோ அல்லது விழித்திருந்தாளோ, அனைத்து வார்த்தைகளும் அவளது உதட்டிலிருந்து நீங்கியிருந்தன. அவளது உடல் அப்போது விறைப்பாக கிட்டத்தட்ட உறைந்து போனதுபோல் தோன்றியது. நான் ஒன்றிரண்டுமுறை அவளுடன் பேச முயற்சிசெய்தேன், ஆனால் அவள் பதிலளிக்கவோ அசையவோ இல்லை. நீண்ட நேரம் நான் அவளது நிர்வாண தோள்களை பார்த்தபடியிருந்தேன், பின் முடிவில் அவளிடமிருந்து பதிலை வரவழைக்க முடியுமென்ற அனைத்து நம்பிக்கைகளையும் இழந்து, எழுந்திருப்பதெனத் தீர்மானித்தேன்.

தரையானது இன்னும் இசைத்தட்டின் மேலுறைகள், கண்ணாடிக் குவளைகள், ஒயின் பாட்டில்கள், நான் பயன்படுத்திக் கொண்டிருந்த சாம்பல் கிண்ணம் போன்றவற்றால் நிறைந்திருந்தது. மேஜையில் பாதி வெட்டியெடுக்கப்பட்ட பிறந்தநாள் கேக் எஞ்சியிருந்தது. அது என்னவோ காலம் நின்றுவிட்டது போல் காணப்பட்டது. நான் தரையில் கிடந்தவற்றையெல்லாம் எடுத்து வைத்துவிட்டு, குழாயில் இரண்டு குவளை நீர் பருகினேன். நவோகோவின் மேஜையின்மீது ஒரு அகராதியும் ஃபிரெஞ்சு வினைச்சொல் அட்டவணையும் இருந்தன. சாய்வு மேஜையின் மேலாக சுவரில் எந்தவிதமான ஓவியமோ, புகைப்படமோ இல்லாத— வெறுமனே எந்த மாதம், என்ன தேதி என்பதை மட்டும் காட்டும் நாட்காட்டியொன்று தொங்கியது. அதில் எந்த ஒரு தேதியினருகிலும் ஞாபகக்குறிப்புகளோ, அடையாளக் குறியீடுகளோ இல்லை.

நான் என் ஆடைகளை எடுத்து அணிந்தேன். என் சட்டையின் மார்புப் பகுதி இன்னும் ஈரமாகவும் குளிர்ந்தும் காணப்பட்டது. அதில் நவோகோவின் வாசனை இருந்தது. சாய்வு மேஜையின்மீது கிடந்த குறிப்பெழுதுவதற்கான நோட்டில், **நீ சமாதானமானதும்**

உன்னுடன் நல்லதொரு நீண்ட உரையாடல் நடத்த விரும்புகிறேன். தயவுசெய்து விரைவில் என்னை அழைக்கவும். இனிய பிறந்தநாள் வாழ்த்துகள் என எழுதினேன். நான் கடைசியாக ஒருமுறை நவோகோவின் தோளைப் பார்த்துவிட்டு வெளியேவந்து சத்தமின்றி கதவை மூடினேன்.

ஒருவாரம் கடந்தபின்பும் எந்த அழைப்புமில்லை. நவோகோ வின் வீட்டில் தொலைபேசியில் ஆட்களை அழைப்பதற்கான எந்தவசதியும் இருக்கவில்லை. எனவே ஞாயிறு காலை கொக்குபுன்ஜி செல்லும் தொடர்வண்டியைப் பிடித்தேன். அவள் அங்கு இல்லை, அவளது பெயர் கதவிலிருந்து அகற்றப்பட்டிருந்தது. ஜன்னல்களும் புயல்தடுப்புக் கதவுகளும் இறுக மூடப்பட்டிருந்தன. நிர்வாகி, மூன்று நாள் முன்பாகவே நவோகோ கிளம்பிவிட்டதாக என்னிடம் கூறினார். அவள் எங்கே சென்றாள் என அவருக்குத் தெரிந்திருக்கவில்லை.

நான் துயிற்கூடத்துக்குத் திரும்பி, நவோகோவுக்கு நீண்டதொரு கடிதம் எழுதி கோபேவிலுள்ள அவளது வீட்டின் முகவரிக்கு அனுப்பினேன். அவள் எங்கிருந்தபோதும், குறைந்தபட்சம் அவர்கள் அதனை அவளுக்கு அனுப்பிவைப்பர்.

நான் எனது உணர்வுகளை அதில் நேர்மையாக வெளிப்படுத்தியிருந்தேன். நான் இன்னும் புரிந்துகொள்ளாதது நிறைய இருந்ததெனவும், நான் அவற்றைப் புரிந்துகொள்ள பெரிதும் முயற்சிக்கிறேன் என்றும் அதற்கு காலமெடுக்கும் எனச் சொல்லியிருந்தேன். அந்தக் காலம் கடந்து செல்லும்போது நான் எங்கேயிருப்பேன் என இப்போது சொல்வது எனக்குச் சாத்தியமில்லாதது. அதனால்தான் உறுதிமொழி அளிப்பதோ, வேண்டுகோள் விடுப்பதோ அல்லது அழகிய வார்த்தைகளைப் பயன்படுத்துவதோ என்னால் இயலாததாயிருக்கிறது. ஆனால் ஒரு விஷயம் நாம் ஒருவரையொருவர் மிகக்குறைவாகவே அறிவோம். எப்படியிருந்தபோதும் அவள் அவகாசமளித்தால், இருவரும் ஒருவரைப்பற்றி ஒருவர் நன்றாக அறிந்து கொள்ள, நான் என்னாலான முயற்சிசெய்வேன். எப்படியிருந்தபோதும் அவளை மீண்டும் பார்க்கவும், நீண்டதொரு உரையாடலை மேற்கொள்ளவும் நான் விரும்பினேன். கிஸுகியை இழந்தபோது, என் உணர்வுகளை நேர்மையாகப் பகிர்ந்துகொள்ளக்கூடிய ஒருவனை நான் இழந்தேன். நவோகோவும் அத்தகையவளே என நான் கற்பனை செய்திருந்தேன். நாங்கள் நினைத்திருந்ததைவிடவும், அவளும் நானும் ஒருவருக்கொருவர் அதிக தேவையாய் இருந்தோம். அதனால்தான் எங்கள் உறவு அத்தகையதொரு சுற்றுவழியை எடுத்து, ஒருவிதத்தில் கோணலாகிப்போனது.

நான் அதைச் செய்திருக்கக்கூடாது. இருந்தும் என்னால் செய்யமுடிந்ததெல்லாம் அதுதானென நம்புகிறேன். நான் அந்தக் கணத்தில் உன்னிடம் உணர்ந்த அன்பும் நெருக்கமும், அதற்கு முன்பு ஒருபோதும் உணராத ஒன்று. நீ இந்தக் கடிதத்துக்கு அவசியம் பதிலெழுதவேண்டுமென நான் விரும்புகிறேன். அந்தப் பதில் எப்படி வேண்டுமானாலும் இருக்கட்டும். அதை நான் அறியவேண்டியது அவசியம்.

எந்தப் பதிலும் வரவில்லை.

எனக்குள் ஏதோவொன்று வெளியேற, அந்த வெற்றிடத்தை நிரப்ப எதுவும் வரவில்லை. இயல்புக்கு மாறாக நான் உடல்மெலிந்தேன். சப்தங்கள் உட் குழிந்து எதிரொலிக்க ஆரம்பித்தன. எப்போதைவிடவும் உண்மையாக நான் விரிவுரைகளுக்குச் செல்ல ஆரம்பித்தேன். அவை அலுப்பூட்டுபவையாக இருந்தன. எனது சக மாணவர்களுடன் நான் ஒருபோதும் பேசியதில்லை, ஆனால் அதுகுறித்து நான் செய்வதற்கு ஏதுமில்லை. விரிவுரைக்கான அரங்கில் மிகவும் முன்வரிசையில் நான் மட்டும் அமர்வதோடு, யாரிடமும் பேசுவதில்லை. தனியாகவே சாப்பிட்டேன். நான் புகைபிடிப்பதை நிறுத்தினேன்.

மே மாத கடைசியில் மாணவர்களின் வகுப்பு புறக்கணிப்பு தொடங்கியது "பல்கலைக்கழகத்தை நொறுக்குங்க" மாணவர்கள் அனைவரும் கூச்சலிட்டனர். 'போங்க போய் நொறுக்குங்க'— நான் நினைத்தேன். 'நொறுக்குங்க, பிளவுபடுத்துங்க, துண்டுதுண்டாக்குங்க. நான் கொஞ்சமும் கண்டுக்கமாட்டேன். அது புது காற்றைச் சுவாசிக்கிறதா அமையும். நான் எதற்கும் தயார். தேவைப்பட்டா நானும் உதவிக்கு வருவேன். போங்க. செஞ்சு முடிங்க.'

கல்லூரி வளாகம் முற்றுகையிடப்பட, விரிவுரைகள் கைவிடப்பட்டன. நான் பொருட்களை விநியோகம் செய்யும் நிறுவனமொன்றில் வேலைசெய்யத் தொடங்கினேன். ஓட்டுநருடன் அமர்ந்து லாரியில் சரக்குகளை ஏற்றிக்கொண்டு சென்று இறக்குவதுமாதிரியான வேலை. அது நான் நினைத்ததைவிடவும் சிரமமாகவே இருந்தது. முதலில், வலியால் காலையில் படுக்கையிலிருந்து எழுந்துகொள்வதே சிரமமாக இருந்தது. நல்ல சம்பளம், அத்துடன் நான் என் உடலை தொடர்ந்து செயலில் ஈடுபடுத்தியிருக்கும்வரை என்னால் எனக்குள்ளிருந்த வெறுமையை மறக்கமுடிந்தது. நான் வாரத்தில் ஐந்து நாட்கள் லாரியில் வேலைசெய்ததோடு, இசைத்தட்டு கடையில் வாரத்துக்கு மூன்று நாட்கள் பார்த்த வேலையையும் தொடர்ந்துசெய்தேன்.

வேலையில்லாத இரவுகளை விஸ்கியுடனும் புத்தகங்களுடனும் செலவிட்டேன். ஸ்டோர்ம் ட்ரூப்பர் விஸ்கியைத் தொடமாட்டான் என்பதோடு அவனால் அந்த வாசனையையும் சகிக்கமுடியவில்லை. எனவே நான் நேரடியாகவே என் படுக்கையில் படுத்தபடி, அதனைக் குடித்தேன். அவன் அதன் வாசனை படிப்பதைச் சாத்தியமில்லாததாகச் செய்கிறது என புகார் சொல்லியதுடன் என்னை பாட்டிலை எடுத்துக்கொண்டு வெளியே போகும்படிச் சொன்னான்.

"நீ வெளியே போ," நான் கத்தினேன்.

"துயிற்கூடத்தில தண்ணியடிக்கிறது வி—வி—விதிகளுக்கு எதிரானதுனு உனக்கே தெரியும்."

"அதை மயிரளவுக்குக்கூட நான் மதிக்கமாட்டேன். நீ வெளியே போ."

அவன் புகார்சொல்வதை நிறுத்திக்கொண்டான். ஆனால் இப்போது நான் வருத்தப்பட்டேன். மேலே மாடிக்குச் சென்று நான் தனியாகக் குடித்தேன்.

ஜூன் மாதத்தில் நவோகோவுக்கு மற்றொரு நீண்ட கடிதமெழுதி திரும்பவும் கோபேவிலுள்ள அவளது வீட்டு முகவரிக்கு அனுப்பி வைத்தேன். அதில் முதல் கடிதத்தில் சொன்ன விஷயங்களே பெரிதும் இடம்பெற்றிருந்தன. ஆனால் முடிவில்: **உனது பதிலுக்காகக் காத்திருப்பது நான் இதுவரை அனுபவித்ததிலே மிகவும் துயரமிக்க ஒன்றாக இருக்கிறது. குறைந்தபட்சம் நானுன்னைப் புண்படுத்தினேனா இல்லையா என்பதை மட்டுமாவது எனக்குத் தெரியப்படுத்து** என குறிப்பிட்டிருந்தேன். நான் அதை அஞ்சல் செய்தபோது எனக்குள்ளிருந்த வெற்றிடம் மீண்டும் வளர்ந்து பெரிதானதைப்போல உணர்ந்தேன்.

அந்த ஜூனில், மீண்டும் பெண்களுடன் படுப்பதற்காக நான் நாகசாவாவுடன் இருமுறை வெளியில் சென்றுவந்தேன். இருமுறையுமே சிரமம் இல்லாததாகவே அமைந்தது. முதல் பெண்ணை, ஆடை களைந்து ஹோட்டலின் படுக்கைக்கு கொண்டு செல்வதற்குள் பெரிதும் போராட வேண்டியிருந்தது. ஆனால் அவள் இத்தகைய போராட்டத்துக்குத் தகுதியானவளில்லை என்று நான் தனியாக அமர்ந்து வாசிக்கத் தொடங்கியதும், அவள் என்னருகே அமர்ந்து கொஞ்சத்தொடங்கினாள். மேலும் இரண்டாவதாகச் சென்ற பெண்ணுடன் நான் காரியத்தை முடித்தபிறகு, அவள் அனைத்து விதமான அந்தரங்க கேள்விகளையும் கேட்க ஆரம்பித்தாள். நான் எத்தனை

பெண்களுடன் படுத்துள்ளேன்? எந்தப் பகுதியைச் சேர்ந்தவன்? எந்தப் பல்கலைக்கழகத்துக்கு போய்க்கொண்டிருந்தேன்? எந்த வகையான இசை எனக்குப் பிடிக்கும்? நான் எப்போதாவது ஒசாமு டசாயின் நாவல்கள் ஏதாவது படித்துள்ளேனா? நான் வெளிநாடு செல்வதாயிருந்தால் எங்கே செல்ல விரும்புவேன்? அவளது மார்பகக் காம்பு மிகவும் பெரிதாக இருப்பதாக நான் நினைத்தேனா? நான் ஏதோ சில பதில்களைச் சொல்லிவிட்டு படுக்கப் போனேன். ஆனால் மறுநாள் காலை அவள் என்னுடன் காலை உணவு சாப்பிட விரும்புவதாகக் கூறினாள். ருசியில்லாத முட்டைகள், டோஸ்ட் மற்றும் காபியை குடித்தபடி எண்ணற்ற கேள்விகளை அவள் தொடர்ந்து கேட்டாள். என் தந்தையார் என்ன வேலை செய்தார்? நான் பள்ளியில் நல்ல மதிப்பெண்கள் வாங்கினேனா? நான் என்ன மாதத்தில் பிறந்தேன்? எப்போதாவது தவளைக்கறி சாப்பிட்டுள்ளேனா? அவள் எனக்குத் தலைவலியைத் தந்துகொண்டிருந்தாள். எனவே நாங்கள் சாப்பிட்டு முடித்த உடனேயே நான் வேலைக்குச் செல்லவேண்டுமென்று கூறினேன்.

“நான் உன்னை மறுபடி எப்போதாவது பார்ப்பேனா?” சோகமான பார்வையுடன் அவள் கேட்டாள்.

“ஓ! நிச்சயமா சொல்றேன் சீக்கிரமே நாம எங்காவது மறுபடி சந்திப்போம்.” என்று சொல்லிவிட்டு கிளம்பினேன். நான் தனிமையானவுடன், என்ன இழவைச் செய்துகொண்டிருக் கிறேனென நான் வியந்தேன். என்மீதே நான் அருவருப்பாக உணர்ந்தேன். எனினும் அவ்வளவுதான் நான் செய்யக்கூடிய தாயிருந்தது. என் உடல் பெண் வேட்கையுடனிருந்தது. நான் அந்தப் பெண்களுடன் படுக்கும்போதெல்லாம் நவோகோவைப் பற்றி நினைத்துக் கொண்டிருந்தேன். இருளில் வெண்ணிற வடிவில் தெரிந்த அவளது நிர்வாண உடல், அவளது பெருமூச்சுகள், மழையின் சப்தம். நான் எத்தனை அதிகமாய் இவற்றையெல்லாம் நினைத்தேனோ, அத்தனை தூரம் என் உடலின் வேட்கை அதிகரித்தது. நான் எனக்கான விஸ்கியுடன் மாடிக்குச்சென்று நான் எங்கே செல்வதாக நினைத்துக்கொண்டிருந்தேனென என்னை நானே கேட்டுக்கொண்டேன்.

கடைசியாக, ஜூலையின் தொடக்கத்தில் நவோகோவிடமிருந்து ஒரு கடிதம் வந்தது. சுருக்கமானதொரு கடிதம்.

உடனே பதிலளிக்காததற்காக என்னை மன்னித்துவிடு. ஆனால் புரிந்துகொள்ள முயற்சிசெய். நான் இந்தக் கடிதத்தை குறைந்தபட்சம் பத்துமுறையாவது எழுதத் தொடங்கியிருப்பேன்,

மேலும் எழுதுவதற்கான நிலைக்கு வருவதற்கே எனக்கு நீண்ட காலம் எடுத்தது. எழுதுவதென்பது என்னளவில் துயரமிக்க ஒரு செயல்பாடு.

என் தீர்மானத்தைச் சொல்லித்தொடங்க என்னை அனுமதிக்கும்படி வேண்டுகிறேன். கல்லூரியிலிருந்து ஒரு வருடம் நின்றுகொள்ள நான் முடிவுசெய்திருக்கிறேன். அதிகாரப்பூர்வமாக, இது வருகையின்மை. ஆனால் நான் எப்போதைக்குமாகத் திரும்பப் போவதில்லை என சந்தேகிக்கிறேன். இது உனக்குத் திகைப்பாக இருக்கும் என்பதில் சந்தேகமில்லை. ஆனால் உண்மையில் நான் இதனைச் செய்வது குறித்து நீண்டகாலமாக யோசித்துக் கொண்டிருந்தேன். சிலமுறை இதனை உன்னிடம் நான் சொல்ல முயன்றதுண்டு. ஆனால் என்னால் எப்போதும் அதனைச் சொல்லத்தொடங்க தயார்செய்ய முடிந்ததில்லை. நான் வார்த்தைகளை உச்சரிப்பதற்குக்கூட பயந்தேன்.

விஷயங்களை பெரிதுபடுத்த முயற்சிக்கவேண்டாம். எது நடந்தபோதும்— அல்லது நடக்காதபோதும் இறுதி விளைவு ஒன்றாகவே இருந்திருக்கப் போகிறது. விஷயத்தைச் சொல்வதற்கு இது சிறந்த வழியாக இல்லாதிருக்கலாம், அது உன்னைப் புண்படுத்தினால் அதற்காக நான் வருந்துகிறேன். நான் உன்னிடம் சொல்ல முயற்சிப்பது என்னவெனில், என் விஷயத்தில் நடந்தது குறித்து நீ உன்மீதே குற்றம் சுமத்திக்கொள்வதை நான் விரும்பவில்லை. அது அனைத்தும் நானே பொறுப்பேற்றுக் கொள்ளவேண்டிய ஒன்று. நான் ஒரு வருடத்துக்கும் மேலாக எனக்குநானே தள்ளிப்போட்டுவந்த ஒன்று. ஆக கடைசியில் நான் விஷயத்தை உனக்கு மிகவும் சிக்கலானதாக ஆக்கிவிட்டேன். அநேகமாக இனியும் அதனைத் தள்ளிப்போட வேறெந்த வழியுமில்லை.

நான் எனது குடியிருப்பிலிருந்து இடம்பெயர்ந்தபிறகு, கோபேவிலுள்ள எங்களது குடும்பவீட்டுக்கு வந்து கொஞ்சநாட்களுக்கு ஒரு மருத்துவரிடம் பார்த்துவந்தேன். அவர் என்னிடம், கியோட்டாவின் மலைகளுக்கப்பால் ஒரு இடம் இருப்பதாகவும், அது எனக்குப் பொருத்தமாக இருக்குமென்றும், அங்கே கொஞ்ச காலம் வசிப்பது பற்றி நான் சற்று சிந்திக்க வேண்டுமென்று கூறினார். அது மருத்துவமனை என்பதைவிட பெரிதும் ஆரோக்கிய ஸ்தல வகையிலான, மிகவும் சுதந்திரமான பாணியிலான சிகிச்சை அளிக்கும் இடம். அதுபற்றிய விவரங்களை இன்னொரு கடிதத்தில் எழுதுகிறேன். இப்போது எனது தேவை, உலகத்திலிருந்து ஒதுங்கியிருக்கும் அமைதியானதொரு இடத்தில் எனது நரம்புகளையெல்லாம் ஓய்வாக விடவேண்டியதுதான்.

ஹாருகி முரகாமி | 83

ஒருவருட காலமாக நீ எனக்கு துணையாக இருந்ததற்கு எனக்கேயுரிய விதத்தில் நான் நன்றியுள்ளவளாக உணர்கிறேன். வேறெதனையும் நம்பாவிட்டாலும், தயவுசெய்து இந்த அளவுக் காவது நம்பு. என்னைப் புண்படுத்தியது நீயல்ல. நான்தான் என்னைப் புண்படுத்திக்கொண்டேன். உண்மையில் நான் இப்படித்தான் உணர்கிறேன்.

எனினும், இப்போதைக்கு நான் உன்னைப் பார்க்கத் தயாராக இல்லை. அதற்காக நான் உன்னைப் பார்க்க விரும்பவில்லை என்று பொருளில்லை, எளிமையாகச் சொன்னால் நான் இன்னும் அதற்குத் தயாராகவில்லை. நான் ஆயத்தமாக உணரும் கணத்தில் உனக்கு எழுதுவேன். ஒருவேளை அப்போது நாம் ஒருவரையொருவர் நன்கு அறிந்துகொள்ளலாம். நீ சொன்னதுபோல அநேகமாக நாம் செய்யவேண்டியது அதுதான்: ஒருவரையொருவர் நன்றாக அறிந்துகொள்வது.

சந்திப்போம்.

நவோகோவின் கடிதத்தை நான் திரும்பத் திரும்ப படித்தேன், ஒவ்வொரு முறையும், நவோகோ என் கண்களுக்குள் உற்றுப்பார்க்கும்போதெல்லாம் வழக்கமாக நான் உணரும் அதே தாங்கவியலாத சோகம்தான் எனக்குள் நிறைந்தது. அதனைச் சமாளிக்க என்னிடம் எந்த வழியுமில்லை. அதனை மறைக்கவோ அல்லது பகிர்ந்துகொள்ளவோ இடமெதுவும் இல்லை. என் உடல்மீது வீசும் காற்றைப்போல அந்தத் துயரத்திற்கு உருவமோ, எடையோ கிடையாது. மேலும் என்னை அதற்குப்பின் மறைத்துக் கொள்ள முடியாது. பார்க்கும் பொருட்களும், நபர்களும் என்னை விரைந்து கடந்துசென்றார்கள், அக்காட்சியில் இடம்பெற்றவர்கள் பேசிய வார்த்தைகள் ஒருபோதும் என் காதுகளை எட்டவே இல்லை.

எனது சனிக்கிழமை இரவுகளை, துயிற்கூட அரங்கில் அமர்ந்தபடி செலவிடுவதை நான் தொடர்ந்தேன். தொலைபேசி அழைப்பு வருமென்ற நம்பிக்கை இல்லையெனினும், நேரத்தை வேறு எப்படிச் செலவிடுவதென எனக்குத் தெரிந்திருக்கவில்லை. தொலைக்காட்சியில் பேஸ்பால் விளையாட்டை வைத்து அதைக் கவனிப்பதுபோல பாவனை செய்தபடி, எனக்கும் தொலைக் காட்சிக்குமான இடைவெளியை பாதியாகக் குறைப்பேன், பின் திரும்பத் திரும்ப அதனையும் பாதியாக்குவேன். என் கைகளுக்குள் அடங்குமளவுக்கான இடத்தை எட்டும்வரை இதைத் தொடர்வேன்.

பத்துமணிக்கு நான் தொலைக்காட்சியை அணைத்துவிட்டு, எனது அறைக்குத் திரும்பி, படுக்கச்செல்வேன்.

மாதக் கடைசியில், ஸ்டோர்ம் ட்ரூப்பர் எனக்கு ஒரு மின்மினியைத் தந்தான். ஒரு உடனடிகாபி ஜாடியில், மூடியில் காற்றுப்போவதற்கான துளைகளுடனும் கொஞ்சம் நீருடனும் சில புல்லிதழ்களுடனும் அது இருந்தது. அந்த மின்மினி ஒளிமிகுந்த அறையில், நீங்கள் குளக்கரை அருகில் எங்கும் காணக்கூடிய சாதாரண கறுப்பு பூச்சிபோன்றே தெரிந்தது. ஆனால் ஸ்டோர்ம் ட்ரூப்பர் அது உண்மையிலே மின்மினியென வற்புறுத்தினான். "பார்த்த உடனேயே அது மின்மினியா இல்லையானு எனக்குத் தெரியும்" என்றான் அவன். மேலும் அதனை நான் நம்பாமலிருக்கக் காரணமோ, அடிப்படையோ எதுவுமில்லை.

"சரி, இது ஒரு மின்மினிதான்" என்றேன் நான். அது தன் முகத்தில் தூங்குமூஞ்சித்தனத்தைக் கொண்டிருந்தாலும் கண்ணாடி ஜாடியின் வழுக்கும் சுவரில் தொடர்ந்து ஏறுவதற்கு முயன்றபடியும் வழுக்கிவிழுந்தபடியும் இருந்தது.

"நான் இத முற்றத்துல கண்டுபிடிச்சேன்," அவன் சொன்னான்.

"இங்கே துயிற்கூடத்துக்கு பக்கத்துலயா?"

"ஆமா. தெருவுல கிழக்குப் பக்கமா இருக்கிற ஹோட்டலை உனக்குத் தெரியுமா? அவங்க கோடைகால வாடிக்கையாளர் களுக்காக அவங்களோட தோட்டத்துல மின்மினிகளை பறக்க விட்டாங்க. இது எப்படியோ இங்கே வந்துட்டுது."

ஸ்டோர்ம் ட்ரூப்பர் பேசியபடியே அவனது கறுப்புநிற போஸ்டன் பேக்கில் உடைகளையும் குறிப்புப் புத்தகங்களையும் அடுக்குவதில் பரபரப்பாகக் காணப்பட்டான்.

எங்களுக்கு சில வார கோடை விடுமுறை அளிக்கப்பட்டிருந்தது. கிட்டத்தட்ட நானும் அவனும் மட்டும்தான் துயிற்கூடத்தில் எஞ்சியவர்கள். கோபே செல்வதைத் தவிர்த்துவிட்டு, நான் எனது வேலைக்கு தொடர்ந்து சென்றுவந்து கொண்டிருந்தேன். அவன் ஒரு செய்முறைப் பயிற்சி அமர்வுக்காக தங்கியிருந்தான். இப்போது அவனது பயிற்சி முடிந்துவிட்டதால், யமனாஷி மலைகளுக்கு அவன் திரும்பச் சென்றுகொண்டிருந்தான்.

"நீ இதை உன் கேர்ள்ஃப்ரெண்டுக்குக் கொடுக்கணும். அவ

இதை விரும்புவானு என்னால நிச்சயமா சொல்லமுடியும்." என்றான் அவன்.

"நன்றி," என்றேன் நான்.

இருட்டியபின்பு துயிற்கூடம் ஓர் அழிவைப்போன்று நிசப்தமாகக் காணப்பட்டது. கொடியானது இறக்கப்பட்டிருந்தது, உணவருந்தும் அறையின் ஜன்னல்களில் விளக்கானது மின்னிக்கொண்டிருந்தது. வெகுசில மாணவர்களே இருந்ததால், பாதி விளக்குகளை மட்டுமே எரியவிட்டிருந்தனர். வலது பாதியை இருளில் விட்டுவிட்டு இடது பக்கத்தில் விளக்கெரிய விட்டிருந்தனர். இருந்தும், இரவுணவின் வாசனை— ஏதோ ஒரு க்ரீம் ஸ்டியுவின் வாசனை என்னை வந்தடைந்தது.

நான் பாட்டிலிலடைக்கப்பட்ட மின்மினியுடன் மாடியை அடைந்தேன். மேலே வேறெவரும் இல்லை. யாரோ ஒருவர் எடுக்க மறந்திருந்த வெள்ளைப் பனியனொன்று துணியுலர்த்தும் இடத்தில், பெரிய பூச்சியொன்றின் கழற்றிவிடப்பட்ட ஓட்டைப்போன்று மாலைநேரத் தென்றலில் அசைந்தபடி இருந்தது. துயிற்கூடத்தின் நீர்த்தொட்டியின் உச்சிக்குச் செல்ல மாடியின் மூலையொன்றில் இருந்த இரும்பு ஏணியொன்றில் நான் ஏறினேன். பகல்பொழுதில் உள்வாங்கிய சூரியனின் வெப்பத்தால் நீர்த்தொட்டி இன்னும் கதகதப்பாக இருந்தது. நான் நீர்த்தொட்டியின் மேலிருந்த குறுகிய இடத்தில், கைப்பிடிக் கிராதியின் மீது சாய்ந்தபடி, கிட்டத்தட்ட முழு நிலவாகக் காணப்பட்ட வெண்ணிலவை நேருக்குநேர் பார்த்தபடி அமர்ந்தேன். வலதுபுறம் ஷின்ஜுகுவும் இடதுபுறம் இகேபுகுரோவும் ஒளியில் மின்னின. கார்களின் முன்விளக்குகளின் ஒளிவெள்ளம் ஒன்றிலிருந்து மற்றது தெளிவான வெளிச்ச ஓடைகளாக மிதந்தன. கலவையான ஒலிகளாலான இலேசான இரைச்சல் நகரின்மீது மேகத்தைப்போல கவிந்திருந்தது.

மின்மினி, ஜாடியின் கீழ்ப்பகுதியில் மங்கலான வெளிச்சத்தை உண்டுபண்ணியது. அதனுடைய ஒளி அனைத்திலும் மிகப் பலவீனமாக இருந்தது, அதன் நிறம் மிகவும் வெளுத்துக் காணப்பட்டது. நான் பல வருடங்களாக மின்மினியையே பார்க்கவில்லை. ஆனால் என் நினைவிலிருந்த அந்த நிகழ்வு பெரிதும் வெளிச்சமான ஒளியை அந்தக் கோடை இருளில் அனுப்பியது. அந்தப் பளபளப்பான, பற்றியெரியும் வெளிச்சத்தின் பிம்பம்தான் இத்தனை நாட்களாக எனக்குள் இருந்தது.

ஒருவேளை அந்த மின்மினி சாவின் விளிம்பில் இருந்திருக்கலாம். நான் அந்த ஜாடியை சிலமுறை குலுக்கினேன். அது கண்ணாடிச்

சுவரின்மீது மோதி, பறக்க முயற்சித்தது. எனினும் அதன் ஒளி மங்கலாகவே காணப்பட்டது.

நான் கடைசியாக எப்போது மின்மினிகளைப் பார்த்தேன், எங்கே வைத்துப் பார்த்தேன் என நினைவுகூர முயற்சித்தேன். என்னால் மனதில் அந்தக் காட்சியைக் காணமுடிந்தது, ஆனால் இடத்தையோ, எப்போதென்பதையோ நினைவுகூர முடியவில்லை. என்னால் அந்த இருளில் நீரின் சப்தத்தைக் கேட்கவும், பழம்பாணியிலான செங்கல்லாலான மதகொன்றைப் பார்க்கவும் முடிந்தது. மதகின் வாயைத் திறக்கவும் மூடவும் உதவும் கைப்பிடி ஒன்றை அது கொண்டிருந்தது. அதிலிருந்து வெளியேறிய நீரோடை, அதன் கரையோரமிருந்த புற்களால் மறைக்கப்படும் அளவுக்கே இருந்தது. இரவுப்பொழுது இருளாக இருந்தது, என் கைவிளக்கினை அணைத்தால் என் கால்களைக்கூட பார்க்கமுடியாத அளவுக்கு மிக இருளாக இருந்தது. மதகு வாயிலால் தடுக்கப்பட்டிருந்த நீர்த்தொகுதியின்மீது நூற்றுக்கணக்கான மின்மினிகள் பறந்தபடியிருக்க, அவற்றின் அழகிய மினுமினுப்பு, நீரில் தீப்பொறிகளின் தூவல்போல பிரதிபலித்துக்கொண்டிருந்தது.

நான் என் கண்களை மூடி, வெகுநாட்களுக்கு முந்தைய இருளில் என்னை அமிழச்செய்தேன். வழக்கத்துக்கு மாறான தெளிவுடன் காற்றின் சப்தத்தைக் கேட்டேன். லேசான தென்றல் விரைந்து என்மீது வீசி, இருளில் விநோதமான, அற்புதமான தடத்தை விட்டுச்சென்றது. நான் கோடைகால இரவின் இருளை அறிவதற்காக என் கண்களைத் திறந்தேன். அது முன்பைவிட சில பாகை அடர்த்தியாக மாறியிருந்தது.

நான் ஜாடியின் மூடியைத் திருகித் திறந்து அந்த மின்மினியை வெளியே எடுத்து, அதனை இரண்டு இஞ்ச் அகலமுள்ள நீர்த்தொட்டியின் விளிம்பில் வைத்தேன். அது தனது புதிய சூழலை அறிந்துகொண்டதுபோல் தெரியவில்லை. இரும்புத் திருகின் தலைப்பகுதியைச் சுற்றி தடுமாறி நடந்தது. அதன் கால்களால் வண்ணப்பூச்சின் வளைந்த பொருக்கு ஒன்றைப் பற்றிக்கொண்டது. அது தன் பாதை மறிக்கப்பட்டிருக்கிறது எனத் தெரியும்வரை வலதுபுறம் நகர்ந்தது. அதன்பின் வட்டமடித்துத் திரும்பி இடதுபுறமாகச் சென்றது. கடைசியில் சிறிது முயற்சிக்குப் பின் திருகின் தலைப்பகுதிக்கு ஏறத் தொடங்கியது. அங்கே சற்று நேரம் அசையாமல் அதன் கடைசி மூச்சை உள்ளிழுப்பதுபோல் பதுங்கியபடியிருந்தது.

நான் இப்போதும் கைப்பிடிக் கிராதியில் சாய்ந்தபடி

மின்மினியைக் கவனித்தபடி இருந்தேன். நானோ மின்மினியோ மிக நீண்ட நேரத்துக்கு அசையவே இல்லை. காற்று எங்கள் இருவர் மேலும் வேகமாக வீசியபடியிருக்க, ஜெல்கோவா மரத்தின் எண்ணற்ற இலைகள் இருளில் சலசலத்தபடி காணப்பட்டன.

நான் முடிவில்லாது காத்துக்கொண்டிருந்தேன்.

வெகுநேரத்துக்குப் பின்பே மின்மினி காற்றில் பறந்தது. திடீரென அதற்கு ஏதோ எண்ணம் தோன்றியதுபோல, மின்மினி அதன் சிறகை விரித்து, ஒரு கணத்தில் கைப்பிடிக் கிராதியை வேகமாகக் கடந்து சற்றே மங்கலான இருளுக்குள் பறந்துசென்றது. காலத்தில் மறைந்த இடைவெளியை பின்தொடர்ந்து திரும்பக்கொண்டுவர முயற்சிப்பதுபோல், நீர்த்தொட்டியின் பக்கவாட்டில் வேகமாக வட்டமடித்துப் பறந்தது. அதன் ஒளியின் வட்ட வடிவக் கோடு, காற்றுடன் கலப்பதைக் கவனிப்பதுபோல் அங்கேயே சில நொடிகள் சுற்றியது. பின் கடைசியில் கிழக்குநோக்கி பறந்து மறைந்தது.

மின்மினி மறைந்து வெகுநேரத்துக்குப் பின்னும் அதன் ஒளிசென்ற சுவடு எனக்குள் எஞ்சியிருந்தது. அதன் மங்கலான, மெல்லிய வெளிச்சம், வழிதவறிய ஆன்மாவைப்போல் என் கண்ணிமைகளுக்கு பின்னாலிருந்த அடர்ந்த இருளில் திரும்பத் திரும்ப சுற்றிக்கொண்டேயிருந்தது.

ஒன்றுக்கும் மேற்பட்ட முறை என் கையை இருளில் நீட்டினேன் நான். என் விரல்கள் எதையும் தீண்டவில்லை. அந்த மெல்லிய வெளிச்சம் என் பிடிக்கு அப்பாற்பட்டதாக இருந்தது.

4

கோடை விடுமுறையின்போது பல்கலைக்கழகம் கலகத்தையடக்கும் காவலர்களுக்கு அழைப்புவிடுத்தது. அவர்கள் தடையரண்களை உடைத்து உள்ளேயிருந்த மாணவர்களைக் கைதுசெய்தனர். இது புதிதான ஒன்றல்ல. அந்த நேரத்தில் அனைத்து மாணவர்களும் இதையே செய்துகொண்டிருந்தனர். பல்கலைக்கழகங்களை அத்தனை எளிதாகக் கலைத்துவிடமுடியாது. பெருந்தொகைகள் அவற்றில் முதலீடு செய்யப்பட்டுள்ளன, சில மாணவர்கள் மூர்க்கமாக நடந்துகொள்வதற்காக அவற்றைக் கலைத்துவிடமுடியாது. உண்மையில் பல்கலைக்கழக வளாகத்தை மூடிக்கொண்டு உள்ளிருப்புச்செய்த மாணவர்களும்கூட பல்கலைக்கழகத்தை கலைத்துவிடுவதை விரும்பவில்லை. அவர்கள் செய்யவிரும்பியதெல்லாம், பல்கலைக்கழக அமைப்பின் அதிகாரச் சமநிலையை இடம்மாற்ற விரும்பியதுதான். அது நான் சிறிதும் அக்கறை காட்டாத ஒன்றாகும். எனவே கடைசியில் கல்லூரிப் புறக்கணிப்புப் போராட்டம் நசுக்கப்பட்டபோது, நான் எதனையும் உணரவில்லை.

நான் செப்டம்பரில் பல்கலைக்கழக வளாகத்தினுள் இடிபாடுகளைக் காணப்போகிறோம் என்ற எதிர்பார்ப்புடன் போனேன். அந்த இடம் அப்படியே தீண்டப்படாமல் இருந்தது. நூலகப் புத்தகங்கள் எடுத்துச் செல்லப்படாமல், காப்பாளர் அறை சூறையாடப்படாமல், மாணவர் அலுவலக அறை தீக்கொளுத்தப்படாமல் இருந்தன. நான் பேச்சிழந்து நின்றேன். முற்றுகையிட்டு உள்ளே இருந்தவர்கள் என்ன இழவைச்

செய்துகொண்டிருந்தார்கள்.

போராட்டம் செயலிழந்ததும், காவலர்களின் ஆக்கிரமிப்பின்கீழ் விரிவுரைகள் மீண்டும் தொடங்கியபோது, வகுப்பறையில் முதலாவதாக வந்து அமர்ந்தவர்கள் போராட்டத்தை நடத்திய பைத்தியக்காரர்கள்தான். எப்போதுமே எதுவுமே நிகழாததுபோல, அமர்ந்து குறிப்புகள் எடுத்தபடியும் வருகைப் பதிவு எடுக்கப்பட்டபோது, வந்திருப்பதாகப் பதிலளித்தபடியும் காணப்பட்டனர். இது எனக்கு நம்பமுடியாததாகத் தோன்றியது. அனைத்துக்கும்மேல் போராட்டம் இன்னும் செயல்பாட்டில் உள்ளது. போராட்டம் முடிவுக்குக் கொண்டுவரப்பட்டதாக இதுவரை பிரகடனம் செய்யப்படவுமில்லை, நிகழ்ந்ததெல்லாம் கலகமடக்கும் காவலர்கள் அழைக்கப்பட்டு முற்றுகை நீக்கப்பட்டதுதான். ஆனால் போராட்டம் தொடர்ந்ததாகவே கருதவேண்டும். போராட்டத்தின்போது அதற்கு எதிர்ப்பு தெரிவித்தவர்களின் (அல்லது அதுகுறித்து சந்தேகம் எழுப்பியவர் களின்) தலையை எடுத்துவிடுவதாக கூச்சலிட்டதோடு, அந்த மடையர்கள் அவர்களை தங்களது அதிகாரப்பூர்வமற்ற விசாரணையின்மூலம் தண்டிக்க முயன்றனர். நான் அந்த முன்னாள் தலைவர்களைச் சென்று பார்ப்பதென முடிவுசெய்து அவர்களிடம் சென்று, போராட்டத்தைத் தொடர்வதற்குப் பதில் விரிவுரைகளில் கலந்துகொள்வதைத் தொடர்வது ஏனெனக் கேட்டேன். ஆனால் அவர்கள் எனக்கு நேரடியாகப் பதில் சொல்லவில்லை. அவர்களால் என்ன பதில் சொல்லியிருக்கமுடியும்? வருகைக்குறைவால் மதிப்பெண் குறைந்துவிடுமென பயப்படுவதாகவா அவர்கள் சொல்லமுடியும்? பல்கலைக்கழகத்தை இழுத்து மூடவேண்டுமென கத்தியவர்களில் இந்த முட்டாள்களும் ஒருவர் என்பதை நினைத்துப்பார்த்தேன். என்ன ஒரு நகைச்சுவை! காற்று சற்றே திசைமாறியதும் அவர்களது கூச்சல் முனகல்களாக மாறிவிட்டது.

ஹேய், கிஸுகி நீ அப்படியொன்றும் பெரிதாய் எதையும் இழந்துவிடவில்லை என நான் நினைத்தேன். இந்த உலகம் ஒரு குப்பை. இந்த முட்டாள்கள் நல்ல மதிப்பெண் பெற்று, தங்களைப்போல அருவருக்கத்தக்க பிம்பத்தையுடைய சமூகத்தை உருவாக்கத் துணைபுரிகின்றனர்.

கொஞ்சநாட்களுக்கு நான் விரிவுரைகளில் கலந்துகொண்டேன், ஆனால் அவர்கள் வருகைப் பதிவு செய்யும்போது நான் பதிலளிக்க மறுத்துவந்தேன். இது அர்த்தமில்லாத செயலென நான் அறிந்திருந்தாலும் இதைத்தவிர நான் செய்வதற்கு பெரிதாய் வேறு ஏதுமில்லையென உணர்ந்தேன். என்னால் செய்யமுடிந்ததெல்லாம்

எப்போதையும்விட அதிகமாக பிற மாணவர்களிடமிருந்து நான் என்னைத் தனிமைப்படுத்திக்கொள்வதுதான். என் பெயர் அழைக்கப்படும்போது மௌனமாக இருப்பதன்மூலம், நான் அனைவரையும் சிலநொடிகள் தர்மசங்கடத்துக்கு உள்ளாக்கினேன். பிற மாணவர்கள் எவரும் என்னிடம் பேசவில்லை. நானும் அவர்கள் எவருடனும் பேசவில்லை.

செப்டம்பர் இரண்டாவது வாரத்தின்போது, பல்கலைக்கழக படிப்பு அர்த்தமற்றது எனும் முடிவுக்கு நான் வந்தேன். சலிப்பைக் கையாள்வதற்கான வழிமுறைகளில் பயிற்சியெடுக்கும் காலகட்டமாக அதனைக் கருதுவதென நான் தீர்மானித்தேன். முக்கியமாக, நான் உடனடியாக படிப்பை நிறுத்திவிட்டு இந்த சமூகத்தில் செய்துமுடிக்க விரும்பும் விஷயமென்று எதுவுமில்லாததால், நான் தினமும் எனது வகுப்புகளுக்குச் சென்று குறிப்பெடுத்துக்கொண்டு, எனது ஓய்வுநேரத்தை நூலகத்தில் வாசித்தபடியோ, அங்கு நடப்பவற்றைப் பார்வையிட்டபடியோ செலவிட்டேன்.

செப்டம்பரின் இரண்டாவது வாரம் வந்தபோதும் ஸ்டோர்ம் ட்ரூப்பர் திரும்பியதற்கான எந்த அறிகுறியும் இல்லை. வழக்கத்துக்கு மாறானது என்பதையும் தாண்டி, இது நம்பவியலாத முன்னேற்றமும்கூட. பல்கலைக்கழகம் திரும்பவும் ஆரம்பித்திருக்க, ஸ்டோர்ம் ட்ரூப்பர் வகுப்புகளைத் தவறவிடுவது என்பது நம்பமுடியாததாக இருந்தது. அவனது சாய்வு மேஜையிலும் வானொலியிலும் தூசி மெல்லிய படலமாக படர்ந்திருந்தது. அவனது அலமாரியில்— அவனுடைய பிளாஸ்டிக் கோப்பை, டூத்பிரஷ், தேநீர்க் குப்பி, பூச்சிமருந்து மற்றும் பிறபொருட்கள் ஒழுங்கான வரிசையில் நின்றுகொண்டிருந்தன.

அவன் இல்லாத சமயத்தில், அறையை நான் சுத்தமாக வைத்துக்கொண்டேன். கடந்த ஒன்றரை வருடத்தில் சுத்தம் பேணும் பழக்கத்தை அவனிடமிருந்து கற்றுக்கொண்டதோடு, அவனின்றியே அறையைக் கவனித்துக்கொண்டேன், எனக்கு அதைச் செய்வதுதவிர வேறு வழியில்லை. நான் தரையை தினசரி பெருக்கி, ஜன்னலை மூன்று நாட்களுக்கு ஒருமுறை துடைத்து, எனது படுக்கையை வாரம் ஒருமுறை உலர்த்தி, அவன் திரும்பிவந்ததும் நான் எத்தனை மகத்தான வேலை செய்திருக்கிறேனென சொல்வதற்காகக் காத்திருந்தேன்.

ஆனால் அவன் ஒருபோதும் திரும்பி வரவேயில்லை. ஒருநாள் நான் வகுப்பிலிருந்து திரும்பியபோது, அவனது பொருட்களெல்லாம் காணாமல் போயிருந்ததோடு, அவனது

பெயர்ச்சீட்டு கதவிலிருந்து அகற்றப்பட்டிருந்தது. நான் துயிற் கூடத்தின் தலைமைப் பொறுப்பாளர் அறைக்குச்சென்று என்ன நடந்ததெனக் கேட்டேன்.

"அவனை துயிற்கூடத்துலருந்து விலக்கிட்டோம். இனி நீ மட்டும்தான் அந்த அறையிலிருக்கணும்" என அவர் சொன்னார்.

ஸ்டோர்ம் ட்ரூப்பர் ஏன் வரவில்லையென என்னால் அவரிடமிருந்து தெரிந்துகொள்ள முடியவில்லை. அனைத்தையும் கட்டுக்குள் வைப்பதும் மற்றவர்களை விவரம் தெரியாமல் பார்த்துக்கொள்வதுமே அவர் வாழ்வின் மகத்தான சந்தோஷ மாகும்.

ஸ்டோர்ம் ட்ரூப்பரின் பனிக்குன்று சுவரொட்டியே கொஞ்ச நாட்களுக்கு சுவரில் இருந்தது, ஆனால் நான் அதனை எடுத்துவிட்டு அதற்குப்பதில் ஜிம் மோரிசான், மைல்ஸ் டேவிஸ் படத்தை மாற்றினேன். இது அந்த அறையை மேலும்கொஞ்சம் எனது சொந்த அறையைப்போல மாற்றியது. நான் வேலைசெய்து சேர்த்த பணத்திலிருந்து கொஞ்சம் பணம் செலவழித்து சிறிய ஸ்டீரியோ ஒன்றை வாங்கினேன். இரவில் நான் தனியாக மதுவருந்தும்போது இசை கேட்கமுடியும். அவ்வப்போது நான் ஸ்டோர்ம் ட்ரூப்பர் பற்றி நினைத்ததுண்டு, எனினும் தனியே வசிப்பதை நான் ரசிக்கவே செய்தேன்.

திங்கட்கிழமையொன்றில், நாடக வரலாற்றில் யூரிபிடிஸ் குறித்த விரிவுரைக்குப்பின்பு 11.30 மணியளவில், பத்து நிமிட நடையில் சிறிய உணவகம் ஒன்றை அடைந்து, மதிய உணவாக ஆம்லெட்டும் சாலட்டும் சாப்பிட்டேன். அந்த இடம் அமைதியானதாக, தெருக்கடைசியில் அமைந்திருந்ததோடு, மாணவர்களுக்கான உணவருந்தும் இடத்தைவிட சற்றே விலையதிகம்தான். ஆனால் அங்கே நீங்கள் ஓய்வாக இருக்கமுடியும், அத்தோடு அவர்கள் நன்றாக ஆம்லெட் போடுவது எப்படியென அறிந்திருந்தார்கள். அவர்கள் என்பது— ஒருவருக்கொருவர் பேசிக்கொள்வதே அபூர்வமான திருமணமான தம்பதி, அவர்களோடு ஒரு பகுதிநேர பரிசாரகி. நான் அங்கே ஜன்னலருகில் அமர்ந்து சாப்பிட்டுக் கொண்டிருந்தபோது, இரண்டு ஆண், இரண்டு பெண்களென நான்கு மாணவர்கள் ஒரு குழுவாக உள்ளே வந்தனர். அனைவருமே நன்கு உடையணிந்திருந்தனர். அவர்கள் கதவருகே இருந்த மேஜையிலமர்ந்து, அவர்களில் ஒருவர் தங்களது தேர்வை பரிசாரகியிடம் சொல்லும்வரை சற்று நேரம் உணவுப்பட்டியல் அட்டையை பார்த்து விவாதிப்பதில் செலவிட்டனர்.

விரைவிலேயே அந்தப் பெண்களில் ஒருத்தி என் பக்கமாக தொடர்ந்து பார்வையிடுவதை நான் கவனித்தேன். அவளது தலைமுடி மிகவும் குட்டையாக இருந்ததுடன், அடர்த்தியான குளிர்கண்ணாடியணிந்து பருத்தியாலான வெள்ளை மினி உடை அணிந்திருந்தாள். அவள் யாரென எனக்கெதுவும் தெரியா தென்பதால், நான் என் மதிய உணவை சாப்பிட்டபடியிருந்தேன். ஆனால் விரைவிலேயே அவள் தனது இருக்கையிலிருந்து நழுவி, நான் அமர்ந்திருந்த இடத்தை நோக்கி வந்துகொண்டிருந்தாள். என் மேஜையின் விளிம்பில் ஒரு கையை வைத்தபடி, "நீங்க வாட்டனபி, சரியா ?" என்றாள்.

நான் எனது தலையை நிமிர்த்தி அவளை மிக நெருக்கமாகப் பார்த்தேன். இருந்தும் நான் அவளை எப்போதாவது பார்த்திருக்கிறேனா என நினைவுபடுத்த முடியவில்லை. அவள், நாம் கவனிக்கக்கூடிய வகைப் பெண்ணாக இருந்தாள். எனவே நான் அவளை முன்பே பார்த்திருந்தால் என்னால் உடனடியாக அவளை அடையாளம் கண்டுகொள்ளமுடிந்திருக்கும். தவிரவும் எனது பல்கலைக்கழகத்தில் என் பெயர் வரைக்கும் தெரிந்த நபர்கள் அதிகமில்லை.

"நான் உட்கார்றதில ஆட்சேபணையில்லையே?" அவள் கேட்டாள். "இல்லை, நீங்க வேறு யாரையாவது எதிர்பார்த்துட்டி ருக்கீங்களா ?"

இப்போதும் உறுதியாய்த் தெரியாத நிலையில், நான் என் தலையை அசைத்து, "இல்லை, யாரும் வரலை. உட்காருங்க" என்றேன்.

அவள் மரக்கட்டை இழுபடும் ஓசையுடன் ஒரு நாற்காலியை இழுத்து எதிரே அமர்ந்தாள். அவளது குளிர்கண்ணாடியின் மூலமாக நேராக என்னைப் பார்த்துவிட்டு பின் என் தட்டைப் பார்வையிட்டாள்.

"பார்க்க நல்லாயிருக்கு," என்றாள் அவள்.

"இது நல்லாதான் இருக்குது. காளான் ஆம்லெட், பட்டாணி சாலட்."

"பிரமாதம், இருக்கட்டும் அடுத்தமுறை நான் இதைச் சாப்பிடு வேன். நான் ஏற்கெனவே வேற ஆர்டர் பண்ணிட்டேன்."

"நீ என்ன சொல்லியிருக்க ?"

"மக்ரோனியும் பாலாடைக்கட்டியும்."

“இங்க மக்ரோனியும் பாலாடைக்கட்டியும்கூட மோசமா இருக்காது,” என்றேன் நான். “இருக்கட்டும் நான் உன்னைப் பத்தி தெரிஞ்சுக்கலாமா? எனக்கு ஞாபகத்துக்கு வரல....”

“யூரிப்டிஸ்,” என்றாள் அவள். ‘எலெக்ட்ரா. தோல்வியுற்ற எலெக்ட்ராவின் குரலை எந்தக் கடவுளும் கவனிக்கப்போவதில்லை.’ வகுப்பு இப்பதான் முடிஞ்சது உனக்கே தெரியும்.”

நான் அவளைப் பெரிதும் உற்றுப்பார்த்தேன். அவள் தன் குளிர் கண்ணாடியைக் கழற்றினாள். கடைசியில் நான் அவளை நினைவுக்குக் கொண்டுவந்தேன். அவள் முதலாமாண்டு மாணவி. நான் அவளை நாடக வரலாறு வகுப்பில் பார்த்துள்ளேன். தலைமுடியில் ஏற்பட்ட தீவிர மாற்றம் நான் அடையாளம் காணமுடியாதபடி செய்துவிட்டது.

“ஓ! கோடைவிடுமுறைக்கு முன்னால உன் முடி இவ்ளோதூரம் இருந்துச்சு,” நான் என் தோளுக்குக்கீழே சில இஞ்ச் தள்ளி தொட்டுக்காண்பித்துச் சொன்னேன்.

“நீ சொல்றது சரிதான், இந்தக் கோடையில் எனக்கு தலைமுடியில் பிரச்சினை வந்துச்சு, அது ரொம்ப வலிமிகுந்ததா இருந்துச்சு. நான் தற்கொலை செஞ்சுக்க தயாரா இருந்தேன். கடல் தாவரத்தால் தலையில் அடிபட்டு கரையில கிடக்கிற பிணம்மாதிரி இருந்தேன் நான். அதனால் நான் சாகத்தயாராகிற வரையில, முடியையெல்லாம் வெட்டிடறதுனு முடிவெடுத்தேன். குறைஞ்சபட்சம் கோடையில அது இதமாவாச்சும் இருந்துச்சு.” அவள் தனது கையை பிக்ஸி வெட்டு முழுவதும் ஓடவிட்டு என்னைப் பார்த்துச் சிரித்தாள்.

“ம், இதுவும் நல்லாத்தான் இருக்கு,“ எனது ஆம்லெட்டை மென்றபடியே நான் சொன்னேன். “உன் பக்கவாட்டு தோற்றத்தைக் காட்டு.”

அவள் ஒருபுறமாகத் திரும்பி அதே நிலையில் சில நொடிகளுக்கு இருந்தாள்.

“ஆமா, நான் அப்படித்தான் நினைச்சேன். அது உண்மையிலே உனக்கு அழகா இருக்கு. அருமையான தலை. இப்படி மறைக்காம இருக்கிறப்ப அழகான காதுகளும்கூட.”

“அப்ப மொத்தத்துல நான் பைத்தியமில்ல. நான் முடியத்தனையும் வெட்டுனா அழகா இருப்பேன்னு நினைச்சேன். ஆனாலும் ஒரு ஆண்கூட இதை விரும்பலை. அவங்க

எல்லாம் நான் சித்திரவதை முகாம்ல இருந்து தப்பிப் பிழைச்சவ மாதிரி இருக்கேன்னு என்கிட்ட சொல்றாங்க. நீண்ட கூந்தலுள்ள பெண்கள்கிட்ட இந்த ஆம்பளைங்களுக்கு அப்படி என்னதான் இருக்குதோ? மொத்த ஆம்பளைங்களுமே சர்வாதிகாரிங்க! ஆண்கள் எல்லாருமே. நீண்ட கூந்தல் உள்ள பெண்கள்தான் முதல் தரமானவங்க, இனிமையானவங்க, பெரிதும் பெண்மைமிக்கவங்கனு ஏன்தான் நினைக்காங்களோ? நான் சொல்றேன், குறைஞ்சபட்சம் நீண்ட கூந்தலுள்ள, அழகாயில்லாத 250 பெண்களையாவது எனக்கே தெரியும். உண்மையிலே."

"நீ முன்னாலிருந்ததைவிடவும் இப்ப இன்னும் நல்லாயிருக்கிறதா நான் நினைக்கிறேன்," என்றேன். நான் அப்படித்தான் நினைத்தேன். என்னால் நினைவுபடுத்த முடிந்தவரைக்கும், நீண்ட கூந்தலுடன் அவள் மற்றொரு அழகான மாணவி. அவ்வளவுதான். இப்போது என் முன்னால் அமர்ந்துள்ள பெண்ணிடமிருந்து, புத்தம் புதிதான, உடல்ரீதியிலான உயிர்சக்தி பொங்கிவந்தது. அவள் வசந்தகாலத்தின்போது உலகுக்குள் எட்டிக்குதித்த சிறிய விலங்கைப்போல் காணப்பட்டாள். அவளது விழிகள் மகிழ்ச்சி, புன்னகை, கோபம், ஆச்சரியம், அவநம்பிக்கையுடன்கூடிய தனியொரு உயிரைப்போன்று இயங்கியது. நான் இத்தனை உயிர்த்துடிப்பும் வெளிப்பாடுமுள்ள முகத்தை பார்த்து வெகுநாட்கள் இருக்கும் என்பதால், நான் அதன் உயிர்ப்பையும் அசைவையும் ஆழ்ந்து கவனித்தேன்.

"நிஜமாத்தான் சொல்றியா?" அவள் கேட்டாள்.

எனது சாலட்டை அசைபோட்டபடியே நான் ஆமோதித்தேன்.

அவள் தனது குளிர்கண்ணாடியை அணிந்து அதற்குப் பின்னாலிருந்து என்னைப் பார்த்தாள். "நீ பொய் சொல்லலையே ?"

"நான் என்னை ஒரு நேர்மையான ஆளுனு நினைக்க விரும்பறேன்," என்றேன் நான்.

"வித்தியாசமான ஆளு நீ."

"சரி சொல்லு, இதுமாதிரி அடர்த்தியான குளிர்கண்ணாடியை ஏன் நீ போடற ?"

"திடீர்னு என் முடி ரொம்பக் குட்டையாகிறப்ப, யாரோ என்னை கூட்டத்துக்கு நடுவுல முழு நிர்வாணமா விட்டதுபோல,

ஹாருகி முரகாமி । 95

பாதுகாப்பில்லாததுபோல நான் உணர்றேன்."

"அப்ப சரிதான்," நான் எனது கடைசி ஆம்லெட் துண்டைச் சாப்பிட்டபடி சொன்னேன். அவள் தீவிர ஆர்வத்துடன் என்னைக் கவனித்துக் கொண்டிருந்தாள்.

"நீ அவங்ககிட்ட திரும்பப் போகவண்டியதில்லையா?" அவளது மூன்று துணைவர்களைச் சுட்டியபடி நான் கேட்டேன்.

"இல்லை, அவங்க சாப்பாடைக் கொண்டுவந்ததும் நான் திரும்பிப்போவேன். நீங்க சாப்பிடறதுக்கு நான் இடைஞ்சலா இருக்கேனா?"

"இடைஞ்சல் பண்றதுக்கு எதுவும் மிச்சமில்லை," என்றபடியே அவள் கிளம்புவதற்கான எந்த அறிகுறியும் காட்டாததால் நான் காபிக்குச் சொன்னேன். மனைவியானவள் நான் சாப்பிட்ட பாத்திரங்களை எடுத்துச்சென்றுவிட்டு பாலும் சர்க்கரையும் கொண்டுவந்தாள்.

"இப்ப நீ எனக்கு பதில் சொல்லு, இன்னைக்கு அவங்க வருகைப் பதிவு எடுத்தப்ப நீயேன் பதில் சொல்லலை? நீ வாட்டனபிதானே இல்லையா? டோரு வாட்டனபி?"

"அது நான்தான்."

"அப்ப ஏன் பதில் சொல்லலை?"

"இன்னைக்கு எனக்கு பதில்சொல்லணும்னு தோணலை அவ்வளவுதான்."

அவள் திரும்பவும் தன் குளிர்கண்ணாடியைக் கழற்றி அதனை மேஜைமீது வைத்துவிட்டு, மிருகக்காட்சிசாலையில் கூண்டிலடைக்கப்பட்டுள்ள ஏதோ அரியதொரு விலங்கைப் பார்ப்பதுபோல் என்னைப் பார்த்தாள். "இன்னைக்கு எனக்கு பதில் சொல்லணும்னு தோணலை'. நீ ஹம்ப்ரே போகார்ட் மாதிரி பேசற. நிதானமா, முரட்டுத்தனமா."

"முட்டாள்தனமா இருக்காத. மற்ற எல்லாரையும்போல நான் ஒரு சாதாரணமான ஆள்தான்."

மனைவியானவள் எனது காபியைக்கொண்டுவந்து மேஜைமீது வைத்தாள். நான் பால், சர்க்கரை எதுவும் கலக்காமல் ஒரு மிடறு குடித்தேன்.

"அங்க பாரு, நீ கருப்புக் காபியைச் சாப்பிடற."

"அதற்கும் ஹம்ப்ரே போகார்ட்டுக்கும் எந்த சம்பந்தமும் இல்ல" நான் நிதானமாகச் சொன்னேன். "நான் இனிப்புச் சேர்க்க விரும்பலை. நீ என்னைப் பத்தி எல்லாமே தப்பா புரிஞ்சுக்கறனு நினைக்கிறேன்."

"ஏன் நீ இப்படி வெளிறிப் போயிருக்குற?"

"இரண்டுமூணு வாரமா நான் நடைபயணமா சுத்தியலைஞ்சுக்கிட்டு இருந்தேன். முதுகில பை, தூங்குவதற்கான பொதி."

"எங்கேயெல்லாம் நீ போன?"

"கான்சாவா, நோட்டோ பெனின்சுலா, நிகாட்டா வரைக்கும்."

"தனியாவா?"

"தனியாதான், அங்கங்க வழியில சில துணை அமைஞ்சது."

"ஏதும் கிளுகிளுப்பான துணையா? தூர பிரதேசத்தைச் சேர்ந்த புதுப் பொண்ணா?"

"கிளுகிளுப்பா? நீ என்னைத் தப்பா புரிஞ்சிருக்கேனு இப்ப எனக்குத் தெரிஞ்சுடுச்சு. ஒருத்தன் முதுகில தூங்குவதற்கான பொதிகளைச் சுமந்துக்கிட்டு, சவரம் செய்யாத முகத்தோட எப்படி காதல்செய்ய முடியும்?"

"நீ எப்பவுமே இப்படி தனியாதான் பயணம் செய்வியா?"

"ம்ம்."

தன் கையால் கன்னத்தைத் தாங்கியபடியே, "தனியா பயணம் போறது, தனியா சாப்பிடறது, விரிவுரை அரங்குல தனியா உட்கார்றதுனு நீ தனிமையை விரும்புறியா?" என அவள் கேட்டாள்.

"யாருமே அந்தளவுக்கு தனிமையை விரும்பமாட்டாங்க. நண்பர்களை உருவாக்கிக்கறதுக்காக நான் தனியா முயற்சி பண்ணமாட்டேன். அவ்வளவுதான். அதனால ஏமாற்றம்தான் வரும்."

கண்ணாடியின் காதில்மாட்டும் ஒருமுனை அவள் வாயிலிருக்க, கண்ணாடி ஊசலாட அவள் முணுமுணுத்தாள், "தனிமையா

இருக்கறதை யாருமே விரும்பறதில்ல. அதிருப்தியோட இருக்கிறதை நான் வெறுக்கிறேன்.' எப்பவாச்சும் நீ உன் சுயசரிதையை எழுதுனா இந்த வரிகளைப் பயன்படுத்திக்கலாம்."

"நன்றி," என்றேன் நான்.

"உனக்கு பச்சைனா பிடிக்குமா?"

"ஏன் கேட்கிற?"

"நீ பச்சை போலோ சட்டை போட்டிருக்கிற."

"அதுல விசேஷம் ஏதுமில்லை. நான் எதை வேணாலும் போட்டுக்குவேன்."

"'அதுல விசேஷம் ஏதுமில்லை. நான் எதை வேணாலும் போட்டுக்குவேன்'. நீ பேசுற விதம் எனக்குப் பிடிச்சிருக்கு. ப்ளாஸ்டர் பூசுற மாதிரி இனிமையா, மென்மையா— யாராச்சும் எப்பவாச்சும் இதை உன்கிட்ட சொல்லியிருக்காங்களா?"

"யாரும் சொன்னதில்லை." என்றேன் நான்.

"என் பெயர் மிடோரி," என்றாள் அவள். "பசுமை. ஆனா நான் பச்சை நிறத்துல ட்ரெஸ்போட்டா எனக்கு பயங்கரமா இருக்கும். விநோதமாயில்ல. இது நான் சாபம் வாங்கிவந்ததுமாதிரினு நீ நினைக்கல? என் சகோதரியோட பெயர் மொமொகோ: இளஞ் சிவப்புப் பெண்."

"அவ இளஞ்சிவப்பு நிற ஆடைகள்ல அழகா தெரிவாளா?"

"இளஞ்சிவப்பு நிற ஆடைகள்ல அவ பிரமாதமாயிருப்பா. இளஞ்சிவப்பு அணியிறதுக்குனே பிறந்தவ அவ. இது முழுக்க நியாயமில்லாதது."

மிடோரியின் மேஜைக்கு உணவு வர, மெட்ராஸ் மேல்சட்டை அணிந்த ஒருவன் அவளை அழைத்து, "ஏய், மிடோரி வந்து சாப்பிடு" என்றான். 'எனக்குத் தெரியும்' என்பதுபோல அவனைப் பார்த்து கையசைத்தாள்.

"வகுப்பு நடக்கிறப்ப நீ குறிப்பெடுக்கிறியா? நாடகவியல் வகுப்புல? சொல்லு" எனக் கேட்டாள்.

"ஆமா, எடுக்கிறேன்."

"நான் இப்படி கேட்குறதையே வெறுக்குறேன், ஆனா

உன்னோட குறிப்புகளை இரவல் தரமுடியுமா? நான் இரண்டு முறை வகுப்புக்கு வரல, அதோட வகுப்புல எனக்கு யாரையும் தெரியாது."

நான் என் பையிலிருந்து நோட்புக்கை எடுத்தபடியே "பிரச்சினையில்ல," என்றேன். நான் அதில் அந்தரங்கமாக எதுவும் எழுதியிருக்கவில்லை என்று சோதித்து நிச்சயப்படுத்திக் கொண்டதும், அதை மிடோரியிடம் கொடுத்தேன்.

"நன்றி, நாளை மறுநாள் நீ விரிவுரை வகுப்புக்கு வருவியா?" என்றாள் அவள்.

"ஆமா."

"மதியம் என்னை இதே இடத்துல சந்திக்கலாம், உன் குறிப்பேட்டைத் தந்துட்டு உனக்கு மதிய உணவு வாங்கித்தர்றேன். அதாவது நீ தனியா சாப்பிடாமபோனா உனக்கு வயிற்றுப் பிரச்சினையோ இல்ல வேறெதாச்சோ வராதுதானே, சரியா?"

"வராது," என்றேன் நான். "ஆனா நான் உனக்கு என் நோட்டைத் தர்றதுக்காக எனக்கு மதிய உணவு வாங்கித் தரவேண்டியதில்ல."

"கவலைப்படாத, மத்தவங்களுக்கு மதிய உணவு வாங்கித்தர்றது எனக்குப் பிடிக்கும். இருக்கட்டும், இதை நீங்க எங்கேயாச்சும் குறிச்சு வைக்கப் போறதில்லையா? நீ மறந்துடமாட்டியே?"

"நான் மறக்கமாட்டேன். நாளை மறுநாள், பன்னிரண்டு மணி. மிடோரி. பச்சை."

அந்த மேஜையிலிருந்து யாரோ கூப்பிட்டார்கள், "சீக்கிரம் மிடோரி, உன் சாப்பாடு ஆறிக்கிட்டு இருக்கு."

அவள் அந்த அழைப்பைக் கண்டுகொள்ளாமல் என்னிடம், "நீ எப்பவுமே இதுபோலதான் பேசுவியா?" எனக் கேட்டாள்.

"அப்படித்தான்னு நான் நினைக்கிறேன்," என்றேன் நான். "இதுக்குமுன்னால கவனிச்சதில்லை." உண்மையில் நான் பேசும் விதத்தில் இயல்புக்கு மாறாக எதுவும் இருப்பதாக ஒருவரும் என்னிடம் சொன்னதில்லை.

அவள் சில நொடிகளுக்கு எதையோ யோசித்துக் கொண்டிருப்பதுபோல் தெரிந்தது. பின் அவள் ஒரு புன்னகையுடன் எழுந்துகொண்டு அவளது மேஜைக்குத் திரும்பினாள். நான்

அவர்களது மேஜையைக் கடந்தபோது எனக்கு அவள் கையசைத் தாள். ஆனால் மற்ற மூவரும் வெறுமனே நான் சென்ற திசையைப் பார்க்கமட்டுமே செய்தனர்.

புதன்கிழமை மதியப்பொழுதில் உணவகத்தில் மிடோரி இருந்ததற்கான அறிகுறியே இல்லை. ஒரு பீர் சாப்பிடும்வரை அவளுக்காகக் காத்திருக்கலாமென நினைத்தேன். ஆனால் பீர்வந்ததுமே அந்த இடம் நிறையத்தொடங்கியது. எனவே உணவுக்கு உத்தரவிட்டு தனியே சாப்பிட்டேன். 12.35க்கு சாப்பிட்டு முடித்தேன், ஆனால் அப்போதும் மிடோரியைக் காணவில்லை. என் உணவுக்கான தொகையைச் செலுத்திவிட்டு நான் வெளியேவந்து தெருவைக்கடந்து அங்கிருந்த சிறிய கோவிலின் கற்படிக்கட்டில் ஏறி என் தலை தெளிவாகத் தெரியவும் மிடோரி வருவதற்காகவும் நான் காத்திருந்தேன். ஒரு மணிக்கு நான் காத்திருப்பதைக் கைவிட்டு நூலகத்துக்கு வாசிப்பதற்காகச் சென்றேன். இரண்டு மணிக்கு எனது ஜெர்மன் வகுப்புக்குச் சென்றேன்.

அது முடிந்ததும் நான் மாணவர் காரியாலய அலுவலகத்துக்குச் சென்று நாடக வரலாறு வகுப்புக்கான பட்டியலில் மிடோரியின் பெயரைத் தேடினேன். வகுப்பிலிருந்த ஒரே மிடோரி, மிடோரி கோபயாஷி மட்டுமே. அடுத்தபடியாக மாணவர் அடையாள அட்டை கோப்புகளைப் புரட்டி, 1969—ல் பல்கலைக்கழகத்தில் சேர்ந்த மிடோரி கோபயாஷியின் முகவரி மற்றும் தொலைபேசி எண்ணைக் கண்டடைந்தேன். தோஷிமாவின் வடமேற்கு புறநகர்ப் பகுதியில் தனது குடும்பத்துடன் அவள் வசித்துவந்தாள். தொலைபேசிப் பெட்டியொன்றில் நுழைந்து எண்களைச் சுழற்றினேன்.

'கோபயாஷி புத்தகக் கடை' என ஒரு ஆண் பதிலளித்தான். கோபயாஷி புத்தகக் கடையா ?

"உங்களை சிரமப்படுத்துறதுக்கு மன்னிக்கணும், மிடோரி இருக்காங்களா ?"

"இல்லை, அவ இங்கில்லை," என்றான் அவன்.

"அவ கல்லூரி வளாகத்துல இருப்பானு நினைக்கிறீங்களா ?"

"ம்ம், இல்ல அவ அநேகமா மருத்துவமனையில இருக்கணும், யார் பேசுறதுனு தெரிஞ்சுக்கலாமா ?"

பதில் சொல்வதற்குப்பதில் நான் அவருக்கு நன்றிசொல்லி

தொலைபேசியை வைத்தேன். மருத்துவமனையிலா? அவளுக்கு அடியெதுவும் பட்டிருக்குமா இல்லை உடல்நலமில்லாமலிருக்குமா? ஆனால் பேசியவன் சற்றும் பதற்றமின்றிப் பேசினானே. 'அவள் மீன்கடையில் இருப்பாள்' என்று சொல்வதைப்போல அத்தனை இயல்பாக, 'அவள் அநேகமா மருத்துவமனையில் இருக்கணும்' என்றானே. நான் வேறுசில சாத்தியக்கூறுகளை நினைத்துப் பார்த்தேன், பிறகு சிந்திப்பதே பெரும் பிரச்சினையானபின் நான் துயிற்கூடத்துக்குச் சென்று என் படுக்கையில் படுத்து, நாகசாவாவிடம் இரவல் வாங்கிய ***லார்டு ஜிம்***மைப் படிக்க ஆரம்பித்தேன். வாசித்துமுடித்ததும் அதனைத் திரும்பக்கொடுக்க நான் அவனது அறைக்குச் சென்றேன்.

வழியிலேயே உணவருந்தும் அறைக்குச் சென்றுகொண்டிருந்த நாகசாவா எதிர்ப்பட, நானும் அவனுடன் இரவுணவுக்குச் சென்றேன்.

"தேர்வு எப்படிப் போச்சு?" நான் கேட்டேன். வெளியுறவு அமைச்சகத்துக்கான உயர்மட்டத்தேர்வின் இரண்டாம் சுற்று ஆகஸ்டில் நடந்திருந்தது.

"எப்பவும் போலதான்," அது ஒன்றுமேயில்லை என்பதுபோல நாகசாவா சொன்னான்.

"நாம எழுதணும், தேர்ச்சி பெறணும், குழு விவாதங்கள், நேர்காணல்கள்... ஒரு பெண்ணைப் புணர்வதுபோலதான்."

"வேற வார்த்தையில சொன்னா சிரமமில்லை" என்றேன் நான். "அவங்க உனக்கு எப்போ அறிவிப்பாங்க?"

"அக்டோபர் முதல் வாரத்துல. நான் தேர்ச்சியானா உனக்கு பெரிய விருந்துவைப்பேன்."

"ரெண்டாவது சுற்றுக்கு வந்தவங்க எப்படிப்பட்ட ஆளுங்கனு எனக்குச் சொல்லு, எல்லாரும் உன்ன மாதிரியான சூப்பர் ஸ்டாருங்களா ?"

"முட்டாளா இருக்காத. அவங்க எல்லாம் மடையனுங்க. மடையங்க இல்லைனா விசித்திரமானவங்க. அதிகாரிகளா ஆக ஆசைப்படறவங்கள்ல 95 சதவிகிதம் பேர் குப்பைக்குச் சமானமில்லாதவங்க. நான் வேடிக்கைக்காக பேசல. அவங்க வாசிக்கிறதே அபூர்வம்."

"அப்ப நீ ஏன் வெளியுறவு அமைச்சகத்துல சேர முயற்சி பண்ற?"

“எல்லா காரணங்களுக்காகவும்தான். ஒரு காரணம், வெளிநாட்டுல வேலைங்கிற யோசனையை நான் விரும்பறேன். ஆனா முக்கியமா நான் என் திறமைகளைச் சோதிக்கவிரும்பறேன். நான் என்னை நானே சோதிக்கிறதாயிருந்தா, மிகப்பெரிய களத்துல— அதாவது தேச அளவுல நான் அதைச் செய்ய ஆசைப்படுறேன். என்னால எவ்வளவு உயரத்துக்குப் போகமுடியும், இந்த பைத்தியக்காரத்தனமான மாபெரும் அதிகார அமைப்புல எவ்வளவு அதிகாரத்தை எட்டமுடியும்னு பாக்க விரும்பறேன். நான் என்ன சொல்லவர்றேன்னு தெரியுதா?”

“ஒரு விளையாட்டு மாதிரி படுது.”

“இது ஒரு விளையாட்டு. நான் அதிகாரம், பணம் இரண்டுக்கும் மதிப்பும் தர்றவனில்லை. உண்மையாவே நான் மதிக்கற வனில்லை. நான் சுயநலமான முட்டாளா இருக்கலாம், ஆனால் இப்படியொரு முட்டாளாக இருக்கிறதுல ரொம்ப திருப்தியா இருக்கிறேன். என்னால ஒரு ஜென் துறவியா ஆகமுடியும். இருந்தாலும் என்கிட்ட இருக்கிற ஒரு விஷயம் ஆர்வம். இந்தப் பெரிய, சிரமமான உலகத்துல என்னால என்ன செய்யமுடியும்னு பார்க்க விரும்பறேன்.”

“உனக்குனு முன்மாதிரி யாருமில்லையா, நான் தெரிஞ் சுக்கலாமா?”

“யாருமில்ல. வாழ்க்கைக்கு முன்மாதிரி தேவையில்ல. அதுக்கு சரியான செயல்பாடுதான் தேவை.”

“ஆனா வாழ்றதுக்கு இன்னும் எத்தனையோ வழிகள் இருக்கு இல்லையா?” நான் கேட்டேன்.

“நான் வாழ்ற விதத்தை நீ விரும்பற இல்லையா?”

“அது வேறவிஷயம், என்னால எப்பவும் டோக்கியோ பல்கலைக் கழகத்துக்குள்ள நுழையமுடியாது. விரும்பும்போதெல்லாம் நான் விரும்பற எந்த ஒரு பெண்ணோடவும் என்னால படுத்துக்கமுடியாது. நான் நல்ல பேச்சாளனும் இல்லை. எனக்கு பெண்தோழி யாரும் கிடையாது. இரண்டாம்தர தனியார் பல்கலைக்கழகத்தில் இலக்கியத்தில் இளங்கலைப் பட்டம் பெறும்போது எனக்காக எதிர்காலம் தயாரா இருக்கப்போறதுமில்ல. நீ வாழுறவிதம் எனக்குப் பிடிச்சிருக்கிறதால என்ன ஆகப்போகுது?”

“நான் வாழ்ற விதத்தைப் பார்த்து நீ பொறாமைப்படுறேன்னு சொல்றியா?”

"இல்லை, நான் அப்படிச் சொல்லலை. நான் நானா இருக்கிறதுக்கு நிறைய பழகிப்போனவன். டோக்கியோ பல்கலைக்கழகமோ இல்லை வெளியுறவு அமைச்சகமோ உண்மையில எனக்கு அதெல்லாம் ஒரு விஷயமே இல்லை. உன்னைப் பார்த்து நான் பொறாமைப்படற ஒரே விஷயம், ஹாட்சுமி மாதிரியான அற்புதமான பெண்தோழி உனக்கு இருக்கிறதை நினைச்சுத்தான்."

நாகசாவா மௌனமாகச் சாப்பிட்டான். இரவுணவு முடிந்ததும் அவன் சொன்னான், "வாட்டனபி, எனக்கு என்ன தோணுதுனா நாம இந்த இடத்தைவிட்டுப்போய் 10 வருஷமோ 20 வருஷமோ கழிச்சு, எங்கோ ஒரு இடத்துல நாம சந்திக்கப் போறோம். ஏதோ ஒருவிதத்துல நமக்குள்ள ஏதோ ஒரு தொடர்பு இருக்கப்போவுதுனு நினைக்கிறேன்."

"டிக்கன்ஸ் கதை மாதிரி இருக்கு." புன்னகையுடன் நான் சொன்னேன்.

"இது நடக்கும்னு நான் யூகிக்கிறேன்," பதிலுக்குச் சிரித்தபடியே அவன் சொன்னான். "ஆனா என் யூகம் வழக்கமா சரியாதான் இருக்கும்."

நாங்கள் இருவரும் உணவருந்தும் அரங்கைவிட்டு வெளியேறி வெளியே ஒரு மதுக்கூடம் சென்றோம். ஒன்பதைத் தாண்டியும் நாங்கள் அங்கே குடித்தபடி இருந்தோம்.

"உன் வாழ்க்கையோட நிலைப்பாடு என்னனு சொல்லு நாகசாவா?" நான் கேட்டேன்.

"நான் சொன்னா நீ சிரிப்ப," அவன் சொன்னான்.

"இல்ல, சிரிக்கலை."

"சரி, ஒரு கனவானா இருக்கிறது." என்றான் அவன்.

நான் சிரிக்கவில்லை, ஆனால் கிட்டத்தட்ட நாற்காலியிலிருந்து விழப்பார்த்தேன். "ஒரு கனவானா இருக்கிறதா? கனவானாவா?"

"நீ கேட்டது சரிதான்."

"ஒரு கனவானா இருக்கிறதுங்கிறதுக்கு அர்த்தம் என்ன? அதை நீ எப்படி தீர்மானிப்ப?"

“ஒரு கனவான்கிறவர்— அவர் என்ன செய்யவிரும்புகிறாரோ அதை செய்றவர் இல்ல, பதிலா அவர் என்ன செய்யணுமோ அதைச் செய்கிறவர்.”

“நான் இதுவரை சந்திச்சதிலே விநோதமான பேர்வழி நீதான்,“ என்றேன் நான்.

“நான் சந்திச்சதிலே ஒளிவுமறைவில்லாத பேர்வழி நீதான்,” என்றான் அவன். இருவருக்கும் அவனே பணம் செலுத்தினான்.

அடுத்து வந்த வாரம் முழுவதும் நாடக விரிவுரை வகுப்புக்குச் சென்றேன், இன்னும் மிடோரி கோபயாஷிக்கான அறிகுறி எதையும் காணவில்லை. அறையை விரைந்து பார்வையிட்டு அவள் அங்கில்லையென நான் உறுதி செய்துகொண்டு, முன்வரிசையிலிருந்த எனது வழக்கமான இருக்கையிலமர்ந்து, விரிவுரையாளர் வருகைக்காக காத்திருக்கும் நேரத்தில் நவோகோவுக்கு கடிதமெழுதினேன். நான் எனது கோடைப்பயணத்தைப் பற்றி— நான் நடந்துசென்ற சாலைகள், கடந்துசென்ற நகரங்கள், சந்தித்த நபர்கள் பற்றி எழுதினேன். *ஒவ்வொரு இரவும் நான் உன்னைப் பற்றி நினைத்தேன். இப்போது உன்னைப் பார்க்கவியலாத இந்த நேரத்தில், நீ எத்தனைதூரம் எனக்குத் தேவை என்பதை நான் உணர்கிறேன். பல்கலைக்கழகம் நம்பமுடியாத அளவுக்கு சலிப்பூட்டுகிறது. ஆனாலும் சுய ஒழுக்கத்தின் அடிப்படையில் எனது அனைத்து வகுப்புகளுக்கும் செல்வதோடு, அனைத்து பாடவேலைகளையும் செய்துமுடிக்கிறேன். நீ சென்றதிலிருந்து அனைத்தும் அர்த்தமற்றதாகத் தோன்றுகிறது. நான் உன்னுடன் அருமையான, நீண்டதொரு உரையாடலை மேற்கொள்ள விரும்புகிறேன். சாத்தியமெனில், நான் உனது சானடோரியத்துக்கு வருகைதந்து, சில மணி நேரங்கள் உன்னைப் பார்த்துச்செல்ல விரும்புகிறேன். மேலும், சாத்தியமானால் நாம் வழக்கமாகச் செல்வதுபோல் அருகருகே வெளியிலெங்காவது நடந்துசெல்ல விரும்புகிறேன். தயவுசெய்து இந்தக் கடிதத்துக்கு பதிலழுத முயற்சிக்கவும் ஒரு சிறிய குறிப்பாகவாவது. நான் தவறாக நினைக்கமாட்டேன்.*

நான் நான்கு தாள்களை நிறைவுசெய்து, மடித்து, அவற்றை ஒரு உறையிலிட்டு, நவோகோ என எழுதி அவளது குடும்பத்தின் முகவரியை எழுதினேன்.

அதன்பின்பே விரிவுரையாளர் வந்து, தனது புருவத்திலிருந்த வியர்வையைத் துடைத்தபடி வருகைப்பதிவேடை எடுத்தார். அவர்

ஒரு சிறிய, வருத்தம்தோய்ந்த தோற்றமுடைய, உலோகத்தாலான ஊன்றுகோலின் துணையுடன் நடக்கும் நபர். அவரது பாடவேளையில் விரிவுரையானது மகிழ்ச்சி தருவதாக இல்லாவிட்டாலும் எப்போதும் நன்கு திட்டமிட்டு தயார் செய்யப்பட்டதாய், மதிப்புமிக்கதாய் இருக்கும். வெப்பமானது எப்போதை விடவும் அதிகமாக இருப்பதாய்க் குறிப்பிட்டபின், அவர் யூரிபிடஸின் டியுஸ் எக்ஸ் மெசினாவின் பயன்பாடு குறித்து பேச ஆரம்பித்தார். மேலும் கடவுள் எனும் கருத்தாக்கம் அஸிலியஸ் மற்றும் சோபோக்கில்ஸைவிட, எவ்விதத்தில் யூரிபிடைஸ் மாறுபட்டிருந்தார் என விளக்கினார். அவர் பேச ஆரம்பித்து ஏறத்தாழ 15 நிமிடம் கழித்து, விரிவுரை அரங்கத்துக்கான கதவுதிறந்து உள்ளே மிடோரி நுழைந்தாள். அவள் அடர் நீலநிற ஸ்போர்ட்ஸ் சர்ட், இளமஞ்சள் பருத்தி கால்சட்டை மற்றும் அவளது வழக்கமான குளிர்கண்ணாடி அணிந்திருந்தாள். பேராசிரியரைப் பார்த்து, தாமதத்துக்கு மன்னிக்கவும் வகையிலான புன்னகையை வீசிவிட்டு, அவள் என்னருகில் அமர்ந்தாள். பின் அவள் தனது தோள்பையிலிருந்து ஒரு குறிப்பேட்டை— எனது குறிப்பேட்டை எடுத்து என்னிடம் தந்தாள். அதனுள் நான் ஒரு குறிப்பைக் கண்டேன்: *புதன்கிழமை நிகழ்வுக்கு வருந்துகிறேன். நீ கோபமாக இருக்கிறாயா?*

விரிவுரை பாதிவரைக்கும் முடிந்திருந்தது, பேராசிரியர் கிரேக்க நாடகமேடையின் வரைபடமொன்றை கரும்பலகையில் வரைந்து கொண்டிருந்தபோது, கதவு மீண்டும் திறந்து ஹெல்மேட் அணிந்த இரு மாணவர்கள் உள்ளே நுழைந்தனர். அவர்கள் ஒருவித காமெடிக் குழுவினர் போன்று, ஒருவன் உயரமாய், மெலிந்து, வெளுத்துக் காணப்பட்டான். மற்றவன் குள்ளமாய், தடித்து, கருப்பாய் அவனுக்குப் பொருந்தாத நீண்ட குறுந்தாடியுடன் காணப்பட்டான். உயரமானவன் கைநிறைய அரசியல் கிளர்ச்சி துண்டுப்பிரசுரங்களை வைத்திருந்தான். குள்ளமானவன் பேராசிரியரிடம் சென்று, ஓரளவு மரியாதையுடன், விரிவுரையின் இரண்டாவது பகுதி நேரத்தை அரசியல் விவாதத்துக்குப் பயன்படுத்த விரும்புவதாகவும், அவர் அதற்கு ஒத்துழைப்பார் என நம்புவதாகவும் கூறி, "கிரேக்க துன்பியல் நாடகங்களைவிடவும் பெரிதும் அவசரமான, பொருத்தமான பிரச்சினைகளால் உலகம் நிறைந்திருக்கிறது" என்றான். அது வேண்டுகோள் என்பதைவிடவும அறிவிப்பாக இருந்தது. "உலகம் கிரேக்கத் துன்பியல் நாடகங்களைவிடவும் பெரிதும் அவசரமான, பொருத்தமான பிரச்சினைகளால நிறைஞ்சிருக்குங்கிறதை நான் ரொம்பவே சந்தேகப்படுறேன். ஆனால் நான் சொல்லப்போற எதையும் நீங்க கவனிக்கப் போறதில்லை. அதனால உங்க

விருப்பம்போல செய்யுங்க” என்றார். மேஜையின் விளிம்பைப் பற்றியபடி அவர் தனது காலை தரையில் ஊன்றி, தனது ஊன்று கோலை எடுத்துக்கொண்டு வகுப்பறையைவிட்டு சிரமத்துடன் நடந்துசென்றார்.

உயரமான மாணவன் அவனது கையிலிருந்த பிரசுரங்களை விநியோகித்த படியிருக்க, குண்டானவன் மேடைப்பகுதிக்குச் சென்று உரையாற்ற ஆரம்பித்தான். பிரசுரங்கள் முழுக்க வழக்கமான எளிமையான சுலோகங்கள் காணப்பட்டன: 'பல்கலைக்கழக தலைவர் பதவிக்கான வஞ்சக தேர்தல்களை நசுக்குவோம்!', 'அனைவரும் அணிவகுத்து புதிய முழுமையான வேலைநிறுத்தத்துக்கு கிளம்புவோம்!', 'ஏகாதிபத்திய— கல்விசார்— தொழிற்துறை சிக்கல்களை ஒழிப்போம்!'. அவர்கள் சொல்லிக் கொண்டிருந்தவற்றுடன் எனக்கு எந்தப் பிரச்சினையும் இல்லை, ஆனால் வாசகங்களில் திருப்தியில்லை. அதில் நம்பிக்கையைத் தூண்டுவதாகவோ, உணர்ச்சியை எழுப்புவதாகவோ எதுவுமில்லை. மேலும் அந்தக் குண்டனின் பேச்சு — அதே பழைய பல்லவியில், வார்த்தைகள் மட்டும் மாறுபட்டு மோசமாகக் காணப்பட்டது. இந்தக் கும்பலின் உண்மையான எதிரி நாட்டின் அதிகார மையமல்ல. மாறாக கற்பனைத் திறனின்மைதான்.

“நாம இங்கிருந்து கிளம்புவோம்,” என்றாள் மிடோரி.

நான் ஆமோதித்தபடி எழுந்தேன். நாங்கள் இருவரும் கதவை நோக்கி நடந்தோம். அச்சமயத்தில் அந்தக் குண்டானவன் என்னை நோக்கி ஏதோ சொன்னான், ஆனால் எனக்கு அது புரியவில்லை. மிடோரி அவனுக்குக் கையசைத்தபடி, “பிறகு பார்க்கலாம்,” என்றாள்.

“ஏய்! நாம் எதிர்புரட்சியாளர்களா?” நாங்கள் வெளியே வந்ததும் மிடோரி என்னிடம் கேட்டாள். “ஒருவேளை புரட்சி வெற்றிபெற்றால், தொலைபேசிக் கம்பத்தில் கட்டி வைக்கப் படுவோமா?” என்றாள்.

“அப்படியிருக்கிற பட்சத்துல நாம முதல்ல மதிய உணவைச் சாப்பிடுவோம்.”

“சரி, நான் உன்னைக் கூப்பிட்டுப்போக விரும்பற ஒரு இடமிருக்கு. ஆனா அது கொஞ்சம் தூரம். உன்னாலநேரம் ஒதுக்கமுடியுமா?”

“ம்… என்னோட இரண்டு மணி வகுப்பு தொடங்குறவரை நான் ஃப்ரீதான்.”

மிடோரி என்னைப் பேருந்தில் யோட்சுவாவுக்கு அழைத்துச்சென்று பேருந்து நிறுத்தத்துக்கு கொஞ்சம் பின்னால் ஒதுக்குப்புறமான இடத்திலிருந்த கவர்ச்சியான பெட்டியில் மதிய உணவை வழங்கும் சிறப்புக் கடையொன்றை எனக்குக் காட்டினாள். நாங்கள் அமர்ந்த நிமிஷமே அவர்கள் எங்களுக்கு கனசதுரமான, மெருகேற்றப்பட்ட சிவப்பு பெட்டியில் அன்றைய தினத்துக்கான சூப்பையும் மதிய உணவையும் வழங்கினர். அது, சாப்பிடுவதற்காக பேருந்து ஏறிவருமளவுக்கு மதிப்பான இடம்தான்.

"நல்ல சாப்பாடு," என்றேன் நான்.

"அதோட விலையும் குறைவு. நான் இங்க பள்ளிக்கூட நாட்களிலிருந்தே வந்துக்கிட்டிருக்கேன். என்னோட பழைய பள்ளிக்கூடம் தெருவோட கீழ்முனைல இருக்கு. அவங்க ரொம்ப கண்டிப்பானவங்க, நாங்க இங்க ரகசியமா சாப்பிட வருவோம். நாம வெளி இடத்துல சாப்பிடும்போது பிடிச்சா அவங்க உங்களை தற்காலிகமா பள்ளிக்கூடத்திலிருந்து நிறுத்தி வெச்சிடுவாங்க."

குளிர்கண்ணாடியின்றி மிடோரியின் கண்கள், கடந்தமுறை பார்த்ததைவிடவும் உறக்கக் கலக்கத்துடன் இருந்தன. அவளது இடது கை மணிக்கட்டிலிருந்த குறுகலான வெள்ளிக் கைகாப்புடன் அவள் விளையாடாதபோது, சுண்டுவிரலின் முனையால் அவள் தன் கண்களின் ஓரத்தைத் தேய்த்தபடி காணப்பட்டாள்.

"களைப்பா இருக்கியா?" நான் கேட்டேன்.

"அது மாதிரித்தான். நான் சரிவரத் தூங்கலை. ஆனா எனக்கொண்ணுமில்லை, கவலைப்படாத," என்றாள் அவள். "அன்னைக்கு நடந்ததுக்கு நான் வருத்தப்படறேன். ஒரு முக்கியமான விஷயம் வந்துடுச்சு, அதிலிருந்து மீண்டுவர முடியலை. காலையில் சற்றும் எதிர்பார்க்கதப்ப. நான் உணவகத் துக்கு போன் பண்ணி உனக்குத் தெரிவிக்கணும்னு நினைச்சேன், ஆனா அதோட பெயர் என் ஞாபகத்துக்கு வரலை. உன்னோட தொலைபேசி எண்ணும் எனக்குத் தெரியாது. ரொம்ப நேரம் காத்திருந்தியா?"

"அது பெரிய விஷயமில்லை. என் கையில நிறைய நேரம் இருக்கு."

"நிறையவா?"

"என் தேவைக்கும் அதிகமா. நீ உறங்கறதுக்கு உதவியா என்னால உனக்குக் கொஞ்சம் கொடுக்கமுடியணும்னு ஆசைப் படறேன்."

மிடோரி தனது தாடையை கைகளால் தாங்கி என்னைப் பார்த்து சிரித்தாள். "என்ன ஒரு அற்புதமான ஆளு நீ."

"அற்புதமெல்லாம் இல்லை. வீணடிக்கிறதுக்கு என்கிட்ட நேரமிருக்கு அவ்வளவுதான்," என்றேன் நான். "அதிருக்கட்டும், அன்னைக்கு நான் உங்க வீட்டுக்கு போன் பண்ணினேன். யாரோ ஒருத்தர் என்கிட்ட நீ மருத்துவமனையில இருக்கிறதா சொன்னார். ஏதும் பிரச்சினையா?"

"நீ என் வீட்டுக்கு போன் பண்ணினியா?" அவள் தன் புருவங்களுக்கிடையே மெல்லிய சுருக்கமெழக் கேட்டாள். "என்னோட நம்பர் உனக்கு எப்படி கிடைச்சுது?"

"மாணவர்கள் காரியாலய அலுவலகத்துல பார்த்தேன். யார் வேணாலும் இதைச் செய்யலாமே."

ஒன்றிரண்டு முறை ஆமோதிப்பாக தலையசைத்துவிட்டு அவள் கைக்காப்புடன் மீண்டும் விளையாட ஆரம்பித்தாள். "நான் ஒருபோதும் அப்படி யோசிச்சிருக்கவே மாட்டேன். நான் உன்னோட எண்ணைப் பாத்திருக்கணும். போகட்டும், மருத்துவமனை விஷயம் பற்றி நான் உனக்கு அடுத்தமுறை சொல்றேன். இப்ப அதை நான் சொல்ல விரும்பலை. தப்பா நினைச்சுக்காத."

"பரவாயில்லை. நான் துருவித் தெரிஞ்சுக்கணும்கிறதுக்காக கேட்கலை."

"இல்லை, நீ துருவி கேட்கலை. மழையில நனைஞ்ச குரங்குமாதிரி நான் ஒருவிதமா களைப்பா இருக்கேன்."

"நீ வீட்டுக்குப் போய் கொஞ்சம் தூங்கக்கூடாதா?"

"இப்ப முடியாது. நாம இங்கிருந்து கிளம்புவோம்."

அவள் யோட்சுவாவிலிருந்து சற்றே நடந்துசெல்லும் தூரத்திலிருந்த தனது பழைய பள்ளிக்கு என்னை அழைத்துச் சென்றாள்.

நிலையத்தைக் கடந்தபோது, நான் நவோகோ பற்றியும் எங்களது முடிவற்ற நடையையும் பற்றி நினைத்தேன். நான் அந்த மே மாத

ஞாயிற்றுக் கிழமையன்று தொடர்வண்டியில் நவோகோவை தற்செயலாக சந்தித்திருக்காவிட்டால், என் வாழ்க்கை இப்போது இருப்பதிலிருந்து முற்றிலும் மாறுபட்டிருக்குமென நினைத்தேன். ஆனால் பின் நான் என் மனதை மாற்றிக்கொண்டேன். இல்லை, அன்று நாங்கள் சந்தித்திருக்காவிட்டாலும், என் வாழ்க்கை எந்த விதத்திலும் மாறுபட்டிருக்காது. நாங்கள் சந்திக்கவே செய்திருப்போம். அன்று இல்லாவிட்டால் இன்னொரு நேரத்தில். நான் இப்படி நினைப்பதற்கு எந்த அடிப்படையும் இல்லை. அது வெறுமனே ஒரு உணர்வுதான்.

மிடோரி கோபயாஷியும் நானும் பூங்காவின் இருக்கையில் அவளது பழைய பள்ளியைப் பார்த்தபடி ஒன்றாக அமர்ந்தோம். சுவர்களில் ஒருவகை கொடி படர்ந்திருக்க, மின்கம்பியில் இறகுகளுக்கு ஓய்வளித்து புறாக்கள் அமர்ந்திருந்தன. அது ஒரு அழகான, தனிச்சிறப்புகொண்ட பழைய கட்டடம். ஒரு பிரம்மாண்டமான ஓக் மரம் விளையாட்டு மைதானத்தில் நின்றது. அதனருகிலிருந்து உயரமாக வெண்ணிற புகைத்தொகுதி எழுந்து கொண்டிருந்தது. மங்கலான கோடைவெளிச்சம் அந்தப் புகைக்கு மென்மையான, மேகம்போன்ற தோற்றத்தை அளித்தது.

மிடோரி திடீரென என்னைக் கேட்டாள், "அந்தப் புகை எதனால் என்று உனக்குத் தெரியுமா?"

"தெரியாது," என்றேன்.

"அவங்க மாதவிடாய்த் திண்டுகளை எரிச்சுக்கிட்டிருக் காங்க."

"உண்மையாகவா?" என்னால் சொல்வதற்கு வேறெதுவும் தோன்றவில்லை.

"மாதவிடாய்த் திண்டுகள், டேம்பன்ஸ், அதுமாதிரியான சமாச்சாரங்கள்," ஒரு புன்னகையுடன் அவள் சொன்னாள். "இது பெண்கள் பள்ளிக்கூடம். வயதான பரமாரிப்பாளர் அனைத்து மாதவிடாய்த் திண்டு வாங்கிகளிலிருந்தும் அவற்றைச் சேகரித்து எரிதொட்டியில் வைச்சு எரிக்கிறார். அதனால வர்ற புகை இது."

"ஓ."

"ஆமா, நான் வகுப்பிலிருக்கிறப்ப ஜன்னலுக்கு வெளிய புகையைப் பார்க்கிறப்ப எல்லாம், நான் எனக்கு நானே

சொல்லிக்கிறது இதுதான். "ஓ" இதைப்பத்தி நினைச்சுப்பாரு. இந்தப் பள்ளியில கிட்டத்தட்ட ஆயிரம் பெண்கள் இருந்தாங்க. அதுல 900 பேராச்சும் மாதவிலக்கு ஆரம்பமானவங்க. எந்த நேரத்திலயும் அதில அஞ்சுல ஒரு பங்கு பேர் மாதவிலக்காயிருப்பாங்க. 180 பெண்கள். அந்த 180 பெண்களோட திண்டுகள் தினமும் வாங்கிகளில் சேரும்."

"கணக்கைப் பத்தி என்னால நிச்சயமா சொல்லமுடியாட்டாலும், நீ சொல்றது சரினு உறுதியா சொல்வேன்."

"எப்படியோ, அதுவே அதிகம்தான், 180 பெண்கள். அவ்வளவு சமாச்சாரங்களையும் ஒண்ணுசேர்த்து எரிக்கிறதைப் பத்தி நீ என்ன நினைக்கிற?"

"கற்பனையே பண்ணமுடியலை," என்றேன் நான். அந்த முதியவர் என்ன நினைத்திருப்பார் என நான் எப்படி கற்பனை செய்யமுடியும்? மிடோரியும் நானும் புகையைப் பார்த்தபடியே இருந்தோம்.

"உண்மையிலே நான் இந்தப் பள்ளிக்கு போகணும்னு விரும்பினதில்லை." மிடோரி சொன்னாள். அவள் தன் தலையை சற்றே உலுக்கினாள். "சாதாரணமான ஒரு பதின்பருவத்தவளைப் போல மகிழ்ச்சியாய், இறுக்கமில்லாம இருக்கக்கூடிய, சாதாரணமான நபர்கள் போகிற, முழுக்க சாதாரணமான அரசுப் பள்ளிக்கூடத்துக்குப் போகத்தான் நான் விரும்புனேன். ஆனா என் அப்பா அம்மா, இந்தக் கவர்ச்சியான இடத்துக்குப் போறதுதான் எனக்கு நல்லதாபடும்னு நினைச்சிருக்காங்க. அவங்கதான் என்னை இங்கே சேர்த்தாங்க. ஆரம்பப் பள்ளியில் நாம் நல்லா படிச்சா என்ன நடக்கும்னு உனக்குத் தெரியுமா. ஆசிரியர் உன் பெற்றோர்கிட்ட, இவளைப்போல மதிப்பெண் எடுக்கிறவங்க, அவசியம் அந்த ஸ்கூலுக்குப் போகணும்னு சொல்வாங்க. என் கதையும் அப்படித்தான் போய்முடிஞ்சது. நான் அங்க ஆறு வருஷமா போனேன். ஆனா எப்பவும் நான் அதை விரும்பினதே இல்லை. நான் நினைச்சதெல்லாம் அதிலிருந்து வெளியே வர்றதைப் பத்திதான். நான் ஒருநாள்கூட தவறாம பள்ளிக்கூடம் வந்ததுக்காகவும், நேரம் தவறாம வந்ததுக்காகவும் சான்றிதழ் வாங்கியிருக்கேன் தெரிஞ்சுக்க. அவ்ளோதூரம் அந்த இடத்தை நான் வெறுத்தேன். புரியுதா?"

"இல்லை, எனக்குப் புரியலை."

"அதாவது நான் அந்த இடத்தை அவ்ளோ தூரம் வெறுத்தேன். அந்தப் பள்ளிக்கூடம் என்னை ஜெயிக்க நான் விடலை. நான்

மட்டும் ஒரு தடவை அதற்கு அனுமதிச்சிருந்தா என் கதை முடிஞ்சிருக்கும். நான் முடிவேயில்லாத பள்ளத்துல விழுந்துக்கிட்டே இருந்தமாதிரி பயந்து போயிருந்தேன். 103 டிகிரி காய்ச்சல்லகூட நான் பள்ளிக்கூடத்துக்கு தவழ்ந்துபோயிருக்கேன். என்னோட ஆசிரியர் எனக்கு உடம்பு சரியில்லையானு கேட்டப்ப, நான் இல்லைனு சொல்லிட்டேன். நான் அங்கிருந்து கிளம்பினப்ப அவங்க தவறாத வருகைக்காகவும் நேரம் தவறாமைக்காகவும் எனக்கு சான்றிதழோட ஃபிரெஞ்சு அகராதி தந்தாங்க. அதனாலதான் நான் இப்ப ஜெர்மன் படிச்சுட்டிருக்கேன். இந்தப் பள்ளிக்கு எந்தவிதத்திலும் கடன்பட்டிருக்க நான் விரும்புனதில்லை. நான் விளையாட்டுக்காகச் சொல்லலை."

"நீ ஏன் அதை அவ்வளவுதூரம் வெறுத்த?"

"நீ உன்னோட பள்ளிக்கூடத்தை விரும்புனியா?"

"இல்ல, ஆனா குறிப்பா அதை வெறுக்கவும் இல்ல, நான் சாதாரணமான மாநில பள்ளிக்குப் போனேன். ஆனா நான் அதைப் பத்தி அப்படியோ இப்படியோ நினைச்சுப் பாத்ததில்லை."

மிடோரி தனது சுண்டுவிரலால் தனது கண்களின் ஓரங்களைத் தேய்த்தபடியே சொன்னாள். "இருக்கட்டும், இந்தப் பள்ளிக்கூடத்துல மேல்தட்டு பெண்களைத் தவிர வேற யாரும் இல்லை. கிட்டத்தட்ட நல்ல பின்னணியையுடைய, நல்ல தேர்ச்சி முடிவுகளைக்கொண்ட ஆயிரம் பேர். பணக்காரப் பெண்கள். அவங்க வாழ்றதுக்கு பணக்காரங்களா இருந்தாகணும். நல்ல கல்வி, முடிவேயில்லாத பங்களிப்புகள், அதிக செலவுபிடிக்கும் சுற்றுலாக்கள். உதாரணத்துக்கு நாங்க கியோட்டோ போயிருந்தப்போ, அவங்க எங்களை முதல்தரமான உணவகத்துக்கு அழைச்சுட்டுப்போய் தேநீர்ச் சடங்கும், மெருகேற்றப்பட்ட மேஜைகளில் உணவும் பரிமாறுனாங்க. மேஜை நாகரிகத்தை நாங்கள் கத்துக்கிறதுக்காக அவங்க வருடத்துக்கு ஒருமுறை டோக்கியோவிலுள்ள மிகவும் செலவுபிடிக்கும் ஹோட்டலுக்குக் கூட்டிட்டுப் போவாங்க. நான் என்ன சொல்லவர்றேன்னா, இது வெறுமனே சாதாரண பள்ளிக்கூடம் இல்லை. என் வகுப்பிலுள்ள 160 பெண்கள்ல, டோஷிமா மாதிரி நடுத்தர வர்க்க சுற்றுப்புறத்தைக்கொண்ட ஒரே ஒருத்தி நான் மட்டும்தான். ஒருமுறை மத்த எல்லாரும் எங்க வசிக்கிறாங்கனு பள்ளி வருகைப் பதிவேட்டைப் பார்த்தப்ப அவங்க ஒவ்வொருத்தரும் பணக்கார பகுதியிலிருந்த வந்தாங்க. இல்லை, அதுல ஒருத்தி மட்டும் விவசாயிகள் பகுதியான சிபாவிலிருந்து வந்தா. அதனாலதான்

நான் அவளோட ஒருவகையில நட்பா இருந்தேன். அவ உண்மையிலே அருமையானவ. அவள் என்னைத் தன்னோட வீட்டுக்குக் கூப்பிட்டா, இருந்தாலும் அவ வீட்டுக்குப் போறதுக்கு நான் தொலைவா வரவேண்டியிருக்கும்னு என்கிட்ட வருத்தம் தெரிவிச்சா. நான் போனேன். வீடு அற்புதமா இருந்துச்சு. அந்த பிரம்மாண்டமான இடத்தைச் சுத்திவர்றதுக்கே 15 நிமிஷம் ஆகும். அதுல அற்புதமான தோட்டம், கச்சிதமான காரைப்போல இரண்டு நாய்ங்க. அவங்க அதுக்கு வேகவைத்த இறைச்சி போட்டாங்க. அப்படியிருந்தும், அந்தப் பொண்ணு சிபாவுல வசிக்கிறதை அசௌகரியமா உணர்ந்தா. கிளம்ப தாமதமானா அவளை மெர்சிடிஸ் பென்ஸ்ல பள்ளிக்கூடம் கொண்டுவந்து விட்டாங்க. கிரீன் கார்னெட் படத்துல வர்ற மாதிரி தனி காரோட்டி, தொப்பி, வெண்ணிறக் கையுறைங்க. இத்தனையிருந்தும் அவளுக்கு தாழ்வு மனப்பான்மை இருந்துச்சு, உன்னால நம்பமுடியுதா?"

நான் எனது தலையை மறுப்பாய் அசைத்தேன்.

"அந்தப் பள்ளிக்கூடத்திலே நான் ஒருத்திதான் கிட்டா—ஓட்சுகா டோஷிமா மாதிரி இடத்துல வாழ்ந்தவ. அதோட பெற்றோர் தொழில் என்கிற கேள்விக்கு நேரா புத்தகக் கடை உரிமையாளர்னு இருந்துச்சு. என் வகுப்புல இருந்தவங்க எல்லாம் என்னவோ பெரிசா நினைச்சிருந்தாங்க. 'ஓ! நீ ரொம்ப அதிர்ஷ்டக்காரி, நீ நினைக்கிற எந்தப் புத்தகத்தையும் வாசிக்கலாம்' இது மாதிரி. நிச்சயமா, அவங்க கினோகுனியாவுல இருக்கிற மாதிரியான பிரம்மாண்டமான ஒரு புத்தகக் கடைமாதிரி நினைச்சுக்கிட்டிருந்தாங்க. அவங்களால எப்பவும் பரிதாபமான, சின்ன கோபயாஷி புத்தகக் கடையை கற்பனையே செஞ்சு பாக்கமுடியாது. திறக்கும்போது சத்தம்போடற கதவு, பத்திரிகைகளைத் தவிர வேறெதையும் நீங்க பாக்கமாட்டீங்க. அங்க அதிகமா விற்பனையாகறது நவீன பாலியல் யுக்திகளைப் பற்றிய, படங்கள் மற்றும் கட்டுரையின் ஒரு பகுதியிலிருந்து எடுத்தாளப்பட்ட வாசிக்கத் தூண்டும் பகுதிகளுடனான பெண்களுக்கான பளபளப்பான இதழ்கள். வீட்டைக் கவனிச்சுக்கிற மனைவிகள் அதையெல்லாம் வாங்கி மேஜையில உட்கார்ந்து முன்னட்டையிலிருந்து பின்னட்டை வரை வாசிச்சு, அவங்களோட கணவன் வீடு திரும்பினதும் அந்தப் புத்தகத்துல சொன்னதை முயற்சி பண்ணிப் பாக்கிறவங்க. அதோட அந்தப் புத்தகங்கள்ள மிகவும் சாத்தியமற்ற பாலுறவு நிலைகள் விவரிக்கப்பட்டிருக்கும். வீட்டிலிருக்கிற மனைவிங்க நாளெல்லாம் நினைச்சுக்கிட்டிருக்கிறது இதைத்தானா? அடுத்தபடியா அதிகமா விற்பனையாறது காமிக்ஸ். மேகஸின், சன்டே, ஜம்ப். அடுத்து

வார இதழ்கள். மொத்தத்துல அந்தக் கடையில பெரும்பாலும் எல்லாமே பத்திரிகைகள்தான். ம், கொஞ்சம் புத்தகங்களும் இருக்கு, பேப்பர் பேக்ஸ், மர்மக் கதைகள், முரடர்கள் மற்றும் காதல் சாகசங்கள். அவ்ளோதான் அங்க விற்பனையாறது. அடுத்து எப்படி வகையறா புத்தகங்கள்: செயலில் வெற்றி பெறுவது எப்படி, போன்சாய் வளர்ப்பது எப்படி, திருமண உரை நிகழ்த்துவதெப்படி, பாலுறவு கொள்வது எப்படி, புகைபிடிப்பதை நிறுத்துவது எப்படி இப்படி சொல்லிக்கிட்டே போகலாம். நாங்க பணப்பெட்டி பக்கத்துல பால்பாய்ண்ட் பேனா, பென்சில். நோட்புக் என எழுதுவதற்கான பொருட்களையும்கூட விற்கிறோம். ஆனா அதோட சரி. போரும் அமைதியுமோ, கென்சாபுரோ ஓயியோ, கேட்சர் இன் த ரையோ கிடையாது. இதுதான் கோபயாஷி புத்தகக் கடை. இவ்வளவு தூரம்தான் நான் அதிர்ஷ்டமானவள். நான் அதிர்ஷ்டக்காரினு நீ நினைக்கிறியா?"

"நான் அந்த இடத்தைப் பார்க்கணும்."

"நான் என்ன சொல்றேன்கிறது உனக்குத் தெரியும். சுற்றுவட்டாரத்துல உள்ள எல்லாரும் அங்க வர்றாங்க, சிலர் வருஷக்கணக்குல, நாங்க விநியோகிக்கிறோம், அது நல்ல வியாபாரம். நாலு பேரைக் கொண்ட குடும்பத்தை நடத்தத் தேவையானதுக்கும் அதிகமானது. கடன் எதுவுமில்லை, இரண்டு பொண்ணுங்க கல்லூரியில, ஆனா அது அவ்வளவுதான். மிச்சம்பிடிக்க அதுல ஒண்ணுமில்ல. அவங்க அதுமாதிரியான பள்ளிக்கூடத்துக்கு ஒருபோதும் என்னை அனுப்பியிருக்கக்கூடாது. அது நெஞ்சுவலி வர்றதுக்கான வழி. பள்ளிக்கூடம் என்னை பங்களிப்பு அளிக்கச்சொல்ற ஒவ்வொரு முறையும் அவங்க என்கிட்ட புலம்புறதைக் கேட்டாகணும் நான். பள்ளித்தோழிகளோட வெளியே போகும்போதோ, எங்கேயாச்சும் விலையதிகமான இடத்துல சாப்பிட விரும்பும்போதோ என்கிட்ட பணம் பத்தாம போயிடுமோன்னு நான் எப்பவும் பயந்துசாவேன். அது வாழறதுக்கான துயரமான வழி. உன்னோட குடும்பம் பணக்காரக் குடும்பமா?"

"என் குடும்பமா? இல்லை, என்னோட பெற்றோர் முழுக்க சாதாரணமான தொழிலாளி வர்க்கம், பணக்காரங்களுமில்லை, ஏழையுமில்லை. டோக்கியோவிலுள்ள தனியார் பல்கலைக் கழகத்துக்கு என்னைப் படிக்க அனுப்புறதுங்கிறது அவங்களுக்கு லேசான விஷயமில்லைனு எனக்குத் தெரியும். ஆனா நான் மட்டும்தான் அதனால அது பெரிய விஷயமா இல்லை. அவங்க நான் இங்க வாழறதுக்காக பெரிசா எதுவும் கொடுக்கிறதில்லை.

அதனால நான் பகுதிநேர வேலை பார்க்கிறேன். நாங்க சின்னத் தோட்டத்தோடு அமைஞ்ச வீட்டுல வாழறோம். டொயோட்டா கோரோலா கார் வெச்சிருக்கோம்."

"உன் வேலை எப்படிப்பட்டது?"

"நான் ஷின்ஷிகுவுல உள்ள ஒரு இசைத்தட்டுக் கடையில வாரத்துக்கு மூணு ராத்திரி வேலை பார்க்கிறேன். அது ரொம்ப சிரமமில்லாதது. நான் சும்மா உட்கார்ந்து கடையைப் பார்த்துக்கணும்."

"நீ ஜோக்கடிக்கலையே?" மிடோரி கேட்டாள். "எனக்குத் தெரியலை, சாதாரணமா உன்னைப் பார்த்து, உனக்கு பணத் தேவையே வந்திருக்காதுனு நினைச்சிருந்தேன்."

"அது உண்மைதான். எனக்கு எப்பவும் பணத் தேவையே வந்ததில்லை. அதுக்காக என்கிட்ட ஆயிரக்கணக்குல பணம் இருக்குன்னு அர்த்தமில்லை. நான் பெரும்பாலான நபர்களை மாதிரி."

"நல்லது, என் பள்ளிக்கூடத்துல 'பெரும்பாலானவங்க' பணக்காரங்க" உள்ளங்கையை தன் மடியின்மீது வைத்தபடியே சொன்னாள் மிடோரி, "அதுதான் பிரச்சினையே."

"ஆக இப்ப உனக்கு பிரச்சினையில்லாத உலகத்தைப் பார்க்க நிறைய வாய்ப்பு இருக்கு. ஒருவேளை நீ விரும்புனதைவிட கூடுதல் வாய்ப்பு."

"ஏய், பணக்காரனா இருக்கிறதுல சிறப்பான விஷயம் என்னனு நீ நினைக்கிற? சொல்லு பார்க்கலாம்."

"எனக்குத் தெரியலை."

"உன்கிட்ட பணம் எதுவுமில்லைனு சொல்லமுடியறதுதான். இப்ப பள்ளித் தோழிகிட்ட நாம ஏதாவது ஒண்ணு பண்ணலாம்னு நான் சொல்றேன், அதுக்கு அவ, 'இல்லை, என்கிட்ட பணம் எதுவுமில்லை'னு சொல்லலாம். அதே கேள்வியை அவ கேட்டா, அந்தப் பதிலை நான் எப்பவும் சொல்லமுடியாது. நான், 'என்கிட்ட பணம் எதுவுமில்லை'னு சொல்லியிருந்தா, அதோட அர்த்தம் உண்மையாவே என்கிட்ட பணம் எதுவுமில்லைதான். அது துயரமானது. எப்படினா, ஒரு அழகான பொண்ணு, 'இன்னைக்கு நான் ரொம்ப மோசமா தெரியறேன். நான் வெளியே போக விரும்பலை'னு சொன்னா சரி, ஆனா ஒரு அழகில்லாத பொண்ணு அதையே சொன்னா மத்தவங்க

அவளைப் பார்த்து சிரிப்பாங்க. ஆறு வருஷமா, உலகம் எனக்கு அப்படித்தான் இருந்துச்சு. போன வருஷம் வரைக்கும்."

"நீ அதைக் கடந்துட்ட."

"நான் அப்படித்தான் நம்பறேன். பல்கலைக்கழகம் எவ்வளவோ ஆறுதலா இருக்கு! இங்க முழுக்க சாதாரணமான நபர்கள்தான் இருக்காங்க."

அவள் தனது உதடுகளில் மெல்லிய சுருக்கமெழ சிரித்தாள். தனது நீளமில்லாத கூந்தலை தன் உள்ளங்கையால் சரிப்படுத்தினாள்.

"நீ வேலை ஏதும் பார்க்கிறியா?" நான் கேட்டேன்.

"ஆமா, நான் வரைபடத்துக்கான குறிப்புகள் எழுதுறேன். வரைபடங்களோட வர்ற சிறிய கையேடுகளை உனக்குத் தெரியும்தானே? ஓரிடத்தோட பல்வேறு அண்மைப் பகுதிகள் குறித்த விவரணைகள், மக்கள்தொகை, ஆர்வத்தைத் தூண்டும் இடங்கள். அந்த இடத்துல இப்படியொரு மலையேற்றப் பாதை இருக்கு அல்லது இப்படியொரு மேதை இருக்கார், அல்லது ஒருவித சிறப்பான மலர், பறவை இருக்கு. நான் அதுமாதிரியான விஷயங்களை எழுதுறேன். அது ரொம்ப ஈஸி. கொஞ்சம்கூட நேரமெடுக்காது. என்னால நூலகத்துல உள்ள விஷயங்களைப் பார்த்து ஒருநாள்ல ஒரு கையேடை எழுதிட முடியும். நாம செய்யவேண்டியதெல்லாம் சில ரகசியங்கள்ல தேர்ச்சி பெறவேண்டியதுதான். அப்புறம் எல்லாவிதமான வேலைகளும் நம்மைத் தேடிவரும்."

"என்ன மாதிரியான ரகசியங்கள்?"

"சொல்லணும்னா வேற யாருமே சேர்க்காத சில சின்னச் சின்ன விஷயங்களை நாம அதில சேர்க்கணும். அப்புறம் வரைபட நிறுவனத்தைச் சேர்ந்தவங்க நம்மை இலக்கிய மேதைனு நினைச்சுக்கிட்டு நமக்கு நிறைய வேலைகளை அனுப்புவாங்க. அது ஒண்ணுமே இருக்காது, வெறுமனே சின்ன விஷயமா இருக்கும். சொல்லணும்னா, இந்தக் குறிப்பிட்ட பள்ளத்தாக்குப் பகுதியில அணை கட்டினப்ப, நீர் ஒரு கிராமத்தையே மூழ்கடிச்சுடுச்சு, ஆனால் இப்போதும் ஒவ்வொரு வசந்தகாலத்திலும் தெற்கிலிருந்து பறவைகள் இங்கே வர்றதையும், ஏரிக்குமேல அவை பறப்பதையும் காணமுடியும்— இதுபோல ஒரு குட்டி அத்தியாயத்தைச் சேர்த்தா, அதை ரசிப்பாங்க. இது ரொம்ப உயிர்ப்பாவும் உணர்ச்சிபூர்வமாவும் இருக்கும்— வழக்கமான பகுதிநேரப்

பணியாளர்கள் இது மாதிரியான விஷயங்கள்ல அக்கறை எடுத்துக்கமாட்டாங்க. ஆனா நான் இதை எழுதுறதுமூலமா கௌரவமான தொகையைச் சம்பாதிச்சுடமுடியும்."

"ம்ம்.. ஆனா நீ அந்த அத்தியாயங்களைக் கண்டு பிடிக்கணுமே"

"உண்மைதான்," மிடோரி தனது தலையைச் சாய்த்தபடி சொன்னாள். "ஆனா நாம அதுக்காக தேடுனா வழக்கமா அதைக் கண்டுபிடிச்சுடமுடியும். கிடைக்காதபட்சத்துல ஆபத்தில்லாத ஏதோ ஒண்ணால எப்பவும் ஈடுகட்ட முடியும்."

"ஆஹா!"

"அமைதி," என்றாள் மிடோரி.

அவள் எனது துயிற்கூடத்தைப் பற்றி தெரிந்துகொள்ள விரும்புவதாகச் சொன்னாள், எனவே நான் வழக்கமான கொடியேற்றம் பற்றிய கதைகள், ஸ்டோர்ம் ட்ரூப்பரின் வானொலி உடற்பயிற்சி பற்றி அவளுக்குச் சொன்னேன். எல்லாரிடமும் நடப்பதுபோலவே, குறிப்பாக ஸ்டோர்ம் ட்ரூப்பர் மிடோரியைச் சிரிக்கவைத்தான். அவள் துயிற்கூடத்தைப் பார்வையிடுவது வேடிக்கையான ஒன்றாக இருக்குமென நினைப்பதாகச் சொன்னாள். அங்கே வேடிக்கையென எதுவுமில்லையென நான் அவளிடம் சொன்னேன். "சில நூறு ஆம்பளைங்க அழுக்கடைந்த அறைகள்ல, குடிச்சுக்கிட்டும் சுய இன்பம் செஞ்சுக்கிட்டும் இருப்பாங்க."

"அதில நீயும் உண்டா?"

"இந்தப் பூமியிலுள்ள எல்லா ஆணும் இதில அடக்கம்." என நான் விளக்கினேன். "பொண்ணுங்களுக்கு மாதவிலக்குபோல ஆண்களுக்கு சுயஇன்பம். எல்லாரும்."

"கேர்ள்ஃப்ரெண்ட் உள்ளவங்களுமா? அதாவது செக்ஸ் துணை உள்ளவங்களுமா?"

"அதற்கும் இதற்கும் எந்த சம்பந்தமும் இல்லை. எனக்கு அடுத்த அறையில இருக்கிற கியோவைச் சேர்ந்த மாணவன், ஒவ்வொரு டேட்டிங்குக்கும் முன்னால சுயஇன்பம் செய்வான். இது அவனை டென்ஷனில்லாம வைச்சிருக்கிறதா சொல்றான்."

"இதுமாதிரியான விஷயங்களைப் பத்தி பெரிசா எனக்கெதுவும் தெரியாது. நான் ரொம்ப காலமா பெண்கள் பள்ளியில்

இருந்தவ."

"அந்தப் பளபளப்பான பெண்கள் பத்திரிகைகள் உங்க பள்ளிக்கூடத்துக்குள்ள போகாதுனு நினைக்கிறேன்."

"வரவே வராது." என்றாள் சிரித்தபடி. "எப்படியோ வாட்டனபி, இந்த ஞாயிற்றுக்கிழமை உனக்கு கொஞ்சம் நேரம் கிடைக்குமா? உனக்கு வேலையெதுவும் இல்லையே?"

"எல்லா ஞாயிற்றுக்கிழமையும் நான் ஃப்ரீதான். குறைஞ்சபட்சம் ஆறு மணிவரை. அதாவது நான் வேலைக்குப் போகிற வரைக்கும்."

"நீயேன் என்னைப் பார்க்கவரக்கூடாது? கோபயாஷி புத்தகக் கடைக்கு. கடை அன்னைக்கு மூடியிருக்கும், ஆனா நாளெல்லாம் அங்க நான் மட்டும் தனியா இருப்பேன். நான் முக்கியமான தொலைபேசி அழைப்புக்காக அவசியம் காத்திருக்கணும். மதிய உணவு சரியா வருமா? உனக்காக நான் சமைச்சு வைப்பேன்"

"எனக்கு அதுல விருப்பம்தான்," என்றேன் நான்.

மிடோரி நோட்டிலிருந்து பக்கமொன்றைக் கிழித்து, அவளது இடத்துக்குச் செல்லும் வழியின் விவரமான வரைபடமொன்றை வரைந்தாள். அவள் வீடு இருந்த இடத்தைக் குறிப்பிட, சிவப்பு பேனாவை உபயோகித்து பெரிய எக்ஸ் வடிவத்தை வரைந்தாள்.

"நீ இதைத் தவறவிடமுடியாது. கோபயாஷி புத்தகக்கடைனு பெரிய அறிவிப்பு அங்க இருக்கும். மதியம் வா. நான் மதிய உணவைத் தயார்செய்திருப்பேன்."

நான் அவளுக்கு நன்றிசொல்லி அந்த வரைபடத்தை பையில் வைத்தேன். "இப்ப நான் கல்லூரி வளாகத்துக்குப் போறது நல்லது,"என்றேன் நான். "என்னோட ஜெர்மன் வகுப்பு இரண்டு மணிக்குத் தொடங்கும்." மிடோரி ஓரிடத்துக்கு செல்ல வேண்டியிருப்பதாகவும், யோட்சுவாவிலிருந்து தொடர்வண்டி பிடிப்பதாகவும் சொன்னாள்.

ஞாயிறு காலை ஒன்பது மணியளவில் நான் எழுந்து, சவரம் செய்து, சலவை செய்து, துணிகளை மாடியில் உலர்த்தினேன். அது ஒரு அழகான நாள் இலையுதிர்காலத்தின் முதல் வாசனை காற்றில் இருந்தது. சிவப்புத் தும்பிகள் முற்றமெங்கும் பறந்துதிரிய, அருகிலுள்ள குழந்தைகள் அவற்றை சுழற்றிவீசிப் பிடிக்கும் வலைகளுடன் துரத்தித் திரிந்தனர். காற்றில்லாமல், உதயசூரியன்

கொடி, கம்பத்தில் அசைவின்றிக் காணப்பட்டது. நான் புதிதாகத் தேய்த்த சட்டையை அணிந்து துயிற்கூடத்திலிருந்து ட்ராம் நிறுத்தத்துக்கு நடந்துசென்றேன். ஞாயிறு காலையில் மாணவர்கள் வசிக்குமிடத்தின் சுற்றுப்புறம்— தெருக்கள் உயிர்ப்பின்றி, பெரும் பாலான கடைகள் மூடி காலியாகக் காணப்பட்டன. அங்கு காணப்பட்ட சில ஒலிகளும் பிரத்யேகமான தெளிவுடன் எதிரொலித்தன. மரத்தாலான காலணி அணிந்த ஒரு பெண் தார்ச் சாலையில் சப்தமெழ நடந்துசெல்ல, ட்ராம் நிறுத்தத்துக்கு சற்றுதள்ளி, நான்கைந்து சிறுவர்கள் வரிசையாக காலி தகரக் குவளைகளை அடுக்கி கல்லால் அடித்துக்கொண்டிருந்தனர். அலங்காரப் பூக்கடையொன்று திறந்திருக்க, நான் உள்ளே சென்று கொஞ்சம் டாஃபோடில்ஸ் மலர்கள் வாங்கினேன். இலையுதிர் காலத்தில் டாஃபோடில்ஸ் என்பது விநோதம்தான். ஆனால் நான் எப்போதும் அந்தக் குறிப்பிட்ட பூவை விரும்பினேன்.

அந்த ஞாயிறு காலையன்று ட்ராமில் காணப்பட்ட பயணிகள் மூன்று வயதான பெண்மணிகள் மட்டுமே. அவர்களனைவரும் என்னையும் எனது பூக்களையும் பார்த்தனர். அவர்களுள் ஒருத்தி என்னைப் பார்த்துப் புன்னகைத்தாள். நான் பதிலுக்கு புன்னகை செய்தேன். நான் கடைசி இருக்கையில் அமர்ந்து ஜன்னலுக்கு அருகே கடந்துசென்ற பழமையான வீடுகளைக் கவனித்தேன். ட்ராம் கிட்டத்தட்ட முன்னே நீட்டிக்கொண்டிருந்த தாழ்வாரத்தைத் தொட்டபடி போனது. ஒரு வீட்டின் சலவை செய்யுமிடத்தில் தொட்டியில் வளர்க்கப்பட்ட பத்து தக்காளிச் செடிகள் காணப்பட்டன, அதனையடுத்து ஒரு பெரிய கருப்புப் பூனை சூரிய வெளிச்சத்தில் நீட்டிப் படுத்திருந்தது. இன்னொரு வீட்டின் தோட்டத்தில், சிறுமியொருத்தி சோப்பு நுரையில் குமிழ்களை ஊதிக்கொண்டிருந்தாள். எங்கிருந்தோ ஆயுமி இஷிதாவின் பாடலொன்றை நான் கேட்டேன். அத்தோடு கறி சமைக்கும் வாசனையைக்கூட அறியமுடிந்தது. ட்ராம், அந்த தனியார்களின் பின்முற்றத்தின் வழியாக பாம்புபோல வளைந்துநெளிந்து சென்றது. வழியில் நிறுத்தங்களில் இன்னும்சில பயணிகள் ஏறினர். ஆனால் அந்த மூன்று பெண்களும் ஏதோவொன்றைப் பற்றி அக்கறையுடன், ஒன்றுகூடி முகத்தோடு முகம்சேர்த்து பேசியபடியே வந்தனர்.

நான் ஓட்சுகா நிலையத்துக்கருகில் இறங்கி, மிடோரியின் வரை படத்தைப் பின்பற்றி, பெரிதும் தேடாமல் பெரியதொரு தெருவை அடைந்தேன். பழைய கட்டடத்தில் அவை அமைந்திருந்ததிலும் அவற்றின் ஈர்ப்பில்லாத உட்தோற்றத்திலும் சில பெயர்ப்பலகைகள் எழுத்துகள் வெளிறிக் காணப்பட்டதையும் பார்த்தால், வழியில் எதிர்ப்பட்ட கடைகளில் எதுவும் சிறப்பாய்ச் செயல்பட்டதாய்

தோன்றவில்லை. கட்டடங்களின் வயதையும் பாணியையும் வைத்துப் பார்த்தால், இந்தப் பகுதி போர்க்காலத்தில் விமானத் தாக்குதலுக்கு ஆளாகாமல் தப்பி, இந்த மொத்த கட்டடங்களும் அப்படியே நீடித்திருக்கவேண்டும். அதில் சில பகுதிகள் முழுக்க மறுகட்டுமானம் செய்யப்பட்டிருந்தன. ஆனால் பெரும்பாலானவை விரிவாக்கமோ பழுதோ செய்யப்பட்டு, அந்தப் பழைய கட்டடங்களைவிடவும் இத்தகைய கூடுதல் வேலை செய்யப்பட்ட கட்டடங்கள் அவலட்சணமாக காணப் பட்டதாக எண்ணத் தோன்றியது.

மொத்தச் சூழலும் அவ்விடத்தின் அசல் குடியிருப்பாளர்கள், கார்கள், மோசமான காற்று, இரைச்சல் மற்றும் கூடுதல் வாடகை காரணமாக மனம்வெறுத்து புறநகர்ப் பகுதிக்கு இடம்பெயர்ந்திருக்கவேண்டும், விலைமலிவான குடியிருப்புகள், நிறுவன அடுக்குக் குடியிருப்புகள், எளிதில் விற்கமுடியாத கடைகள் மற்றும் பழைய குடும்பச் சொத்துகளை விடாமல் காப்பாற்றும் சில பிடிவாதமான நபர்கள் மட்டுமே எஞ் சியிருக்கவேண்டுமென எண்ணத்தூண்டியது. அனைத்தும் தெளிவின்றியும், புகைமூட்டத்தில் போர்த்தப்பட்டு கறைபடிந்தது போன்றும் காணப்பட்டன.

அந்தத் தெருவில் பத்து நிமிடங்கள் நடந்து தெருமுனையிலமைந்த பெட்ரோல் விநியோக நிலையத்தை அடைந்தேன். அங்கே நான் வலதுபுறம் திரும்ப, ஒரு சிறிய கடைகளின் வரிசை எதிர்ப்பட்டது, அவற்றின் நடுவில் கோபயாஷி புத்தகக் கடை எனும் அறிவிப்பு பலகை தொங்கியது. உண்மைதான், அது பெரிய கடையல்ல, மாறாக மிடோரியின் விவரணை என்னை நம்பச்செய்ததுபோன்ற சிறிய கடையுமல்ல. அது நம் அருகாமையில் காணப்படும், வழக்கமாக நான் சிறுவர்களுக்கான காமிக்ஸ் வெளிவந்த அன்றே ஓடிச்சென்று வாங்கிப் படிக்கும் அதேவிதமான புத்தகக்கடை. நான் அந்த இடத்தின் முன் நின்றபோது சிறுவயதுக்குத் திரும்பமாட்டோமா எனும் ஒருவித மனநிலை என்னைத் தொற்றிக்கொண்டது.

அந்தக் கடையின் முன்புறம் முழுமையும், "பன்சன் வாராந்திரி இங்கு வியாழக்கிழமைகளில் கிடைக்கும்" எனும் விளம்பரம் பொறிக்கப்பட்டிருந்த இரும்பாலான இறக்கி ஏற்றக்கூடிய கதவால் மூடப்பட்டிருந்தது. மதியமாவதற்கு இன்னும் 15 நிமிடங்கள் இருந்தன. ஆனால் கைநிறைய டாஃபோடில்ஸ்களுடன் அந்தக் குடியிருப்பினூடே திரிந்தபடி நேரத்தைச் செலவிட நான் விரும்பவில்லை. எனவே நான் கதவின் அருகிலிருந்த அழைப்புமணியை அழுத்திவிட்டு, சில அடிகள் தள்ளிநின்று

காத்திருந்தேன். பதினைந்து நொடிகள் பதிலின்றிக் கடக்க, நான் மீண்டும் அழைப்புமணியை அழுத்துவதா வேண்டாமா என எனக்குள் வாதித்தபடியிருக்க, எனக்கு மேலே ஜன்னலின் கடகட சத்தத்தைக் கேட்டேன். நான் மேலே பார்க்க, மிடோரி வெளியே எட்டிப்பார்த்து கையசைத்தாள்.

“உள்ளே வா,” அவள் கத்தினாள். “கதவை மேலே தூக்கு.”

“நான் கொஞ்சம் சீக்கிரமா வந்துட்டேன் பரவாயில்லையா?” நான் பதிலுக்குக் கத்தினேன்.

“பிரச்சினையில்லை மாடிக்கு வா. நான் சமையலறை வேலை யில் மும்முரமா இருக்கேன்.” அவள் ஜன்னலை மூடினாள்.

நான் கதவை தரையிலிருந்து மூன்றடி உயரத்துக்கு உயர்த்தியபோது அது பயங்கரமான சப்தத்தை எழுப்பியது. அதன் கீழ் குனிந்து நுழைந்து மறுபடியும் அதனைக் கீழிறக்கினேன். கடையினுள் இருட்டாக இருந்தது. நான் ஒருவாறாக சமாளித்து, பத்திரிகை குவியல்களில் மோதித்தடுமாறி பின்புற படிக்கட்டை அடைந்தேன். எனது ஷூக்களின் முடிச்சை அவிழ்த்து, கழற்றிவிட்டு, படியேறி வசிப்பறை பகுதிக்கு வந்தேன். வீட்டின் உட்பகுதி இருளடைந்தும் மனச்சோர்வூட்டுவதாகவும் இருந்தது. சோபா மற்றும் சாய்வுநாற்காலிகளைக் கொண்ட எளிமையான விருந்தினர் அறைக்கு படிகள் இட்டுச்சென்றன. அது பழைய போலந்துப் படங்களை நினைவூட்டும்படியான, ஜன்னலிலிருந்து வரும் மங்கலான ஒளியைக்கொண்ட சிறிய அறை. அதில் இடப்புறம் பொருட்களை போட்டுவைக்கும் இடம்போன்று ஒருவிதமாகக் காணப்பட, அது குளியலறைக் கதவுபோல காட்சியளித்தது. நான் இரண்டாவது தளத்துக்குச்செல்ல செங்குத்தான படிக்கட்டில் கவனத்துடன் ஏறவேண்டியிருந்தது. ஆனால் நான் அங்கே சென்றதும், அது முதல் தளத்தைவிடவும் வெளிச்சமானதாக இருக்க நான் பெரிதும் ஆசுவாசமாக உணர்ந்தேன்.

“இப்படி வா,” மிடோரியின் குரல் அழைத்தது. படிக்கட்டின் உச்சியில் வலப்புறம் இருந்தது உணவருந்தும் அறையைப்போன்றும் அதற்கும் அப்பால் இருந்தது சமையலறையைப் போன்றும் தோன்றின. அந்த வீடு பழையதாக இருந்தபோதும், சமையலறை சமீபத்தில் புதிய இழுப்பறைகள் மற்றும் பளிச்சிடும் பளபளப்பான கைகழுவும் தொட்டி மற்றும் குழாய்கள் அமைக்கப்பட்டு சீர்படுத்தப்பட்டதுபோல் தோன்றியது. மிடோரி உணவு தயாரித்துக் கொண்டிருந்தாள். பானையொன்று குமிழியிட்டுக்

கொண்டிருக்க, அறையெங்கும் வறுக்கப்பட்ட மீனின் வாசனை நிறைந்திருந்தது.

அவள் நானிருந்த திசையைநோக்கி, "ஃப்ரிட்ஜ்ல பீர் இருக்கு," என்றாள். "நான் இதை முடிக்கிறவரைக்கு கொஞ்சம் உட்காரு." நான் ஒரு பீர்க்குவளையை எடுத்துக்கொண்டு சமையலறை மேஜையில் அமர்ந்துகொண்டேன். பீர் மிகவும் குளிர்ச்சியாக இருந்தது, அது வருடத்தின் பெரும்பாலான நாட்கள் குளிர்சாதனப் பெட்டியிலே இருந்திருக்கவேண்டும். மேஜையில் ஒரு சிறிய வெண்ணிற சாம்பல் கிண்ணம், செய்தித்தாள் மற்றும் சோயா சாஸ் பரிமாறும் பாத்திரம் ஆகியவை இருந்தன. மேலும் அதில் ஒரு குறிப்பேடும் பேனாவும் காணப்பட்டன. அந்தக் குறிப்பேட்டில் ஒரு தொலைபேசி எண்ணும், ஷாப்பிங்கோடு தொடர்புடைய கணக்கீடுகள் என்று எண்ணக்கூடிய சில எண்களும் காணப்பட்டன.

"நான் பத்து நிமிஷத்துல சமையலை முடிச்சுடுவேன். அவ்ளோ நேரம் உன்னால பொறுக்கமுடியமா?" அவள் கேட்டாள்.

"நிச்சயமா முடியும்," நான் சொன்னேன்.

"ஆசுவாசப்படுத்திக்கோ, நல்லா பசிக்கட்டும். நான் நிறைய தயாரிச்சுக்கிட்டு இருக்கேன்."

நான் எனது பீரை உறிஞ்சியபடியே, எனக்கு முதுகுகாட்டியபடி சமையலைத் தொடர்ந்துகொண்டிருந்த மிடோரியின்மீது கவனம் செலுத்தினேன். அவள் விரைவான, சுறுசுறுப்பான அசைவுகளுடன், ஒரே சமயத்தில் நான்கு சமையல் வேலைகளுக்குக் குறையாமல் மேற்கொண்டபடி காணப்பட்டாள். இந்தப் பக்கம் கொதிக்கும் உணவொன்றை ருசி பார்த்தாள். அடுத்த விநாடி காய்கறி நறுக்கும் பலகையில் கடகடவென எதையோ வெட்டித்தள்ளினாள். பின் குளிர்பதனப்பெட்டியிலிருந்து அவள் எதையோ எடுத்து ஒரு கிண்ணத்தில் கொட்டினாள், நான் அதைத் தெரிந்துகொள்ளும் முன்பாக, அவள் பயன்படுத்திமுடித்த பாத்திரத்தைக் கழுவிமுடித்திருந்தாள். பின்னாலிருந்து பார்க்க அவள் — அங்கே ஒரு மணியை அடிப்பதும் இரும்பு அச்சு ஒன்றைத் தட்டுவதும் காட்டெருமையின் எலும்பைத் தட்டுவதுமாய் ஒவ்வோர் அசைவும் துல்லியமானதாகவும் சிக்கனமானதாகவும் துல்லியமான சமநிலையுடன் காணப்படும் இந்திய மேள வாத்தியக்காரர்போல காணப்பட்டாள். நான் ஆச்சரியத்துடன் கவனித்துக் கொண்டிருந்தேன்.

"நான் ஏதாவது செய்யணுமா சொல்லு?" கேட்டேன் நான்.

“பரவாயில்லை,” மிடோரி என் பக்கமாக ஒரு புன்னகையுடன் சொன்னாள். “எனக்கு எல்லாத்தையும் தனியா செஞ்சு பழக்கம்தான்.” அவள் மெல்லிய, நீல ஜீன்ஸூம் அடர்நீலநிற டி சர்ட்டும் அணிந்திருந்தாள். அவளது டி சர்ட்டின் பின்பக்கத்தை ஏறத்தாழ முழுமையாக ஆப்பிள் ரெக்கார்ட்ஸ் சின்னம் மறைத்திருந்தது. இடை முழுமையான வளர்ச்சியடையும் பூப்புப் பருவத்தை எப்படியோ தாண்டிவந்தவள்போல அவள் மிகவும் குறுகிய இடையைக் கொண்டிருந்தாள். இது, மெல்லிய ஜீன்ஸில் பெரும்பாலான பெண்கள் காணப்படுவதைவிடவும் அவளுக்கு பெரிதும் இருபால் கூறுகளை ஒருங்கே கொண்டிருக்கிற தோற்றத்தைத் தந்தது. சமையலறை ஜன்னலிலிருந்து பெருகிவரும் வெளிச்சம் அவளது உருவத்துக்கு ஒருவித தெளிவில்லாத புறச்சித்திரத்தைத் தந்தது.

“உண்மையில் நீ இப்படியொரு விருந்தை ஏற்பாடு செஞ்சிருக்கக்கூடாது,” என்றேன் நான்.

“இது விருந்தெல்லாம் இல்லை,” என் பக்கம் திரும்பாமலே மிடோரி பதிலளித்தாள். “நேத்து அசலான ஷாப்பிங் பண்ணமுடியாத அளவுக்கு நான் ரொம்ப வேலையா இருந்தேன். ஃப்ரிட்ஜ்ல இருந்த சில பொருட்களை நான் சும்மா ஒண்ணுசேர்த்திருக்கேன். நீ கவலைப்படாத, தவிரவும் விருந்தினரை நல்லா கவனிக்கிறது கோபயாஷி குடும்பத்தினரோட மரபு. இது எதனாலனு எனக்குத் தெரியாது, ஆனா நாங்க உற்சாகப்படுத்தறதை விரும்பறோம். அது பிறவிக்குணம். ஒருவிதமான நோய். குறிப்பா நாங்க இனிமையானவங்கன்னோ, மத்தவங்க எங்களை நேசிக்கணும்னோ வேறெதுமோ இல்லை. ஆனா சிலபேரு என்ன ஆனபோதும், நாங்க விருந்தினர்களை நல்லா கவனிக்கணும்கிற மாதிரி காட்டிக்குவாங்க. கூடவோ குறையவோ நாமெல்லாம் அதே மாதிரியான ஆளுமைக் குறைபாடுகளைக் கொண்டிருக்கோம். உதாரணத்துக்கு எங்க அப்பாவையே எடுத்துப்போம். அவர் குடிக்கிறது அபூர்வம், ஆனா வீடு முழுக்க ஆல்ஹகால். எதுக்கு— விருந்தாளிகளுக்கு கொடுக்கிறதுக்கு. அதனால தயங்காம உனக்கு வேணும்கிற பீரைச் சாப்பிடு.”

“நன்றி,” என்றேன் நான்.

திடீரெனதான் அது எனக்குத் தோன்றியது, நான் டாஃபோடில் மலர்களை கீழ்ப் படிகளிலேயே விட்டுவந்திருந்தேன். எனது ஷூக்களின் முடிச்சுகளை அவிழ்க்கும்போது அவற்றை நான் ஓரமாக வைத்திருந்தேன். நான் மீண்டும் கீழ்த்தளத்துக்கு

வந்து பத்து அழகிய பூக்கள் மினுமினுப்பாகக் கிடந்ததைக் கண்டேன். மிடோரி உயரமான, மெல்லிய கண்ணாடிக் குவளையை அலமாரியிலிருந்து எடுத்துவந்து மலர்களை அதில் அடுக்கினாள்.

"எனக்கு டாஃபோடில்னா பிடிக்கும்," என்றாள் மிடோரி. "ஒருசமயம் நான் பள்ளிக்கூடத்துல திறமையைக் காட்டுறதுக்கான போட்டியில செவன் டாஃபோடில்ஸ் பாடியிருக்கேன் உனக்கு அந்தப் பாட்டைத் தெரியுமா?"

"தெரியுமே."

"நாங்க ஒரு கிராமிய கலைக்குழு உருவாக்கியிருந்தோம், நான் அதில கிதார் வாசிச்சேன்."

அவள் தட்டுகளில் உணவைப் பரிமாறியபோது செவன் டாஃபோடில்ஸ் பாடலைப் பாடினாள்.

மிடோரியின் சமையல் நான் எதிர்பார்த்ததைவிடவும் பெரிதும் நன்றாகவே இருந்தது. முட்டை, மாக்ரல்வகை மீன், புதிய காய்கறிகள், கத்திரிக்காய், காளான், முள்ளங்கி, மற்றும் எள்ளைப் பயன்படுத்தி பொரியல், ஊறுகாய், வேகவைத்த உணவுகள், வறுவல் உணவுகளின் அற்புதமான வகைப்பாடுகள் சுவைமிகுந்த க்யோட்டோ பாணியில் சமைக்கப்பட்டிருந்தன.

நான் என் வாய் நிறைய ருசித்தபடியே, "பிரமாதமா இருக்கு." என்றேன்.

"சரி இப்ப உண்மையைச் சொல்லு, என் தோற்றத்தை வெச்சு என் சமையல் இவ்ளோ நல்லாயிருக்கும்னு நீ எதிர் பார்த்திருக்கமாட்டே அப்படித்தானே?" மிடோரி கேட்டாள்.

"உண்மையிலே எதிர்பார்க்கலை." நான் நேர்மையாய்ச் சொன்னேன்.

"நீ கான்சாய் பகுதியைச் சேர்ந்தவன்கிறதால இந்தவிதமான அற்புதமான சுவையை விரும்புற, சரியா?"

"எனக்காக பிரத்யேகமா சமைக்குற பாணியை மாத்துனேன்னு சொல்லாத?"

"முட்டாள்தனமா பேசாத, நான் அத்தனை சிரமத்துக்கெல்லாம் ஆளாக மாட்டேன். உனக்காக மாத்தலை, நாங்க எப்பவுமே இதுபோலத்தான் சாப்பிடுவோம்."

“அப்ப உன் அப்பாவோ— அம்மாவோ கான்சாயைச் சேர்ந்தவங்களா? ”

“ம்ஹூம்.என் அப்பா டோக்கியோவுல பிறந்தவர். என் அம்மா ஃபுகுஷிமாவைச் சேர்ந்தவங்க. என் சொந்தக்காரங்கள்ல ஒருத்தர்கூட கான்சாயைச் சேர்ந்தவங்க இல்ல. நாங்க எல்லாரும் டோக்கியோ இல்லைனா வடக்கு கான்டோ பகுதியைச் சேர்ந்தவங்க.”

“எனக்கு புரியல, பிறகெப்படி நீ நூறு சதவிகிதம் அசல் கான்சாய் பாணி உணவை தயாரிச்ச? யாரும் உனக்கு சொல்லித் தந்தாங்களா?”

“ம்ம்... அது ஒரு பெரிய கதை.” பொரித்த முட்டையின் துண்டு ஒன்றைச் சாப்பிட்டபடியே அவள் சொன்னாள். “என் அம்மா வீட்டு வேலை எதுவானாலும் வெறுத்தாங்க. அவங்க கிட்டதட்ட எப்பவுமே, எதுவுமே சமைச்சதில்ல. தவிரவும் நாங்க தொழிலைப் பற்றியும் சிந்திக்கவேண்டி இருந்துச்சு. அதனால எப்பவும், ‘இன்னைக்கு நமக்கு ரொம்ப வேலையிருக்கு, நாம வெளியபோய் சாப்பிட்டுவருவோம்.’ இல்லைனா, ‘கசாப்பு கடைக்காரன்கிட்டயிருந்து நாம் கொஞ்சம் இறைச்சி உருண்டை வாங்கிக்குவோம்’ இப்படித்தான் போகும். நான் சின்னப் பொண்ணா இருந்தப்பவே, பெரிய பானையில சமைச்சு அதையே மூணு நாளைக்கு சாப்பிடுறதை வெறுத்தேன். அதனால ஒருநாள்— நான் பள்ளிக்கூடத்துல பத்தாம் வகுப்பு படிக்கும்போது— குடும்பத்துக்காக சமைக்கிறதுனும் அதுவும் அதைச் சரியா செய்யறதுனும் முடிவுசெஞ்சேன். நான் ஷின்ஷிகுவிலுள்ள பெரிய கினோகினியா புத்தகக் கடைக்குப் போய், என்னால கண்டுபிடிக்க முடிஞ்ச பெரிய, அழகான சமையல் புத்தகத்தை வாங்கி, முன்னட்டையிலிருந்து கடைசிப் பக்கம் வரைக்கும் நல்லா படிச்சு, எப்படி காய்கறி வெட்டுற பலகையைத் தேர்வுசெய்யறது, எப்படி கத்தியைக் கூர்தீட்டறது, எப்படி மீனோட எலும்பை நீக்குறது, எப்படி செதில்களையெல்லாம் சுத்தம்செய்யறதுனு எல்லாத்தையும் கத்துக்கிட்டேன். அந்தப்புத்தகத்தோட ஆசிரியர் கான்சாயைச் சேர்ந்தவர்னு தெரிஞ்சுக்கிட்டேன். அதனால என்னோட சமையலெல்லாம் கான்சாய் பாணியில இருக்கு.”

“அதாவது இந்த உணவுகளையெல்லாம் நீ ஒரு புத்தகத்துல இருந்து கத்துக்கிட்டேனா சொல்ற?”

“நான் பணத்தை மிச்சம்பிடிச்சு, இதே உணவுகளைச் சாப்பிடப்போனேன். அப்படித்தான் உணவோட சுவையை

நான் தெரிஞ்சுக்கிட்டேன். எனக்கு நல்ல உள்ளுணர்வு உண்டு. இருந்தாலும் தர்க்கபூர்வமான சிந்தனைவாதியைப்போல நான் அவநம்பிக்கைவாதி.”

“யாருமே உனக்கு கத்துத்தராம இவ்ளோ நல்லா உனக்கு நீயே கத்துக்கிட்டேங்கிறது ஆச்சரியமா இருக்கு.”

மிடோரி ஒரு பெருமூச்சுடன் சொன்னாள். “உணவைப்பற்றி ஒருத்தரும் அக்கறைகாட்டாத வீட்டுல வளர்ந்ததனால அது ஒண்ணும் அவ்ளோ எளிமையா இருக்கலை. நான் அவங்ககிட்ட நல்ல கத்திகளும் சமையல் பாத்திரங்களும் வாங்க விரும்பறேன்னு சொல்லியிருந்தாலும், அவங்க எனக்கு பணம் தந்திருக்கமாட்டாங்க. ‘நம்மகிட்ட இப்ப இருக்கிறதே போதுமானது’னு சொல்வாங்க. நான் அவங்கிட்ட, ‘நம்ம வீட்டுல இருக்கிற மோசமான கத்தியால மீனோட எலும்பைக்கூட நீக்கமுடியாது’னு சொன்னா, அவங்க சொல்வாங்க, ‘மீனோட எலும்பை நீக்குறதுக்கு, நீ என்ன இம்சையெல்லாம் பண்றே’. அவங்களுக்கு புரியவைக்க முயற்சிசெய்யறது நம்பிக்கை தர்றதா இல்லை. என் செலவுகளுக்காக தர்ற பணத்தைச் சேர்த்து அசல் சமையல் கத்திகளையும் பாத்திரங்களையும் வடிகட்டிகளையும் மற்ற பொருட்களையும் வாங்கினேன். பள்ளிக்கூடத்துல உள்ள மத்த பொண்ணுங்க எல்லாம் நிறைய கைக்காசு வாங்கி, அதுல அழகான ஆடைகளையும் ஷூக்களையும் வாங்கிட்டிருக்கிறப்ப, ஒரு பதினைஞ்சு வயசுப் பொண்ணா சல்லடைகளையும் சாணைக்கல்லையும், டெம்புரா பானைகளையும் வாங்க நான் பைசா பைசாவா மிச்சம் பிடிச்சேங்கிறதை உன்னால நம்பமுடியுதா? நீ எனக்காக பரிதாபப்படலை?”

புதிய ஜூன்சாய் கீரையுடனான தெளிவான சூப்பை வாய்நிறைய பருகியபடியே நான் ஆமோதித்தேன்.

“நான் பதினொன்னாம் வகுப்பு படிக்கும்போதே, நாம சாப்பிட்டுக்கிட்டு இருக்கிற டாஷிமாகி பாணி முட்டைப் பொறியல் தயாரிக்கிறதுக்கான நீண்ட, குறுகலான முட்டை பொரிக்கும் பாத்திரம் வெச்சிருந்தேன். நான் புது ப்ரா வாங்குறதுக்காக வெச்சிருந்த பணத்துல அதை வாங்கினேன். மூணு மாசத்துக்கு நான் ஒரே பிராவோட காலம் தள்ளினேன். உன்னால நம்பமுடியுதா? நான் என் பிராவை ராத்திரி துவைச்சு, அது காயறதுக்காக பைத்தியக்காரத்தனமா என்னவெல்லாமோ செஞ்சு, மறுநாள் போட்டுக்குவேன். ஒருவேளை அது சரியா காயலைனா, அதைச் சமாளிக்குற துயரம் வேற. உலகிலேயே துயரமான விஷயம் ஈரமான பிராவைப் போட்டுக்குறதுதான்.

என் கண்ணுல கண்ணீர் வடிய நான் திரிஞ்சுக்கிட்டு இருப்பேன். நினைச்சுப் பார்த்தா ஒரு முட்டைபொரிக்கும் பாத்திரத்துக்காக நான் எவ்வளவு சிரமப்பட்டிருக்கேன்!"

"நீ என்ன சொல்லவர்றேன்னு எனக்குப் புரியுது," நான் சிரித்தபடியே கூறினேன்.

"இதையெல்லாம் சொல்லக்கூடாதுனு எனக்குத் தெரியும், ஆனா உண்மையில எங்கம்மா இறந்தப்ப ஒருவிதத்துல ஆறுதலா உணர்ந்தேன். குடும்பத்தை அதற்கான பட்ஜெட்டுக்குள்ள நான் விரும்பினமாதிரி நடத்தமுடியும். நான் விரும்பினதை வாங்கலாம். இப்ப ஓரளவுக்கு எல்லா சமையல் பாத்திரங்களும் என்கிட்ட இருக்கு. எங்கப்பாவுக்கு பட்ஜெட் பத்தி ஒரு விஷயமும் தெரியாது."

"உங்க அம்மா எப்ப இறந்தாங்க?"

"இரண்டு வருஷத்துக்கு முன்னால. புற்றுநோய். மூளைக்கட்டி. அவங்க ஒண்ணரை வருஷம் மருத்துவமனைல இருந்தாங்க. அது பயங்கரமானது. ஆரம்பத்திலிருந்து கடைசிவரை அவங்க சிரமப்பட்டாங்க. கடைசில மனநிலை தவறிடுச்சு. எல்லா நேரமும் மயக்க மருந்து கொடுத்தே வெச்சிருந்தாங்க, இருந்தும் அவங்க இறக்கலை. அவங்க இறந்தப்ப அது நடைமுறையில கருணைக்கொலையாதான் இருந்துச்சு. சம்பந்தப்பட்ட நபர் வேதனையிலயும் குடும்பமே நரக அவஸ்தையிலயுமா— அது இருக்கிறதுலே மோசமான மரணம். அதுக்கு எங்ககிட்ட இருந்த ஒவ்வொரு யென்னும் செலவாச்சு. அவங்க அவளுக்கு ஒரு ஊசியைப் போடுவாங்க. 20,000 யென் காலி. அவங்களுக்கு 24 மணிநேர கண்காணிப்பு தேவை. நான் அவங்களை பார்த்துக்கிறதுல ரொம்ப மும்முரமா இருந்தேன், என்னால படிக்கமுடியலை, அதனால பல்கலைக்கழகத்துல சேர ஒரு வருஷம் தாமதமாச்சு. அத்தோட இது போதாதுங்கிறதுபோல..." அவள் பாதி வாக்கியத்தில் நிறுத்தினாள், அவளது சாப் ஸ்டிக்குகளை கீழே வைத்துவிட்டு பெருமூச்சுவிட்டாள். "இந்த உரையாடல் திடீர்னு எப்படி இத்தனை துக்ககரமானதா மாறுச்சு."

"அது பிரா சம்பந்தமான விவகாரத்துல இருந்து தொடங்குச்சு" என்றேன் நான்.

"எப்படியோ போகட்டும், உன்னோட முட்டையைச் சாப்பிடு. நான் இப்ப உன்கிட்ட சொன்னதைப் பத்தி நினைச்சுப் பாரு," அக்கறையுடன் சொன்னாள் மிடோரி.

வயிறு நிறையும்வரை என் பங்கைச் சாப்பிட்டேன். ஆனால் மிடோரி மிகவும் குறைவாகவே சாப்பிட்டாள். "சமைச்சதால என் பசியே போயிடுச்சு," என்றாள் அவள். உணவுத் துணுக்குகளை துடைத்து மேஜையைச் சுத்தம் செய்துவிட்டு, அவள் ஒரு மார்ல்போரோ பெட்டியைக் கொண்டுவந்தாள். ஒன்றை தனது உதட்டில்வைத்து தீக்குச்சியால் பற்றவைத்தாள். டாஃபோடில்ஸ் மலர்கள் இருந்த குவளையை கையில் எடுத்து, சற்று நேரத்துக்கு அதன் வனப்பை ஆராய்ச்சிசெய்தாள்.

"நான் இதை பூச்சாடியில் வைப்பேன்னு நினைக்கலை," என்றாள் அவள். "நான் இதை இப்படியே விட்டா, ஏதோ ஒரு குளத்திலிருந்து பறிச்சுட்டுவந்து, கைக்கு முதல்ல அகப்பட்ட ஒண்ணுல வீசியெறிஞ்சதுபோல தோணும்."

"ஆட்சுகா நிலையத்துக்குப் பக்கத்திலிருக்கிற குளத்துலதான் நான் இதையெல்லாம் பறிச்சேன்," என்றேன் நான்.

அவள் தனக்குள் சிரித்தபடி, "நீ ஒரு விநோதமான ஆள். முகத்தை ரொம்ப இயல்பா வெச்சுக்கிட்ட ஜோக்கடிக்கிற."

தாடையைக் கையில் ஏந்தியபடி, அவள் தனது சிகரெட்டை பாதிவரை புகைத்தாள். பின் அதனை சாம்பல் கிண்ணத்தில் நசுக்கினாள். சிகரெட் புகை கண்ணில் பட்டதுபோல அவள் தன் கண்களைக் கசக்கினாள்.

"பெண்கள் சிகரெட்டை அணைக்கிறப்போ இன்னும் கொஞ்சம் நாசூக்கா அணைக்கணும். நீ ஒரு மரம் வெட்டுறவன் நசுக்குறதுபோல அணைச்ச. நீ அதனை சாம்பல்கிண்ணத்துல அப்படியே நசுக்காம, சாம்பல் இருக்கும் முனையை மெதுவா அழுத்தி அணைக்கணும். அதோட சிகரெட் முழுக்க வளைஞ்சு போகக்கூடாது. அப்புறம் பெண்கள் புகையை மூக்குவழியா வெளியவிடக்கூடாது. பெரும்பாலான பெண்கள் தனியா ஒரு ஆணோட சாப்பிடும்போது, அவங்க எப்படி ஒரே பிராவை மூணு மாசம் பயன்படுத்தினாங்கனு அதுபத்தி பேசமாட்டாங்க."

மிடோரி மூக்குக்கு பக்கத்தில் சொறிந்தபடியே சொன்னாள், "நான் ஒரு மரவெட்டிதான். என்னால எப்பவும் நளினமா இருக்கமுடியாது. சிலசமயம் வேடிக்கையா முயற்சிசெய்வேன், ஆனா அது எப்போதும் சரிப்பட்டு வர்றதில்லை. என்னைப் பத்தி இன்னும் ஏதாச்சும் விமர்சனம் இருக்கா?"

"பெண்கள் மார்ல்போரோ புகைக்கிறதில்லை," என்றேன் நான்.

“என்ன வித்தியாசம் ஒண்ணு மாதிரிதான் மத்ததும் மோசமா இருக்குது.” அவள் சிவப்பு மார்ல்போரோ சிகரெட் பெட்டியை தன் கையில் திரும்பத் திரும்ப புரட்டியபடியே இருந்தாள். “போனமாசம்தான் நான் புகைபிடிக்கவே ஆரம்பிச்சேன். நான் புகையிலைக்காகவோ இல்ல வேறெதுக்காகவோ உயிரையேவிடுறவ கிடையாது. ஏதோ ஒருவிதமா அது எனக்குப் பிடிச்சிருக்கு.”

“அது ஏன்?” நான் கேட்டேன்.

அவள் தன் கைகள் இரண்டையும் மேஜையில் ஒன்றாக அழுத்தியபடி அதுகுறித்து சற்று யோசித்தாள். “அதுல என்ன வித்தியாசம்? நீ புகைபிடிக்கிறதில்லையா?”

“ஜூன்ல நிறுத்திட்டேன்,” என்றேன் நான்.

“எப்படி முடிஞ்சது?”

“அது ஒரு வேதனை. நடுராத்திரியில சிகரெட் இல்லாம போகுறதை நான் வெறுத்தேன். ஏதோ ஒண்ணு அந்தவிதமா என்னைக் கட்டுப்படுத்தறதை நான் விரும்பலை.”

“நீ எதை விரும்பற, எதை விரும்பலைங்கிறதுல ரொம்பத் தெளிவா இருக்கே.” அவள் சொன்னாள்.

“அப்படியும் இருக்கலாம், அதனாலதான் மத்தவங்க என்னை விரும்பாம இருக்கலாம். ஒருபோதும் விரும்பவும் போறதில்ல.” என்றேன் நான்.

“ஏன்னா நீ அதை வெளிப்படுத்துறதுனாலதான்,” என்றாள் அவள். “மத்தவங்க உன்னை விரும்புனாலும இல்லாட்டினாலும் ஒரு பொருட்டில்லைனு நீ வெளிப்படையா தெரியப்படுத்திடற. அது சிலரைக் கோபப்படச்செய்யுது.” அவள் கையில் தாடையைத் தாங்கியபடி கிட்டத்தட்ட முணுமுணுப்பதுபோல பேசினாள். “ஆனா நான் உன்கிட்ட பேசிக்கிட்டிருக்கிறதை விரும்பறேன். நீ பேசுற விதம் ரொம்பவும் வித்தியாசமானது. ‘ஏதோ ஒண்ணு அந்த விதமா என்னைக் கட்டுப்படுத்தறதை விரும்பலை.’”

நான் அவள் பாத்திரங்களைக் கழுவுவதற்கு உதவினேன். அவளுக்கு அருகில் நின்றபடி, அவள் கழுவியதையெல்லாம் துடைத்து சமையல் செய்யும் இடத்துக்கு நேரே மேலே எல்லாவற்றையும் அடுக்கினேன்.

“அப்ப, இன்னைக்கு உன் குடும்பம் வெளிய போயிருக்

காங்க"

"என் அம்மா அவங்களோட சமாதியில இருக்காங்க. இரண்டு வருஷத்துக்கு முன்னாடி இறந்துட்டாங்க."

"ஆமா, அதை ஏற்கெனவே கேட்டுட்டேன்."

"என்னோட தங்கச்சி அவளுக்கு நிச்சயிக்கப்பட்டவரோட டேட்டிங் போயிருக்கா. அநேகமா பயணத்துல இருக்கலாம். அவளோட காதலன் ஏதோ ஒரு கார் கம்பெனிக்காக வேலை பார்க்கிறார். அவளுக்கு கார்னா பிடிக்கும், எனக்கு காரே பிடிக்காது."

மிடோரி பேசுவதை நிறுத்திவிட்டு கழுவினாள். நான் பேசுவதை நிறுத்திவிட்டு துடைத்தேன்.

"அப்புறம் என் அப்பா இருக்கார்," சற்று நேரம் சென்றதும் அவள் சொன்னாள்.

"சரி," என்றேன் நான்.

"போன வருஷம் ஜூன்ல அவர் உருகுவே போனார், அப்பயிருந்து அவர் அங்கதான் இருக்கார்."

"உருகுவேயிலயா? ஏன் உருகுவே போனார்? "

"நம்புறியோ இல்லையோ, அவர் அங்கு குடியேர்றதைப் பத்தி யோசிச்சிக்கிட்டிருந்தார். அவரோட வயதான ராணுவ நண்பர் ஒருத்தருக்கு அங்க பண்ணை இருக்கு. திடீர்னு, எங்கப்பாவும் அங்க போறதா சொன்னார். உருகுவேல அவர் என்ன வேணா செய்யலாம் அதுக்கு ஒரு எல்லையே இல்லைனு சொல்லி விமானம் ஏறுனார். அவ்ளோதான். அவரைத் தடுத்துநிறுத்த நாங்க ரொம்ப முயற்சிசெஞ்சோம், 'நீங்க டோக்கியோவை விட்டுப் போனதேயில்ல, உங்களுக்கு அங்கவுள்ள மொழியே தெரியாது பிறகேன் அந்த மாதிரி இடத்துக்குப் போக ஆசைப்படறீங்க' இப்படியெல்லாம் சொன்னோம். ஆனா அவர் கேட்கவேயில்லை. எங்க அம்மாவை இழந்தது உண்மையிலே அவருக்கு ஓர் அதிர்ச்சி. நான் என்ன சொல்லவர்றேன்னா, அது அவரைக் கொஞ்சம் பேதையா ஆக்கிடுச்சு. உண்மையிலே அவர் அம்மாவ அவ்ளோதூரம் நேசிச்சாரு."

பதிலுக்கு நான் சொல்ல எதுவுமில்லை. நான் என் வாயைத் திறந்தபடி மிடோரியைப் பார்த்தபடியிருந்தேன்.

“எங்க அம்மா இறந்தப்ப என்கிட்டேயும் தங்கச்சிகிட்டயும் அவர் என்ன சொன்னார்னு நினைக்கிறீங்க?— அவளுக்குப் பதிலா உங்க ரெண்டுபேரையும் நான் இழந்திருக்கலாம். எனக்கு மூச்சே நின்னுபோன மாதிரி ஆயிடுச்சு. என்னால ஒருவார்த்தை பேசமுடியலே. நான் என்ன சொல்லவர்றேன்னு உனக்கு புரியுதா? போறபோக்குல நீங்க இதுபோல ஒண்ணைச் சொல்லிட முடியாது. சரி, அவர் நேசிச்ச பெண்ணை, அவரோட வாழ்க்கைத் துணையை இழந்துட்டாரு. அவரோட வலியை, துயரத்தை, மனமுறிவை என்னால புரிஞ்சுக்கமுடியுது. அதுக்காக வருத்தப்படறேன். ஆனா அப்பாவா இருந்துக்கிட்டு தன்னோட பொண்ணுங்ககிட்ட, ‘அவளுக்குப் பதிலா நீங்க இறந்திருக்கலாம்’னு சொல்லக்கூடாது. அது ரொம்ப பயங்கரம். ஒத்துக்கிறியா.”

“ஆமா, நீ சொல்லவர்றது புரியுது.”

“அந்த ஒரு காயம் மட்டும் எப்போதைக்கும் ஆறாது.” தலையைக் குலுக்கியபடி அவள் சொன்னாள். “ஆனா எப்படினாலும் என் குடும்பத்துல உள்ள ஒவ்வொருத்தருமே கொஞ்சம் வித்தியாசமானவங்கதான். எங்க எல்லார்கிட்டயும் துளியூண்டு வித்தியாசமா ஏதோ ஒண்ணு இருக்குது.”

“அப்படித்தான் தெரியுது,” என்றேன் நான்.

“இருந்தும், இரண்டுபேர் ஒருத்தரை ஒருத்தர் நேசிக்கிறது அற்புதமானதுனு நீ நினைக்கல? அதாவது ஒரு ஆண், தன்னோட பொண்ணுங்ககிட்ட தன்னோட மனைவிக்குப் பதிலா நீங்க செத்திருக்கலாம்னு சொல்ற அளவுக்கு நேசிக்கிறதைச் சொல்றேன்.”

“இப்ப நீ சொன்னதுக்கப்புறம் அப்படியும் இருக்கலாம்னு தோணுது,”

“அப்புறம் எங்க ரெண்டு பேரையும் உதறிட்டு உருகுவேக்கு ஓடிட்டார்.”

நான் எதுவும் சொல்லாமல் மற்றொரு பாத்திரத்தைத் துடைத்தேன். கடைசி பாத்திரமும் முடிந்தபின் அனைத்தையும் அதற்கான அடுக்கில் வைத்தாள்.

“சரி உங்க அப்பாகிட்டயிருந்து தகவல் ஏதும் வந்ததா ?” நான் கேட்டேன்.

“ஒரு அஞ்சல் அட்டை வந்துச்சு. மார்ச் மாசத்துல.

ஆனா என்ன எழுதியிருந்தார்? இங்க வெட்கையா இருக்கு, பழங்களெல்லாம் நான் எதிர்பார்த்தமாதிரி அத்தனை நல்லாயில்ல இதுமாதிரியான விஷயங்கள். நான், எனக்குக் கொஞ்சம் நேரம்கொடுனு சொல்றார்னு புரிஞ்சுக்கிட்டேன். கழுதையோட மடத்தனமான படம் ஒண்ணு. அவர் தன்னோட அறிவை இழந்திருக்கணும். அவரோட நண்பரை— அந்த ஆளை சந்திச்சாரா இல்லையானுகூட குறிப்பிடலை. கிட்டத்தட்ட அட்டையோட கடைசியில, அவர் அங்க ஒரு நிலைக்குவந்ததும் என்னையும் தங்கையையும் கூப்பிட்டனுப்புறதா எழுதியிருந்தார். ஆனா அதுக்கப்புறம் ஒருவார்த்தைகூட எழுதலை. எங்களோட கடிதங்களுக்கும் ஒருபோதும் பதில் எழுதுறதில்லை."

"உன்னோட அப்பா, உருகுவே வாங்கனு சொன்னா என்ன பண்ணுவ?"

"குறைஞ்சபட்சம் நான் அங்கபோய் சுத்திப்பார்ப்பேன். நிச்சயம் அது வேடிக்கையா இருக்கும். என் தங்கை நிச்சயம் மறுத்துடுவேன்னு சொல்றா. அவளால அழுக்கான சங்கதிகளையும் அசுத்தமான இடங்களையும் சகிச்சுக்கமுடியாது."

"உருகுவே அசுத்தமான இடமா?"

"யாருக்குத் தெரியும்? அவ அப்படி நினைக்கிறா. சாலையெல்லாம் கழுதைச் சாணமும் அதுமேல ஈ மொய்க்கிறதுபோலவும், டாய்லெட் வேலை செய்யாதுனும் பல்லிகளும் தேள்களும் எல்லா இடத்திலும் ஊர்ந்துபோறது மாதிரியும் நினைக்கிறா. அவ அதுமாதிரி படம் ஏதாச்சும் பாத்திருக்கலாம். அவளால ஈக்களை சகிச்சுக்கமுடியாது. அவ விரும்புறதெல்லாம் கண்ணுக்கினிமையான இடங்களை அழகான கார்கள்ல சுத்திப் பார்க்கிறதுதான்."

"வாய்ப்பே இல்லை."

"உருகுவேல என்ன பிரச்சினைனு நான் கேட்கறேன்? நான் போவேன்."

"அப்ப கடையை நடத்தறது யாரு?"

"என் தங்கச்சி. ஆனா அவ அதை விரும்பலை. பக்கத்துல ஒரு அங்கிள் இருக்கார், அவர் எங்களுக்கு உதவுறதோட புத்தக விநியோகத்தையும் பார்த்துக்கறார். எனக்கு நேரம் இருக்கிறப்ப நானும் உதவி செய்வேன். ஒரு புத்தகக் கடைக்கு கடுமையான உழைப்பு தேவைப்படாது. அதனால நாங்க சமாளிக்கிறோம்.

அப்படி சிரமமான ஒண்ணா ஆகும்போது, நாங்க அந்தக் கடையை வித்திடுவோம்."

"நீ உங்க அப்பாவை விரும்புறியா?"

மிடோரி தனது தலையை அசைத்தபடி சொன்னாள், "குறிப்பா விரும்புறேன்னு சொல்லமுடியாது."

"பிறகெப்படி நீ அவர் கூப்பிட்டார்னு உருகுவே போக முடியும்?"

"நான் அவர்மேல நம்பிக்கை வெச்சிருக்கேன்."

"அவர்மேல நம்பிக்கை வெச்சிருக்கியா?"

"ம்ம்.. எனக்கு அவர்மேல பெரிய பிரியமெல்லாம் கிடையாது, ஆனா என் அப்பாவை நான் நம்பறேன். தன்னோட வீடு, குழந்தைங்க, வேலைங்க எல்லாத்தையும் கொடுத்துட்டு, தன் மனைவியை இழந்த அதிர்ச்சியில உருகுவேக்கு ஓடிப்போற ஒருத்தர்மேல நான் எப்படி நம்பிக்கையில்லாம இருக்கமுடியும்? நான் என்ன சொல்லவர்றேன்னு புரியுதா?

நான் பெருமுச்சுவிட்டேன். "ஓரளவுக்கு, ஆனா உண்மையா புரிஞ்சுக்கிடலை."

மிடோரி சிரித்தபடி என் முதுகில் தட்டி "விட்டுடு," என்றாள். "உண்மையில இது ஒரு விஷயமே இல்லை."

அந்த ஞாயிற்றுக்கிழமை மதியம் ஒன்றுக்குப்பின் ஒன்றாக, விநோதமான விஷயங்கள் நடந்தபடி இருந்தன. மிடோரியின் வீட்டருகே தீப்பிடித்துக் கொண்டது. அதனைப் பார்ப்பதற்காக மூன்றாவது மாடியிலுள்ள துணி உலர்த்துமிடத்துக்குச் சென்றபோது, ஒருவகையில் நாங்கள் ஒருவரையொருவர் முத்தமிட்டுக்கொண்டோம். நான் இப்படிச் சொல்கையில் அது முட்டாள்தனமாக தெரிந்தபோதும், விஷயங்கள் அப்படித்தான் நிகழ்ந்தன.

சாப்பாட்டுக்குப்பின் காபி அருந்தியபடி பல்கலைக்கழகத்தைப் பற்றி பேசிக்கொண்டிருந்தபோது, அபாயச் சங்கொலியைக் கேட்டோம். சத்தம் அதிகரித்தபடியே போனதோடு, ஒலியின் எண்ணிக்கையும் கூடியது. நிறைய பேர் கடையைத்தாண்டி வேகமாக ஓடியதோடு, அவர்களில் சிலர் கூச்சலிடவும் செய்தனர். மிடோரி தெருவைப் பார்த்தபடி அமைந்த அறையொன்றுக்குள் சென்று, ஜன்னலைத் திறந்து கீழே பார்த்தாள். "ஒருநிமிஷம்

இங்கேயே இரு," என்றபடி அவள் மறைந்துபோனாள். அதைத் தொடர்ந்து படிக்கட்டில் ஏறும் காலடிச் சத்தத்தைக் கேட்டேன்.

நான் தனியாக அங்கே அமர்ந்து காபியைப் பருகியபடி உருகுவே எங்கிருக்கிறதென ஞாபகப்படுத்த முயன்றேன். பிரேஸில் இந்தப் பக்கம், வெனிஸுலா அங்கே, கொலம்பியா இந்தப் பக்கம் எங்கேயோ இருக்கு, ஆனால் உருகுவே எங்கிருக்கிறதென என்னால் ஞாபகப்படுத்த முடியவில்லை. சில நிமிடங்களுக்குப் பின் மிடோரி கீழேவந்து, அவளுடன் எங்கேயோ வரும்படி அவசரப்படுத்தினாள். நான் கூடத்தின் கடைசிக்கு அவளைப் பின்தொடர்ந்துசென்று, செங்குத்தான குறுகிய படிக்கட்டுகளைக் கடந்து, மூங்கிலாலான துணியுலர்த்தும் குச்சிகளைக் கொண்ட மரத் தளத்தை அடைந்தேன். அந்தத் தளம், சுற்றுப்புறத்திலுள்ள பெரும்பாலான மொட்டைமாடிகளைவிடவும் உயரமாக இருந்ததோடு, அங்கிருந்து சுற்றுப்புறத்தினை நன்கு பார்க்கவும் முடிந்தது. மூன்று நான்கு வீடுகள் தள்ளி பெருமளவு கரும்புகை கிளம்பி, காற்றில் தெருவின் உயரமான இடங்களை நோக்கி வந்துகொண்டிருந்தது. பற்றி எரியும் நெருப்பின் வாசனை காற்றில் நிறைந்திருந்தது.

"இது சகாமோட்டோவோட இடம்," தடுப்பின்மீது சாய்ந்தபடி மிடோரி சொன்னாள். "அவங்க பாரம்பரியமான கதவுகள், அதுமாதிரியான பொருட்களை உருவாக்கறது வழக்கம். இருந்தாலும் கொஞ்சநாட்களுக்கு முன்னால இந்தத் தொழிலை விட்டுட்டாங்க."

அவளுடன் சேர்ந்து நானும் தடுப்பில் சாய்ந்தபடி என்ன நடக்கிறதென பார்ப்பதற்கு முயற்சித்தேன். ஒரு மூன்றடுக்கு கட்டடம் நெருப்பைப் பார்க்கவிடமால் எங்களது பார்வையை மறித்தது. ஆனாலும் அங்கே மூன்றோ நான்கோ தீயணைப்பு வண்டிகள் நெருப்பை அணைக்க முயற்சிசெய்து கொண்டிருந்தன. எரிந்துகொண்டிருந்த வீடு இருந்த சந்தில் இரண்டு பேருக்குமேல் நுழையமுடியாது. எனவே மற்றவர்களெல்லாம் தெருவின் மேடான பகுதியில் நின்றுகொண்டிருந்தனர். தீயைப் பார்த்து மிரண்ட கூட்டம் வழக்கம்போல் அப்பகுதியை நிறைத்திருந்தது.

"ஏய் எதுக்கும் நீ உன்னோட மதிப்புமிக்க பொருட்களையெல்லாம் ஒண்ணுசேர்த்து வெச்சுட்டு இந்தப் பகுதியைவிட்டு காலிசெய்ய தயாரா இருந்துக்கோ," என்றேன் நான் மிடோரியிடம். "காற்று இப்ப எதிர்த்திசையில அடிக்குது, ஆனா அது எப்பவேணாலும் திசைமாறலாம். உன் வீட்டுப் பக்கமா பெட்ரோல் நிலையம்

வேற இருக்கு. பொருட்களையெல்லாம் கட்டியெடுத்து வைக்க நான் உதவி பண்றேன்."

"என்ன விலைமதிப்பான பொருட்கள்?" கேட்டாள் மிடோரி.

"ம், நீ பாதுகாக்கணும்னு விரும்பற பொருட்கள் அவசியம் உன்கிட்ட இருக்கும். வங்கி தொடர்பான புத்தகங்கள், சட்டபூர்வமான பத்திரங்கள், இதுமாதிரியான விஷயங்கள். அவசரத் தேவைக்கான பணம்."

"அதையெல்லாம் மறந்துடு. நான் ஓடப் போறதில்லை."

"இந்த இடம் நெருப்புபிடிச்சாக்கூடவா?"

"உன் காதுல விழுந்தது சரிதான். சாகிறதைப் பத்தி நான் கவலைப்படலை."

நான் அவளது கண்களைப் பார்த்தேன், அவளும் கண்களை விலக்காமல் என்னைப் பார்த்தாள். அவள் உண்மையாகப் பேசுகிறாளா இல்லை ஜோக்கடிக்கிறாளா என என்னால் சொல்லமுடியவில்லை. கொஞ்சநேரத்துக்கு நாங்கள் அப்படியே இருந்தோம், சீக்கிரமே நான் கவலைப்படுவதை நிறுத்திவிட்டேன்.

"சரி, எனக்குப் புரியுது நான் உன்கூட இருப்பேன்," என்றேன் நான்.

"நீ என்கூட உயிரை விடுவியா?" மிடோரி கண்கள் மின்ன கேட்டாள்.

"வாய்ப்பேயில்லை," என்றேன் நான். "நிலைமை ஆபத்தானா நான் ஓடிடுவேன். நீ சாகணும்னு விரும்பினா, தனியா செத்துக்கோ."

"இதயத்துல ஈவிரக்கமேயில்லாத ஏமாத்துக்காரா!"

"நீ எனக்காக மதியச் சாப்பாடு ஆக்கித் தந்ததுக்காக எல்லாம் நான் உன்கூட சேர்ந்து சாகமுடியாது. நிச்சயம்... அது இரவுணவா இருந்தாலும்கூடத்தான்...."

"சரி இருக்கட்டும்... எப்படியோ நாம இங்கேயே இருந்து கொஞ்சநேரம் கவனிப்போம். நாம பாட்டுப் பாடலாம். ஏதாவது மோசமா நடந்துச்சுன்னா, அப்ப அதுபத்தி யோசிக்கலாம்."

“பாட்டுப் பாடுறதா?”

மிடோரி கீழிருந்து தரையில் பயன்படுத்தும் தலையணைகள் இரண்டு, நான்கு பீர் கேன்கள் மற்றும் கிதாரைக் கொண்டுவந்தாள். அவள் மீட்டியபடியே பாடினாள். நான் அவளிடம், இது பக்கத்திலுள்ளவர்களின் கோபத்தைத் தூண்டுமென நினைக்கவில்லையா என கேட்டேன். பீரைக் குடித்துக்கொண்டு பாட்டுப் பாடியபடி, பக்கத்தில் நெருப்புப்பற்றி எரிவதை, சலவை செய்யுமிடத்திலிருந்து வேடிக்கைபார்ப்பது பெரிதும் பாராட்டத்தக்க நடத்தையாக எனக்குத் தோன்றவில்லை.

“அதை மறந்துடு,” என்றாள் அவள். “பக்கத்துல உள்ளவங்க என்ன நினைப்பாங்கனு எல்லாம் நாம கவலைப்படக்கூடாது.”

அவள் தனது குழுவினருடன் சேர்ந்து பாடிய சில நாட்டுப்புற பாடல்களைப் பாடினாள். தனது சொந்த இசையை அவளே ரசிப்பதுபோல் தோன்றியதால், அவள் நன்றாகப் பாடுகிறாள் என்று சொல்ல நினைத்ததை நான் கஷ்டப்பட்டு அடக்கிக் கொண்டேன். பழைய தரமான பாடல்கள்— லெமன் ட்ரீ, பஃப் (தி மேஜிக் ட்ராகன்), ஃபைவ் ஹன்ட்ரட் மைல்ஸ், வேர் ஹேவ் ஆல் தி ஃப்ளவர்ஸ் கோன், மிக்கேல், ரோ தி போட் அஷோர்— அனைத்தையும் பாடினாள். முதலில் அவள் என்னை, தாழ்ந்த குரலில் அவளுடன் இணைந்து பாடவைக்க முயன்றாள். ஆனால் நான் மிகவும் மோசமாகப் பாடியதால் அவள் அம்முயற்சியைக் கைவிட்டுவிட்டு, தன் மனதிருப்திக்கு ஏற்ப தனியாகப் பாடினாள். நான் என் பீரைக் குடித்தபடி அவளது பாடலைக் கேட்டபடி, நெருப்பின்மீதும் ஒரு கண் வைத்திருந்தேன். அது ஒன்றுக்கு மேற்பட்ட முறை கொழுந்துவிட்டு எழுவதும் அடங்குவதுமாக இருந்தது. ஆட்கள் கத்தியபடியும் உத்தரவிட்டபடியும் காணப்பட்டனர். செய்தித் பத்திரிகையின் ஹெலிகாப்டரொன்று தலைக்குமேல் படபடவென சப்தம் எழுப்பியபடி, புகைப்படங்கள் எடுத்துக்கொண்டு பறந்துசென்றது. நாங்கள் புகைப்படத்தில் இருக்கப்போகிறோமோ என நான் கவலைப்பட்டேன். காவலர் ஒருவர், வேடிக்கை பார்ப்பவர்கள் பின்னால் செல்லுமாறு ஒலிபெருக்கி மூலமாக கத்தினார். ஒரு சிறுகுழந்தை அம்மாவைத் தேடி அழுதது. எங்கேயோ கண்ணாடி நொறுங்கியது. காற்று எதிர்பாராமல் திசை திரும்பி வீசுவதற்கு முன்பே, வெண்ணிற சாம்பல் துகள்கள் காற்றில் கலந்து எங்களைச் சுற்றி விழத்தொடங்கியது. ஆனால் மிடோரி பீரைப் பருகியபடியும் பாடியபடியும் இருந்தாள். அவளுக்குத் தெரிந்த பெரும்பாலான பாடல்களை அவள் பாடிமுடித்ததும், அவளே எழுதியதாகச் சொல்லி வித்தியாசமானதொரு பாடலைப்

பாடினாள்:

> உனக்காக இறைச்சி சமைப்பதை நான் விரும்புவேன்
> ஆனால் என்னிடமோ பாத்திரமில்லை
> உனக்காக ஸ்கார்ப் பின்னுவதை நான் விரும்புவேன்
> ஆனால் என்னிடமோ கம்பளியில்லை
> உனக்காக கவிதை எழுதுவதை நான் விரும்புவேன்
> ஆனால் என்னிடமோ பேனா இல்லை.

"இதுக்கு 'என்னிடம் எதுவும் இல்லை'னு பெயர்," மிடோரி கூறினாள். அது உண்மையிலே இசை, வார்த்தைகள் இரண்டுமே அற்புதமாக அமைந்த பாடல்.

நான் இந்த இசைக் குழப்படியைக் கேட்டபடியே, பெட்ரோல் நிலையம் மட்டும் தீப்பிடித்து வெடிக்க நேர்ந்தால் இந்த வீடே நொறுங்கிப்போகுமென நினைத்தேன். பாடியதால் ஏற்பட்ட களைப்பில், மிடோரி தனது கிதாரைக் கீழே வைத்துவிட்டு வெப்பத்தில் களைத்த பூனையைப்போல எனது தோளில் சாய்ந்தாள்.

"என் பாட்டை நீ எந்தளவுக்கு ரசிச்ச?" அவள் கேட்டாள்.

நான் கவனமாகப் பதில் சொன்னேன், "நீ பாடினது உன்னோட ஆளுமையை பெரிதும் வெளிப்படுத்தறதா, அசலா, தனித்துவமிக்கதா இருந்துச்சு."

"நன்றி," என்றாள் அவள். "அதோட தீம்— என்னிடம் எதுவு மில்லை."

"ம், நானும் அப்படித்தான் நினைச்சேன்."

"உனக்குத் தெரியுமா, எங்க அம்மா இறந்தப்ப..." அவள் சொன்னாள்.

"சொல்லு?"

"நான் கொஞ்சம்கூட வருத்தமா உணரலை."

"ஓ"

"எங்கப்பா கிளம்பிப் போனப்பவும்கூட நான் வருத்தமா உணரலை."

"உண்மையாவா?"

“உண்மையா. என்னை அழுத்தமானவனு நீ நினைக்கலை? இரக்கமே இல்லாதவனு நினைக்கலை?”

“அதுக்கு உனக்கேயான காரணங்கள் இருக்கும்னு நான் நிச்சயமா நம்பறேன்.”

“எனக்கேயான காரணங்கள். ம்ம்.. இந்த வீட்டுல விஷயங்களெல்லாம் ரொம்பவும் சிக்கலானவை. ஆனா நான் எப்பவுமே அவங்களை என்னோட அப்பா— அம்மாவாதான் நினைச்சேன், அவங்க இறந்தாலோ இல்லைனா அவங்களை எப்போதைக்குமா திரும்பப் பார்க்கலைனாலோ, நிச்சயமா நான் சோகமாதான் இருப்பேன்னு நினைச்சிருந்தேன். ஆனா அப்படி நடக்கலை. துயரமாவோ தனிமையாவோ நான் எதையுமே உணரலை. அவங்களைப் பத்தி நினைச்சுக்கூட பார்க்கலை. இருந்தாலும் சிலசமயம் எனக்கு கனவுகள் வரும். சிலசமயம் இருட்டுக்குள்ளயிருந்து என் அம்மா என்னை உற்றுப்பார்த்து, அவங்க இறந்ததுக்காக நான் சந்தோஷமா இருக்கிறதா என்னைக் குறை சொல்வாங்க. ஆனா அவங்க இறந்ததுக்காக நான் சந்தோஷப்படலை. நான் ரொம்ப வருத்தமா இல்லை. உண்மையைச் சொல்லணும்னா நான் எப்பவும் ஒரு சொட்டுக் கண்ணீர்கூட சிந்தலை. ஆனா நான் சின்னவளா இருந்தப்ப என்னோட பூனை இறந்தப்ப ராத்திரி முழுக்க அழுதேன்.”

ஏன் இத்தனை புகை? நான் வியந்தேன். என்னால் தீ ஜுவாலையைக் காணமுடியவில்லை. நெருப்பு பரவிக்கொண்டிருந்ததாகத் தெரியவில்லை. அங்கே வெறுமனே பெரும் புகை மட்டும் சுழன்று ஆகாயத்தை நோக்கி எழும்பியது. இத்தனை நீண்ட நேரமாய் தொடர்ந்து எரிவது என்னவாக இருக்கும்?

“ஆனா என்மேல மட்டுமே குத்தம் சொல்லமுடியாது,” மிடோரி தொடர்ந்தாள். “என்கிட்ட தொடர்ந்து அதிருப்தி இருக்குங்கிறது உண்மை. எனக்கே அது தெரியும். ஆனா அவங்க— என் அப்பாவும் அம்மாவும்— என்னை கொஞ்சம் அதிகமா நேசிச்சிருந்தாங்கன்னா, நானும் இன்னும் அதிகமா உணர்வை வெளிப்படுத்தியிருக்க முடியும்— உதாரணமா உண்மையான துயரத்தை உணர்ந்திருக்கமுடியும்.”

“நீ போதுமான அளவு நேசிக்கப்படலைனு நினைக்கிறியா?”

அவள் தன் தலையைச் சாய்த்து என்னைப் பார்த்தாள். பின் அவள் ஆழமான, சிறிய ஆமோதிப்பை வெளிப்படுத்தினாள்.

“இல்லவே இல்லைங்கிறதுக்கும் போதுமானதா இல்லைங்

கிறதுக்கும் நடுவுல. நான் எப்பவுமே அன்புக்காக ஏங்கினேன். ஒரேயொரு முறை இனியும் தாங்காதுங்கிற அளவுக்கு அளவுக் கதிகமான அன்பால— என்னை மூழ்கடிச்சா எப்படியிருக்கும்னு நான் தெரிஞ்சுக்கவிரும்பினேன். ஒரேயொரு முறை. ஆனா அவங்க அதை எனக்கு எப்பவுமே தரலை. ஒரேயொருமுறைகூட. நான் அவங்களைக் கட்டியணைச்சுக்கிட்டு ஏதாவது ஒண்ணுக்காக கெஞ்சினா, அவங்க என்னை தூரத்தள்ளி என்னைப் பாத்து கத்துவாங்க, 'இல்லை அதுக்கு நிறைய செலவாகும்!' நான் ஒவ்வொருதடவையும் இதையேதான் கேட்டேன். அதனால நான், என்னை வருஷத்தோட 365 நாளும் நிபந்தனையில்லாம நேசிக்கிற ஒருத்தரை கண்டுபிடிக்கிறதுனு மனசை தேத்திக்கிட்டேன். அப்ப நான் தொடக்கப் பள்ளியிலதான் படிச்சுக்கிட்டிருந்தேன். ஆனா எப்போதைக்குமா என் மனசை மாத்திக்கிட்டேன்."

"ஓ, உன்னோட தேடுதலுக்குப் பலன் கிடைச்சுதா?" நான் கேட்டேன்.

"அதுதான் தேடலோட சிரமமான பகுதி," என்றாள் மிடோரி. சற்று நேரம் எழுந்துகொண்டிருந்த புகையையே அவள் பார்த்தபடி யோசனையிலிருந்தாள். "நான் ரொம்ப காலமா காத்துக்கிட்டிருக்கேன்னு நினைக்கிறேன். மிகச்சரியான ஆளுக்காக நான் எதிர்பார்த்துக்கிட்டிருக்கேன். அதுதான் விஷயத்தை சிரமமாக்குது."

"மிகச் சரியான காதலுக்காக காத்திட்டிருக்கியா?"

"இல்லை, அதைவிடவும் மேலானதை எதிர்பார்க்கிறேன்னு எனக்குத் தெரியும். நான் சுயநலத்தை எதிர்பார்த்துட்டு இருக்கிறேன். சொல்லணும்னா நான் உன்கிட்ட ஸ்ட்ராபெர்ரி ஷார்ட் ப்ரெட் சாப்பிடவிரும்பறேன்னு சொல்றேன். நீ செஞ்சுட்டிருக்கிறது எதுவாயிருந்தாலும் அதை நிறுத்திட்டு வெளிய ஓடிப்போய் வாங்கிட்டு வர்ற. நீ மூச்சுவாங்க ஓடிவந்து மண்டியிட்டு அந்த ஸ்ட்ராபெர்ரி ஷார்ட் ப்ரெட்டை என்கிட்ட நீட்டற. நான் இது எனக்கு இனிமே தேவையில்லைனு சொல்லி ஜன்னல் வழியா அதை தூக்கி எறியறேன். இதுதான் நான் எதிர்பார்க்கிறது."

"அதுக்கும் அன்புக்கும் சம்பந்தமிருக்கானு எனக்கு உறுதியா தெரியலை." நான் ஒருவித திகைப்புடன் சொன்னேன்.

"சம்பந்தமிருக்கு," என்றாள் அவள். "உனக்குத் தெரியாம இருக்கலாம். இதுமாதிரியான விஷயங்கள் பெண்ணோட வாழ்க்கையில ரொம்ப முக்கியமானதா ஆகிற நேரங்களும்

உண்டு."

"ஸ்ட்ராபெர்ரி ஷார்ட் ப்ரெட்டை ஜன்னல் வழியா தூக்கி வீசுற மாதிரி விஷயங்களா?"

"ரொம்பச் சரி. நான் அப்படிச்செய்யும்போது, அந்த நபர் என்கிட்ட, 'இப்ப புரியுது, மிடோரி நான் எவ்வளவு முட்டாளா இருந்திருக்கேன். உனக்கு ஸ்ட்ராபெர்ரி ஷார்ட் ப்ரெட்டு மேலான ஆசை போயிருக்குணும்னு எனக்குத் தெரிஞ்சுருக்கணும். என்னோட புத்திசாலித்தனம், உணர்வுத்திறன் எல்லாம் கழுதைவிட்டைக்குச் சமானம். இதைச் சரிசெய்றதுக்காக, நான் வெளியேபோய் வேறெதாச்சும் வாங்கிட்டு வர்றேன். உனக்கு என்ன வேணும்? சாக்லேட் மௌஸியா? சீஸ்கேக்கா?'னு மன்னிப்பு கேட்கணும்னு விரும்புவேன்"

"அப்புறம்?"

"அப்புறம், அப்படி நடந்துக்கிட்டதுக்கு, உரிய அன்பை நான் அவன்கிட்ட காட்டுவேன்."

"எனக்கு பைத்தியக்காரத்தனமா படுது."

"இருக்கட்டும், என்னைப் பொறுத்தவரை யாரும் என்னைப் புரிஞ்சுக்காதபோதும் அதுதான் காதல்." என் தோளுக்கு எதிராக மிடோரி தன் தலையை சற்றே அசைத்தாள். "ஒரு குறிப்பிட்ட விதமான நபருக்கு, காதல் ஏதோ ஒருவிதமான அற்பமான— இல்லை முட்டாள்தனமான விஷயத்துலிருந்து தொடங்குது. அப்படியான ஒண்ணு இல்லைனா, காதல் எப்பவுமே தொடங்காது."

"உன்னை மாதிரி சிந்திக்கிற ஒரு பெண்ணை நான் எப்பவும் சந்திச்சதில்லை."

"நிறைய பேர் என்கிட்ட அப்படிச் சொல்றாங்க," நகத்துக்குக் கீழே காணப்படும் தோலைச் சுரண்டியபடியே சொன்னாள் அவள். "ஆனா அந்த ஒருவிதமாதான் எனக்கு சிந்திக்கத் தெரியும். விளையாட்டா சொல்லலை. நான் நம்பறது எதுவோ அதைத்தான் உன்கிட்ட சொல்லிக்கிட்டிருக்கேன். மத்தவங்க சிந்திக்கிறதிலிருந்து நான் சிந்திக்கிற விதம் வித்தியாசமா இருக்குங்கிற எண்ணம் எப்பவும் என் மனசுல வந்ததேயில்லை... நான் வித்தியாசமா இருக்க முயற்சி பண்ணல. ஆனா நேர்மையை சொன்னா, எல்லாரும் நான் விளையாடுறதா, நடிக்கிறதா நினைக்கறாங்க. அப்படி நடக்கும்போது, எல்லாமே பயங்கர

வேதனையா உணர்வேன்."

"நெருப்புல உன்னை நீயே எரிச்சுக்க விரும்புவ?"

"ஏய், இல்லை, அது வேற, இது வெறுமனே ஆர்வம்."

"எது? தீக்குளிக்கிறதா?"

"இல்லை. நான் சும்மா நீ எப்படி நடந்துக்கிறேன்னு பார்க்க விரும்பினேன்," என்றாள் மிடோரி. "ஆனா நான் சாகிறதை நினைச்சுப் பயப்படலை. உண்மையிலே, இங்க இருக்கறதைப்போல நெருப்பால சூழப்பட்டு, நினைவிழந்து, எனக்குத் தெரியாமலே நான் இறந்துபோகலாம். என்னோட அம்மாவும் சில உறவினர்களும் இறந்தவிதத்தைப் பார்க்கும்போது, இதை நினைச்சுக் கொஞ்சம்கூட பயமில்ல. என்னோட உறவினர்கள் எல்லாம் ஏதோ ஒரு பயங்கர உடல்நலக் குறைபாட்டுக்கு அப்புறம் இறந்தாங்க. அது ரத்தத்துலேயே இருக்குன்னு நான் நினைக்கிறேன். அது எப்பவும், நீண்ட நெடிய நடைமுறையா இருக்கும், கடைசில அந்த நபர் உயிரோட இருக்காரா இல்லையானு உங்களால சொல்லமுடியாது. மிஞ்சுறதெல்லாம் வலியும் துயரமும்தான்." மிடோரி தன் உதடுகளுக்கிடையில் ஒரு மார்ல்போரோவை வைத்துப் பற்றவைத்தாள்.

"அந்த மாதிரியான மரணம்தான் என்னைப் பயமுறுத்துது. மரணத்தின் நிழல் மெல்ல மெல்ல வாழ்க்கையை விழுங்கி, நமக்குத் தெரியுறதுக்கு முன்னாலே எல்லாம் இருட்டாகி, பார்க்க முடியாதபடிக்கு ஆகிடும், நம்மைச் சுத்தியுள்ளவங்க நம்மை உயிருள்ளவளா நினைக்கிறதைவிடவும் பெரிதும் இறந்ததாதான் நினைப்பாங்க. நான் அதை வெறுக்குறேன். என்னால அதைத் தாங்கமுடியாது."

அடுத்த அரைமணி நேரத்துக்குப்பின் நெருப்பு அணைக்கப் பட்டது. வெளிப்படையாகவே அவர்கள் நெருப்பு பரவுவதையும் காயம் ஏதொன்றும் ஏற்படுவதையும் தடுத்திருந்தனர். ஒரே யொரு தீயணைப்புவண்டியைத் தவிர அனைத்தும் அதனதன் இடத்துக்குத் திரும்பியிருந்தன. கூட்டம் சலசலவென பேசியபடியே கலைந்துசென்றது. போக்குவரத்தை ஒழுங்குபடுத்த ஒரு காவல்துறை கார் மட்டும் எஞ்சியிருக்க, அதன் நீலவிளக்கு சுழன்றபடியிருந்தது. இரண்டு காகங்கள் அருகிலிருந்த விளக்கு கம்பத்தில் அமர்ந்து கீழே நடப்பவற்றைக் கவனித்தன.

மிடோரி சக்தியனைத்தையும் இழந்தவளாகத் தோன்றினாள். துவண்டு படுத்தபடி, ஆகாயத்தைப் பார்த்தபடி அரிதாகவே

பேசினாள்.

"களைப்பா இருக்கா ?" நான் கேட்டேன்.

"அப்படியெல்லாம் இல்லை," என்றாள் அவள். "நான் சும்மா எதுவும் செய்யாம தூரத்துல வெறிச்சுப் பார்க்குறேன். ரொம்ப நாளைக்குப் பிறகு முதல்முறையா."

அவள் என் கண்களை உற்றுப் பார்க்க, நானும் அவளது கண்களை உற்றுப் பார்த்தேன். நான் எனது கைகளை அவளைச் சுற்றிப்போட்டு, அவளை முத்தமிட்டேன். மெல்லிய அதிர்வு அவளது தோளினூடே கடந்துசென்றது. பின் அவள் தன்னைத் தளர்த்திக்கொண்டு சில நொடிகளுக்கு கண்களை மூடிக்கொண்டாள். முன் இலையுதிர்காலச் சூரியன் அவளது கண்ணிமை முடிகளின் நிழலை அவளது கன்னத்தில் விழச்செய்தது. அது நடுங்கிக் கொண்டிருப்பதை அதன் புறத் தோற்றத்தில் என்னால் காணமுடிந்தது.

அது ஒரு மென்மையான, நாகரிகமான முத்தம், ஒருவர் அதனை அதற்கப்பால் எதுவும் கருதமுடியாது. நாங்கள் அன்று பீர் பருகியபடியும் நெருப்பைப் பார்த்தபடியும் அந்த மதியப்பொழுதை சலவை செய்யுமிடத்தில் செலவழித்திருக்காவிட்டால் நான் மிடோரியை முத்தமிட்டிருக்கமாட்டேன். சந்தேகமின்றி அவளும் அப்படித்தான் உணர்ந்திருப்பாள். நீண்ட நேரம் பளபளப்பான மொட்டைமாடிகளையும் நெருப்பையும் செந்நிற தும்பிகளையும் பிற விஷயங்களையும் பார்த்திருந்தபின்பு, நாங்கள் ஏதோ ஒருவிதமாக கிளர்ச்சியாக, நெருக்கமாக உணர்ந்திருக்கவேண்டும். முழுப் பிரக்ஞையின்றி, நாங்கள் இருவரும் அந்த மனநிலையை ஏதோ ஒருவிதத்தில் பாதுகாக்க விரும்பியிருக்கவேண்டும். அது அப்படியானதொரு முத்தம். ஆனால் எல்லா முத்தங்களையும்போலவே, இதிலும் ஏதோ ஒருவித அபாயத்தின் அம்சம் இல்லாமலில்லை.

முதலில் பேசியது மிடோரிதான். அவள் என் கையைப் பிடித்தபடி சற்றே சிரமத்துடன் சொல்வதுபோல் தோன்றியது. அவள் வேறு ஒருவருடன் பழகிக் கொண்டிருப்பதாகக்கூற, நானும் அதை உணர்ந்ததாகச் சொன்னேன்.

"உனக்கு நீ விரும்புற ஒரு பொண்ணு இருக்கிறாங்களா?" அவள் கேட்டாள்.

"இருக்குறா," என்றேன் நான்.

ஹாருகி முரகாமி | 141

"ஆனா, ஞாயிற்றுக்கிழமைகள்ல நீ எப்பவும் ஃப்ரீ, சரியா?"

"அது ரொம்ப சிக்கலானது," நான் சொன்னேன்.

அதன்பிறகே அந்த முன் இலையுதிர்கால மதியநேரத்து குறுகியநேர வசீகரம் மறைந்துவிட்டதை நான் உணர்ந்தேன்.

ஐந்துமணிக்கு நான் வேலைக்குச்செல்லவேண்டுமென சொல்லி, மிடோரியை என்னுடன் சிற்றுண்டி ஏதாவது சாப்பிடவருமாறு யோசனை சொன்னேன். அவள் தொலைபேசி அழைப்பு வரக்கூடுமென்பதால் தான் வீட்டிலிருக்க வேண்டுமெனக் கூறினாள்.

"ஒரு தொலைபேசி அழைப்புக்காக நாளெல்லாம் வீட்டில காத்திருக்கிறதை நான் வெறுக்கிறேன். நான் தனியா ஒரு நாளைக் கழிக்கும்போது, என் சதையெல்லாம் கொஞ்சம் கொஞ்சமா அழுகிக் கரைஞ்சு எதுவுமே மிஞ்சாம தரையில பச்சை நிற சகதியா விழுந்து, மண்ணுக்குள்ள உறிஞ்சப்படறமாதிரி உணர்றேன். மிஞ்சறது என்னோட உடைகள் மட்டும்தான். நாளெல்லாம் பூட்டின கதவுக்குப் பின்னால காத்திருக்கும்போது, நான் அப்படித்தான் உணர்றேன்."

"அடுத்த தடவை நீ ஒரு தொலைபேசி அழைப்புக்காக காத்திருக்கவேண்டி வரும்போது நான் உனக்கு துணையா வர்றேன்" என்றேன் நான். "மதியச் சாப்பாடு உண்டுங்கிற பட்சத்துல."

"அட்டகாசம்," என்றாள் அவள். "சாப்பாட்டோட கடைசியில இனிப்புக்காக நான் இன்னொரு தீவிபத்துக்கு ஏற்பாடு பண்றேன்."

மிடோரி அடுத்த நாள் நாடக வரலாறு வகுப்புக்கு வரவில்லை. அதன்பின்பு நான் சிற்றுண்டியகத்துக்குச் சென்று குளிர்ந்த, சுவையற்ற மதிய உணவை தனியாகச் சாப்பிட்டேன். பின் நான் சூரிய வெளிச்சத்தில் அமர்ந்து பல்கலைக்கழக வளாகக் காட்சிகளைக் கவனித்தேன். எனக்கருகில் நின்றபடியே இரண்டு மாணவிகள் நீண்ட உரையாடலில் ஈடுபட்டிருந்தனர். ஒருத்தி ஒரு குழந்தைக்குத் தரும் அன்பான அக்கறையுடன் டென்னிஸ் ராக்கெட் ஒன்றை தன் மார்பையொட்டி தொங்க விட்டிருந்தாள், இன்னொருத்தி சில புத்தகங்கள் மற்றும் லியோனார்டு பெர்ன்ஸ்டீன் இசைத்தட்டொன்று வைத்திருந்தாள். இருவரும் அழகாகக் காணப்பட்டதுடன், வெளிப்படையாகவே தமது உரையாடலை அனுபவித்தனர். மாணவர் மன்ற

கட்டடத்தின் திசையிலிருந்து, ஸ்வர வரிசையைப் பயிற்சிசெய்யும் கீழ்ஸ்தாயி குரலொன்று வந்தது. அங்குமிங்கும் நாலைந்து மாணவர்கள் குழுக்களாக நின்று ஒருவருக்கொருவர் தம் அபிப்ராயங்களை வெளிப்படுத்தியபடியும் சிரித்தபடியும் கத்தியபடியும் காணப்பட்டனர். கார் நிறுத்துமிடத்தில் ஸ்கேட்போர்டர்கள் தென்பட்டனர். ஒரு பேராசிரியர் தன் கையில் தோலாலான ப்ரீப்கேசுடன் அவர்களைத் தவிர்த்தபடி கார் நிறுத்துமிடத்தைக் கடந்தார். முற்றத்தில் தலைக்கவசம் அணிந்த மாணவியொருத்தி, தரையில் மண்டியிட்டு, அமெரிக்க மேட்டிமைவாதம் ஆசியாவை ஆக்கிரமிப்பதைக் குறித்து அறிவிப்பு பலகையில் பெரிய எழுத்துகளில் ஏதோ எழுதிக்கொண்டிருந்தாள். இது பல்கலைக்கழகத்தின் வழக்கமான மதியநேரக் காட்சி, எனினும் புதுப்பிக்கப்பட்ட கவனத்துடன் அமர்ந்து அதை நான் கவனித்ததில், சிலவற்றைக் குறித்து நான் அறியவந்தேன். என் முன்னால் நான் பார்த்த ஒவ்வொரு ஆணும் பெண்ணும் தமதளவில் மகிழ்ச்சியாகக் காணப்பட்டனர். அவர்கள் உண்மையிலே மகிழ்ச்சியுடன் காணப்பட்டனரா இல்லை வெறுமனே அப்படி காட்சியளித்தனரா என என்னால் சொல்லவியலாது. செப்டம்பரின் கடைசியில் மகிழ்ச்சியான மதியத்தின் தொடக்கத்தில், அவர்கள் மகிழ்ச்சியாகத் தெரிந்தனர், அதன் காரணமாகவே இந்தக் காட்சியில் அங்கமில்லாத ஒரே ஒருவன்போல எனக்குப் புதிதான ஒருவித தனிமையை நான் உணர்ந்தேன்.

அதனைப் பற்றி யோசிக்கும்போது, சமீபத்திய வருடங்களில் நானும் ஒரு அங்கமாக உணர்ந்த காட்சி எது? என்னால் நினைவுபடுத்த முடிந்த கடைசி காட்சி, துறைமுகத்துக்கு அருகிலுள்ள பூல் ஆட்ட அரங்கில், கிஸுகியும் நானும் ஒன்றாக முழுமையான நட்புடன் பூல் ஆடியதுதான். அன்று இரவு கிஸுகி இறந்துபோனான். அதுமுதல் எப்போதைக்குமாக குளிர்ந்த, விறைக்கச் செய்யும் காற்றே எனக்கும் என் உலகிற்கும் நடுவில் வீசிவந்துள்ளது. கிஸுகி: அவனது இருப்பின் அர்த்தம் என்ன எனக்கு? இந்தக் கேள்விக்கு என்னால் எந்தப் பதிலும் கண்டறிய முடியவில்லை. பூரண நிச்சயத்துடன் நான் அறிந்த தெல்லாம்— கிஸுகியின் மரணம் எப்போதைக்குமாக என் வளரிளம்பருவத்தின் ஒரு பகுதியை என்னிடமிருந்து கொள்ளை யடித்துச் சென்றுவிட்டது என்பதுதான். ஆனால் அதன் பொருளென்ன, அதன் பலனென்ன என்பது என் புரிதலுக்கு மிகவும் அப்பாற்பட்டதாக இருந்தது.

வளாகத்தையும் அதைக் கடந்துசெல்பவர்களையும் கவனித்தபடி நிச்சயம் நான் மிடோரியைப் பார்ப்பேன் என்று

நம்பியபடி நான் அங்கே வெகுநேரம் அமர்ந்திருந்தேன். ஆனால் அவள் வரவேயில்லை, மதிய நேர இடைவேளை முடிந்ததும் எனது ஜெர்மன் வகுப்புக்கு ஆயத்தம் செய்துகொள்வதற்காக நான் நூலகத்துக்குச் சென்றேன்.

அந்த சனிக்கிழமை மதியப்பொழுதில் நாகசாவா என் அறைக்கு வந்து எங்களது இரவுகளில் ஒன்றை நகரத்தில் கழிப்போமென யோசனை தெரிவித்தான். இரவு நான் வெளியில் தங்குவதற்கான அனுமதிக்கும் அவன் ஏற்பாடு செய்தான். நான் போகலாமெனச் சொன்னேன். முக்கியமாக கடந்த வாரம் முழுவதும் நான் மனக்குழப்பமுடையவனாக இருந்திருந்தேன். எனவே யாருடன் படுக்கவும் தயாராக இருந்தேன், அது யார் என்பது பொருட்டில்லை.

பின்மதியப் பொழுதில் நான் குளித்து, சவரம் செய்து புதிய ஆடைகளை— போலோ சட்டையும் பருத்தி மேற்சட்டையும் அணிந்தேன். பின் உணவுக்கூடத்தில் நாகசாவாவுடன் சேர்ந்து இரவுணவை சாப்பிட்டு, நாங்கள் இருவரும் ஷின்ஷிகுவுக்கு பேருந்து ஏறினோம். சற்று நேரம் நாங்கள் அழகானதொரு பகுதியில் நடந்துவிட்டு பின் எங்களது வழக்கமான மதுக்கூடத்துக்குச் சென்று அங்கு அமர்ந்து ஜோடியாக வரும் பெண்களுக்காகக் காத்திருந்தோம். பெண்கள் இந்த மதுக்கூடத்துக்கு ஜோடியாக வருவது வழக்கம்— இந்தக் குறிப்பிட்ட மாலைப்பொழுதில் மட்டும் விதிவிலக்காக யாரும் தென்படவில்லை. நாங்கள் அங்கே கிட்டத்தட்ட இரண்டுமணிநேரம், விஸ்கியையும் சோடாவையும் எங்களை மயக்கத்தில் வைத்திருக்குமளவு மெதுவாக மிடறுகளாகக் குடித்துக்கொண்டிருந்தோம். கடைசியில், இரு நட்பான தோற்றமுடைய பெண்கள் பாரில் வந்து அமர்ந்து, ஜிம்லெட்டுக்கும் மார்கரிட்டாவுக்கும் உத்தரவிட்டனர். நாகசாவா நேரடியாக அவர்களை அணுகினான். ஆனால் அவர்கள் தம் ஆண் நண்பர்களுக்காக காத்திருப்பதாகச் சொன்னார்கள். இருந்தும், அவர்களது துணைகள் வரும்வரை நாங்கள் நால்வரும் இனிய உரையாடலில் ஈடுபட்டோம்.

நாகசாவா எங்களது அதிர்ஷ்டத்தை சோதிக்க என்னை மற்றொரு மதுக்கூடத்துக்கு அழைத்துச் சென்றான். முட்டுச்சந்துபோன்ற சிறிய இடத்தில் அமைந்திருந்த அங்கு பெரும்பாலான வாடிக்கையாளர்கள் ஏற்கெனவே போதையிலிருந்ததோடு அது இரைச்சலாகவும் காணப்பட்டது. பின்புறத்தில் மூன்று பெண்கள் ஒரு மேஜையை ஆக்கிரமித்திருந்தனர். நாங்கள் அவர்களுடன் சேர்ந்துகொண்டு, சிறிதுநேரம் உரையாடலிலும் ஈடுபட்டோம். நாங்கள் ஐந்துபேரும் நல்ல மனநிலையில் இருக்கும்போது,

நாகசாவா நாம் வேறெங்காவது மதுவருந்தச் செல்லலாமென சொல்ல, அந்தப் பெண்கள் இது கிட்டத்தட்ட துயிற்கூடத்துக்குத் திரும்புவதற்கான நேரமெனவும், தாங்கள் திரும்பச் செல்லவேண்டு மெனவும் கூறினர். இவ்வளவுதான் எங்களது அதிர்ஷ்டம். நாங்கள் இன்னுமொரு இடத்தில் முயன்றோம், அதே முடிவுதான் கிடைத்தது. ஏதோ சில காரணங்களால், பெண்கள் எங்களது வழியில் எதிர்ப்படவேயில்லை.

11.30 மணியளவில் நாகசாகா முயற்சியைக் கைவிடத் தயாரா னான், "ஒண்ணுமில்லாம உன்னை இழுத்துட்டு திரிஞ்சதுக்காக வருத்தப்படறேன்," என அவன் கூறினான்.

"பிரச்சினையில்ல," என்றேன் நான். "சில சமயங்கள்ல உனக்கும்கூட துணையமையாத தினங்களை பார்க்கிறது எனக்கு மதிப்பானதுதான்." என்றேன் நான்.

"வருஷத்துக்கு ஒருமுறை இருக்கலாம்," அவன் ஒப்புக் கொண்டான்.

உண்மையில் இதற்குமேலும் பாலுறவைப் பற்றி எனக்கு அக்கறை யில்லை. இரைச்சலான சனிக்கிழமை இரவில் ஷின்ஷிகுவைச் சுற்றித் திரிந்தபடி மது மற்றும் பாலுணர்வின் கலவையில் உருவான மர்மமான சக்தியைக் கவனித்தபடியிருக்கையில், எனது சொந்த விருப்பம் அற்பமான ஒன்று என உணர ஆரம்பித்தேன்.

"இப்ப நீ என்ன செய்யப்போற, வாட்டனபி?"

"ஒருவேளை இரவெல்லாம் சுற்றித்திரியிறவனா இருக்கப் போறேன்."என்றேன். "நான் ரொம்ப நாளா ஒரு படம்கூட பார்க்கலை."

"அப்படினா நான் ஹாட்சுமிகிட்ட போவேன். நீ ஏதும் நினைக்கமாட்டியே ?"

"வாய்ப்பேயில்ல, நான் எதுக்கு நினைக்கப்போறேன்?" என்றேன்.

"நீ விரும்பினா, தன்னோட இரவைச் செலவிட அனுமதிக்கிற ஒரு பெண்ணை உனக்கு அறிமுகப்படுத்தறேன்."

"இல்லை, உண்மையிலே நான் படம் பார்க்கிற மனநிலையில் இருக்கிறேன்."

“ஸாரி,” என்றான் நாகசாவா. “இன்னொரு சமயம் நான் உனக்கு இதை நேர்பண்ணுவேன்.” அவன் கூட்டத்தினுள் மறைந்தான். நான் குழப்பத்தைத் தவிர்க்க ஒரு துரித உணவகத்துள் சென்று சீஸ்பர்கரும் காபியும் சாப்பிட்டுவிட்டு, ஒரு பழைய நாடகக் கொட்டகையில் தி கிராஜுவேட் பார்க்கச்சென்றேன். அது அத்தனை நன்றாக இருந்ததாக நான் கருதவில்லை. ஆனால் அதைவிட சிறப்பாகச் செய்வதற்கு வேறெதுவும் இல்லை. எனவே நான் அங்கேயே இருந்து அதனைத் திரும்பவும் பார்த்தேன். காலை நான்கு மணிக்கு திரைப்படம் முடிந்து கிளம்பி, ஷின்ஷிகுவின் குளிர்ச்சியான தெருக்களெங்கும், யோசித்தபடியே நடந்தபடியிருந்தேன்.

நான் நடந்து களைத்தபோது, இரவுக் கடை ஒன்றுக்குச் சென்று, காலை நேர தொடர்வண்டிகள் கிளம்புவதற்காக கையில் புத்தகமும் ஒரு குவளை காபியுமாக காத்திருந்தேன். சீக்கிரமே அந்த இடம், என்னைப் போலவே அந்த முதல் தொடர்வண்டிக்காக காத்திருந்தவர்களால் நிறைந்தது. ஒரு பரிசாரகன் என்னிடம் வந்து பரிந்துகேட்கும் தொனியில் எனது மேஜையைப் பகிர்ந்துகொள்ளமுடியுமா எனக் கேட்டான். நான், அதிலெந்தப் பிரச்சினையுமில்லை என்றேன். நான் ஒரு புத்தகத்தை வாசித்தபடி இருந்ததால், எனக்கு எதிரே யார் அமர்கிறார் என்பது ஒரு பொருட்டில்லை,.

அந்த மேஜையில் எனக்கு துணையாய் வந்தது இரு பெண்கள். அவர்களுக்கு என் வயதுதான் இருக்குமெனத் தோன்றியது. அவர்களில் ஒருவரும் ஆளை அசத்தும் அழகியில்லையென்றாலும், அவர்கள் மோசமாகவும் காணப்படவில்லை. அவர்கள் ஆடையணிந்திருந்த விதத்திலும் அலங்கரித்துக்கொண்ட விதத்திலும் அடக்கமாகத் தெரிந்தனர். நிச்சயமாக அவர்கள், ஷின்ஷிகுவில் அதிகாலை ஐந்து மணிக்கு அலைந்துதிரியும் வகையினராய்த் தெரியவில்லை. அவர்கள் கடைசி தொடர்வண்டியைத் தற்செயலாய்த் தவறவிட்டிருக்க வேண்டுமென நான் யூகித்தேன். என்னுடன் அமர்ந்திருப்பதில் அவர்கள் ஆறுதலடைந்தவர்களாய்க் காணப்பட்டார்கள். நான் நன்கு உடையணிந்து, மாலையில் சவரம்செய்து, தொப்பியணிந்து தாமஸ் மன்னின் ‘தி மேஜிக் மவுண்ட’னில் முழுவதுமாக ஈர்க்கபட்டுக் காணப்பட்டேன்.

அந்தப் பெண்களில் ஒருத்தி பெரும்பகுதியை ஆக்கிரமித் திருந்தாள். அவள் சாம்பல்நிற பர்காவும் வெண்ணிற ஜீன்ஸும் அணிந்து, பெரிய வினைல் பாக்கெட் புத்தகத்தைச் சுமந்தபடி, பெரிய சங்கு வடிவ காதுவளையத்துடன் காணப்பட்டாள்.

அவளது தோழி கண்ணாடியணிந்த சிறுபெண்ணாக இருந்தாள். கட்டங்களாலான சட்டையின்மீது நீல கார்டிகனும் டர்க்கோயிஸ் வளையமும் அணிந்திருந்தாள். உருவத்தில் சிறியவள் தனது கண்ணாடியைக் கழற்றி தனது விரல் நுனியால் கண்களைத் தேய்க்கும் பழக்கத்தைக் கொண்டிருந்தாள்.

பெண்கள் இருவரும் கபே ஆலய்ட்டும் கேக்கும் உத்தர விட்டனர். அவர்கள் கிசுகிசுப்பான குரலில் முக்கியமானதொரு உரையாடலைப்போல தோன்றிய ஒன்றை நிகழ்த்தியபடியே, அதைச் சாப்பிட்டுமுடிக்க கொஞ்சம் நேரமெடுத்தது. அந்தப் பருமனான பெண் தனது தலையை ஒன்றுக்கு மேற்பட்ட முறை சாய்த்தபடியிருக்க, சிறியவள் தனது தலையை அடிக்கடி ஆட்டினாள். ஸ்டீரியோ சத்தமாக மார்வின் கேயோ அல்லது பீஜிஸ் அல்லது யாரோ ஒருவரின் பாடலை இசைத்தபடியிருந்ததால், அவர்கள் என்ன சொல்கிறார்கள் என என்னால் கண்டுபிடிக்கமுடியவில்லை. ஆனால் சிறியவள் கோபமாகவோ மனமுடைந்தோ இருப்பதுபோலவும் பருமனானவள் அவளைத் ஆறுதல்படுத்த முயற்சிப்பதுபோலவும் தோன்றியது. நான் எனது புத்தகத்தின் பக்கங்களைப் புரட்டியபடியே, அவர்களது பக்கம் பார்வை செலுத்தினேன்.

சிறியவள் தனது தோள்பையை மார்புடன் அணைத்தபடி கழிப்பிடத்துக்குச் செல்ல, அந்தச் சமயத்தில் அவளது தோழி என்னிடம் பேசினாள்.

"உங்களை சிரமப்படுத்தறதுக்கு மன்னிக்கணும், பக்கத்துல எந்த பார்லயாவது இப்ப மது கிடைக்குமான்னு உங்களுக்குத் தெரியுமா?"

இயல்பாக நான் என் புத்தகத்தை ஓரமாக வைத்துவிட்டு கேட்டேன், "காலையில ஐந்து மணிக்கு அப்புறமாவா?"

"ஆமா..."

"என்னைக் கேட்டா, காலைல 5.20—க்கு பெரும்பாலானவங்க படுக்கிறதுக்கும் போதை தெளியறதுக்கும் வீட்டுக்குத் திரும்பிட்டும் இருப்பாங்க."

"ஆமா எனக்கும் அது தெரியும்," சற்றே தடுமாற்றத்துடன் அவள் சொன்னாள். "ஆனா என் தோழி குடிச்சாகணும்னு சொல்றா. அது ஒருவிதத்துல அவசியம்."

"வெளிப்படையா நீங்க வீட்டுக்குப்போய் குடிக்கிறதைத் தவிர

செய்றதுக்கு எதுவும் இல்லை.”

“ஆனா நகானோ போற 7.30 மணி ட்ரெய்னை நான் பிடிச்சாகணும்.”

“அப்ப மதுவிற்கும் எந்திரம் ஒன்றையும், உட்கார ஒரு இடத்தை யும் கண்டுபிடிங்க. அவ்ளோதான் நீங்க செய்யமுடியும்.”

“இது அதிகம்னு எனக்குத் தெரியும், நீங்க எங்ககூட வரமுடியுமா? இதுபோல ஒண்ணை உண்மையிலே இரண்டு பெண்கள்மட்டும் தனியா செய்யமுடியாது.”

எனக்கு ஷின்ஷிகுவில் நிறைய வழக்கத்துக்கு மாறான அனுபவங்கள் நேர்ந்திருக்கின்றன. ஆனால் காலை 5.20—மணிக்கு இரண்டு அறிமுகமில்லாத பெண்கள் குடிக்க அழைப்பது இதற்குமுன்பு எப்போதும் நடந்ததில்லை. மறுப்பது இன்னுமதிக பிரச்சினையாய் இருக்கும். அதைவிட கூடச்செல்வதே மதிப்பானது. மேலும் நேரமும் ஒரு பிரச்சினையில்லை, எனவே நான் அருகிலிருந்த எந்திரத்திலிருந்து கைநிறைய ஷேக்குகளையும் நொறுக்குத் தீனிகளையும் வாங்கிக்கொண்டு, நாங்கள் மூவரும் தொடர்வண்டி நிலையத்தின் மேற்குப்புற வெளியேறுமிடத்திலிருந்த கார் நிறுத்துமிடத்திற்கு, முன்னேற்பாடில்லாத மதுவிருந்தை நடத்தச் சென்றோம்.

அந்தப் பெண்கள், தாங்கள் ஒரு ட்ராவல் ஏஜென்சியில் வேலைசெய்யும்போது நண்பர்களானதாக என்னிடம் கூறினர். இருவரும் கல்லூரியில் இந்த வருடம்தான் பட்டம்பெற்று தங்களது முதல் வேலையை செய்யத் தொடங்கியிருந்தனர். சிறியவளுக்கு, ஒருவருடமாக பார்த்துப் பழகிக் கொண்டிருந்த ஆண் நண்பன் ஒருவன் இருந்தான். ஆனால் சமீபத்தில் அவன் இன்னொரு பெண்ணுடன் படுத்துக்கொண்டிருப்பதைக் அவள் கண்டுபிடித்து விட்டாள். அவளால் அதனை சாதாரணமாக எடுத்துக்கொள்ள முடியவில்லை. அந்தப் பருமனானவள் தனது சகோதரனின் திருமணத்துக்காக நேற்றிரவே நகானோ மலைகளுக்குச் சென்றிருக்கவேண்டும். ஆனால் துயரத்திலிருக்கும் தனது தோழியுடன் அந்த இரவைச் செலவிடுவதென்றும் ஞாயிறு காலையில் செல்லும் முதல் விரைவுத் தொடர்வண்டியைப் பிடிப்பதென்றும் தீர்மானித்திருந்தாள்.

“இப்ப நீ அனுபவப்படுறது ரொம்ப மோசமானது,” நான் அந்த சின்னவளிடம் கூறினேன், “ஆனா உன்னோட பாய்ஃப்ரெண்ட் இன்னொருத்தியோட படுக்கிறான்கிறதை நீ எப்படி கண்டுபிடிச்ச?”

ஷேக்கை சற்று பருகியபடி, அவள் காலடியிலிருந்த புற்களைப் பிடுங்கிப் போட்டாள். “நான் எதனையும் செய்யத் தேவையே வரலை, நான் அவனோட வீட்டுக் கதவைத் திறந்தேன். அங்கே அவன், அவகூட இருந்தான்.”

“எப்போ ?”

“முந்தாநாள் ராத்திரி.”

“வாய்ப்பே இல்லை. கதவு பூட்டாமலா இருந்துச்சு?”

“ஆமா.”

“எனக்கு ஆச்சரியமா இருக்கு, அவன் ஏன் பூட்டலை?”

“அந்த கருமம் எனக்கெப்படித் தெரியும்?”

“ஆமா, அவளுக்கு எப்படி இருந்திருக்கும்?” பருமனானவள் சொன்னாள். தனது தோழிக்காக உண்மையிலே அக்கறை கொண்டவள்போல் அவள் தோன்றினாள். “அது அவளுக்கு எவ்வளவு அதிர்ச்சியா இருந்திருக்கும். அது கொடுமையானதுனு நீங்க நினைக்கலை?”

“உண்மையிலே என்னால சொல்லமுடியலை,” என்றேன் நான். “நீங்க உங்க பாய்ஃப்ரெண்டோட அவசியம் பேசியிருக்கணும், அப்புறம் அவனை நீங்க மன்னிக்கிறீங்களா இல்லையாங்கறதுதான் விஷயம்.”

“நான் எப்படி உணர்றேன்னு யாருக்கும் தெரியாது,” இப்போதும் புற்களைப் பிடுங்கியபடியே இதைச் சொல்லியபடி சின்னவள் துப்பினாள்.

காக்கைக் கூட்டமொன்று மேற்கிலிருந்து தோன்றி பெரிய டிபார்ட்மெண்ட் கடையை நோக்கிப் பறந்தன. அப்போது பகல் வெளிச்சம் வந்திருந்தது. நகோனோ செல்லும் தொடர் வண்டிக்கான நேரம் அணுகிக்கொண்டிருந்தது. எனவே எங்களிடம் மிச்சமிருந்த ஷேக்கை மேற்குவாயிலின் கீழ் படிக்கட்டிலிருந்த வீடில்லாத நபரிடம் கொடுத்துவிட்டு, நடைமேடை அனுமதிச் சீட்டு வாங்கிக்கொண்டு, அந்தப் பெரிய பெண் கிளம்புவதைப் பார்க்க உள்ளே சென்றோம். அந்தத் தொடர்வண்டி கண்பார்வையிலிருந்து மறைந்ததும், நானும் அந்தச் சின்னப் பெண்ணும் எப்படியோ அருகிலிருந்த ஹோட்டலுக்குச் செல்வதில் சென்றுமுடிந்தது. குறிப்பாக எங்களில் ஒருவரும் மற்றவருடன் படுக்கவேண்டுமென துடித்துக்

கொண்டிருக்கவில்லை. ஆனால் விஷயங்களை முடிவுக்குக் கொண்டுவர இது அவசியமெனப்பட்டது.

நான் பழி வாங்குவதுபோல் முதலில் ஆடை களைந்து பீரை பருகியபடி குளியல் தொட்டியில் அமர்ந்தேன். அவளும் அதற்குள் வந்து அதனையே செய்தாள். நாங்கள் இருவரும் தொட்டிக்குள் படுத்தபடி மௌனமாக பீரைக் குடித்தபடி இருந்தோம். நாங்கள் போதையேறியவர்களாக காட்சியளிக்கவும் இல்லை, எனினும் இருவரும் தூக்கக் கலக்கத்துடன் காணப்பட்டோம். அவளது சருமம் மிக அழகாகவும் மிருதுவானதாகவும் இருந்தது. மேலும் அவள் அழகிய கால்களைக் கொண்டிருந்தாள். நான் அவளது கால்களைப் பற்றி அவளிடம் பாராட்டிப் பேசியபோது அவள் நன்றி என்று சொன்னவிதம் பெரிதும் உறுமலைப்போன்றே இருந்தது.

ஆனால் நாங்கள் படுக்கைக்கு வந்ததும், அவள் மாறுபட்ட நபராய் இருந்தாள். என் கையால் லேசாகத் தொட்டதற்கே அவள் நெளியவும் முனகவும் செய்தாள். நான் அவளுள் நுழைந்தபோது அவளது நகங்களை என் பின்புறத்தினுள் நுழைத்துவிட்டாள். அவள் உச்சகட்டத்தை நெருங்கியபோது அந்த மற்ற ஆணின் பெயரை சரியாக 16 முறை கத்தினாள். எனது உச்சகட்டத்தைத் தாமதிக்கும் ஒரு வழிமுறையாக நான் அதனை எண்ணுவதில் கவனம் செலுத்தினேன். பின் நாங்கள் இருவரும் தூக்கத்தில் விழுந்தோம்.

நான் 12.30 மணிக்கு எழுந்தபோது அவள் கிளம்பிச்சென்றிருந்தாள். எந்தவிதமான குறிப்பையும் நான் காணவில்லை. வழக்கமில்லாத நேரத்தில் குடித்ததனால் தலையின் ஒருபுறம் வினோதமாக கனப்பதுபோல் தோன்றியது. என் தூக்கம் போகும்விதத்தில் குளித்து, சவரம்செய்து, நிர்வாணமாக நாற்காலியில் அமர்ந்து, குளிர்பதனப்பெட்டியிலிருந்து ஒரு பாட்டில் பழரசத்தைப் பருகியபடி முந்தைய நாள் இரவு நிகழ்ச்சிகளை வரிசையாக மீள்பார்வை செய்தேன். இரண்டு மூன்று கண்ணாடி அடுக்குகளின் வழியாகப் பார்ப்பதுபோல், ஒவ்வொரு காட்சியும் விநோதமாய் யதார்த்தமில்லாததுபோன்றும் எப்போதோ நடந்ததுபோலவும் தோன்றின. ஆனால் அந்த நிகழ்வுகள் சந்தேகமின்றி எனக்கு நிகழ்ந்தன. மேஜைமீது இப்போதும் பீர்க்குவளைகள் இருந்தன. கைகழுவுமிடமருகே பயன்படுத்திய டூத்பிரஷ் காணப்பட்டது.

நான் ஷின்ஷிகுவில் கொஞ்சமாக மதிய உணவு சாப்பிட்டேன். பின் தொலைபேசி பெட்டிக்குச்சென்று, மிடோரி கோபயாஷியை— அவள் ஒருவேளை இன்று மீண்டும் அழைப்பு

ஒன்றுக்காக காத்திருக்க வாய்ப்பிருக்கலாமென— அழைத்தேன். நான் அதனை 15 முறை ஒலிக்கவிட்டேன், ஆனால் யாரும் எடுக்கவில்லை. 20 நிமிடத்துக்குப்பின்பு நான் முயற்சித்தபோதும் அதே முடிவே கிடைத்தது. பின் ஒரு பேருந்தைப்பிடித்து துயிற்கூடத்துக்குத் திரும்பினேன். கடிதப்பெட்டியில் ஒரு சிறப்பு விநியோக கடிதம் காத்துக்கொண்டிருந்ததாக குறிப்பு தெரிவித்தது. அது நவோகோவிடமிருந்து வந்திருந்தது.

5

உனது கடிதத்துக்கு நன்றி, நவோகோ எழுதியிருந்தாள். அவளது குடும்பம் அதனை இங்கே அனுப்பியதாக அவள் சொல்லியிருந்தாள். கடிதத்தின் வருகை அவளை மனமுடையச் செய்வதற்குப் பதிலாக, மிகவும் மகிழ்ச்சியடையச் செய்திருந்தது. அத்துடன் உண்மையில் அவளே எனக்கு கடிதம் எழுதும் கட்டத்தில்தான் இருந்திருந்தாள்.

அதுவரை வாசித்ததும், நான் ஜன்னலைத் திறந்தேன், எனது மேற்சட்டையைக் கழற்றிவிட்டு படுக்கையில் அமர்ந்தேன். அருகிலிருந்த கூட்டிலிருந்து புறாக்கள் அகவுவதை என்னால் கேட்கமுடிந்தது. இளம்காற்று ஜன்னல் திரையை அசைத்தது. நவோகோவிடமிருந்து வந்த ஏழு பக்கங்களிலான கடிதத்தை கையில்வைத்துக்கொண்டு, முடிவில்லாத உணர்ச்சிப்பெருக்கில் நான் திளைத்தேன். அவள் எழுதியிருந்த சில வரிகளைப் படித்ததிலேயே என்னைச் சுற்றியுள்ள நிஜ உலகின் வண்ணங்கள் வடிந்தோடியதுபோல தோன்றியது. நான் எனது கண்களை மூடி எனது எண்ணங்களைத் திரட்டுவதில் நிறைய நேரத்தைச் செலவிட்டேன். இறுதியில், ஒருமுறை மூச்சை ஆழமாக இழுத்தபின்பு, நான் வாசிப்பதைத் தொடர்ந்தேன்.

நான் இங்கேவந்து கிட்டத்தட்ட நான்கு மாதங்களாகிவிட்டன. அவள் தொடர்ந்து எழுதியிருந்தாள்.

இந்தக் காலத்தில் நான் உன்னைப் பற்றி நிறைய நினைத்திருக்கிறேன். எத்தனை அதிகமாய் நினைக்கிறேனோ, அத்தனை அதிகமாய் நான்

உன்னிடம் நியாயமின்றி நடந்து கொண்டேனென்ற உணர்வுக்கு வருகிறேன். நான் உன்னை நடத்தியவிதத்தை நினைக்கும்போது வெளிப்படையாக நான் சிறப்பான, நியாயமான நபராக நடந்துகொண்டிருக்க வேண்டும்.

எனினும், விஷயங்களைப் பார்ப்பதற்கான மிக இயல்பான விதம் இதுவாக இல்லாதிருக்கலாம். என் வயதுப் பெண்கள் ஒருபோதும் 'நியாயமான' என்ற வார்த்தையைப் பயன்படுத்துவதில்லை. என்னைப்போன்ற இளம்வயதுடைய, சாதாரண பெண்கள் அடிப்படையில், விஷயங்கள் நியாயமானதா இல்லையா என்றெல்லாம் பார்ப்பதில்லை. அவர்களது பிரதான கேள்வி ஒன்று நேர்மையானதா இல்லையா என்பதில்லை. மாறாக அது அழகானதா இல்லையா என்பதோ அது அவர்களை மகிழ்ச்சிபடுத்துமா படுத்தாதா என்பதோதான். 'நியாயம்' என்பது ஆணுக்கான வார்த்தை, கடைசியில் இப்போது அதுதான் மிகச் சரியான வார்த்தையென எனக்குப் படுவதைத் தடுக்க இயலவில்லை. இப்போது என்னளவில் அழகு, மகிழ்ச்சி என்பதெல்லாம் மிகவும் சிக்கலான ஒன்றாகவும் ஒன்றோடொன்று முறுக்கிக்கொண்ட விகிதாச்சாரங்களிலும் இருப்பதால், நான் அதற்குப் பதிலாக வேறு நிலைப்பாட்டை ஒன்று நியாயமானதா இல்லையாநேர்மையானதா உலகளவில் உண்மையானதா என்பதுபோன்ற மதிப்பீட்டை நான் பற்றிக்கொண்டிருப்பதாக சந்தேகப்படுகிறேன்.

எப்படியிருந்தபோதும், நான் உன்னிடம் நியாயமாக நடந்துகொள்ளாததோடு, அதன் விளைவாக நான் உன்னை ஒரே இடத்தில் திரும்பத் திரும்ப சுற்றிவரச் செய்து, பெரிதும் புண்படச்செய்திருப்பதாக நம்புகிறேன். எனினும் அப்படிச் செய்துகொண்டிருப்பதன்மூலம் நானும் ஒரேயிடத்தை திரும்பத் திரும்ப வலம் வந்தபடியும், அதேயளவு எனக்குநானே ஆழமாகப் புண்படும்படியும் செய்திருக்கிறேன். நான் இதனை ஒரு சமாதானமாகவோ என்னை நானே நியாயப்படுத்திக்கொள்ளவோ அன்றி, உண்மை என்பதனால் கூறுகிறேன். நான் உனக்குள் காயம் ஏற்படுத்தியிருக்கும்பட்சத்தில், அது உன்னுடையது மட்டுமல்ல அதேயளவு என்னுடையதும்கூட. எனவே என்னை வெறுக்காமலிருக்க முயற்சிசெய். நான் ஒரு குறையுள்ள மனித உயிர், நீ நினைப்பதைவிடவும் பெரிதும் குறையுள்ள மனுஷி. முக்கியமாக அதனால்தான், நீ என்னை வெறுப்பதை நான் விரும்பவில்லை. நீ என்னை வெறுத்திருந்தால், நான் உண்மையில் உடைந்து நொறுங்கிப் போயிருப்பேன். நீ செய்வதையெல்லாம் என்னால் செய்யமுடியாது. என்னால் எனது ஓட்டுக்குள் மறைந்துகொண்டு, விஷயங்கள் முடியட்டும் என காத்திருக்கமுடியாது. நீ உண்மையில் அப்படிப்பட்டவனா என எனக்குத் தெரியாது, ஆனால் சில சமயம்

நீ எனக்கு அத்தகைய எண்ணத்தை ஏற்படுத்துகிறாய். பலசமயம் நான் உன்னை எண்ணிப் பொறாமைப்படுகிறேன். ஒருவேளை அதுதான் நான் உன்னைப் பெரிதும் ஒரே இடத்தில் திரும்பத் திரும்ப சுற்றும்படிச் செய்வதற்கான காரணமாயிருக்கலாம்.

இது விஷயங்களை அளவுக்குமீறி ஆராய்வதாக இருக்கலாம். நீ ஒப்புக்கொள்கிறாயா? இங்கே அவர்கள் தரும் சிகிச்சை நிச்சயமாக அளவுக்குமீறிய பகுப்பாய்வு செய்வதாயில்லை. ஆனால் நான் இங்கிருப்பதைப்போல் ஒருவர் சில மாதங்களுக்கு சிகிச்சையின் கீழிருக்கும்போது, விரும்பினாலும் விரும்பா விட்டாலும் அவர் கூடுதலாகவோ குறைவாகவோ பகுத்தாராயும் இயல்புடையவராகிவிடுகிறார். "இது அதனால் நடந்தது, அதன் அர்த்தம் இதுதான், இதன் காரணமாக அது" என்பதுமாதிரி. இதுமாதிரியான பகுப்பாய்வு, உலகை எளிமைப் படுத்துகிறதா, இல்லை சிக்கலானதாக்குகிறதா என என்னால் சொல்லமுடியாது.

எப்படியானாலும் நான் முன்பிருந்ததைவிடவும் இப்போது குணமடைவதற்கு மிக நெருக்கமாக இருப்பதாக உணர்கிறேன். இங்குள்ளவர்களும் அது உண்மைதான் என சொல்கின்றனர். நீண்ட நாட்களுக்குப்பின் என்னால் அமைதியாக அமர்ந்து கடிதம் எழுதமுடிவது, இதுவே முதல்முறை. ஜூலையில் நான் உனக்கு எழுதிய கடிதம், நான் எனக்குள்ளிருந்து வலிந்து எழுதிய ஒன்றாகும் (எனினும், உண்மையைச் சொல்வதானால், நான் என்ன எழுதினேன் என்பது ஞாபகம் இல்லை. இது பெரிதும் பயங்கரமாக இல்லை?) ஆனால் இம்முறை நான் மிகமிக அமைதியாக இருக்கிறேன். சுத்தமான காற்று, புற உலகிலிருந்து விலகிய அமைதியான உலகம், தினசரி வாழ்க்கைக்கான திட்டம், முறையான உடற்பயிற்சி இவையே எனது தேவையென படுகிறது. ஒருவருக்கு கடிதம் எழுதமுடிவது எத்தனை அற்புதமானது!

ஒருவருக்கு நம் எண்ணங்களை வெளிப்படுத்தவேண்டும்போல உணர்வதும், நம் சாய்வுமேஜையிலமர்ந்து பேனா ஒன்றை எடுத்து, இதுபோன்று வார்த்தைகளில் நம் எண்ணங்களை வெளிப்படுத்த முடிவதும் உண்மையிலே அற்புதமானது! ஒருமுறை எண்ணங்களை வார்த்தைகளாக வடித்துவிட்டால், நிச்சயமாக நான் என்ன சொல்லவிரும்பினேனோ அதில் மிகச் சிறிதளவே வெளிப்படுத்தமுடிந்திருக்கிறது என்பதைக் காண்கிறேன். ஆனாலும் அது பரவாயில்லை. நான் யாருக்காவது எழுதவேண்டும் என்று உணர்வதிலேயே எனக்கு மகிழ்ச்சிதான். எனவே நான் உனக்கு எழுதிக்கொண்டிருக்கிறேன். இப்போது மாலை 7.30 மணி. நான் எனது இரவுணவை சாப்பிட்டு,

சற்றுமுன்புதான் குளியலை முடித்தேன். இந்த இடம் அமைதியாக, வெளியே கும்மிருட்டாக இருக்கிறது. என்னால் ஜன்னலுக்கு வெளியே ஓரேயொரு விளக்கைக்கூட காணமுடியவில்லை. வழக்கமாக இங்கிருந்து என்னால் நட்சத்திரங்களைத் தெளிவாகக் காணமுடியும். ஆனால் மேகங்கள் சூழ்ந்திருப்பதால் இன்று காணமுடியவில்லை. இங்கே அனைவரும் நட்சத்திரங்களைப்பற்றி தெரிந்திருப்பதோடு, அதுதான் கன்னி, அதுதான் தனுசு என்று என்னிடம் சொல்கிறார்கள். வெளிப்படையாகவே சூரியன் அஸ்தமனமானதும் இங்கே செய்வதற்கு எதுவுமில்லை என்பதால் அவர்கள் விரும்பினாலும் விரும்பாவிட்டாலும் இதைக் கற்றுக்கொள்கிறார்கள். அவர்கள் பறவைகளையும் மலர்களையும் பூச்சிகளையும்பற்றி பெரிதும் அறிந்துவைத்திருப்பது இதனால்தான். அவர்களிடம் பேசும்போதுதான், இத்தகைய விஷயங்களில் நான் எவ்வளவு அறியாமையுடன் இருக்கிறேன் என உணரவருகிறேன். இது ஒருவிதத்தில் அருமையானதுதான்.

இங்கே கிட்டத்தட்ட 70 பேர் வரை இருக்கிறோம். அத்தோடு 20க்கும் சற்றே அதிகமாக அலுவலர்கள் இருக்கின்றனர். (மருத்துவர்கள், செவிலியர்கள், அலுவலகப் பணியாளர்கள் மற்றும் இதர ஊழியர்கள்). இதெல்லாம் ஒரு பெரிய எண்ணிக்கையே அல்ல என்பதுபோல், இது அப்படியொரு விசாலமான இடம். அதனைவிட மேலாக இந்த இடம் காலியாக இருக்கிறது என்று சொல்வதே துல்லியமாக இருக்கும். இது விசாலமான, இயற்கையால் நிரம்பப்பெற்ற, அனைவரும் அமைதியாக வாழும் இடம். நாம் சிலசமயம் இதுதான் இயல்பான, யதார்த்தமான உலகமென உணருமளவுக்கு அத்தனை அமைதியான இடம். ஆனால் உண்மை அதுவல்ல. நாங்கள் இங்கே குறிப்பிட்ட முன்நிபந்தனைகளின்கீழ் வாழ்வதே நாங்கள் இவ்விதம் இருக்க காரணமாகும்.

நான் டென்னிஸ் மற்றும் கூடைப்பந்து விளையாடுகிறேன். கூடைப்பந்து அணி, பணியாட்களாலும் நோயாளிகளாலும் (நான் அந்த வார்த்தையையே வெறுக்கிறேன், ஆனாலும் வேறுவழியில்லை) ஆனது. எனினும் விளையாட்டில் நான் ஆழ்ந்து போகும்போது, யார் நோயாளி, யார் பணியாட்கள் என்ற பேதத்தையே மறந்துபோகிறேன். இது ஒருவகையில் வினோதமே. இது விநோதமாகப்படுமென எனக்குத் தெரியும், ஆனால் விளையாட்டின்போது என்னைச் சுற்றியுள்ளவர்களைப் பார்க்கும்போது அவர்கள் அனைவரும் ஒரேமாதிரி குறையுடையவர்களாகத் தெரிகிறார்கள்.

நான் ஒருநாள் இதனை எனக்கு சிகிச்சையளிக்கும் மருத்துவரிடம் சொன்னேன். அதற்கு அவர், ஒருவிதத்தில் நான் உணர்வது சரியென்றும் நாங்கள் இங்கே இருப்பது குறைபாட்டைச்

சரிசெய்வதற்கு அல்ல, நம்மை அந்தக் குறைபாட்டுக்கு பழகிக்கொள்வதற்கு என என்னிடம் கூறினார். நமது குறைபாடுகளை அடையாளம் கண்டுகொள்ளவும் ஏற்றுக்கொள்ளவும் இயலாததே நம்முடைய பிரச்சினைகளில் ஒன்றாகும். எப்படி ஆணோ பெண்ணோ ஒவ்வொருவரின் நடையும் குறிப்பிட்ட விதத்தில் இருக்கிறதோ, அதுபோன்றே ஒவ்வொருவரும் சிந்திப்பதிலும் உணர்வதிலும் விஷயங்களைப் பார்ப்பதிலும் அவருக்கென ஒரு சுபாவம் இருக்கிறது. நீங்கள் அவற்றை மாற்றவிரும்பினாலும் அது ஒரே இரவில் நிகழ்ந்துவிடாது. நீங்கள் விடாப்பிடியாக அதனை ஏதோ ஒருவிதத்தில் வற்புறுத்தினால், வேறு ஏதாவது ஒன்று தவறாகப்போகும். நிச்சயமாக, அவர் எனக்குச் சொன்னது மிக எளிமைப்படுத்தப்பட்ட உதாரணம்தான். மேலும் அது நம் பிரச்சினைகளின் ஒரு சிறிய பகுதிதான். ஆனால் அவர் என்ன சொல்லமுயன்றாரென நான் புரிந்துகொண்டதாக நம்புகிறேன். நமது சொந்தக் குறைபாடுகளுக்கு நாம் எப்போதும் முழுமையாய் பொருந்திப் போகாதிருப்பது நல்லது. இந்தக் குறைபாடுகளால் ஏற்படும் உண்மையான வலி மற்றும் துயரத்துக்கான இடத்தை நமக்குள் கண்டுபிடிக்க இயலாமல், அவற்றிலிருந்து விடுபட நாம் இங்கே வருகிறோம். இங்கிருக்கும் வரையில், நாம் பிறரைப் புண்படுத்தாமல், பிறரால் புண்படாமல் நாம் இருக்கமுடியும். ஏனெனில் நாம் குறைபாடுள்ளவர்கள் என்பது நமக்குத் தெரியும். புற உலகிலிருந்து நம்மை வேறுபடுத்திக் காட்டுவது அதுதான். பெரும்பாலோர் தம் வாழ்நாள் முழுக்க தம் குறைபாட்டைப் பற்றி விழிப்புணர்வின்றியிருக்க, எங்களது சிறிய உலகில் குறைபாட்டுடன் இருக்கவேண்டும் என்பதே ஒரு முன்நிபந்தனை. எப்படி செவ்விந்தியர்கள், தாங்கள் எந்தப் பழங்குடி இனத்தைச் சேர்ந்தவர்கள் என்பதைக் காட்ட தங்கள் தலையில் இறகுகளை அணிகிறார்களோ அதுபோல, நாம் நமது குறைபாடுகளை வெளிப்படையாகக் காட்டுகிறோம். மேலும் நாம் மற்றவரைப் புண்படுத்திவிடாதபடி அமைதியாக வாழ்கிறோம்.

விளையாட்டுகளில் கலந்துகொள்வதோடு கூடுதலாக, நாங்கள் எல்லாரும் காய்கறி பயிரிடுவதிலும் பங்குபெறுகிறோம். தக்காளி, வெள்ளரி, தர்பூசணி, ஸ்ட்ராபெர்ரிஸ், முட்டைக்கோஸ், கத்தரிக்காய், வெங்காய முளைகள், வெள்ளை முள்ளங்கிகள் இன்னும் பல. நாங்கள் கிட்டத்தட்ட அனைத்தையுமே பயிரிடுகிறோம். நாங்கள் பசுமை இல்லத்தைக்கூட பயன்படுத்துகிறோம். இங்குள்ளவர்கள் காய்கறி வளர்ப்பு பற்றி நிறைய தெரிந்துவைத்திருப்பதோடு, அதில் நிறைய சக்தியையும் செலவிடுகின்றனர். அவர்கள் விவசாயம் குறித்த நூல்களை வாசிப்பதோடு, நிபுணர்களை வரவழைத்து என்ன உரம் பயன்படுத்தலாம், மண்ணின் தன்மை இதுபோன்ற விஷயங்களை

காலையிலிருந்து இரவுவரை பேசுகின்றனர். நான் காய்கறி பயிரிடுவதை நேசிக்கத் தொடங்கியிருக்கிறேன். வெவ்வேறுவிதமான கனிகளும் காய்களும் நாளுக்குநாள் பெரிதாகியபடியே வருவதைக் கவனிப்பது அற்புதமானது. நீ எப்போதாவது தர்பூசணி பயிரிட்டதுண்டா? சிலவகை சிறுவிலங்குகளைப்போல அவை வீங்கிப் பெருக்கின்றன.

நாங்கள் தினமும் புதிதாகப் பறிக்கப்பட்ட பழங்களையும் காய்கறிகளையும் சாப்பிடுகிறோம். நிச்சயமாக, இறைச்சியும் மீனும் பரிமாறுகிறார்கள்தான், ஆனால் நாம் இங்கே வசிக்கும்போது அவற்றை மிக மிகக் குறைவாகவே உண்ண விரும்புவோம். ஏனெனில் இங்கு காய்கறிகள் அத்தனை புதிதாகவும் சுவையாகவும் இருக்கும். சில சமயங்களில் நாங்கள் வெளியே சென்று காட்டுச் செடி வகைகளையும் காளான்களையும் சேகரித்துவருவோம். நாங்கள் எந்தச் செடியை பறிக்கலாம் எதைப் பறிக்கக்கூடாதென சொல்லக்கூடிய நிபுணர்கள் எங்களிடையே இருக்கிறார்கள். (யோசித்துப் பார்த்தால் இது நிபுணர்களால் நிறைந்துவழியும் இடம்.) இவையனைத்தின் பலனாக, நான் இங்கே வந்ததிலிருந்து ஆறு பவுண்டுகள் அதிகரித்துள்ளேன். நான் எத்தனை கிலோ இருக்கவேண்டுமோ மிகச்சரியாக அந்த எடைக்கு நெருக்கமாக இருக்கிறேன். உடற்பயிற்சிக்கும் சரியான நேரத்தில் சாப்பிடுவதற்கும்தான் நன்றி சொல்லியாகவேண்டும்.

நாங்கள் விவசாய வேலையில்லாதபொழுது, வாசிக்கவோ இசைகேட்கவோ அல்லது பின்னல் வேலையோ செய்வோம். எங்களிடம் தொலைக்காட்சியோ வானொலியோ கிடையாது. ஆனால் புத்தகம் மற்றும் இசைத்தட்டுகளைக் கொண்ட மிகவும் நாகரிகமான நூலகம் ஒன்றைக் கொண்டிருக்கிறோம். இசைத்தட்டுத் தொகுப்பில், மேலரின் சிம்பொனியிலிருந்து பீட்டில்ஸ் வரைக்கும் அனைத்தும் இருக்கிறது. என் அறையில் வைத்து கேட்பதற்காக எப்போதும் நான் இசைத்தட்டுகளை இரவல் வாங்கிக்கொண்டிருக்கிறேன்.

இந்த இடத்தின் உண்மையான பிரச்சினை என்னவெனில், ஒருமுறை ஒருவர் இந்த இடத்துக்கு வந்தால், அவர் இந்த இடத்தை விட்டுச் செல்ல விரும்பமாட்டார் அல்லது செல்வதை நினைத்துப் பயப்படுவார். நாம் இங்கிருக்கும்வரையில், அமைதியாக, சாந்தமாக உணர்வோம். நமது குறைபாடுகள் இயல்பானதாகத் தோன்றும். நாம் குணமாகிவிட்டதாகக் கருதுவோம். ஆனால் வெளியுலகம் அதேவிதத்தில் நம்மை ஏற்றுக்கொள்ளுமென்று நாம் எப்போதும் நிச்சயமாயிருக்கமுடியாது.

எனது மருத்துவர், இதுதான் நான் "வெளிநபர்களிடம்" தொடர்புகொள்வதற்கான நேரம் என சொல்கிறார். வெளிநபர்கள் என்பதன் பொருள், இயல்பான உலகிலுள்ள சாதாரணமான மனிதர்கள். அவர் அப்படிச் சொல்கிறபொழுது, நான் காண்கிற ஒரேமுகம் உன்னுடையதுதான். உண்மையைச் சொல்வதெனில், நான் என் பெற்றோரைக்கூட பார்க்கவிரும்பவில்லை. அவர்கள் என்னைக் குறித்து மிகுந்த மனவருத்தம் கொண்டிருக்கின்றனர், அவர்களைப் பார்ப்பது என்னை மோசமான மனநிலைக்கு ஆளாக்கிவிடும். கூடவே நான் உன்னிடம் விளக்கவேண்டிய விஷயங்கள் உள்ளன. நான் அவற்றை மிகச்சிறப்பாக விளக்கு வேனா என்பது நிச்சயமில்லை, ஆனால் அவை நான் இனியும் தள்ளிப்போட முடியாத அளவுக்கு முக்கியமான விஷயங்கள்.

தவிரவும், நீ என்னைச் சுமையாக உணரக்கூடாது. நான் விரும்பாத ஒரு விஷயம் யாருக்கும் சுமையாக இருக்கக்கூடாது என்பதுதான். நீ என்னிடம் கொண்டுள்ள நல்லெண்ணங் களை என்னால் உணரமுடியும். அவை என்னை மிகவும் சந்தோஷமாக ஆக்குகின்றன. நான் இந்தக் கடிதத்தில் முயற்சித்துக்கொண்டிருப்பதெல்லாம் அந்த மகிழ்ச்சியை உன்னிடம் வெளிப்படுத்துவதே. எனவே என் வாழ்க்கையின் இந்தக் கட்டத்தில் எனது தேவையெல்லாம் உனது அந்த நல்லுணர்வுகள்தான். நான் இங்கே எழுதியிருப்பது ஏதாவது உன்னை வருத்தமடையச்செய்தால், தயவுசெய்து என்னை மன்னிக்கவும். நான் முன்பே சொன்னதுபோல நீ அறிந்ததைவிடவும் நான் பெரிதும் குறையுள்ள மனுஷி.

நீயும் நானும் முழுவதும் சாதாரணமான சூழலில் சந்தித்திருந்து, நாம் ஒருவரையொருவர் விரும்பியிருந்தால் என்ன நடந்திருக்கும் என சில சமயங்களில் நான் ஆச்சரியப்படுவேன். நான் இயல்பானவளாக இருந்திருந்து, நீ இயல்பானவனாக இருந்திருந்து (நிச்சயமாக நீ இயல்பானவன்தான்), கிஸுகியே இல்லாதுபோயிருந்தால் என்ன நடந்திருக்கும்? நிச்சயம் இந்த இப்படி நடந்திருந்தால் என்பது ரொம்ப பெரிய எதிர்பார்ப்புதான். குறைந்தபட்சம் நியாயமாக, நேர்மையாக இருக்க நான் கடுமையாக முயற்சிக்கிறேன். இந்தக் கட்டத்தில் என்னால் செய்யக்கூடியதெல்லாம் இதுதான். இவ்விதத்தில் என் உணர்வுகளில் ஒரு சிறிய பகுதியை உன்னிடம் வெளிப்படுத்தி இருப்பதாக நான் நம்புகிறேன்.

வழக்கமான மருத்துவமனையைப் போலில்லாமல், இந்த இடம் தாராளமான பார்வையாளர் நேரங்களைக் கொண்டுள்ளது. முந்தைய நாளே அழைத்துப் பேசும் பட்சத்தில், நீ எந்த நேரமும் பார்க்கவரலாம். நீ என்னுடன் உணவருந்தக்கூட செய்யலாம். நீ தங்குவதற்குக்கூட இங்கு இடமிருக்கிறது. உனக்கு வசதியானதொரு

நேரத்தில் வந்து என்னைப் பார். உன்னைப் பார்ப்பதற்கு ஆவலுடன் எதிர்நோக்கி இருக்கிறேன். நான் ஒரு வரைபடத்தையும் இணைத்திருக்கிறேன். இந்தக் கடிதம் இத்தனை நீண்ட ஒன்றாக அமைந்ததற்கு மன்னிக்கவும்.

நான் நவோகோவின் கடிதத்தை முழுமையாகப் படித்தேன், பின் மீண்டும் ஒருமுறை படித்தேன். அதன்பின் நான் கீழிறங்கி, விற்பனை எந்திரத்திலிருந்து கோக் ஒன்று வாங்கி, கடிதத்தை மீண்டும் ஒருமுறை படித்தபடியே குடித்தேன். ஏழு பக்கங்களிலான கடிதத்தைத் திரும்பவும் உறையிலிட்டு, அதனை என் மேஜையில் வைத்தேன். இளம்சிவப்புநிற கடித உறையில் துல்லியமான, சற்றே கூடுதல் சிரத்தையுடன், பெண்ணின் சிறிய கையெழுத்தில் என் பெயரும் முகவரியும் எழுதப்பட்டிருந்தது. நான் என் சாய்வு மேஜையில் அமர்ந்தபடியே கடித உறையை வாசித்தேன். பின்புறத்தில் காணப்பட்ட அனுப்புநர் முகவரி அமி ஹாஸ்டல் என்றது. ஒரு விநோதமான பெயர். சில நிமிடங்களுக்கு நான் அதைப்பற்றி சிந்தித்து, 'நண்பன்' என்பதற்கான ஃப்ரெஞ்சு வார்த்தையிலிருந்து அமி என்பது வந்திருக்க வேண்டுமென முடிவுக்கு வந்தேன்.

அந்தக் கடிதத்தை என் சாய்வுமேஜையின் இழுப்பறையில் வைத்தபின்பு, நான் உடைகளை மாற்றிக்கொண்டு வெளியே சென்றேன். நான் அந்தக் கடிதத்துக்கு அருகில் இருந்தால், நான் அதனை 10 முறையோ, 20 முறையோ— எத்தனை முறை வாசிப்பதில் சென்று முடியுமோ? யாருக்குத் தெரியும் என நான் பயந்தேன். எப்போதும் நான் நவோகோவுடன் நடப்பதுபோல, மனதில் இலக்கேதுமின்றி அந்த ஞாயிறன்று டோக்கியோவின் தெருக்களில் நடந்தேன். நான் ஒரு தெருவிலிருந்து அடுத்த தெருவுக்கென, அவளது கடிதத்தினை வரி வரியாய் நினைவுபடுத்தியபடி, ஒவ்வொரு வாக்கியத்தையும் முடிந்தவரை சிறப்பாக அசைபோட்டபடி அலைந்துதிரிந்தேன். சூரியன் அஸ்தமனமானதும் நான் துயிற்கூடத்துக்குத் திரும்பி, அமி ஹாஸ்டலுக்கு தொலைதூர அழைப்பு விடுத்தேன். ஒரு பெண் வரவேற்பாளர் தொலைபேசியை எடுத்து என் அழைப்பின் நோக்கத்தைக் கேட்டாள். நான் நாளை மதியம் நவோகோவைப் பார்க்கவருவது சாத்தியமா என கேட்டேன். நான் என் பெயரைச் சொன்னதும், அவள் அரைமணி நேரத்துக்குப் பின் அவளை அழைக்கும்படிக் கூறினாள்.

இரவுணவுக்குப்பின் நான் திரும்ப அழைத்தபோதும் அதே பெண்தான் தொலைபேசியை எடுத்தாள். நான் நவோகோவைப் பார்ப்பது உண்மையிலேயே சாத்தியமென சொன்னாள். நான்

ஹாருகி முரகாமி | 159

அவளுக்கு நன்றி சொல்லி தொலைபேசியை வைத்தேன், முதுகில் சுமந்துசெல்லும் பையில் சில உடைகளையும் ஆடையலங்காரப் பொருட்களையும் வைத்தேன். பின் மீண்டும் தி மேஜிக் மவுண்டனை எடுத்து, வாசித்தபடியும் பிராந்தியை சிறு மிடறுகளாக பருகியபடியும் தூக்கமாக உணர்வதற்காக காத்திருந்தேன். இருந்தபோதும் அதிகாலை ஒரு மணிக்குப் பின்பும்கூட எனக்கு தூக்கம்வரவில்லை.

6

திங்கட்கிழமை காலை ஏழு மணிக்கு நான் எழுந்தவுடன், முகம் கழுவி, சவரம்செய்து காலையுணவுகூட சாப்பிடாமல், துயிற்கூட தலைவர் அறைக்குச்சென்று, நான் இரண்டுநாட்கள் மலையேறச் செல்கிறேன் என்று சொல்வதற்காகச் சென்றேன். எனக்கு நேரமிருக்கும்போது நான் இதுபோல சிறுபயணங்கள் செல்வதை அறிந்திருந்ததால், அவர் ஆச்சரியப்படவில்லை. நான் கூட்டநெரிசல்மிக்க பயணிகள் தொடர்வண்டியைப் பிடித்து—டோக்கியோ தொடர்வண்டிநிலையம் சென்று அதிவேக தொடர்வண்டியில் க்யோட்டோவுக்குப் பயணச்சீட்டு வாங்கி, புறப்பட்டுக்கொண்டிருந்த முதல் ஹிகாரி விரைவுவண்டியில் தாவி ஏறினேன். காலையுணவாக காபியும் சான்ட்விட்சும் சாப்பிட்டு ஒருமணி நேரத்துக்கு சிறுதூக்கம் போட்டேன்.

நான் க்யோட்டோவை பதினொரு மணிக்கு சிலநிமிடங்கள் முன்பாக வந்தடைந்தேன். நவோகோவின் வழிகாட்டுதலைப் பின்பற்றி, வடக்கு புறநகர்ப் பகுதிக்கு பேருந்துகளை இயக்கும், சிறிய பேருந்து நிலையத்துக்குச் செல்லும் நகர்ப் பேருந்தைப் பிடித்தேன். நான் செல்லுமிடத்துக்குப் போகும் பேருந்து 11.35—க்குதான் கிளம்புமெனவும், மேலும் பயணம் ஒரு மணி நேரத்துக்கும் சற்று அதிகமெனவும் எனக்குச் சொல்லப்பட்டது. நான் பயணச் சீட்டு வாங்கிக்கொண்டு, தெருவின் எதிரேயிருந்த புத்தகக் கடைக்கு வரைபடம் வாங்கச் சென்றேன். பயணியர் அறைக்குத் திரும்பி, அமி ஹாஸ்டல் சரியாக எங்கிருக்கிறதென என்னால் கண்டுபிடிக்கமுடிகிறதா என்று பார்ப்பதற்காக வரைபடத்தை

ஆராய்ந்தேன். நான் கற்பனை செய்திருந்ததைவிடவும் மலையின்மீது வெகுதூரத்தில் அமைந்திருந்தது அது என்பதை வரைபடம் புலப்படுத்தியது. பேருந்து அதன் வடக்குநோக்கிய பயணத்தில் பல குன்றுகளைக் கடந்து, பின் செங்குத்தாக பள்ளத்தாக்கு சாலை முடியுமிடத்தில் திரும்பி, பின் நகருக்கு வரவேண்டும். என்னுடைய நிறுத்தம் சாலையின் முடிவுக்கு சற்று முன்பாக இருக்கவேண்டும். நவோகோ கூற்றுப்படி பேருந்து நிறுத்தத்துக்கு அருகில் காலடிப்பாதை ஒன்று இருந்தது. நான் அதில் 20 நிமிடங்கள் நடந்தால் அமி ஹாஸ்டலை அடையலாமெனச் சொல்லியிருந்தாள். மலைகளின் நடுவே அவ்வளவு ஆழத்தில் அது இருக்கையில், அது அத்தனை அமைதியான இடமாக இருந்ததில் வியப்பில்லை.

பேருந்து 20 பயணிகளுடன் கிளம்பி, காமோ நதியைப் பின் தொடர்ந்து க்யோட்டாவின் வடமூலையினூடாகச் சென்றது. நெருக்கடியான நகரத் தெருக்களைத் தாண்டி ஆங்காங்கே நெருக்கமற்ற வீடுகளையும் பின் வயல்களையும் வெற்று நிலங்களையும் காணமுடிந்தது. கறுப்பு ஓட்டுக் கூரைகள் மற்றும் வினைலால் ஆன பக்கவாட்டுப் பகுதிகளைக்கொண்ட பசுமை இல்லங்கள் முன்இலையுதிர்கால சூரியனை வாங்கி பிரகாசத்துடன் பிரதிபலித்தன. பேருந்து மலைக்கணவாய் பகுதிக்குள் நுழைந்ததும், ஓட்டுநர் சக்கரத்திருப்பானை அப்படியும் இப்படியுமாக சாலையையும் வளைவுகளையும் திருப்பங்களையும் தொடர்வதற்காகச் சுழற்றினார். நான் வாந்தி வருவதுபோல உணர்ந்தேன். என்னால் இப்போதும் என் காலை காபியின் சுவையை உணரமுடிந்தது. வளைவுகளின் எண்ணிக்கை குறையத்தொடங்கியபோதே நான் கொஞ்சம் ஆசுவாசமாக உணர்ந்தேன். பேருந்து குளிர்ச்சியான தேவதாரு வனத்துக்குள் ஊடுருவிச்சென்றது. சாலை வழியெங்கும் அவை உயர்ந்து சூரியனை மறைத்துக்கொண்டும் அனைத்தின்மீதும் இருண்ட நிழல் கவியச் செய்வதையும் பார்த்தால் அந்த மரங்கள் நிச்சயம் பழமையானவையாக இருக்கவேண்டும். பேருந்தின் திறந்த ஜன்னல்களின் வழியாக வீசிக்கொண்டிருந்த இளம் காற்று, திடீரென குளிர்ச்சியானதாக மாறி, அதன் மிகக் குளிர்ச்சியான ஈரம் தோலின்மீது சுருக்கென தைத்தது. மலைச்சரிவுப்பாதை ஆற்றின் கரையை ஒட்டி நீண்டதூரம் மரங்களின் நடுவே — மொத்த உலகமே தேவதாரு வனத்துக்குள் இருப்பதைப்போல தோன்றும்வரை சென்றது. சரியாக அதே கணத்தில் வனம் முடிவுற்றது. மலைமுகடுகளால் சூழப்பெற்ற திறந்த வடிநிலப்பகுதியில் நாங்கள் இருந்தோம். பரந்த, பசுமையான விவசாய நிலங்கள் எல்லா திசைகளிலும் பரவிக் கிடக்க,

சாலையை ஒட்டியிருந்த ஆறு தெளிவாகவும், பிரகாசமாகவும் காணப்பட்டது. தூரத்தில் வெண்புகை ஒற்றைத் திரட்சியாக எழுந்துகொண்டிருந்தது. சில வீடுகள் சூரிய வெளிச்சத்தில் துணிகளை உலரவிட்டிருந்தன, சில நாய்கள் ஊளையிட்டுக் கொண்டிருந்தன. ஒவ்வொரு பண்ணைவீடும் கூரைமுகடுவரை விறகை குவித்துவைத்திருந்தன. வழக்கமாக அந்தக் குவியலின்மேல் எங்காவது ஓரிடத்தில் பூனை காணப்பட்டது. கொஞ்ச நேரத்திற்கு சாலையில் அத்தகைய வீடுகள் வரிசையாக தென்பட்டன. ஆனால் நான் ஒரேயொரு மனிதரைக்கூட பார்க்கவில்லை.

இதே விதத்திலேயே காட்சிகள் எத்தனையோ முறை தொடர்ந்தன. பேருந்து தேவதாரு வனத்துக்குள் சென்று, ஒரு கிராமத்தின் வழியாக வெளிப்படும், பின் மீண்டும் வனத்துக்குள் செல்லும். ஆட்கள் இறங்குவதற்காக அது ஒரு கிராமத்தில் நிற்கும். ஆனால் எப்போதும் ஒருவரும் ஏறவே இல்லை. நகரைவிட்டுக் கிளம்பி நாற்பது நிமிடங்களுக்குப்பின், அகன்றவெளி காட்சியையுடைய மலைக்கணவாயொன்றை அடைந்தது. ஓட்டுநர் பேருந்தை நிறுத்தி, அங்கே ஐந்தாறு நிமிடங்களுக்குக் காத்திருக்கப்போவதாகவும் விரும்பினால் பயணிகள் பேருந்திலிருந்து இறங்காலெமென அறிவித்தார். அப்போது என்னையும் சேர்த்து பேருந்தில் நாலுபேர் மட்டுமே இருந்தோம். நாங்களனைவரும் இறங்கி, உடம்பை நீட்டி நெளிக்கவோ, புகைபிடிக்கவோ செய்தோம். வெகு ஆழத்தில் காணப்பட்ட க்யோட்டோவின் பரந்த காட்சியை நோக்கினோம். ஓட்டுநர் கீழிறங்கி சிறுநீர் கழிக்க ஒரு ஓரமாகச் சென்றான். பெரிய கயிறால் கட்டப்பட்ட பொருட்களடங்கிய, அட்டைப் பெட்டியுடன் பயணித்த, தனது ஐம்பதுகளின் துவக்கத்திலிருந்த கருத்த மனிதன் நான் மலையேறுவதற்காக சென்றுகொண்டிருந்தேனா எனக் கேட்டான். விஷயத்தை எளிமையாக்குவதற்காக நான் ஆமாம் என்றேன்.

அதேசமயம் கணவாயின் மறுபுறத்திலிருந்து மற்றொரு பேருந்து ஏறிவந்து எங்கள் பேருந்தையடுத்து நின்றது. கீழிறங்கிய ஓட்டுநர் எங்களது ஓட்டுநருடன் சிறிது நேரம் பேசிக்கொண்டிருந்தான். பின் இருவரும் தங்களது பேருந்தில் ஏறிக்கொண்டனர். நாங்கள் நால்வரும் எங்களது இருக்கைக்குத் திரும்ப, பேருந்துகள் எதிரெதிர்த் திசையில் கிளம்பின. எங்களது பேருந்து ஏன் அந்த மற்ற பேருந்து வரும்வரை காத்திருந்தது என எனக்கு உடனடியாக விளங்கவில்லை. ஆனால் சற்றுதூரம் கீழிறங்கியதுமே மலையின் மறுபுறத்திலிருந்த சாலை திடீரெனக் குறுகியது. இரண்டு பெரிய பேருந்துகள் ஒருபோதும் அந்தச் சாலையை ஒன்றோடொன்று கடக்கமுடியாது. உண்மையில் இரண்டு சாதாரணமான கார்களே

ஒன்றையொன்று கடப்பதற்கு பெரும் திறமை தேவை. ஏதாவது ஒரு கார் பின்னுக்குச் சென்று சாலையின் விளிம்போரத்தில் அழுந்திக்கொண்டிருக்கவேண்டும்.

சாலையில் அமைந்திருந்த கிராமங்கள் இப்போது பெரும்பாலும் சிறிதாகவும், விவசாயம் செய்யப்பட்ட நிலப்பரப்பு இன்னும் குறுகியதாகவும் இருந்தன. மலை செங்குத்தானதாக, அதன் சுவர்கள் பேருந்தின் ஜன்னலுக்கு அருகே நெருக்கமாக உரசுவதுபோலவும் காணப்பட்டன. எனினும் மற்ற இடங்களைப்போலவே இங்கேயும் நிறைய நாய்கள் இருந்ததுபோல தோன்றியது. பேருந்தின் வருகை அவற்றுக்கிடையே ஊளையிடுவதில் போட்டியை உண்டாக்கியது.

நான் இறங்கிய இடத்தில், வீடுகளோ, வயல்களோ எதுவுமில்லை. பேருந்து நிறுத்தம் என்பதைக் காட்டும் பலகை, ஒரு சிறிய நீரோடை, ஒரு காலடிப் பாதையின் தொடக்கம் இவை மட்டுமே இருந்தன. நான் எனது முதுகுப் பையை தோளில் தொங்கவிட்டபடி பாதையில் மேலேறத் தொடங்கினேன். பாதையின் இடப்புறம் நீரோடை ஒன்று ஓடியது. வலப்பக்கம் இலைகளை உதிர்த்து நின்ற மரங்களைக்கொண்ட காடொன்று இருந்தது. நான் அந்த லேசான ஏற்றத்தில் 15 நிமிடங்கள் ஏறி, வலப்புறமிருந்த சரியாக ஒரு காரை மட்டுமே அனுமதிக்கும் அகலத்திலிருந்த, வனங்களுக்கு இட்டுச்செல்லும் பாதையை அடைந்தேன். **அமி ஹாஸ்டல் தனியாருக்குச் சொந்தமானது. அத்துமீறி நுழையாதீர்கள்** சாலையோரத்திலிருந்த அறிவிப்புப் பலகையை வாசித்தேன்.

ஆழப்பதிந்த சக்கரத் தடங்கள் சாலையிலிருந்து மரங்களின் ஊடாகச் சென்றன. அவ்வப்போது சிறகடிக்கும் ஓசை மரங்களிடையே எதிரொலித்தது. அந்த சப்தம் காட்டின் பிற சப்தங்களைவிடவும், பெரிதுபடுத்தப்பட்டதுபோல், விநோதமான தெளிவுடன் வெளிப்பட்டது. ஒருமுறை வெகுதொலைவில் ஒன்றுக்கு மேற்பட்ட ஒலிவடிப்பான்களைக் கடந்துவந்ததுபோன்ற சிறிய, கம்மிய சப்தத்தைக் கேட்டேன். அது துப்பாக்கிசுடும் ஓசையாகத்தான் இருக்கவேண்டும்.

மரங்களைக் கடந்து நான் வெண்ணிற கற்சுவரை அடைந்தேன். அது என் உயரத்தைவிட கூடுதலாக இல்லாததோடு, அதன்மேல் கூடுதல் தடுப்புகள் எதுவுமின்றி இருந்தது. அதனால் நான் அதனை மதிப்பிட எளிதாக இருந்தது. கறுநிற இரும்புக் கதவு போதுமான அளவு உறுதியாகத் தெரிந்தபோதும், அது அகலத் திறந்து காணப்பட்டது. மேலும் காவலர் அறையில் ஆட்கள் யாரும்

தட்டுப்படவில்லை. முன்பு பார்த்த அறிவிப்புப் பலகையைப் போன்ற இன்னொரு அறிவிப்புப் பலகை கதவினருகில் காணப்பட்டது. **அமி ஹாஸ்டல். தனியாருக்குச் சொந்தமானது அத்துமீறி நுழையாதீர்.** சில கணங்களுக்கு முன்புவரை காவலர் அங்கிருந்திருக்க வேண்டுமென சில தடயங்களின் மூலம் தெரியவந்தது. சாம்பல் கிண்ணமொன்றில் மூன்று சிகரெட்டின் பஞ்சுமுனைகள் காணப்பட்டன. தேநீர்க் குவளையொன்று பாதி காலியாய்த் தெரிந்தது. அலமாரியில் ஒரு ட்ரான்சிஸ்டர் வானொலி இருந்தது. சுவரிலிருந்த கடிகாரம் டிக்டிக் எனும் ஒருவித வறண்ட சப்தத்துடன் நேரம் காட்டியது. நான் சற்று நேரம் அந்த நபர் வருவதற்காகக் காத்திருந்தேன். ஆனால் அப்படியெதுவும் அறிகுறி தெரியாததால், அழைப்புமணிபோன்று தெரிந்த ஒன்றை சிலமுறை அழுத்தினேன். வாயிலை அடுத்து உட்புறம் காணப்பட்ட பகுதி கார் நிறுத்துமிடம். அங்கே ஒரு குட்டிப் பேருந்து, நான்கு சக்கர லேண்ட் க்ரூய்சர், அடர் நீலநிற வால்வோ ஆகியவை நின்றிருந்தன. அந்த கார் நிறுத்துமிடத்தில் 30 கார்கள் வரை நிறுத்தலாம், ஆனால் அப்போது அந்த மூன்று வாகனங்கள் மட்டுமே நிறுத்தப்பட்டிருந்தன.

இரண்டுமூன்று நிமிடங்கள் சென்றபின் வாயிற்காவலன் நேவிப்ளூ சீருடையுடன் வனச்சாலையிலிருந்து மஞ்சள்நிற மிதிவண்டியில் வந்துகொண்டிருந்தான். அவன் தனது அறுபதுகளின் துவக்கத்திலிருந்த உயரமான நபர். அவனது முடிகள் குறையத் தொடங்கியிருந்தன. அவன் காவலர் இல்லத்தின்மீது மஞ்சள் வண்டியைச் சாற்றிவிட்டு, "உங்களை காத்திருக்க வைச்சதுக்கு நான் ரொம்ப வருத்தப்படறேன்," என்றான். எனினும் அவன் சொன்னவிதம் சற்றும் வருந்தியதுபோல தெரியவில்லை. 32 என்ற எண் வண்டியின் சேறுதடுக்கும் பகுதியில் வெண்ணிறத்தில் எழுதப்பட்டிருந்தது. நான் அவனிடம் எனது பெயரைச் சொன்னதும், அவன் தொலைபேசியை எடுத்து அதனை மறுமுனையில் யாரோ ஒருவரிடம் இருமுறை கூறி, "சரி, ம்..., அப்படியா" என்று சொல்லிவிட்டு, பின் தொலைபேசியை வைத்தான்.

"பிரதான கட்டடத்துக்குப் போய், டாக்டர் இஷிதாவை பார்க்கணும்னு சொல்லுங்க," என அவன் என்னிடம் சொன்னான். "நீங்க இந்தப் பாதையில மரங்களைத் தாண்டிப்போனா, ஒரு திருப்பம் வரும். அப்புறம் அங்கிருந்து இரண்டாவது இடப்பக்கம் புரியுதா? திருப்பத்துலயிருந்து இரண்டாவதா வர்ற இடப்பக்கம். நீங்க ஒரு பழமையான வீட்டைப் பார்ப்பீங்க. வலப்புறம் திரும்பி இன்னொரு மரக்கூட்டத்துக்கு நடுவுல போனா ஒரு கான்கிரீட் கட்டடம் வரும். அதுதான் பிரதான கட்டடம். இது ரொம்ப

ஈஸி, அப்படியே அறிவிப்பு பலகைகளைப் பார்த்துட்டே போயிடலாம்”

எனக்குச் சொன்னபடி நான் திருப்பத்திலிருந்து இரண்டாவதாக அமைந்த இடப்புற பாதையில் சென்றேன். அந்தப் பாதை முடிவடைந்த இடத்தில் நான் ஆர்வமூட்டும் ஓர் பழங்கட்டடத்தைக் கண்டேன். வெளிப்படையாகவே ஒரு காலத்தில் அது ஒருவரின் கிராமப் பண்ணைவீடாக இருந்திருக்கவேண்டும். அது நன்கு சீர்செய்யப்பட்ட பாறைகள், கல்விளக்குடன் கூடிய வெட்டிச் சீர்செய்யப்பட்ட தோட்டங்களையும் கொண்டிருந்தது. அது நிச்சயமாக நாட்டுப்புற பண்ணையாகவே இருந்திருக்கவேண்டும். மரங்களினூடாகச் சென்று வலப்புறம் திரும்பியதும், நான் மூன்றடுக்கு கான்கிரீட் கட்டடமொன்றைப் பார்த்தேன். அது வெறுமையானதொரு பரப்பில் நின்றது. எனவே அந்த மூன்றடுக்குக் கட்டடத்தைப் பற்றி சிறப்பாகச்சொல்ல ஏதுமில்லை. அது எளிய வடிவமைப்பில் சுத்தம் பற்றிய வலுவான எண்ணத்தைத் தோற்றுவிப்பதாக இருந்தது.

வாசல் இரண்டாவது தளத்திலிருந்தது. நான் படிகளில் ஏறி பெரிய கண்ணாடிக் கதவுகள் வழியாக உள்நுழைந்து, வரவேற்பு மேஜையில் சிவப்பு உடையிலிருந்த இளம்பெண்ணைத் தேடிச்சென்றேன். நான் என் பெயரைச் சொல்லி, மருத்துவர் இஷிதாவைப் பார்க்கும்படி சொல்லப்பட்டதாகக் கூறினேன். அவள் புன்னகைசெய்து பழுப்புநிற சோபாவைக் காட்டினாள். மருத்துவர் வரும்வரை நான் அங்கே காத்திருக்கும்படி தாழ்ந்த குரலில் கேட்டுக்கொண்டாள். பின் அவள் ஒரு எண்ணுக்கு சுழற்றினாள். நான் எனது முதுகுப்பையை தோளிலிருந்து இறக்கிவிட்டு, சோபாவின் திண்டுக்குள் ஆழப்புதையும்வண்ணம் அமர்ந்து, அந்த இடத்தை நோட்டமிட்டேன். அது ஒரு சுத்தமான, வேலைப்பாடுமிக்க தொட்டிச்செடிகள், ரசனைமிக்க அரூப ஓவியங்கள், மெருகேற்றப்பட்ட தரையுடன்கூடிய இனிமையான பொதுக்கூடம். நான் காத்திருந்தபடியே தரைமேல் தெரிந்த என் ஷூக்களின் பிரதிபிம்பம்மேல் கண்களை வைத்திருந்தேன்.

ஒருகட்டத்தில் வரவேற்பாளினி என்னிடம், “டாக்டர் சீக்கிரமே வந்துடுவார்,” என உறுதிப்படுத்தினாள். நானும் ஆமோதித்தேன். என்ன ஒரு மகத்தான அமைதியான இடம்! அங்கே எந்தவிதமான சப்தமும் இல்லை. அது அனைவரும் மாலைநேர தூக்கத்திலிருப்பதுபோல இருந்தது. மனிதர்கள், விலங்குகள், பூச்சிகள், தாவரங்கள் அனைத்தும் நிச்சயம் நல்ல தூக்கத்திலிருக்க வேண்டுமென நான் நினைத்தேன். அது அத்தகையதொரு அமைதியான மதியப்பொழுதாக இருந்தது.

எனினும் விரைவிலேயே, நான் ரப்பர் மிதியடிகளின் மென்மையான சப்தத்தைக் கேட்டேன். முதிர்ச்சியான, அடர்ந்த முடியைக்கொண்ட பெண்மணி எதிர்ப்பட்டாள். பொதுக்கூடத்தைச் சுற்றிவந்து என்னருகே கால்களை குறுக்காகப் போட்டபடி அமர்ந்து என் கையைப் பற்றினாள். அதனைப் பற்றி குலுக்குவதற்குப் பதிலாக, என் கையைத் திருப்பி, அதனை முன்னும்பின்னுமாக ஆராய்ந்தாள்.

"நீங்க இப்போதைக்கு குறைஞ்சது சில வருஷங்களாவது இசைக்கருவி எதையும் இசைச்சதில்ல, சரியா?" இவைதான் அவளது வாயிலிருந்து வெளிவந்த முதல் வார்த்தைகள்.

"ஆமா," என்றேன் நான் திடுக்கிடலுடன். "நீங்க சொல்றது சரிதான்."

"உங்க கைகளை வெச்சே என்னால சொல்லமுடியும்," ஒரு புன்னகையுடன் அவள் சொன்னாள்.

அந்தப் பெண்ணிடம் கிட்டத்தட்ட ஏதோவொரு புதிரான ஒன்று இருந்தது. அவளது முகத்தில் நிறைய சுருக்கங்கள் காணப்பட்டன. உங்களது கண்களில் படும் முதல்விஷயம் இதுதான் என்றாலும் அவை அவளை வயதானவளாகக் காட்டவில்லை. பதிலாக அவளிடம் வயதைமீறிய ஒருவித இளமையை உறுதிசெய்தன அவை. பிறவிமுதலே அந்தச் சுருக்கங்கள் அவளது முகத்தில் அதேஇடத்தில் இருந்ததுபோல தோன்றின. அவள் சிரித்தபோது, சுருக்கங்களும் அவளுடன் சேர்ந்து சிரித்தன. அவள் முகம்சுளித்தபோது அவையும் உடன் சுளித்தன. அவள் சிரிக்கவோ, முகம்சுளிக்கவோ செய்யாதபோது சுருக்கங்கள் அவள் முகத்தில் விநோதமான ஆவலைத் தூண்டும்படி, முரண்நகையான விதத்தில் ஆங்காங்கே விரவிக் காணப்பட்டன. அங்கே தன் முப்பதுகளின் பின்பகுதியில், அத்தனை அழகாய்த் தெரியாத, ஆனால் அவளது இனிமையானது உங்களை அவளை நோக்கி இழுக்கும் ஒரு பெண் இருந்தாள். நான் அவளைப் பார்த்த கணத்திலே, அவளை எனக்குப் பிடித்துப்போனது.

முரட்டுத்தனமாக வெட்டப்பட்ட அவளது முடியானது திட்டுத்திட்டாக எழுந்து நின்றதோடு, முடியின் விளிம்பானது நெற்றிக்கு எதிராக வளைந்து நின்றது. ஆனால் அது அவளுக்கு மிகச்சரியாய் பொருந்தியது. அவள் வெண்ணிற டி. சர்ட்டின் மேலாக, வேலையின்போது அணிகிற நீலநிற சட்டையை அணிந்திருந்தாள். தளர்வான, இளமஞ்சள் நிற பருத்தி

கால்சட்டை மற்றும் டென்னிஸ் ஷூக்கள் அணிந்திருந்தாள். உயரமாக, ஒல்லியாக இருந்த அவளுக்கு கிட்டத்தட்ட மார்புகளே இல்லை. அவளது உதடுகள், இடைவிடாமல் ஒரு முரண்நகையான நெளிவுடன் ஒருபக்கமாக நகர்ந்தன. அவளது விழிகளின் ஓரத்திலிருந்த சுருக்கங்கள், சற்றே வெட்டியிழுக்க நகர்ந்ததால் அவள் பரிவுமிக்க, திறமையான, ஆனால் ஓரளவுக்கு உலகின்மீது சலிப்புற்ற பெண் தச்சர்போல தோன்றினாள்.

தாடை குறுகி உதடுகள் வளைந்து காணப்பட்ட அவள், என்னை தலைமுதல் பாதம்வரை பார்வையிட சற்று நேரமெடுத்துக்கொண்டாள். எந்த நேரமும் அவள் தன் அளவிடும் நாடாவை எடுத்து, என்னை எல்லாவிதத்திலும் அளக்கத் தொடங்கப்போவதாக நான் கற்பனைசெய்தேன்.

"இசைக்கருவி ஏதாச்சும் நீ இசைப்பியா?" அவள் கேட்டாள்.

"ஸாரி, தெரியாது." என்றேன் நான்.

"ரொம்ப மோசம்," என்றாள் அவள். "தெரிஞ்சிருந்தா சந்தோஷமா இருந்திருக்கும்."

"நானும் அப்படித்தான் நினைக்கிறேன்," என்றேன் நான். இசைக்கருவிகளைப் பற்றிய இந்தப் பேச்செல்லாம் ஏன்?

அவள் தனது நெஞ்சுப்பக்கமிருந்த பையிலிருந்து செவன் ஸ்டார் பேக் ஒன்றை எடுத்து, அதிலிருந்து சிகரெட் ஒன்றை எடுத்து, தனது உதடுகளுக்கிடையில் வைத்து, லைட்டரால் பற்றவைத்து வெளிப்படையான ஆனந்தத்துடன் புகையை வெளிவிட்டாள்.

"நீ நவோகோவைப் பார்க்கிறதுக்கு முன்னால நான் இந்த இடத்தைப்பற்றி உன்கிட்ட சொல்லணும்னு தோணுச்சு. மிஸ்டர் வாட்டனபி, அதுதானே உங்க பெயர் இல்லையா? அதனால்தான் நம் இருவர்க்கிடையில் இந்த சின்ன உரையாடலுக்கு ஏற்பாடுசெய்தேன். அமி ஹாஸ்டல் ஒருவிதத்துல வழக்கத்துக்கு மாறானது— அதைப்பற்றிய பின்னணித் தகவல்கள் தெரியாமல் நீ நிச்சயம் குழப்பமா உணரலாம். இந்த இடத்தைப் பத்தி உனக்கு ஏதும் தெரியாதுனு நான் நினைக்கிறது சரிதான் இல்லையா?"

"கிட்டத்தட்ட எதுவுமே தெரியாது"

"நல்லது, முதல்ல—" என்று தொடங்கினாள், பின் தன் விரல்களைச் சொடுக்கினாள். "யோசிச்சுப் பார்க்கையில, நீ

மதியம் சாப்பிட்டியா? நீ பசியோட இருக்கிறனு நான் பந்தயம் கட்டறேன்."

"நீங்க சொல்றது சரிதான், நான் பசியோட இருக்கேன்."

"அப்படினா என்கூட வா, நாம உணவுக்கூடத்தில சாப்பிட்டுக் கிட்டே பேசலாம். மதியச் சாப்பாட்டு நேரம் முடிஞ்சுது, ஆனாலும் இப்ப நாம போனா, அவங்க நமக்காக ஏதாச்சும் தயாரிப்பாங்க."

அவள் முன்னே இடைகழியினூடும் மற்றும் முதல் தளத்தில் அமைந்திருந்த உணவுக்கூடத்துக்குச் செல்லும் படிக்கட்டுகளில் விரைந்து இறங்கினாள். அது கிட்டத்தட்ட 200பேர் அமர்ந்து சாப்பிடும்படியான பெரிய அறையாக இருந்தது. ஆனால் சுற்றுலாத்தல ஹோட்டலில் சீசனல்லாத சமயத்தில் செய்வதுபோல, ஒருபகுதி மட்டுமே உபயோகத்தில் இருந்தது. மறுபகுதி தடுக்கப்பட்டிருந்தது. அன்றைய உணவுப்பட்டியலில் வேகவைத்த உருளைக்கிழங்கு, நூடுல்ஸ், ஆரஞ்சு ரசம்— ப்ரெட் போன்றவை இடம்பெற்றிருந்தன. நவோகோ தன் கடிதத்தில் எழுதியிருந்ததுபோல காய்கறிகள் பெரிதும் சுவையுடைய தாய் இருந்தன. நான் என் தட்டிலிருந்த அனைத்தையும் முடித்திருந்தேன்.

"வெளிப்படையாவே நீ உன்னோட சாப்பாட்டை அனுபவிச்சு சாப்பிட்ட," எனது பெண் நண்பர் சொன்னாள்.

"அருமையா இருக்குது," என்றேன் நான். "அத்தோட இன்னைக் கெல்லாம் கிட்டத்தட்ட நான் எதுவுமே சாப்பிடலை."

"நீ விரும்பினா என்னோடதையும் சாப்பிடலாம். எனக்கு வயிறு நிறைஞ்சுடுச்சு. இதை சாப்பிடலாம்."

"உண்மையிலே இது உங்களுக்கு வேண்டாம்னா நான் சாப்பிடுவேன்."

"எனக்கு சின்ன வயிறுதான். இதுல நிறைய கொள்ளாது. சாப்பிடாததை நான் சிகரெட்டால ஈடுகட்டிடுவேன்." அவள் இன்னொரு செவன் ஸ்டாரைப் பற்றவைத்தாள். "ம்ம், எல்லாரும் கூப்பிடறதைப்போல நீ என்னை ரெய்கோன்னு கூப்பிடலாம்..."

ரெய்கோ நான் சாப்பிடுவதைப் பார்ப்பதில் பெரிதும் மகிழ்ச்சியடைந்தாள்.

அவள் சற்றும் தொடாத வேகவைத்த உருளைக்கிழங்கை நான் சாப்பிடுகையில் அவள் தனது பிரெட்டை கொறித்த படியிருந்தாள்.

"நீங்க நவோகோவோட டாக்டரா?" நான் கேட்டேன்.

"நானா? நவோகோவோட டாக்டரா?!" அவள் தனது முகத்தைச் சுருக்கினாள். "எது உன்னை என்னை டாக்டர்னு நினைக்க வெச்சுது?"

"அவங்க என்னை டாக்டர் இஷிதாவைப் பார்க்கச் சொன்னாங்க."

"ஓ! எனக்குப் புரிஞ்சுடுச்சு. இல்லை இல்லை, நான் இங்கே இசை கற்றுத்தர்றேன். சில நோயாளிகளுக்கு இதுவும் ஒருவிதமான சிகிச்சை. அதனால அவங்க வேடிக்கையா என்னை 'மியுசிக் டாக்டர்'னும் சிலசமயம் 'டாக்டர் இஷிதா'னும் கூப்பிடுவாங்க. ஆனா நானும் இங்க இன்னொரு நோயாளிதான். நான் இங்க ஏழுவருஷமா இருக்கேன். நான் ஒரு இசை ஆசிரியையாகவும் அலுவலக வேலையில் உதவிசெய்றவளாவும் இருக்கேன். அதனால இனியும் என்னை— நான் நோயாளியா ஊழியரானு சொல்றது கஷ்டம். உன்கிட்ட நவோகோ என்னைப்பத்தி சொல்லலையா?"

நான் தலையை அசைத்தேன்.

"இது விநோதமா இருக்கு," என்றாள் ரெய்கோ. "நான் நவோகோவோட அறைத் தோழி. நான் அவளோட இருக்கிறதை விரும்பறேன். நாங்க எல்லா விஷயத்தைப் பத்தியும் பேசுவோம். உன்னைப் பத்திகூட பேசுவோம்."

"என்னைப் பத்தி என்ன பேசுவீங்க?"

"ம், முதல்ல நான் உன்கிட்ட இந்த இடத்தைப் பத்தி சொல்லணும்," என என் கேள்வியைத் தவிர்த்தபடி சொன்னாள் ரெய்கோ. "நீ முதல்ல தெரிஞ்சுக்க வேண்டிய விஷயம் இது வழக்கமான மருத்துவமனை இல்ல. இது பெரிதும் உடல்நலத்துக்காக சிகிச்சை என்கிற மாதிரி கிடையாது. நிச்சயமா இங்க சில டாக்டர்ங்க இருக்காங்கதான். அவங்க அடிக்கடி நோயாளிகளை சந்திச்சுப் பேசுவாங்க, ஆனா அவங்க இங்குள்ளவங்களோட உடல்நிலையைச் சோதிப்பாங்க, உடல்வெப்பநிலையைக் கவனிப்பாங்க, அதுமாதிரியான விஷயங்களைச் செய்வாங்களே தவிர சாதாரணமான ஹாஸ்பிடல்ல மாதிரி சிகிச்சையளிக்க

மாட்டாங்க. இங்க ஜன்னல்களுக்கு கம்பி கிடையாது, வாயிற்கதவு எப்பவும் திறந்தேதான் இருக்கும். ஆட்கள் தன்விருப்பம்போல் நுழையவும் வெளியேறவும் செய்யலாம். முதல்கட்டமா நீங்க இங்க அனுமதிக்கப்படுறதுக்கு இங்க அளிக்கப்படுற சிகிச்சைக்குப் பொருந்தணும். இன்னும் சிலர் விஷயத்தில, சிறப்பு சிகிச்சை தேவைப்படுபவர்கள் சிறப்பு மருத்துவமனையில சேர்க்கப்படுறதில போய்முடியும். இதுவரைக்கும் புரிஞ்சுதா?"

"நான் அப்படித்தான் நினைக்கிறேன்," என்றேன் நான். "ஆனா இந்த குணமாதல்ங்கிறதுல என்னவெல்லாம் அடங்கும்? நீங்க எனக்கு நல்ல உதாரணம் சொல்லமுடியுமா?"

ரெய்கோ கொஞ்சம் புகையை உள்ளிழுத்தாள், மிச்சமிருந்த அவளது ஆரஞ்சு ரசத்தைக் குடித்தாள். "இங்கே வசிக்கிறதுதான் குணமடைதல்" என்றாள் அவள். "முறையான ஒழுங்குபடுத்தப்பட்ட வேலைகள், உடற்பயிற்சி, வெளியுலகத்திலிருந்து தனித்திருப்பது, சுத்தமான காற்று, அமைதி. எங்களோட விவசாய நிலம் நடைமுறையில் எங்களை தன்னிறைவு உடையவங்களாக்குது. இங்க வானொலி, தொலைக்காட்சி எதுவுமில்ல. நீ நிறைய கேள்விப்பட்டிருக்கிற கம்யூன்ல ஒண்ணைச் சேர்ந்தவங்க போன்றவங்க நாங்க. நிச்சயமா கம்யூனிலிருந்து இது ஒருவிஷயத்துல மாறுபட்டது. அது இங்கே சேர்றதுக்கு நிறைய செலவாகும்."

"நிறைய?"

"ம், இது கேலிபண்ற அளவு செலவு அதிகமில்லை, ஆனா மலிவானதுமில்லை. கொஞ்சம் இங்கிருக்கிற வசதிகளைக் கவனி. இங்கே எங்களுக்கு நிறைய நிலம் இருக்கு, கொஞ்சம் நோயாளிகள், நிறைய பணியாளர்கள், அதோட என்னையே எடுத்துக்கிட்டா நான் இங்கே ரொம்ப காலமா இருக்கிறேன். நான் கிட்டத்தட்ட ஊழியர்ங்கிறதும் எனக்குச் சலுகை உண்டுங்கிறதும் உண்மைதான். இருந்தாலும்.... ஒரு கப் காபி சாப்பிடலாமா?"

நான் சாப்பிடவிரும்புவதாகச் சொன்னேன். அவள் தன் சிகரெட்டை அணைத்துவிட்டு, கவுண்டர் ஒன்றுக்குச் சென்று, கதகதப்பான பாத்திரமொன்றிலிருந்து இரு குவளை காபியை பிடித்துக்கொண்டு, அவற்றை நாங்கள் அமர்ந்திருந்த இடத்துக்கு எடுத்துவந்தாள். அவள் தன்னுடையதில் சர்க்கரை சேர்த்து, கலக்கி முகத்தைச் சுளித்தபடி ஒரு மிடறு குடித்தாள்.

"இந்த ஆரோக்கிய நிலையம் ஒரு லாபநோக்குடைய வியாபார நிறுவனமில்லைனு உனக்குத் தெரியும். அதனால இங்க வசூலிக்க

வேண்டியதுக்கு அதிகமா வசூலிக்கிறதில்ல. இதற்கான நிலம் தானமா வந்தது. இந்த நோக்கத்துக்காகவே அவங்க ஒரு குழுமத்தை உருவாக்குனாங்க. 20 வருஷத்துக்கு முன்னால இந்த மொத்த இடமும் இதை தானமா கொடுத்தவங்களோட கோடைகால இல்லமா பயன்படுத்தப்பட்டு வந்துச்சு. அந்தப் பழைய வீட்டை நீ நிச்சயமா பார்த்திருப்பனு நான் நம்பறேன்."

நான் பார்த்ததாகச் சொன்னேன்.

"சொத்துல அந்த ஒண்ணுமட்டும்தான் கட்டடமா இருந்துச்சு. அங்கதான் அவங்க குழுச்சிகிச்சையை செஞ்சாங்க. அப்படித்தான் இதெல்லாம் தொடங்குனுச்சு. இந்த இடத்தைக் கொடுத்தவரோட மகனுக்கு மனநோயோட அறிகுறிகள் தெரிஞ்சதனால, ஒரு சிறப்பு மருத்துவர் அவனுக்கு குழுச் சிகிச்சையை சிபாரிசு செஞ்சார். மருத்துவர்களோட கருத்து என்னன்னா, நீங்க நோயாளிகள் குழு ஒன்றை நகரிலிருந்து விலகி வசிக்கவைத்து, உடலுழைப்பில் ஒருவருக்கொருவர் உதவிக்கொண்டு, சோதனை மற்றும் அறிவுரைகளுக்காக ஒரு மருத்துவரை வெச்சுக்கிடும்போது, சிலவிதமான நோய்களைக் குணப்படுத்தலாம். அவங்க அதை முயற்சிபண்ணிப் பார்த்தாங்க. திட்டம் வளர்ச்சிபெற்று ஒன்றிணைக்கப்பட்டது. அவங்க இன்னும் அதிக நிலத்துல விவசாயம் செய்யவும் ஆரம்பிச்சு அஞ்சு வருஷத்துக்கு முன்னால பிரதான கட்டடத்தை உருவாக்குனாங்க."

"அதாவது அந்த சிகிச்சை வேலை செஞ்சிடுச்சு."

"ம், எல்லா பிரச்சினைக்குமில்ல. நிறைய பேர் குணமாகவே யில்லை. ஆனா அதேசமயம் வேறெங்கேயும் குணப்படுத்தமுடியாத நிறைய பேர் இங்கே முழுமையா குணமானாங்க. இந்த இடத்தோட சிறப்பான விஷயம் எல்லாரும் மற்ற எல்லாருக்கும் உதவுகிற வழிமுறைதான். எல்லாருக்கும், தான் ஏதோ ஒருவிதத்துல குறையுள்ளவங்கனு தெரியும். அதனால அவங்க ஒருவருக்கொருவர் உதவிசெய்ய முயற்சிக்கிறாங்க. துரதிர்ஷ்டவசமா, மற்ற இடங்கள்ல இதுபோல செயல்படுறதில்லை. அங்க டாக்டர் டாக்டர்தான், நோயாளி நோயாளிதான். நோயாளி டாக்டரோட உதவியை எதிர்பார்த்து இருக்கிறவர், டாக்டர் நோயாளிக்கு உதவுறவர். இங்க நாங்க எல்லாரும் ஒருத்தொருக்கொருத்தர் உதவிக்கிறோம். நாங்க எல்லாம், மற்றவங்களோட கண்ணாடிகள், டாக்டரும் எங்களில் ஒரு பகுதிதான். அவங்க எங்களை ஓரமாயிருந்து கவனிக்கிறாங்க, எங்களுக்கு ஏதாவது தேவைன்னா உதவிக்கு வர்றாங்க. சில சமயங்கள்ல நாங்க அவங்களுக்கு உதவும்படியாகவும் ஆகும். சிலசமயம் நாங்க சில விஷயங்கள்ல அவங்களைவிடவும் நல்லா

இருக்கிறோம். உதாரணமா, நான் ஒரு டாக்டருக்கு பியானோ வாசிக்க கத்துத்தர்றேன். இன்னொரு நோயாளி, நர்ஸ் ஒருத்திக்கு ஃப்ரெஞ்ச் கத்துக்கொடுக்கிறாங்க. இதுமாதிரியான விஷயங்கள். எங்களை மாதிரியான பிரச்சினையுள்ள நோயாளிங்க, பலசமயங்கள்ல சிறப்புத் திறமைகளை கொண்டவங்களா இருக்க ஆசிர்வதிக்கப்பட்டிருக்கோம். அதனால இங்க எல்லாருமே சமம்— நோயாளிங்க, ஊழியர்ங்க அப்புறம் நீ. நீ இங்க இருக்கும்போது எங்கள்ல ஒருத்தன், அதனால நான் உனக்கு உதவுவேன், நீ எனக்கு உதவணும்." ரெய்கோ அவளது முகத்திலுள்ள அனைத்துச் சுருக்கங்களும் சற்றே நெகிழுமாறு புன்னகை செய்தாள்.. "நீ நவோகோவுக்கு உதவுவ, நவோகோ உனக்கு உதவுவா."

"அப்படினா நான் என்ன செய்யணும்? எனக்கொரு உதாரணம் சொல்லுங்களேன்."

"முதல்ல நீ, உதவிசெய்ய விரும்பறதா முடிவுபண்ணினா, இன்னொருத்தரோட உதவி உனக்குத் தேவை என்பதையும் ஏத்துக்கணும். அப்புறம் நீ முழுநேர்மையோட இருக்கணும். உனக்கு தர்மசங்கடமா படுற எந்த ஒரு விஷயத்துலேயும், நீ பொய் சொல்லவோ, பூசிமறைக்கவோ, மூடிமறைக்கவோ கூடாது. அவ்ளோதான் செய்யவேண்டியது."

"நான் முயற்சி பண்ணுவேன்," என்றேன் நான். "ரெய்கோ நீங்க ஏன் இங்க ஏழு வருஷமா இருக்கீங்கனு சொல்லமுடியுமா? உங்ககூட இப்படி பேசுறப்ப உங்களுக்கு பிரச்சினை ஏதும் இருக்கிறதா என்னால நம்பமுடியலை."

"சூரியன் இருக்கிறவரை எந்தப் பிரச்சினையும் இல்லை. ஆனா ராத்திரியானா நான் எச்சில்வடிய தரையிலகிடந்து புரளத்தொடங்குவேன்," என வருத்தம்தோய்ந்த பார்வையுடன் அவள் சொன்னாள்.

"நிஜமாவா?"

"முட்டாள்தனமா இருக்காத, நான் வேடிக்கையா பேசிக் கிட்டிருக்கேன்," பார்வையில் வெறுப்புத்தோன்ற தன் தலையைக் குலுக்கியபடி சொன்னாள். "குறைஞ்சபட்சம் இப்போதைக்கு— முழுக்க நான் நலமா இருக்கேன். நான் இங்க இருக்கேன்னா அதுக்கு காரணம் மற்றவங்க குணமடைய உதவுறதையும், இசை கற்றுத்தர்றதையும், காய்கறி பயிரிடறதையும்—எல்லாத்தையும் நான் அனுபவிக்கிறேன். நான் இங்கிருக்கிறதை விரும்பறேன். நாங்க எல்லாம் கூடவோ குறையவோ நண்பர்கள். இதோட

ஒப்பிட்டா, வெளியுலகத்துல எனக்கு என்ன இருக்கு? எனக்கு 38 வயசு, 40—ஐ நோக்கிப் போய்க்கிட்டிருக்கேன். நான் நவோகோ மாதிரியில்ல. நான் வெளியே வர்றதுக்காக யாரும் காத்துக்கிட்டு இருக்கலை. என்னைத் திரும்ப அழைச்சுக்கிறதுக்கு குடும்பம் எதுவுமில்லை. சொல்லப்போனா எனக்கு வேலை எதுவுமில்லை. கிட்டத்தட்ட நண்பர்களும் கிடையாது. அதோட ஏழு வருஷத்துக்கப்புறம், வெளியில என்ன நடக்குதுனே தெரியாது. ம்ம், எப்பவாச்சும் நான் நூலகத்துல செய்தித்தாள் வாசிப்பேன், இவ்ளோ நாள்ல இந்த இடத்தைவிட்டு என் கால் வெளியே போனதேயில்லை. இதைவிட்டு போனா என்ன செய்றதுனே எனக்குத் தெரியாது."

"ஒருவேளை புதியதொரு உலகம் உங்களுக்காக திறந்து கிடக்கலாம். முயற்சி செய்றது பயனுள்ளதுனு நீங்க நினைக்கலையா?" நான் கேட்டேன்.

"ம்ம்... நீ சொல்றது சரியா இருக்கலாம்." அவளது சிகரெட் லைட்டரை தன் கையில் திரும்பத் திரும்ப புரட்டியபடியே சொன்னாள். "ஆனா எனக்கேயான சில பிரச்சினைகள் இருக்கு. நீ விரும்பினா இன்னொரு சமயம் நான் அதுபத்தி உன்கிட்ட சொல்றேன்."

நான் ஆமோதித்தேன். "அப்புறம் நவோகோ, அவ நிலையில ஏதும் முன்னேற்றமிருக்கா?"

"ம்ம், நாங்க அப்படித்தான் நினைக்கிறோம். முதல்ல அவ நிறைய குழம்பியிருந்தா, கொஞ்ச காலத்துக்கு எங்களுக்கும் எங்களோட சந்தேகங்கள் இருந்துச்சு. ஆனா இப்ப அவ அமைதியாயிட்டா. அவ இப்ப தன்னை வார்த்தைகள்மூலமா வெளிப்படுத்துற அளவுக்கு முன்னேறியிருக்கா. நிச்சயமா அவ சரியான திசையில போய்க்கிட்டிருக்கா. ஆனா ரொம்ப முன்னாலேயே அவ சிகிச்சைக்கு வந்திருக்கணும். அவளோட பிரச்சினைக்கான அறிகுறிகள் அவளோட பாய்ஃப்ரெண்ட் கிஸுகி தற்கொலை செஞ்சுக்கிட்ட நேரத்துலே வெளிப்பட ஆரம்பிச்சிருக்கு. அவளோட குடும்பம் அதைக் கவனிச்சுருக்கணும், அவளே தன்கிட்ட ஏதோ பிரச்சினையிருக்குனு உணர்ந்திருக்கணும். நிச்சயமா வீட்டுல விஷயங்கள் சரிவர இல்லாம இருந்திருக்கணும்..."

"அவங்க கவனிக்கலையா?" நான் திரும்பக் கேட்டேன்.

"உனக்குத் தெரியாதா?" ரெய்கோ என்னைவிடவும் பெரிதும் திகைப்புடன் தெரிந்தாள்.

நான் மறுப்பாய்த் தலையசைத்தேன்.

"நவோகோ தன்னைப்பத்தி அவளே உன்கிட்ட சொல்றதுதான் நல்லதுனு நான் நினைக்கிறேன். அவ உன்னோட உண்மையான உரையாடலுக்கு தயாரா இருக்கா". ரெய்கோ தனது காபியை இன்னொரு முறை சுழற்றி ஒரு வாய் குடித்தாள். "நீ தெரிஞ் சுக்கவேண்டிய இன்னொரு விஷயமும் இருக்கு," என்றாள் அவள். "இங்குள்ள விதிமுறைப்படி நீயும் நவோகோவும் மட்டும் தனியா இருக்க அனுமதியில்ல. பார்வையாளர்கள் மட்டும் நோயாளியுடன் இருக்கமுடியாது. ஒரு கண்காணிப்பாளர் எப்போதும் உடனிருப்பார். இந்த விஷயத்துல நான். என்னை மன்னிச்சுடு, நீ என்னை சகிச்சுக்கிட்டே ஆகணும். பரவாயில் லையா?"

"சரி," என்றேன் புன்னகையுடன்.

"ஆனாலும், நீங்க பேசவிரும்பற எதைப்பத்தியும் ரெண்டு பேரும் பேசலாம். நான் இருக்கிறதையே மறந்துடுங்க. பெருமளவுக்கு உன்னைப் பத்தியும் நவோகோ பத்தியும் தெரியவேண்டிய எல்லாத்தையும் நான் தெரிஞ்சு வைச்சிருக்கேன்."

"எல்லாத்தையுமா?"

"பெருமளவுக்கு. நாங்க குழுவிவாதங்கள் செய்றது உனக்கு தெரியும்தானே. அதனால ஒருத்தரையொருத்தர்பத்தி நிறைய தெரிஞ்சுவைச்சிருக்கோம். அத்தோட நவோகோவும் நானும் எல்லாத்தையும் பத்தி பேசியிருக்கிறோம். இங்க எங்களுக்குள்ள அதிகமா ரகசியங்கள் எதுவும் இல்லை."

நான் எனது காபியைப் பருகியபடியே ரெய்கோவைப் பார்த்தேன். "உங்ககிட்ட உண்மையைச் சொல்றதுனா, நான் குழம்பிப்போயிருக்கேன். நான் டோக்கியோவுல நவோகோவுக்கு செய்தது சரியானவிஷயமா இல்லையானு எனக்கு இன்னும் தெரியலை. எல்லா நேரமும் நான் அதைப்பத்தியே யோசிச் சிட்டிருக்கேன், ஆனாலும் எனக்கு இன்னும் தெரியலை."

"எனக்கும் தெரியலை," என்றாள் ரெய்கோ. "நவோகோவுக்கும் தெரியலை. அது நீங்க ரெண்டுபேரும் உங்களுக்குள்ள பேசி முடிவெடுக்கவேண்டியது. நான் என்ன சொல்லவர்றேன்னு புரியுதா? என்ன நடந்திருந்தாலும் நீங்க ரெண்டுபேரும்தான் ஒருவிதமான பரஸ்பர புரிதலை அடையுறதுமூலமா அதை சரியான திசைக்குக் கொண்டுசெல்லமுடியும். ஒருவேளை அந்தளவுக்கு நீங்க அக்கறை எடுத்துக்கிட்டா நீங்க பின்னுக்குத்

திரும்பி நடந்தது சரியா தப்பானு சிந்திக்கலாம். நீ என்ன சொல்ற?"

நான் ஆமோதித்தேன்.

"நீ, நவோகோ, நான் நம்ம மூணுபேரும் உண்மையிலே நேர்மையா இருந்தா, உண்மையிலே விரும்பினா— ஒருத்தொருக்கொருத்தர் உதவமுடியும்னு நான் நினைக்கிறேன். மூணுபேர் அதுபோல செயல்படும்போது அது மகத்தான ஆற்றலுடையதா இருக்கும். எவ்ளோ நாள் நீ தங்கப்போறே?"

"ம், நான் நாளை மறுநாள் சாயங்காலத்துக்குள்ள டோக்கியோ திரும்பலாம்னு நினைக்கிறேன். நான் வேலைக்குத் திரும்பணும், வியாழக்கிழமை எனக்கு ஜெர்மன் பரீட்சை இருக்கு."

"நல்லது, ஆக நீ எங்களோட தங்கலாம். அதனால உனக்கு எதுவும் செலவாகப் போறதில்லை, நீ நேரத்தைப் பத்தி கவலைப் படாம பேசலாம்."

"எங்களோடனு சொன்னா?" நான் கேட்டேன்.

"ஆமா, நவோகோவோடயும் என்னோடயும்," என்றாள் ரெய்கோ. "எங்களுக்கு தனி பெட்ரூம் இருக்கு. தவிரவும் வசிப்பறையில சோபா செட் ஒண்ணு இருக்கு. அதனால நீ நல்லபடியா தூங்கமுடியும். கவலைப்படாத."

"ஒரு ஆண் பார்வையாளர் பெண்ணோட அறையில தங்கிறதை இங்க அனுமதிக்கிறாங்களா?" நான் கேட்டேன்.

"நீ நடுராத்திரியில உள்ளே வந்து எங்களைக் கற்பழிக்கப் போறதில்லைனு நான் நினைக்கிறேன்?"

"முட்டாள்தனமா பேசாதீங்க."

"அப்ப பிரச்சினையொண்ணும் இல்ல. எங்களோட அறையில தங்கு. நாம கொஞ்சம் அருமையான, நீண்ட உரையாடல்ல ஈடுபடுவோம். அது சிறப்பான விஷயமா இருக்கும். அப்புறம் நாம உண்மையிலே ஒருத்தரையொருத்தர் புரிஞ்சுக்கமுடியும். அதோட உங்களுக்காக நான் என் கிதாரை வாசிப்பேன். நான் ரொம்ப நல்லா வாசிப்பேன் தெரியுமா?"

"நான் இடைஞ்சலா இருக்கப்போறதில்லைனு நீங்க உறுதியா இருக்கீங்களா?"

ரெய்கோ தனது மூன்றாவது செவன் ஸ்டார் சிகரெட்டை உதடுகளுக்கு இடையில், வாயின் ஓரத்தில் வைத்து திருகிக் கொண்டிருந்துவிட்டு பற்றவைத்தாள்.

"நவோகோவும் நானும் ஏற்கெனவே இதைப்பற்றி பேசிட்டோம். நாங்க ரெண்டுபேரும் சேர்ந்து எங்களோடு தங்க உனக்குத் தனிப் பட்ட விதத்துல அழைப்புவிடுக்கிறோம். நீ அதை நாகரிகமா ஏத்துக்கலாம்னு நினைக்கலையா?"

"நிச்சயமா, அதை ஏத்துக்கிறதுல சந்தோஷம்தான்."

ரெய்கோ விழிகளின் ஓரமிருந்த சுருக்கங்கள் அதிகரிக்கும்படி என்னைச் சிறிதுநேரம் பார்த்தாள். "உன்னோட பேச்சு வேடிக்கையா இருக்கு." என்றாள் அவள். "கேட்சர் இன் தி ரை— நாவல்ல வர்ற பையனைப்போல பேச முயற்சிபண்றதா என்கிட்ட சொல்லாத."

"வாய்ப்பே இல்லை," நான் ஒரு புன்னகையுடன் சொன்னேன்.

வாயில் சிகரெட்டுடன் ரெய்கோவும் புன்னகைத்தாள். "நீ நல்ல ஆள். உன்னைப் பார்க்கிறதைவெச்சே அந்தளவுக்கு என்னால சொல்லமுடியும். இதையெல்லாம் ஏழுவருஷமா இங்க வந்துபோறவங்களை கவனிச்சதை வெச்சு சொல்றேன். தங்களோட இதயம்திறந்து பேசுறவங்களும் இருக்காங்க இதயம் திறந்து பேசாதவங்களும் இருக்காங்க. நீ இதயம் திறந்து பேசறவங்கள்ல ஒருத்தன். இன்னும் துல்லியமா சொல்லணும்னா, நீ விரும்பறபட்சத்துல இதயம் திறந்துபேசுறவன்."

"மனுஷங்க தங்களோட இதயம்திறந்து பேசும்போது என்ன ஆகும்?"

ரெய்கோ தனது கைகள் இரண்டையும் மேஜைமேல் வைத்து பற்றியிருந்தாள். உதடுகளில் சிகரெட் ஆடிக்கொண்டிருந்தது. அவள் இதனை ரசித்துக் கொண்டிருந்தாள். "அவங்க குணமாயிடுவாங்க." என்றாள் அவள். சாம்பல் மேஜைமேல் விழுந்தது, ஆனால் அவள் அதைக் கவனிக்காதவளைப்போல் தோன்றினாள்.

ரெய்கோவும் நானும் பிரதான கட்டடத்தைவிட்டுக் கிளம்பி, குன்று ஒன்றைக் கடந்து, கூடைப்பந்து மைதானம், ஒருசில டென்னிஸ் மைதானங்கள், பூல் ஆட்ட மைதானம் ஒன்று இவற்றைக் கடந்துசென்றோம். டென்னிஸ் மைதானத்தில் இரண்டுபேர் காணப்பட்டனர். ஒருவர் நடுத்தர வயதுடையவராகவும்

மெலிந்தும் காணப்பட, மற்றவர் இளம் வயதுடையவராகவும் தடித்தும் காணப்பட்டார். இருவரும் தம் ராக்கெட்டை நன்றாகவே பயன்படுத்தினர், ஆனாலும் எனக்கு அவர்கள் விளையாடியது டென்னிஸ்போன்றே தோன்றவில்லை. இருவரும் டென்னிஸ் பந்தை எழும்பச் செய்வதில் சிறப்பான ஆர்வம் கொண்டிருந்ததோடு, அதில் ஆராய்ச்சி செய்வதுபோலவும் தோன்றியது. அவர்கள் ஒருவித விநோத கவனத்தோடு பந்தை முன்னும்பின்னும் அடித்தனுப்பினர். இருவரும் வியர்வையில் ஊறிப்போயிருந்தனர். மைதானத்தின் கடைசியிலும் எங்களுக்கு அருகிலும் காணப்பட்ட இளம்வயதுடையவன் ரெய்கோவைக் கவனித்துவிட்டு அருகில் வந்தான். அவர்கள் புன்னகையையும் சில வார்த்தைகளையும் பரிமாறிக் கொண்டனர். மைதானத்தின் அருகில், ஒரு மனிதன் முகத்தில் எவ்வித உணர்ச்சி வெளிப் பாடுமின்றி பெரிய புல்வெட்டும் எந்திரத்தால் புற்களை வெட்டிக் கொண்டிருந்தான்.

நடந்தபடியே, நாங்கள் சற்று மரங்கள் காணப்பட்ட பகுதிக்குவந்தோம். அங்கே ஒன்றுக்கொன்று சற்று இடைவெளியில் பதினைந்து இருபது குடில்கள் காணப்பட்டன. வாயிற்காவலன் பயணித்த அதேவிதமான மஞ்சள்நிற சைக்கிள்கள் கிட்டத்தட்ட ஒவ்வொரு வீட்டின்முன்பும் நிறுத்தப்பட்டிருந்தது. “ஊழியர்களும் அவங்களோட குடும்பத்தினரும் இங்க இருக்குறாங்க,” என்றாள் ரெய்கோ.

“நாங்கள் நகருக்குப் போகாமலே கிட்டத்தட்ட தேவையான அனைத்தும் எங்ககிட்ட இருக்கு,” நடந்தபடியே அவள் கூறினாள். “உணவுனு எடுத்துக்கிட்டா, நான் முன்ன சொன்னமாதிரியே, நாங்க தன்னிறைவோட இருக்கோம். எங்களுக்கே சொந்தமான கோழிப் பண்ணையிலிருந்து முட்டை கிடைக்குது. எங்களுக்கான புத்தகங்கள், இசைத்தட்டுகள், உடற்பயிற்சிக்கான வசதிகள் இருக்கு. எங்களுக்கே சொந்தமான பல்பொருள் அங்காடி இருக்கு, ஒவ்வொரு வாரமும் சவரம்செய்பவரும் அழகுக்கலை நிபுணரும் இங்கே வருவாங்க. வாரக்கடைசியில் நாங்க படம்கூட பார்ப்போம். எதுவும் பிரத்யேகமா தேவைப்பட்டா எங்களுக்காக டவுன்லேயிருந்து வாங்கிட்டு வரச்சொல்லி ஊழியர்கள் யார்கிட்டயாவது கேட்கலாம். உடைகளை கேட்லாக் பார்த்து நாமே ஆர்டர் பண்ணிடலாம். இங்கே வாழ்றதுல பிரச்சினையெதுவும் இல்லை.”

“ஆனா நீங்க நகரத்துக்குப் போகமுடியாதா?”

“இல்லை, அது எங்களால் முடியாது. பல்மருத்துவர்கிட்டேயோ

இல்ல இதுபோல ஏதாச்சும் அவசியம் வந்தா மட்டும் நாங்க வெளியேபோவோம். அது வேறவிஷயம். ஆனா விதிமுறைப்படி நாங்க நகருக்குப் போகமுடியாது. ஒவ்வொருத்தரும் இந்த இடத்தைவிட்டு கிளம்ப நினைச்சா அவங்களுக்கு முழுமையான சுதந்திரமுண்டு.. ஆனா ஒருத்தர் ஒருமுறை இந்த இடத்தை விட்டுப்போனா மறுபடி திரும்பமுடியாது. அவர் அந்த வாய்ப்பை இல்லாம ஆக்கிடறாரு. ஒருசில நாட்கள் நகருக்குப் போய்ட்டு திரும்பி வரலாம்னு ஒருத்தர் எதிர்பார்க்கமுடியாது. இருந்தாலும், இது ஒரு காரணத்துக்காகத்தான். இல்லைனா எல்லாரும் போய்ட்டும் வந்துக்கிட்டும் இருப்பாங்க."

மரங்களைத்தாண்டி நாங்கள் சற்றே லேசான சரிவை அடைந்தோம். அங்கே ஒழுங்கற்ற இடைவெளிகளில் இரண்டடுக்கு மரவீடுகள் காணப்பட்டன. அவற்றில் ஏதோ விநோதம் தெரிந்தது. அவற்றை விநோதமாய் உணரச் செய்தது எதுவெனச் சொல்வது சிரமம், எனினும் அவற்றைப் பார்த்ததும் முதலில் தோன்றியது அதுதான். நாம் யதார்த்தமற்ற ஒன்றை மனதுக்கினிய விதத்தில் ஓவியமாய் தீட்டியிருப்பதைக் காணும்போது என்ன உணர்வோமா, என் பிரதிவினையும் பெரிதும் அதைப்போன்றதே. வால்ட் டிஸ்னி, மஞ்ச்சினுடைய ஓவியங்களின் அனிமேட்டட் வெர்ஷன் ஒன்றைத் தீட்டினால் நீங்கள் நிச்சயம் இந்த உணர்வையே அடைவீர்கள் என எனக்குத் தோன்றியது. அனைத்து வீடுகளும் கிட்டத்தட்ட ஒரேவடிவம், நிறம், கிட்டத்தட்ட கனசதுரமாக, வலதும் இடதும் மிகத்துல்லியமான சமச்சீருடன், பெரிய முன்வாயில் கதவுடன், நிறைய ஜன்னல்களுடன் காணப்பட்டன. பாதையானது வாகன மோட்டும் பயிற்சிப் பள்ளியின் செயற்கையாய் அமைக்கப்பட்ட பயிற்சிப் பாதைபோன்று வீடுகளின் இடையே வளைந்து நெளிந்து காணப்பட்டது. ஒவ்வொரு வீட்டின் முன்பும் நன்கு வெட்டிச் சீர்செய்யப்பட்ட பூக்களைத்தரும் புதர்ச்செடி காணப்பட்டது. அந்த இடம் ஆளரவமற்றும், அனைத்து ஜன்னல்களும் திரைச் சீலையால் மறைக்கப்பட்டும் காணப்பட்டன.

"இதை 'இ' பகுதினு சொல்வாங்க. இங்க பெண்கள் வசிக்கிறாங்க. அதாவது நாங்க! இங்க பத்துவீடுகள் இருக்கு, ஒவ்வொரு வீடும் நான்கு பிரிவுகளைக் கொண்டது. ஒரு பிரிவுக்கு இரண்டுபேர், மொத்தமா 80 பேர் இருக்கலாம், ஆனா நாங்க இப்ப 32 பேர்தான் இருக்கோம்."

"அமைதியா இருக்கு இல்லையா?"

"ம், இப்ப யாரும் இங்கில்ல," என்றாள் ரெய்கோ. "எனக்கு

இதுமாதிரி சுதந்திரமா அலைஞ்சுதிரிய சிறப்பு அனுமதி தந்திருக்காங்க. ஆனா மத்த எல்லாரும் அவரவர் தனிப்பட்ட வேலையை செஞ்சுக்கிட்டிருப்பாங்க. சிலர் தோட்ட வேலை பார்த்துட்டிருக்காங்க, இன்னும் சிலர் குழுச் சிகிச்சை, சிலர் காட்டுச் செடிகளை சேகரிச்சுட்டு இருக்காங்க. ஒவ்வொருத்தரும் அவரோட வேலையை முடிச்சாகணும், நாம இப்ப நவோகோ என்ன செஞ்சுக்கிட்டிருக்கான்னு பார்ப்போமா? அவ புதிய ஓவியம், சுவரில் ஒட்டுவதற்கான ஓவியத்தை வரைஞ்சிட்டிருப் பான்னு நினைக்கிறேன். நான் சொல்லமறந்துட்டேன், அஞ்சு மணிக்கு முன்னால முடியாத சில வேலைகளும் இருக்குது."

இ—7 என குறிக்கப்பட்டிருந்த கட்டடத்தினுள் ரெய்கோ நடந்துசென்று, கூடத்தின் கடைசியிலிருந்த படிகளில் ஏறிச்சென்று வலப்பக்கம் பூட்டப்படாமலிருந்த கதவைத் திறந்தாள். அவள் வசிப்பறை, படுக்கையறை, சமையலறை, குளியலறை— நான்கு அறைகள்கொண்ட, எளிமையான, காண்பதற்கினிய அந்த குடியிருப்பை காண்பித்தாள். அது தேவைக்கதிகமான வீட்டு உபயோகப் பொருட்களையோ தேவையில்லாத அலங்காரத்தையோ கொண்டிருக்கவில்லை. ஆனால் அந்த இடம் பார்ப்பதற்கு கடுமையானதாகவும் இல்லை. அதில் சிறப்பாய் சொல்வதற்கு ஒன்றுமில்லை, ஆனால் அங்கே இருப்பது ஒருவிதத்தில் ரெய்கோவுடன் இருப்பதுபோன்று இருந்தது. நீங்கள் உங்கள் கவலையும் இறுக்கமும் உங்கள் உடலைவிட்டு செல்ல விட்டுவிட்டு இறுக்கமின்றி இருக்கலாம். வசிப்பறையில் ஒரு ஸோபா, மேஜை, சாய்வு நாற்காலி போன்றவை இருந்தன. சமையலறையில் இன்னொரு மேஜை இருந்தது. இரண்டு மேஜைகளிலும் அவற்றின்மேல் பெரிய சாம்பல் கிண்ணம் காணப்பட்டது. படுக்கையறையில் இரண்டு கட்டில்களும் இரண்டு சாய்வு மேஜைகளும் உடையலமாரி ஒன்றும் இருந்தது. கட்டில்களுக்கு நடுவில் ஒரு சிறிய வாசிப்பு மேஜை நின்றபடியிருக்க, அதன்மீது வாசிக்க உதவும் விளக்கொன்று காணப்பட்டது. பேப்பர்புக் புத்தகம் தலைகீழாகக் கவிழ்க்கப்பட்டிருந்தது. சமையலறை சிறிய எலெக்ட்ரிக் குக்கர், கூடவே குளிர்சாதனப்பெட்டி மற்றும் எளிய சமையல் வேலைகளைச் செய்வதற்கான வசதிகளுடன் இருந்தது.

"குளியல் வசதி கிடையாது, வெறுமனே ஷவர் மட்டும்தான். ஆனால் அது ரொம்பவும் வசீகரமானதுனு சொல்லமாட்ட நீ? குளியல் மற்றும் சலவை வசதிகள் பொதுவானது."

"இது கிட்டத்தட்ட ரொம்ப வசீகரமானதும்கூட. என்னோட துயிற்கூட அறையில மேற்கூரையும் ஒரேயொரு ஜன்னலும்தான்

உண்டு.”

“ம், ஆனா இங்க குளிர்காலம் எப்படினு நீ பார்த்ததில்லையே,” என்றாள் ரெய்கோ. என் முதுகைத் தொட்டு என்னை ஷோபாவுக்கு இட்டுச்சென்று, எனக்கருகில் அமர்ந்தாள். “குளிர்காலம் நீண்டதாவும் கடுமையாவும் இருக்கும். நீ எங்க பார்த்தாலும் பனி, பனி, பனிதான். அது நம்மை ஈரமாக்கி எலும்புவரைக்கும் குளிரவைக்கும். நாங்க குளிர்காலத்தை பனிப்பொழிவை அகற்றுவதுல செலவிடுவோம். பெரும்பாலும் நாங்க கதகதப்ப இருக்குற இடத்துல இருந்தபடி இசை கேட்டபடியோ, பேசிக்கிட்டோ, எதையாவது பின்னிக்கிட்டோ செலவிடுவோம். இந்த அளவுக்கு இடம் மட்டும் இல்லைனா, நாங்க மூச்சுமுட்டினமாதிரி உணர்வோம். நீ மட்டும் குளிர்காலத்துல வந்தா உனக்கே தெரியும்.”

ரெய்கோ, குளிர்காலத்தை கண்ணுக்குள் கண்டவள்போல் ஆழந்து மூச்சுவிட்டாள். பின் தன் முழங்காலைச் சுற்றி கால் களைக் கட்டிக் கொண்டாள்.

ஸோபாவைத் தட்டியபடி, “இதுதான் உன் படுக்கையாயிருக்கப் போகுது” என்றாள் அவள். “நாங்க பெட்ரூம்ல தூங்குவோம். நீ இங்க தூங்குவ. உனக்கு பிரச்சினையொண்ணும் இருக்காதுனு நீ நினைக்கலை?”

“நிச்சயமா நான் நல்லாவே தூங்குவேன்.”

“அப்ப அந்த பிரச்சினை தீர்ந்தது,” என்றாள் ரெய்கோ. “நாங்க அஞ்சுமணி பக்கமா வருவோம். அதுவரைக்கும் எனக்கும் நவோகோவுக்கும் வேலையிருக்கு. இங்க தனியாயிருக்கிறதுல உனக்கு ஏதும் பிரச்சினையிருக்கா?”

“கொஞ்சம்கூட இல்லை, நான் என் ஜெர்மன் பாடத்தைப் படிப்பேன்.”

ரெய்கோ கிளம்பியதும், நான் சோபாவில் நீட்டிப்படுத்து கண்களை மூடினேன். நான் மௌனத்தில் ஆழ்ந்தபடி கிடந்தேன். நானும் கிஸுகியும் மோட்டார் பைக் சவாரி சென்ற காலத்தைப்பற்றி நினைத்தேன். அதுவும் இலையுதிர்காலமாகத் தானிருந்தது என்பதை அறியவந்தேன். எத்தனை வருஷத்துக்கு முந்தைய இலையுதிர்காலம்? ஆமாம், நான்காண்டுக்கு முந்தையது. நான் கிஸுகியின் தோலாலான மேற்கோட்டின் வாசனை, 125சிசி சிவப்பு யமாஹா பைக் உருவாக்கிய சத்தம் இரண்டையும் நினைவுகூர்ந்தேன். நாங்கள் கடற்கரையோரம்

வெகுதொலைவிலுள்ள ஒரு இடத்துக்குச்சென்று, அன்று மாலையே களைப்படைந்தவர்களாகத் திரும்பினோம். வழியில் குறிப்பிட்டுச் சொல்லும்படி சிறப்பாக எதுவும் நடக்காதபோதும், நான் அதனை நின்கு நினைவில் வைத்திருந்தேன். இலையுதிர்காலத்தின் கடுமையான காற்று என் காதில் கிசுகிசுக்க, வானைப் பார்த்தபடி, என் கைகளால் கிஸுகியின் மேற்கோட்டைப் பற்றியபடி, நான் அந்தரத்தில் அடித்துச்செல்லப்படுவதுபோல உணர்ந்தேன்.

நான், என் மனம் ஒரு நினைவிலிருந்து இன்னொரு நினைவென அலைந்துதிரிய அனுமதித்தபடி நீண்டநேரம் ஸோபாவில் கிடந்தேன். ஏதோவொரு விநோத காரணத்தால் இந்த அறையில் படுத்திருப்பது நான் முன்னெப்போதும் ஞாபகப்படுத்திப் பார்த்திராத அபூர்வமான பழைய நினைவுகளைக் கொண்டுவந்தது. அவற்றில் சில இனியவை, மற்றவை துயரத்தின் சாயலைக் கொண்டிருந்தன.

இது எவ்வளவு நேரத்துக்கு நீடிக்கும்? நான் அந்த நினைவுப் பிரவாகத்தில் அமிழ்ந்தபடி இருந்ததில் (ஊற்று ஒன்று பாறைக் கடியிலிருந்து பீய்ச்சியடிப்பது போன்று அது பிரவாகம்தான்), நவோகோ அமைதியாக கதவைத் திறந்து உள்ளே வந்ததை நான் கவனிக்கத் தவறிவிட்டேன். நான் கண்களைத் திறந்தபோது, அங்கே அவள் நின்றிருந்தாள். நான் என் தலையை உயர்த்தி அவளது கண்களை சிறிது நேரம் பார்த்தபடியிருந்தேன். அவள் ஸோபாவின் கைப்பகுதியில் அமர்ந்து என்னைப் பார்த்துக் கொண்டிருந்தாள். முதலில் அவள் எனது நினைவுகளால் உருவாக்கப்பட்ட பிம்பம் என்றே நினைத்தேன். ஆனால் அது உண்மையிலே நவோகோதான்.

“தூங்கிக்கிட்டிருக்கியா?” அவள் கிசுகிசுத்தாள்.

“இல்லை, சும்மா யோசிச்சுக்கிட்டிருந்தேன்,” என்றபடி நான் எழுந்தமர்ந்து கேட்டேன். “நீ எப்படியிருக்க?”

“நான் நல்லாயிருக்கேன்,” தூரத்தில், மங்கலாகத் தெரியும் காட்சிபோன்ற ஒரு சிறு புன்னகையுடன் சொன்னாள்.

“எனக்கு ரொம்ப நேரமில்ல, நான் இப்ப இங்க இருக்கக்கூடாது. நான் இரண்டொரு நிமிஷத்துக்கு கிளம்பிவந்திருக்கேன். உடனே நான் மறுபடி கிளம்பணும். நீ என் தலைமுடியை வெறுக் கலையே?”

“கொஞ்சமும் வெறுக்கலை, அது அழகா இருக்கு,” என்றேன் நான்.

அவளது தலைமுடி எளிமையாய், பள்ளிசெல்லும் பெண்ணின் பாணியில், முன்னாட்களில் அவள் வழக்கமாக அணிவதுபோல், ஒருபக்கமாக ஹேர்சிலைடு அணிந்து இருந்தாள். அதை அவ்விதத்தில்தான் எப்போதுமே அணிவதுபோல அது அவளுக்கு மிகப்பொருத்தமாக இருந்தது. மத்திய காலகட்டத்தைச் சேர்ந்த கட்டைமுறை அச்சிடலில் நீங்கள் பார்க்கும் அழகிய சிறுபெண்களில் ஒருத்தியைப்போல அவள் தோன்றினாள்.

"அது ரொம்ப வேதனையா இருந்துச்சு, எனக்காக முடியை வெட்டிவிட ரெய்கோ இருக்கிறாங்க. உண்மையிலே இது அழகா இருக்குனு நீ நினைக்கிறியா?"

"உண்மையிலே"

"என் அம்மாவுக்கு இது பிடிக்கலை," அவள் தன் ஹேர்சிலைடை நீக்கி கூந்தலை அவிழவிட்டு, தன் விரல்களால் அதைச் சீர்செய்து மீண்டும் ஹேர்சிலைடைப் பூட்டினாள். வடிவத்தில் அது பட்டாம்பூச்சியைப்போல காணப்பட்டது.

"நாம மூணுபேரும் ஒண்ணு கூடுறதுக்குமுன்னால நான் தனியா உன்னைப் பார்க்கவிரும்பினேன். எங்கிட்ட சொல்றதுக்கு சிறப்பா ஏதும் இருக்குனு அர்த்தமில்லை. சும்மா நான் உன்முகத்தைப் பார்க்கவும் நீ இங்கே இருக்கிறதுக்கு பழகிக்கிறதுக்காகவும் வந்தேன். இல்லைனா, உன்னை மறுபடியும் தெரிஞ்சுக்கிறதுல எனக்கு பிரச்சினை வரும். மத்தவங்களோட இருக்கும்போது நான் ரொம்ப மோசம்."

"சரி?" நான் கேட்டேன். "அது வேலைசெய்யுதா?"

"கொஞ்சம்," மீண்டும் தன் ஹேர்சிலைடைத் தொட்டபடியே அவள் சொன்னாள். "ஆனா நேரமாயிடுச்சு, நான் போயாகணும்."

நான் ஆமோதித்தேன்.

"டோரு," அவள் அழைத்தாள், "நீ என்னைப் பார்க்க வந்ததுக்கு உனக்கு நான் உண்மையிலே நன்றிசொல்ல விரும்புறேன். நீ வந்ததுல எனக்கு ரொம்ப சந்தோஷம். ஆனா இங்கிருக்குறதுல உனக்கு ஏதும் சிரமமிருந்தா நீ என்கிட்ட சொல்லத் தயங்கக்கூடாது. இது ஒரு பிரத்யேகமான இடம், இதுக்குன்னே சிறப்பான விதிகள் இருக்கு, சிலரால அதோட ஒத்துப்போகமுடியாது. அதனால நீ அப்படி உணர்ந்தா, நேர்மையா எனக்குச் சொல்லிடு. நான் நொறுங்கிப்போகமாட்டேன். நாங்க

இங்க ஒருத்தொருக்கொருத்தர் நேர்மையா இருக்குறோம். நாங்க முழுநேர்மையோட எல்லாவிதமான விஷயத்தையும் ஒருவருக் கொருவர் பேசிக்கிடுவோம்."

"அப்படி ஏதுமிருந்தா நான் உனக்குச் சொல்றேன்," என்றேன் நான். "நான் நேர்மையா இருப்பேன்."

நவோகோ சோபாவில் அமர்ந்து என்மீது சாய்ந்தாள், நான் என் கையை அவளைச் சுற்றிப்போட்டபோது, அவள் தன் தலையை எனது தோளில் சாய்த்து அவளது முகத்தை எனது கழுத்தில் அழுத்தினாள். அவள் அப்படியே சற்றுநேரம் கிட்டத்தட்ட என் உடல்சூட்டை வாங்கிக்கொள்வதுபோல இருந்தாள். அவளைத் அணைத்தபடி இருந்தபோது, நான் மார்புப் பகுதியில் கதகதப்பாக உணர்ந்தேன். சிறிது நேரத்திற்குப்பின், எழுந்துகொண்டு ஒரு வார்த்தையும் சொல்லாமல், எப்படி வந்தாளோ அதுபோலவே அவள் அமைதியாக கதவின் வழியே வெளியேறினாள்.

நவோகோ சென்றதும், நான் ஸோபாவில் தூங்கிப்போனேன். நான் தூங்கவேண்டுமென நினைத்திருக்கவில்லை. நவோகோவின் வருகை தந்த நிறைவுணர்ச்சியுடன், நீண்ட காலமாக எனக்கு வாய்த்திராத ஒருவித ஆழந்த தூக்கத்துக்குள் விழுந்தேன். சமையலறையில் நவோகோ பயன்படுத்திய பாத்திரங்கள் இருந்தன. குளியலறையில் நவோகோ பயன்படுத்திய டூத்பிரஷ் இருந்தது. படுக்கையறையில் அவள் தூங்கிய படுக்கையிருந்தது. அவளது இந்த குடியிருப்பினுள் ஆழந்த உறங்கியதன்மூலம், என் உடலின் ஒவ்வொரு அணுக்களின் களைப்பையும் பிழிந்துநீக்கினேன். பட்டாம்பூச்சியொன்று நடுஇரவில் பறந்துதிரிவதாக நான் கனவு கண்டேன்.

நான் மீண்டும் எழுந்தபோது, என் கைக்கடிகாரத்தின் முட்கள் 4.35—ஐ காட்டின. வெளிச்சம் மாறியிருந்தது. காற்று நின்றுபோயிருந்தது. மேகத்தின் வடிவம் மாறுபட்டு காணப்பட்டது. தூக்கத்தின்போது நான் வியர்த்துப் போயிருந்ததால், எனது முதுகுப் பையிலிருந்து சிறிய துண்டொன்றை எடுத்து என் முகத்தைத் துடைத்து, புதிய பனியனொன்றை அணிந்தேன். சமையலறைக்குச் சென்று சிறிது தண்ணீர் குடித்தேன். பின் கைகழுவும் தொட்டியருகே காணப்பட்ட ஜன்னலின்வழியே பார்த்தபடி நின்றேன். எதிர்ப்புறமிருந்த கட்டடத்தின் ஜன்னலை நான் கண்டேன், அதனுள்ளே— காகிதத்தில் வெட்டியெடுக்கப் பட்ட பறவை, மேகம், பசு, பூனை போன்றவை தொங்கின. அவையனைத்தும் திறமையுடன் நிழலுருத் தோற்றமாக வெட்டி

யெடுக்கப்பட்டு ஒன்றிணைக்கப்பட்டிருந்தன. முன்போலவே, அங்கே யாரும் இருப்பதற்கான அறிகுறி எதுவுமில்லை. மேலும் எந்தவிதமான சத்தமும் இல்லை. மிகவும் அக்கறையுடன் உருவாக்கப்பட்ட அழிவின் நடுவில் தனியாக வசிப்பதுபோல் உணர்ந்தேன்.

ஐந்து மணியான சற்று நேரத்துக்கெல்லாம் மக்கள் இ பகுதிக்கு திரும்பிவரத் தொடங்கினர். சமையலறை ஜன்னலிலிருந்து பார்த்தபோது மூன்று பெண்கள் கீழே கடந்துசெல்வதை நான் பார்த்தேன். அனைவரும் தொப்பி அணிந்திருந்தனர், அது நான் அவர்களது வயதைக் கணிப்பதைத் தடுத்தது. ஆனால் அவர்களின் குரல்களிலிருந்து அவர்கள் மிகவும் இளமையானவர்கள் இல்லை எனத் தெரிந்தது. அருகிலிருந்த திருப்பத்தில் அவர்கள் மறைந்த சிறிது நேரத்துக்கெல்லாம், அதே திசையிலிருந்து இன்னும் நான்கு பெண்கள் எதிர்ப்பட்டனர். முதல் குழுவினரைப் போன்றே அதே திருப்பத்தில் இவர்களும் மறைந்தனர். மாலைநேரத்து மனநிலை அனைத்தின்மேலும் கவிந்தது. வசிப்பறையின் ஜன்னலிலிருந்து என்னால் மரங்களையும் மலைகளின் வரிசைகளையும் காணமுடிந்தது. மலையுச்சியின்மேல் மங்கிய சூரியவெளிச்சத்தாலான விளிம்பு தெரிந்தது.

நவோகோவும் ரெய்கோவும் ஒன்றாக 5.30—க்கு திரும்பினர். நவோகோவும் நானும் இப்போதுதான் முதன்முறையாகச் சந்திப்பதுபோல வாழ்த்து பரிமாறிக் கொண்டோம். அவள் உண்மையிலே உணர்ச்சிவசப்பட்டிருப்பதுபோல தோன்றினாள். ரெய்கோ நான் வாசித்துக்கொண்டிருந்த புத்தகத்தைக் கவனித்து விட்டு அது என்னவென கேட்டாள். நான் அவளிடம், தாமஸ் மன்னின் தி மேஜிக் மவுண்டன் எனச் சொன்னேன்.

"இதுமாதிரியான இடத்துக்கு இப்படியொரு புத்தகத்தை நீ எப்படி கொண்டுவரலாம்?" என அவள் கேட்டாள். ஆமாம் அவள் சொன்னது சரிதான்.

பின் ரெய்கோ எங்கள் மூவருக்கும் காபி தயாரித்தாள். நான் நவோகோவிடம் ஸ்டோர்ம் ட்ரூப்பரின் திடீர் மறைவையும், கடைசியாக நான் அவனைப் பார்த்த தினத்தைப் பற்றியும், அவன் எனக்கு மின்மினிப் பூச்சி கொடுத்ததைப் பற்றியும் சொன்னேன்.

"அவன் போனதுக்காக நான் வருத்தப்படறேன், நான் அவனைப்பத்தி இன்னும் நிறைய கதைகள் கேட்கணும்னு விரும்பினேன்." என்றாள் நவோகோ. ரெய்கோ, ஸ்டோர்ம்

ட்ரூப்பர் யாரென கேட்கவே, நான் அவனது கோமாளித்தனங்கள் பற்றிச் சொன்னேன். அது அவளிடம் பெரும் நகைப்பை உண்டுபண்ணியது. ஸ்டோர்ம் ட்ரூப்பரின் கதைகள் சொல்லப் படுகையில் உலகம் அமைதியுடனும் நகைப்பு நிரம்பியதாகவும் இருந்தது.

ஆறுமணிக்கு பிரதான கட்டடத்திலிருந்த உணவுக்கூடத்துக்கு நாங்கள் இரவுணவுக்குச் சென்றோம். நவோகோவும் நானும் வறுத்த மீனும், பச்சைக் காய்கறிகள், அவித்த காய்கறிகள், சோறு மற்றும் மிசோ சூப் சாப்பிட்டோம். ரெய்கோ பஸ்தா, பச்சை காய்கறி மற்றும் காபியுடன் நிறுத்திக்கொண்டாள். அதைத் தொடர்ந்து மேலுமொரு சிகரெட் பிடித்தாள்.

“வயதாகும்போது நிறைய சாப்பிடத் தேவையில்லை.” அவள் விளக்கினாள்.

இன்னும் 20 இதர நபர்கள் உணவருந்தும் கூடத்திலிருந்தனர். நாங்கள் சாப்பிட்டபோது இன்னும்சிலர் புதிதாக வர, அதேசமயம் சிலர் கிளம்பினர். அங்கு காணப்பட்டவர்களின் பல்வேறுபட்ட வயது வேறுபாட்டைத் தவிர்த்தால், அந்தக் காட்சி பெரிதும் என் துயிற்கூட உணவருந்தும் அறையின் காட்சிபோலவே தெரிந்தது. அங்கே கலந்துரையாடிவர்களின் ஒரே சீரான ஒலியளவில்தான் அது சற்று வித்தியாசப்பட்டது. அங்கே கிசுகிசுப்போ உரத்த குரலோ இல்லை. யாரும் சத்தமாகச் சிரிக்கவோ, அதிர்ச்சியில் குரலெடுத்து அழவோ இல்லை, மிகைப்படுத்தப்பட்ட பாவனைகளுடன் யாரும் கத்திக்கொண்டிருக்கவில்லை, அனைவரும் ஒரேயளவில், அமைதியாக உரையாடலில் மட்டுமே ஈடுபட்டிருந்தனர். ஒவ்வொரு குழுவும் மூன்று அல்லது ஐந்து நபர்களாக சாப்பிட்ட படி, ஒருவர் பேசிக்கொண்டிருக்க, மற்றவர்கள் ஆமோதிப்புடனும் ஆர்வத்தைக்காட்டும் ஒலிகளுடனும் கேட்டுக்கொண்டிருக்க, அந்த நபர் பேசிமுடிந்ததும், அடுத்தவர் உரையாடலைத் தொடர்ந்தார். அவர்கள் என்ன பேசிக்கொண்டிருந்தனர் என என்னால் கூறமுடியாதபோதும், அவர்கள் பேசியவிதம், நான் மதியம் பார்த்த விநோத டென்னிஸ் ஆட்டத்தை ஞாபகமூட்டியது. அவர்களுடன் இருக்கும்போது நவோகோவும் இப்படித்தான் பேசுவாளா என வியந்தேன். பெரிதும் விநோதமாக, பொறாமை கலந்த தனிமையின் தீவிர வலியினை நான் உணர்ந்தேன்.

எனக்குப் பின்னிருந்த மேஜையில், மருத்துவருக்கேயான தொனியுடன்கூடிய வெளுத்த, வழுக்கைத் தலைமனிதர், படபடப்பாய்த் தெரிந்த கண்ணாடியணிந்த இளைஞனிடமும்

அணில்போல முகம்கொண்ட நடுத்தர வயதுப் பெண்மணியிடமும் இரைப்பை நீர் சுரப்பால் ஏற்படும் எடைக்குறைவின் விளைவுகள் பற்றி விளக்கமாய்ப் பேசிக்கொண்டிருந்தார். அந்த இருவரும் அவ்வப்போது "அட!" என்றபடியோ, "உண்மையாவா" என்ற படியோ கேட்டபடியிருந்தனர். ஆனால் எத்தனை அதிகமாய் வழுக்கைத் தலை மனிதரின் பேசும் பாணியைக் கவனித்தேனோ, அத்தனை தூரம்— அவர் வெள்ளை மேற்கோட்டிலிருந்தபோதும்— உண்மையிலே மருத்துவர்தானா என நிச்சயமின்றி ஆனேன்.

உணவுக்கூடத்திலிருந்த எவரொருவரும் என்மீது சிறப்புக் கவனம் செலுத்தவில்லை. யாரும் என்னை உற்றுப்பார்க்கவோ நான் அங்கிருப்பதை கண்டுகொண்டதாகவோ தெரியவில்லை. என்னுடைய இருப்பு முழுக்கவொரு இயல்பான நிகழ்வாய் இருந்திருக்கவேண்டும்.

எனினும் அந்த நொடியே, வெள்ளைக் கோட்டிலிருந்த அந்த மனிதர் திரும்பி என்னைக் கேட்டார், "எவ்ளோ நாள் நீங்க இருப்பீங்க?"

"ரெண்டு ராத்திரி, வியாழக்கிழமை நான் கிளம்புவேன்," என்றேன் நான்.

"வருஷத்தோட இந்தக் காலத்துல இங்க அருமையா இருக்கும் இல்லையா? ஆனா குளிர்காலத்துல மறுபடி வாங்க. இங்க எல்லாமே வெண்மையா, உண்மையிலே அழகா இருக்கும்."

"இங்க பனிவிழும்போது ஒருவேளை நவோகோ கிளம்பியிருக் கலாம்," ரெய்கோ அந்த மனிதரிடம் சொன்னாள்.

"உண்மைதான், இருந்தாலும் குளிர்காலம் உண்மையிலே அருமையா இருக்கும்," என மந்தமான உணர்ச்சியுடன் அவர் திரும்பவும் சொன்னார். அவர் மருத்துவரா இல்லையா என்பது குறித்த எனது நிச்சயமின்மை அதிகரித்தபடியே போவதாக உணர்ந்தேன் நான்.

"உங்க ஆட்கள் எதைப் பத்தி பேசுறாங்க?" என்னை சற்றும் புரிந்துகொள்ளாததுபோல் தோன்றிய ரெய்கோவிடம் நான் கேட்டேன்.

"நாங்க எதைப் பத்தி பேசுவோம் சாதாரணமான விஷயங் களைப் பத்திதான். இன்றைக்கு நடந்த விஷயங்கள், நாங்க வாசிச்ச புத்தகம், இல்லைனா மறுநாள் பருவநிலை இதுமாதிரிதான். 'பனிக்கரடி இன்னைக்கு இரவு நட்சத்திரங்களைச் சாப்பிட்டா

நாளைக்கு மழைபெய்யும்கிற' மாதிரியான சமாச்சாரங்களை கூவிக்கிட்டு, ஆட்கள் துள்ளிக்குதிக்கலையேனு நீ ஆச்சரியப்படறதா என்கிட்ட சொல்லாத."

"இல்லை, நிச்சயமா இல்லை, இந்த அமைதியான உரையாடலெல்லாம் எதைப்பத்தினுதான் நான் ஆச்சரியப்பட்டுக்கிட்டிருந்தேன்." என்றேன்.

"இது அமைதியான இடம், அதனால எல்லாரும் அமைதியா பேசுறோம்," என்றாள் நவோகோ. அவள் தட்டின் விளிம்பில் மீன் எலும்புகளை ஒழுங்காகக் குவித்து வைத்திருந்தாள். கைக்குட்டையில் தன் வாயை ஒற்றினாள். "இங்க நாம குரலை உயர்த்தவேண்டிய அவசியம் எதுவுமில்லை. நாம் யாரையும் எதுக்காகவும் திருப்திபடுத்த வேண்டியதில்லை, அதோட நாம யாரோட கவனத்தையும் ஈர்க்கவேண்டியதில்லை."

"நானும் அப்படித்தான் நினைக்கிறேன்," என்றேன் நான். ஆனால் நான் அந்த அமைதியான சூழலில் சாப்பிட்டபோது, மற்றவர்களின் இரைச்சல் இல்லாததுகண்டு ஆச்சரியமடைந்தேன். காரணம் எதுவுமின்றி ஆட்கள் கத்திப் பேசுவதையும் வீண் ஜம்பமடிப்பதையும் சிரிப்பொலியையும் கேட்க நான் விரும்பினேன். சமீப மாதங்களில் இதுபோன்ற சத்தங்களால்தான் நான் வெறுப்புற்றிருந்தேன். ஆனால் இத்தகைய இயல்புக்குமாறான அமைதியான அறையில் அமர்ந்து மீனைச் சாப்பிடும்போது, என்னால் இறுக்கமின்றி இருக்கமுடியவில்லை. அந்த உணவருந்தும்கூடம் சிறப்பு எந்திரக் கருவிகள் விற்பனை கண்காட்சிக்கான அனைத்து சூழலையும் கொண்டிருந்தது. ஒரு சிறப்பான துறையில், ஆழ்ந்த ஆர்வமுள்ள நபர்கள் ஒரு பிரத்யேக இடத்தில் ஒன்றுகூடி, தம்மால் மட்டுமே புரிந்துகொள்ளப்படக்கூடிய தகவல்களைப் பகிர்ந்துகொள்வதுபோல.

இரவுணக்குப்பின் அறையிலிருந்தபோது, நவோகோவும் ரெய்கோவும் தாங்கள் இ— பகுதி பொதுக்குளியலறைக்குச் செல்வதாக அறிவித்தனர். வெறுமனே ஷவர் எடுத்துக்கொள்வதில் எனக்கு ஆட்சேபணை இல்லையென்றால், அவர்களது குளியலறையிலுள்ள ஷவரை நான் பயன்படுத்தலாமென்றனர். நான் அப்படியே செய்கிறேன் என்றேன், அவர்கள் சென்றபின்பு நான் உடை களைந்து, ஷவரில் நின்று என் தலைமுடியை அலசினேன். புத்தக அலமாரியில் நான் பில் ஈவானின் இசைத் தொகுப்பொன்றைக் கண்டேன். நான் என் முடியை உலர்த்தியபடியே அதனைக் கேட்டேன். அப்போது அது,

நவோகோவின் பிறந்த நாளன்று இரவு, அவள் அழுதபோது அவளை என் கைகளுக்குள் அணைத்துக்கொண்ட இரவன்று அவளின் அறையில் நான் இசைக்கவிட்ட இசைத்தட்டு என்பதை உணர்ந்தேன். அது நடந்து ஆறுமாதங்கள் மட்டுமே இருக்கும். ஆனால் அந்நிகழ்வு பெரிதும் கடந்த காலத்தில் நடந்த ஒன்றைப்போல நான் உணர்ந்தேன். நான் அதனைப்பற்றி அடிக்கடி, எனது காலம் குறித்த உணர்வை தொந்தரவூட்டும் அளவுக்கு அடிக்கடி யோசித்திருந்ததே அவ்வாறு உணரக் காரணமாயிருந்திருக்கலாம்.

நிலவு பெரிதும் ஒளியுடன் திகழ்ந்தது. நான் விளக்குகளை அணைத்து சோபாவில் படுத்து பில் ஈவானின் பியானோ இசையைக் கேட்டேன். ஜன்னலின் வழியே பெருகிவந்த நிலவு வெளிச்சம் நீண்ட நிழல்களை ஏற்படுத்தியதுடன், சுவரெங்கும் நீர்க்கச் செய்யப்பட்ட இந்தியன் இங்கை வாரியிறைத்ததுபோன்ற தோற்றத்தைத் தந்தது. எனது முதுகுப் பையிலிருந்து மெல்லிய உலோகக் குடுவையை எடுத்து அதிலிருந்த பிராந்தியை வாயில் நிறைத்துக்கொண்டு, அதன் கதகதப்பு என் தொண்டையிலிருந்து கீழ்நோக்கி வயிற்றிலிறங்க அனுமதித்தேன். அங்கிருந்து அது அனைத்து எல்லைகளுக்கும் பரவியது. கடைசியாக ஒருவாய் பருகியபின், நான் குடுவையை மூடி அதனைத் திரும்பவும் முதுகுப் பையில் வைத்தேன். இப்போது நிலவொளி இசையுடன் சேர்ந்து ஊஞ்சாலாடுவதுபோல் தோன்றியது.

இருபது நிமிடங்களுக்குப்பின், நவோகோவும் ரெய்கோவும் குளியலறையிலிருந்து திரும்பினர்.

“ஓ! இங்க ரொம்ப இருட்டா இருக்கு, நீ உன் மூட்டையெல்லாம் கட்டிக்கிட்டு டோக்கியோவுக்கு திரும்பிட்டதா நாங்க நினைச் சோம்.” என்றாள் ரெய்கோ.

“வாய்ப்பே இல்லை, ரொம்ப வருஷமா நான் இப்படியொரு பிரகாசமான நிலவை பார்க்கவேயில்லை. விளக்கையெல்லாம் அணைச்சுட்டு நான் அதை பார்க்கவிரும்பினேன்.”

“ஆமா, இது அற்புதமா இருக்கு, போனமுறை பவர் கட் ஆனப்ப வாங்கின மெழுகுவர்த்தி இப்பவும் நம்மகிட்ட இருக்கா ரெய்கோ? நவோகோ கேட்டாள்.

“அநேகமா, சமையலறை டிராயர்ல இருக்கலாம்.”

நவோகோ சமையலறையிலிருந்து பெரிய வெண்ணிற மெழுகுவர்த்தியொன்றைக் கொண்டுவந்தாள். நான் அதனைப்

பற்றவைத்து, தட்டொன்றில் சிறிது சூடான மெழுகை ஊற்றி அதன்மேல் நிற்கவைத்தேன். ரெய்கோ அதன் ஜுவாலையைப் பயன்படுத்தி ஒரு சிகரெட்டைப் பற்றவைத்தாள். நாங்கள் மூவரும் மெழுகைப் பார்த்தபடி அந்த நிசப்தமான சூழலில் அமர்ந்தபோது, அது உலகின் ஏதோவொரு தொலைதூர மூலையில் நாங்கள் மட்டுமே இருப்பதுபோல தோன்றியது. நிலவின் நிலையான நிழல்களும், மெழுகுவர்த்தியின் அசைந்தாடும் நிழல்களும் அந்தக் குடியிருப்பின் வெண்ணிற சுவர்களில் சந்தித்து ஒன்றுகலந்தன. நானும் நவோகோவும் ஸோபாவில் அருகருகே அமர, ரெய்கோ அசையும் நாற்காலியில் எங்களைப் பார்த்தபடி அமர்ந்தாள்.

“கொஞ்சம் ஒயின் சாப்பிடலாமா?” ரெய்கோ என்னைக் கேட்டாள்.

“உங்களுக்கு மதுவருந்த அனுமதியுண்டா?” நான் சற்றே ஆச்சர்யத்துடன் கேட்டேன்.

“ம், உண்மையில அனுமதியில்ல,” காதுமடலொன்றைத் தேய்த்தபடியே சற்றே தர்மசங்கடமான தொனியில் சொன்னாள் ரெய்கோ. “ஆனால் அவங்க பெரிசா கண்டும்காணாம இருந்துடுவாங்க. ஒயினாவோ பீராவோ இருந்தா நாம அதிகம் குடிக்கமாட்டோம். ஊழியர்கள்ல எனக்கொரு நண்பர் இருக்காரு, அவர் அப்பப்ப எனக்கு வாங்கித் தருவார்.”

“நாங்க எங்களுக்கேயான மதுவிருந்துகளை நடத்தறோம், நாங்க ரெண்டுபேர் மட்டும்.” குறும்பான தொனியில் நவோகோ சொன்னாள்.

“நல்லது,” என்றேன் நான்.

குளிர்சாதனப் பெட்டியிலிருந்து ரெய்கோ ஒரு வெள்ளை ஒயின் பாட்டிலை எடுத்து, அதனை தக்கைநீக்கியால் திறந்து மூன்று டம்ளர்களில் எடுத்துவந்தாள். ஒயின், பெரிதும் வீட்டில் தயாரித்ததுபோன்ற தெளிவான, இனிய சுவையைக் கொண்டிருந்தது. இசைத்தட்டு நின்றதும், ரெய்கோ அவளது படுக்கையின் கீழிருந்த கிதார் ஒன்றை வெளியே எடுத்து, அந்த இசைக்கருவியினை வாத்சல்யத்துடன் பார்த்தபடியே ஸ்ருதிசேர்த்த பின்பு, பாக்கின் ஸ்லோ ஃப்யுக்கை இசைக்க ஆரம்பித்தாள். அவ்வப்போது அவள் விரல்கள் வாசிப்பில் தவறுசெய்தன, ஆனால் அதுதான் அசல் ஃப்யுக், அன்பு, நெருக்கம், இசைப்பதின் மகிழ்ச்சியில் நிறைந்திருக்கும் உண்மையான உணர்வு.

"நான் இங்கேதான் கிதார் இசைக்கத் தொடங்குனேன்," என்றாள் ரெய்கோ. "ஆமா, இங்க எந்த அறையிலயும் பியானோ இல்ல. எனக்கு நானே கத்துக்கிறேன். என் கைகள் கிதார் வாசிப்பில் தேர்ந்தது இல்ல. அதனால நான் எப்பவும் சிறப்பா வாசிக்கப்போறதில்லை, ஆனாலும் உண்மையிலே நான் கிதாரை நேசிக்கிறேன். இது கதகதப்பான சிறு அறையைப்போல சின்னது, சுலபமானது, எளிமையானது."

அவள் இன்னொரு தொகுதியிலிருந்து மற்றொரு சிறிய பாக் பகுதியை இசைத்தாள். கண்கள் மெழுகுவத்தி ஜுவாலையின் மீதிருக்க, ஒயினைப் பருகியபடி, ரெய்கோவின் பாக்கைக் கேட்கையில், என்னுள்ளிருக்கும் இறுக்கம் நழுவி மறைவதாக உணர்ந்தேன். ரெய்கோ பாக் இசைத்து முடிந்தபோது, நவோகோ பீட்டில்ஸ் பாடலொன்றை இசைக்கும்படி கேட்டாள்.

ரெய்கோ என்னைப் பார்த்து கண்சிமிட்டியபடி, "கோரிக்கை நேரம்" என்றாள். "நான் என்னவோ அவளோட இசை அடிமை மாதிரி இவ தினமும் என்னை பீட்டில்ஸ் வாசிக்கும்படி செஞ்சுடுறா."

ரெய்கோ எதிர்ப்பு தெரிவித்தபோதும் அருமையானதொரு 'மிட்செல்லி' இசைத்தாள்.

"இது அருமையான ஒண்ணு," என்றாள் அவள். "நான் உண்மையிலே இந்த பாட்டை விரும்பறேன்." அவள் ஒயினில் ஒரு வாய் பருகினாள், பின் தனது சிகரெட்டை ஒருமுறை புகைத்தாள். "இது மென்மையா மழை பெய்றப்ப பெரிய புல்வெளியில நிற்கிற மாதிரி என்னை உணரவைக்குது."

பின் அவள், 'நோவேர் மென்' மற்றும் 'ஜுலியா' இசைத்தாள். இவள் இசைத்தபடி அவ்வப்போது, தன் கண்களை மூடுவாள், தலையை அசைப்பாள். அதன்பின்பு அவள் ஒயினுக்கும் சிகரெட்டுக்கும் திரும்புவாள்.

"நோர்வீஜியன் வுட் வாசிங்க," என்றாள் நவோகோ.

ரெய்கோ சமையலறையிலிருந்து பீங்கானாலான, தலையாட்டும் பூனையொன்றை எடுத்துவந்தாள். அது ஒரு உண்டியல், நவோகோ அதில் தனது பணப்பையிலிருந்து நூறு யென் நாணயம் ஒன்றை அதன் துவாரத்தினுள் போட்டாள்.

"இதெல்லாம் என்ன?" நான் கேட்டேன்.

"இது ஒரு நடைமுறை," என்றாள் நவோகோ. "நான்

நோர்வீஜியன் வுட் வாசிக்கச்சொல்லிக் கேட்கும்பொழுது, உண்டியல்ல 100 யென் போடணும். அது எனது விருப்பப் பாடல், அதனால அதுக்காக காசுதர்றதுனு முடிவுபண்ணியிருக்கேன். எப்பவெல்லாம் நான் உண்மையிலே அதைக் கேட்க விரும்புறனோ, அப்ப நான் வேண்டுகோள் விடுப்பேன்."

"இப்படித்தான் எனக்கு சிகரெட்டுக்கான காசு கிடைக்குது," என்றாள் ரெய்கோ.

ரெய்கோ தன் விரல்களை நெகிழச்செய்து, பின் நோர்வீஜியன் வுட்டை இசைத்தாள். மீண்டும் அவள் உண்மையான உணர்ச்சியுடன், ஆனால் அது உணர்ச்சிவசப்படுதலாக மாற இடம்தராமல் இசைத்தாள். நான் என் பையிலிருந்து 100 யென் போட்டேன்.

"நன்றி," ஒரு இனிய புன்னகையுடன் ரெய்கோ கூறினாள்.

"அந்தப் பாட்டு என்னை ரொம்ப சோகமா உணரவைக்குது. ஏன்னு எனக்குத் தெரியலை. அடர்ந்த காட்டுக்குள்ள அலைஞ்சுதிரியறதா எனக்கு நானே கற்பனை பண்ணிக்கிறேன்னு நினைக்கிறேன். நான் மட்டும் தனியா இருக்குறேன். அது குளிர்ந்து, இருட்டா இருக்குது. யாரும் என்னைக் காப்பாத்துறதுக்கு வரலை. அதனாலதான் நான் கேட்டாலேதவிர ரெய்கோ அதை எப்பவும் இசைக்கிறதில்லை." என்றாள் நவோகோ.

"காசாபிளாங்கா கதை மாதிரி தெரியுது," சிரித்தபடியே ரெய்கோ கூறினாள்.

அவள் நோர்வீஜியன் வுட்டைத் தொடர்ந்து சில போஸா நோவாஸ் இசைக்க, நான் என் கண்களை நவோகோமீது வைத்திருந்தேன். அவள் தன் கடிதத்தில் சொல்லியிருந்ததுபோல், முன்பைவிட அவள் ஆரோக்கியமாக, சூரிய ஒளியால் சற்று கறுத்துத்தெரிந்தாள். அவளது உடல் உடற்பயிற்சியாலும் வெளிவேலையாலும் உறுதியாகத் தெரிந்தது. அவளது விழிகள் எப்போதுமிருப்பதைப்போல் ஆழமான தெளிவான நீருற்றுப்போல் தென்பட, அவளது சிறிய உதடுகள் இப்போதும் கூச்சத்துடன் நடுங்கியபடி இருக்க, மொத்தத்தில் அவளழகு முழுவளர்ச்சியடைந்த பெண்ணுடையதைப்போன்று மாறத்தொடங்கியிருந்தது. அவளது அழகின் சாயையில் கணநேரத்தில் உணரக்கூடிய விளிம்புக் கூர்மை — மெல்லிய சவரக் கத்தியின் ஜில்லிடும் கூர்மை இப்போது கிட்டத்தட்ட காணாமல் போயிருந்தது. அந்த இடத்தில் இப்போது தனிச்சிறப்புமிக்க ஆறுதலளிக்கும், முழுக்க அமைதியான அழகொன்று வட்டமிட்டபடி காணப்பட்டது. நான் அவளது இந்த புதிய, இனிய அழகால் தூண்டப்பட்டதுடன்,

ஆறுமாத காலத்தில் ஒருபெண் இவ்வளவுதூரம் மாறமுடியுமா என திகைப்புடன் யோசித்தபடியிருந்தேன். எப்போதும்போல அவளை நோக்கி நான் ஈர்க்கப்படுவதை, ஒருவேளை முன்பைவிட அதிகமாக ஈர்க்கப்படுவதை உணர்ந்த அதேசமயம், அவள் இழந்ததை சிந்தித்தபோது அது எனக்கு வருத்தத்தையும் அளித்தது. அவள் மீண்டும் எப்போதைக்குமாக அந்த தன்மைய அழகை— வளரிளம்பருவ பெண்களிடத்தில் மட்டும் அதன்போக்கில் மலரும் அந்த அழகை அவள் மீண்டும் அடையப்போவதில்லை.

நவோகோ நான் எனது நாட்களை எப்படிச் செலவிடுகிறேனென அறியவிரும்புவதாகக் கூறினாள். நான் மாணவர்களின் போராட்டம் மற்றும் நாகசாவா பற்றி சொன்னேன். நாகசாவாவைப் பற்றி அவளிடம் சொல்வது இதுவே முதல்முறை. அவனது விநோதமான மனிதாபிமானம், அவனது தனிச்சிறப்புமிக்க தத்துவம், மையமற்ற ஒழுக்கம் பற்றி மிகச் சரியாக விளக்குவதை சவாலாக உணர்ந்தேன். ஆனாலும் நவோகோ நான் என்ன சொல்ல முயற்சித்தேன் என்பதை கடைசியில் ஒருவாறாகப் புரிந்து கொண்டதுபோல தோன்றியது. நான் அவனுடன் பெண்களைத் தேடி சென்றதை மறைத்துவிட்டு, உண்மையில் வழக்கத்துக்கு மாறான சுபாவமுடைய இவன் ஒருவனுடன் மட்டுமே நான் துயிற்கூடத்தில் நேரம் செலவிடுகிறேன் என்பதை மட்டுமே கூறினேன். அந்த நேரத்தில் ரெய்கோ அவள் முன்பு இசைத்த பாக் ஃபுகுவை மற்றொரு முறை பயிறசிசெய்து பார்த்தாள். ஒயின் மற்றும் சிகரெட்டுக்காக நடுநடுவே இடைவேளை எடுத்துக்கொண்டாள்.

“அவன் விநோதமான ஆளா இருப்பான்போல தெரியுதே,” என்றாள் நவோகோ.

“அவன் விநோதமானவன்தான்,” என்றேன் நான்.

“அவனை உனக்குப் பிடிச்சிருக்கா?”

“எனக்கு நிச்சயமா சொல்லத்தெரியல. என்னால அவனைப் பிடிச்சிருக்குனு சொல்லமுடியாதுனு நினைக்கிறேன். நாகசாவா பிடிச்சிருக்கு பிடிக்கலைனு சொல்றதுக்கெல்லாம் அப்பாற்பட்டவன். அவன் பிடிச்சமாதிரி நடந்துக்க முயற்சிசெய்யமாட்டான். அந்தவிதத்துல அவன் ரொம்ப நேர்மையான ஆள். தன்முனைப்பு இல்லாதவனும்கூட அவன் யாரையும் முட்டாளாக்க முயற்சி செய்யமாட்டான்.”

“தன்முனைப்பில்லாதவனா இத்தனை பெண்களோட

படுக்கிறான் இப்ப இது வினோதமா படுது," சிரித்தபடியே சொன்னாள் நவோகோ. "அவன் எத்தனை பெண்களோட படுத்திருப்பான்?"

"அது இப்போதைக்கு 80 பேர் வரை இருக்கலாம்," என்றேன் நான். "ஆனா அவன் விஷயத்துல, இந்த எண்ணிக்கை எத்தனை அதிகமாகுதோ, அத்தனைதூரம் தன்னலச் செயல்பாடுகள் அர்த்தமுள்ளதா படுவது குறையுது. அவன் அதைத்தான் செய்ய முயற்சிக்கிறான்னு நினைக்கிறேன்."

"நீ அதை தன்முனைப்பின்மைன்னா சொல்ற?"

"அவனளவுல அதுதான் தன்முனைப்பின்மை."

நவோகோ ஒருநிமிடத்துக்கு நான் சொன்னதைப் பற்றி சிந்தித் தாள். "அவன் என்னைவிடவும் மூளைக்கோளாறு உள்ளவன்னு நினைக்கிறேன்." என்றாள்.

"நானும் அப்படித்தான் நினைக்கிறேன். ஆனா அவனால தன்னோட முறைகேடான குணத்தையெல்லாம் தர்க்கபூர்வமா நியாயப்படுத்தமுடியும். அவன் புத்திசாலி. நீ அவனை இங்க கொண்டுவந்தா, அவன் இரண்டே நாள்ல கிளம்பிடுவான். 'நீங்க இங்க செஞ்சுக்கிட்டிருக்கிறது எல்லாத்தையும் நான் புரிஞ் சுக்கிட்டேன். நிச்சயமா எனக்கு எல்லாம் தெரியும்.' என்பான். அவன் அந்த மாதிரியான ஆளு. மத்தவங்க மரியாதை செலுத்தற மாதிரியானவன்."

"நான் புத்திசாலித்தனத்துக்கு நேரெதிரானவனு என்னை நினைக்கிறேன். நான் என்னைப் புரிஞ்சிக்கிட்டதைவிட—சிறப்பா எந்தவிதத்திலும் அவங்க இங்க செய்றது எதையும் புரிஞ்சுக்கிடலை."

"அதுக்குக் காரணம் நீ புத்திசாலியில்லேங்கிறது இல்லை. நீ சாதாரணமானவ. நான் என்னைப் பத்தி புரிஞ்சுக்காத நூத்துக்கணக்கான விஷயங்கள் இருக்கு. நாம இரண்டு பேரும் இயல்பானவங்க. சாதாரணமானவங்க."

நவோகோ தனது காலை சோபாவின் விளிம்புக்கு உயர்த்தி, அவளது முழங்காலில் தாடையை வைத்தாள். "நான் உன்னைப் பத்தி நிறைய தெரிஞ்சுக்க விரும்பறேன்," என்றாள் அவள்.

"சாதாரணமான குடும்பம், சாதாரணமான கல்வி, சாதாரண மான தேர்ச்சி மதிப்பெண்கள், சாதாரணமான முகம், தலையில சாதாரணமான சிந்தனை ஓடுகிற ஒரு சாதாரணமான ஆள்

நான்."

"நீ ஸ்காட் ஃபிட்ஜெரால்டோட பெரிய ரசிகன்... தன்னை சாதாரணமான ஆள்னு சொல்ற எவனொருவனையும் நம்பாதீங்கனு சொன்னது அவர்தான் இல்லையா? நீதான் எனக்கு அந்தப் புத்தகத்தை படிக்கக்கொடுத்த," குறும்பானதொரு புன்னகையுடன் நவோகோ சொன்னாள்.

"உண்மைதான். ஆனா இது நடிப்பு இல்ல. நான் உண்மையிலே, நிஜமாவே நானொரு சாதாரணமான ஆள்னு ஆழமா நம்பறேன். உன்னால என்கிட்ட அசாதாரணமான ஒண்ணைக் கண்டுபிடிக்க முடியுமா?" நான் கேட்டேன்.

"நிச்சயமா என்னால முடியும்," சற்றே பரபரப்புடன் நவோகோ சொன்னாள். "உனக்குப் புரியலையா? நான் உன்கூட படுத்தது ஏன்னு நினைக்கிற? நான் நிறைய குடிச்சிருந்ததனால நான் யாரோடயும் படுத்திருவேன்னு நினைச்சியா?"

"இல்லை. நிச்சயமா நான் அப்படி நினைக்கலை," என்றேன். நான்.

நவோகோ நீண்ட நேரம் தன் கால் பெருவிரலைப் பார்த்தபடி வார்த்தைகள் எதுவும் வராமல், மௌனமாக இருந்தாள். நான் ஒயினை இன்னொரு வாய் பருகினேன்.

"நீ எத்தனை பெண்களோட படுத்திருக்க டோரு?" அந்த எண்ணம் அப்போதுதான் மனதிலெழுந்ததுபோல் மெல்லிய குரலில் நவோகோ கேட்டாள்.

"எட்டோ ஒன்பதோ," நான் உண்மையாகப் பதிலளித்தேன்.

ரெய்கோ கிதாரை தனது மடியில் போட்டாள். "உனக்கு இன்னும் 20 வயசுகூட ஆகலை. என்ன மாதிரியான வாழ்க்கை நீ நடத்திக்கிட்டிருக்க?" என்றாள் அவள்.

நவோகோ தொடர்ந்து மௌனமாக அவளது தெளிவான விழிகளால் என்னைக் கவனித்தபடியிருந்தாள். ரெய்கோவிடம் நான் முதலில் உறவுகொண்ட பெண் பற்றியும் எப்படி நாங்கள் பிரிந்தோம் என்பது பற்றியும் சொன்னேன். அவளைக் காதலிப்பது சாத்தியமற்றதாக உணர்ந்ததை நான் விளக்கினேன். நான் அவளிடம் நாகசாவாவின் பொறுப்பில் ஒன்றுக்குப்பின் ஒன்றாக பெண்களுடன் படுத்ததைச் சொல்லியபடி சென்றேன்.

"நான் சாக்குப்போக்கு சொல்ல பார்க்கலை, ஆனா அப்ப

நான் வேதனையில இருந்தேன்," என நவோகோவிடம் சொன்னேன். "அங்க நான் உன்னை கிட்டத்தட்ட ஒவ்வொரு வாரமும் பார்த்துக்கிட்டும், உன்கிட்ட பேசிக்கிட்டும் இருந்தேன். உன் இதயத்துல இருந்த ஒரேயொரு நபர் கிஸுகினும் தெரிஞ்சுவைச்சிருந்தேன். அது வலிச்சுது. அது உண்மையிலே வலிச்சுது. எனக்குத் தெரியவே தெரியாத பெண்களோட படுத்ததுக்கு அதுதான் காரணம்னு நினைக்கிறேன்."

நவோகோ சில கணங்களுக்கு தன் தலையை அசைத்தாள், பின் தன் தலையை உயர்த்தி என்னைப் பார்த்தாள். "நீ அந்த நேரத்துல நான் ஏன் ஒருமுறைகூட கிஸுகிகூட உறவுவெச்சுக்கலைனு கேட்டதானே இப்பவும் அதை நீ தெரிஞ்சுக்க விரும்புறியா?"

"அது உண்மையிலே நான் அவசியம் தெரிஞ்சுக்கவேண்டிய ஒண்ணுனு நான் நினைக்கிறேன்," என்றேன்.

"நானும்கூட அப்படித்தான் நினைக்கிறேன்," என்றாள் நவோகோ. "இறந்தவங்க எப்பவுமே இறந்தவங்கதான், ஆனா நாம வாழ்ந்தாகணும்."

நான் ஆமோதித்தேன். ரெய்கோ அதே சிரமமான இடத்தை திரும்பத் திரும்ப வாசித்து, அதை சரியாக வாசிக்கமுயன்றாள்.

"நான் அவனோட உறவு வைச்சுக்க தயாராதான் இருந்தேன்." ஹேர்சிலைடை எடுத்து அவளது கூந்தலை சரியவிட்டபடியே சொன்னாள் நவோகோ. "அவனும் நிச்சயமா என்னோட உறவுவைச்சுக்க விரும்பினான். அதனால நாங்க முயற்சிபண்ணினோம். நாங்க நிறைய முயற்சி பண்ணினோம். ஆனா எப்பவுமே அது சரிப்பட்டு வரலை. எங்களால அதைப் பண்ணமுடியலை. அப்ப அது ஏன்னு எனக்குத் தெரியலை, இப்பவும் ஏன் அப்படினு எனக்குத் தெரியாது. நான் அவனை நேசிச்சேன், என் கன்னித்தன்மையை இழக்கிறதைப் பற்றி நான் கவலைப்படலை. அவன் விரும்புற எதையும் செய்றதுல நான் மகிழ்ச்சிதான் அடைஞ்சிருப்பேன். ஆனா எப்பவுமே அது சரிப்பட்டு வரலை."

நவோகோ அவள் தழையவிட்டிருந்த கூந்தலை உயர்த்தி ஹேர்சிலைடால் மாட்டினாள்.

"என்னோடது பிசுபிசுப்பா மாறவே இல்லை," மெல்லிய குரலில் அவள் சொன்னாள். "என்னோட பெண்மை அவனுக்காகத் திறக்கவேயில்லை. அதனால அது எப்பவுமே வலிச்சுது. என் பெண்மை ரொம்ப வறண்டிருந்துச்சு, அதனால வலியும் அதிகமா

இருந்துச்சு. எங்க சிந்தனைக்குட்பட்ட எல்லாத்தையும்— க்ரீம், சாதனங்கள்— முயற்சிபண்ணோம். ஆனாலும் அப்பவும் எனக்கு வலிச்சுது. அதனால நான் என் விரல்களையோ உதட்டையோ பயன்படுத்தினேன். நான் அவனுக்கு எப்பவும் அப்படித்தான் செய்துவிடுவேன். நான் என்ன சொல்றேனு உனக்கே புரியும்."

நான் மௌனமாகத் தலையாட்டினேன்.

நவோகோ தனது பார்வையை ஜன்னலினூடாக நிலவின்மேல் பதித்தாள். இது முன்பிருந்ததைவிட பெரிதாகவும் பிரகாசமாகவும் இருந்தது. "நான் இது எதைப்பத்தியுமே எப்பவுமே பேசவிரும்பினதில்லை," என்றாள் அவள். "நான் இதை என் நெஞ்சுக்குள்ளே போட்டுப் புதைச்சுடணும்னு விரும்பினேன். இப்பவும் அதைத்தான் விரும்பறேன். ஆனா நான் அதைப் பத்தி பேசியாகணும். எனக்குப் பதில் தெரியலை, நான் என்ன சொல்றேன்னா, நான் உன்னோட இருந்த சமயத்துல என்னோட பெண்மை ரொம்பவே ஈரமா இருந்துச்சு. இருந்துச்சில்ல?"

"ம்," என்றேன் நான்.

என் இருபதாவது பிறந்த நாளன்னிக்கு ராத்திரி, நீ என்னோட குடியிருப்புக்குள்ள நுழைஞ்சப்பவே என்னோட பெண்மை ஈரமா இருந்துச்சு. நீ என்னைக் கட்டிப்பிடிக்கணும்னு ஆசைப்பட்டேன். நீ என்னோட ஆடைகளையெல்லாம் கழட்டிட்டு, என் உடம்பெல்லாம் தொட்டு, எனக்குள் நீ நுழையணும்னு நான் விரும்புனேன். அது ஏன்? ஏன் இப்படியெல்லாம் விஷயங்கள் நடக்கணும்? நான் உண்மையிலே அவனைக் காதலிச்சேன். அதுதான் நான் சொல்லவர்றது."

"ஆனா என்னையில்ல," நான் சொன்னேன். "நீ என்னைக் காதலிக்காதபோதும் நீயேன் என்னைப்பத்தி அப்படி உணர்ந்தேனு தெரிஞ்சுக்க விரும்புற?"

"என்னை மன்னிச்சுடு, நான் உன்னைப் புண்படுத்தனும்னு நினைக்கலை. ஆனா இதை நீ புரிஞ்சுக்கணும். கிஸுகிக்கும் எனக்கும் இடையே இருந்தது உண்மையிலே சிறப்பான உறவு. எங்களோட மூணு வயசுல இருந்தே நாங்க ஒண்ணாயிருந்தோம். எப்போதும் ஒண்ணா, ஒருவரையொருவர் ரொம்பச் சரியா புரிஞ் சுக்கிட்டும் பேசிக்கிட்டும்தான் நாங்க வளர்ந்தோம். ஜூனியர் ஸ்கூல்ல முதல் வருடம் படிக்கும்போதே முதன்முறையா நாங்க முத்தம் தந்துக்கிட்டோம். அது அற்புதமா இருந்துச்சு. முதல்முறை நான் மாதவிலக்கானப்ப, ஒரு குழந்தையைப்போல அழுதுகிட்டு நான் அவன்கிட்ட ஓடினேன். நாங்க அந்தளவுக்கு நெருக்கமா

இருந்தோம். அதனால அவன் இறந்தபிறகு, மற்றவங்களோட எப்படி தொடர்புகொள்றதுனு எனக்குத் தெரியலை. இன்னொருத்தரை நேசிக்கிறதுனா என்ன அப்படிங்கிறதுக்கான அர்த்தம் எனக்குத் தெரிஞ்சிருக்கலை."

மேஜையிலிருந்த அவளது ஒயின் கிளாஸை எடுக்க அவள் முயன்றாள், ஆனால் அதை தட்டிவிடவே ஒயின் தரைவிரிப்பின் மீது சிந்தியது. நான் அதனை எட்டி கிளாஸை நிமிர்த்தி மேஜையின்மேல் வைத்தேன். அவள் இன்னும் கொஞ்சம் குடிக்கவிரும்பினாளா என கேட்டேன். நவோகோ சிறிது நேரம் மௌனமாக இருந்தாள், பின் திடீரென உடலெல்லாம் குலுங்க குமுறி அழுதாள். முன்னோக்கிச் சரிந்து, அவள் தன் முகத்தை கைகளில் புதைத்து, அன்று இரவு என்னுடன் இருந்தபோது போன்ற அதே தீவிரத்துடன் மூச்சுமுட்ட தேம்பியழுதாள். ரெய்கோ தனது கிதாரைக் கீழே வைத்துவிட்டு நவோகோ அருகே அமர்ந்து, அவளது முதுகை வருடித் தந்தாள். அவள் ஒரு கையை நவோகோவின் தோளைச் சுற்றிப்போட்டதும், ஒரு குழந்தையைப் போல அவள் தன் முகத்தை ரெய்கோவின் மார்பில் புதைத்துக்கொண்டாள்.

ரெய்கோ என்னிடம், "உனக்கே தெரியும், நீ கொஞ்சதூரம் வெளியபோய் நடந்துட்டு வர்றது நல்ல யோசனையாயிருக்கும். ஒரு *20 நிமிஷம், தப்பா எடுத்துக்காத, ஆனா அது உதவியாயிருக்கும்னு நினைக்கிறேன்.*"

நான் ஆமோதித்தபடி எழுந்து, எனது சட்டையின்மீது ஒரு மேல்சட்டை ஒன்றை அணிந்தேன். "உதவிக்கு வந்ததுக்கு நன்றி," என ரெய்கோவிடம் சொன்னேன்.

"நன்றியெல்லாம் சொல்லாத," என கண்ணடித்தபடி சொன்னாள். "இது உன் தப்பில்லை. கவலைப்படாதே நீ திரும்பி வர்றப்ப அவ சரியாயிடுவா."

எனது கால்கள் என்னை சாலைக்கு இட்டுவந்து, விநோதமான, நிலவின் யதார்த்தமற்ற ஒளியால் மின்னும் சாலையில் மரங்களினூடே நடந்தேன். நிலவு வெளிச்சத்தின்கீழ் அனைத்து சப்தங்களும் விநோதமானதொரு எதிரொலியைக் கொண்டிருந்தன. எனது காலடி சத்தத்தின் வெறுமையான ஒலி, கடலையொட்டி யாரோ ஒருவர் நடப்பதை நான் கேட்பதைப்போல— மற்றொரு திசையிலிருந்து வந்ததைப்போல் தோன்றியது. எனக்குப் பின்னால் அவ்வப்போது, ஏதோவொன்று நொறுங்கும் அல்லது சலசலக்கும் சத்தத்தைக் கேட்டேன். இரவு விலங்குகள் மூச்சையடக்கிக்

கொண்டு நான் கடந்துசெல்ல காத்திருப்பதுபோல் ஒரு கனத்த இருள் காட்டின்மீது கவிந்திருந்தது.

மரங்களைத் தாண்டி சாலை சரிவாக ஏறிச்சென்ற இடத்தில் அமர்ந்து நவோகோ இருந்த கட்டடத்தைப் பார்த்தபடி அமர்ந்தேன். அது அவளது அறையெனச் சொல்வது எளிதாக இருந்தது. அதற்கு நான் செய்யவேண்டியிருந்ததெல்லாம், பின்புறமாக அமைந்திருந்த ஜன்னல்களுள், எதில் மெல்லிய வெளிச்சம் அசைந்தாடுகிறதென கண்டுபிடிப்பதுதான். நான் அந்த வெளிச்சத்தின்மீதே நீண்ட நேரத்துக்கு கவனம் செலுத்தினேன். அது என்னை அணையவிருக்கும் தீபமொன்றின் கடைசித் துடிப்புப்போன்ற ஒன்றைப்பற்றி சிந்திக்கவைத்தது. நான் எஞ்சியிருப்பதைக் காப்பதற்காக அதனைச் சுற்றி என் கைகளைக் குவித்து அணைவதைத் தடுக்கவிரும்பினேன். ஜே கேட்ஸ்பை, எதிர்க்கரையிலிருந்த சிறிய விளக்கை இரவுதோறும் கவனித்ததுபோல நான் தொடர்ந்து அதனைப் பார்த்தபடியே இருந்தேன்.

அரைமணி நேரத்துக்குப்பின் கட்டடத்தின் முன்வாயில் வழியாக நான் திரும்பியபோது, ரெய்கோ கிதாரை மீட்டுவதை என்னால் கேட்கமுடிந்தது. நான் படிகளில் ஏறிச்சென்று, அந்த குடியிருப்பின் கதவைத் தட்டினேன். உள்ளே நவோகோ இருப்பதற்கான எந்த அறிகுறியும் இல்லை. ரெய்கோ தரைவிரிப்பில் தனியாக அமர்ந்து, கிதாரை இசைத்துக்கொண்டிருந்தாள். அவள், படுக்கையறைக் கதவை நோக்கி சைகைகாட்டி, நவோகோ அங்கிருக்கிறாள் என எனக்குத் தெரியப்படுத்தினாள். பின் அவள் கிதாரை தரையில் வைத்துவிட்டு சோபாவில் அமர்ந்து, என்னை அவளருகில் அமரும்படி அழைத்தாள். மிச்சமிருந்த ஒயினை எங்களது இருவரது குவளைகளிலும் பகிர்ந்தாள்.

"நவோகோ நல்லாயிருக்கிறா," என் முழங்காலைத் தொட்டுச் சொன்னாள். "கவலைப்படாத, அவ செய்யவேண்டியதெல்லாம் கொஞ்சநேரம் ஓய்வெடுக்க வேண்டியதுதான். அவ அமைதி யாயிடுவா. கொஞ்சம் உணர்ச்சிவசப்பட்டுட்டா. அவ ஓய்வெடுக் கிற நேரத்துல என்னோட ஒரு வாக்கிங் வர்றதைப்பத்தி நீ என்ன நினைக்கிற?"

"போகலாம்," என்றேன் நான்.

ரெய்கோவும் நானும் தெருவிளக்குகளால் ஒளிர்ந்த சாலையில் மெதுவாக நடந்தோம். நாங்கள் டென்னிஸ், கூடைப்பந்து மைதானமிருந்த பகுதியை அடைந்ததும் இருக்கையொன்றில்

அமர்ந்தோம். அவள் இருக்கையின் கீழிருந்து கூடைப்பந்தொன்றை எடுத்து, அதனை தன் கையில் வைத்துச் சுழற்றினாள். பின் அவள் என்னிடம், நான் டென்னிஸ் விளையாடியதுண்டா எனக் கேட்டாள். எனக்கு விளையாடத் தெரியும், ஆனால் என் டென்னிஸ் ஆட்டம் மோசமாயிருக்கும் என்றேன் நான்.

"கூடைப்பந்துல எப்படி?"

"அது நான் நல்லா விளையாடுற விளையாட்டு இல்லை," என்றேன் நான்.

"நீ நல்லா ஆடுற விளையாட்டு எது?" ரெய்கோ ஒரு புன்னகையுடன், அவளது கண்களின் ஓரம் சுருங்கக் கேட்டாள். "பெண்களோடட படுக்கிற ஆட்டம் தவிர்த்து."

"நான் அதுலயும்கூட ரொம்பத் திறமையானவனில்லை," அவளது வார்த்தைகளால் கொட்டுப்பட்டு நான் சொன்னேன்.

"சும்மா கேலியா சொன்னேன், கோபப்படாத. ஆனாலும் உண்மையில எது உனக்கு நல்லா வரும்?" அவள் கேட்டாள்.

"சிறப்பா எதுவுமில்லை. நான் விரும்பிச் செய்ற விஷயங்கள் சில இருக்கு."

"உதாரணத்துக்கு?"

"நடைபயணம், நீச்சல், வாசிக்கிறது."

"அப்ப, நீ எதையுமே தனியா செய்யவிரும்புவியா?"

"நான் அப்படித்தான் நினைக்கிறேன். மற்ற நபர்களுடன் சேர்ந்து ஆடுற விளையாட்டுகள்ல நான் ஒருபோதும் சந்தோஷம் அடையமாட்டேன். என்னால அதுல கலந்துக்க முடியாது. நான் ஆர்வம் இழந்துடறேன்."

"அப்படினா நீ இங்க குளிர்காலத்துல வரணும். நாங்க கிராமங்களுக்கு இடையில பனிச்சறுக்கு போவோம். நிச்சயமா நீ விரும்புவனு நான் சொல்றேன். நாளெல்லாம் பனியில சுத்தி சுத்தி நடக்கிறது நிறைய வியர்வை வழிய வைக்கும்." தெருவிளக்கின்கீழ், ரெய்கோ தன் வலதுகையை அவள் ஏதோவொரு பழங்காலத்தைய இசைக்கருவியை பரிசோதிப்பதுபோல உற்றுநோக்கினாள்.

"நவோகோவுக்கு அடிக்கடி இப்படி ஆகுமா?" நான் கேட்டேன்.

“அப்பப்ப,” என்றாள் ரெய்கோ, இப்போது தனது இடதுகையை பார்த்துக்கொண்டிருந்தாள். “எப்பவாவது சமயங்கள்ல அவ உணர்ச்சிவசப்பட்டு இப்படி அழுவா. ஆனா அது பரவாயில்லை. அவ தன்னோட உணர்ச்சிகளை வெளிப்படுத்திக்கிட்டிருக்கா. அப்படி அழமுடியாம போறதுதான் பயப்பட வேண்டிய விஷயம். நம்மோட உணர்ச்சிகள் உள்ளேய பெருகி, இறுகி மரத்துப்போகும்போதுதான நாம பெரிய பிரச்சினையில இருக்கிறோம்.”

“நான் சொல்லக்கூடாத எதையும் சொல்லிட்டேனா?”

“அப்படியொண்ணையும் சொல்லிடல. கவலைப்படாதே. நேர்மையா உன் மனசுல படறதைப் பேசு. அதுதான் சிறப்பான விஷயம். சில சமயங்கள்ல அது கொஞ்சம் புண்படுத்தலாம், நவோகோ மாதிரி யாராச்சும் மனமுடைஞ்சும் போகலாம். ஆனா நீண்டகால அடிப்படையில அதுதான் நல்லது. நீ உண்மையிலே நவோகோ திரும்பவும் நல்லாகணும்னு நினைச்சா, நீ செய்யவேண்டியது அதுதான். நான் ஆரம்பத்துல சொன்னமாதிரி, அவளுக்கு உதவிசெய்றதைப் பத்தி நீ அதிகமா சிந்திக்கக்கூடாது. உனக்கு குணமாகணும்னு விரும்பறதுமூலமா அவ குணமாகுறதுக்கு நீ உதவணும். அப்படித்தான் இங்க செய்யுறாங்க அதனால நீ நேர்மையா இருக்கிறதோட உன் மனசுல தோணுறதையெல்லாம் சொல்லணும், குறைஞ்சபட்சம் நீ இங்க இருக்கும்போதாவது. வெளியுலகில யாரும் அப்படிச் செய்யுறதில்லை, சரியா?”

“செய்யறதில்லைனுதான் நான் நினைக்கிறேன்,” என்றேன்.

“இங்கிருக்கிற காலத்துல எல்லாவிதமான ஆட்களும் வந்துபோறதை நான் பாத்திருக்கேன். நிறைய ஆட்களைப் பாத்திருக்கேன்னும் சொல்லலாம். அதனால வழக்கமா ஒரு ஆளைப் பார்த்தே உள்ளுணர்வால அவங்க குணமாவாங்களா இல்லையானு கிட்டத்தட்ட என்னால சொல்லிடமுடியும். ஆனா நவோகோ விஷயத்துல என்னால உறுதியா எதுவும் சொல்லமுடியாது. அவளுக்கு என்னாகப் போகுதுனு எனக்குக் கொஞ்சம்கூட யோசனை எதுவுமில்லை. எனக்குத் தெரிஞ்சதெல்லாம், அடுத்த மாசத்துலே அவ நூறுசதவிகிதம் குணமாகலாம். இல்லை அவ இப்படியே வருஷக் கணக்குல இருக்கலாம். அதனால என்னால ரொம்பப் பொதுவான அறிவுரையான— நேர்மையா இருந்து ஒருத்தொருக்கொருத்தர் உதவுங்க— இதுமாதிரி அறிவுரையைத் தவிர்த்து என்ன செய்றதுனு உனக்குச் சொல்லமுடியலை.”

“உங்க வரையில நவோகோவை அப்படியொரு சிக்கலான ஒண்ணா மாத்துறது எது?”

“வெளிப்படையா சொன்னா, எனக்கு அவளை ரொம்ப பிடிச்சிருக்கு. என்னால அவளைத் தெளிவா பார்க்கமுடியாம என்னோட உணர்ச்சிகள் குறுக்கிடறதுதான் காரணம்னு நான் நினைக்கிறேன். உண்மையிலே நான் அவளை விரும்பறேன்னு சொல்லவர்றேன். ஆனா அதைத்தவிர, அவளுக்கு நிறைய மாறுபட்ட பிரச்சினைகள் இருக்கு. எல்லாமும் ஒண்ணோட ஒண்ணு கலந்து சிக்கலாகிக் கிடக்கு. அதனால ஒண்ணை பிரிச்சு எடுக்கிறதே கஷ்டம். அதெல்லாத்தையும் சிடுக்கெடுக்க ரொம்ப காலம் ஆகலாம். இல்ல ஏதாச்சும் ஒரு தூண்டுதல்ல எல்லா சிடுக்கும் ஒரே நேரத்துல சரியாகிடலாம். அது அதுபோலவொரு பிரச்சினை. அதனாலதான் அவளைப்பத்தி என்னால நிச்சயமா சொல்லமுடியலை.”

அவள் திரும்பவும் கூடைப்பந்தை எடுத்து, தன் கைகளில் வைத்துச் சுழற்றி மைதானத்தில் எறிந்தாள்.

“நீ உன்னை அமைதியிழக்க அனுமதிக்கக்கூடாதுங்கிறதுதான் ரொம்ப முக்கியமான விஷயம்,” என்றாள் ரெய்கோ. “அமைதி யிழக்காத, இதுதான் நான் உனக்குத் தர்ற கூடுதல் அறிவுரை. உன்னால எதுவும் பண்ணமுடியாதுங்கற அளவுக்கு விஷயங்கள் ரொம்ப சிடுக்கா இருக்கிறபோதும், அவரசப்படவோ, ஒரு குறிப்பிட்ட இழை சிடுக்கெடுக்கத் தயாராகிறதுக்கு முன்னால அதைப் பிடிச்சு அவசரமா இழுக்கவோ, முடிச்சுப்போட்டு சேர்க்கவோ செய்யாத. இது ஒரு நீண்ட செயல்முறையா, ஒருநேரத்துக்கு ஒண்ணா நீ மெதுவா சரிப்படுத்தப்போறதா இருக்கப்போகுதுனு புரிஞ்சுக்கணும். உன்னால அப்படி செய்ய முடியும்னு நினைக்கிறியா?”

“நான் முயற்சிபண்ணுவேன்,” என்றேன்.

“அதுக்கு ரொம்ப காலம் எடுக்கலாம், அப்பவும் அவ முழுக்க குணமாகாமலே போகலாம். நீ அதைப்பத்தியெல்லாம் நினைச்சுப் பாத்தியா?”

நான் ஆமோதித்தேன்.

“காத்திருக்கிறது சிரமமானது,” பந்தை எறிந்தபடியே அவள் சொன்னாள். “முக்கியமா உன் வயசுல இருக்கிற ஒருத்தருக்கு. உத்தரவாதமோ, இந்த நேரத்துக்குள்ள குணமாகிடும்கிற நிச்சயமோ இல்லாம நீ வெறுமனே உட்கார்ந்து அவளுக்கு

சரியாகிறதுக்காக காத்திருக்கணும். உன்னால அது முடியும்னு நினைக்கிறியா? நீ அந்தளவுக்கு நவோகோவை நேசிக்கிறியா?"

"என்னால நிச்சயமா சொல்லமுடியாது," நான் நேர்மையாகச் சொன்னேன். "நவோகோ மாதிரியே, மற்றவங்களை நேசிக்கிறதுக்கு அர்த்தமென்னனு என்னால உண்மையா— நிச்சயமா சொல்லமுடியலை. இருந்தாலும் கொஞ்சம் வேற அர்த்தத்துல அவ அதைச் சொன்னா. என்னால ஆனவரை முயற்சிபண்ண விரும்புறேன். நான் முயற்சி பண்ணியாகணும் இல்லைனா எங்க போறதுனு எனக்குத் தெரியலை. நீங்க முன்னால சொன்னதைப்போல, நவோகோவும் நானும் ஒருத்தரையொருத்தர் காப்பாத்திக்கணும். இது ஒண்ணுதான் நாங்க ரெண்டுபேரும் காப்பாத்தப்படுறதுக்கான ஒரேவழி.

"நீ வழியில பார்க்கிற பெண்களோட படுக்கிறதைத் தொடரப் போறியா?"

"அதுபத்தியும் என்ன செய்றதுனு எனக்குத் தெரியலை. நீங்க என்ன நினைக்கிறீங்க? நான் சுய இன்பம் பண்ணிக்கிட்டு தொடர்ந்து காத்துக்கிட்டு இருக்கணுமா? அந்த விஷயத்துலேயும் எனக்கு முழுமையான கட்டுப்பாடு இல்லை."

ரெய்கோ பந்தைத் தரையில் வைத்துவிட்டு என் முழங்காலில் தட்டினாள். "கவனி, நான் பெண்களோட உறவு வைச்சுக்கிறதை நிறுத்தணும்னு சொல்லலை, அது உனக்கு சரியா பட்டுதுன்னா சரிதான். எல்லாத்துக்கும்மேல இது உன்னோட வாழ்க்கை. இது நீ தீர்மானிக்கவேண்டிய விஷயம்.. நான் சொல்றதெல்லாம் நீ உன்னை சில இயல்புக்குமாறான விஷயங்கள்ல ஈடுபடுத்தக்கூடாதுனுதான். நான் என்ன சொல்லவர்றேன்னு புரியுதா? அது அப்படியொரு சீரழிவா இருக்கும். 19, 20 வயசு ஒருத்தரோட குணாதிசயம் வளர்ச்சியடையுற முக்கியமான காலகட்டம். நீ அந்த வயசுல உன்னை தவறான வழியில போக அனுமதிச்சா, வயசாகும்போது அதுவே நீ வருத்தப்படறதுக்குக் காரணமாகும். இது நிஜம். அதனால அதைப்பத்தி கவனமா சிந்தி. நீ நவோகோமேல அக்கறை எடுத்துக்க விரும்புனா, உன்னைப் பத்தியும் அக்கறை எடுத்துக்கணும்."

நான் அதைப்பற்றி சிந்திப்பதாகச் சொன்னேன்.

"நானும் ஒரு காலத்துல 20 வயசுல இருந்தவதான். அதை நீ நம்புறதானே?"

"நிச்சயமா நம்பறேன்."

“ஆழமா?”

“ஆழமா நம்பறேன்,” நான் ஒரு புன்னகையுடன் சொன்னேன்.

“அதோட நான் அழகாவும் இருந்தேன். நவோகோ அளவுக்கு இல்லை, ஆனா ரொம்பவே அழகு. அப்ப இந்தச் சுருக்கங்கள் எல்லாம் கிடையாது.”

நான் அவளது சுருக்கங்களைப் பெரிதும் விரும்புவதாகச் சொன்னேன். அவள் எனக்கு நன்றி கூறினாள்:

“ஆனா எப்பவும் வேற எந்த பொண்ணுகிட்டயாவது, அவளோட சுருக்கங்கள் உனக்கு அழகா தோணுறதா சொல்லிடாத,” என்றாள் அவள். “நான் அதைக் கேட்க விரும்பலாம், ஆனா நான் ஒரு விதிவிலக்கு.”

“நான் கவனமா இருப்பேன்,” என்றேன் நான்.

அவள் தனது கால்சட்டைப் பையிலிருந்து ஒரு பர்ஸை எடுத்து, அவற்றில் அட்டைகள் வைக்குமிடத்திலிருந்து புகைப் படம் ஒன்றை எடுத்து என்னிடம் தந்தாள். அது பத்து வயதுக்குள்ளிருக்கும் அழகான சிறுமியொருத்தியின் வண்ணப் புகைப்படம். அவள் பளிச்சென்ற நிறத்தில் ஸ்கையும் ஸ்கை சூட்டும் அணிந்து பனியின் மீது நின்றபடி புகைப்பட கருவிக்காக இனிமையாகச் சிரித்தபடி காணப்பட்டாள்.

“அவ அழகா இருக்கிறா இல்லை? என்னோட பொண்ணு,” என்றாள் ரெய்கோ. “இதை எனக்கு அவ ஜனவரியில அனுப்புனா. அவளுக்கு எத்தனை வயசிருக்கும்? — இப்ப ஒன்பது வயசு.”

“அவளுக்கு உங்களைப்போலவே சிரிப்பு,” புகைப்படத்தைத் திருப்பித் தந்தபடியே கூறினேன். ரெய்கோ பர்ஸை பாக்கெட்டில் வைத்துவிட்டு, மூக்குறிஞ்சியபடி தனது உதடுகளுக்கிடையில் ஒரு சிகரெட்டை வைத்துப் பற்றவைத்தாள்.

“நான் பியானோ இசைக்கலைஞரா வரணும்னு நினைச்சிருந்தேன். என்கிட்ட திறமையிருந்துச்சு, அதை எல்லாரும் அங்கீகரிச்சதோட நான் வளர்ந்துவரும்போது அதை பெரிசுபடுத்திப் பேசினாங்க. நான் போட்டிகள்ள ஜெயிச்சேன். இசைப்பயிற்சிப் பள்ளில அதிக மதிப்பெண் வாங்கினேன். பட்டம் வாங்கியபிறகு ஜெர்மனியில் படிக்க நான் எல்லா முன்னேற்பாடுகளோடயும் இருந்தேன். கண்ணுக்கெட்டின வரை எந்தப் பிரச்சினையும் இல்லை. எல்லாமே சரியா போனது, அப்படி

சரியா போகாதப்ப அதைச் சரிசெய்யுறதுக்கு எப்பவும் யாராச்சு ஒருத்தர் இருந்தாங்க. ஆனா ஒருநாள் ஒண்ணு நடந்துச்சு, அது எல்லாத்தையும் தகர்த்துடுச்சு. நான் இசைப்பயிற்சிப் பள்ளியோட கடைசி வருடத்துல இருந்தேன். அந்தசமயம் ஓரளவுக்கு முக்கியமான போட்டி வர இருந்துச்சு. நான் அதுக்காக தொடர்ந்து பயிற்சி பண்ணிக்கிட்டிருந்தேன், ஆனா திடீர்னு என் இடதுகை சுண்டுவிரல் அசையமாட்டேன்னுட்டுது. ஏன்னு எனக்குத் தெரியலை, ஆனா அது அசையலை. நான் அதைத் தேய்ச்சுவிட்டேன், சூடான தண்ணில வெச்சுபார்த்தேன், இரண்டொரு நாள் பயிற்சி பண்ணாம இருந்துபார்த்தேன். எதுவுமே சரிப்பட்டுவரலை. அதனால பயந்துபோய் டாக்டர்கிட்ட போனேன். அவங்க எல்லாவிதமான பரிசோதனைகளும் பண்ணினாங்க, ஆனா எந்த முடிவுக்கும் வரமுடியலை. அந்த விரல்ல பிரச்சினை எதுவும் இல்லை, நரம்புகளும் சரியாத்தான் இருந்துச்சு, அது அசையாம இருக்கிறதுக்கு எந்தக் காரணமும் இல்லைனு அவங்க சொன்னாங்க. நிச்சயம் பிரச்சினை உளவியல்ரீதியாதான் இருக்கணும்னு சொன்னாங்க. அதனால நான் ஒரு சைக்கியாட்ரிஸ்ட்கிட்ட போனேன், ஆனா அவருக்கும் உண்மையிலே என்ன நடந்துக்கிட்டிருந்துச்சுனு தெரியலை. அநேகமா போட்டிக்குமுன்னால வர்ற மனஅழுத்தமாதான் இருக்கணும்னு சொல்லி, கொஞ்ச நாளைக்கு பியானோ பக்கமே போகவேண்டாம்னு அறிவுரைசொன்னார்."

ரெய்னோ புகையை ஆழமாக இழுத்து வெளியேவிட்டாள். பின் கழுத்தை ஒருபுறமாக சிலமுறை திருப்பினாள்.

"அதனால இஸு கடற்கரையோரத்துல இருக்கிற என் பாட்டியோட இடத்துக்கு குணமாகறதுக்காகப் போனேன். நான் அந்தக் குறிப்பிட்ட போட்டியை மறந்து பியானோவை ஒருசில வாரத்துக்கு விட்டுவிலகி, உண்மையிலே நான் இயல்பா விரும்புற எல்லாத்தையும் செஞ்சபடி இருக்கணும்னு நினைச்சேன். ஆனா அது உதவலை. என்னால பியானோவைத்தவிர வேறெதையும் நினைக்க முடியலை. ஒருவேளை என் விரல் இனி எப்பவுமே அசையாமபோகலாம். அப்படி நடந்தா நான் எப்படி வாழ்வேன்? இந்த ஒரே எண்ணம் என் மனசுல திரும்பத் திரும்ப தொடர்ந்து வட்டமடிச்சுட்டு இருந்துச்சு. நான் நாலுவயசுலேயே பியானோ வாசிக்க ஆரம்பிச்சிருந்தேன்: பியானோ தவிர வேறெதையும் சிந்திக்காம வளர்ந்திருந்தேன். அந்த சமயத்துல என் மொத்த வாழ்க்கையா பியானோ இருந்ததுல ஆச்சரியமேயில்லை. என்னோட விரல் காயம்பட்டுடக் கூடாதுங்கிறதுக்காக எப்பவும் நான் வீட்டுவேலையே செஞ்சதில்லை. என்னோட பியானோ திறமைக்காக மட்டும்தான் மத்தவங்க என்மேல

கவனம் செலுத்தினாங்க. இந்த மாதிரி வளர்ந்த பொண்ணுகிட்ட இருந்து பியானோவை எடுத்துட்டா என்ன மிஞ்சும்? அதனால, மனசுடைஞ்சுபோச்சு! என் மனம் முழுசா குழம்பிடுச்சு. முழு இருட்டு."

அவள் தன் சிகரெட்டை தரையில் போட்டு நசுக்கினாள், பின் தனது கழுத்தை மீண்டும் சிலமுறை திருப்பினாள்.

"அது பியானோ இசைக்கலைஞராக ஆகும் என் கனவோட முடிவா இருந்துச்சு. நான் இரண்டு மாசம் மருத்துவமனைல இருந்தேன். நான் சரியாகிவந்த கொஞ்சநாள்ல என் விரல் அசைய ஆரம்பிச்சுடுச்சு. அதனால என்னால இசைப்பயிற்சிப் பள்ளிக்குத் திரும்பப் போகவும் பட்டம் வாங்கவும் முடிஞ்சுது. ஆனா எனக்குள்ள இருந்த ஏதோ ஒண்ணு மறைஞ்சுடுச்சு. என் உடம்புல இருந்து, ஒரு அபூர்வ சக்தி இல்லை ஏதோ ஒண்ணு மறைஞ்சுடுச்சு— ஆவியாயிடுச்சு. பியானோ கலைஞராகிறதுக்கான மனஉறுதி என்கிட்ட இல்லை, அதனால அந்த யோசனையைக் கைவிடும்படி டாக்டர் சொல்லிட்டார். அதனால பட்டம் வாங்கினப்புறம், வீட்டில் மாணவர்களை வைத்து அவர்களுக்குச் சொல்லித்தந்துக்கிட்டிருந்தேன். ஆனா நான் உணர்ந்தது கடும்வேதனை. என்னவோ என் வாழ்க்கையே முடிஞ்சது போலிருந்துச்சு. நான் என் இருபதுகளோட தொடக்கவயசுல இருந்தேன். ஆனா என் வாழ்க்கையோட சிறப்பான பகுதி முடிஞ்சிடுச்சு. அது எவ்வளவு பயங்கரமா இருக்கும்னு உன்னால உணரமுடியுதா? என்கிட்ட மகத்தான திறமை இருக்கு, ஒருநாள் கண்விழிச்சுப் பார்த்தா அது போயிடுச்சு. இனி எப்பவும் கைத்தட்டலே கிடையாது, யாரும் என்னைப் பத்தி பாராட்டிப் பேசப்போறதில்ல, ஒருத்தரும் என்ன அற்புதமா நான் வாசிச்சேன்னு சொல்லமாட்டாங்க. நான் ஒவ்வொரு நாளும் பக்கத்திலுள்ள வீட்டுக் குழந்தைகளுக்கு பேயர் பயிற்சியும் சாகித்யமும் சொல்லித் தந்துக்கிட்டிருந்தேன். நான் ரொம்ப துயரமா உணர்ந்து எப்பவும் அழுதுக்கிட்டேயிருந்தேன். நான் இழந்ததைப்பற்றியே நினைச்சுக்கிட்டு இருந்தேன். என்னைவிடவும் ரொம்பவே திறமை குறைவானவங்க எல்லாம் போட்டியில ரெண்டாவது இடம் வந்ததையும், குறிப்பிட்டதொரு அரங்கத்துல கச்சேரி அமைஞ்சிருக்கிறதையும் கேட்டு கண்ணுலயிருந்து கண்ணீர் பொங்கிவழியும்.

"என்னைப் புண்படுத்திடுவோமோனு பயந்து என் அப்பா அம்மா சத்தமில்லாம நடப்பாங்க. ஆனா அவங்க எவ்வளவுதூரம் ஏமாந்துபோயிருந்தாங்கனு எனக்குத் தெரியும். ரொம்பவும் பெருமிதப்பட்ட அவங்க மக திடீர்னு முன்னாள் மனநோயாளி.

அவங்களால எனக்குத் திருமணம்கூட செஞ்சு வைக்கமுடியாது. நாம மத்தவங்களோட வாழும்போது, அவங்க என்ன நினைக்கிறாங்கனு உணரமுடியும், அதை நான் வெறுத்தேன். நான் வெளியே போகவோ, பக்கத்திலிருக்கிறவங்க என்னைப்பத்தி பேசுறதையோ நினைச்சு பயந்தேன். ஆக, மறுபடியும் சடார்! திரும்பவும் அது நடந்துடுச்சு. அந்தக் குழப்பம், இருட்டு. அது எனக்கு 24 வயசு இருக்கிறப்ப நடந்துச்சு, இந்த முறை நான் ஏழுமாசம் ஆரோக்கிய வாசஸ்தலம் ஒண்ணுல இருந்தேன். இந்த இடம் இல்ல. ஒரு வழக்கமான, மனநோயாளிகளுக்கான உயரமான சுவர்களும் பூட்டிய வாசற்கதவுகளும் கொண்ட இடம் எனக்குத் தெரிஞ்சதெல்லாம், அந்த இடத்திலிருந்து எவ்வளவு சீக்கிரம் முடியுமோ அவ்வளவு சீக்கிரம் வெளியவர விரும்பினேன்கிறதுதான். அதனால குணமடையறதுக்காக விடாம போராடினேன். ஏழு மாசம்— மிக நீண்ட ஏழு மாசங்கள் அப்பதான் என்னோட சுருக்கங்கள் உருவாகத் தொடங்குனுச்சு” ரெய்கோ, தனது உதடுகள் இருபுறமும் விரிவடைய புன்னகைத்தாள்.

“அந்த மருத்துவமனையைவிட்டு வெளியேவந்து ரொம்பநாள் ஆகியிருக்காது. நான் ஒரு ஆளைச் சந்திச்சு திருமணம் செய்துக்கிட்டேன். அவன் என்னைவிட ஒரு வயது இளையவன், விமானம் தயாரிக்கும் நிறுவனத்தில் வேலைபார்த்த பொறியாளர், என்னோட மாணவர்கள்ல ஒருத்தன். அருமையானவன், அவன் நிறைய பேசினதில்லைனாலும் நேர்மையான, இணக்கமான ஆள். ஆறு மாசமா என்கிட்ட இசை கத்துக்கிட்டிருந்தான், எதிர்பாராம திடீரென அவனை திருமணம் செஞ்சுக்கச்சொல்லி என்னைக் கேட்டான். ஒருநாள் பாடம்முடிஞ்சு நாங்க டீ சாப்பிட்டுக்கிட்டிருக்கையில— சும்மா சாதாரணமா கேட்டான், உன்னால இதை நம்பமுடியுதா? நாங்க ஒருமுறைகூட சேர்ந்து வெளியபோனதோ, இல்லை கைகோத்து நடந்ததோகூட இல்லை. அவன் நான் கொஞ்சமும் எதிர்பார்க்காதப்ப இப்படிச் செஞ்சுட்டான்.. நான் அவன்கிட்ட என்னால திருமணம் செஞ்சுக்க முடியாதுன்னேன். எனக்கு உன்னைப் பிடிக்கும், உன்னை நல்லதொரு ஆணா நினைக்கிறேன். ஆனா சில குறிப்பிட்ட காரணங்களால, என்னால உன்னை திருமணம் செஞ்சுக்கமுடியாதுன்னு சொன்னேன். அவன் என்ன காரணம்னு தெரிஞ்சுக்க விரும்பினான். அதனால முழு நேர்மையோட மனநலம் சரியில்லாம நான் இரண்டு வெவ்வேற மருத்துவமனையில அனுமதிக்கப்பட்டது எல்லாத்தையும் விளக்கினேன். என்ன காரணத்தால அப்படி ஆனது, என் நிலைமை, திரும்பவும் அதுபோல நிகழறதுக்கான சாத்தியம் எல்லாத்தையும்

அவன்கிட்ட சொன்னேன். அவன் யோசிக்கிறதுக்கு அவகாசம் தேவைன்னு சொன்னான், தேவையான அவகாசத்தை எடுத்துக்கச் சொல்லி அவனை உற்சாகப்படுத்துனேன். ஆனா ஒரு வாரத்துக்கப்புறம் அவன் பாடம் கத்துக்க வந்தப்ப, அவன் இப்பவும் என்னை திருமணம் செஞ்சுக்க விரும்புறதா சொன்னான். நான் அவனை மூணுமாசம் காத்திருக்கச் சொன்னேன். நாம ஒருத்தரையொருத்தர் மூணுமாசம் பார்த்துப் பழகுவோம். அப்புறமும் அவன் என்னைத் திருமணம் செஞ்சுக்கவிரும்பினா, நாம அதைப்பத்தி திரும்பவும் பேசலாம்னு சொன்னேன்.

“வாரத்துக்கு ஒருமுறைனு மூணு மாசம் நாங்க டேட்டிங் போனோம். நாங்க எல்லா இடத்துக்கும் போனோம், எல்லாத்தையும் பத்தி பேசினோம். நான் அவனை ரொம்பவே விரும்பத்தொடங்கினேன். நான் அவனோட இருந்தபோது, கடைசியில என் வாழ்க்கை என்கிட்டயே திரும்பினமாதிரி உணர்ந்தேன். அவனோட தனியா இருக்கிறது ஒரு அற்புதமான ஆறுதல் உணர்வைத் தந்துச்சு. எனக்கு நடந்த பயங்கரமான விஷயங்களை என்னால மறக்கமுடிஞ்சுது. நான் ஒரு பியானோ இசைக்கலைஞரா ஆகமுடியலைனா என்ன? நான் மனநல மருத்துவமனைக்கு போகநேர்ந்திருந்தா அதனாலென்ன? என் வாழக்கை முடிஞ்சுடலை. இன்னும் வாழ்க்கை நான் அனுபவப்படாத அற்புதமான விஷயங்களால நிறைஞ்சதுதான். என்னை அந்தவிதமா உணரவெச்சதுக்காக மட்டுமே, நான் அவனுக்கு பெரிதும் நன்றிக்கடன் பட்டிருப்பதா உணர்ந்தேன். மூணுமாசம் போனதும் அவன் என்கிட்ட திரும்பவும் அவனைத் திருமணம் செஞ்சுக்கச்சொல்லி கேட்டான். நான் அவன்கிட்ட சொன்னது இதுதான்: நீ என்கூட படுக்கவிரும்பினா, அதைப் பத்தி கவலைப்படலை. நான் இதுவரை யார்கூடவும் படுத்ததில்லை, அதோட எனக்கு உன்னை ரொம்ப பிடிக்கும். அதனால என்கூட உறவு வெச்சுக்க விரும்பினா, நான் அதைப்பத்தி கொஞ்சமும் வருத்தப்படமாட்டேன். ஆனா என்னைத் திருமணம் செஞ்சுக்கிறதுங்கிறது முழுக்க வேறவிஷயம். நீ என்னைத் திருமணம் செஞ்சுக்கிட்டா, என்னோட எல்லா பிரச்சினைகளையும் நீ எதிர்கொள்ள வேண்டிவரும். அது நீ நினைக்கிறதைவிடவும் ரொம்ப மோசமானதா இருக்கும்.

“அதற்கு அவன் அதைப்பத்தி கவலையில்லை, அவன் என்கூட வெறுமனே படுக்க மட்டும் விரும்பலை, என்னைத் திருமணம் செஞ்சுக்க, எனக்குள் இருக்கிற எல்லாத்தையுமே பகிர்ந்துக்க விரும்பறதா சொன்னான். அதோட அவன் நிஜமாவே அப்படித்தான் நினைச்சிருந்தான். அவன், தான் உண்மையிலே

என்ன நினைச்சானோ அதைமட்டுமே சொல்லக்கூடிய, என்ன சொல்றானோ அதைச் செய்யக்கூடிய வகையைச் சேர்ந்தவன். அதனால அவனைத் திருமணம் செய்ய சம்மதிச்சேன். என்னால செய்யமுடிஞ்சது அதுதான். நாங்க திருமணம் செஞ்சுக்கிட்டோம். பார்க்கப்போனா நாலுமாசத்துக்குப் பின்னாலனு நினைக்கிறேன். அவன் எனக்காக அவனோட தாய்— தகப்பன்கிட்ட சண்டைபோட்டான். அவங்க அவனைத் தலைமுழுகிட்டாங்க. அவன் ஷிகோகுவோட புறநகர்ப்பகுதியில வசித்த பழமையான குடும்பத்தைச் சேர்ந்தவன். அவங்க என் பின்னணியை விசாரிச்சு, நான் இருமுறை மருத்துவமனையில் சேர்க்கப்பட்டதைக் கண்டுபிடிச்சிருந்தாங்க. அவங்க திருமணத்துக்கு எதிர்ப்பு தெரிவிச்சதிலே ஆச்சரியமே இல்லை. அதனால நாங்க திருமணசடங்கை ஏற்பாடு செய்யவில்லை. பதிவு அலுவலகம்போய் எங்க திருமணத்தைப் பதிவுசெஞ்சுட்டு, ஹகானேவுக்குப் போய் இரண்டு இரவுகள் சந்தோஷமா இருந்தோம். அதுவே எங்களுக்கு போதுமானதா இருந்துச்சு. நாங்க சந்தோஷமா இருந்தோம். ஆக, கடைசியில் எனக்குத் திருமணமான நாள்வரை நான் கன்னியாகவே இருந்தேன். அப்ப எனக்கு 25 வயது. உன்னால இதை நம்பமுடியுதா?"

ரெய்கோ பெருமூச்சுவிட்டபடி திரும்பவும் கூடைப்பந்தை எடுத்தாள். "நான் அவனோடு இருக்கிறவரையில் எனக்கு பிரச்சினை இருக்கப்போறதில்லைனு நான் நினைச்சேன்," என்றபடி தொடர்ந்தாள். "நான் அவனுடன் இருக்கும்வரையில், என்னோட பிரச்சினைகள் விலகியிருக்கும். எங்களைப் போன்ற நோயுடையவர்களுக்கு அதுதான் மிக முக்கியமான விஷயம். ஒரு நம்பக உணர்வு. நான் அவனோட கைகள்ல என்னை ஒப்படைச்சா, நான் நல்லா இருப்பேன். என்னோட நிலைமை கொஞ்சம் மோசமானாலும்— ஒரு திருகாணி சற்றே தளர்வானாலும் அவன் நேரடியா கவனிப்பான், மகத்தான அக்கறையோடயும் நிதானத்தோடயும் அதைச் சரிசெய்வான். அவன் அந்த திருகை மீண்டும் இறுக்கிவிடுவான், சிடுக்கான இழைகளைத் திரும்பவும் அந்தந்த இடத்தில் சேர்த்துவைப்பான். நாங்க இதுமாதிரியான நம்பிக்கை வைச்சிருந்தா, எங்க நோய் விலகியே நிற்கும். அதன்பிறகு எப்பவும் மனமுறிவே இல்லை. நான் மிகவும் மகிழ்ச்சியாக இருந்தேன். வாழ்க்கை மிக அற்புதமாக இருந்தது. ஒருவர் என்னை ஆர்ப்பரிக்கும், குளிரான கடலிலிருந்து மீட்டு, போர்வையால் போர்த்தி, கதகதப்பான படுக்கையில் கிடத்தியதுபோல நான் உணர்ந்தேன். எங்களுக்கு திருமணமாகி இரண்டு வருடங்களுக்குப் பின்னால எனக்கு குழந்தை பிறந்துச்சு. அப்புறம் உண்மையிலே எனக்கு கைநிறைய

வேலை. இயல்பாவே என் நோயைப் பற்றியே மறந்துட்டேன். நான் அதிகாலையில் எழுந்து வீட்டுவேலைகளைச் செஞ்சு, குழந்தையைக் கவனிச்சு, கணவர் வேலையிலிருந்து திரும்பினதும் அவருக்கு சாப்பாடுதர வேண்டியிருந்துச்சு. நாளுக்குநாள் அதே வேலைகள்தான், ஆனா நான் மகிழ்ச்சியா இருந்தேன். அதுதான் அநேகமாக என் வாழ்விலேயே மகிழ்ச்சியான தருணம். எத்தனை வருஷம் அது நீடிச்சுதுனு எனக்கு ஆச்சரியா இருக்கு? குறைஞ்சபட்சம் எனக்கு 31 வயதாகும்வரை. அப்புறம் திடீர்னு ' சடார்'. அது மறுபடியும் நடந்துச்சு. நான் நொறுங்கிப்போனேன்."

ரெய்கோ ஒரு சிகரெட்டைப் பற்றவைத்தாள். காற்று நின்றுபோயிருந்தது. புகை நேரே மேலெழுந்து இரவின் இருளுக்குள் மறைந்தது. அதன் பின்பே வானம் நட்சத்திரங்களால் நிறைந்திருந்ததை நான் உணர்ந்தேன்.

"ஏதாச்சும் நடந்துச்சா?" நான் கேட்டேன்.

"ஆமா," என்றாள் அவள், "எனக்காகவே வலைவிரிச்சதுபோல ரொம்ப விநோதமான ஒண்ணு, அதைப்பத்தி நினைச்சாலே இப்பவும் நான் நடுங்கிப் போய்டுவேன்." சும்மாயிருந்த கையால் ரெய்கோ தன் நெற்றிப்பொட்டைத் தேய்த்தாள். "என்னைப் பத்தின இந்தப் பேச்சையெல்லாம் உன்னைக் கேட்கும்படிச் செய்றதுக்காக நான் வருத்தப்படறேன். நீ இங்க நவோகோவைப் பார்க்கிறதுக்காக வந்திருக்கிறியே தவிர என் கதையைக் கேட்குறதுக்கு இல்லை."

"ஆனாலும் நான் உண்மையிலே இதைக் கேட்க விரும்புறேன்." என்றேன் நான். "உங்களுக்கு ஆட்சேபமில்லைனா மீதிக் கதையை யும் கேட்க விரும்பறேன்."

"சரி," என ரெய்கோ தொடங்கினாள், "எங்க மகள் மழலையர் பள்ளிக்குப் போனதும் நான் மறுபடியும் கொஞ்சம் கொஞ்சமா இசைக்கத்தொடங்கினேன். வேற யாருக்காகவும் இல்லாம எனக்காக. நான் பாக், மொஸார்ட், ஸ்கார்லட்டி இவங்களோட சிறு பகுதிகள்ல இருந்து தொடங்கினேன். நிச்சயமா, அத்தனை நீண்ட இடைவெளிக்குப் பின்னால, இசைக்கான என்னோட உணர்வு உடனடியா வந்துடலை. என்னோட விரல்கள் பியானோ வுல வழக்கம்போல இழைஞ்சு வாசிக்கலை, ஆனா நான் மறுபடியும் பியானோ இசைச்சதுல உற்சாகமாயிட்டேன். பியானோவோட கட்டைகள்ல என் விரல்கள் இருந்தப்பதான், நான் எத்தனைதூரம் இசையை நேசிச்சிருக்கேன், அதுக்காக ஏங்கிப்போயிருக்கேன்னு உணர்ந்தேன். நமக்காகவே இசைக்கமுடியறது ஒரு அற்புதமான விஷயம்.

"நான் முன்னாலயே சொன்னமாதிரி, நாலு வயசிலிருந்தே நான் பியானோ வாசிச்சுக்கிட்டிருந்தேன், ஆனா நான் ஒருமுறைகூட எனக்காக வாசிச்சதில்லைங்கிறதை உணர்ந்தேன். நான் எப்பவும் ஒரு தேர்வுல வெற்றி பெறவோ இல்ல ஒரு பாடப் பயிற்சியாவோ, இல்லை யாரையாச்சும் கவர்றதுக்காகவோதான் முயற்சிபண்ணியிருக்கேன். நாம ஒரு இசைக் கருவியில கைதேர்ந்தவங்களா வர்றதுக்கு நிச்சயமா அதெல்லாம் முக்கியமான விஷயங்கள்தான். ஆனா ஒரு குறிப்பிட்ட வயசுக்குப் பின்னால நாம நமக்காக இசைக்கணும். அதுதான் இசை. நான் எலைட் கோர்ஸில் பாதியிலேயே நின்னு, என்னோட முப்பத்தொண்ணாவது பிறந்தநாளை கடக்கிறதுக்கு முன்னால கடைசியாக அதைக் காணமுடிஞ்சது. நான் என்னோட குழந்தையை மழலையர் பள்ளிக்கு அனுப்பிட்டு, அவசர அவசரமா வீட்டுவேலைகளை முடிச்சுட்டு, அப்புறமா ஒண்ணோ இரண்டோ மணிநேரம் எனக்குப் பிடிச்ச இசையை வாசிப்பேன். இதுவரைக்கும் ரொம்பவே நல்லாயிருக்கு சரியா?"

நான் ஆமோதித்தேன்.

"அப்புறம் ஒருநாள் நான் தெருவுல சந்திக்கிறப்ப குறைஞ் சபட்சம் ஹலோ சொல்ற அளவுக்கு நல்லா தெரிஞ்ச, பக்கத்துவீட்டுப் பெண்கள்ல ஒருத்தர் வீட்டுக்கு வந்தாங்க. அவங்க தன்னோட மகளுக்கு பியானோ கத்துக்கொடுக்கச்சொல்லி கேட்டாங்க. நாங்க அதே இடத்தில் அருகருகே இருந்தபோதும், எங்களது வீடுகள் பெரிதும் தள்ளியிருந்தன. அதனால எனக்கு அவரோட மகளைத் தெரியாது. அந்தப் பெண்மணி— அவரது மகள் எனது வீட்டைக் கடக்கும்போது நான் வாசிப்பதைக் விரும்பிக்கேட்பாள் எனச் சொன்னாள். அவள் சில சமயங்களில் என்னைப் பார்த்திருப்பதாகவும், இப்போது நான் அவளுக்கு கற்றுத்தரவேண்டுமெனச் சொல்லி அவளது அம்மாவை நச்சரிப்பதாகவும் சொன்னாள். அவள் ஒன்பதாவது படிப்பதாகவும் பலரிடம் இசைபடிக்கச் சென்றதாகவும், ஏதோ ஒரு காரணத்தால் அது சரிவர அமையவில்லை எனவும், இப்போது அவள் யாரிடமும் இசைபடிக்கச் செல்லவில்லை எனவும் கூறினாள்.

"நான் அவளிடம் முடியாதென சொல்லிவிட்டேன். நான் சில வருடங்களாக பியானோவையே தொடவில்லை. அதோட முழுக்க முதன்முதலா இசைபடிக்கத் தொடங்குற ஒருத்தரை ஏத்துக்கறதுதான் சரியா இருக்கும், இசைப்பயிற்சியை மேற்கொண்டு பல வருடங்களான ஒருத்தரை ஏத்துக்கிறது எனக்கு சாத்தியமேயில்லாததா இருக்கும். அதுமட்டுமில்லாம நான் என்

சொந்தக் குழந்தையைக் கவனிக்கிறதுல ரொம்ப மும்முரமா இருந்தேன். ஆசிரியரை தொடர்ந்து மாத்துறமாதிரியான குழந்தைக்கு யாரும் கற்றுத்தரமுடியாது. இருந்தாலும் இதையெல்லாம் நான் அந்தப் பெண்மணிகிட்ட நான் சொல்லலை. அதனால அந்தப் பெண்மணி அவளோட மகளை நான் ஒருமுறை சந்திக்கணும்னு கேட்டுக்கிட்டாங்க. அவள் பெரிதும் வற்புறுத்துகிற பெண்ணாயிருந்தாள், அத்தனை சீக்கிரம் அவள் விட்டுவிட மாட்டாளென எனக்குத் தெரிந்ததால், நான் அந்தப் பெண்ணைச் சந்திக்க சம்மதித்தேன்— ஆனால் வெறுமனே சந்திக்க மட்டுமே சம்மதித்தேன். மூன்று நாளுக்கப்புறம் அந்தப் பெண் தானாகவே வீட்டுக்குவந்தாள் அவள் ஒரு பரிபூரண தேவதை— கலப்பில்லாத, இனிமையான, சந்தேகத்துக்கிடமில்லாத அழகி. நான் அப்பவும் அதற்குமுன்னாலயும் அப்படியொரு அழகிய சிறுமியைப் பார்த்ததில்லை. அவ புதிதாக அரைத்தெடுக்கப்பட்ட இந்தியன் இங்கைப்போன்று கரிய, பளபளப்பான கூந்தலையும் மின்னும் கண்களையும், மெலிந்த, அழகிய கை கால்களையும் இப்போதுதான் ஒருவர் படைத்தது போன்று தெரியக்கூடிய, மென்மையான சிறிய இதழ்களையும் கொண்டிருந்தாள். நான் அவளை முதலில் பார்த்தபோது என்னால் பேசமுடியவில்லை, அவள் அந்தளவுக்கு அழகாக இருந்தாள். எனது ஸோபாவில் அவள் அமர்ந்ததும், எனது வசிப்பறை அழகிய வரவேற்பறையாக மாறியது. அவளை நேருக்குநேர் பார்க்கவே சிரமமாக இருந்தது. நான் ஓரக்கண்ணால் பார்க்கவேண்டியிருந்தது. எப்படியோ, அவள் அப்படித்தான் இருந்தாள். என்னால இப்பவும் அவ உருவத்தை தெளிவா நினைச்சுப் பார்க்கமுடியும்.”

ரெய்கோ, உண்மையிலே அந்தப் பெண்ணின் உருவத்தை மனக் கண்ணில் காண்பதுபோல் தனது கண்களைச் சுருக்கினாள்.

“காபி சாப்பிட்டபடியே நாங்க ஒருமணி நேரம் பேசுனோம். இசை, அவளோட பள்ளிக்கூடம்னு கிட்டத்தட்ட எல்லாத்தையும், எல்லாவிதமான விஷயங்களையும் பத்தி பேசுனோம். என்னால நேரடியாவே அவ ஒரு புத்திசாலிங்கிறதை பார்க்கமுடிஞ்சுது. எப்படிப் பேசணும்கிறதை அவ தெரிஞ்சுவைச்சிருந்தா. அவ தெளிவான, புத்திசாலித்தனமான அபிப்ராயம் வெச்சிருந்தா. மத்தவங்களை ஈர்க்கிற தன்மை இயல்பாகவே அவளுக்கு அமைஞ்சிருந்தது. அது கிட்டத்தட்ட பயமுறுத்துற ஒண்ணா இருந்துச்சு. எது அவகிட்ட பயமுறுத்துறதா இருந்துச்சுனு அந்த சமயத்துல ரொம்ப சரியா சொல்லமுடியலை. அவ எவ்வளவு பயங்கர புத்திசாலியா இருந்தாங்கிறது மட்டும்தான் எனக்குத் தோணுச்சு. ஆனா அவமுன்னால எனக்குனே இருக்கக்கூடிய, இயல்பான மதிப்பிடுற திறமையைக்கூட இழந்தேன். அவ ரொம்ப

இளமையாவும் அழகாகவும் இருந்தா, என்னோட அசிங்கமான, கோணலான மனசால தன்னைப்பற்றி எதிர்மறையான எண்ணங்களை மட்டுமே கொண்ட, அவலட்சமணமான மனித ஜென்மமா என்னைப் பார்க்குற அளவுக்கு அவளோட அழகு இருந்துச்சு."

ரெய்கோ தன் தலையை சிலமுறை குலுக்கினாள். "நான் மட்டும் அவளைப்போல அழகாவும் புத்திசாலியாகவும் இருந்திருந்தா, நான் இயல்பான மனுஷியா இருந்திருப்பேன். நாம அந்தளவு அழகாவும் புத்திசாலியாவும் இருக்கிறப்ப நமக்கு வேறென்ன வேணும்? எல்லாரும் நம்மை அந்தளவுக்கு நேசிச்சா நாம ஏன் நம்மைவிட கீழானவங்களை வெற்றிபெறவும் இம்சையும் பண்ணனும்? அந்த மாதிரி நடந்துக்கிறதுக்கான காரணம் என்னவா இருக்கும்?"

"அவ உங்களுக்கு பயங்கரமா எதுவும் பண்ணினாளா?"

"ம், அந்த பொண்ணுக்கு பொய்சொல்றது ஒரு வியாதியைப் போல இருந்துச்சுங்கிறதை நான் சொல்லியாகணும். அவ நோய்மையுள்ளவ, தூய்மையானவ, எளிமையானவ. அவ எல்லாத்தையும் கதைகட்டுவா. தன்னோட கதைகளை உருவாக்குற அதேநேரத்துல, அதை அவ நம்பவும் தொடங்குவா. அப்புறம் தன்னைச் சுற்றியுள்ள விஷயங்களை, தன்னோட கதைக்குப் பொருந்துறமாதிரி செய்வா. சாதரணமா நமக்கு விநோதமா படற விஷயங்களை, நம்மைவிட ஒருபடி முன்னதாகவே இருந்துக்கிட்டு கவனமெடுத்துக்கிட்டுச் செயல்படுற அப்படியொரு வேகமான மூளையைக் கொண்டிருந்தா. அதனால அவ பொய் சொல்றானே நமக்குத் தோணாது. எல்லாத்துக்கும்மேல அப்படியொரு அழகான சின்னப் பொண்ணு, ரொம்ப சாதாரணமான விஷயங்கள்ல பொய்சொல்வானு யாரும் சந்தேகப்பட மாட்டாங்க. நான் நிச்சயமா சந்தேகப்படலை. அவ ஆறு மாசமா என்கிட்ட, ஏதோ தப்பா இருக்கேங்கிற லேசான எண்ணம் வர்றதுக்கு முன்னால ஆயிரக்கணக்குல பொய் சொன்னா. அவ எல்லாத்தையும் பத்தி பொய் சொன்னா. நான் அப்பவும் சந்தேகப்படவேயில்லை. இது வேடிக்கையா தெரியுதேனு நான் நினைச்சிருந்தேன்."

"எதைப்பத்தி அவ பொய்சொன்னா?"

"நான் எல்லாத்தை பத்தியும்னு சொன்னப்ப, நான் எல்லாத்தையும்கிற அதே அர்த்தத்துலதான் சொன்னேன்." ரெய்கோ ஒரு கேலிச்சிரிப்பை வெளிப்படுத்தினாள். "ஒருத்தர் எதைப்பற்றியாவது பொய்சொல்லும்போது முதல் பொய்யை

மறைக்க நிறைய பொய்சொல்லவேண்டி வரும். அதுக்கு மித்தோமேனியானு பெயர். வழக்கமான மித்தோமேனியா நபர்கள் பொய் சொல்றதை நிறையபேர் கவனிச்சிருப்பாங்க, இவங்க அப்பாவி வகையறாவா இருப்பாங்க. ஆனா இந்தப் பொண்ணு அப்படியில்ல. தன்னைக் காப்பாத்திக்கிறதுக்காக புருவத்தைக்கூட இமைக்காம ஆபத்தான பொய்களைச் சொல்வா. என்னவெல்லாம் தோணுதோ அப்படியெல்லாம் பொய்சொல்வா. அவ பேசிக்கிட்டிருக்கிற ஆளைப் பொறுத்து கூடுதலாவோ குறைவாவோ பொய்சொல்வா. அவ அம்மாகிட்டயோ இல்லை அவளை நல்லா தெரிஞ்ச நெருங்கிய நண்பர்கள்கிட்டயோ அவ எப்பவும் பொய்யே சொல்லமாட்டா, அப்படியே சொன்னாலும் உண்மையில ரொம்ப ரொம்ப கவனமா அது வெளிப்படாத மாதிரி பொய்சொல்வா. அப்படியே அவ பொய் சொன்னது தெரிஞ்சாலும் அவ கம்மிய குரல்ல, அவளோட அழகான கண்கள்ல இருந்து கண்ணீர் பொங்கிவழிய சாக்குப்போக்கு ஒண்ணைக் கண்டுபிடிச்சு சொல்வா, இல்ல மன்னிப்பு கேட்பா. அப்புறம் யாராலயும் அவமேல ஆத்திரப்பட முடியாது.

"அவ ஏன் என்னைத் தேர்ந்தெடுத்தானு இன்னும் எனக்குத் தெரியலை. நான் அவ சூழ்ச்சிக்கிரையான மற்றொரு நபரா இல்லை அவ நிறைவேற்றம் காணுறதுக்கான ஆதாரமானு எனக்குத் தெரியலை. நிச்சயமா, இது இப்ப ஒரு விஷயமே இல்லை. இப்ப எல்லாம் முடிஞ்சுடுச்சு. இப்பதான் நான் இப்படி இருக்கேன்."

ஒரு சிறு மௌனம் தொடர்ந்தது.

"அவ வீட்டைக் கடந்தப்ப நான் இசைக்கிறதைக் கேட்டு உணர்ச்சிவசப்பட்டதா அவங்கம்மா சொன்னதையே இவளும் திரும்பச் சொன்னா. அவ என்னை தெருவுல சிலமுறை பார்த்திருக்கிறதாவும் அதோட என்னை ஆராதிக்கத் தொடங்கிட்டதாகவும சொன்னா. அவ உண்மையில ஆராதனைங்கிற வார்த்தையைப் பயன்படுத்தினா. அது என்னை வெட்கத்தால ரொம்பவே சிவந்துபோக வைச்சுது. அப்படியொரு அழகான குட்டிப் பொம்மை மாதிரியான பொண்ணால ஆராதிக்கப்படறதை நான் சொன்னேன். ஏற்கெனவே நான் என் முப்பதுல இருந்தாலும் அது ஒரு முழுமையான பொய்ங்கிறதை நான் யோசிக்கலை, நிச்சயமா அவளைப்போல அழகாவோ, புத்திக் கூர்மையோடவோ நான் எப்பவும் இருந்ததில்லை, ஆனாலும் அவளை என்கிட்ட ஈர்க்கிற, அவகிட்ட இல்லாத ஏதோ ஒண்ணு நிச்சயம் என்கிட்ட இருந்திருக்கணும்னு நம்புனேன். அதுதான் அவ என்கிட்ட ஆர்வம்காட்டறதுக்கான

தொடக்கமா இருந்திருக்கும். திரும்பிப் பார்க்கிறப்ப, நான் அதை இப்பவும் நம்பறேன். நான் தற்பெருமை பேசிக்கிட்டிருக்கலை."

"இல்லை, நீங்க என்ன சொல்ல வர்றீங்கனு எனக்குத் தெரியும்னு நான் நினைக்கிறேன்."

"அவ தன்கிட்ட கொஞ்சம் இசையறிவு இருக்கிறதுனும், அதை எனக்காக வாசிச்சுக் காட்டலாமானும் கேட்டா. நான் அவளை அனுமதிச்சேன். அது பாக்கோட கண்டுபிடிப்பு. அவ வாசிச்சவிதம் சுவாரஸ்யமா இருந்துச்சு. இல்ல நான் அதை விநோதம்னு சொல்லணுமா? அது சாதாரணமானது இல்லை. நிச்சயமா அது வாசிச்சு வாசிச்சு மெருகேற்றப்பட்டதாவும் இல்லை. அவ தொழில்முறை இசைப்பள்ளிக்குப் போயிருக்கலை, அதோட அவ படிச்சிருந்த, படிச்சுக்கிட்டிருந்த பாடமும் அப்போதைக்கப்பதா படிச்சதாயிருந்துச்சு. அவ பெரிதும் தனக்குத்தானே கத்துக்கிட்டிருந்தா. அவளோட திறமை பயிற்றுவிக்கப்படாதது. அவள் இசைப்பள்ளியின் தகுதிச்சுற்றின் முதல்கட்டத்திலே நிராகரிக்கப்பட்டிருப்பா. ஆனாலும் அவ செஞ்சுகாட்டினா. *90* சதவிகிதம் பயங்கர மோசமா இருந்தபோதும், மிச்ச *10* சதவிகிதம் இருந்துச்சு. அவ அதைப் பாடவெச்சா. அதுதான் இசை. அதுதான் பாக் இன்வென்ஷன். அதனால அவமேல எனக்கு ஆர்வம் வந்துச்சு. நான் அவளைப் பத்தி முழுக்க அறிய விரும்பினேன்.

"அவளைவிடவும் பாக்கை சிறப்பாக வாசிக்கும் குழந்தைங்க உலகம் முழுக்க இருக்கிறாங்கனு சொல்லத் தேவையில்லை. இருபது மடங்கு சிறப்பாக. ஆனால் பெரும்பாலானவங்களோட வாசிப்பு, அவர்களுக்கு ஒன்றுமேயில்லை. அவர்கள் வெறுமையாய், காலியாய் இருப்பார்கள். அந்தப் பெண்ணின் தொழில்நுட்பம் மோசமானது. ஆனால் தனது வாசிப்பில் மற்றவர்களைத் தன்வசம் ஈர்க்கக்கூடிய — குறைந்தபட்சம் என்னை ஈர்க்கக்கூடிய சிறு வசீகரிப்பைக் கொண்டிருந்தாள். அதனால்தான் அவளுக்கு சொல்லித்தருவது நிச்சயம் பயனுள்ளது என்ற முடிவுக்குவந்தேன். நிச்சயமா அந்த கட்டத்தில் அவளுக்குத் திரும்ப பயிற்சியளித்து அதில் தேர்ந்தவளாக ஆக்குவது என்ற கேள்விக்கே இடமில்லை. ஆனால், தனக்காக இசைத்து அனுபவிக்கும் ஒருத்தியாக— அப்போது நானிருந்ததுபோல— இருக்கிறதுபோல மகிழ்ச்சியான பியானோ கலைஞராக அவளை உருவாக்குவது சாத்தியமென நான் உணர்ந்தேன். எனினும் அது வெற்றுநம்பிக்கை என தெரியவந்தது. அவள், முழுக்கமுழுக்க தனக்காக விஷயங்களை மேற்கொள்ளும் வகையாக இல்லை. அந்தச் சிறுமி, ஒவ்வொரு வாய்ப்பையும் மற்றவர்கள் அவளைப் பாராட்டவும் வியக்கவும்

அவள் என்ன செய்யவேண்டுமென்பதை நுட்பமாக திட்டமிட்டுச் செய்பவளாக இருந்தாள். எது மற்றவர்கள் அவளைப் புகழவும் பாராட்டவும் காரணமாகுமென மிகச் சரியாக அறிந்திருந்தாள். மேலும் எந்த மாதிரி வாசித்தால், அது என்னை ஈர்க்கும் என்பதையும் துல்லியமாக அறிந்திருந்தாள். நான் நிச்சயமா சொல்றேன், அவ எல்லாத்தையும் கணக்குப்போட்டு, திரும்பத் திரும்ப வாசித்துப் பழகிய ரொம்ப முக்கியமான பகுதியை என்னிடம் பாராட்டுப் பெறுவதற்காக வாசிச்சா. அவ அப்படிச் செய்றதை என்னால பார்க்கமுடிஞ்சது.

"இதெல்லாம் எனக்குத் தெளிவான பிறகும்கூட அது அற்புதமான வாசிப்புனு நம்பறேன், நான் அதை திரும்பவும்கேட்டா என் முதுகுத்தண்டுல அதே குளிர் இறங்குறதை நான் உணர்ற அளவுக்கு அது அற்புதமான வாசிப்பு. அவளோட குறைகள், கள்ளத்தனம், பொய்கள் எல்லாம் எனக்குத் தெரிஞ்சிருந்தும், என்னால இப்பவும் அதை உணரமுடியுது. உலகத்துல இப்படியும் சில விஷயங்கள் இருக்குனு உனக்கு நான் சொல்லிக்கிட்டிருக்கேன்."

ரெய்கோ தொண்டையைச் செருமி சரிப்படுத்திக்கொள்வதற்காக சற்று நிறுத்தினாள்.

"ஆக, நீங்க அவளை மாணவியா ஏத்துக்கிட்டீங்க?" நான் கேட்டேன்.

"ஆமா. வாரத்துக்கு ஒரு பாடம். சனிக்கிழமை காலையில அவளோட பள்ளிக்கூடம் விடுமுறை. அவ ஒருமுறைகூட பாடம் கேட்கத் தவறுனதில்லை. தாமதமா வந்ததில்லை. அவ ஒரு முன்மாதிரி மாணவியா இருந்தா. அவ எப்பவும் தன்னோட பாடத்துக்காக பயிற்சி செஞ்சுட்டு வருவா. ஒவ்வொரு பாடம் முடிஞ்சதும் நாங்க கேக் சாப்பிட்டுக்கிட்டே பேசிக்கிட்டிருப் போம்."

அந்த சமயத்தில் திடீரென எதுவோ நினைவுக்குவந்ததுபோல ரெய்கோ தன் கடிகாரத்தைப் பார்த்தாள்.

"நாம அறைக்குத் திரும்பணும்னு நீ நினைக்கலையா? நவோகோ பத்தி கொஞ்சம் நான் கவலைப்படுறேன். நீ இப்ப அவளை மறந்துருக்க மாட்டேனு நிச்சயமா நினைக்கிறேன், மறந்துடலைதானே?"

"நிச்சயமா இல்லை," நான் சிரித்தேன். "நான் உங்களோட கதையில மூழ்கிப்போயிட்டேன் அவ்வளவுதான்."

“மிச்சத்தையும் நீ கேட்க விரும்பினா, நான் உனக்கு நாளைக்குச் சொல்றேன். ஒரே தடவையில சொல்லமுடியாத அளவுக்கு இது ஒரு பெரிய கதை.”

“நீங்க ஒரு சரியான ஷெர்ஷாத் (Scheherazade)”

“எனக்குத் தெரியும்,” என்னுடன் சேர்ந்து அவளும் சிரித்தபடியே சொன்னாள். “நீ எப்போதைக்குமா டோக்கியோவுக்குத் திரும்பமாட்ட.”

நாங்கள் மரங்களின் நடுவேயிருந்த பாதையில் திரும்ப நடந்து குடியிருப்புக்குத் திரும்பினோம். மெழுகுவர்த்திகள் அணைந்துபோய் வசிப்பறை வெளிச்சமின்றிக் காணப்பட்டது. படுக்கையின் கதவு திறந்திருக்க, இரவுநேர மேஜையின்மீது விளக்கு ஒளிர்ந்துகொண்டிருக்க அதன் மங்கிய வெளிச்சம் வாசிப்பறையில் பரவியிருந்தது. நவோகோ சோபாவில் மனச்சோர்வுடன் அமர்ந்திருந்தாள். அவள் தளர்வான நீலநிற மேல்சட்டைக்கு மாறியிருக்க, அதன் கழுத்துப் பகுதி அவளது கழுத்தைப் இறுகப் பற்றியிருந்தது, அவளது கால்கள் சோபாவில் அவளுக்குக் கீழே மடங்கியிருந்தன. ரெய்கோ அவளை நெருங்கி ஒரு கையை அவளது உச்சந்தலையின்மீது வைத்தாள்.

“இப்ப உனக்குப் பரவாயில்லையா?”

“நான் நல்லாயிருக்கேன், ஸாரி” நவோகோ மெலிந்த குரலில் பதிலளித்தாள். பின் அவள் என் பக்கம் திரும்பி தனது வருத்தத்தைத் திரும்பவும் தெரிவித்தாள். “நான் நிச்சயமா உன்னைப் பயமுறுத்தியிருக்கணும்.”

“கொஞ்சமா,” நான் ஒரு புன்னகையோடு சொன்னேன்.

“இங்க வா,” நவோகோ அழைத்தாள். நான் அவளருகில் அமர்ந்தபோது அவளது கால்கள் இன்னும் மடங்கியே இருக்க, அவள் என்னிடம் ஏதோவொரு ரகசியம் சொல்வதுபோல அவளது முகம் கிட்டத்தட்ட என் காதைத் தொடுவதுபோல் என்னை நோக்கிச் சாய்ந்தாள். பின் அவள் என் காதருகில் மென்மையாக முத்தமிட்டாள்.. “ஸாரி,” இந்த முறை நேரடியாக என் காதினுள் மீண்டும் ஒருமுறை சொன்னாள். அவளது குரல் தாழ்ந்து ஒலித்தது. பின் என்னிடமிருந்து விலகிக்கொண்டாள். “சிலசமயம் நான் ரொம்பக் குழம்பிடுறேன். என்ன நடக்குதுனே எனக்குத் தெரியறதில்லை,” என்றாள் அவள்.

“எனக்கு அது எல்லா நேரங்களிலும் நடக்குது,” என்றேன்

நான்.

நவோகோ புன்னகைத்தபடி என்னைப் பார்த்தாள்.

“உனக்குப் பிரச்சினையில்லைனா நான் உன்னைப் பத்தி நிறைய தெரிஞ்சுக்க விரும்பறேன். இங்க உன் வாழ்க்கை, உன் தினசரி வேலைகள், நீ சந்திக்கிற ஆட்கள் இதையெல்லாம் பத்தி.”

நவோகோ, இங்கு அவளது தினசரி நடவடிக்கைககளை சுருக்கமாக, ஆனால் தெள்ளத் தெளிவான வாக்கியங்களில் சொன்னாள். காலையில் ஆறு மணிக்கு எழுந்து, தன் குடியிருப்பிலேயே காலையுணவு சாப்பிடுதல், பறவைக்கூண்டைச் சுத்தம்செய்தல், பின் வழக்கமான பண்ணைவேலைகள். அவள் காய்கறிச் செடிகளைக் கவனித்துக்கொண்டாள். மதிய உணவுக்கு முன்போ பின்போ மருத்துவர் அல்லது ஒரு குழுவுடன் ஒரு மணி நேரம் கலந்துரையாடுவாள். மதியவேளையில் அவளுக்கு ஆர்வமான வெளிவேலை அல்லது விளையாட்டில் ஒன்றைத் தேர்வுசெய்வாள். அவள் ஃப்ரெஞ்சு, பின்னல் வேலை, பியானோ, முன்னோர் வரலாறு உட்பட்ட சிலவற்றில் பயிற்சி பெற்றுக் கொண்டிருந்தாள்.

“ரெய்கோ எனக்கு பியானோ சொல்லித்தர்றாங்க,” என்றாள் அவள். “அவங்க கிதாரும் சொல்லித்தர்றாங்க. நாங்க எல்லாருமே மாணவர்களாகவும் ஆசிரியர்களாகவும் மாறி மாறி செயல்படுவோம். சமூக படிப்புகள் அறிமுகமான நபர் வரலாறு சொல்லித்தர்றாங்க. ஃப்ரெஞ்சுல நல்ல திறமையுடைய ஒருவர் ஃப்ரெஞ்சு சொல்லித்தர்றாங்க. பின்னல் வேலையில திறமையான இன்னொருத்தர் பின்னல் வேலை சொல்லித்தர்றாங்க. இங்க ரொம்பவும் சுவாரசியமான பள்ளிக்கூடம் இருக்கு. அதிர்ஷ்டவசமா, யாருக்கும் சொல்லித்தர்ற மாதிரி என்கிட்ட எதுவுமில்லை.”

“என்கிட்டயும் எதுவுமில்லை,” என்றேன் நான்.

“நான் பல்கலைக்கழகத்துல செலவிட்டதைவிடவும், இங்க என் படிப்புக்காக நிறைய சக்தியைச் செலவிடுறேன். நான் கடுமையா உழைக்கிறேன். அதை ரொம்பவே அனுபவிக்கவும் செய்றேன்.”

“இரவுணவுக்கு அப்புறம் நீ என்ன செய்வே?”

“ரெய்கோவோட பேசுவேன், வாசிப்பேன், இசைத்தட்டு

கேட்பேன். மத்தவங்களோட குடியிருப்புக்குப்போய் கேம்ஸ் விளை யாடுவேன். இதுமாதிரியான விஷயங்களைச் செய்வேன்."

"நான் கிதார் பயிற்சி பண்ணுவேன். என்னோட சுயசரிதையை எழுதுவேன்," என்றாள் ரெய்கோ.

"சுயசரிதையா?"

"சும்மா வேடிக்கைக்குச் சொன்னேன்," ரெய்கோ சிரித்தாள். "நாங்க பத்துமணி பக்கம் படுக்கப்போவோம். ரொம்பவும் ஆரோக்கியமான வாழ்க்கைமுறை, இல்லைனு உன்னால சொல்லமுடியுமா? நாங்க குழந்தையைப்போல தூங்குவோம்."

நான் என் கைக்கடிகாரத்தைப் பார்த்தேன். அது ஒன்பது ஆவதற்கு சில நிமிடங்கள் இருப்பதாகக் காட்டியது. "நீங்க சீக்கிரமே தூங்குவதற்கு தயாராயிடுவீங்கனு நினைக்கிறேன்."

"அது சரிதான். நாங்க இன்னைக்கு லேட்டா தூங்குவோம்," என்றாள் நவோகோ. "நான் உன்னை ரொம்ப நாளா பார்க்கலை. நான் நிறைய பேசவிரும்பறேன். அதனால பேசு."

"நான் அப்ப தனியா இருந்தப்ப, திடீர்னு நான் பழைய நாட்களைப் பற்றி யோசிக்க ஆரம்பிச்சுட்டேன். நானும் கிஸுகியும் மருத்துவமனைல வந்து உன்னைப் பார்த்தது ஞாபகம் இருக்கா? கடற்கரையோரமா இருக்குதே அந்த மருத்துவமனை. பள்ளி மேற்படிப்போட முதல் வருஷம்னு நான் நினைக்கிறேன்."

"நான் மார்புப்பகுதியில ஆபரேஷன் செஞ்சிருந்தப்ப," நவோகோ புன்னகையுடன் சொன்னாள். "நிச்சயமா, எனக்கு ஞாபகமிருக்கு. நீயும் கிஸுகியும் மோட்டார் பைக்குல வந்திருந்தீங்க. நீங்க எனக்கு ஒருபெட்டி சாக்லேட் கொண்டுவந்திருந்தீங்க. அதெல்லாம் உருகி ஒண்ணொடொண்ணு ஒட்டிக்கிட்டிருந்துச்சு. அதைச் சாப்பிடறதே சிரமமா இருந்துச்சு. ஏன்னு தெரியலை அது ரொம்ப நாளைக்கு முன்னால நடந்ததுபோல தெரியுது.."

"ஆமா, உண்மைதான். அப்ப நீ ஒரு நீண்ட கவிதை எழுதிக் கிட்டிருந்ததா நான் நினைக்கிறேன்."

"அந்த வயசுல எல்லா பெண்களுமே எழுதுவாங்க," என்றபடி நவோகோ உள்ளுக்குள் சிரித்தாள். "எதனால திடீர்னு உனக்கு அது ஞாபகத்துக்கு வந்துச்சு?"

"எனக்கே ஆச்சரியாமாயிருக்கு. கடல் காற்றோட வாசனை,

அலரிச்செடி இதெல்லாம் நான் அறியாமலே என் ஞாபகத்துக்கு வந்துடுச்சு. கிஸுகி உன்னைப் பார்க்க அடிக்கடி மருத்துவமனை வந்தானா?"

"வாய்ப்பே இல்லை! அதுக்கப்புறம் எங்களுக்குள்ள அதுபத்தி பெரிய சண்டை வந்துச்சு. அவன் ஒருமுறை வந்தான், அப்புறம் உன்னோட ஒருமுறை வந்தான், அவ்வளவுதான். அவன் ரொம்ப மோசம். முதல்முறை அவன் உட்காரக்கூட செய்யலை, பத்தே நிமிஷம் மட்டும்தான் அவன் இருந்தான். எனக்காக கொஞ்சம் ஆரஞ்சுப் பழங்கள் கொண்டுவந்தான், என்னால புரிஞ் சுக்கமுடியாத சில விஷயங்களை முணுமுணுத்தான். அப்புறம் எனக்கொரு ஆரஞ்சுப்பழத்தை உரிச்சான், இன்னும்கொஞ்சம் ஏதோ முணுமுணுத்தான், அங்கேயிருந்து கிளம்பிட்டான். மருத்துவமனைகளைப் பற்றி அவன் ஏதோவொரு நிகழ்வைச் சொன்னான்."

நவோகோ சிரித்தாள். "இதுமாதிரியான விஷயங்கள்ல அவன் எப்பவும் குழந்தைமாதிரிதான். நான் என்ன சொல்றேன்னா, யாருமே மருத்துவமனையை விரும்புறதில்லை சரியா? மருத்துவமனையில இருக்கிறவங்க நல்லபடியா உணரணும்னுகிறதுக்காகவும் அவங்க உற்சாகமா இருக்கணும்கிறதுக்காகவும்தான் மத்தவங்க அவங்களைப் பார்க்கப் போறாங்க. ஆனா கிஸுகி அதைப் புரிஞ்சுக்கலை."

"ஆனாலும் நாங்க ரெண்டுபேரும் உன்னைப் பார்க்க வந்தப்ப அத்தனை மோசமாயில்ல. அவன் வழக்கம்போலதான் இருந்தான்."

"ஏன்னா, நீ அங்க இருந்த," என்றாள் நவோகோ. "அவன் எப்பவும் நீயிருக்கிறப்ப அப்படித்தான் இருப்பான். அவன் தன்னோட பலவீனத்தை மறைக்கப் போராடினான். அவன் உன்கிட்ட ரொம்ப பிரியமா இருந்தான்னு எனக்கு நிச்சயமா தெரியும். அவன் தன்னோட சிறப்பான ஒரு பகுதியை மட்டுமே உன்னைப் பார்க்க அனுமதிச்சான். என்கிட்ட அவன் அந்த மாதிரி கிடையாது. அவன் அத்தனை கவனமா இருக்கமாட்டான். அவன் உண்மையிலே சிடுசிடுனு இருப்பான். ஒருநிமிஷம் கலகலப்பா பேசிக்கிட்டிருப்பான், மறுநிமிஷம் சோர்வடைஞ் சுடுவான். எப்பவும் இது நடந்துச்சு. அவன் சின்ன வயசுல இருந்தே அப்படித்தான். இருந்தாலும் அவன் தன்னை மாத்திக்க, மேம்படுத்திக்க முயற்சிபண்ணிக்கிட்டுதான் இருந்தான்."

நவோகோ திரும்பவும் சோபாவில் கால்களை மடித்து

அமர்ந்தாள். "அவன் ரொம்பவே முயற்சிசெஞ்சான், ஆனா அதனால நன்மையெதுவும் நடக்கலை. அது அவனை உண்மையிலே கோபமாவும் வருத்தமாவும் ஆக்குச்சு. அவன்கிட்ட நல்ல, அழகான விஷயங்கள் நிறையவே இருந்துச்சு. ஆனா அவனுக்குத் தேவையான நம்பிக்கையை அவன் கண்டடையல. 'நான் அதைச் செஞ்சாகணும், நான் இதை மாத்தியாகணும்'னு கடைசிவரைக்கும் அவன் எப்பவும் யோசிச்சுக்கிட்டிருந்தான். கிஸுகி பாவம்!"

"இருந்தாலும் அவன் என்கிட்ட தன்னோட சிறப்பான பக்கத்தை மட்டும் காட்ட எப்போதும் போராடிக்கிட்டு இருந்தான்கிறது உண்மையா இருந்தா, அவன் அதுல ஜெயிச்சுட்டான்னுதான் நான் சொல்வேன். நான் பார்த்ததெல்லாம் அவனோட சிறப்பான பக்கத்தைதான்," என்றேன் நான்.

நவோகோ சிரித்தாள். "நீ சொல்றதை அவன்மட்டும் கேட்டிருந்தா அவன் சந்தோஷப்பட்டிருப்பான். நீ மட்டும்தான் அவனோட ஒரே நண்பன்."

"என்னோட ஒரே நண்பன் கிஸுகி மட்டும்தான்," என்றேன் நான். "அவனுக்கு முன்னாலயும் அவன் போனபின்னாலயும் சரி நான் உண்மையிலே நண்பன்னு சொல்லிக்கிறதுக்கு உண்மையிலே யாரும் இருந்ததில்லை."

"அதனாலதான் உங்க இரண்டுபேரோடயும் இருக்கிறதுக்கு நான் விரும்பினேன். அதுக்கப்புறம் அவனோட சிறப்பான பக்கத்தை எல்லாம் என்னாலயும் பார்க்கமுடிஞ்சுது. நாம மூணுபேரும் ஒண்ணாயிருக்கும்போது நான் பரபரப்பில்லாம, கவலையேதுமில்லாம இருக்க முடிஞ்சது. அதெல்லாம் எனக்குப் பிடிச்ச காலகட்டங்கள். நீ எப்படி உணர்ந்தனு எனக்குத் தெரியலை."

என் தலையை ஒருமுறை குலுக்கியபடி சொன்னேன், "வழக்கமா நீ என்ன நினைச்சுக்கிட்டிருப்பனு நான் கவலைப்பட்டுக் கிட்டிருப்பேன்."

"இதுமாதிரியான விஷயம் எப்போதைக்கும் தொடராதுங் கிறதுதான் பிரச்சினை," என்றாள் நவோகோ. "அத்தகைய பரிபூரண சிறுவட்டங்களைப் பேணுறது சாத்தியமில்லாதது. கிஸுகிக்கும் இது தெரியும். எனக்கும் இது தெரிஞ்சிருந்தது, அப்படியே உனக்கும் தெரிஞ்சிருந்திருக்கும். நான் சொல்றது சரிதானா?"

நான் ஆமோதித்தேன்.

நவோகோ தொடர்ந்தாள், "இருந்தாலும், உன்கிட்ட உண்மையைச் சொல்றதாயிருந்தா, அவனோட நல்ல குணத்தை நேசிக்கிற அதேயளவுக்கு அவனோட பலவீனமான பக்கத்தையும் நான் நேசிச்சேன். அவனளவுல இழிவானதாவோ, கீழானதாகவோ முழுக்க எதுவுமில்லை. அவன் பலவீனமா இருந்தான் அவ்வளவுதான். நான் அவன்கிட்ட அதைச் சொல்ல முயற்சி பண்ணினேன். ஆனா அவன் என்னை நம்பலை. நாம மூணு வயசிலேருந்தே ஒண்ணா இருக்கிறதுதான் அதுக்கு காரணம்னு அவன் என்கிட்ட எப்பவும் சொல்வான். அவனை எனக்கு ரொம்ப நல்லாவே தெரியும்: அவனோட பலம், பலவீனம் இரண்டுக்குமான வித்தியாசத்தை எனக்குச் சொல்லத்தெரியாதுனும், என்வரையில அது எல்லாமே ஒண்ணுதான்னும் அவன் சொல்வான். இருந்தாலும், அவனைப் பத்தின என் எண்ணத்தை அவனால மாத்தமுடியல. நான் எப்பவும்போல அவனைக் காதலிச்சபடியே இருந்தேன். வேறயார் மேலயும் நான் எப்பவும் ஆர்வம் காட்டினதில்லை." நவோகோ ஒரு சோகமான புன்னகையுடன் என்னைப் பார்த்தாள்.

"எங்களோட 'பையன்— பொண்ணு' உறவு உண்மையிலே வழக்கத்துக்கு மாறானதும்கூட. அது நாங்க உடலளவுல ஏதோ ஓரிடத்துல ஒட்டியிருக்கிறமாதிரி. நாங்க பிரிஞ்சிருக்கிற சமயத்துலகூட, ஏதோ ஒரு சிறப்பான ஈர்ப்புவிசை திரும்பவும் எங்களை ஒண்ணுசேர்றதுக்காக இழுக்கும். நாங்க நண்பர்களா ஆனது உலகத்திலேயே மிகவும் இயல்பான விஷயமா இருந்துச்சு. அதுல நாங்க யோசிக்கவோ, இல்லை தேர்வுசெய்யவோ எதுவுமில்லை. நாங்க 12 வயசுல முத்தம்கொடுக்கத் தொடங்குனோம். 13 வயசுல கட்டியணைச்சு கொஞ்சத் தொடங்குனோம். நான் அவனோட அறைக்குப் போவேன், இல்ல அவன் என்னோட அறைக்கு வருவான். நான் அவன் சமாச்சாரத்தை என் கையாலே முடிச்சிடுவேன். நாங்க வயசுக்குமீறின செயல்ல ஈடுபடுறோம்னு எனக்கு எப்பவுமே தோணுனதில்லை. அது இயல்பான ஒரு விஷயமாவே நடந்தது. அவன் என்னோட மார்புகளோடயோ, அந்தரங்கத்தோடயோ விளையாடணும்னு விரும்புனா நான் அதை கொஞ்சமும் கண்டுக்கமாட்டேன், இல்ல அவன் உச்சகட்டத்துக்கு நெருக்கத்துலயிருந்து அதை வெளியேத்தணும்னு விரும்புனா, அதுக்கு அவனுக்கு உதவுறதை பெருசா நினைச்சுக்கமாட்டேன். யாராச்சும் ஒருத்தர் நாங்க தவறுசெய்றதா சொல்லியிருந்தா, அது எங்க ரெண்டுபேருக்கும் அதிர்ச்சியாயிருந்திருக்கும்னு நான் நிச்சயமா சொல்வேன். ஏன்னா நாங்க தப்புசெய்யலை. நாங்க என்ன செய்யணுமோ அதைத்தான்

செஞ்சுட்டிருந்தோம். நாங்க எப்பவுமே எங்க உடம்போட எல்லா பகுதியையும் ஒருத்தருக்கொருத்தர் காட்டினோம். அது கிட்டத்தட்ட நாங்க மற்றவரோட உடலையும் சேர்த்தே சொந்தமா கொண்டிருந்தமாதிரி இருந்துச்சு. இருந்தாலும் கொஞ்ச நாட்களுக்கு, குறைஞ்சபட்சம் அதைத் தாண்டி போகக்கூடாதுனு நிச்சயப்படுத்திக்கிட்டோம். நான் கர்ப்பமாயிடக்கூடாதுனு இரண்டுபேரும் பயந்தோம். அந்த சமயத்துல அதை எப்படி தவிர்க்கிறதுனு ரெண்டுபேருக்கும் எந்த யோசனையும் இல்லை... நானும் கிஸுகியும் கைகோத்தபடி பிரிக்கமுடியாத ஜோடியா இப்படித்தான் ஒண்ணா வளர்ந்தோம். வழக்கமா பசங்க பருவத்தை எட்டினதும் அனுபவப்படுற ஈகோவோட திடீர் வளர்ச்சியால வர்ற வேதனையோ, பாலுணர்வை அடக்கணும்கிற எண்ணமோ எங்களுக்கு கிட்டத்தட்ட இல்லவேயில்லை. பாலுணர்ச்சியைப் பொறுத்தவரையில் நாங்க முழுக்க வெளிப்படையா இருந்தோம். எங்களோட ஈகோவைப் பொறுத்தவரையில, அதுபத்தின வலிமையான விழிப்புணர்வு இல்லாமலே நாங்க அதை உள்வாங்கி ஒருத்தொருக்கொருத்தர் பகிர்ந்துக்கிட்டோம். நான் என்ன சொல்லவர்றேனு உனக்குப் புரியுதா?"

"நான் அப்படித்தான் நினைக்கிறேன்," என்றேன் நான்.

"பிரிஞ்சு இருக்கிறதை எங்களால சகிச்சுக்கவே முடியாது. அதனால கிஸுகி உயிரோட இருந்திருந்தா, நாங்க ஒருவரை யொருவர் நேசிச்சுக்கிட்டு மெல்ல மெல்ல சந்தோஷமில்லாம ஆகிகிட்டு ஒண்ணா இருந்திருப்போம்னு என்னால நிச்சயமா சொல்லமுடியும்."

"சந்தோஷமில்லாமயா? ஏன் அப்படி?"

தனது விரல்களால் நவோகோ தன் கூந்தலை சிலமுறை கோதினாள். தனது ஹேர்சிலைடை விடுவித்து, தலையை முன்னோக்கிச் சரிக்க, கூந்தல் அவள் முகத்தின்மீது விழுந்தது.

"ஏன்னா உலகத்துக்கு நாங்க பட்ட கடனை திருப்பிச் செலுத்தியாகணும்," அவளது விழிகளை என்னை நோக்கி உயர்த்தியபடியே சொன்னாள். "வளர்வதோட வலி. நாங்க செலுத்தவேண்டிய சமயத்துல செலுத்தலை. அதனால இப்ப பில் நிலுவைல இருக்கு அதனாலதான் கிஸுகி அப்படிச் செஞ்சான், நான் இங்க இருக்கேன். நாங்க தனித்தீவுல நிர்வாணமா வளர்ந்த குழந்தைகளைப்போல இருந்தோம். எங்களுக்குப் பசிச்சா நாங்க ஒரு வாழைப்பழத்தைப் பறிச்சோம்.

நாங்க தனிமையா உணர்ந்தா ஒருத்தர் மற்றொருத்தரோட கைகள்ல தூங்கினோம். ஆனா அதுமாதிரியான விஷயங்கள் எப்போதைக்குமா நீடிக்காது. நாங்க வேகமா வளர்ந்தோம், சமூகத்துக்குள்ள நுழையவேண்டியிருந்துச்சு. அதனாலதான் நீ எங்களுக்கு ரொம்ப முக்கியமானவனா இருந்த. எங்களை வெளியுலகோட இணைக்கிற தொடர்பா நீயிருந்த. நாங்க உன் மூலமா வெளியுலகோட பொருந்திப்போக எங்களால முடிஞ் சவரை சிறப்பா போராடினோம். நிச்சயமா, கடைசியில அது வேலைசெய்யலை.”

நான் ஆமோதித்தேன்.

“இருந்தாலும் நாங்க உன்னைப் பயன்படுத்துனதா நீ நினைக்கிறதை நான் விரும்பலை. கிஸுகி உண்மையிலே உன்னை விரும்பினான். மற்ற யாரோடயும் ஏற்படுற மாதிரியே, எங்களோட முதல் தொடர்பு உன்னோட அமைஞ்சது, அவ்வளவுதான். அது இப்பவும் இருக்குது. கிஸுகி வேணும்னா இறந்திருக்கலாம், இப்பவும் எனக்கு வெளியுலகோட ஒரே தொடர்பு நீ மட்டும்தான். எப்படி கிஸுகி உன்னை நேசிச்சானோ, அப்படியே நானும் உன்னை நேசிக்கிறேன். நாங்க ஒருபோதும் உன்னைப் புண்படுத்த விரும்பலை. ஆனா நிச்சயமா அதைத்தான் செஞ் சிருக்கோம். நாங்க உன்னோட இதயத்துல ஆழமான காயத்தை ஏற்படுத்துறதுலபோய் முடிஞ்சிருக்கோம். இப்படியெல்லாம் நடக்கும்னு எங்களுக்கு எப்பவும் தோணுனதேயில்லை.” நவோகோ மீண்டும் தலையைக் குனிந்தபடி மௌனமானாள்.

“ஹே, நாம் ஒரு கப் கோகோ சாப்பிடலாமா?” ரெய்கோ கேட்டாள்.

“ம், உண்மையிலே எனக்குக் கொஞ்சம் வேணும்,” என்றாள் நவோகோ.

“நீங்க ஏதும் நினைக்கலைனா, நான் கொண்டுவந்திருக்கிற பிராந்தில கொஞ்சம் குடிக்கலாம்னு விரும்பறேன்,” என்றேன் நான்.

“ம், நிச்சயமா,” என்றாள் ரெய்கோ. “நான் ஒரு வாய் குடிக்கலாமா?”

“நிச்சயமா” என்றேன் நான் சிரித்தபடி.

ரெய்கோ இரண்டு குவளைகளைக் கொண்டுவர, நாங்கள் ஒருவருக்கொருவர் வாழ்த்துச்சொல்லி பருகினோம். பின் அவள்

கோகோ தயார் பண்ண சமையலறைக்குள் சென்றாள்.

"நாம கொஞ்சம் உற்சாகமான ஏதாவதொரு விஷயத்தைப் பத்தி பேசலாமா?" நவோகோ கேட்டாள்.

உற்சாகமாகப் பேசுவதற்கு என்னிடம் எதுவுமில்லை. ஸ்டோர்ம் ட்ரூப்பர் மட்டும் இன்னும் இருந்திருக்கக்கூடாதா என நினைத்தேன். அவன் ஒரு கதை வரிசையே உருவாகக் காரணமாயிருந்திருப்பான். அவற்றுள் சில அனைவரையும் நல்லவிதமாக உணரவைத்திருக்கும். துயிற்கூடத்தில் உள்ளவர்களின் அநாகரீகமான பழக்கங்கள் பற்றி பெரிதும் பேசுவதே நான் செய்யக்கூடியதிலே சிறப்பானது. பெரிதும் நாகரிகமற்ற ஒன்றைப் பற்றி பேசுவதை நான் வெறுப்பாய் உணர்ந்தேன், ஆனால் நவோகோவும் ரெய்கோவும் இயல்பாக விழுந்து விழுந்து சிரித்தனர். இவையனைத்தும் அவர்களுக்கு மிகவும் புதிதாக இருந்தது. அடுத்து ரெய்கோ மனநோயாளிகளைப்போல் நடித்துக்காட்டினாள். இதுவும் பெரிதும் வேடிக்கையாக இருந்தது. நவோகோ பதினொரு மணிக்குப்பின் தூக்கக் கலக்கத்துடன் காணப்பட்டாள், எனவே ரெய்கோ ஸோபாவின் முதுகுப் பக்கத்தை சரித்து, எனக்கொரு தலையணை, விரிப்பு மற்றும் போர்வையைக் கொடுத்தாள்.

"நடுராத்திரி யாரையாவது கற்பழிக்கணும்போல உனக்குத் தோணுனா, தப்பான ஆளைத் தேர்வு செஞ்சுடாத, இடது படுக்கையில இருக்கிற சுருக்கம்விழாத உடம்புக்காரிதான் நவோகோ." என்றாள் ரெய்கோ.

"புளுகுணி! என்னோடது வலது படுக்கை," என்றாள் நவோகோ.

"போகட்டும், எங்களோட மதிய வேலைகள்ல சிலவற்றை தவிர்க்கிறதுக்கு நான் ஏற்பாடு பண்ணிட்டேன். நாம மூணுபேரும் ஏன் சின்ன சுற்றுலாமாதிரி போகக்கூடாது? பக்கத்துல உண்மையிலே ஒரு அருமையான இடம் எனக்குத் தெரியும்."

"நல்ல யோசனை," என்றேன் நான்.

பெண்கள் இருவரும் ஒருவர்பின் ஒருவராக பற்களைச் சுத்தம் செய்துகொண்டு படுக்கையறைக்குத் திரும்பினர். நான் தனியாகக் கொஞ்சம் பிராந்தியருந்திவிட்டு ஸோபா படுக்கையில் படுத்துக்கொண்டு அன்று காலைமுதல் நடந்த நிகழ்வுகளை நினைத்துப்பார்த்தேன். அது பெரிதும் நீண்ட நாளாகத் தோன்றியது. அந்த அறை நிலவு வெளிச்சத்தில் தொடர்ந்து

வெண்மையாக பிரகாசித்தது. நவோகோவும் ரெய்கோவும் தூங்கிக் கொண்டிருந்த படுக்கையறையிலிருந்து, அவ்வப்போது எழுந்த படுக்கையின் கிறீச்சிடும் ஒலியைத்தவிர சத்தமெதுவும் இல்லை. நான் கண்களை மூடியபோது சின்னஞ்சிறு சதுர, வட்ட வடிவங்கள் இருளில் மிதப்பதுபோல் தோன்றியது. ரெய்கோவின் கிதாரினுடைய தயக்கமான எதிரொலிப்பை என் செவிகள் உணர்ந்தன. என்றபோதும் இரண்டும் நீண்ட நேரம் நீடிக்கவில்லை. தூக்கம்வந்து என்னை கதகதப்பான உலகத்துக்குள் அமிழ்த்தியது. நான் வில்லோ மரங்களைக் கனவுகண்டேன். மலைப்பாதையின் இருபுறமும் வரிசையாக வில்லோ மரங்கள். கணிசமான எண்ணிக்கையிலான வில்லோக்கள். ஓரளவு வலுவாக தென்றல்காற்று வீசிக்கொண்டிருந்தும், வில்லோ மரங்களின் கிளைகள் அசையவேயில்லை. ஏன் அசையவில்லையென ஆச்சரியமடைந்தேன், பின் அனைத்து மரங்களின் ஒவ்வொரு கிளையிலும் சிறிய பறவையொன்று கிளையைப் பற்றிப் பிடித்திருப்பதைக் கண்டேன். அவற்றின் எடை அந்தக் கிளைகளை அசையவிடாமல் தடுத்தன. நான் ஒரு குச்சியொன்றை எடுத்து பறவைகளை விரட்டியடித்து அதன்மூலம் அந்தக் கிளைகளை அசையச் செய்யலாமெனும் நம்பிக்கையில் அருகிலிருந்த கிளையொன்றின்மீது அடித்தேன். ஆனால் அவை பறக்கவில்லை. பறப்பதற்குப்பதில், அவை பறவை வடிவ உலோகப் பாளங்களாக மாறி தரையில் வீழ்ந்தன.

நான் கண்களைத் திறந்தபோது, என் கனவின் தொடர்ச்சியைக் காண்பதுபோல் உணர்ந்தேன். நிலவொளி, அதே மெல்லிய வெண்ணிற பிரகாசத்தால் அறையை நிறைத்திருந்தது. அனிச்சையாய் நான் என் படுக்கையில் எழுந்தமர்ந்து, உண்மையில் அங்கில்லாத உலோகப் பறவைகளைத் தேடத்துவங்கினேன். அதற்குப்பதிலாக நான் பார்த்தது, நவோகோ படுக்கையின் கால்பகுதியில் தனியாக அசைவில்லாமல் அமர்ந்து, ஜன்னலின் வழியே பார்த்துக்கொண்டிருந்தாள். அவள் தன் முழங்காலை உயர்த்தி, அவற்றின் மீது தாடையைத் தாங்கியபடி, பசியிலிருக்கும் ஒரு அநாதையைப்போன்று காட்சியளித்தாள். நான் என் தலையணைக்குப் பக்கத்தில் வைத்த கைக்கடிகாரத்தைத் தேடினேன். ஆனால் அது இருக்குமென நான் நினைத்த இடத்தில் இல்லை. நிலவொளி வீசும் கோணத்தைவைத்து நேரம் நிச்சயம் அதிகாலை இரண்டு அல்லது மூன்று மணி இருக்குமென யூகித்தேன். நான் பயங்கரமான தாகத்தை உணர்ந்தாலும் அசையாமலிருப்பதெனவும், தொடர்ந்து நவோகோவை கண்காணிப்பதெனவும் தீர்மானித்தேன். அவள் முன்பு பார்த்த அதே நீலநிற இரவுடையில் இருந்தாள். வண்ணத்துப்பூச்சி வடிவ

ஹேர்சிலைடால் அவளது கூந்தலை ஒருபக்கமாக ஒதுக்கி நிலவு வெளிச்சத்தில் அவளது முகத்தின் அழகை வெளிப்படுத்தியபடி காணப்பட்டாள். விநோதம்தான், படுக்கைக்குப் போகும்முன் ஹேர்சிலைடை எடுத்திருந்தாளே, என நான் நினைத்தேன்.

நவோகோ, நிலவு வெளிச்சத்தில் ஈர்க்கப்பட்ட இரவு விலங்குபோல் தனது இடத்தில் அசைவின்றிக் காணப்பட்டாள். ஒளிவரும் திசையானது அவளது உதட்டின் நிழல்வடிவத்தை மிகைப்படுத்திக் காட்டியது. பெரிதும் மெல்லிய, ஊறுபடக் கூடியதாய்த் தோன்றிய அந்த நிழலுருவம் கிட்டத்தட்ட உணரவியலாத வகையிலான அவளது இதயத்துடிப்பாலோ அல்லது இதயத்தின் ஆழத்தில் ஓடும் எண்ணங்களின் துடிப்பாலோ, இருளைநோக்கி அவள் ஒலியற்ற வார்த்தைகளை முணுமுணுப்பதுபோல இருந்தது.

என் தாகத்தை தணிக்குமென்ற நம்பிக்கையில் எச்சில் விழுங்கினேன், ஆனால் இரவின் நிசப்தத்தில் நான் ஏற்படுத்திய அந்த சப்தம் மிகப் பெரிதாக இருந்தது. அது அவளுக்கான சமிக்ஞையைப்போல், நவோகோ எழுந்து படுக்கையின் தலைப்பகுதியைநோக்கி மேலங்கி லேசாக சத்தமிட, மெதுவாகச் சென்றாள். அவள் என் தலையணையருகே மண்டியிட்டு, என்மீது கண்களை நிலைக்கச் செய்தாள். நான் பதிலுக்கு கூர்ந்துபார்க்க, அவளது விழிகள் என்னிடம் எதுவும் சொல்லவில்லை. விநோதமான வெளிப்படைத் தன்மையுடன், அவை வேறொரு உலகிற்கான ஜன்னலைப்போல் தோன்றின. அதன் ஆழத்துக்குள் எத்தனைதூரம் நான் உற்றுப்பார்த்தாலும் அதில் நான் காண்பதற்கு எதுவுமில்லை. எங்களது முகங்கள் பத்து இஞ்ச் இடைவெளிக்குள்ளேயே இருந்தன, ஆனால் அவள் என்னிடமிருந்து பல ஒளியாண்டுதூரம் விலகியிருந்தாள்.

நான் அவளை நெருங்கி தொடமுயன்றேன், ஆனால் நவோகோ பின்நகர்ந்தாள். உதடுகள் மெலிதாக நடுங்கின. ஒருகணத்துக்குப்பின், அவள் தன் கைகளை உயர்த்தி அவளது அங்கியின் பொத்தான்களை அவிழ்க்க ஆரம்பித்தாள். மொத்தத்தில் அவை ஏழு இருந்தன. அவளது மெல்லிய, அழகிய விரல்கள் மேலிருந்து கீழாய் ஒன்றன்பின் ஒன்றாக பொத்தான்களை அவிழ்த்தபோது, அதனை என் கனவின் தொடர்ச்சியெனவே நினைத்தேன். ஏழு சிறிய வெள்ளைப் பொத்தான்கள். அவள் அவையனைத்தையும் கழற்றியபின்பு, பூச்சியொன்று அதன் சருமத்தை உரிப்பதுபோல, மேலங்கியை தோளிலிருந்து முழுமையாக கழற்றிப்போட்டாள். மேலங்கிக்குள் அவள் எதுவும் அணிந்திருக்கவில்லை. அவள் அணிந்திருந்ததெல்லாம்

அந்த வண்ணத்துப்பூச்சி ஹேர்சிலைடு மட்டும்தான். இப்போது நிர்வாணமாக, இன்னும் என் படுக்கையருகில் முழங்காலிட்டபடியே அவள் என்னைப் பார்த்தாள். நிலவின் மென்மையான ஒளியில் நனைந்த நவோகோவின் உடல் புதிதாகப் பிறந்த குழந்தையின் சருமத்தைப்போன்று இதயத்தை உலுக்கும் மினுமினுப்பைக் கொண்டிருந்தது. அவள் நகர்ந்தபோது— அவள் அதனைக் கிட்டத்தட்ட உணர்வின்றியே செய்தாள்— அவள் உடலின் மீதான ஒளி மற்றும் நிழலின் விளையாட்டும் நுட்பமாக இடம்மாறின. அவளது மார்புகளின் பொங்கியெழுந்த வட்டமும், சிறிய மார்பகக் காம்புகளும், தொப்புள் குழியும் இடுப்பெலும்பும், அந்தரங்க ரோமங்களும்— அனைத்தும் சலனமில்லாத ஏரிப் பரப்பின்மீது அலைவட்டம் பரவிச்செல்வதுபோல, அந்த வடிவங்கள் தொடர்ந்து மாறியபடியே இழைஇழையான நிழல்களை உருவாக்கின.

என்ன ஒரு கச்சிதமான தசை! நான் நினைத்தேன். இத்தகையதொரு கச்சிதமான உடலை நவோகோ எப்போது அடைந்திருப்பாள்? கடந்த வசந்தகாலத்தின்போது என் கைகளுக்குள் அணைத்திருந்த நவோகோவின் உடலுக்கு என்ன ஆயிருக்கும்?

நவோகோ அழுதபோது, நான் அவளை அணைத்தபடி மென்மையாக அவளது ஆடைகளைக் களைந்தபோது, அவளின் உடல் எனக்கு பரிபூரணமற்ற ஒரு உணர்வை ஏற்படுத்தியிருந்தது. அவளது மார்புகள் கடினமாகத் தோன்றின. காம்புகள் வினோதமாகப் பிதுங்கியபடியும் இடுப்பெலும்பு வழக்கமல்லாததொரு விறைப்புடனும் காணப்பட்டன. நிச்சயமாக அவள் அழகிய பெண்தான், அவளது உடல் அற்புதமானதும் கவர்ந்திழுக்கவும் செய்யும் ஒன்றுதான். அன்றிரவு அது என்னை உணர்வெழுச்சி கொள்ளச் செய்ததுடன், ஒரு பெரும் விசையாக என்னை அடித்துச்சென்றது. ஆனாலும், அவளைப் அணைத்தபடி நான் அவளது நிர்வாண உடலை முத்தமிடவும் வருடவும் செய்தபோது, நான் மனித உடலொன்றின் தடுமாற்றத்தையும் சமச்சீரின்மையையும் வினோதமாக ஆற்றல்மிகுந்த வகையில் உணர்ந்தேன். நவோகோவை என் கைகளுக்குள் பிடித்தபடி, 'நான் இப்ப உன்னோட உடலுறவு வைச்சுக்கிட்டு இருக்கேன், நான் உனக்குள்ள இருக்கேன். ஆனா உண்மையிலே இது ஒண்ணுமேயில்ல, இது ஒரு பொருட்டேயில்லை. இது இரண்டு உடலோட சந்திப்பேதவிர வேறெதுமேயில்லை. நாம செய்றதெல்லாம், இரண்டு முழுமையற்ற சதைத் திரட்சிகள் ஒண்ணா உரசிக்கிறதுனால மட்டுமே சொல்லக்கூடிய விஷயங்களை நாம் ஒருத்தொருக்கொருத்தர் சொல்லிக்கிட்டு

இருக்கோம்.' அப்படினு அவகிட்ட விளக்கணும்னு நான் ஆசைப்பட்டேன். ஆனால் புரிந்துகொள்ளப்படுமென்ற எந்த நம்பிக்கையுமின்றி அத்தகையதொரு விஷயத்தை நிச்சயமாக நான் ஒருபோதும் சொல்லியிருக்கமாட்டேன். நான் அவளை வெறுமனே இறுகப் பற்றிக்கொள்ள மட்டுமே செய்தேன். நான் அப்படிச்செய்தபோது, என்னால் அவளது உடலுக்குள் நான் ஒருபோதும் நெருங்கமுடியாத, ஒருவிதமான கல்போன்ற அந்நியப்பொருளை, மிகையாய் ஏதோவொன்றை உணரமுடிந்தது. அது நவோகோவுக்காக என் இதயத்தை பரிவால் நிறைத்ததோடு, எனது விறைப்புக்கு பயங்கர தீவிரத்தையும் கொடுத்தது.

எனினும், இப்போது என் முன்னால் நவோகோ வெளிக்காட்டிய உடலானது, அன்றிரவு நான் தழுவியிருந்ததைப் போன்றதல்ல. இந்த உடல் பல மாறுதல்களுக்குள்ளாகி, அதிமுழுமையுடன் உருவாகி நிலவொளியின்கீழ் நின்றிருந்தது. கிஸுகியின் மரணம் முதல் நிலவிவந்த இளம்பெண்ணின் திரட்சிக்கான அனைத்துக் அறிகுறிகளும் மாறி, முழுவளர்ச்சியடைந்த பெண்ணினுடைய உடலால் பதிலீடு செய்யப்பட்டிருந்தன. என்னுள் பாலுணர்வு எதையும் தூண்டாத அளவுக்கு நவோகோவின் உடலழகு அத்தனை முழுமையாக இருந்தது. மார்பிலிருந்து இடுப்புவரையிலான அழகிய வளைவுகளாலும், மார்புகளின் கோளவடிவச் செழுமையாலும் மெலிந்த இடுப்பிலும் அதன் கீழே காணப்பட்ட கறுநிற அந்தரங்கத்தின் சாயலிலும் ஒவ்வொரு மூச்சுக்கும் நேரிட்ட சிறிய அசைவையும் என்னால் பிரமித்து உற்றுப்பார்க்க மட்டுமே முடிந்தது.

அவள் இவ்விதமாக ஐந்துநிமிடம் வரைக்கும் அவளது நிர்வாணத்தை வெளிப்படுத்தியிருக்கலாம். கடைசியில் மீண்டுமொருமுறை தன்னை அங்கியில் மூடிக்கொண்டு, மேலிருந்து கீழ்வரை பொத்தான்களை மாட்டினாள். கடைசிப்பொத்தானை மாட்டிய கணமே, அவள் எழுந்து படுக்கையறை நோக்கிச் சென்று, சத்தமின்றி கதவைத் திறந்து மறைந்தாள்.

படுக்கையைவிட்டு எழவேண்டுமென தோன்றும்வரை, நான் அதே இடத்தில் நீண்ட நேரத்துக்கு அசைவின்றி இருந்தேன். தரையில் விழுந்துகிடந்த எனது கைக்கடிகாரத்தை எடுத்து, அதனை நிலவு வெளிச்சத்தை நோக்கித் திருப்பினேன். அப்போது நேரம் 3.40. மீண்டும் படுக்கையில் படுக்கும்முன்பு, நான் சமையலறைசென்று சில குவளை நீர் அருந்தினேன். ஆனால் சூரிய வெளிச்சம் அறையின் அனைத்து மூலைகளிலும் காலடி வைக்கும்வரை, நிலவின் மங்கலான பிரகாசத்தின் சுவடுகளனைத்தும் மறையும்வரை தூக்கம் வரவேயில்லை.

நான் ஓரளவு தூக்கத்தின் விளிம்பிலிருக்கும்போது ரெய்கோ வந்து, என் கன்னத்தில் தட்டி, "மார்னிங்! மார்னிங்!" என குரல்கொடுத்தாள்.

ரெய்கோ எனது ஸோபாவை நிமிர்த்தியபோது, நவோகோ சமையலறைக்குச் சென்று காலையுணவு தயாரிக்கத் தொடங்கினாள். அவள் என்னைப் பார்த்து சிரித்து, "குட்மார்னிங்", என்றாள்.

நானும் பதிலுக்கு, "குட்மார்னிங்," சொன்னேன். அவள் நீரைக் கொதிக்க வைக்கவும், கொஞ்சம் ரொட்டியைத் துண்டுகளாக்கவும் என சுறுசுறுப்பாகக் காணப்படுகையில், நான் அருகில் நின்று அவளைக் கவனித்துக் கொண்டிருந்தேன். ஆனால் முந்தைய இரவு அவள் தனது நிர்வாண உடலை எனக்குக் காட்டினாள் எனச் சொல்லும்படியாக அவளிடம் எந்த நடவடிக்கையும் இல்லை.

அவள் காபியை ஊற்றியபடியே, "உன் கண்ணெல்லாம் சிவப்பாயிருக்கு, உனக்கு ஒண்ணுமில்லையே?" எனக் கேட்டாள்.

"நான் நடுராத்திரியில முழிச்சுக்கிட்டேன். அதுக்கப்புறம் தூக்கமே வரலை."

"நாங்க குறட்டைவிட்டிருப்போம்னு உறுதியா சொல்றேன்," என்றாள் ரெய்கோ.

"கொஞ்சம்கூட இல்லை," என்றேன் நான்.

"அப்ப நல்லது," என்றாள் நவோகோ.

"அவன் சும்மா மரியாதைக்காகச் சொல்றான்," ரெய்கோ சொல்லியபடி கொட்டாவி விட்டாள்.

முதலில் நவோகோ தர்மசங்கடமாக உணர்ந்தாள் அல்லது ரெய்கோவின்முன் வெகுளியாக நடித்தாளென நான் நினைத்தேன். ஆனால் ரெய்கோ அவ்வப்போது அறையைவிட்டுச் சென்றபோதும் அவளது நடத்தை மாறுபாடின்றி இருந்ததோடு அவளது விழிகள் தமது வழக்கமான, தெளிவான தோற்றத்தைக் கொண்டிருந்தன.

"நீ எப்படித் தூங்குன?" நான் நவோகோவைக் கேட்டேன்.

"நல்லா உணர்வேயில்லாமல் தூங்குனேன்," அவள் நிதான

மாகப் பதிலளித்தாள். அவள் எந்தவித அலங்காரமுமற்ற எளிய ஹேர்பின் அணிந்திருந்தாள்.

அதை அறிந்துகொள்ள என்ன செய்வதென எனக்குத் தெரியவில்லை. காலையுணவு நேரம் முழுக்க நான் அதேவிதத்திலே உணர்ந்தேன். என் ரொட்டிக்கு வெண்ணெய் தடவும்போது, முட்டையை ஓடுரிக்கும்போது டேபிளில் எதிரேயிருந்த நவோகோவை நான் அதன் அறிகுறி ஏதாவது வெளிப்படுத்து கிறாளா என தொடர்ந்து பார்த்தபடியிருந்தேன்.

"நீயேன் என்னை விடாம அப்படி பார்த்துக்கிட்டிருக்க?" அவள் ஒரு புன்னகையுடன் கேட்டாள்.

"அவன் யாரோ ஒருத்தர்மேல காதல்ல இருக்கான்னு நான் நினைக்கிறேன்," என்றாள் ரெய்கோ.

"நீ யார்மேலயாவது காதல் வசப்பட்டிருக்கியா?" நவோகோ என்னைக் கேட்டாள்.

"இருக்கலாம்," அவளது புன்னகைக்கு பதிலுக்குச் சிரித்தபடியே சொன்னேன். பெண்கள் இருவரும் என்னை வைத்து ஜோக்கடிக்கத் தொடங்கியதும், இரவில் என்ன நடந்ததென சிந்திப்பதை விட்டுவிட்டு எனது ரொட்டியிலும் காபியிலும் கவனம் செலுத்தினேன்.

காலையுணவுக்குப்பின் ரெய்கோவும் நவோகோவும் பண்ணை யிலுள்ள பறவைகளுக்கு உணவிடப்போவதாகக் கூறினர். நானும் உடன்வருவதாகச் சொன்னேன். அவர்கள் ஜீன்ஸ் மற்றும் பணிநேர சட்டை, வெண்ணிற ரப்பர் பூட்ஸுக்கு மாறினர். டென்னிஸ் மைதானத்துக்குப் பின்னால் சிறு பூங்கா அமைக்கப்பட்டிருந்தது. பறவைப் பண்ணையில் கோழிகள், புறாக்கள், மயில்கள், கிளிகள் என அனைத்தும் இருந்தன. அங்கே இருக்கைகள் உட்பட பூப்பாத்திகளும் புதர்ச்செடிகளும் சூழ்ந்திருந்தன. வெளிப்படையாக அவ்விடத்தில் சிகிச்சைக்கு வந்தவர்களென்று தெரியக்கூடிய நாற்பதுகளில் இருந்த இரு ஆண்கள், பாதையில் உதிர்ந்திருந்த இலைகளை கூட்டிக்கொண்டிருந்தனர். பெண்கள் அந்த ஜோடிக்கு காலை வணக்கம் சொல்ல அவர்களிடம் சென்றனர். ரெய்கோ தனது மற்றுமொரு நகைச்சுவையால் அவர்களை சிரிக்கவைத்தாள். பூத்திருந்த மலர்ப்பாத்திகளில் காஸ்மோஸ் எனும் மெக்ஸிகன் செடி பூத்துக்குலுங்க, புதர்ச்செடிகள் பெரிதும் நன்கு கத்திரிக்கப்பட்டிருந்தன. ரெய்கோவைக் கண்டதும் பறவைகள் கூண்டுக்குள் கீச்சிடவும் பறக்கவும் தொடங்கின.

பெண்கள் கூண்டினருகிலிருந்த கொட்டகைக்குள் நுழைந்து உணவுப் பொதியுடனும் தோட்டத்துக்கு நீர்பாய்ச்சும் குழாயுடனும் வந்தனர். நவோகோ நீர்பாய்ச்சும் குழாயை தண்ணீர்க்குழாய் ஒன்றுடன் இணைத்து நீரைத் திறந்துவிட்டாள். எந்த ஒரு பறவையும் பறந்துவிடாதபடி கவனத்துடன் இருவரும் கூண்டுக்குள் நுழைந்தனர். நவோகோ குழாயால் அழுக்கின்மீது நீரைப் பீய்ச்ச, ரெய்கோ கூண்டின் அடிப்பகுதித் தளத்தை சுத்தம் செய்வதற்கான குச்சத்தால் தேய்த்துக் கழுவினாள். காலைச் சூரியஒளியில் நீர்ச்சிதறலானது பிரகாசித்தது. மயில் தன்மீது நீர் படாமலிருப்பதற்காக கூண்டெங்கும் சிறகடித்தபடி ஓடியது. வான்கோழியொன்று அதன் தலையை உயர்த்தி, சிடுசிடுப்பான வயதான மனிதனைப்போல என்னை கண்கள் ஒளிரப் பார்த்தது. அப்போது கம்பியொன்றில் நின்ற கிளியொன்று அதன் மகிழ்ச்சியின்மையைக் கூச்சலிட்டும் அதன் சிறகுகளை அடித்தும் காண்பித்தது. ரெய்கோ கிளியைப் பார்த்து, மியாவ் என கத்த, அது தூரத்து மூலையில் மறைந்தது. ஆனாலும் விரைவிலேயே அது "நன்றி", "பைத்தியம்", "மடையா" என கத்தியது.

"ஆச்சர்யமா இருக்கே, இதுமாதிரியான வார்த்தைகளை யார் சொல்லிக் கொடுத்திருப்பாங்க?" நவோகோ பெருமூச்சுடன் கேட்டாள்.

"நான் இல்ல, நான் எப்பவும் இதுமாதிரியான வேலையைச் செய்யமாட்டேன்." அவள் மறுபடியும் மியாவ் என கத்தத் தொடங்க கிளி வாயை மூடிக்கொண்டது.

சிரித்தபடியே அவள் விளக்கினாள், "இவன் ஒரு தடவை பூனைகிட்ட மாட்டிக்கிட்டான். இப்பல்லாம் பூனையைப் பார்த்தாலே பயந்து சாகிறான்."

அவர்கள் சுத்தம்செய்து முடித்ததும், இருவரும் தம் சாதனங்களை வைத்துவிட்டு, ஒவ்வொரு உணவுக்கிண்ணத்தையும் நிரப்பச் சென்றனர். வான்கோழி தரையில் ஆங்காங்கே தேங்கிக் கிடந்த நீரெல்லாம் தெறிக்க பாய்ந்து ஓடிவந்து, தனக்கான உணவுக் கிண்ணத்தில் தலையை நுழைத்தது. உணவுண்பதில் பெரிதும் ஆர்வத்துடனிருந்த வான்கோழியை, நவோகோ அதன் பின்புறத் தோகையில் தட்டியது அதனைக் கவலைப்படுத்தியது.

"நீ இதை தினமும் காலையில செய்வியா?" என்றேன் நான்.

"ஒவ்வொருநாள் காலையிலயும்!" என்றாள் அவள். "புதுசா வர்ற பெண்களுக்குத்தான் இந்த வேலையைத் தருவாங்க.

இது ரொம்ப எளிதானது. முயல்களைப் பார்க்கணும்னு விரும்பறியா?"

"நிச்சயமா," என்றேன் நான். பறவைப் பண்ணைக்குப் பின்னால் முயல்குடில் இருந்தது. பத்துக்கு மேற்பட்ட முயல்கள் உள்ளே வைக்கோலின்மீது தூக்கத்திலிருந்தன. நவோகோ சாணங்களைக் கூட்டியள்ளி அவற்றுக்கான பெட்டியில் உணவைவைத்து, ஒரு முயல்குட்டியை தூக்கி அவளது கன்னத்தில் தேய்த்தபடியே வந்தாள்.

"இது அருமையா இருக்குல்ல," அவள் கொஞ்சினாள். அவள் அதனை என் கையில் தந்தாள். அந்த கதகதப்பான, மென்ரோமத்தாலான பந்து, அதன் மூக்கு உதற, என் கையில் அஞ்சிப் பதுங்கியது.

"கவலைப்படாத, அவன் உன்னைப் ஒண்ணும்செய்ய மாட்டான்," அவள் முயலிடம் கூறினாள். அதன் தலையை அவளது விரல்களால் கோதியபடி என்னைப் பார்த்து புன்னகைத்தாள். அது சோகத்தின் சாயல் சிறிதுமில்லாத அப்படியொரு ஒளிமிகுந்த சிரிப்பு! எனவே என்னாலும் சிரிக்காமலிருக்க முடியவில்லை. நேற்றிரவு நவோகோவுக்கு என்ன ஆயிருக்கும்? நான் வியந்தேன். அது உண்மையில் நவோகோதானே தவிர, கனவல்ல என்பதை நான் நிச்சயம் அறிவேன். நிச்சயமாக அவள் தனது உடைகளைந்து தனது நிர்வாண உடலை என்னிடம் காட்டினாள்.

அவர்கள் சேகரித்த குப்பைகளை நெகிழிப் பையில் திணித்து அதன் வாயைக் கட்டியபடியே, ரெய்கோ 'ப்ரவ்டு மேரி'யை அழகான விதத்தில் விசிலடித்துப் பாடினாள். நான் சாதனங்களையும் உணவுப் பையையும் கொட்டகைக்கு எடுத்துச்செல்ல அவர்களுக்கு உதவினேன்.

"ஒருநாளின் காலைப்பொழுதுதான் எனக்கு விருப்பமான நேரம்," என்றாள் நவோகோ. "அப்ப எல்லாமே புத்தம் புதுசா, தொடங்குற மாதிரி இருக்கும். மதிய வேளையில நான் சோகமா மாறத்தொடங்குவேன். சூரியன் மறையத் தொடங்கும்போது அதை வெறுப்பேன். நாளுக்கு நாள் நான் இதே உணர்வோட வாழ்றேன்."

"நீங்க இப்படியொரு உணர்வுகளோட வாழ்ந்துக்கிட்டு இருக்கையில இளைஞர்களா இல்லாம என்னை மாதிரியே வயோதிகம் அடைஞ்சிடுவீங்க," ஒரு புன்னகையுடன் கூறினாள் ரெய்கோ. "இப்ப காலையாவோ இல்லை இரவாவோ இருந்தா எப்படியிருக்கும்னு நினைச்சுக்கிட்டு இருக்கும்போதே,

உங்களுக்குத் தெரியவர்ற அடுத்த விஷயம் உங்களுக்கு வயசாயிடுச்சுங்கிறதுதான்."

"ஆனா வயசாகிறத நீங்க விரும்புறீங்கதானே," என்றாள் நவோகோ.

"நிச்சயமா இல்லை, ஆனா நான் மறுபடியும் இளமையானவளா ஆகணும்னு நிச்சயம் விரும்பமாட்டேன்," என்றாள் ரெய்கோ.

"ஏன்?"

"ஏன்னா அது ஓயாத தொல்லை!" என்றாள் அவள். பின் அவள் பெருக்குமாறை உள்ளே எறிந்து கொட்டகையின் கதவை மூடினாள். இந்த சமயங்களனைத்திலும் ப்ரவ்ட் மேரியை விசிலடித்தபடியிருந்தாள்.

குடியிருப்புக்குத் திரும்பி, பெண்கள் தங்களது புதைகால் காலணியை மாற்றிவிட்டு டென்னிஸ் ஷூக்களை அணிந்து கொண்டு அவர்கள் பண்ணைக்குச் செல்வதாகக் கூறினர். நான் ஒரு புத்தகத்துடனோ அல்லது வேறெதாவதுடனோ தங்கிவிடுமாறும், ஏனெனில் அந்த வேலையில் பார்ப்பதற்கு எந்த வேடிக்கையும் இருக்காதெனவும், அவர்கள் குழுவில் ஒருவராய் அதைச் செய்யவேண்டுமெனவும் கூறினாள் ரெய்கோ. "நீ காத்திருக்கிற நேரத்துல நாங்க கழுவுற இடத்துல விட்டுட்டு வந்த அழுக்கான உள்ளாடைகளை அலசி வைக்கலாம்," என்று மேலும் சொன்னாள்.

நான் திடுக்கிட்டுப்போய், "நீங்க கேலி பண்றீங்க," என்றேன்.

"ஆமா, கேலிதான் பண்ணினேன்," என அவள் சிரித்தாள். "நீ ரொம்ப சமத்து, அப்படித்தானே நவோகோ?"

"அவன் உண்மையிலே சமத்துதான்," அவளுடன் சேர்ந்து சிரித்தபடி நவோகோ கூறினாள்.

"நான் என்னோட ஜெர்மன் பாடத்தைப் படிப்பேன்," ஒரு பெருமூச்சுடன் நான் சொன்னேன்.

"சரி, நல்ல பையனா உன்னோட வீட்டுப் பாடத்தைச் செய்," என்றாள் ரெய்கோ. "மதியச் சாப்பாட்டுக்கு முன்னால நாங்க திரும்புவோம்."

அவர்கள் இருவரும் வாய்க்குள் சிரித்தபடி சென்றனர். நான் கீழே ஒன்றுக்கு மேற்பட்டவர்களின் குரல்களையும்

நடந்துசெல்லும் ஓசையையும் கேட்டேன்.

நான் குளியலறையினுள் சென்று என் முகத்தை மீண்டும் கழுவினேன். பின் நகவெட்டியை எடுத்து என் நகங்களை வெட்டிச் சீர்செய்தேன். இரண்டு பெண்களால் பகிர்ந்துகொள்ளப்படும் குளியலறையாக இருந்தும், அதனுள் காணப்பட்ட பொருட்கள் நம்பமுடியாத அளவுக்கு எளிமையாக இருந்தன. ஒழுங்காக அடுக்கப்பட்ட க்ளன்சிங் க்ரீம்கள், லிப் மாய்சரைசர், சன் பிளாக் க்ரீம்களைத் தவிர்த்து அழகுசாதனப் பொருட்களென்று எதுவுமில்லை. நான் என் நகங்களைச் சீர்படுத்தியதும், நானே காபி தயாரித்து, ஜெர்மன்மொழி புத்தகத்தை விரித்தபடி சமையலறை மேஜையில் வைத்து காபியைப் பருகினேன். சூரிய வெளிச்சம் நிறைந்திருந்த சமையலறையில் டி சர்ட்டைக் களைந்துவிட்டு, இலக்கண அட்டவணையிலிருந்த அனைத்து விதிகளையும் மனப்பாடம் செய்யத் தயாரானபோது, ஒரு விநோத உணர்வால் தாக்குண்டேன். கற்பனை செய்யத்தக்க நீண்ட தூரமானது, ஒழுங்கற்ற ஜெர்மன் வினைச்சொல் அமைப்புகளை இந்த சமையலறையிலிருந்து பிரிப்பதாக எனக்குத் தோன்றியது.

இரு பெண்களும் பண்ணையிலிருந்து 11.30—க்கு திரும்பினர். ஒவ்வொருவராக ஷவரில் குளித்துவந்து, புதிய ஆடைகளுக்கு மாறினர். நாங்கள் மூவரும் மதிய உணவருந்த உணவுக்கூடம் சென்று பின் முன்வாசலுக்கு நடந்தோம். இம்முறை காவலர் அறையில் ஒருவன் பணியிலிருந்தான். அவன் தன் சாய்வுமேஜையில் அமர்ந்து, உணவுக்கூடத்திலிருந்து அவனுக்காகக் கொண்டுவரப்பட்ட உணவை ரசித்துச் சாப்பிட்டுக்கொண்டிருந்தான். அலமாரியிலிருந்த ட்ரான்சிஸ்டர் வானொலி பழையதொரு உணர்வுபூர்வமான பாப் பாடலை ஒலிபரப்பிக்கொண்டிருந்தது. நாங்கள் அணுகியபோது, நட்புடன் எங்களை நோக்கி ‘ஹாய்’ என சொல்லி கையசைத்தான். நாங்கள் பதிலுக்கு ஹலோ சொன்னோம்.

ரெய்கோ அவனிடம், நாங்கள் வெளியே செல்வதாகவும் மூன்று மணிநேரத்தில் திரும்புவோமெனவும் விளக்கினாள்.

“நல்லது,” என்றான் அவன். “பருவநிலையைப் பொறுத்தவரை நீங்க அதிர்ஷ்டசாலிங்கதான். இருந்தாலும் பள்ளத்தாக்கு சாலையிலிருந்து தள்ளியே இருங்க. பெரிசா அடிச்ச மழையில அது அரிச்சுட்டுப் போயிருச்சு. வேறெங்கேயும் எந்தப் பிரச்சினையும் இல்லை.”

தேதி, நேரம் குறிக்கப்பட்டிருந்த பதிவேடு ஒன்றில் ரெய்கோ

தன் பெயரையும், நவோகோ பெயரையும் எழுதினாள்.

"சந்தோஷமா அனுபவிங்க, கவனமாவும் இருங்க" என்றான் அந்தக் காவலன்.

"நல்ல மனுஷன்," என்றேன் நான்.

"இங்கேயுள்ளவங்களிலேயே இவன் கொஞ்சம் விநோதமானவன்," தன் தலையைத் தொட்டுக்காட்டியபடியே சொன்னாள் ரெய்கோ.

எனினும் பருவநிலை குறித்து அவன் சொன்னது சரியே. ஆகாயம் புத்தம் புதிதாய், நீலமாகக் காணப்பட்டது, ஓரேயொரு இடத்தில் மட்டும் சொர்க்கலோகத்தின் வரவேற்பு வளைவுபோல சோதனைக்காக மெல்லிய தீற்றலாக பூசப்பட்ட வண்ணம்போன்று, வெண்மேகம் காணப்பட்டது. சற்றுநேரம் நாங்கள் அமி ஹாஸ்டலின் தாழ்வான சுற்றுச்சுவரின் அருகில் நடந்து சென்றோம். பின் ஒரு செங்குத்தான, குறுகலான பாதையில் ஒருவர்பின் ஒருவராய் நகர்ந்தோம். ரெய்கோ, அந்தப் பகுதியிலுள்ள அனைத்து மலைகளின் ஒவ்வொரு பகுதியையும் அறிந்தவளைப்போன்று நம்பிக்கையுடன் அடியெடுத்துவைத்து நடந்தாள். நாங்கள் எங்களுக்குள் வார்த்தை எதுவுமின்றி, நடையில் கவனம் செலுத்தினோம். நவோகோ நீலநிற ஜீன்ஸும் வெண்ணிற தளர்சட்டையும் அணிந்து தனது மேற்கோட்டை கையொன்றில் பிடித்தபடி வந்தாள். அவளது நீண்ட, நேரான கூந்தலானது, தோள்களைச் சந்திக்குமிடத்தில் இடதும் வலதுமாக அசைவதை நான் பார்த்தேன். அவள் அவ்வப்போது பின்னால் திரும்பி என்னைப் பார்த்தாள். எங்களது கண்கள் சந்தித்தபோது புன்னகை செய்தாள். கிட்டத்தட்ட தலைசுற்றுவதுபோல் உணரும்வரை அந்தப் பாதை மேல்நோக்கியே சென்றது ஆனால் ரெய்கோவின் நடைவேகம் ஒருபோதும் குறையவில்லை. நவோகோ அவளுடன் சேர்ந்துகொள்வதற்காக அவளது முகத்திலிருந்த வியர்வையைத் துடைத்தபடியே விரைந்து நடந்தாள். கொஞ்ச காலத்துக்கு இதுபோன்ற வெளிப்புற நடவடிக்கைகளில் ஈடுபடாததால், நான் மூச்சுவாங்குவதுபோல உணர்ந்தேன்.

"நீ இதுபோல அடிக்கடி வருவியா?" நான் நவோகோவைக் கேட்டேன்.

"வாரத்துக்கு ஒருமுறை இருக்கலாம்," என்றாள் நவோகோ. "சிரமமா இருக்கா?"

"அப்படினுதான் சொல்லணும்," என்றேன்.

"நாம கிட்டத்தட்ட நெருங்கிட்டோம்," என்றாள் ரெய்கோ "நாம மூணுல ரெண்டுபங்கு தூரம்வரை வந்துட்டோம். நீ ஒரு வயசுப்பையன், இல்லையா? நட"

"ஆமா, ஆனா நான் கச்சிதமான உடலோட இல்லை."

நவோகோ தனக்குத்தானே பேசுவதுபோல முணுமுணுத்தாள், "எல்லா நேரமும் பெண்களோடேயே ஆட்டம் போட்டா..."

நான் அவளுக்கு பதிலளிக்கவிரும்பினேன். ஆனால் பேசமுடியாதபடி பெரிதும் மூச்சுவாங்கினேன். அவ்வப்போது எங்களது பாதையில் நீலவான பின்னணியில் தலையில் குஞ்சத்தைக்கொண்ட செந்நிறப் பறவைகள் குறுக்கிட்டது அற்புதமாக இருந்தது. எங்களைச் சுற்றியுள்ள வெளியானது— வெண்ணிற, நீல, மஞ்சள் மலர்களால் நிறைந்திருந்தது. தேனீக்கள் எங்கும் ரீங்காரமிட்டன. ஒருவேளைக்கு ஒரு அடியென, என் கண்ணில்பட்ட இயற்கை காட்சிகளைத்தவிர வேறெதையும் நான் நினைக்கவில்லை.

அடுத்த பத்துநிமிடத்தில் அந்த ஏற்றம் முடிவடைந்தது. நாங்கள் சமவெளியொன்றை அடைந்தோம். வியர்வையைத் துடைத்தபடியும், மூச்சிரைப்பு நிற்கும்படியும் எங்களது நீர்க் குடுவைகளிலிருந்து நீர் பருகியபடியும் நாங்கள் ஓய்வெடுத்தோம். ரெய்கோ ஒரு இலையைக் கண்டுகொண்டு அதனை ஊதல்செய்யப் பயன்படுத்தினாள்.

அந்தப் பாதை லேசான சரிவையுடைய சுற்றிலும் உயரமான புற்குஞ்சங்களாலான புதர்ப்பகுதிகளைக் கொண்ட இடத்தினுள் நுழைந்தது. நாங்கள் ஒரு கிராமத்தைக் கடந்துசெல்வதற்கு முன்பாக அந்தப் பாதையில் 15 நிமிஷங்கள் நடந்தோம். அங்கே மனித இருப்புக்கான எந்த அறிகுறியுமில்லை, பன்னிரண்டு அல்லது அதற்கதிகமான வீடுகள் அழிவின் பல்வேறுபட்ட நிலையில் காணப்பட்டன. இடுப்புயரத்துக்கு அந்த வீடுகளைச் சுற்றிலும் புற்கள் காணப்பட்டன. உலர்ந்த, வெண்ணிற, புறாவின் கழிவுத் துணுக்குகள் சுவரிலுள்ள துவாரங்களில் காணப்பட்டன. சீரழிந்த கட்டடமொன்றில் தூண்கள் மட்டுமே எஞ்சியிருக்க, மற்றவை புயல் தடுப்புக் கதவைத் திறந்ததும் வசிப்பதற்கு தயார் நிலையில் இருப்பதுபோல் தோன்றின. நாங்கள் நடந்துசென்ற சாலையின் இருபுறமும் இந்த உயிரற்ற, மௌனமான வீடுகள் அழுந்திக் காணப்பட்டன.

"ஏழெட்டு வருஷங்களுக்கு முன்னால இந்த கிராமத்துல மக்கள் வசிச்சிருக்காங்க," ரெய்கோ என்னிடம் தெரிவித்தாள்.

ஹாருகி முரகாமி | 237

“இங்க சுத்தி தெரியறதெல்லாம் விவசாயநிலம். ஆனா அவங்க எல்லாம் காலிபண்ணிப் போயிட்டாங்க. வாழ்க்கை இங்க ரொம்ப சிரமமானது. குளிர்காலத்துல பனிபொழியும்போது அவங்க மாட்டிக்குவாங்க. அதோட மண்ணும் சொல்லிக்கிறமாதிரி வளமானதில்லை. அவங்க நகரத்துல இதைவிடவும் நல்ல வாழ்க்கையை வாழ்ந்திட முடியும்.”

“என்ன ஒரு அழிவு. சில வீடுங்க பயன்படுத்தறதுக்கு கச்சிதமானவையா தோணுது,” என்றேன் நான்.

“சில நாடோடிங்க ஒருகட்டத்துல இங்க வாழமுயற்சி பண்ணு னாங்க. ஆனா அவங்க தோத்துட்டாங்க. குளிர்காலத்தை சமாளிக்கமுடியலை.”

கிராமத்துக்கு சற்றுதொலைவில் மேய்ச்சல் நிலம்போல் தோன்றிய, பெரிய வேலியிட்டதொரு பகுதியை அடைந்தோம். மறுபுறம் தொலைவில் சில குதிரைகள் மேய்ந்துகொண்டிருந்ததைக் கண்டேன். நாங்கள் வேலியைத் தொடர்ந்துசெல்ல, பெரிய நாயொன்று வாலாட்டியபடியே எங்களிடம் வந்தது. அது கால்களைத் தூக்கியபடி ரெய்கோவின்மேல் சாய்ந்து அவளது முகத்தை மோப்பம்பிடித்தது. பின் குதூகலமாக நவோகோமேல் பாய்ந்தது. நான் விசிலடிக்க அது என்னிடம் வந்து என் கையை அதன் நீண்ட நாக்கால் நக்கியது.

நவோகோ நாயின் தலையை தட்டிக்கொடுத்தபடியே, அந்த நாய் மேய்ச்சலிடத்துக்கு சொந்தமானதென விளக்கினாள். “இதுக்கு கிட்டத்தட்ட 20 வயசு இருக்கும்னு உறுதியா சொல்றேன்,” என்றாள் அவள். “இதோட பல்லெல்லாம் ரொம்ப மோசமான நிலையிலிருக்கு, அதனால ரொம்ப கடினமான எதையும் சாப்பிடமுடியாது. இது கடைக்குமுன்னாலயே நாளெல்லாம் தூங்கும், ஏதாச்சும் காலடிச் சத்தம் கேட்டாமட்டும் ஓடிவரும்.”

தன் முதுகுப்புற பையிலிருந்து கொஞ்சம் வெண்ணெயை எடுத்தாள் ரெய்கோ. அதன் வாசனையை அறிந்த அது அவள் மீது பாய்ந்து அதனை விழுங்கியது.

“இதை ரொம்ப நாளைக்கு நாம பாக்கமுடியாது,” என்றபடி ரெய்கோ அதன் தலையை தட்டிக்கொடுத்தாள். “அக்டோபர் நடுவுல அவங்க குதிரைகளையும் பசுக்களையும் சுமை வண்டியிலேற்றி கீழே இருக்கிற களஞ்சியத்துக்குக் கொண்டு போயிடுவாங்க. கோடைகாலத்துல மட்டும்தான் இதையெல்லாம் மேய்ச்சலுக்கு விடுவாங்க. அப்ப சுற்றுலா வர்றவங்களுக்காக

சின்ன சிற்றுண்டிக்கடை மாதிரி திறப்பாங்க. சுற்றுலாவாசிகள்! ஒரு நாளைக்கு மலையேறுறவங்க 20 பேர் வரை இருக்கலாம்! ஏய், ஏதாச்சும் குடிக்கலாம்னு நினைக்கிறியா?"

"நல்ல யோசனை," என்றேன் நான்.

நாய் அந்த சிற்றுண்டிக் கடைக்கான பாதையில் முன்னேசென்றது. முன்முகப்புடன் கூடிய சிறிய, வெண்ணிற வீடு அது. காபிக் குவளை வடிவிலான மங்கிப்போன பெயர்ப்பலகையொன்று தாழ்வாரத்தில் தொங்கிக்கொண்டிருந்தது. நாய் எங்களை படிவரை நடத்திச்சென்று வாயிலில் படுத்துக்கொண்டு கண்களை குறுக்கிக்கொண்டது. வாயிலில் காணப்பட்ட மேஜையொன்றைச் சுற்றி நாங்கள் அமர்ந்ததும், ஸ்வெட் சர்ட், வெள்ளை ஜீன்ஸ் அணிந்த, குதிரைவால் கொண்டையணிந்த பெண்ணொருத்தி வெளியேவந்து பழைய நண்பர்களை வரவேற்பதுபோல், நவோகோவையும் ரெய்கோவையும் வரவேற்றாள்.

"இவர் நவோகோவோட நண்பர்," என்று சொல்லி ரெய்கோ என்னை அறிமுகம் செய்தாள்.

"ஹாய்," என்றாள் அவள்.

"ஹாய்," நானும் பதிலுக்குச் சொன்னேன்.

மூன்று பெண்களும் சிறிய உரையாடலில் ஈடுபட்டிருந்த வேளையில், மேஜைக்குக் கீழிருந்த நாயின் கழுத்தைக் கோதினேன்.. அது ஒரு வயதான நாய்க்கேயான கடினமான, நார்போன்ற கழுத்தைக் கொண்டிருந்தது. நான் மொத்தையான பகுதிகளைச் சொறிந்தபோது, கண்களை மூடிக்கொண்டு, இன்பத்தால் பெருமூச்சுவிட்டது.

"இதோட பெயர் என்ன?" நான் அந்த பெண்ணைக் கேட்டேன்.

"பெபெ," என்றாள் அவள்.

"ஏய், பெபே," நான் நாயை அழைத்தேன். ஆனால் அது அசையவில்லை.

"அதுக்கு சரியா காதுகேட்காது, நீ சத்தமா கூப்பிடணும் இல்லைனா அவனுக்கு கேட்காது," என்றாள் அந்தப் பெண்.

"பெபே," நான் சத்தமாய் அழைத்தேன். நாய் கண்களைத் திறந்து குரைப்பொலியுடன் உஷார்நிலைக்கு வந்தது.

“ஒண்ணுமில்லை பெபே, நல்லா தூங்கு. நீண்ட நாளைக்கு உயிரோட இரு.” என்றாள் அந்தப் பெண். பெபே திரும்பவும் என் காலடியில் படுத்துக்கொண்டது.

நவோகோவும் ரெய்கோவும் ஒரு குவளை குளிர்ச்சியான பாலுக்குச் சொல்ல நான் பீர் கேட்டேன்.

“நாம ரேடியோ கேட்கலாம்,” என்றாள் ரெய்கோ. அந்தப் பெண் ஒலிபெருக்கியை உயிர்ப்பூட்டி, பண்பலை வரிசையொன்றுக்கு மாறினாள். ‘ஸ்பின்னிங் வீல்’ இசைத் தொகுப்பிலிருந்து ப்ளட், ஸ்வெட் அன்ட் டியர்ஸ் ஒலிபரப்பானது.

ரெய்கோ மகிழ்ச்சியடைந்தவளாகக் காணப்பட்டாள். “இதுக்காகத்தான் நாங்க இங்க வர்றோம். எங்க அறையில ரேடியோ கிடையாது. நான் மட்டும் அப்பப்ப இங்க வரலைனா, வெளியில என்ன இசை வந்துட்டிருக்குனே எந்த ஒரு யோசனையும் இருக்காது.”

“நீங்க இங்கேயே உறங்குறீங்களா?” நான் அந்தப் பெண்ணைக் கேட்டேன்.

“வாய்ப்பேயில்லை,” அவள் சிரித்தாள். “நான் மட்டும் ராத்திரிக்கு இங்க தங்கினா தனிமையில் செத்தேபோயிடுவேன். இந்த மேய்ச்சல் நிலத்துக்காரன் என்னை நகரத்துக்குக் கூட்டிப்போயிடுவான். நான் மறுபடியும் காலைல வருவேன்.” மேய்ச்சலிட அலுவலகத்துக்கு முன்னால், பக்கத்தில் நிறுத்தி வைக்கப்பட்டிருந்த நான்கு சக்கர வாகனத்தைநோக்கி அவள் கைகாட்டினாள்.

“சீக்கிரமே உங்களுக்கு விடுமுறையும்கூட வருது. சரிதானா?” என்றாள் ரெய்கோ.

“ஆமா நாங்க சீக்கிரமே இந்த இடத்தை மூடப்போறோம்,” என்றாள் அந்தப் பெண். ரெய்கோ அவளுக்கு ஒரு சிகரெட் தர, இருவரும் புகைபிடித்தனர்.

“நான் உன்னோட இழப்பை உணரப்போறேன்,” என்றாள் ரெய்கோ.

“ஆனாலும், மே மாசம் திரும்பவந்துடுவேன்,” அந்தப் பெண் சிரிப்புடன் கூறினாள்.

வானொலியில் ‘வொய்ட் ரூம்’ மூலமாக க்ரீம் வந்தார். விளம்பர இடைவேளைக்குப்பின் சைமன், கார்டங்கேலின்

‘ஸ்கார்போரோப் ஃபேர்’ வந்தது.

அதுமுடிந்ததும் ரெய்கோ, “அது எனக்குப் பிடிச்சிருந்துச்சு,” என்றாள்.

“நான் அந்தப் படத்தைப் பாத்திருக்கேன்,” என்றேன்.

“அதுல யார் நடிச்சிருக்காங்க?”

“டஸ்டின் ஹாப்மேன்.”

“எனக்கு அவரைத் தெரியாது,” தலையை சற்றே வருத்தமாக குலுக்கியபடி சொன்னாள். “உலகம் பித்துப்பிடிச்சமாதிரி மாறிக்கிட்டிருக்கு, என்ன நடந்துக்கிட்டிருக்குனே எனக்குத் தெரியலை.”

அவள் அந்தப் பெண்ணிடம் கிதாரைக் கேட்டாள். “நிச்சயமா,” என்றபடி அவள் வானொலியை அணைத்துவிட்டு பழைய கிதார் ஒன்றை எடுத்துவந்தாள். நாய் தன் தலையை உயர்த்தி கிதாரை மோப்பம்பிடித்தது.

“நீ இதைச் சாப்பிடமுடியாது,” ரெய்கோ போலி கண்டிப்புடன் சொன்னாள். புல் வாசத்துடனான இளங்காற்று முன்வாயிலில் வீசியது. மலைகள் எங்கள் முன்பு பரந்துகிடந்தன, ஆகாயத்துக்கு எதிரே அவற்றின் முகடுகளின் வரிசை கூர்மையுடன் காணப்பட்டன.

“தி சவுண்ட் ஆப் ம்யூஸிக் படத்துல வர்ற ஒரு காட்சிமாதிரி இது இருக்கு,” என ஸ்வரம் சேர்த்துக்கொண்டிருந்த ரெய்கோவிடம் நான் சொன்னேன்.

“அதனாலென்ன?” அவள் கேட்டாள்.

அவள் ஸ்கார்போரோ ஃபேர் பாடலின் ஆரம்ப சுரத்தை அடைவதற்காக கிதாரை மீட்டினாள். வெளிப்படையாகவே அவள் முதன்முறையாக அந்தப் பாடலை மீட்ட முயற்சித்தாள். சிலமுறை தவறாகத் தொடங்கி, பின் அதனை முழுக்க தடுமாற்றமின்றி இசைத்தாள். அவள் மூன்றாவது முறையாக அதை வாசித்தபோது, சில செழுமைப்படுத்தல்களைச் செய்யத் தொடங்கியிருந்தாள். “நல்ல காது,” கண்ணடித்தபடி அவள் என்னிடம் சொன்னாள். “வழக்கமாக மூன்றுமுறை கேட்டாலே என்னால சிரமமில்லாம வாசிச்சிடமுடியும்.”

மென்மையாக பாடலை முணுமுணுத்தபடியே அவள்,

ஸ்கார்போரோ ஃபேர்— இன் இசைக்கோவையை முழுவதுமாக அப்படியே வாசித்தாள். நாங்கள் மூவரும் கைதட்டினோம். ரெய்கோ அதனை கௌரவமாக தலைதாழ்த்தி ஏற்றுக் கொண்டாள்.

“மொஸார்ட்டோட இசைப்பாடல்களுக்கு வழக்கமா இன்னும் நிறைய கைத்தட்டல் வாங்குவேன்,” என்றாள் அவள்.

பீட்டில்ஸினுடைய ‘ஹியர் கம்ஸ் த சன்’ வாசித்தால், பாலுக்கான தொகையை அந்தக் கடை ஏற்றுக்கொள்ளுமென அந்தப் பெண் கூறினாள். ரெய்கோ அவளுக்கு வெற்றிச்சின்னம் காட்டிவிட்டு பாடலை வாசிக்கத் தொடங்கினாள். அவளது குரல் பூரணமான ஒன்றல்ல, அத்தோடு அளவுக்கதிகமான புகைப்பழக்கம் அந்தக் குரலை கம்மச் செய்திருந்தது. ஆனாலும் அது அருமையாய் அசலுக்கு நெருக்கமாய் இருந்தது. அங்கமர்ந்து அவளது வாசிப்பைக் கேட்டபடியும் பீரைக் குடித்தபடியும் மலைகளைப் பார்த்தபடியும் இருந்தபோது, கிட்டத்தட்ட சூரியன் உண்மையிலேயே உதயமாகி வருவதுபோல நான் உணர்ந்தேன். அது மென்மையான, மனஎழுச்சி தரும் உணர்வாக இருந்தது.

ரெய்கோ கிதாரை திருப்பிக்கொடுத்துவிட்டு, வானொலியை திரும்பப் போடும்படி கேட்டாள். பின் நவோகோவிடமும் என்னிடமும் அந்தப் புதிய பகுதியில் ஒருமணி நேரம் எடுத்துக்கொண்டு சுற்றிப்பார்த்து வருமாறு சொன்னாள்.

“நான் இன்னும்கொஞ்சம் ரேடியோ கேட்கவும் இவளோட பொழுதைக் கழிக்கவும் விரும்பறேன். நீங்க மூணு மணிக்கு வந்தா சரியாயிருக்கும்.”

“அவ்ளோ நேரம் நாங்க சேர்ந்து இருக்கிறது பரவாயில் லையா?”

“ம், உண்மையில அது விதிகளுக்கு எதிரானது, ஆனா என்ன கொடுமை, எல்லாத்துக்கும் மேல நான் ஒண்ணும் செவிலித்தாய் இல்ல. எனக்கொரு இடைவேளை கிடைச்சா பயன்படுத்திக்குவேன். டோக்கியோவுல இருந்து இவ்ளோதூரம் வந்திருக்க, நீ நிறைய விஷயம் பேசவிரும்புவனு எனக்குத் நிச்சயமா தெரியும்”

அவள் பேசியபடியே இன்னொரு சிகரெட்டைப் பற்ற வைத்தாள்.

நவோகோ எழுந்துகொண்டு, “நாம போகலாம்,” என்றாள்.

நான் அவளுக்குப் பின்னால் போகத்தொடங்கினேன். நாய் எழுந்து, சற்றுநேரம் எங்களைத் தொடர்ந்தது. ஆனால் சீக்கிரமே ஆர்வமிழந்து தாழ்வாரத்துக்கு கீழுள்ள அதன் இடத்துக்குச் சென்றுவிட்டது. மேய்ச்சல்நில வேலியைப் பின்பற்றிச் சென்ற சமதளமான பாதையில் நாங்கள் நடந்தோம். நவோகோ என் கையை அவ்வப்போது பற்றிக்கொள்ளவோ, அவளது கையை என் கை மேல் போடவோ செய்தாள்.

"இது பழையநாட்களைப் போல இருக்குதுல்ல?" அவள் கேட்டாள்.

"அது பழைய நாட்கள் இல்லை" நான் சிரித்தேன். "இந்த வருஷ வசந்தகாலம்தான். அதை பழைய நாட்கள்னு சொன்னா, பத்து வருடங்களுக்கு முந்தினதெல்லாம் பழம்வரலாறா ஆயிடும்."

"அது பழைய வரலாறுபோலதான் தோணுது," என்றாள் நவோகோ. "அது எப்படியோ இருக்கட்டும் நேத்து ராத்திரி நடந்ததுக்காக மன்னிச்சுடு. நான் அளவுக்கு மீறி பதட்டத்துல இருந்தேன்னு எனக்குத் தெரியலை. டோக்கியோவுல இருந்து நீ இவ்ளோதூரம் வந்திருக்கிறப்ப நான் உண்மையிலே அப்படி நடந்திருக்கக்கூடாது."

"அதைவிடு," என்றேன் நான், "நாம ரெண்டுபேருமே வெளியேற்றவேண்டிய நிறைய உணர்ச்சிகளை வெச்சிருக்கோம். அதனால நீ அந்த உணர்ச்சிகளை வெளிக்கொண்டு வந்து யாரையாச்சும் நசுக்கணும்னு விரும்புனா, என்னை நசுக்கு. அப்புறம் நாம ஒருத்தரையொருத்தர் நல்லா புரிஞ்சுக்கலாம்."

"சரி நீ என்னை நல்லா புரிஞ்சுக்கிட்ட அப்புறம் என்ன?"

"உனக்குப் புரியலை, சரியா?" என்றேன் நான். "இதுல அப்புறம் என்னங்கிற கேள்வியே இல்லை. சிலருக்கு ரயில்வே கால அட்டவணையை வாசிக்கிறதுல ஒரு சந்தோஷம், நாளெல்லாம் அதையே வாசிச்சிட்டு இருப்பாங்க. இன்னும் சிலபேர் தீக்குச்சியில பெரிய மாதிரிப் படகை உருவாக்குவாங்க. இந்த உலகத்துல உன்னைப் புரிஞ்சுக்க முயற்சிபண்றதை விரும்புற ஒருத்தன் இருக்கிறது என்ன தப்பு?"

"ஒருமாதிரி பொழுதுபோக்காவா?" அவள் திகைப்புடன் கேட்டாள்.

"ஆமா, நீ அதை பொழுதுபோக்குனு சொல்லலாம்னு நினைக்கிறேன். பெரும்பாலான சாதாரண நபர்கள் அதை

நட்புனோ, காதல்னோ இல்ல வேறெதாவதோ சொல்வாங்க, ஆனா நீ பொழுதுபோக்குனு சொல்லவிரும்புனா, அதுவும்கூட சரிதான்."

"நீயும் கிஸுகியை விரும்புன இல்லையா? சொல்லு" என்றாள் நவோகோ.

"நிச்சயமா" என்றேன் நான்.

"ரெய்கோவை விரும்புறியா?"

"அவங்களை ரொம்பவே விரும்பறேன், அவங்க உண்மையிலே இனிமையானவங்க," என்றேன் நான்.

"நீ எப்படி எப்பவுமே எங்களை மாதிரியான ஆட்களையே விரும்புற, நான் என்ன சொல்றேன்னா, நாங்க எல்லாம்— நான், கிஸுகி, ரெய்கோ எல்லாம் ஏதோ ஒருவிதத்துல விநோதமானவங்க, கோணலானவங்க, மூழ்கிக்கிட்டு இருக்கிறவங்க. நீயேன் ரொம்பவும் இயல்பான ஆட்களை விரும்பக்கூடாது?"

"ஏன்னா நான் உங்களை அப்படிப் பார்க்கலை," நான் சற்றே சிந்தித்தபின் அதைச் சொன்னேன். "நான் உன்னையோ கிஸுகியையோ ரெய்கோவையோ எந்த விதத்திலும் கோணலான வங்களா பார்க்கலை. நான் பித்துப்பிடிச்சவங்களா நினைக்கிறது வெளியே திரிஞ்சுக்கிட்டு இருக்கிறவங்களைத்தான்."

"ஆனா நாங்க கோணலானவங்கதான். என்னால அதைப் பார்க்கமுடியுது," என்றாள் நவோகோ.

நாங்கள் மௌனமாக நடந்தோம். வேலிமுடிந்து அந்த சாலை வட்டமான புற்களால் சூழப்பெற்ற வெளிக்கு வந்தது. அது மரங்கள்சூழ குட்டைபோன்று காணப்பட்டது.

நவோகோ என் தோளுடன் உரசியபடி சொன்னாள், "சிலசமயம் நான் நடுராத்திரில ரொம்பவும் பயந்துபோய் முழிச்சுக்கிடுவேன். நான் மறுபடியும் குணமாகவே போறதில்லையோனு பயப்படுறேன். எப்பவுமே நான் இப்படியே குணமாகாம இருந்து வயதாகி, இங்கேயே வீணாப்போயிடுவேனோனு பயப்படுறேன். அப்ப எனக்குள்ள எல்லாம் உறைஞ்சுபோனதுபோல நான் ரொம்பவே ஜில்லிட்டுப் போயிடுவேன். அது பயங்கரமானது... அவ்ளோ குளிரானது."

நான் அவளைச் சுற்றி என் கையைப்போட்டு அருகில் இழுத்தேன்.

“இருளுக்குள்ளேயிருந்து கிஸுகி வெளிப்பட்டு, என்னைக் கூப்பிட்டு ‘ஏய் நவோகோ, நாம பிரிஞ்சிருக்கமுடியாது’னு சொல்றமாதிரி உணர்றேன். அவன் அப்படிச் சொல்றதைக் கேட்கும்போது எனக்கு என்ன செய்றதுனே தெரியலை.”

“நீ என்ன செய்வ?”

“சரி... இப்ப இந்த தவறான பாதையில போகாத.”

“ம், நான் போகலை.”

“நான் ரெய்கோவை என்னைக் கட்டியணைச்சுக்கச் சொல்லி கேட்பேன். நான் அவளை எழுப்பி, அவளோட படுக்கைக்கு தவழ்ந்துபோய். அவ என்னை இறுக அணைச்சுக்கிடும்படி விட்ருவேன். அப்புறம் நான் அழுவேன். அந்தப் பனியெல்லாம் உருகி திரும்பவும் நான் கதகதப்பாகிறவரை அவங்க வருடிக் கொடுப்பாங்க. இதை நீ நோயோட அறிகுறியா நினைக் கிறியா?”

“இல்லை. இருந்தாலும் உன்னை அணைச்சுக்கிற ஆள் நானா இருக்கணும்னு விரும்பறேன்.,” என்றேன் நான்.

“அப்ப என்னை கட்டியணைச்சுக்க. இப்ப, இங்கேயே.”

நாங்கள் மேய்ச்சல் நிலத்தில் உலர்ந்த புற்களின்மீது அமர்ந்து எங்களது கைகளை ஒருவர்மேல் ஒருவர் போட்டுக்கொண்டோம். உயரமான புற்கள் எங்களைச் சூழ்ந்திருந்தன. எங்களால் மேலே தெரிந்த மேகத்தையும் வானத்தையும்தவிர எதையும் பார்க்கமுடியவில்லை. நான் நவோகோவை மெதுவாகச் சாய்த்து என் கைகளுக்குள் எடுத்துக்கொண்டேன். அவள் மென்மை யாகவும் கதகதப்பாகவும் இருந்தாள், அவளது கைகள் என்னை நோக்கி நீண்டன. நாங்கள் அசலான உணர்வுடன் முத்தமிட்டுக் கொண்டோம்.

“ஏதாச்சும் பேசு டோரு,” நவோகோ என் காதில் கிசுகிசுத்தாள்.

“என்ன சொல்ல?” நான் கேட்டேன்.

“நீ என்னோட படுக்கணும்னு விரும்புறியா?”

“நிச்சயமா விரும்பறேன்,” என்றேன் நான்.

“உன்னால காத்திருக்கமுடியுமா?”

“நிச்சயமா காத்திருப்பேன்.”

“திரும்பவும் நாம சேர்றதுக்குமுன்னால, நான் இன்னும் கொஞ்சம் குணமாகணும்னு விரும்பறேன். நான் உன்னோட அந்தப் பொழுதுபோக்குக்கு பெரிதும் தகுதியான நபரா என்னை மாத்திக்க விரும்பறேன். நான் அதைச் செய்றவரை காத்திருப்பியா?”

“நிச்சயம் காத்திருப்பேன்.”

“நீ இப்ப விறைப்போட இருக்கியா?”

“நீ என் உள்ளங்காலைச் சொல்றியா?”

“மடையா,” நவோகோ கொஞ்சினாள்.

“என்னோடது விறைப்போட இருக்கானு கேட்கிறபட்சத்துல, நிச்சயமா இருக்கேன்.”

“நீ எனக்கொரு உதவிசெய்யமுடியுமா, ‘நிச்சயமா’னு சொல்றதை நிறுத்த முடியுமா?”

“சரி, நான் நிறுத்தறேன்.”

“அது கஷ்டமாயிருக்கா?”

“எது?”

“அப்படி முழு விறைப்போட இருக்கிறது.”

“கஷ்டம்னா?”

“நீ கஷ்டப்படுறியானு நான் கேட்டேன்.”

“அது நீ எப்படிப் பார்க்கிறேங்கிறதைப் பொருத்தது.”

“அதிலிருந்து விடுபடுறதுக்கு நான் உதவணும்னு நீ விரும்பறியா?”

“உன் கையாலயா?”

“ம்ம். உன்கிட்ட உண்மையைச் சொல்றதாயிருந்தா, நாம எப்ப உட்கார்ந்தோமா அப்பயிருந்து அது என்மேல இடிச்சுட்டிருக்கு. அது வேதனையா இருக்குது.”

நான் என் இடுப்பை விலக்கினேன். “பரவாயில்லையா?”

"நன்றி."

"உனக்குத் தெரியுமா?" நான் சொன்னேன்.

"என்ன?"

"நீ அதைச் செய்யணும்னு நான் விரும்பறேன்."

"சரி," அவள் சாந்தமான புன்னகையுடன் சொன்னாள். பின் அவள் என் கால்சராயின் ஜிப்பை விலக்கி, எனது விறைப்பான ஆணுறுப்பை அவளது கையில் எடுத்தாள்.

"இது கதகதப்பாயிருக்கு," அவள் சொன்னாள்.

அவள் தன் கையை அசைக்கத் தொடங்கினாள். ஆனால் நான் அவளை நிறுத்தி அவளது மேற்சட்டையை பட்டன்கள் நீக்கி, அவளது பிராவின் வாரை நீக்குவதற்கு எட்டினேன். நான் அவளது மென்மையான, இளஞ்சிவப்புநிற மார்பகக் காம்புகளை முத்தமிட்டேன். அவள் தன் கண்களை மூடிக்கொண்டு மெதுவாக தனது விரல்களை அசைக்க ஆரம்பித்தாள்.

"ஏய் நீ இத ரொம்ப நல்லாவே பண்ற," என்றேன் நான்.

"நல்ல பையனா வாயை மூடிக்கிட்டு இரு," என்றாள் நவோகோ.

நான் உச்சகட்டத்தை எட்டியதும், நான் அவளை என் கைகளுக்குள் அணைத்து மறுபடியும் முத்தமிட்டேன். நவோகோ பிரா மற்றும் மேற்சட்டைப் பித்தான்களை அணிந்துகொள்ள, நான் என் கால்சட்டை ஜிப்பை மூடினேன்.

"இது நீ நடக்கிறதை சிரமமில்லாததா ஆக்கிடுச்சா?" அவள் கேட்டாள்.

"இதெல்லாத்துக்கும் நான் உனக்கு கடன்பட்டிருக்கேன்."

"சரி அப்படினா, சார் உங்களுக்கு சரின்னு பட்டா, நாம இன்னும்கொஞ்சம் நடப்போமா?"

"நிச்சயமா."

நாங்கள் மேய்ச்சல் நிலத்தினூடாக குறுக்கே நடந்து, மரங்கள் அடர்ந்த பாதையினூடாகச் சென்று, மற்றொரு புல்வெளிப் பாதையைக் கடந்தோம். நவோகோ அவளது இறந்த சகோதரியைப்பற்றிப் பேசினாள். இதுபற்றி அனேகமாக

அவள் எவரிடமும் பேசியதில்லை என்றபோதிலும் என்னிடம் பேசவேண்டும்போல் உணர்வதாகக் கூறினாள்.

"அவ என்னைவிட ஆறுவருடம் மூத்தவ, எங்களோட குணங்கள் முழுக்க மாறுபட்டது. இருந்தாலும் நாங்க நெருக்கமாகவே இருந்தோம் ஒரேயொரு தடவைகூட நாங்க சண்டைபோட்டதில்லை. இதுதான் நிஜம். ஆமா, எங்களோட வயசுல இத்தனை பெரிய வித்தியாசம் இருந்ததால, நாங்க சண்டை போடுறதுக்கு பெருசா எதுவுமில்லை."

அவளுடைய சகோதரி அனைத்திலும் வெற்றிகரமாகத் திகழ்ந்த பெண்களுள் ஒருத்தி— சிறந்த மாணவி, சிறப்பான விளையாட்டு வீராங்கனை, பிரபலமானவள், தலைமைப் பண்புடையவள், கருணையும் எளிமையும் மிக்கவள், பையன்கள் அவளை விரும்பினர். அவளது ஆசிரியர்கள் அவளை விரும்பினர். அவளது அலமாரி பாராட்டுச் சான்றிதழ்களால் நிறைந்திருந்தது. எந்த ஒரு பள்ளியிலும், எப்போதும் அப்படியொரு பெண்ணிருப்பாள். "அவ என் அக்காங்கிறதுனால இதைச் சொல்லலை. ஆனா இது எதுவும் அவ கெட்டுப்போகிறதுக்கோ, ஆணவத்துக்கோ படோடோபமாய் இருப்பதற்கோ கொஞ்சமும் இடம்தரலை. நாம அவளை செய்யச்சொல்லி என்ன வேலை தந்தாலும், அவ இயல்பாவே அதை யாரையும்விட சிறப்பா செய்வா.

"அதனால நான் சின்னவளா இருக்கும்போது, நான் இனிமையான சின்னப்பொண்ணா இருக்கறதுனு முடிவுபண்ணினேன்." நவோகோ பேசியபடியே குஞ்சங்களைக் கொண்ட ஒருவகை பெரணிப் புல்லை திருகினாள். "நான் என்ன சொல்றேன்னு உனக்குத் தெரியுதா, என்ன ஒரு புத்திசாலி, எவ்ளோ நல்லா விளையாடுறா, எவ்ளோ பிரபலமா அவ இருந்தானு எல்லாரும் பேசறதைக் கேட்டபடியே நான் வளர்ந்தேன். நிச்சயமா, எப்பவும் நான் அவளோட போட்டிபோட வழியேயில்லைனு நான் நினைக்க ஆரம்பிக்கிறேன். குறைஞ்சபட்சம், என் முகம் அவளைவிடவும் அழகானது, அதனால என் அப்பா அம்மா என்னை அழகா வளர்க்கத் தீர்மானிச்சிருக்கணும்னு நினைச்சேன். ஆரம்பத்துலயிருந்தே அவங்க என்னை அதுமாதிரியான பள்ளிக்கூடத்துலதான் சேர்த்தாங்க. எனக்கு வெல்வெட் ஆடையும் கொசுவம் வைத்த மேற்சட்டையும் அழகான தோல் ஷூவும் போட்டாங்க பியானோ வகுப்புக்கும் பாலே நடன வகுப்புக்கும் அனுப்பிவைச்சாங்க. இது என்னோட அக்காவை என்னோட இன்னும் நெருக்கமானவளாதான் ஆக்குச்சு. நான் அவளோட அழகான குட்டித் தங்கச்சி. அவ எனக்கு அழகிய சின்னச் சின்ன பரிசுகள் தருவா, எல்லா இடத்துக்கும்

கூட்டிட்டுப் போவா என்னோட வீட்டுப் பாடத்தைச் செய்ய எனக்கு உதவிசெய்வா. அவ டேட்டிங் போறப்பகூட என்னைக் கூட கூட்டிட்டுப் போவா. யாருமே எதிர்பார்க்கிற சிறந்த அக்காவா அவ இருந்தா."

"அவ ஏன் தற்கொலை செஞ்சுக்கிட்டானு யாருக்கும் தெரியாது. கிஸுகி விஷயத்தைப்போலவே, ரொம்பச் சரியா அதேபோல. அவளுக்கும் 17 வயசுதான். அவ தற்கொலை பண்ணிக்கப்போறான்னு எப்பவும் சின்ன குறிப்புகூட தந்ததில்லை. என்ன காரணம்னுகூட எழுதிவைக்கலை. உண்மையில் ரொம்பச் சரியா அதேபோல இருக்குன்னு உனக்குத் தோணலை?"

"அப்படித்தான் தோணுது."

"எல்லாரும் அவ அளவுக்கதிகமான புத்திசாலியாயிருந்தா இல்ல அளவுக்கதிகமான புத்தகம் படிச்சதா சொன்னாங்க. அவ நிறைய வாசிக்கதான் செஞ்சா. அவகிட்ட நூத்துக்கணக்குல புத்தகம் இருந்துச்சு. அவ இறந்தபின்னால அதுல சிலதை நான் படிச்சேன், அதெல்லாம் ரொம்ப சோகமா இருந்துச்சு. அந்தப் புத்தகங்களோட ஓரத்துல அவளோட கருத்துகள் இருந்துச்சு. பக்கங்களுக்கு நடுவுல பூக்கள் நைஞ்சுபோய்க் கிடந்துச்சு. ஆண்நண்பர்கள்கிட்டயிருந்து வந்த கடிதங்கள் இருந்துச்சு. இதுமாதிரியான விஷயங்கள் பார்க்கிற ஒவ்வொருமுறையும் நான் அழுவேன், நான் நிறைய அழுதிருக்கேன்."

நவோகோ சில நொடிகளுக்கு மௌனமானாள், மீண்டும் புற்குஞ்சத்தைத் திருகினாள்.

"அவ எல்லாத்தையும் தனக்குத்தானே அக்கறை எடுத்துச் செய்றமாதிரியான ஆள். அவ எப்பவும் யார்கிட்டேயும் யோசனையோ உதவியோ கேட்டதில்லை. ஆணவத்தால அப்படி பண்ணலை. அவ எது தனக்கு இயல்பானதுனு பட்டுதோ அதைச் செஞ்சா. என் பெற்றோரும் இதுக்குப் பழகியிருந்ததால அவளுக்கு பரவாயில்லைனா சரினு அவளைத் தனியே விட்டுட்டாங்க. நான் என் அக்காகிட்ட யோசனை கேட்டுப்போவேன், அவளும் எனக்கு எப்பவும் யோசனை சொல்லத் தயாராயிருந்தா. ஆனா அவ எப்பவுமே யார்கிட்டேயும் யோசனை கேட்டுப்போனதில்லை. அவ செய்யவேண்டியது எதுவோ அதை தானாவே செஞ்சா. அவ எப்பவுமே கோபமாவோ துயரமாவோ இருந்ததில்லை. இதெல்லாம் உண்மை, நான் மிகைப்படுத்தலை. பெரும்பாலான பெண்கள், அவங்களோட மாதவிலக்கு சமயத்துலயோ இல்லை வேறசில நேரத்துலயோ

சிடுசிடுப்பா ஆகி மத்தவங்கமேல வெளிக்காட்டுவாங்க. ஆனா அவ அப்படிகூட நடந்துக்கிட்டதில்லை. மோசமான மனநிலைக்கு ஆளாகிறதுக்குப் பதிலா அவ ரொம்பவே ஒடுங்கிக்கிடுவா. இரண்டு மூணு மாசத்துக்கு ஒருமுறை அவளுக்கு இதுபோல நடக்கும். அவ தன்னோட அறையைப் பூட்டிக்கிட்டு படுக்கையில இருந்துக்குவா, பள்ளிக்கூடம் போகமாட்டா, கிட்டத்தட்ட எதுவுமே சாப்பிடமாட்டா, விளக்கை அணைச்சுட்டு வெறிச்சுப் பார்த்துக்கிட்டு இருப்பா. ஆனாலும் அவ மோசமான மனநிலையில இருக்கமாட்டா. நான் பள்ளிக்கூடத்துல இருந்து வந்ததும், அவ என்னை தன்னோட அறைக்குக் கூப்பிட்டு அவளுக்குப் பக்கத்துல என்னை உட்காரவெச்சு, அன்னைய பொழுதைப்பத்தி என்கிட்ட கேட்பா. நானும், என் நண்பர்களோட என்ன விளையாடினேன், ஆசிரியர் என்ன சொன்னாங்க, என் தேர்வுமுடிவுகள் இதுமாதிரியான விஷயங்கள் எல்லாத்தையும் அவகிட்ட சொல்லுவேன். அவ என்கிட்ட ஒவ்வொண்ணையும் விவரமா கேட்டு யோசனையோ, கருத்தோ சொல்லுவா. ஆனா தோழியோட விளையாடவோ இல்லை பாலே டான்ஸ் வகுப்புக்கோ போனதும் அவ மறுபடியும் வெறிச்சுப் பாப்பா. ரெண்டு நாளைக்கப்புறம் ரொம்ப எளிதா அதிலிருந்து விடுபட்டு பள்ளிக்கூடம் போவா. இது தொடர்ந்துக்கிட்டே இருந்துச்சு, எனக்கு சரியா தெரியலை, நாலு வருஷம் இருக்கலாம், எங்க அப்பா அம்மா முதல்ல கவலைப்பட்டாங்க. அவங்க ஒரு மருத்துவர்கிட்ட ஆலோசனை கேட்கப் போனாங்கனு நான் நினைக்கிறேன். ஆனா ரெண்டு நாளைக்கப்புறம் முழுக்கவே நல்லா இருப்பா. அதனால அவளைத் தனியாவிட்டாலே தானாவே சரியாயிடும்னு அவங்க நினைச்சுட்டாங்க. அவ அதுமாதிரியான புத்திசாலியான, உறுதியான பெண்.

“அவ இறந்ததுக்கப்புறம், ரொம்ப நாளைக்கு முன்னால இறந்த என் அப்பாவோட தம்பியொருத்தரைப் பத்தி அப்பா அம்மா பேசுறதைக் கேட்டேன். அவரும்கூட ரொம்ப புத்திசாலியா இருந்திருக்கார். ஆனா அவரோட 17 வயசுலயிருந்து 21 வயசுவரை நாலுவருஷம் வீட்டுக்குள்ளேயே பூட்டி வெச்சிருந்திருக்காங்க. அப்புறம் ஒருநாள் அவர் திடீர்னு வீட்டைவிட்டுக் கிளம்பிப்போய், தொடர்வண்டிமுன்னால பாய்ஞ்சுட்டாரு. எங்கப்பா சொன்னார், ‘ஒருவேளை என் பரம்பரைல இந்தப் பிரச்சினை ரத்தத்தோட கலந்திருக்கலாம்’னு.”

நவோகோ பேசும்போது, அவளது விரல்கள் உணர்வின்றி புற்களை உருவி, அதன் நாரிழைகளை காற்றில் பறக்க விட்டபடியிருந்தது. வெறுமையாய் நின்ற அதன் தண்டை, தன் விரல்களால் ஒடித்துப்போட்டாள்.

"நான்தான் என் அக்கா இறந்துகிடந்ததைப் பார்த்தது," அவள் தொடர்ந்தாள். "நான் தொடக்கக்கல்வி முடிச்சு முதலாமாண்டில் இருந்த இலையுதிர்காலம். நவம்பர் மாத இருண்ட, மழைநாள். அப்போ என் அக்கா தொடக்கக் கல்விமுடிச்சு ஆறாம் பருவத்துல படிச்சுக்கிட்டிருந்தா. நான் பியானோ வகுப்பு முடிச்சு 6.30—க்கு வீட்டுக்கு வந்தேன். என் அம்மா இரவுணவு தயாரிச்சுட்டிருந்தாங்க. அக்காகிட்ட சாப்பாடு ரெடியாயிடுச்சுனு சொல்லச் சொன்னாங்க அம்மா. நான் மாடிக்குப்போய் அவளோட கதவைத் தட்டி, 'சாப்பாடு ரெடி'னு சத்தம்போட்டேன். அவளோட அறைமுழுக்க நிசப்தமாயிருந்துச்சு. இது வினோதமா இருக்கேனு நான் நினைச்சேன், அதனால மறுபடியும் தட்டினேன். கதவைத் திறந்து உள்ளே எட்டிப்பார்த்தேன். அநேகமா அவ தூங்கிக்கிட்டிருக்கலாம்னு நான் நினைச்சேன். ஆனா அவ படுக்கையிலும் இல்லை. அவ ஜன்னலுக்குப் பக்கத்துல நின்னபடி, வெளியே பார்த்தபடி, அவளோட கழுத்து ஒருமாதிரியா வளைஞ்சு எதுமாதிரினா— அவ எதையோ சிந்திச்சுட்டிருக்கிறமாதிரி இருந்துச்சு. விளக்கெல்லாம் அணைஞ்சு அறை இருட்டா, எதையும் பார்க்கிறதே சிரமமா இருந்துச்சு. 'நீ என்ன பண்ணிட்டிருக்கே? சாப்பாடு ரெடினு' நான் அவகிட்ட சொன்னேன். அவ வழக்கத்தைவிட உயரமா இருக்கிறதைக் கவனிச்சப்பதான், என்ன நடந்துக்கிட்டிருக்குனு நான் ஆச்சரியப்பட்டேன். அது ரொம்ப வினோதமாயிருந்துச்சு! அவ ஹைஹீல்ஸ் போட்டிருந்தாளா? இல்லை எதுமேலயாச்சும் நின்னுட்டிருந்தாளா? நான் நெருக்கமா வந்து மறுபடியும் அவகிட்ட பேசப்போனபோதுதான் நான் அதைக் கவனிச்சேன். அவளோட தலைக்குமேல ஒரு கயிறுதெரிஞ்சுது. அது மேற்கூரை யிலிருந்த ஒரு உத்திரத்திலிருந்து நேரா கீழே வந்துச்சு— யாரோ அந்தரத்துல கோடுவரையறதுக்கான தடியால கோடுவரைஞ் சதுமாதிரி, ஆச்சரியப்படற அளவுக்கு அது நேராயிருந்துச்சு. என் அக்கா வெள்ளை மேல்சட்டை போட்டிருந்தா— ஆமா, இதுபோல ஒரு சாதாரணமான வெள்ளை மேல்சட்டை, அடுத்து சாம்பல்நிற பாவாடை, அவளோட கால்பெருவிரல்கள் பாலரினா நடனப்பெண்ணோட கால்பெருவிரல் மாதிரி கீழ்நோக்கியிருந்துச்சு. ஒரேயொரு வித்தியாசம் அவளோட விரலுக்கும் தரைக்கும் ஏழெட்டு இஞ்ச் இடைவெளி இருக்கலாம். நான் எல்லா விஷயங்களையும் உள்வாங்கினேன். அவளோட முகம் உள்பட. நான் அவளோட முகத்தைப் பார்த்தேன். என்னால ஒண்ணும் பண்ணமுடியலை. நான் கீழிறங்கிப்போய் அம்மாகிட்ட சொல்லணும்னு நினைச்சேன்— நான் கத்தணும்னு நினைச்சேன். ஆனா என் உடம்பு ஒத்துழைக்கலை. என்னோட உணர்வுல இருந்து வேறுபட்டு அது தன்னிச்சையா செயல்பட்டுச்சு. என்

மனசு என்னை அவசரமா கீழிறங்கச் சொல்லிக்கிட்டு இருக்கிறப்ப, அது அவளை கயித்திலிருந்து இறக்க முயற்சிபண்ணுச்சு. நிச்சயமா, அது மாதிரியான விஷயங்களைச் செய்றதுக்கான தெம்பு ஒரு சின்னப்பொண்ணுகிட்ட எப்படியும் கிடையாதுங்கிறதால, நான் வெறுமனே அங்கேயே நின்னுக்கிட்டு, வெறிச்சுப் பார்த்துக்கிட்டு இருந்தேன். ஐந்தாறு நிமிஷங்களுக்கு எனக்குள்ள ஏதோ ஒண்ணு உறைஞ்சு இறந்துபோனமாதிரி முழுவெறுமை. என்ன நடக்குதுனு பார்க்க எங்கம்மா வர்ற வரைக்கும், அந்தக் குளிரான இருட்டான இடத்துல என் அக்காவோட, நான் வெறுமனே அங்கேயே நின்னுக்கிட்டிருந்தேன்."

நவோகோ தலையை உலுக்கினாள்.

"மூணு நாளைக்கப்புறமும் என்னால பேசமுடியலை. நான் கண்கள் அகலத் திறந்தபடி அந்தரத்தைப் பார்த்தபடி, இறந்துபோன ஒருத்தரைப்போல படுக்கைல சும்மாவே கிடந்தேன். என்ன நடந்துக்கிட்டிருந்துச்சுனு எனக்கு தெரிஞ்சுருக்கலை." நவோகோ என் தோளோடு அழுந்தினாள். "நான் என்னோட கடிதத்துல உனக்கு எழுதியிருந்தேன் இல்லையா? உனக்குத் தெரிஞ்சதை விடவும் நான் ரொம்பவும் குறையுள்ள மனித ஜென்மம்னு. என்னோட நோய் நீ நினைக்கிறதைவிடவும் ரொம்ப மோசமானது, அது ஆழமா வேர்விட்டிருக்கு. அதனாலதான் உன்னால முடியும்கிறபட்சத்துல நீ என்னைத் தாண்டிப் போகணும்னு விரும்பறேன். எனக்காக காத்திருக்கவேண்டாம். நீ விரும்புனா மத்த பெண்களோட உறவுவைச்சுக்க. என்னைப் பத்தின நினைவுகள் உன்னைப் பின்தங்க அனுமதிக்காத. நீ என்ன செய்ய விரும்புறியோ அதைச் செய். இல்லைனா நான் நிச்சயம் உன்னை என்னோட பிடிச்சுவைக்கிறதுல போய்முடியும். நான் செய்யவிரும்பாத ஒரே விஷயம் அதுதான். நான் உன்னோட வாழ்க்கையில குறுக்கிட விரும்பலை. நான் யாரோட வாழ்க்கையிலும் குறுக்கிட விரும்பலை. நான் முன்னாலயே சொன்னமாதிரி, அப்பப்ப நீ என்னை பாக்கவரணும், எப்பவும் நீ என்னை ஞாபகத்துல வெச்சுக்கணும்னுதான் விரும்பறேன். நான் விரும்பறது அவ்ளோதான்."

"ஆனா நான் விரும்பறதெல்லாம் இதில்லை," என்றேன் நான்.

"நீ என்னோட தொடர்பால உன்னோட வாழ்க்கையை வீணாக்கிக்கிட்டு இருக்கிற."

"நான் எதையும் வீணடிச்சுக்கிட்டு இருக்கலை."

“ஆனா நான் எப்பவும் குணமாகப்போறதில்லை, எப்போதைக் குமா நீ எனக்காக காத்திட்டிருக்கமுடியுமா? நீ 10 வருஷம், 20 வருஷமா காத்திருப்பியா?”

“நிறைய விஷயங்களைப் போட்டுக் குழப்பி உன்னை நீயே பயத்துக்கு உள்ளாக்கிட்டு இருக்கிற,” நான் சொன்னேன். “இருள், மோசமான கனவுங்க, மரணத்தோட வலிமை. இதையெல்லாம் நீ மறக்கணும். அதைச்செஞ்சா நீ குணமாயிடுவனு நான் உறுதியா சொல்றேன்.”

“என்னால முடியுறபட்சத்துல,” தலையைக் குலுக்கியபடி நவோகோ சொன்னாள்.

“இந்த இடத்தைவிட்டு வெளியேவந்ததும், நீ என்னோட வந்து தங்குவியா?” நான் கேட்டேன். “அப்புறம் என்னால உன்னை இருட்டுகிட்ட இருந்தும் மோசமான கனவுகள்ள இருந்தும் பாதுகாக்கமுடியும். அப்புறம் சிரமமான நேரம்வரும்போது நீ கட்டியணைச்சுக்கிட ரெய்கோவுக்குப் பதிலா நான் இருப்பேன்.”

நவோகோ இன்னுமதிகமாக என்மீது சாய்ந்துகொண்டாள்.

“அது அற்புதமா இருக்கும்,” என்றாள் அவள்.

மூன்று மணிக்கு சற்றுமுன்பாகவே நாங்கள் அந்த சிற்றுண்டியகத்துக்கு திரும்பினோம். ரெய்கோ ஒரு புத்தகத்தை வாசித்தபடி வானொலியில் பிராமின் இரண்டாவது பியானோ இசைத்தொகுப்பைக் கேட்டுக் கொண்டிருந்தாள். கண்ணுக்கெட்டின தூரம்வரையில் எவரொருவரும் இருப்பதற்கான அறிகுறியின்றி புல்நிறைந்த மேய்ச்சல்நிலத்தின் ஓரத்தில் இருந்தபடி பிராமின் இசையைக் கேட்பதில் ஏதோ அற்புதம் இருக்கத்தான் செய்தது. மூன்றாவதாகத் தொடங்கும் செல்லோ வாத்தியத்துடன் சேர்ந்து ரெய்கோ விசிலடித்தபடியிருந்தாள்.

“பேக்கஸ் அண்ட் போம்,” என்றாள் அவள். “ரொம்ப நாளைக்குமுன்னால ஒருமுறை நான் இந்த இசைத்தட்டை கேட்டுக் கேட்டு உபயோகமில்லாததா பண்ணிட்டேன். சாதாரணமா சொல்லணும்னா அதிலுள்ள எல்லா இசைக்குறிப்புகளையும் கேட்டுக்கேட்டு அத தேய்ஞ்சுபோக வைச்சுட்டேன். அதிலிருந்து இசையை உறிஞ்சு எடுத்துட்டேன்.”

நவோகோவும் நானும் காபிக்குச் சொன்னோம்.

“நிறைய பேசுனீங்களா?” ரெய்கோ கேட்டாள்.

"நிறைய," என்றாள் நவோகோ.

"அப்புறமா, அவனப் பத்தி எல்லாத்தையும் என்கிட்ட சொல்ற, தெரியுதா?"

"நாங்க எதுவும் பண்ணலை," முகம் சிவந்தபடி நவோகோ கூறினாள்.

"உண்மையாவா?" ரெய்கோ என்னிடம் கேட்டாள். "ஒண்ணு மில்லையா?"

"ஒண்ணும் பண்ணலை," என்றேன் நான்.

"போரடி—க்—க்குது!" அவள் தன்முகத்தில் சலிப்புதோன்ற கூறினாள்.

"உண்மையா," என் காபியை உறிஞ்சியபடியே கூறினேன்.

உணவருந்தும் அறையின் காட்சி அப்படியே முந்தைய நாளைப்போன்றே இருந்தது— மனநிலை, குரல்கள், முகங்கள். உணவுமட்டுமே மாறியிருந்தது. நேற்று, எடைகுறையும் சூழலில் இரைப்பைநீர் சுரப்புபற்றி பேசிக்கொண்டிருந்த, வெள்ளுடை தரித்த வழுக்கைத் தலை மனிதர், எங்களது மேஜையில் எங்கள் மூவருடனும் சேர்ந்துகொண்டு, மூளையின் அளவுக்கும் புத்திசாலித்தனத்துக்குமான தொடர்புகுறித்து நீண்ட நேரம் பேசினார். நாங்கள் எங்களது சோயாபீன்ஸ் பர்கரைச் சாப்பிட்ட படியே பிஸ்மார்க் மற்றும் நெப்போலியனின் மூளையின் அளவைப் பற்றி அனைத்துவிஷயங்களையும் கேட்டோம். அவர் தனது தட்டை ஒரு பக்கமாகத் தள்ளிவிட்டு, மூளையின் படமொன்றை வரைய, ஒரு பால்பாய்ண்ட் பேனாவையும், குறிப்புத் தாளையும் பயன்படுத்தினார். அவர் வரையத் தொடங்கியதுமே சொன்னார், "இல்லை, இது சரியா வரலை" என்றபடி புதிதாய் ஒன்றை வரையத் தொடங்கினார். இதுபோல சிலமுறை நடந்தது. அவர் வரைந்துமுடித்ததும், மிச்சமிருந்த குறிப்புத்தாள்களை கவனமாக தனது வெள்ளைக் கோட்டின் பையினுள் போட்டார், தனது மார்புப் பகுதியிலிருந்த பையினுள் பேனாவை வைத்தார். அந்தப் பையினுள் பென்சில் மற்றும் வரைகோலுடன் மொத்தமாக மூன்று பேனாக்களை வைத்திருந்தார். அவரது உணவைச் சாப்பிட்டு முடித்ததும், முந்தைய நாள் அவர் என்னிடம் சொன்னதையே திரும்பச் சொன்னார், "இங்க குளிர்காலம் உண்மையிலே அருமையா இருக்கும். அடுத்தமுறை வர்றப்ப இங்க குளிர்காலத்துல வர்றமாதிரி நிச்சயப்படுத்திக்கோ," என்றபடி உணவருந்தும்

இடத்தைவிட்டுக் கிளம்பினார்.

"இவர் டாக்டரா இல்லை நோயாளியா?" நான் ரெய்கோவைக் கேட்டேன்.

"நீ என்ன நினைக்கிற?"

"உண்மையில என்னால சொல்லமுடியலை, எதுவாயிருந்தாலும் அவர் அத்தனை இயல்பா தெரியலை."

"அவர் டாக்டர், டாக்டர் மியாட்டா," என்றாள் நவோகோ.

"ஆமா," என்றாள் ரெய்கோ, "ஆனா இங்குள்ளவங்கள்ளேயே ரொம்பவும் வேடிக்கையான ஆள் இவர்னு நான் சொல்றேன்."

"மிஸ்டர் ஒமூரா, வாயிற்காவலனும்கூட ரொம்பவும் வேடிக்கையானவர்," என்றாள் நவோகோ.

"நிஜம்தான்," தனது ப்ராக்கோலியை முள்கரண்டியால் குத்தியபடியே ஆமோதித்தாள் ரெய்கோ. "அவர் தினமும் காலை தொண்டைவெடிக்க கத்திக்கிட்டு பயங்கரமான உடற்பயிற்சி பண்ணுறார். நவோகோ, நீ வர்றதுக்கு முன்னால வியாபார அலுவலகத்துல செல்வி கினோஷிதானு ஒரு பொண்ணு இருந்தா. அவ தற்கொலைக்கு முயற்சிபண்ணினா. போனவருஷம் இங்க பயங்கரமான குடிப்பழக்கம் காரணமா டோகுஷிமாங்கிற ஆண் நர்ஸை வேலையைவிட்டுத் தூக்குனாங்க."

"நோயாளிகளும் பணியாளர்களும் தங்களோட இடத்தை மாத்திக்கிற மாதிரி தோணுதே," என்றேன்.

"சரிதான்," ரெய்கோ தனது முள்கரண்டியை அந்தரத்தில் அசைத்தபடி சொன்னாள். "கடைசியில் நீ இங்கே விஷயங்கள் எப்படிப் போகுதுனு பார்க்க ஆரம்பிச்சிருக்க."

"நானும் அப்படித்தான் நினைக்கிறேன்."

"நாங்க இயல்பானவங்க இல்லைனு தெரிஞ்சு வைச்சிருக்கிறது தான், எங்களை ரொம்பவும் இயல்பானவங்களா ஆக்குது."

திரும்பவும் அறையில் நானும் நவோகோவும் சீட்டு விளையாடிக் கொண்டிருக்க, ரெய்கோ கிதாரில் பாக்கை பயிற்சி செய்துகொண்டிருந்தாள்.

"நாளைக்கு எத்தனை மணிக்கு நீ கிளம்புற?" ரெய்கோ

ஒரு இடைவேளை எடுத்துக்கொண்டு சிகரெட் ஒன்றை பற்ற வைத்தபடி என்னைக் கேட்டாள்.

"காலையுணவு சாப்பிட்டதும் நேரா கிளம்புறேன்," என்றேன் நான். "பஸ் ஒன்பது மணிக்கு வருது. அப்பதான் நாளைக்கு ராத்திரி வேலைக்கு சரியான நேரத்துல போய்ச்சேரமுடியும்."

"ரொம்ப மோசம். நீ மட்டும் இன்னும் கொஞ்சநாள் தங்கினா நல்லா இருக்கும்."

"நான் இங்க ரொம்ப நாள் தங்கினா, நான் இங்கேயே வாழறதுல தான் போய்முடியும்," சிரித்தபடியே நான் சொன்னேன்.

"அப்படியும் இருக்கலாம்," என்றாள் ரெய்கோ. பின் நவோகோவிடம் அவள் சொன்னாள், "ஓ! ஒகாவிடம் கொஞ்சம் திராட்சை வாங்கிவர நான் போயிருக்கணும். நான் மொத்தமா மறந்துட்டேன்." என்றாள்.

"நான் உங்ககூட வரணும்னு விரும்பறீங்களா?" நவோகோ கேட்டாள்.

"உன்னோட இளமையான திருவாளர் வாட்டனபியை என்னோட அனுப்பி வைக்கிறது பத்தி என்ன நினைக்கிற?"

"தாராளமா," என்றாள் நவோகோ.

"சரி, நாங்க ரெண்டுபேர் மட்டும் இன்னொரு இரவுநேர நடை போய்வரோம்," என் கையைப் பிடித்தபடியே சொன்னாள் ரெய்கோ. "நாம கிட்டத்தட்ட நேத்தே அங்க இருந்தோம். இன்னைக்கு ராத்திரியும் அந்த வழியில போவோம்."

"நல்லது," கொஞ்சலாகச் சொன்னாள் நவோகோ. "உங்க விருப்பம்போலச் செய்யுங்க."

இரவுநேர காற்று குளிராக இருந்தது. ரெய்கோ அவளது சட்டைக்குமேல் வெளிர்நீல கார்டிகன் அணிந்து, அவளது ஜீன்ஸ்பைக்குள் கைகளைப் புதைத்தபடி நடந்தாள். மேலே ஆகாயத்தைப் பார்த்தபடி, அவள் காற்றை ஒரு நாயைப்போன்று மோப்பம்பிடித்தாள். "வாசனையைப் பார்த்தா மழைவரும் போலிருக்கு," என்றாள் அவள். நான் வாசம்பிடிக்க முயற்சித்தேன், ஆனால் எந்த வாசனையும் தெரியவில்லை. உண்மைதான், ஆகாயத்தில் நிறைய மேகங்கள் நிலவை மறைத்தபடி காணப்பட்டன.

"இங்க நீ ரொம்ப நாட்கள் தங்குனா, உன்னால காற்றோட வாசத்தை வெச்சே பெருமளவுக்கு வானிலையைச் சொல்ல முடியும்," என்றாள் ரெய்கோ.

பணியாளர் வீடுகள் அமைந்துள்ள மரங்களடர்ந்த பகுதிக்குள் நாங்கள் நுழைந்தோம். ரெய்கோ என்னிடம் ஒருநிமிடம் காத்திருக்கும்படிச் சொல்லிவிட்டு, ஒரு வீட்டின் முன்கதவுக்குச் சென்று அழைப்புமணியை அழுத்தினாள். ஒரு பெண்மணி கதவருகே வந்தாள்— சந்தேகமின்றி அந்த வீட்டின் எஜமானிதான்— அங்கேயே நின்றபடி ரெய்கோவிடம் பேசிச் சிரித்தபடி காணப்பட்டாள். பின் அவள் உள்ளே திரும்பிச்சென்று பெரியதொரு பிளாஸ்டிக் பையுடன் திரும்பிவந்தாள். நான் காத்திருந்த இடத்துக்குத் திரும்பும்முன், ரெய்கோ அவளுக்கு நன்றி தெரிவித்து குட்நைட் சொன்னாள்.

"பாரு," என்றபடி அவள் பையைத் திறந்துகாண்பித்தாள்.

அதில் நிறையவே திராட்சைக் கொத்துகள் இருந்தன.

"உனக்கு திராட்சை பிடிக்குமா?"

"ரொம்ப பிடிக்கும்."

அவள் மேலாகக் காணப்பட்ட கொத்தை என்னிடம் தந்தாள். "இது கழுவினதுதான். அப்படியே சாப்பிடலாம்."

நாங்கள் திராட்சையை சாப்பிட்டு தோலையும் கொட்டை களையும் தரையில் துப்பியபடியே நடந்தோம். அவை புதியதாகவும் சுவை நிறைந்ததாகவும் இருந்தன.

"நான் அவங்க பையனுக்கு அப்பப்ப பியானோ சொல்லித் தர்றேன். பதிலுக்கு அவங்க எனக்கு வெவ்வேற விஷயங்கள் செய்யுறாங்க. நாம சாப்பிட்ட ஒயின் அவங்க தந்ததுதான். சிலசமயம் நான் எனக்காக நகரத்திலிருந்து ஏதாவது வாங்கிவரச் சொல்லி அவங்களைக் கேட்பேன்."

"நீங்க நேத்து எனக்குச் சொல்லிக்கிட்டிருந்த கதையோட மிச்சத்தை நான் கேட்கவிரும்பறேன்," என்றேன் நான்.

"சரி," என்றாள் ரெய்கோ. "ஆனா தொடர்ந்து நாம வீட்டுக்குத் தாமதமா போனா நவோகோ நம்மேல சந்தேகப்படப் போறா."

"அந்த ஆபத்தைச் சந்திக்க நான் தயாரா இருக்கேன்."

“அப்ப சரி, அப்படினா நான் ஏதாவது கூரைக்குக்கீழ ஒதுங்கவிரும்பறேன். இன்னைக்கு ராத்திரி கொஞ்சம் குளிரா இருக்கு.”

நாங்கள் டென்னிஸ் மைதானத்தை நெருங்கியதும் அவள் இடதுபுறமாகத் திரும்பினாள். நாங்கள் குறுகிய படிக்கட்டுகளில் இறங்கி, தொகுதியான வீடுகளைப்போல அமைந்த ஒன்றுக்குமேற்பட்ட பொருள் வைப்பறைகள் இருந்த இடத்துக்கு வந்தோம். ரெய்கோ பக்கத்திலிருந்த ஓர் அறையின் கதவைத் திறந்தாள். உள்ளே சென்று விளக்குகளைப் போட்டாள். “உள்ள வா,” என்றாள். “பார்க்கிறதுக்கு அதிகமா ஒண்ணுமில்லை.”

அந்த வைப்பறை ஒழுங்கான வரிசையிலடுக்கப்பட்ட பனிச்சறுக்குப் பலகைகள், புதைமிதியடிகள், கம்பங்களைக் கொண்டிருந்தன. மேலும் தரையில் பனியகற்றும் உபகரணங்களும் பாறையுப்புப் பொதிகளும் குவிக்கப்பட்டிருந்தன.

“நான் தனியா கிதார் பயிற்சி செய்யவிரும்புறப்ப எல்லாம் இங்கவர்றது வழக்கம். அருமையான, வசதியான இடம் இல்லையா?”

ரெய்கோ பாறையுப்பு பொதியொன்றின்மேல் அமர்ந்து, என்னை அவளருகிலிருந்த இன்னொரு பொதியின்மேல் அமர் வதற்கு அழைத்தாள். நான் அவள் சொன்னபடி செய்தேன்.

“இங்க அவ்ளோ காற்றோட்டமாயில்ல, நான் சிகரெட் பிடிக்கலாமா?”

“பிடிங்க,” என்றேன் நான்.

“இந்த ஒரு பழக்கம்தான் என்னால விடமுடியாததா தோணுது,” அவள் முகம்சுளித்தபடி கூறியபோதும், வெளிப்படையான சந்தோஷத்துடன் அதைப் பற்றவைத்தாள். ரெய்கோவைப்போல் சிகரெட்டை அனுபவித்துப் புகைப்பவர்கள் வெகுசிலரே. நான் என் திராட்சைக்கொத்திலிருந்து கவனமாக நேரத்துக்கொரு திராட்சையை உருவிச்சுவைத்து, தோலையும் விதைகளையும் குப்பைத்தொட்டியாகப் பயன்படுத்தப்பட்ட தகரப்பெட்டியில் எறிந்தேன்.

“நேத்து ராத்திரியில் நாம எவ்ளோ தூரம் போனோம்னு இப்ப நாம பார்த்துடலாமா?” ரெய்கோ கேட்டாள்.

“அது ஒரு இருண்ட, கொந்தளிப்பான இரவு நீங்க அந்தப் பறவையோட கூட்டை எடுக்கிறதுக்கு செங்குத்தான மலை

முகட்டுல ஏறிக்கிட்டிருந்தீங்க.”

“முகத்தை இவ்ளோ சாதாரணமா வெச்சுக்கிட்டு ஜோக்கடிக்கிறதுல நீ பயங்கரமான ஆளா இருக்கே,” என்றாள் ரெய்கோ. “நான் அந்தப் பொண்ணுக்கு ஒவ்வொரு சனிக்கிழமையும் பியானோ சொல்லிக்கொடுத்துக்கிட்டு இருந்தேன்கிறதுவரை நாம பார்த்தோம்னு நினைக்கிறேன்.”

“அதேதான்.”

“நாம உலகத்துல உள்ளவங்க எல்லாரையும் மத்தவங்களுக்கு விஷயங்களை கத்துத்தர்றதுல திறமையானவங்க, திறமையில்லாதவங்கனு ரெண்டா பிரிக்கிறதா வெச்சுக்கிட்டா நான் பெரும்பாலும் முதல்பிரிவுல வருவேன்,” என்றாள் ரெய்கோ. “நான் சின்னவயசுல இதுபோல எப்பவுமே நினைச்சதில்லை, ஒருவேளை நான் என்னை அந்தவிதமா நினைக்க விரும்பாம இருந்திருக்கலாம். ஆனா நான் குறிப்பிட்ட வயசை அடைஞ்சு ஓரளவுக்கு என்னைப் பத்தி அறிஞ்சுக்கிட்டதும் இது உண்மைதான்கிறதை உணர்ந்துக்கிட்டேன். மத்தவங்களுக்கு நான் விஷயங்களை கத்துத்தர்றதுல சிறப்பானவ. உண்மையிலே திறமையானவ.”

“நீங்க அப்படிப்பட்டவங்கதான்னு நான் உறுதியா சொல்றேன்.”

“நான் என்னைவிடவும் மத்தவங்கிட்ட நிறையவே நிதானமா நடந்துக்கிட்டேன். எனக்குள்ள இருக்கிற மேலான திறமையை வெளிக்கொண்டுவர்றதைவிடவும், மத்தவங்களோட திறமையை வெளிக்கொண்டுவர்றதில நான் சிறப்பானவளா இருந்தேன். நான் அந்தவிதமான ஆளு. நான் தீப்பெட்டியோட பக்கவாட்டுல இருக்கிற உரசுறபகுதி. ஆனா என்னளவுல அது சிறப்பானதுதான். நான் அதைப்பத்தி கொஞ்சமும் வருத்தப்படலை. இரண்டாம்தர தீக்குச்சியா இருக்கிறதைவிடவும் முதல்தரமான தீப்பெட்டியா இருக்கிறது நல்லதுதான். நான் இந்தப் பொண்ணுக்குச் சொல்லித்தர ஆரம்பிச்ச பின்னாலதான், இது என் மனசுக்கு தெளிவா புரிஞ்சுதுனு சொல்வேன். நான் சின்னவளா இருந்தப்ப, என்னைப் பத்தின இந்த விஷயத்தை உணராம, ஒரு துணைத்தொழிலா மட்டும் ஒருசிலருக்கு நான் சொல்லித்தந்துருக்கேன். நான் அவளுக்கு சொல்லித்தர ஆரம்பிச்ச பின்னாலதான், அட, நான் மத்தவங்களுக்கு சொல்லித்தர்றதுல திறமையானவதான்னு என்னைப் பத்தி சிந்திக்க ஆரம்பிச்சதே. அவ்ளோ நல்லா பாடங்கள் போனது.

“நான் நேத்து சொன்னதுபோல, அந்தப் பெண்கிட்ட

தொழில்நுட்பம்னு பார்த்தா சிறப்பா எதுவுமில்லை, அவ தொழில்முறை இசைக்கலைஞராகிறதுக்கே இடமில்லை, அதனால நான் அதை ஈஸியா எடுத்துக்கிட்டேன். அதோட அவ ஓரளவுக்கு நல்ல மதிப்பெண் வாங்கினாலே, தானாவே பல்கலைக்கழகத்துக்குப் போயிடறமாதிரியான பள்ளியில படிச்சுக்கிட்டிருந்தா. அதாவது அவ படிப்புக்குனு தன்னை வதைச்சுக்க வேண்டியதில்லை. அவங்கம்மாவும்கூட என்ன படிச்சானு அத்தனை அலட்டிக்கிடலை. அதனால நான் அவளை எதையும் செய்யச்சொல்லி நெருக்குனதில்லை. நான் அவளை முதன்முதலா சந்திச்சப்பவே எதையும் செய்யச்சொல்லி நாம நெருக்கக்கூடியவிதமான பொண்ணு அவ இல்லைனு எனக்குத் தெரிஞ்சிருந்துச்சு. அதாவது ரொம்பவே இனிமையான, எல்லாத்துக்கும் சரி, சரினு தலையாட்டக் கூடியவ இல்ல, அவ செய்யவிரும்பாத எதனையும் முழுசா செய்யமறுக்கிறவனு தெரியும். அதனால நான் முதல்ல செஞ் சதென்னென்னா, ஒரு இசைப்பகுதியை அவ விருப்பம்போல— 100 சதவிகிதம் வாசிக்கவிட்டேன். அப்புறம் அதே இசையை அவளுக்காக பல்வேறுவிதமா நான் வாசிச்சுக் காண்பிப்பேன். அப்புறம் எது சிறந்ததுனோ இல்லை எதை அவ ரொம்பவும் விரும்பினானோ பேசுவோம். அப்புறம் அவளை அதே இசையை மறுபடி வாசிக்கவைப்பேன், அப்ப அவளோட வாசிப்பு முதல்முறையைவிட பத்துமடங்கு சிறப்பா இருக்கும். அவளே எது சிறப்பானதுனு தெரிஞ்சுக்கிட்டு, அந்த விஷயங்களை தன்னோட வாசிப்புல கொண்டுவருவா.”

ரெய்கோ தனது சிகரெட்டின் ஒளிரும்முனையைக் கவனித்தபடி ஒருகணத்துக்கு பேச்சை நிறுத்தினாள். நான் ஒரு வார்த்தையும் பேசாமல் எனக்கான திராட்சைகளைச் சாப்பிட்டபடியிருந்தேன்.

“எனக்கு இசைகுறித்த நல்ல புரிதல் இருக்குனு தெரியும். ஆனா அவ என்னைவிட மேலானவளாயிருந்தா. என்ன ஒரு இழப்பு இதுனு வழக்கமா நான் யோசிக்கிறதுண்டு. ‘இவ மட்டும் நல்ல ஆசிரியர்கிட்ட முறையா பயிற்சி எடுத்திருந்தா, இன்னும் எவ்வளவோ முன்னேறியிருப்பானு’ நான் நினைச்சேன். ஆனா நான் நினைச்சது தப்பு! அவ முறையான பயிற்சியைத் தாங்கக்ககூடிய பொண்ணில்லை. அதுமாதிரியான ஆட்களும் இருக்கிறதுண்டு. அற்புதமான திறமை அவங்களுக்கு ஆசிர்வாதமா கிடைச்சிருக்கும், ஆனா அதை முறைப்படுத்துறதுக்கான உழைப்பைத் தரமாட்டாங்க. சின்னச் சின்ன துண்டுதுக்கடாக்கள்ல அதை விரயம் செய்றதுலேயே முடிஞ்சுபோவாங்க. என் பங்குக்கு நானும் அத்தகைய

ஆட்களைப் பாத்திருக்கேன். முதல்ல நீங்க அவங்களை அடேயப்பானு வியப்பீங்க. ரொம்பச் சிக்கலான இசைக்குறிப்பை அவங்க பார்த்ததுமே புரிஞ்சுக்கிட்டு, அது முழுவதையும் நல்லா வாசிக்கவும் செய்வாங்க. அவங்க அதைச் செய்றதைப் பார்த்து திகைப்புல, லட்சம் வருஷமானாலும் என்னால அதுபோல எப்பவும் முடியாதுனு நினைப்பீங்க. ஆனா அவ்ளோதூரம்தான் அதுபோகும். அவங்க அதுக்குமேல திறமையை வளர்த்துக்கவே மாட்டாங்க. ஏன் வளர்த்துக்கக்கூடாது? ஏன்னா அவங்க முயற்சி எடுக்கமாட்டாங்க. அதுக்கு அர்ப்பணிக்கவேண்டிய ஒழுக்கம் அவங்ககிட்ட இருக்காது. அவங்க கொஞ்ச கொஞ்சமா வீணாகிக்கிட்டு இருப்பாங்க. பெரிய முயற்சி ஏதுமில்லாமலே ஓரளவு நல்லா வாசிக்கக்கூடிய திறமை அவங்ககிட்ட இருக்கும், சின்ன வயசுல இருந்தே எவ்ளோ அருமையா வாசிக்கிறனு ஆட்கள் சொல்றதை அவங்க பார்த்திருப்பாங்க, அதனால கடினமா உழைக்கிறதுங்கிறது அவங்களுக்கு முட்டாள்தனமா தோணும். வேறொரு பையன் மூணு வாரமா சிரத்தையெடுத்து பயிற்சி பண்ணின இசைக்குறிப்பை எடுத்துக்கிட்டு, அதை அதுக்கானதுல பாதி நேரத்துலயே மெருகேத்தி வாசிப்பாங்க, அதனால ஆசிரியரும் அதுல அவங்க நிறைய உழைப்பைச் செலவழிச்சிருக்கிறதா நினைச்சுக்கிட்டு அடுத்த குறிப்புக்கு போகவிட்டுடுவாங்க. அவங்க அதையும் பாதிநேரத்துல முடிச்சுட்டு அடுத்ததுக்குப் போய்டுவாங்க. ஆசிரியரால கூர்தீட்டப்படுறதுனா என்ன அர்த்தம்னு அவங்க எப்பவுமே கண்டுபிடிக்கவே மாட்டாங்க. சிறப்பான குணாதிசயம் உருவாக அவசியமான முக்கியமான ஒண்ணை அவங்க இழந்திருப்பாங்க. அது துயரமானது. நானே அதுமாதிரியான குணங்களையெல்லாம் கொண்டவதான், ஆனா அதிர்ஷ்டவசமா எனக்கு ரொம்ப கண்டிப்பான ஆசிரியர் வாய்ச்சாங்க. அதனால நான் தொடர்ந்து அதெல்லாம் வராம பார்த்துக்கிட்டேன்.

“எப்படியோ, அவளுக்குச் சொல்லித்தர்றது சந்தோஷமான ஒண்ணா இருந்துச்சு. சிலசமயம் மெதுவா தொட்டாலே அதிவிரைவா செயல்படற ரொம்ப சக்திவாயந்த பந்தயக் காரை நெடுஞ்சாலைல ஓட்டிட்டுப் போறமாதிரி இருந்துச்சு. குழந்தைகளுக்கு கத்துத்தர்றதுக்கான யுக்தி அவங்களை அளவுக்கதிகமா புகழ்றதுல இல்லை. அவங்க பாராட்டுக்குப் ரொம்பவே பழகிப்போயிருப்பாங்க. அதுல அவங்களுக்கு எந்த அர்த்தமும் இருக்காது. நீங்க புத்திசாலித்தனமா அப்பப்ப அளவா பாராட்டணும். எதையும் செய்யச்சொல்லி அவங்களை வற்புறுத்தக்கூடாது. அவங்க தானாவே தேர்ந்தெடுக்கும்படி விடணும். வேகவேகமா ஒண்ணுலயிருந்து அடுத்ததுக்குப்

போயிடாம நீங்க அவங்களை நிறுத்தி சிந்திக்கும்படி செய்யணும். ஆனா அதுலதான் விஷயமிருக்கு. நீங்க மட்டும் இதெல்லாம் செஞ்சீங்கன்னா உங்களுக்கு நல்ல பலன்கள் கிடைக்கும்."

ரெய்கோ சிகரெட்டின் பஞ்சுமுனையை கீழேபோட்டு அதனை நசுக்கினாள். பின் தன்னை அமைதிப்படுத்திக்கொள்வதுபோல ஆழ்ந்து மூச்சிழுத்தாள்.

"அவளுக்கு பாடம் முடிஞ்சதும் நாங்க டீ சாப்பிட்டுக்கிட்டே பேசுவோம். சமயங்கள்ல, சில குறிப்பிட்ட ஜாஸ் பியானோ பாணிகளை அவளுக்கு வாசிச்சுக் காண்பிப்பேன்— இது பட் போவெல், இது தெலோனியஸ் மோங்க் இதுமாதிரி. ஆனா பெரும்பாலும் அவதான் பேசுவா. அவ என்னமாதிரியான பேச்சுக்காரி! அவ நம்மளை பேச்சுக்குள்ள இழுத்துடுவா. நான் நேத்து உன்கிட்ட சொன்னமாதிரி, அவ சொன்னதுல பெரும்பாலும் இட்டுக்கட்டினதுனு நான் நினைக்கிறேன். ஆனா அது சுவாரசியமா இருந்துச்சு. அவ நல்ல கவனமா கேட்கக்கூடியவ, மொழியை மிகச்சரியா பயன்படுத்தக் கூடியவ, கச்சிதமாவும் வேடிக்கையாவும் பேசக்கூடியவ. அவ நம்மோட உணர்வுகளைத் தூண்டக்கூடியவ. ஆமா, உண்மையிலே மத்தவங்களோட உணர்ச்சியைத் தூண்டறதுல, நம்மை கிளர்ச்சியடைய வைக்கிறதுல அவ ரொம்பவே கெட்டிக்காரி. அவகிட்ட இந்த சக்தி இருக்குனு அவளுக்குத் தெரிஞ்சிருந்துச்சு. எவ்வளவு தூரம் சாத்தியமோ அவ்வளவு திறமையாவும் சிறப்பாவும் அதைப் பயன்படுத்த முயற்சிபண்ணினா. அவ விரும்பும்போதெல்லாம் நம்மை— கோபப்படவோ, வருத்தப்படவோ, பரிதாபப்படவோ, ஏமாற்றமாவோ, சந்தோஷமாவோ— அவளால உணரவைக்க முடியும். காரணமும் எதுவுமில்லாம தன்னோட சக்தியை சோதிக்கிறதுக்காக மட்டுமே மத்தவங்களோட உணர்ச்சிகளை அவளால தன்விருப்பம்போல கையாளமுடியம். சந்தேகமே இல்லை, இதை நான் தாமதமாத்தான் உணர்ந்தேன். அந்த சமயத்துல, அவ என்னை என்ன பண்ணிட்டிருக்கானு எந்த ஒரு யோசனையும் இல்லை."

ரெய்கோ தலையைக் குலுக்கியபடி சில திராட்சைகளைச் சாப்பிட்டாள்.

"இது ஒரு நோய்," என்றாள் அவள். "அந்தப் பொண்ணே ஒருநோய். அவ மற்ற எல்லா ஆப்பிள்களையும் அழுகச் செய்யுற அழுகிய ஆப்பிள்மாதிரி. யாரும் அவளைக் குணப்படுத்தமுடியாது. அவ சாகிற நாள்வரைக்கும் அவகிட்ட அந்த நோய் இருக்கும். அந்தவிதத்துல பார்த்தா, அவ வருத்தத்துக்குரிய சின்னப்

பொண்ணு. நான் மட்டும் அவளோட பலிகடாக்கள்ல ஒருத்தியா இல்லாதபட்சத்துல அவளுக்காக பரிதாபப்பட்டிருக்கக்கூட செய்வேன். அவளை வாழ்க்கையில பாதிப்புக்குள்ளான ஒருத்தியா நான் பாத்திருப்பேன்."

ரெய்கோ இன்னும் சில திராட்சைகளைச் சாப்பிட்டாள். அவள் தனது கதையை எப்படி சிறப்பாகச் சொல்வதென சிந்திப்பவள்போல தோன்றினாள்.

"சரி எப்படியோ, ஒரு ஆறுமாசத்துக்கு அவளுக்கு சொல்லித் தர்றதை நான் அனுபவிச்சுச் செஞ்சேன். சிலசமயம் அவ சொல்றது கொஞ்சம் ஆச்சர்யமா, வினோதமா படும். சிலபேர்மேல அவ காட்டுற தீவிர வெறுப்பு கொஞ் சமும் அறிவுபூர்வமா இல்லாததா நான் உணரும்போதோ, இல்லை இவ கொஞ்சம் அளவுக்கதிகமா புத்திசாலியா இருக்கானு தோணும்போதோ, இவ உண்மையிலே என்னதான் நினைச்சுக்கிட்டிருக்கானு நான் ஆச்சரியப்படும்போதோ அவ பேசிக்கிட்டிருக்கும்போது, எனக்கு ஒருமாதிரியான அச்ச உணர்வு ஏற்படும். ஆனா, எல்லாத்துக்கும்மேல எல்லாருக்குமே ஏதோ ஒரு குறையிருக்கத்தானே செய்யும் சரியா? அவளோட ஆளுமையை, குணத்தைக் கேள்விகேட்குறதுதான் என் வேலையா? நான் வெறுமனே அவளோட பியானோ டீச்சர்மட்டும்தான். அவ பியானோ பழகுறாளா இல்லையானுதான் நான் கவலைப் படணும். தவிரவும், இதுல உண்மை என்னன்னா, நான் அவளை விரும்பினேன். நான் அவளை ரொம்பவே விரும்பினேன்.

"இருந்தும் என்னைப் பத்தின ரொம்பவும் அந்தரங்கமான எதையும் அவகிட்ட பேசறதில்லைங்கறதுல நான் கவனமாயிருந் தேன். இதுமாதிரியான விஷயங்களை நான் பேசாமலிருக்கிறதுதான் நல்லதுங்கிற ஆறாவது அறிவு எப்படியோ எனக்கிருந்துச்சு. அவ என்னை நூற்றுக்கணக்கான கேள்வி கேட்டா— அவ என்னைப் பத்தி நிறைய தெரிஞ்சுக்கணும்னு துடிச்சா— ஆனா ரொம்ப ஆபத்தில்லாத விஷயங்களை மட்டுமே— உதாரணமா என்னோட பிள்ளைப் பிராயம், எங்கே படிச்சேன் இதுமாதிரியான விஷயங்களை மட்டுமே சொன்னேன். அவ என்னைப் பத்தி இன்னும் அதிகமா தெரிஞ்சுக்க விரும்புறதா சொன்னா, ஆனா நான் சொல்றதுக்கு வேறெதுவும் இல்லைனு சொன்னேன். நான் ஒரு சலிப்பான வாழக்கையை வாழ்ந்தவ, என் கணவர், குழந்தை எல்லாமே சராசரியானவங்க, அதோட கணக்கில்லாத வீட்டுவேலை. 'இருந்தாலும் நான் உங்களை ரொம்பவே விரும்பறேன்'னு சொல்லி என் கண்ணுக்குள்ள ஒருமாதிரி ஆழமா பார்ப்பா, அவ அப்படிச் செய்யும்போது

அது எனக்குள்ள ஒருவிதமான சிலிர்ப்பை— அருமையானதொரு பரவசத்தை ஏற்படுத்தும். ஆனாலும் அப்பகூட நான் சொல்லவேண்டியதைத்தாண்டி அதிகமா அவகிட்ட ஒருபோதும் சொன்னதில்லை,

"அப்புறம் ஒருநாள்— மே மாசத்துல ஒருநாள்னு நான் நினைக்கிறேன். அவளோட பாடத்துக்கு நடுவுல, உடம்பு சரியில்லாததுபோல தோணுறதா அவ சொன்னா. அவ வெளுத்துப் போயிருந்ததையும் வியர்த்து வழியறதையும் பார்த்துட்டு, அவ வீட்டுக்குப் போக விரும்பறாளானு நான் கேட்டேன். ஆனா கொஞ்சநேரம் படுத்திருந்தாலே தனக்கு நல்லாயிடும்னு நினைக்கிறதா அவ சொன்னா. அதனால நான் அவளை படுக்கையறைக்கு கூட்டிக்கிட்டு— கிட்டத்தட்ட தூக்கிக்கிட்டுப் போனேன். எங்ககிட்ட இருந்தது ரொம்ப சின்ன ஸோபா. கட்டில்ல மட்டும்தான் அவ படுக்கமுடியும். தொந்தரவு செய்யறதுக்கு அவ வருத்தம் தெரிவிச்சா, இதில வருத்தப்பட எதுவுமில்லைனு நான் அவகிட்ட நிச்சயப்படுத்துனேன். அவளுக்கு குடிக்க ஏதாச்சும் வேணுமானு கேட்டேன், அவ வேண்டாம்னு சொன்னதோட, நான் அவபக்கத்துல இருந்தாமட்டும் போதும்னு சொன்னா. அதுக்கு நான் சந்தோஷமா அவபக்கத்துல இருக்கிறேன்னு சொன்னேன்.

"சில நிமிஷங்களுக்குப் பின்னால, அவளோட முதுகை அழுத்தி தேய்ச்சுவிடச் சொல்லி அவ கேட்டா. அவ உண்மையிலேயே வேதனையில இருக்கிறதுபோல சொன்னா. அதோட அவளுக்கு பயங்கரமா வேர்த்துச்சு. அதனால அவளுக்கு நல்லா மசாஜ் பண்ணிவிட ஆரம்பிச்சேன். அப்புறமும் அவ வருத்தம் தெரிவிச்சபடியே, அவளோட பிரா ரொம்ப இடைஞ்சலா இருக்கிறதா சொல்லி அதைக் கழற்றிவிடமுடியுமானு கேட்டா அதனால நான் என்னையறியாமலே அதைச் செய்தேன். அவ உடம்பை இறுக கவ்வுனமாதிரி ப்ளவுஸ் போட்டிருந்தா, ப்ளவுஸ்க்குப் பின்னாலிருந்த பிராவோட ஹூக்குகளைக் கழற்ற நான் அதோட பொத்தான்களைக் கழட்டவேண்டியிருந்துச்சு. அவளோட 13 வயசுக்கே அவளுக்கு பெரிய மார்பகங்கள் இருந்துச்சு. என்னோடதைவிடவும் இரண்டுமடங்கு பெரிசு. அவ புதுசா பிரா அணியறவங்க போடற ஆரம்பகட்ட பிரா போடாம, வயசுவந்தவங்க போடற விலையதிகமான, அசல் பிரா போட்டிருந்தா. அந்த நேரத்துல நிச்சயமா அவ்வளவுதூரம் கவனம் செலுத்தலை. ஒரு முட்டாள்மாதிரி முதுகைத் தேய்ச்சுவிட்டுக்கிட்டு இருந்தேன். அவ பரிதாபகரமான குரல்ல தொடர்ந்து மன்னிப்பு கேட்டுக்கிட்டே இருந்தா, நான் தொடர்ந்து அவகிட்ட பரவாயில்லை, பரவாயில்லைனு

சொல்லிக்கிட்டு இருந்தேன்."

ரெய்கோ தனது சிகரெட்டிலிருந்து சாம்பலைத் தரையில் சுண்டினாள். அப்போது நான் திராட்சை சாப்பிடுவதை நிறுத்திவிட்டு, அவளது கதையின்மீது முழுக்கவனத்தையும் செலுத்திக்கொண்டிருந்தேன்.

"கொஞ்ச நேரத்துக்குப்பின்னால அவ தேம்ப ஆரம்பிச்சா. 'என்ன பிரச்சினை?' நான் அவகிட்ட கேட்டேன். 'ஒண்ணுமில்லை'னு சொன்னா. 'இது நிச்சயமா ஒண்ணுமில்லாததா தெரியலை', என்றேன் நான். 'என்கிட்ட உண்மையைச் சொல்லு உன்னைத் தொந்தரவு பண்ணுறது எது?' அதனால அவ சொன்னா, 'சிலசமயத்துல எனக்கு இதுபோல ஆகும். என்ன செய்றதுனு எனக்குத் தெரியலை. நான் ரொம்பவே தனிமையா வருத்தமா உணர்றேன். என்னால யாருகிட்டயும் பேசமுடியலை. யாரும் என்னைப்பத்தி அக்கறைப்படறதில்லை. அதனால நான் ரொம்ப புண்படும்போது நான் இப்படி ஆயிடறேன். என்னால ராத்திரி தூங்கமுடியறதில்லை, சாப்பிடணும்னு தோணுறதில்லை. இங்க படிக்கவர்றது மட்டும்தான் நான் எதிர்பார்க்கிறது.' அதுக்கு நான் சொன்னேன், 'நீ என்கிட்ட பேசலாம். ஏன் உனக்கு இப்படி ஆகுதுனு என்கிட்ட சொல்லு?'னு சொன்னேன். வீட்டுல விஷயங்கள் சுமுகமா இல்லைனு அவ சொன்னா. தன்னோட பெற்றோர் தன்னை நேசிக்கலைன்னும், அவளாலும் அவங்களை நேசிக்கமுடியாதுனும் சொன்னா. அவளோட அப்பா மற்றொரு பெண்ணோட தொடர்புல இருக்குறார்னும் எப்போதும் அவ பின்னாலேயே சுத்துறார்னும், அது அவ அம்மாவை பாதி பைத்தியமா ஆக்கிடுதுனும், அதை அவங்க இந்த பொண்ணுமேல வெளிக்காட்டுறாங்க. அவங்க கிட்டத்தட்ட தினமும் அவளை அடிக்கிறதால அவ வீட்டுக்குப் போறதையே வெறுக்கிறதாவும் சொன்னா. அப்ப அந்தப் பெண் உண்மையிலே அழுதபடியிருந்தா அவளோட கண்— அவளோட அழகான கண்கள் முழுக்க கண்ணீரால நிறைஞ்சிருந்துச்சு அதைப் பார்க்கிறதே கடவுளை அழவைக்க போதுமானது. அதனால நான் அவகிட்ட, வீட்டுக்குப் போறது அவ்வளவு பயங்கரமா இருந்தா அவ விரும்பறப்ப எல்லாம் என் வீட்டுக்குவரலாம்னு சொன்னேன். அவ இதைக் கேட்டதும், தன்னோட கையை என்னைச் சுத்திப்போட்டு, என்னை மன்னிச்சுடுங்க, 'நீங்க மட்டும் இல்லைனா என்ன சொல்றதுனே எனக்குத் தெரியலை. தயவுசெஞ்சு நீங்கமட்டும் என்னைக் கைவிட்டுடாதீங்க. நீங்க மட்டும் அப்படி செஞ்சா, நான் போறதுக்கு வேற இடமே இல்லை'னு சொன்னா.

அதனால, எனக்குத் தெரியாமலே நான் அவளை என்னோட

சேர்த்தணைச்சுக்கிட்டு, அவளை வருடித்தந்தபடியே, 'சரிம்மா, சரிம்மா' சொல்லிக்கிட்டிருந்தேன். அவ என்னைச் சுத்தி தன்னோட கைகளைப் போட்டு என் முதுகை வருடிக்கிட்டு இருந்தா, சீக்கிரமே நான் ரொம்ப வினோதமா உணர ஆரம்பிச்சேன். என் மொத்த உடம்பும் ஒருவிதமா சூடா இருக்கு. நான் என்ன சொல்றேன்னா, அந்த குறையில்லாத சித்திரம்போன்ற அழகான பெண்ணும் நானும் படுக்கையில தழுவிக்கிட்டிருக்கோம், அவளோட கைகள், என்னோட கணவனைக்கூட ஈடுசொல்லமுடியாத விதத்துல உணர்ச்சிகரமான விதத்துல என்னை வருடித் தந்துக்கிட்டு இருக்கு, அவ ஒவ்வொரு முறையும் என்னைத் தொடும்போதும் என் உடலோட அனைத்துக் கட்டுகளும் தளர்றமாதிரி நான் உணர்ந்தேன். நான் கவனிக்கிறதுக்கு முன்னாலேயே அவ என்னோட ரவிக்கையையும் பிராவையும் தளர்த்திட்டு என்னோட மார்புகளை வருடிக்கிட்டு இருந்தா. அப்புறம்தான் எனக்கே தோணுச்சு அவ மாறுவேடத்துல இருக்குற முழுமையான லெஸ்பியன்னு. முன்னால ஒருமுறையும் இதுபோல எனக்கு நடந்துருக்கு, பள்ளிக்கூடத்துல பன்னிரண்டாம் வகுப்பு படிக்கும்போது. அப்புறம்தான் நான் அவளை நிறுத்தச் சொன்னேன்.

"'தயவுசெஞ்சு இன்னும் கொஞ்சநேரம். நான் ரொம்பத் தனிமையில இருக்கேன். என்னை நம்புங்க. எனக்குனு இருக்குறது நீங்க ஒருத்தர்தான். தயவுசெஞ்சு நீங்களும் என்னை நிராகரிச்சுடாதீங்கனு சொன்னா' அவ. என்னோட கையை எடுத்து அவ தன் மார்பகத்துமேல வெச்சா— அவளோட ரொம்பவே அழகான, வடிவான மார்பகத்துமேல. நிச்சயமா சொல்றேன், நான் பெண்ணாயிருந்தும்கூட என்னோட கை அதைத் தொட்டப்ப மின்சாரம் மாதிரி ஏதோ எனக்குள்ள பாய்ஞ்சுது. என்ன செய்றதுனு எனக்கு எந்த யோசனையும் வரலை. ஒரு முட்டாள்மாதிரி நான் வெறுமனே வேண்டாம், வேண்டாம், வேண்டாம்னு திரும்பத் திரும்ப சொல்லிக்கிட்டே இருக்கேன். நான் செயலிழந்து என்னால அசையமுடியாதமாதிரி அது இருந்துச்சு. நான் பள்ளிக்கூடத்துல இருக்கிறப்ப அந்தப் பெண்ணைத் தூர தள்ளிவிட முடிஞ்சது, ஆனா இப்ப என்னால ஒண்ணுமே செய்யமுடியலை. என் உடம்பு உத்தரவு எதுக்குமே கட்டுப்படலை. அவ என்னோட வலது கையை அவளோட இடது கையால தாங்கிக்கிட்டு, என்னோட மார்பகக் காம்பை முத்தமிட்டுக்கிட்டும், நக்கிக்கிட்டும் இருந்தா, அவளோட வலது கை என் முதுகை, என் இடையை, என் பின்புறத்தை வருடிக்கிட்டு இருந்துச்சு. ஆக நான் திரைமறைப்பைக் கொண்ட என் படுக்கையறையில இருக்கேன். ஒரு பதிமூணு வயசுப் பொண்ணு

என்னைக் கிட்டத்தட்ட நிர்வாணமாக்கி— ஓரளவுக்கு முழுக்க என்னோட ஆடைகளை கழட்டி முடிச்சிருந்தா, அதோட என் உடல் முழுக்க தீண்டிக்கிட்டிருக்கா. நான் அந்த இடத்துல இன்பத்தால துடிச்சு நெளிஞ்சுக்கிட்டிருக்கேன். இப்ப அதை திரும்பப் பார்க்கையில, அது நம்பமுடியாததா தோணுது. அது பைத்தியக்காரத்தனம்னு நான் சொல்லவர்றேன், நீ அப்படி நினைக்கலை? ஆனா அந்த சமயம் அவ என்மேல வசியத்தை ஏவினமாதிரி இருந்துச்சு."

அவள் தன் சிகரெட்டை உறிஞ்சுவதற்காக நிறுத்தினாள்.

"உனக்குத் தெரியுமா, இதைப்பத்தி ஒரு ஆண்கிட்ட சொல்றது இதுதான் முதல்முறை," என்னைப் பார்த்தபடி அவள் சொன்னாள். "நான் இதை உன்கிட்ட சொல்லிக்கிட்டிருக்கேன்னா, நான் சொல்லணும் நினைக்கிறதால தான். ஆனா உண்மையில் நான் இதை தர்மசங்கடமா உணர்றேன்"

"ஐ யாம் ஸாரி," என்றேன், வேறென்ன சொல்வதென்று எனக்குத் தெரியவில்லை.

"கொஞ்சநேரத்துக்கு இது தொடர்ந்துச்சு, அப்புறம் அவளோட வலது கை கீழ்நோக்கி இறங்கத் தொடங்குச்சு, அவ என்னோட அந்தரங்கத்தை என் பேண்டீஸோட சேர்த்துத் தொட்டா. அப்பவே அந்தரங்கம் முழுக்க ஈரமாயிருந்துச்சு. இதைச் சொல்றதுக்கு நான் வெட்கப்படறேன், ஆனா அதுக்குமுன்னாலயோ பின்னாலயோ அவ்வளவுதூரம் அங்க எனக்கு ஈரமானதில்லை. செக்ஸ்ல எப்பவுமே அவ்வளவு ஆர்வமில்லாதவளா நான் என்னைப்பத்தி நினைச்சிருந்தேன். அதனால அவ்வளவுதூரம் உணர்ச்சி தூண்டப்பட்டதுல திகைச்சுப்போயிட்டேன். அடுத்து அவ அவளோட மெலிந்த, மென்மையான விரல்களை என் பேன்டீஸுக்குள்ள விட ஆரம்பிச்சா... ம், என்னால அதை வார்த்தையால சொல்லமுடியாதுன்னு உனக்குத் தெரியும். நான் சொல்றதென்னன்னா, அது ஒரு ஆண் தன்னோட அலங்கோலமான கையை அங்க வைக்கிறதைப்போல இல்லாம முழுக்கவே வேறமாதிரி இருந்துச்சு. அது அற்புதமா உண்மையில அங்க இறகால தொட்டமாதிரி இருந்துச்சு. என் தலையில உள்ள எல்லா இணைப்புகளும் வெடிக்கப் போகுதுனு நான் நினைச்சேன். இருந்தும் என்னோட குழப்பமான மூளையில, ஏதோ ஓர் இடத்துல, நான் இதுக்கு ஒரு முற்றுப்புள்ளி வெச்சாகணும்னு ஒரு எண்ணம் தோணுச்சு. நான் மட்டும் இதை ஒருமுறை அனுமதிச்சா, எப்போதைக்குமா நிறுத்தமுடியாது. இதுமாதிரியான ஒரு ரகசியத்தை எனக்குள்ள வெச்சுக்கிட்டு இருந்தா, என்னோட

தலை மறுபடியும் முழுக்கக் குழம்பிப்போயிடும்னு தோணுச்சு. நான் என் மகளைப் பத்தியும் நினைச்சுப் பார்த்தேன் அவ என்னை இப்படிப்பார்த்தா என்னாகும்? அவ சனிக்கிழமைகள்ல என் பெற்றோரோட வீட்டுல மூணுமணி வரைக்கும் இருப்பா, ஆனா ஏதோ ஒண்ணு நடந்து எதிர்பாராம அவ வந்துட்டா என்னாகும்? இது என் பலத்தைத் திரட்டிக்கவும் படுக்கையிலருந்து எழுந்துக்கவும் உதவுச்சு. ‘இப்பவே நிறுத்து. தயவுசெஞ்சு நிறுத்து’ நான் கத்தினேன்.

“ஆனா அவ நிறுத்தலை. அதுக்குப்பதிலா அவ என் பேண்டீஸைக் கீழே இழுத்துட்டு, அவ தன்னோட நாக்கைப் பயன்படுத்த ஆரம்பிச்சா. நான் என் கணவனையே அபூர்வமா தான் அப்படிச் செய்ய அனுமதிச்சுருக்கேன். அத ரொம்ப அசௌகரியமாவே உணர்ந்திருக்கேன். ஆனா அப்ப ஒரு 13 வயசுப் பொண்ணு என்னோட அந்தரங்கமெல்லாம் நக்கிக்கிட்டிருக்கா. என்னால செய்யமுடிஞ்சதெல்லாம் அழறதுதான். அதோட அது முழுக்க சொர்க்கமா இருந்துச்சு.

“நிறுத்துனு இன்னும் ஒருமுறை கத்திட்டு, அவ கன்னத்தோட ஒருபக்கமா என்னால முடிஞ்சவரைக்கும் பலமா அறைஞ்சேன். கடைசியில அவ நிறுத்தினா, எழுந்திருச்சு என் கண்ணைப் பார்த்தா, நாங்க ரெண்டுபேரும் ஒளிவுமறைவில்லாம நிர்வாணமா, படுக்கையில மண்டிபோட்டபடி, ஒருத்தரையொருத்தர் உறுத்துப் பார்த்தபடி இருந்தோம். அவ 13 நான் 31. ஏனோ தெரியலை அவளோட உடம்பைப் பார்க்கையில, நான் முழுக்க தோற்றுப்போனவளா உணர்ந்தேன். அந்த காட்சி என் மனசுல இன்னும் உயிர்ப்பா இருக்கு. நான் 13 வயசுப் பொண்ணோட உடம்பைப் பார்த்திட்டிருக்கேன்னு என்னால நம்பவே சிரமமாயிருந்துச்சு. இப்பவும் என்னால நம்பமுடியலை. ஒப்பிட்டுப் பார்த்தா உடம்புங்கிற பேர்ல எனக்கு இருந்தது, உன்னை அழவைக்கப் போதுமானது. என்னை நம்பு.”

நான் சொல்வதற்கு எதுவுமில்லை என்பதால் எதுவும் சொல்லவில்லை.

“‘என்ன பிரச்சினை?’ அவ என்கிட்ட கேட்டா. ‘நீ இதை விரும்பறதானே இல்லையா? நான் உன்னை முதமுறை சந்திக்கும்போதே நீ விரும்புவேன்னு எனக்குத் தெரியும். நீ இதை விரும்புற எனக்குத் தெரியும், ஒரு ஆண் பண்றதைவிடவும் ரொம்ப நல்லாதான் இருக்கு— இல்லையா? பாரு உன்னோடது எவ்ளோ ஈரமாயிருக்குன்னு. நீ மட்டும் என்னை அனுமதிச்சா, உன்னை இன்னும் நல்லா உணரும்படி என்னால செய்யமுடியும். இது

உண்மை. உன்னோட உடம்பு உருகிப்போறதுபோல நான் உன்னை உணரவைக்க முடியும். நான் செய்யணும்னு நீ விரும்பறதானே, விரும்பலை?' அவள் சொன்னது சரிதான். என் கணவனைவிடவும் அவள் செய்தது பெரிதும் சிறப்பாகவேயிருந்தது. இன்னும்கூட அவள் செய்யவேண்டுமென விரும்பினேன். ஆனால் நான் அதை நடக்கவிடக்கூடாது. 'வாரத்துல ஒருமுறை நாம இதைச் செய்யலாம்' அவள் சொன்னாள். 'வாரத்துக்கு ஒரேயொருமுறை. யாரும் கண்டுபிடிக்கப் போறதில்லை. இது நம்மோட சின்ன ரகசியமா இருக்கும்'."

"ஆனா நான் படுக்கையைவிட்டு எழுந்து என்னோட கவுனைப் போட்டுக்கிட்டு, 'கிளம்பு ஒருபோதும் திரும்ப வராத'னு அவகிட்ட சொன்னேன். அவ வெறுமனே என்னைப் பார்த்தா. அவளோட கண்கள் கொஞ்சம்கூட உணர்ச்சியில்லாம இருந்துச்சு. இதுக்கு முன்னால எப்பவும் அவ கண்களை அப்படிப் பார்த்ததில்லை. ஒரு அட்டையில வரையப்பட்ட மாதிரி கண்கள் இருந்துச்சு அதுல எந்த ஆழமுமில்லை. கொஞ்சநேரம் அவ அப்படி என்னை உற்றுப்பார்த்த பின்பு, ஒருவார்த்தைகூட பேசாம அவளோட உடைகளை எல்லாம் எடுத்துக்கிட்டு, எவ்வளவு மெதுவா முடியுமோ அவ்வளவு மெதுவா, அவ உடையணியறதையே ஒரு காட்சியா நிகழ்த்தற மாதிரி நேரத்துக்கு ஒண்ணா ஒவ்வொரு உடையும் போட்டுக்கிட்டா. அப்புறம் அவ பியானோ இருக்கிற அறைக்கு வந்து, அவளோட பையிலிருந்து ஒரு சீப்பை எடுத்து, அவ தன்னோட முடியை வாரினா, ஒரு கைக்குட்டையில அவ உதட்டிலிருந்த ரத்தத்தைத் துடைச்சுக்கிட்டா, அவளோட ஷூக்களைப் போட்டுக்கிட்டு கிளம்பிட்டா. அவ வெளியே போகும்போது சொன்னா, 'நீ ஒரு லெஸ்பியன். உனக்கே தெரியும். இது உண்மை. நீ வேணா மறைக்க முயற்சி பண்ணலாம், ஆனா நீ சாகிறநாள்வரைக்கும் நீ ஒரு லெஸ்பியனாதான் இருப்ப'."

"அது உண்மையா?" நான் கேட்டேன்.

ரெய்கோ தனது உதடுகளைச் சுளித்தபடி சற்றுநேரம் யோசித்தாள். "ம், அப்படியும்தான் அப்படி இல்லையும்தான். நான் என் கணவரோட இருக்கும்போதைவிடவும் அவளோட இருக்கிறப்ப நிச்சயமா நல்லாவே உணர்ந்தேன். அது உண்மை. நான் உண்மையிலே அந்தக் கேள்வியைக் கேட்டுக்கிட்டு வேதனைப்பட்ட காலங்களும் உண்டு. ஒருவேளை நான் உண்மையிலே லெஸ்பியனா இருந்து, அதுவரை கவனிக்காமலும் இருந்திருக்கலாம். ஆனா இப்ப நான் அப்படி நினைக்கிறதில்லை. எனக்கு அந்த சுபாவங்கள் கிடையாதுனு சொல்லமுடியாது. அநேகமாக எனக்கு அந்த குணங்கள் இருக்கணும். ஆனா அந்த

வார்த்தைக்கான முறையான அர்த்தத்துல நான் லெஸ்பியன் கிடையாது. நான் ஒரு பெண்ணைப் பார்க்கும்போது எனக்கு எப்பவும் பெண்மேல விருப்பம் வந்தது கிடையாது. நான் என்ன சொல்லவர்றேன் தெரியுதா?"

நான் ஆமோதித்தேன்.

"இருந்தாலும் சில குறிப்பிட்டவிதமான பெண்கள் என்கிட்ட முயற்சி பண்ணியிருக்காங்க. அப்படி நடக்கும்போது மட்டும்தான் நான் அந்தமாதிரி உணர்ந்திருக்கேன். நான் நவோகோவை என் கைகளுக்குள்ள கட்டியணைச்சாலும் நான் எதுவும் உணர்ந்ததில்லை. வெயில்காலத்துல நாங்க குடியிருப்புல யதார்த்தமா நிர்வாணமாதான் நடமாடுறோம், நாங்க ரெண்டு பேரும் சேர்ந்து குளிப்போம், சமயங்கள்ல ஒரே படுக்கையில படுக்கிறோம். ஆனா எதுவும் நடக்கிறதில்லை. நான் எதுவுமே உணர்றதில்ல. அவளுக்கு அழகான உடல்னு என்னால பார்க்கமுடியுது. ஆனா அவ்ளோதான். உண்மையில, நானும் நவோகோவும் ஒருமுறை விளையாட்டா ஒண்ணு பண்ணோம். நாங்க லெஸ்பியன்னு எங்களுக்கு நாங்களே நம்பிக்கிட்டோம். அதைப் பத்தி கேட்கவிரும்புறியா?"

"நிச்சயமா சொல்லுங்க."

"நான் இப்ப உனக்குச் சொன்ன கதையை நான் அவகிட்ட சொன்னப்ப— இங்க நாங்க ஒருத்தொருக்கொருத்தர் எல்லாத்தையும் சொல்லிக்கிறோம்— நவோகோ சோதனையா ஒரு முயற்சி பண்ணினா. நாங்க ரெண்டுபேரும் ஆடையெல்லாம் களைஞ்சுட்டு இருக்க, நவோகோ என்னை வருடித்தூண்ட முயற்சிபண்ணினா, ஆனா அது கொஞ்சமும் சரிப்பட்டுவரலை. அது வெறுமனே கூச்சமாதான் இருந்துச்சு நான் விழுந்து விழுந்து சிரிக்கப் போறேன்னு நினைச்சேன். அதப்பத்தி சும்மா நினைக்கிறதே எனக்கு நமைச்சலெடுக்கிற மாதிரியாகுது. அவ ரொம்ப சாமர்த்தியமில்லாம இருந்தா. நான் பந்தயம் கட்டறேன், நீ இதைக் கேட்டு சந்தோஷப்பட்டிருப்ப"

"ஆமா, உண்மையைச் சொல்றதாயிருந்தா எனக்கு சந்தோஷம் தான்."

"சரி, எப்படியோ, அவ்வளவுதான் விஷயம்," அவளது சுண்டுவிரலின் முனையால் ஒரு புருவத்துக்குப் பக்கத்தில் சொறிந்தபடியே கூறினாள் ரெய்கோ. "அந்தப் பொண்ணு என் வீட்டை விட்டுப்போனதும், நான் ஒரு நாற்காலியில் உட்கார்ந்து என்ன செய்யறதுனு ஆச்சரியப்பட்டபடி கொஞ்சநேரத்துக்கு

வெறிச்சுப் பார்த்தபடியே இருந்தேன். என் உடம்புக்குள்ள இதயம் துடிக்கிற மெதுவான சத்தத்தைக்கூட கேட்கமுடிஞ்சது. என் காலும் கையும் டன்கணக்குல கனக்கிறதுபோல தோணுச்சு, நான் அந்துப்பூச்சியையோ இல்ல வேறெதையோ சாப்பிட்டமாதிரி என் வாய் என்னவோபோல வறண்டுபோய் இருந்துச்சு. இருந்தாலும் என் மக சீக்கிரம் வந்துடுவாங்கிறது தெரியும்கிறதால என்னை நானே சிரமப்பட்டு குளியலறைக்கு இழுத்துப்போனேன். என் உடம்புல அந்தப் பொண்ணு தொட்ட, நக்குன இடங்களைச் சுத்தம்செய்ய விரும்பினேன். நான் சோப்பால திரும்பத் திரும்ப கழுவியும் அந்தப் பொண்ணு விட்டுட்டுப்போன அருவருப்பான உணர்வுல இருந்து என்னால விடுபடமுடியுறமாதிரி தோணலை, அப்படி நான்தான் கற்பனை செஞ்சுக்கிட்டிருக்கேன்னு தெரிஞ்சிருந்தும், அதனால பயனில்லை. அன்னைக்கு ராத்திரி, நான் என் கணவர்கிட்ட என்னோட உறவு வெச்சுக்கும்படி கேட்டேன், முக்கியமா அந்த கறையில இருந்து விடுபடறதுக்கான ஒரு வழியா. நிச்சயமா, நான் அவர்கிட்ட எதையும் சொல்லலை— என்னால சொல்லவும் முடியாது. நான் அவர்கிட்ட சொன்னதெல்லாம், அது மெதுவா, வழக்கத்தைவிட அதிகநேரம் எடுத்துக்கணும்னு நான் விரும்பினேன்கிறதுதான். அவர் ஒவ்வொரு சின்ன விவரங்கள்லயும் கவனம்செலுத்தி, உண்மையிலே ரொம்ப நிறைய நேரம் எடுத்துக்கிட்டார். அன்னைக்கு ராத்திரி நான் அனுபவபட்டது, ஓ! நிச்சயமா அதுக்குமுன்னால அனுபவப் பட்டதெல்லாம் ஒண்ணுமில்லைங்கிறமாதிரி இருந்துச்சு, எங்களோட மொத்த திருமண வாழ்க்கையிலே எப்பவும் அனுபவப்படாததா இருந்துச்சு. அது ஏன்னு நீ யோசிக்கிறியா? அப்பவும் அந்தப் பொண்ணோட விரல்களின் ஸ்பரிசம் என் உடம்புல இருந்ததனாலதான். அதுதான் அதெல்லாம்.

"ஏய், பையா, இது தர்மசங்கடமா இருக்கில்ல! பாரு எனக்கு வியர்த்துக்கிட்டிருக்கு! — அவர் என்னோட உறவு வெச்சுக்கிட்டார் நான் உச்சத்தை அடைந்தேன்— இதையெல்லாம் நான் சொல்லிக்கிட்டிருக்கேன்னு என்னால நம்பமுடியலை" ரெய்கோ சிரித்தாள். அவளது உதடுகள் மீண்டும் சுளித்தன. "ஆனா இதுவும்கூட பிரயோஜனப்படலை. இரண்டுமூணுநாள் போச்சு, அவளோட ஸ்பரிசம் அப்பவும் இருந்துச்சு. அவளோட கடைசி வார்த்தைகள் என் தலையில திரும்பத் திரும்ப எதிரொலித்தன.

"அடுத்த சனிக்கிழமை அவ என் வீட்டுக்கு வரலை. நாள்முழுக்க நான் காத்திருக்கையில, அவ வந்தா நானென்ன பண்ணுவேன்கிற திகைப்புல என்னோட இதயம் இருந்துச்சு. என்னால எதிலயும் கவனம் செலுத்த முடியலை. இருந்தாலும்

அவ வரவேயில்லை. திமிர்பிடிச்ச சின்னப் பொண்ணா இருந்தும், கடைசியில அவ என்கிட்ட தோத்துட்டா. அவ அடுத்த வாரமும் வரலை, அதுக்கடுத்த வாரமும் வரலை. சீக்கிரமே ஒருமாசமும் போயிடுச்சு. போதுமான காலம் கடந்தபோது, நடந்ததை மறந்துடமுடியும்னு நினைச்சேன். ஆனா என்னால மறக்கமுடியலை. நான் தனியா வீட்டிலிருக்கும்போது, என்னால அவளோட இருப்பை உணரமுடிஞ்சது, நான் படபடப்பா உணர்ந்தேன். முதல் மாசத்துல என்னால பியானோ வாசிக்கமுடியலை, யோசிக்கமுடியலை, என்னால எதுவுமே பண்ண முடியலை. அப்புறம் ஒருநாள், நான் வீட்டைவிட்டு வெளியே போகும்போதெல்லாம் ஏதோ சரியில்லாததுமாதிரி உணர்ந்தேன். பக்கத்துல இருந்தவங்க என்னை வினோதமா பார்த்தாங்க. அவங்க பார்வையில ஏதோ புதுசா ஒரு விலகல் தென்பட்டுச்சு. எப்பவும்போல அவங்க மிகவும் பவ்யமா வாழ்த்துச் சொன்னாங்க, ஆனா அவங்களோட குரல் தொனி யிலயும், என்கிட்ட நடந்துக்கிற விதத்துலயும் ஏதோ வித்தியாசம் இருந்துச்சு. அப்பப்ப வீட்டுல வந்துபார்க்கிற அடுத்த வீட்டுக்காரி, என்னைத் தவிர்க்கிறமாதிரி தெரிஞ்சுச்சு. இருந்தாலும், அந்த விஷயங்களெல்லாம் என்னைக் கவலைக்குள்ளாக்காம இருக்கிறதுக்கு நான் முயற்சிபண்ணினேன். இதுமாதிரியான விஷயங்களைக் கவனிக்கத் தொடங்கும்போது, நம்மகிட்ட நோய்க்கான ஆரம்ப அடையாளங்கள் தெரியும்,

"அப்புறம் ஒருநாள் என்னோட நட்போட இருக்குற இன்னொரு குடும்பத்தலைவி என்னைப் பார்க்கவந்தா. எங்களுக்கு ஒரே வயசு, அதோட அவ என் அம்மாவோட தோழியோட மகள், அவளோட குழந்தை என் பொண்ணு போற அதே மழலையர் பள்ளிக்குத்தான் போய்க்கிட்டு இருந்தா. அதனால நாங்க ஓரளவுக்கு நெருக்கமாவே இருந்தோம். அவ ஒருநாள் சும்மா வீட்டுக்குவந்து, என்னைப்பத்தி பயங்கரமான ஒரு வதந்தி உலவிக்கிட்டு இருக்கு தெரியுமானு கேட்டா. 'என்ன மாதிரியான வதந்தி?' நான் கேட்டேன். 'என்னால கிட்டத்தட்ட சொல்லவேமுடியாது, அது ரொம்ப பயங்கரமானது,'னு சொன்னா அவ. 'சரி நீ இவ்வளவுதூரம் சொல்லிட்ட, அதனால மிச்சத்தையும் நீ சொல்லித்தான் ஆகணும்'னு சொன்னேன்.

"இருந்தும் அவ என்கிட்ட சொல்லத் தயங்குனா, ஆனா கடைசியில அவகிட்டயிருந்து எல்லாத்தையும் கேட்டுத் தெரிஞ்சுக்கிட்டேன். அவ என்னைப் பாக்க வந்ததோட மொத்த நோக்கமுமே, அவ கேள்விப்பட்டதை என்கிட்ட சொல்றதுதான். அதனால அவ முடிவுல எல்லாத்தையும் சொல்லிட்டுத்தான் போனா: அவ சொன்னபடி, நான் ஒரு பயங்கரமான லெஸ்பியன்.

அதுக்காக பைத்தியக்கார மருத்துவமனைகளுக்குப் போய்ப் போய் வந்துக்கிட்டிருக்கவனு எல்லாரும் பேசிக்கிட்டிருந்தாங்களாம். என்கிட்ட பியானோ பழக வந்த மாணவியோட உடைகளைக் களைஞ்சு, அவங்ககிட்ட தப்பா நடக்க முயற்சி செஞ்சதாகவும், அதற்கு அவ மறுத்தப்ப நான் அவளை பலமா முகமே வீங்கற அளவுக்கு அடிச்சிட்டதாவும் அவங்க சொன்னாங்களாம். அவங்க கதையை தலைகீழா மாத்தியிருந்தாங்க, அதுவே ரொம்ப மோசம், ஆனா உண்மையிலே என்னை அதிர்ச்சியடைய வைச்சது, சுத்தியுள்ளவங்க நான் மருத்துவமனையில அனுமதிக்கப் பட்டிருந்ததை தெரிஞ்சு வைச்சிருந்ததுதான்.

“என்னோட தோழி, எல்லார்கிட்டயும் அவளுக்கு என்னை ஆரம்பத்திலிருந்தே தெரியும், அவ அப்படிப்பட்டவ இல்லைனு சொல்லியிருக்கா, ஆனா அந்தப் பெண்ணோட பெற்றோர் அவங்க பொண்ணு சொன்ன கதையைநம்பி, அதை பக்கத்துல உள்ளவங்க எல்லார்கிட்டயும் சொல்லிட்டாங்க. அதோட, அவங்க என் பின்னணியை விசாரிச்சு எனக்கு மனநல பிரச்சினை இருந்த கதையையும் கண்டுபிடிச்சிருக்காங்க.

“என் தோழி கேட்டதிலிருந்து பார்த்தா, ஒருநாள் அந்தப் பொண்ணு பயிற்சிமுடிஞ்சு வீட்டுக்குத் திரும்பிவந்துருக்கா— அன்னைக்கு அவளோட முகமெல்லாம் வீங்கிப்போயிருக்கு, அவளோட உதடு கிழிஞ்சு ரத்தமாயிருக்கு, அவளோட ரவிக்கையில ஒன்றிரண்டு பொத்தான் காணாமபோயிருக்கு, அவளோட உள்ளாடைகூட கிழிஞ்சுருக்கு. உன்னால இதை நம்பமுடியுதா? அவ தன்னோட கதைக்கு வலுச்சேர்க்கிறதுக்காக இதையெல்லாம் பண்ணியிருக்கா, நிச்சயமா அவளோட அம்மா அவகிட்டேயிருந்து இதையெல்லாம் வரவழைச்சிருக்கணும். என்னால அவ இதையெல்லாம் பண்ணுறதை சாதாரணமா பார்க்கமுடிஞ்சது. அவளோட ரவிக்கைல ரத்தத்தைத் தேய்க்கிறது, பொத்தானைப் பிடுங்குறது, தன்னோட பிரா லேஸைக் கிழிக்கிறது, கண்கள் சிவப்பாகிறவரை வலிஞ்சு அழுறது, தலையைக் கலைச்சு விட்டுக்கிறது, தன்னோட அம்மாகிட்ட நிறைய பொய்களைச் சொல்றது.

“அவளை நம்பினதுக்காக நான் மத்தவங்களை குற்றம் சொல்லமாட்டேன். அந்த பயங்கரமான நாக்கை வெச்சிருக்கிற அழகான பொம்மையை நானேகூட நம்பியிருப்பேன். அவ வீட்டுக்கு அழுதுகிட்டேவந்து, விஷயம் பேச ரொம்ப தர்மசங்கடமானதுங்கிறதால சொல்லமறுக்கிறது, அப்புறம் கொஞ்சம் கொஞ்சமா சொல்லுறது. நிச்சயமா மத்தவங்க அவளை நம்பத்தான் செய்வாங்க. அதோட விஷயத்தை மோசமாக்கிற

மாதிரி, மனநல பிரச்சினைகளுக்காக நான் மருத்துவமனையில இருந்தேன்கிறதும் என்னால முடிஞ்சவரைக்கும் நான் அவளை பலமா கன்னத்துல அறைஞ்சேன்கிறதும் உண்மைதான். யாரு என்னை நம்பப்போறாங்க? அநேகமா என் கணவர் மட்டும்தான்.

"இன்னும் சில நாட்கள் போச்சு, அதேசமயம் நான் அவர்கிட்ட சொல்றதா வேணாமானு எனக்குநானே போராடிக்கிட்டிருந்தேன். ஆனா அவர்கிட்ட சொன்னப்ப அவர் என்னை நம்பினார். அவ என்கிட்ட நடந்துக்கிட்ட லெஸ்பியன்தனமான செய்கைகள், நான் அவளைக் கன்னத்துல அறைஞ்சதுனு அன்னைக்கு நடந்த எல்லாத்தையும் நான் அவர்கிட்ட சொன்னேன். நான் எப்படி உணர்ந்தேன்னு அவர்கிட்ட சொல்லலைதான். என்னால அதைச் சொல்லியிருக்கமுடியாது. எப்படியோ, அவர் பயங்கர கோபமாகி, நேரா அந்தப் பொண்ணோட குடும்பத்துக்கிட்ட போகப்போறதா சொன்னார். 'எல்லாத்துக்கும்மேல நீ கல்யாணமான பொண்ணு, நீ என்னைக் கல்யாணம் பண்ணிக்கிட்டவ. அதோட நீ ஒரு அம்மாவும்கூட. நீ லெஸ்பியனா இருக்க வாய்ப்பே இல்லை. என்னவொரு அபத்தம்!'னு அவர் சொன்னார்.

"ஆனா நான் அவரைப் போகவிடலை. அவர் செய்றதெல்லாம் விஷயத்தை மோசமாதான் ஆக்கும். எனக்குத் தெரியும். எனக்குத் தெரியும் அவ மோசமானவ. நான் நூற்றுக்கணக்கான நோய்க்கூறுள்ள ஆட்களைப் பார்த்திருக்கேன். அதனால எனக்குத் தெரியும். அந்தப் பொண்ணு உள்ளுக்குள்ள கெட்டுப்போனவ. அந்த அழகிய தோலோட ஒரு அடுக்கை உரிச்சா, உள்ள அழுகிப்போன சதையைத்தவிர வேறெதையும் நாம பார்க்கமாட்டோம். இப்படிச்சொல்றது பயங்கரமானதுனு எனக்குத் தெரியும், ஆனா அதுதான் உண்மை. சாதாரணமான ஆளுங்க எப்பவும் அவளைப் பத்தின உண்மையைத் தெரிஞ்சுக்கமாட்டாங்க, அதுல நாம வெற்றியடையறதுக்கு வழியே இல்லைனு எனக்குத் தெரியும். அவ தன்னைச் சுற்றியுள்ள பெரியவங்களோட உணர்ச்சிகளைக் கையாள்றதில கைதேர்ந்தவ. அதோட நம்ம விஷயத்தை நிரூபிக்கிறதுக்கு எதுவுமே இல்லை. முக்கியமா, ஒரு பதிமூணு வயசுப்பொண்ணு, தன்னோட முப்பதுகள்ல இருக்கிற ஒரு பொம்பளைக்கு ஓரினச்சேர்க்கைக்கு வலைவிரிச்சானு சொன்னா யார் நம்பப் போறாங்க? நாம என்ன சொன்னாலும் மத்தவங்க அவங்க எதை நம்ப விரும்பறாங்களோ அதைத்தான் நம்புவாங்க. எவ்வளவு அதிகம் போராடறமோ அவ்வளவுக்கு நாம புண்படுவோம்.

"நான் சொன்னேன்: நாம செய்யறதுக்கு ஒண்ணே

ஒண்ணுதான் இருக்கு. நாம இங்கிருந்து கிளம்பணும். இனியும் இந்த சுற்றுவட்டாரத்துல நான் இருந்தா மனஅழுத்தத்துக்கு ஆளாகிடுவேன். என் மனம் இன்னொருமுறை உடைஞ்சுபோயிடும். அது ஏற்கெனவே நிகழ்ந்துக்கிட்டு இருக்கு. நாம இங்கிருந்து வெளியேறி, நம்மை யாருமறியாத தொலைதூர இடத்துக்கு போகணும். ஆனா என் கணவர் கிளம்ப தயாரா இல்லை. அப்ப நான் எத்தனை இக்கட்டுல இருந்தேன்னு அவருக்குத் தோணலை. மேலும் காலகட்டமும் மோசமா இருந்தது: அவர் தன் வேலையை நேசிச்சார், கடைசியில அவர் எங்களை எங்களோட சொந்தவீட்டுல குடியமர்த்துறதுல வெற்றியடைஞ்சிருந்தார். (நாங்கள் ஒரு சிறிய, பாகங்களாக தயாரிக்கப்பட்டு ஒன்றிணைக்கப்பட்ட வீட்டில் வசித்துவந்தோம்.) எங்க பொண்ணு அவளோட மழலையர் பள்ளிக்குப் போறதை வசதியா உணர்ந்தா.

'ஒருநிமிஷம் பொறு, நாம வெறுமனே கூடாரம்மாதிரி குச்சியைப் பிடுங்கிட்டுப் போகமுடியாது. என்னால சாதாரணமா ஒரு வேலையை கண்டுபிடிக்க முடியாது. நாம வீட்டை விற்கணும். இன்னொரு மழலையர் பள்ளியைக் கண்டுபிடிக்கணும். அதுக்கு குறைஞ்சது ரெண்டுமாசமாச்சும் ஆகும்"னு சொன்னார்.

"'என்னால ரெண்டுமாசம் காத்திருக்க முடியாது,"னு சொன்னேன் நான். "இது எப்போதைக்குமா என் கதையை முடிக்கப்போகுது. நான் விளையாட்டுக்குச் சொல்லலை. என்னை நம்புங்க, நான் என்ன பேசறேன்னு தெரிஞ்சுதான் பேசிக்கிட்டிருக்கேன்'. ஏற்கெனவே என் காது இரைஞ்சிட்டிருந்துச்சு, நான் சப்தங்களைக் கேட்டுக்கிட்டிருந்தேன். என்னால தூங்கமுடியலை. அறிகுறிகள் ஆரம்பமாயிருந்துச்சு. அதனால அவர் என்னை முதல்ல கிளம்பச்சொல்லி யோசனை சொன்னார், என்விருப்பம்போல எங்காவது போகச்சொன்னார். செய்யவேண்டியதெல்லாம் செஞ்சுமுடிச்சதும் அவர் பின்னால வந்துடுவேன்னார்.

"'இல்லை, நான் தனியா போகவிரும்பலை. நீங்க இல்லைனா நான் தொலைஞ்சேன். தயவுசெஞ்சு என்னைத் தனியா விடாதீங்க'னு நான் சொன்னேன். அவர் என்னை அணைச்சுக்கிட்டு, இன்னும் கொஞ்சகாலம் பொறுத்துக்கச்சொல்லி என்கிட்ட கெஞ்சினார். ஒரேயொரு மாசம்னு சொன்னார். அவர் வேலையை விடறது, வீட்டை விக்கிறது, மழலையர் பள்ளிக்கு ஏற்பாடு பண்ணுறது, புதியவேலை கண்டுபிடிக்கிறதுனு எல்லாத்தையும் அக்கறை எடுத்துக்கணும். ஆஸ்திரேலியாவுல அவர் பொறுப்பேத்துக்கிற மாதிரி ஒரு வேலை இருக்குனு சொன்னார். ஒரேயொரு மாசம்

மட்டும் காத்திருந்தா, அப்புறம் எல்லாம் சரியாயிடும்னு அவர் சொன்னார் அதுக்கு நான் என்ன சொல்லமுடியும்? நான் அதை மறுக்க முயற்சிசெஞ்சிருந்தா, அது இன்னும் அதிகமாதான் தனிமைப்படுத்திக்கிறதா அமைஞ்சிருக்கும்."

ரெய்கோ பெருமூச்சுவிட்டபடியே மேற்கூரை விளக்கைப் பார்த்தாள். "ஆனா என்னால் ஒரு மாசம் தாக்குப்பிடிக்கமுடியலை. ஒருநாள் அது மறுபடியும் நடந்துச்சு. படார்! அதோட இந்தமுறை அது உண்மையிலே` மோசமாயிருந்துச்சு. நான் தூக்கமாத்திரைகளைச் சாப்பிட்டு, சமையல் வாயுவைத் திறந்துவிட்டிருந்தேன். நான் மருத்துவமனை படுக்கையில கண்விழிச்சேன். எல்லாம் முடிஞ்சிருந்துச்சு— சிந்திக்கிற அளவுக்கு அமைதியாகிறதுக்கு சில மாதங்கள் ஆயிடுச்சு. நான் என் கணவர்கிட்ட விவாகரத்து கேட்டேன். அதுதான் அவருக்கும் எங்களோட மகளுக்கும் சிறந்த விஷயமா இருக்கும்னு நான் சொன்னேன். அவர் என்னை விவாகரத்து செய்ற எண்ணம் இல்லைனு சொன்னார். நாம புதுசா தொடங்கலாம் என்றார் அவர். நாம மூணுபேரும் எங்காவது புது இடத்துக்குப் போய் எல்லாத்தையும் மறுபடி தொடங்கலாம்னு சொன்னார். நான் அவர்கிட்ட, இப்ப ரொம்ப தாமதமாயிடுச்சு. நீங்க என்னை ஒருமாசம் காத்திருக்கச் சொன்னப்பவே எல்லாம் முடிஞ்சிடுச்சு. நீங்க உண்மையிலே தொடங்க விரும்பியிருந்தா, அப்படி சொல்லி யிருக்கவே கூடாது. இப்ப நாம எங்க போனாலும், எவ்வளவு தொலைவா போனாலும் அது ஒரு விஷயமேயில்லை. இதே விஷயம் முழுக்க மறுபடி நிகழும். நான் மறுபடியும் உங்களை அதே விஷயத்தைக் கேட்பேன், உங்களை வருத்தப்பட வைப்பேன். இனியும் நான் அதைச் செய்ய விரும்பலைனு சொன்னேன்.

"ஆக நாங்க விவாகரத்து பண்ணிக்கிட்டோம். இல்லை நான் அவரை விவாகரத்து பண்ணினேன்னு சொல்வேன். இருந்தாலும் இரண்டு வருஷம் முன்னாலதான் அவர் மறுபடி திருமணம் பண்ணிக்கிட்டார். அவரை என்னைவிட்டு போகச்செய்ததுல எனக்கு இப்பவும் சந்தோஷம்தான். உண்மையிலே. என்னோட மிச்சவாழ்க்கை முழுக்கவும் நான் இப்படித்தான் இருப்பேன்னு எனக்குத் தெரியும், யாரையும் என்னோட இழுத்துக்கிட்டுத் திரிய நான் விரும்பலை. எந்த நிமிஷத்திலும் நான் மனநிலை தவறிடலாம்கிற பயத்தோட தொடர்ந்து வாழறதுக்கு யாரையும் நான் நிர்பந்திக்க விருப்பப்படலை.

"அவர் என்கிட்ட அருமையானவரா நடந்துக்கிட்டார். ஒரு லட்சிய கணவனா, நம்பிக்கைக்குரியவரா, உறுதியா, நிதானத்தோட நடந்துக்கிறவரா, என்னோட முழுமையான நம்பகத்துக்குரியவரா

இருந்தார். என்னைக் குணப்படுத்த அவரால முடிஞ்சதெல்லாம் செஞ்சார். அவருக்காகவும் என்னோட மகளுக்காகவும், நானும் குணமடையறதுக்கு என்னால ஆனதெல்லாம் செஞ்சேன். நான் குணமடைஞ்சிடுவேன்கிற நம்பிக்கை இருந்துச்சு. நாங்க திருமணம் ஆனதிலிருந்து ஆறுவருஷம் நான் சந்தோஷமாயிருந்தேன். அவர் அதுல 99 சதவிகிதம் வெற்றியடைஞ்சுட்டார், ஆனா அந்த ஒரு சதவிகிதம் கைமீறிப் போயிடுச்சு. டபார்! நாங்க கட்டியெழுப்புன தெல்லாம் நொறுங்கிப் போயிடுச்சு. ஒரு நொடிக்கும் குறைவான நேரத்துல, எல்லாம் ஒண்ணுமில்லாம ஆயிடுச்சு. அப்படி ஆக்குனது அந்தப் பொண்ணுதான்."

ரெய்கோ காலுக்கடியில் போட்டு நசுக்கிய சிகரெட்டின் பின்முனைகளைப் பொறுக்கி அவற்றை தகரக் குப்பைத்தொட்டியில் போட்டாள்.

"இது ஒரு பயங்கரமான கதை. நாங்க கடினமா உழைச்சு ஒரு நேரத்துக்கு ஒவ்வொரு செங்கலா அடுக்கி எங்க உலகத்தை உருவாக்கிக்கிட்டிருந்தோம். அது விழுந்து நொறுங்கும்போது சும்மா நொடியில நடந்துடுச்சு. நாங்க உணர்றதுக்கு முன்னாலே எல்லாம் போயிருந்துச்சு."

அவள் எழுந்துநின்று கைகளை தனது பைகளுக்குள் செருகிய படியே, "நாம திரும்பிப்போகலாம். நேரமாயிடுச்சு." என்றாள்.

ஆகாயம் இருண்டுகிடந்தது, மேகம் முன்பைவிடவும் அடர்த்தியாக மூடியிருந்தது. நிலவு கண்ணுக்குத் தென்படவில்லை. இப்போது ரெய்கோவைப்போல என்னாலும் மழைவாசத்தை உணரமுடிந்தது என்பதை உணர்ந்தேன். மேலும் அத்துடன் நான் வைத்திருந்த பையிலிருந்த திராட்சையின் புதிய மணமும் கலந்து வீசியது.

"நான் இந்த இடத்தைவிட்டுப் போகாதது அதனாலதான்," என்றாள் அவள். "வெளியுலகோட தொடர்புவைச்சுக்க நான் பயப்படறேன். புதிய நபர்களையும் புதிய உணர்வுகளையும் சந்திக்க நான் பயப்படறேன்."

"எனக்குப் புரியுது," என்றேன் நான். "ஆனா உங்களால முடியும்னு நான் நினைக்கிறேன். உங்களால வெளியிலபோய் சாதிக்கமுடியும்னு நான் நினைக்கிறேன்."

ரெய்கோ புன்னகைத்தாள், ஆனால் எதுவும் சொல்ல வில்லை.

நவோகோ ஸோபாவில் ஒரு புத்தகத்துடன் காணப்பட்டாள். அவள் கால்களை மடித்தபடி, கன்னப்பொட்டில் கையை அழுத்தியபடி, வாசித்தபடியிருந்தாள். அவளது விரல்கள் கிட்டத்தட்ட, அவள் தலைக்குள் நுழையும் ஒவ்வொரு வார்த்தையையும் தொட்டுச் சோதிப்பதுபோல தோன்றியது. சிதறிவிழும் மழைத்துளிகள் கூரையின்மீது ஒலியெழுப்பின. விளக்கின் வெளிச்சம் மெல்லிய தூசுபோன்று அவளைச் சூழ்ந்து காணப்பட்டது. ரெய்கோவுடனான எனது நீண்ட பேச்சுக்குப் பின்பு, நவோகோவின் இளமை என்னை புதியவிதத்தில் கவனம் ஈர்த்தது.

"மன்னிச்சுக்க, நாங்க ரொம்ப நேரமாக்கிட்டோம்," நவோகோவின் தலையில் தட்டியபடியே ரெய்கோ சொன்னாள்.

"நல்லபடியா நேரம் செலவிட்டீங்களா?" நிமிர்ந்து பார்த்தபடி நவோகோ கேட்டாள்.

"நிச்சயமா," என்றாள் ரெய்கோ.

"என்ன பண்ணினீங்க?" நவோகோ என்னைக் கேட்டாள். "—நீங்க ரெண்டுபேர் மட்டும்."

"அதைச் சொல்றதுக்கு அனுமதியில்லை," என நான் பதிலளித்தேன்.

நவோகோ உள்ளுக்குள் சிரித்தபடி தனது புத்தகத்தை மூடினாள். பின் நாங்கள் மூவரும் மழையின் சத்தத்துக்கிடையே திராட்சைப் பழங்களைச் சாப்பிட்டோம்.

"இப்படி மழைபெய்யுறப்போ, என்னவோ இந்த உலகத்துல நாம மட்டுமே இருக்கிற மாதிரி இருக்கு. இப்படியே மழை பெய்ஞ்சுக்கிட்டேயிருக்கணும்னு நான் ஆசைப்படறேன், நாம மூணுபேரும் ஒண்ணாவே இருக்கலாமே."

"ம், நிச்சயமா," என்றாள் ரெய்கோ, "நீங்க ரெண்டுபேரும் கூடிக்கிட்டு இருக்கையில, நான் உங்களுக்கு விசிறிக்கிட்டோ இல்லை கெய்ஷா நடனப்பெண் மாதிரி என் கிதார்ல பின்னணி இசை வாசிச்சுக்கிட்டோ இருக்கணுமா? வேணாம் நன்றிம்மா."

"ஓ, அப்பப்ப நீங்களும் இவனைப் பயன்படுத்திக்க அனுமதிப் பேன்," என்றாள் நவோகோ சிரித்தபடி.

"சரி, அப்ப என்னையும் கணக்குல எடுத்துக்கங்க," என்றாள்

ரெய்கோ.

"மழையே வா, கொட்டிமுழக்கு!"

மழை கொட்டிமுழக்கியது. மேலும் தொடர்ந்து கொட்டியது. இடி அந்த இடத்தை அவ்வப்போது நடுங்கச்செய்தது. நாங்கள் திராட்சையைக் காலிசெய்ததும் ரெய்கோ திரும்பவும் சிகரெட் பிடித்தாள், பின் அவளது படுக்கைக்குக் கீழிருந்த கிதாரை எடுத்து இசைக்கத் தொடங்கினாள். முதலில். 'டெசாஃபினோடோ'வும் 'தி கேர்ள் ப்ரம் இபானேமா'வும் பின் சில பாக், சில லென்னன் மற்றும் மெக்கார்ட்னி பாடல்கள். ரெய்கோவும் நானும் மீண்டும் ஒயினை சிறிதுசிறிதாகக் குடித்தோம். அது தீர்ந்ததும் என் ஃப்ளாஸ்கில் எஞ்சியிருந்த பிராந்தியைக் குடித்தோம். அந்த இரவு நாங்கள் மூவரும் பேசியபோது ஒரு இதமான, அந்தரங்கமான மனநிலை கவிந்தது. நவோகோவுடன் சேர்ந்து நானும் அந்த மழை தொடர்ந்து பெய்துகொண்டிருக்காதா என ஆசைப்பட்டேன்.

"நீ மறுபடியும் என்னை பார்க்க வருவியா?" என்னைப் பார்த்தபடியே அவள் கேட்டாள்.

"நான் நிச்சயமா வருவேன்," என்றேன் நான்.

"நீ எனக்கு கடிதமெழுதுவியா?"

"ஒவ்வொரு வாரமும்."

"எனக்காக அதுல சில வரிகளை எழுதுவியா?" ரெய்கோ கேட்டாள்.

"எழுதுவேன், எழுதுறதுல எனக்கும் சந்தோஷம்தான்." என்றேன் நான்.

பதினொரு மணிக்கு, ரெய்கோ முந்தைய நாள் போன்று ஸோபாவை விரித்து எனக்கு படுக்கையை தயார் செய்தாள். நாங்கள் குட்நைட் சொல்லி விளக்குகளை அணைத்தோம். தூக்கம்வராமல், என் முதுகுப் பையிலிருந்து ஒரு டார்ச் லைட்டையும் தி மேஜிக் மவுண்டனையும் எடுத்து கொஞ்ச நேரம் படித்தேன். நள்ளிரவுக்கு சற்றுமுன்பு படுக்கையறைக் கதவு சற்றே திறந்து, நவோகோ ஊர்ந்தபடி என் பக்கம் வந்தாள். முந்தைய நாளைப் போலன்றி, நவோகோ வழக்கமான நவோகோவாக காணப்பட்டாள். அவளது கண்கள் தெளிவாகக் காணப்பட்டன. அவளது அசைவுகள் சுறுசுறுப்பாக இருந்தன. அவளது வாயை என் காதில் வைத்து கிசுகிசுத்தாள், "என்னவோ தெரியல

என்னால தூங்கமுடியலை."

"என்னாலயும் தூங்கமுடியலை," எனறேன் நான். என் புத்தகத்தைக் கீழே வைத்துவிட்டு டார்ச்சை அணைத்துவிட்டு, அவளை என் கைகளுக்குள் இழுத்து முத்தமிட்டேன். இருளும் மழையின் சப்தமும் எங்களைச் சூழ்ந்திருந்தன.

"ரெய்கோ என்ன பண்றாங்க?"

"கவலைப்படாத, அவங்க நல்லா தூங்குறாங்க. அதோட அவங்க தூங்குனா தூங்குனதுதான்." பின் நவோகோ கேட்டாள், "நீ உண்மையிலே மறுபடியும் என்னைப் பார்க்கவருவியா?"

"நிச்சயமா, நான் வருவேன்."

"நான் உனக்கு ஒண்ணுமே செய்யலைனாகூட வருவியா?"

நான் இருளுக்குள் ஆமோதிப்பாக தலையசைத்தேன். அவளின் மார்பகங்கள் முழுமையாக என்மீது அழுந்தியிருப்பதை என்னால் உணரமுடிந்தது. என் உள்ளங்கையால் அவளின் மேலங்கியின் மேலாக அவளது உடலின் வளைவுகளைத் தடவியுணர்ந்தேன். தோளிலிருந்து முதுகுக்கும், அங்கிருந்து இடுப்புக்குமாக, நான் என் கையை திரும்பத் திரும்ப ஓடவிட்டேன். அவளது உடலின் மென்மையையும் வளைவுகளையும் என் மூளைக்குக் கொண்டுபோனேன். இந்த மென்மையான அரவணைப்பில் நாங்கள் கொஞ்சநேரம் இருந்தபின், நவோகோ தனது உதடுகளால் என் நெற்றியில் முத்தமிட்டு படுக்கையிலிருந்து நழுவினாள். அவளது வெளிர்நீல மேலங்கி இருளில் மீனைப்போன்று ஒளிர்வதை என்னால் காணமுடிந்தது.

"குட் பை," அவள் மெல்லிய குரலில் விடைபெற்றாள். மழையின் சத்தத்தைக் கேட்டபடியே, நான் லேசான உறக்கத்துக்குள் விழுந்தேன்.

அடுத்தநாள் காலையிலும்கூட மழைபெய்துகொண்டிருந்தது. முந்தையநாள் அடைமழையைப் போன்றில்லாமல், லேசான, கிட்டத்தட்ட பார்வைக்குப் புலப்படாத இலையுதிர்கால மழை. தேங்கிய நீரில் ஏற்படும் சிற்றலைகளாலும் தாழ்வாரத்திலிருந்து சொட்டும் நீரின் சப்தத்தாலும் மட்டுமே நீங்கள் மழைபெய்து கொண்டிருப்பதை அறியமுடியும். ஜன்னலைச் சூழ்ந்திருக்கும் பால்போன்ற வெண்ணிற மூடுபனியைப் பார்ப்பதற்காக நான் எழுந்தேன், ஆனால் சூரியன் உதயமாகும்போதே, இளம்காற்று மூடுபனியை அடித்துச்சென்றிருந்தது. சுற்றிலுமுள்ள மரங்களும்

மலைகளும் புலப்பட ஆரம்பித்திருந்தன.

முந்தையநாள்போன்றே, நாங்கள் மூன்றுபேரும் காலையுணவு சாப்பிட்டபின் பறவைப் பண்ணைக்குச் செல்ல வெளிக் கிளம்பினோம். நவோகோவும் ரெய்கோவும் தலைவரை மறைக்கும் மஞ்சள்நிற பிளாஸ்டிக் மழைக்கவசம் அணிந்திருந்தனர். நான் மேற்சட்டையும் நீர் ஊடுருவாத மழைக்கோட்டும் அணிந்திருந்தேன். வெளியே காற்று ஈரமாகவும் குளிர்ச்சியாகவும் காணப்பட்டது. பறவைகளும்கூட மழையைத் தவிர்த்தபடி கூண்டின் பின்பகுதியில் ஒன்றையொன்றை ஒட்டியபடி நின்றன.

“மழைபெய்யும்போது இங்கே குளிரடிக்கும், இல்லையா?” நான் ரெய்கோவிடம் கேட்டேன்.

“பனிவிழுறவரை, ஒவ்வொரு மழைபெய்றப்பவும், இப்ப இருக்கிறதைவிட இன்னும் கொஞ்சம் குளிர்ச்சியாகும்,” அவள் சொன்னாள். “ஜப்பான் கடலிலிருந்து வர்ற மேகங்கள், இந்த இடத்தைக் கடந்துபோறப்ப பெருமளவுல பனியைக் கொட்டிட்டுப்போகும்.”

“குளிர்காலத்துல பறவைகளை என்ன செய்வீங்க?”

“வேறென்ன, அதுங்க எல்லாத்தையும் உள்ள கொண்டுவருவோம். நாங்க செய்யறதுக்கு வேறென்ன இருக்கு— முழுக்க பனியில உறைஞ் சுபோய்க் கிடக்கிறதை வசந்தகாலத்துல தோண்டியெடுக்கவா முடியும்? நாங்க பறவைகளை உறைபனியிலிருந்து அகற்றி, அவற்றுக்கு உயிர்கொடுத்து, சரி, எல்லாரும் வந்துசேருங்கனு கத்துவோம்!”

நான் கம்பிவலையைக் குத்த, கிளி அதன் சிறகையடித்தவாறு கத்தியது, ‘மரமண்டை! நன்றி! பைத்தியம்!’

“இப்ப இந்த ஒண்ணுதான் விறைச்சுப்போகணும்னு நான் விரும்பறேன்,” நவோகோ சோகமான பார்வையுடன் கூறினாள். “நான் தினமும் காலையில இதைக் கேட்டேன்னா, உண்மையிலே நான் பைத்தியமாயிடுவேன்னு நினைக்கிறேன்.”

பறவைப் பண்ணையை சுத்தம்செய்தபின் நாங்கள் குடியிருப்புக்குத் திரும்பினோம். நான் எனது உடைகளைத் தயார்செய்தபோது, பெண்கள் தங்களது பண்ணை உடையை அணிந்தனர். நாங்கள் அந்தக் கட்டடத்தைவிட்டு ஒன்றாகக் கிளம்பி, டென்னிஸ் முற்றத்தைத் தாண்டி சற்று தூரத்தில்

பிரிந்தோம். அவர்கள் திரும்பி வலதுபுறம் செல்ல, நான் தொடர்ந்து நேராகச் சென்றேன். நாங்கள் ஒருவருக்கொருவர் விடைபெற்றுக் கொண்டோம், நான் மீண்டும் வருவேனென உறுதியளித்தேன். நவோகோ சிறியதொரு புன்னகையை வெளிப்படுத்தியபடி ஒரு திருப்பத்தில் மறைந்தாள்.

நான் வாசலுக்குச் செல்லும்வழியில் சிலரைக் கடந்துசென்றேன். அனைவரும் நவோகோவும் ரெய்கோவும் அணிந்திருந்த தலைமறைப்புடன்கூடிய அதே மஞ்சள்நிற மழைக்கவசமணிந்து முக்காடிட்டிருந்தனர். மழையில், வழக்கத்துக்கு மாறான தெளிவுடன் வண்ணங்கள் மின்னின. நிலம் அடர்கருப்பிலும், பைன் மரக்கிளைகள் அற்புதமான பச்சை நிறத்திலும் காணப்பட்டன. மஞ்சள் நிற மழையுடையில் காணப்பட்டவர்கள், வேற்றுலகைச் சேர்ந்த, மழைபொழியும் காலைப்பொழுதுகளில் மட்டும் பூமியில் நடமாட அனுமதிக்கப்பட்ட ஆவியுருக்கள்போன்று காணப்பட்டனர். அவர்கள் கோணிப்பை, கூடை, விவசாயக் கருவிகளைச் சுமந்தபடி மௌனமாக நடந்துசென்றனர்.

வாயிற்காவலன் என் பெயரை நினைவுகூர்ந்து, பார்வையாளர்கள் பட்டியலில் கிளம்பிச்சென்றதாகக் குறித்துக்கொண்டான். “நீங்க டோக்கியோவுல இருந்து இங்க வந்திருக்கிறதா எனக்குத் தெரிஞ் சது. நான் அங்க ஒருமுறை போயிருக்கேன். ஒரேயொரு தடவை. அவங்க அருமையான பன்றிக்கறி பரிமாறுனாங்க.” அந்த வயதான நபர் சொன்னார்.

“பரிமாறுனாங்களா?” அவருக்கு எப்படி பதிலளிப்பதென தெரியாமல் நான் கேட்டேன்.

“நான் டோக்கியோவுல சாப்பிட்டதுல பெரும்பாலானது எனக்குப் பிடிக்கலை, ஆனா பன்றிக்கறி அருமையா இருந்துச்சு. அவங்க பன்றியை வளர்க்கிறதுக்கு சில சிறப்பான வழிமுறைகள் இருக்கணும்னு நான் நினைக்கிறேன், என்ன?”

எனக்குத் தெரியாதெனவும், அதைப் பற்றி நான் கேள்விப்பட்டது அதுதான் முதல்முறையெனவும் நான் கூறினேன். “சரி, அது எப்ப, அதாவது நீங்க டோக்கியோ போனது எப்ப?”

“ஹ்ம், பார்க்கப்போனா,” அவர் தன் தலையை உயர்த்தியபடி சொன்னார், “அது பட்டத்து இளவரசர் திருமணம் பண்ணிக்கிட்ட வருஷம்னு நினைக்கிறேன். டோக்கியோவுல இருந்த என்னோட பையன்கிட்ட, நான் அந்த இடத்தை ஒருமுறையாச்சும் பார்க்கணும்னு சொல்லியிருந்தேன். அது நிச்சயம் 1959— ஆம் வருஷமாத்தான் இருக்கணும்.”

"ஓ, அப்ப சரி, அப்ப டோக்கியோவுல பன்றிக்கறி நிச்சயம் நல்லாத்தான் இருந்திருக்கும்." என்றேன் நான்.

"இப்பல்லாம் எப்படி இருக்கு?" அவர் கேட்டார்.

"எனக்கு உறுதியா தெரியலை. ஆனா அதைப்பத்தி சிறப்பா எதுவும் கேள்விப்படலை" என்றேன் நான். அது அவரை அதிருப்திக்குள்ளாக்கியதுபோல் தோன்றியது. அவர் எங்களுக்கிடையிலான பேச்சைத் தொடரவிரும்புவதற்கான அனைத்து அறிகுறிகளையும் வெளிப்படுத்திய போதும், நான் அவரிடம் பேருந்தைப் பிடிக்கவேண்டுமெனக்கூறி சாலை இருக்கும் திசைநோக்கி நடக்கத் தொடங்கினேன். நீரோடையை ஒட்டிச்சென்ற பாதையில் சிறுசிறு பனிமூட்டங்கள் மிதந்துகொண்டிருந்தன. ஆனால் இளம்காற்று அவற்றை அருகிலிருந்த மலையின் செங்குத்தான சரிவுக்கு அடித்துச்சென்றது. நான் நடந்தபடியே இருக்கும்போதே அவ்வப்போது நின்று, திரும்பிப்பார்த்து, எந்தக் காரணமுமின்றி ஆழ்ந்த பெருமூச்சை வெளியிட்டேன். என்னவோ ஈர்ப்புவிசை சற்றே மாறுபடுகின்ற கோளுக்கு வந்ததுபோல நான் உணர்ந்தேன். நான் வருத்தத்துடன் எனக்கு நானே சொல்லிக்கொண்டேன், ஆமாம் நிச்சயமா நான் இப்ப வெளியுலகில்தான் இருக்கேன்.

4.30— மணியளவில் துயிற்கூடத்துக்குத் திரும்பி, உடைமாற்றிக் கொண்டு நேரடியாக ஷின்ஷிகுவிலுள்ள இசைத்தட்டுக் கடைக்கு, பணிநேரத்துக்குள் நான் சென்றுசேர்ந்தேன். நான் ஆறுமணிமுதல் *10.30* மணி வரை கடையைக் கவனித்துக்கொண்டு சில இசைத்தட்டுகளை விற்றேன். ஆனால் நான் அங்கே பெரிதும் தெளிவின்றி அமர்ந்தபடி, வெளியே நடமாடிக்கொண்டிருந்த நம்பவியலாத அளவுக்கு பல்வேறு வகைப்பட்ட நபர்களைப் பார்த்தபடியிருந்தேன். அங்கே குடும்பமாக வந்தவர்கள், தம்பதிகள், குடிகாரர்கள், சட்டவிரோதமானவர்கள், குட்டைப் பாவாடையணிந்த அழகிய பெண்கள், குறுந்தாடியுடனான ஹிப்பிக்கள், மதுபான விடுதி பணிப்பெண்கள், மேலும் சில வரையறுக்கமுடியாத வகைப்பாட்டினர் காணப்பட்டனர். நான் நல்லதொரு ராக் பாடலை ஓடவிட்டபோதெல்லாம், ஹிப்பிகளும் ஓடிவந்த குழந்தைகளும் நடனமாடவோ, பெயிண்ட் தின்னரை உறிஞ்சவோ அல்லது குறிப்பாக எதுவும் செய்யாமல் வெறுமனே தரையிலமரவோ வெளியில் கூடினர். ஆனால் நான் டோனி பென்னட்டை ஓடவிட்டதும் அவர்கள் மறைந்துவிடுவார்கள்.

அடுத்திருந்தது, நடுத்தர வயதுடைய தூங்கிவழியும் கண்களைக் கொண்ட நபருடைய வயதுவந்தவர்களுக்கான சாதனங்களை

விற்பனைசெய்யும் கடை. அவன் அங்கு வைத்திருக்கும் பாலியல் உபகரணங்களை எவரொருவரும் விரும்புவார்கள் என்பதையே என்னால் கற்பனை செய்யமுடியவில்லை, ஆனால் அவனுக்கு அட்டகாசமாக விற்பனையாவதுபோல் தோன்றியது. இசைத்தட்டு கடைக்கு எதிர்ப்பக்கத்தில் நேரெதிரே இருந்த சந்தில் ஒரு போதையேறிய மாணவன் வாந்தியெடுத்துக்கொண்டிருந்ததை நான் பார்த்தேன். எங்கள் கடையிலிருந்து மற்றொரு கோணத்தில் எதிரே காணப்படும் நடைபாதைக் கடையில் உள்ளூர் உணவகமொன்றைச் சேர்ந்த சமையல்காரர் பணத்தை பந்தயம் வைத்து விளையாடும் ஒரு சூதாட்டத்தில் தனது ஓய்வு நேரத்தைச் செலவிட்டுக் கொண்டிருந்தார். அன்று இரவு மூடப்பட்டிருந்த ஒரு கடையின் தாழ்வாரத்துக்கீழே புகலிடமற்ற நபரொருவன் சுருண்டு அசைவின்றிப் படுத்திருந்தான். பன்னிரண்டு அல்லது பதிமூன்று வயதைத்தாண்டாத, வெளிறிய இளம்சிவப்பு உதட்டுச் சாயத்துடனான பெண்ணொருத்தி உள்ளேவந்து, என்னை ரோலிங்ஸ்டோன் குழுவின் ஜம்பின் ஜாக் ஃபிளாஷ் பாடலை ஓடவிடும்படி கேட்டாள். நான் அந்த இசைத்தட்டைக் கண்டுபிடித்து அவளுக்காக ஓடவிட்டபோது, அவள் தன் விரல்களை தாளத்துக்கேற்ப சொடுக்கியபடியே, இடுப்பைக் குலுக்கியபடி கடையைச் சுற்றி நடனமிடத் துவங்கினாள். பின் அவள் என்னிடம் ஒரு சிகரெட் கேட்டாள். நான் அவளுக்கு நிர்வாகியுடையதொன்றைக் கொடுத்தபோது அவள் அதை இன்பமாக புகைத்தாள். இசைத்தட்டு முடிந்ததும், அவள் நன்றிகூட சொல்லாமல் கடையைவிட்டுக் கிளம்பினாள். ஒவ்வொரு பதினைந்து நிமிடத்துக்கும் ஒருமுறை நான் காவலர் வண்டி அல்லது அவசர சிகிச்சைக்கு இட்டுச்செல்லும் ஆம்புலன்ஸின் அபாய ஒலியைக் கேட்டேன். நிறுவனமொன்றின் சூட் மற்றும் கழுத்துப்பட்டை அணிந்த, குடித்திருந்த, செயல்பிரதிநிதியாளர்கள் மூவர், ஒரு தொலைபேசிக் கூண்டில் பேசிக்கொண்டிருந்த நீண்ட கூந்தலையுடைய அழகான பெண்ணைப் பார்த்து, அருமையான பின்னழகு! என அவர்கள் ஒவ்வொரு முறையும் கத்திச்சொன்னபடி தங்களது உச்சமான குரலில் சிரித்துக்கொண்டிருந்தனர்.

எத்தனை அதிகமாக நான் கவனித்தேனோ, அத்தனை அதிகமாக நான் குழம்பிப்போனேன். இவையெல்லாம் என்ன குழப்பங்கள்? நான் திகைத்தேன். இவற்றுக்கெல்லாம் என்ன அர்த்தம் இருக்கமுடியும்?

இரவுணவை முடித்து திரும்பிவந்த நிர்வாகி என்னிடம், “ஏய், வாட்டனபி முந்தாநேத்து ராத்திரி அந்த துணிக்கடை அழகிகிட்ட காரியம் சாதிச்சுட்டேன் தெரியுமா?” என்றார்.

கொஞ்சநாட்களாக அருகிலிருந்த ஆடை விற்பனைக் கடையில் பணிபுரிந்த பெண்மீது அவர் கண் வைத்திருந்தார். அவ்வப்போது அவர் கடையிலிருந்து ஒரு இசைத்தட்டை எடுத்துச்சென்று அவளுக்குப் பரிசளிப்பார்.

"நல்லது," என நான் அவரிடம் சொல்ல, அதைத்தொடர்ந்து அவரது வெற்றிக்கதையின் அனைத்து நுணுக்கமான விவரங் களையும் என்னிடம் கூறினார்.

"நீ உண்மையிலே ஒரு சின்னப் பொண்ணை சம்பாதிக்க விரும்புனா. நீ செய்யவேண்டியது இதுதான்," அவர் தன்னைக்குறித்து பெரும் நிறைவுடன் சொல்லத் தொடங்கினார். "முதல்ல நீ அவளுக்கு பரிசுகள் கொடுக்கணும். அப்புறம் அவளைக் குடிக்கவைக்கணும். அதாவது உண்மையிலே குடிக்கவைக்கணும். அப்புறம் நீ காரியத்தை முடிக்கவேண்டியதுதான். இது ஈஸி. நான் என்ன சொல்லவர்றேன்னு புரியுதா?"

தலை எப்போதைவிடவும் குழம்பியிருக்க, நான் பயணியர் தொடர்வண்டியில் ஏறி எனது துயிற்கூடத்துக்குத் திரும்பினேன். திரைகளை மூடி, விளக்குகளை அணைத்து, நான் படுக்கையில் விழுந்தேன். எந்த நிமிடமும் என்னருகே நவோகோ தவழ்ந்தபடி வரலாம் என்பதுபோல உணர்ந்தேன். எனது கண்கள் மூடியிருக்க, எனது நெஞ்சில் அவளது மார்புகளின் மென்மையான புடைப்பை என்னால் உணரமுடிந்தது. அவள் என்னிடம் கிசுகிசுப்பதை கேட்கமுடிந்தது. என் கைகளில் அவளது உடலின் வடிவத்தை உணர்ந்தேன். இருளுக்குள், நான் அவளது சிறிய உலகுக்குத் திரும்பினேன். நான் மைதானத்துப் புற்களின் வாசனையை நுகரவும் இரவில் மழைபொழிவதைக் கேட்கவும் செய்தேன். நான் அவளை நிலவு வெளிச்சத்தில் நிர்வாணமாக பார்த்ததை நினைத்துப் பார்த்தேன். பறவைப் பண்ணையை சுத்தம் செய்வதையும், மஞ்சள் நிற மழைக்கோட்டால் அவளது அழகிய மென்மையான உடலைப் போர்த்தியபடி காய்கறிச் செடிகளைப் பேணவும் செய்வதுபோல் மனதில் சித்திரப்படுத்திக் கொண்டேன். எனது விறைத்த ஆணுறுப்பைப் பிடித்தபடி, உச்சகட்டத்தை எட்டும்வரை நவோகோவை நினைத்தேன். இதனால் ஓரளவுக்கு என் மூளை தெளிவானதுபோல் தோன்றி யது. ஆனாலும் அது நான் தூங்க உதவவில்லை. நான் களைப்பாக, தூக்கத்திற்கு தவிப்பதுபோல் கற்பனைசெய்தேன், ஆனால் அது மொத்தத்தில் ஒத்துழைக்க மறுத்துவிட்டது.

நான் படுக்கையைவிட்டு எழுந்து ஜன்னலருகே நிற்க, எனது நிலையில்லாத கண்கள் கொடிக்கம்பத்தைச் சுற்றியலைந்தது.

தேசியக்கொடியின்றி, கொடிக்கம்பம் இரவின் இருளிலிருந்து எழுந்து நிற்கும் பிரம்மாண்டமான வெண்ணிற எலும்பைப் போல் தோற்றமளித்தது. இப்போது நவோகோ என்ன செய்து கொண்டிருப்பாள்? நான் வியந்தேன். நிச்சயமாக அவள் தூங்கிக் கொண்டிருப்பாள். அவளது ஆர்வத்துக்குரிய குட்டி உலகத்தில் இருளுக்கு நடுவில், ஆழ்ந்த உறக்கத்திலிருப்பாள். அவள் தனது வேதனையான கனவுகளிலிருந்து விலகி இருப்பாளென எனக்கு நானே நம்பிக்கொண்டிருப்பதைக் கண்டேன்.

7

மறுநாள் காலை வியாழனன்று உடற்பயிற்சி வகுப்பில் 50 மீட்டர் நீளமுடைய நீச்சல் குளத்தை ஒன்றுக்கு மேற்பட்ட முறை நீந்தினேன். அந்த சுறுசுறுப்பான உடற்பயிற்சி என் தலையை இன்னும் கொஞ்சம் தெளிவாக்கியதோடு எனக்கு பசியையும் ஏற்படுத்தியது. தாராளமான மதிய உணவுக்குப் பெயர் பெற்ற மாணவர்கள் உணவகமொன்றில், தாராளமானதொரு சாப்பாட்டை முடித்தபிறகு, சில ஆய்வுகளை மேற்கொள்வதற்காக இலக்கியத்துறை நூலகத்துக்கு வரும் வழியில் மிடோரி கோபயாஷியை நான் எதிர்கொண்டேன். அவளுடன், உயரத்திலும் உருவத்திலும் சிறிய ஒரு பெண் இருந்தாள், என்னைக் கண்டதும், மிடோரி தனியே என்னிடம் வந்தாள்.

"நீ எங்க போய்க்கிட்டு இருக்க?" அவள் கேட்டாள்.

"இலக்கியத்துறை நூலகத்துக்கு," நான் சொன்னேன்.

"நீ ஏன் அதை மறந்துட்டு என்னோட மதிய உணவு சாப்பிட வரக்கூடாது?"

"நான் ஏற்கெனவே சாப்பிட்டுட்டேன்."

"அதனாலென்ன? மறுபடியும் சாப்பிடு."

முடிவில் நாங்கள் அருகிலிருந்த சிற்றுண்டியகத்துக்குச் சென்றோம். அங்கே அவள் ஒரு பிளேட் கறி சாப்பிட, நான் ஒரு குவளை காபியருந்தினேன். அவள், மீன் வடிவம்

பின்னப்பட்ட மஞ்சள் கம்பளிப் பனியணிந்து, அதற்குள் நீண்ட கைகளைக்கொண்ட வெண்ணிறச்சட்டை அணிந்திருந்தாள். கழுத்தையொட்டியதுபோன்ற தங்கக் கழுத்தணியும், டிஸ்னி கைக்கடிகாரமும் அணிந்திருந்தாள். அவள் கறியை அனுபவித்துச் சாப்பிட்டதைப்போல தெரிந்தது. அதனுடன் மூன்று குவளை நீரும் பருகினாள்.

"நீ எங்கே போயிருந்த?" மிடோரி கேட்டாள். "நான் உன்னை எத்தனைமுறை தொலைபேசில கூப்பிட்டிருப்பேன்னு எனக்கே தெரியலை."

"நீ என்னோட எதுவும் பேசணும்னு விரும்புனியா?"

"விசேஷமா எதுவுமில்லை. சும்மாதான் நான் போன் பண்ணேன்."

"அதான பார்த்தேன்."

"நீ என்ன பார்த்த?"

"ஒண்ணுமில்லை. சும்மா அதான பார்த்தேன்னு சொன்னேன்," என்றேன். "அப்புறம் ஏதும் தீப்பிடிச்சுதா?"

"அது ஒரு வேடிக்கை இல்லையா? அதனால பெரிய சேதமெல்லாம் ஆகலை, ஆனா அந்த புகையெல்லாம் சேர்ந்து அதை உண்மையிலே பெரிசா நினைக்க வைச்சு. ஏமாத்திருச்சு." மிடோரி இன்னுமொரு குவளை நீரைக் குடித்துவிட்டு, மூச்சை உள்ளிழுத்தபடியே சற்றுநேரம் என் முகத்தைப் பார்த்தாள். "ஏய், உனக்கென்ன ஆச்சு?" அவள் கேட்டாள். "நீ எதையோ வெறிச்சுப்பார்க்கிற மாதிரி இருக்கே. உன் கண்களும் ஒரு இடத்துல இல்லை."

"எனக்கொண்ணும் இல்லை," என்றேன் நான். "நான் இப்பதான் ஒரு பயணம் முடிஞ்சு வந்திருக்கேன், அதனால களைப்பாயிருக்கேன்."

"கொஞ்சம் முன்னாலதான் ஒரு பேயைப் பார்த்தமாதிரி நீ தெரியுற."

"அப்படியா?"

"ஏய், இன்னைக்கு மதியம் உனக்கு வகுப்பு எதுவும் இருக்கா?"

“ஜெர்மனும் மதபோதனையும்”

“நீ அது ரெண்டுக்கும் போகாமலிருக்கமுடியுமா?”

“ஜெர்மன் வகுப்புக்குப் போகாமலிருக்கமுடியாது. இன்னைக்கு எனக்கொரு தேர்வு இருக்கு.”

“அது எப்பமுடியும்?”

“ரெண்டு மணிக்கு”

“சரி. அதுக்கப்புறம் ஊருக்குள்ள என்னோடவந்து கொஞ்சம் மதுவருந்துறதைப் பத்தி என்ன நினைக்கிற?”

“மதியம் ரெண்டு மணிக்கா?”

“ஒரு மாறுதலுக்கு, ஏன் போகக்கூடாது? உன்னைப் பார்த்தா ரொம்ப வெளிறிப்போனாப்புல இருக்கு. வா என்னோடவந்து குடி. கொஞ்சம் புத்துணர்ச்சியை உனக்குள்ள கொண்டுவா. நான் செய்ய விரும்பறதும் அதுதான். உன்கூட சேர்ந்து குடிச்சு, எனக்குள்ள ஒரு புத்துணர்ச்சியை அடையவிரும்பறேன். நீ என்ன சொல்றே?”

“சரி, நாம போகலாம்,” நான் பெருமூச்சுடன் சொன்னேன். “நான் இரண்டு மணிக்கு இலக்கியத்துறை வகுப்போட முன்பக்க வாசல்ல உன்னை எதிர்பார்த்துட்டிருப்பேன்.”

ஜெர்மன் வகுப்புக்குப்பின் நாங்கள் ஷின்ஷிகு செல்லும் பேருந்திலேறி, கினோகுனியா புத்தகக்கடைக்குப் பின்னிருந்த டக் எனும் கீழ்த்தளத்தில் அமைந்துள்ள மதுவிடுதிக்குச் சென்றோம். நாங்கள் இருவரும் வோட்கா மற்றும் டானிக்குடன் தொடங்கினோம்.

“நான் அப்பப்ப இங்கே வருவேன்,” என்றாள் அவள். “இவங்க மதியம் குடிக்கிறதை நினைச்சு நம்மை தர்மசங்கடப்பட வைக்கமாட்டாங்க.”

“நீ மதியம் அடிக்கடி குடிப்பியா?”

“சமயங்கள்ல,” தன் குவளையிலிருந்த பனிக்கட்டியை குலுக்கி சப்தமெழுப்பியபடியே சொன்னாள் அவள். “இந்த உலகம் வாழறதுக்கு ரொம்ப சிரமமாகிற தருணங்கள்ல, நான் இங்க வோட்காவும் டானிக்கும் குடிக்கவருவேன்.”

“இந்த உலகம் வாழ்றதுக்கு சிரமமாயிருக்குதா?”

"சிலசமயம்," என்றாள் மிடோரி. "எனக்கேயான தனிப்பட்ட சின்னச் சின்ன பிரச்சினைகள் இருக்குது."

"எது மாதிரி?"

"குடும்ப பிரச்சினை, பாய்ஃப்ரெண்ட்ஸ், ஒழுங்கில்லாத மாதவிலக்கு— இதுமாதிரியான பிரச்சினைங்க."

"அப்ப இன்னும் கொஞ்சம் குடிப்போம்."

"நான் தயார்."

நான் பரிசாரகருக்கு சைகை செய்து இன்னும் இரண்டு வோட்காவுக்கும் டானிக்குக்கும் உத்தரவிட்டேன்.

"ஞாயிற்றுக்கிழமை நீ அங்க வந்திருந்தப்ப நீ என்னை எப்படி முத்தமிட்டேனு ஞாபகமிருக்கா?" மிடோரி கேட்டாள். "நான் அதைப்பத்தி நினைச்சுக்கிட்டு இருக்கேன். அது இனிமையா இருந்துச்சு. உண்மையிலே இனிமையா."

"அது இனிமையானதுதான்."

"அது இனிமையானதுதான்," அவள் என்னைப்போல பேசிக் காண்பித்தாள். "நீ பேசறது ரொம்ப விநோதமா இருக்கு."

"அப்படியா?"

"எப்படியோ, அப்ப நான் யோசிச்சுக்கிட்டிருந்தேன். அதுமட்டும் என் வாழ்க்கையிலே முதன்முறையா ஒரு பையன் முத்தமிட்டதாயிருந்தா எவ்ளோ அற்புதமா இருந்திருக்கும்னு நான் நினைச்சுக்கிட்டிருந்தேன். என்னால மட்டும் என் வாழ்க்கையோட நிகழ்வுகளை மாற்றியமைக்க முடிஞ்சிருந்தா, நான் முழுக்க, முழுக்க அதை என்னோட முதல் முத்தமா மாத்தியிருப்பேன். அதுக்கப்புறம் என் மிச்ச வாழ்க்கையெல்லாம், ஏய், துணியுலர்த்துற இடத்துல எனக்கு முதல் முத்தம்கொடுத்த அந்த வாட்டனபிங்கற பையனுக்கு என்ன ஆயிருக்கும். இப்ப அவனுக்கு 58 வயது இருக்காது?னு நான் ஆச்சரியத்தோட நினைச்சுக்கிட்டே இருப்பேன். அது அற்புதமாயிருக்காது?"

"ஆமா, உண்மையிலே அற்புதமாயிருக்கும்," ஒரு பிஸ்டாஷியோ பருப்பை உடைத்தபடியே நான் சொன்னேன்.

"ஏய், உனக்கு என்ன பிரச்சினை? நீயேன் இவ்வளவு யோசனையில இருக்க? நீ இன்னும் எனக்குப் பதில் சொல்லலை."

“அநேகமா நான் இன்னும் இந்த உலகத்தோட ஒட்டாம யிருக்கணும்.” சற்றுநேரம் யோசித்தபின் நான் சொன்னேன். “ஏன்னு தெரியலை, இது நிஜமான உலகில்லையோனு எனக்குத் தோணுது. இந்தக் காட்சிகள், இந்த நபர்கள் இதெல்லாம் உண்மையானதா இல்லைனு எனக்குத் தோணுது.”

மிடோரி ஒரு முழங்கையை கம்பியில் வைத்தபடி என்னைப் பார்த்தாள். “ஜிம் மோரிசன் பாட்டுல இதுபோல வரியுண்டு. என்னால ரொம்ப உறுதியா சொல்லமுடியும்.”

“நாம் அந்நியமா இருக்கையில் மனுஷங்களும் அந்நியமா தெரிவாங்க.”

“அமைதி,” என்றாள் மிடோரி.

“அமைதி,” என்றேன் நான்.

“நீ உண்மையிலே என்னோட உருகுவே வரத்தான் செய்யணும்,” இன்னும் கம்பியின்மீது சாய்ந்தபடியே மிடோரி சொன்னாள் “கேர்ள்ஃப்ரெண்ட், குடும்பம், பல்கலைக்கழகம் எல்லாத்தையும் சும்மா ஓரம்கட்டு.”

“மோசமான யோசனையில்ல,” சிரித்தபடி நான் சொன் னேன்.

“எல்லாரையும், எல்லாத்தையும்விட்டு உனக்கு ஒரேயொருத் தரைக்கூட தெரியாத இடத்துக்குப் போறது அற்புதமா இருக்கும்னு நீ நினைக்கலை? சிலசமயம் எனக்கு அப்படிச் செய்யணும்போல தோணும், நான் உண்மையிலே, எப்பவாச்சும் அதைச் செய்யணும்னு விரும்பறேன். உதாரணமா ஒருவேளை நீ என்னை ரொம்ப ரொம்ப தூரமா கூட்டிட்டுப் போயிடற, நான் உனக்கு காளைக் கன்னு மாதிரி பலமான நிறைய குழந்தைகளைப் பெத்து தர்றேன், அப்புறம் நாமெல்லாம் தரையில புரண்டபடி எப்போதைக்குமா சந்தோஷமா வாழறோம்.”

நான் சிரித்தபடி என்னுடைய மூன்றாவது குவளை வோட்காவையும் டானிக்கையும் குடித்தேன்.

“இருந்தாலும் நீ உண்மையில காளைக் கன்னுமாதிரி நிறைய குழந்தைகளை விரும்பமாட்டனு நினைக்கிறேன்,” என்றாள் மிடோரி.

“கற்பனை பண்ணி பார்க்கிறேன்,” என்றேன் நான். “அவங்க எதுமாதிரியிருப்பாங்கனு நான் பார்க்கிறதுக்கு விரும்பறேன்.”

“அதுசரி, நீ அவங்களை விரும்பவேண்டாம்,” பிஸ்டாஷியோ ஒன்றை சாப்பிட்டபடியே கூறினாள் மிடோரி. “இங்க நான் மதியவேளையில குடிச்சுக்கிட்டே, என் தலையில தோணுறதையெல்லாம் சொல்லிக்கிட்டிருக்கேன். ‘நான் எல்லாத்தையும் தூக்கியெறிஞ்சுட்டு எங்கேயாச்சும் ஓடிப்போக விரும்பறேன்.’ உருகுவே போறதுல என்ன அர்த்தமிருக்கு? அவங்ககிட்ட இருக்கிறதெல்லாம் கழுதைவிட்டைதான்.”

“ஒருவேளை நீ சொல்றது சரியாயிருக்கலாம்.”

“எல்லா இடத்துலயும் கழுதைவிட்டை. இங்க கொஞ்சம் விட்டை, அங்க கொஞ்சம் விட்டை. இந்த உலகம் மொத்தமுமே கழுதைவிட்டைதான். ஏய், என்னால இதை உடைக்கமுடியலை, நீ எடுத்துக்கோ” மிடோரி என்னிடம் ஒரு பிஸ்டாஷியோ பருப்பைத் தந்தாள். நான் அதனை உடைக்கும்வரை அதனுடன் போராடினேன். “ஆனா, போன ஞாயிற்றுக்கிழமை என்ன ஒரு நிம்மதி! உன்னோட சேர்ந்து துணியுலர்த்துற இடத்துக்குப்போய் நெருப்பைப் பார்த்துக்கிட்டே, பீரைக் குடிச்சுக்கிட்டு, பாட்டுப் பாடிக்கிட்டே நேரம் போச்சு. நான் அந்த மாதிரி முழுமையா ஆறுதலா உணர்ந்து எவ்வளவு காலம் இருக்கும்னு எனக்குத் தெரியலை. மத்தவங்க எப்பவும் என்மேல வலிஞ்சு விஷயத்தைச் சுமத்துறாங்க. என்னைப் பார்த்த நிமிஷமே அவங்க நான் என்ன செய்யணும்னு சொல்ல ஆரம்பிச்சுடுறாங்க. குறைஞ்சபட்சம் நீ என்மேல விஷயங்களை சுமத்துறதுக்கு முயற்சி பண்றதில்லை.”

“நான் உன்மேல வேலைசுமத்துற அளவுக்கு உன்னை எனக்கு அவ்வளவு பழக்கம் கிடையாது.”

“உனக்கு நான் நல்ல பழக்கமாயிருந்தா, எல்லாரையும்போல நீயும் என்மேல விஷயங்களைத் திணிப்பேன்னு சொல்லவர்றியா நீ?”

“அது சாத்தியம்தான்,” என்றேன் நான். “யதார்த்த உலகுல மக்கள் அப்படித்தான் ஒருத்தொருக்கொருத்தர் மத்தவங்கமேல விஷயத்தை சுமத்திக்கிட்டு வாழுறாங்க.”

“நீ அப்படிச் செய்யமாட்டேனு என்னால சொல்லமுடியும். விஷயங்களை மத்தவங்க மேல சுமத்துறதுலயும், மத்தவங்க சுமத்துன விஷயங்களைச் சுமந்துக்கிட்டு இருக்கிறதுலயும் நான் கைதேர்ந்தவ. நீ அந்த மாதிரியானவன் இல்லை. அதனாலதான் என்னால உன்னோட இயல்பா இருக்கமுடியுது. மத்தவங்க மேல விஷயத்தை திணிக்கிற, தங்கள் மேல திணிக்கப்பட்ட விஷயங்களைக் கொண்டிருக்கிற நபர்கள் உலகத்துல எவ்வளவுபேர்

இருக்காங்கனு உனக்குத் தெரியுமா? ஆயிரக்கணக்குல. அப்புறம் அவங்க நான் அவளை கட்டாயப்படுத்தினேன், நீ என்னைக் கட்டாயப்படுத்தினேனு ஆரவாரம் பண்ணுவாங்க. அவங்க விரும்பறது அதைத்தான். ஆனா நான் அதை விரும்பலை. நான் அதைச் செய்யறேன்னா அப்படிச் செஞ்சாக வேண்டியிருக்கு."

"எந்த மாதிரியான விஷயங்களை நீ மத்தவங்கமேல சுமத்துன இல்லை அவங்க உன்மேல சுமத்துனாங்க?"

மிடோரி ஒரு பனிக்கட்டியைத் தன் வாயிலிட்டு சற்று நேரம் சப்பினாள். "நீ என்னைப் பத்தி நல்லா தெரிஞ்சுக்கணும்னு விரும்புறியா?" அவள் கேட்டாள்.

"ஆமா, அப்படித்தான்னு வெச்சுக்கயேன்."

"ஏய், கவனி, நான் உன்னை, 'நீ என்னைப் பத்தி நல்லா தெரிஞ்சுக்க விரும்புறியா?'னு கேட்டேன். இது என்னமாதிரியான பதில்?"

"ஆமா, மிடோரி நான் உன்னைப்பத்தி விவரமா தெரிஞ்சுக்க விரும்பறேன்," என்றேன் நான்.

"உண்மையா?"

"ஆமா, உண்மையாதான்."

"நீ பார்க்கிறதிலிருந்து உன் கண்ணைத் திருப்பிக்க வேண்டி வந்தாலும் வரலாம், அப்படின்னாலும் கூடவா?"

"நீ அந்தளவுக்கு மோசமா?"

"ஆமா, ஒருவிதத்துல," மிடோரி ஒருவிதமாக முகத்தைச் சுளித்த படி சொன்னாள். "எனக்கு இன்னும் கொஞ்சம் குடிக்கணும்."

நான் பரிசாரகரை அழைத்து நான்காவது சுற்று மதுவுக்குச் சொன்னேன். அது வரும்வரை, மிடோரி தனது தாடையை கைகளால் தாங்கியபடி, அவளது முழங்கையை கம்பிமேல் வைத்தபடி இருந்தாள். நான் அமைதியாக இருந்தபடி, அங்கே இசைத்துக்கொண்டிருந்த தெலோனியஸ் மோங்கின் **ஹனிசக்கிள் ரோஸஸைக்** கேட்டபடியிருந்தேன். அங்கே ஐந்தாறு வாடிக்கையாளர்கள் இருந்தனர். ஆனால் நாங்கள் மட்டுமே மதுவருந்திக் கொண்டிருந்தோம். காபியின் செழுமையான மணம், அந்த வெளிச்சம் குறைவான இடத்தில் ஓர் அந்தரங்கமான சூழலைத் தந்தது.

“நீ இந்த ஞாயிற்றுக்கிழமை ஃப்ரீயா?” மிடோரி கேட்டாள்.

“நான் ஞாயிற்றுக்கிழமைகள்ல ஆறு மணிக்கு வேலைக்குப் போறவரைக்கும் எப்பவும் ஃப்ரீதான்னு நான் உன்கிட்ட முன்னாலே சொல்லியிருக்கிறதா நினைக்கிறேன்.”

“சரி, அப்ப இந்த ஞாயிற்றுக்கிழமை நீ என்னோட வெளியவர முடியுமா?”

“நிச்சயமா,” என்றேன் நான்.

“உன்னோட துயிற்கூடத்துக்கு காலையில வந்து உன்னை நான் கூப்பிட்டுக்கிடுவேன், ஆனா எத்தனை மணிக்கு வருவேன்னு என்னால நிச்சயமா சொல்லமுடியாது, பரவாயில்லையா?”

“சரி, பிரச்சினையில்ல” என்றேன் நான்.

“இப்ப, நான் உன்னை ஒண்ணு கேட்க அனுமதி, இப்ப நான் என்ன செய்ய விரும்புறேன்னு உனக்கெதுவும் யோசனை இருக்கா?”

“என்னால கற்பனை பண்ணமுடியலை.”

“சரி, முதல்ல நான் பெரிய, அகலமான, மெத்மெத்துனு இருக்கிற படுக்கைல படுக்கவிரும்பறேன். எல்லாவிதமான வசதிகளோட, குடிச்சபடியும், அதேசமயம் பக்கத்துல எங்கேயும் கழுதைவிட்டை இருக்கக்கூடாதுனும் நினைக்கிறேன். அதோட என் பக்கத்துல நீ படுத்திருக்கணும்னு விரும்பறேன். அப்புறம், நீ மெல்ல மெல்ல என்னோட உடைகளை ரொம்ப மிருதுவா களையுற. ஒரு அம்மா எப்படி சின்னக் குழந்தையோட உடைகளைக் களைவாளோ அதுமாதிரி ரொம்ப மென்மையா.”

“ம்ஹ்ம்”

“இதுவரைக்கும் நான் வேறெதோ சிந்தனைல உண்மையிலே அருமையா உணர்ந்தபடி இருக்கேன், திடீர்னு என்ன நடந்துக்கிட்டிருக்குனு உணர்ந்து உன்னைப் பார்த்து கத்துறேன், ‘வாட்டனபி நிறுத்து’ அப்பறம் நான் சொல்றேன், ‘வாட்டனபி எனக்கு உண்மையிலே உன்னைப் பிடிக்கும். ஆனா நான் வேறொருத்தரை எதிர்பார்த்துக்கிட்டிருக்கேன். என்னால இதைப் பண்ணமுடியாது. நீ நம்புறியோ இல்லையோ, இந்த மாதிரியான விஷயங்கள்ல நான் ரொம்ப கண்டிப்பானவ, அதனால நிறுத்திடு’, ஆனா நீ நிறுத்தலை.”

"ஆனா நான் நிறுத்திடுவேன்," என்றேன் நான்.

"அது எனக்குத் தெரியும். கண்டுக்காத, இது வெறுமனே என்னோட கற்பனைதான்," என்றாள் மிடோரி. "அப்புறம் நீ உன்னோடதை என்கிட்ட காண்பிக்கிற. உன்னோட சமாச்சாரத்தை. நேரா நிக்குது. சந்தேகமில்லாம நான் உடனே என் கண்ணைப் பொத்துறேன், ஆனாலும் ஒரு நொடிக்கும் குறைவான நேரம் அதைப் பார்க்குறதை என்னால தவிர்க்கமுடியலை. நான் சொல்றேன், 'நிறுத்து எதுவும் பண்ணிடாத! ரொம்ப பெரிசான, கடினமான எதையும் எனக்குப் பிடிக்காது'."

"அது ரொம்ப பெருசெல்லாம் இல்லை. சாதாரணமானது தான்."

"விடு, இது கற்பனை. அப்பறம் நீ இப்ப இருக்கிறதைப்போல உண்மையிலே சோகமா முகத்தை வெச்சுக்கிறே, நான் உனக்காக வருத்தப்பட்டு உன்னை ஆறுதல்படுத்த முயற்சிசெய்யுறேன். சரிசரி கவலைப்படாத மாதிரியான ஆறுதலான விஷயங்களைச் சொல்றேன்."

"நீ இப்ப என்கிட்ட, நீ என்ன செய்ய விரும்பறேன்னு சொல்லிக்கிட்டிருக்க?"

"அதேதான்."

"கடவுளே."

நாங்கள் ஐந்து சுற்று வோட்கா மற்றும் டானிக்குக்குப் பிறகு அந்த மதுபானக் கடையைவிட்டுக் கிளம்பினோம். நான் பணம் கொடுக்க முயன்றபோது, மிடோரி என் கையைத் தட்டிவிட்டு அவளது பணப்பையிலிருந்து புத்தம்புதிய 10,000 யென்னைக் கொடுத்தாள்.

"பரவாயில்லை," என்றாள் அவள். "நான்தான் உன்னைக் கூப்பிட்டேன். அதனால நானே பணம்தாரேன். ஒரு பொண்ணு உனக்கு மது வாங்கித் தர்றதை அனுமதிக்காத அளவுக்கு நீ ஒரு மோசமான சர்வாதிகாரியா இருந்தா"

"இல்லை, இல்லை, எனக்குப் பிரச்சினையில்லை."

"நான் உன்னை உள்ளேவிடவும் அனுமதிக்கலை."

"ஏன்னா அது ரொம்ப பெரிசாவும் கடினமாவும் இருக்குது," நான் சொன்னேன்.

“சரியா சொன்ன, ஏன்னா அது பெரிசாவும் கடினமாவும் இருக்குது,” சற்றே போதையுடனிருந்த மிடோரி, தவறாக ஓர் அடி எடுத்துவைக்க, நாங்கள் கிட்டத்தட்ட படிகளில் தவறிவிழுந்தோம். ஆகாயத்தை இருளச் செய்திருந்த மேகத்திரள்கள் இப்போது இல்லை, பின்மதியத்து சூரியன் அதன் மிதமான ஒளியை நகரத் தெருக்களில் விழச்செய்தது. மிடோரியும் நானும் சற்றுநேரம் சுற்றித்திரிந்தோம். அவள் தான் ஏதாவது மரமொன்றில் ஏறவிரும்புவதாகக் கூறினாள். ஆனால் துரதிர்ஷ்டவசமாக ஷின்ஷிகுவில் ஏறக்கூடிய விதத்திலான மரங்கள் எதுவும் இல்லை, மேலும் ஷின்ஷிகு இம்பீரியல் தோட்டம் பூட்டப்பட்டிருந்தது.

“ரொம்ப மோசம்,” என்றாள் மிடோரி. “மரமேறுறது எனக்கு ரொம்ப பிடிக்கும்.” நாங்கள் தொடர்ந்து நடந்தபடியும், கடைகளில் பொருட்களைப் பார்வையிட்டபடியும் சென்றோம், விரைவிலேயே எனக்கு தெருக்காட்சிகள் முன்பிருந்ததைவிடவும் பெரிதும் யதார்த்தமாகப் பட்டன.

“நான் உன்னோட வந்ததுக்கு சந்தோஷப்படறேன்,” என்றேன். “இப்ப நான் இன்னும் கொஞ்சம் அதிகமா உலகத்தோட பொருந்திப் போயிருக்கிறதா நினைக்கிறேன்.”

மிடோரி சற்றே நின்று என்னை உற்றுநோக்கினாள். “அது நிஜம்தான். உன்னோட கண்கள் முன்பைவிட இப்ப இன்னுமதிகமா தெளிவாகியிருக்கு. பாத்தியா? என்னோட வெளியேவர்றது உனக்கு நல்லதா அமைஞ்சிருக்கிறதை” என்றாள் அவள்.

“அதுல சந்தேகமில்லை,” என்றேன் நான்.

5.30 மணியளவில் மிடோரி தான் வீடுதிரும்பி இரவுணவு தயாரிக்க வேண்டுமென்றாள். நான் அவளை தொடர்வண்டி நிலையத்தில் எவ்வளவுதூரம் முடியுமோ அதுவரை வந்து அவளைப் பார்த்துவிட்டு துயிற்கூடத்துக்குத் திரும்ப பேருந்தைப் பிடிக்கவேண்டுமென சொன்னேன்.

“இப்ப நான் என்ன செய்ய விரும்புறேனு தெரியுமா?” மிடோரி கிளம்பும்போது என்னைக் கேட்டாள்.

“நீ என்ன யோசிச்சுக்கிட்டிருக்கேனு கொஞ்சமும் எனக்கு யோசனை இல்லை,” என்றேன் நான்.

“கடல்கொள்ளையர்கள் என்னையும் உன்னையும் பிடிக்கணும்னு விரும்பறேன். அப்புறம் அவங்க நம்மோட ஆடைகளை

உருவி இரண்டுபேரையும் முகத்தோட முகம் பார்க்கிற மாதிரி நிர்வாணமா, கயிறால கட்டுறாங்க."

"அவங்க ஏன் அப்படியொரு விஷயத்தைப் பண்ணனும்?"

"வக்கிரம்பிடிச்ச கொள்ளையர்கள்," என்றாள் அவள்.

"நீதான் வக்கிரம் பிடிச்சவ," நான் சொன்னேன்.

"அப்புறம் அவங்க நம்மை ஒரு அறையில தள்ளி, இன்னும் ஒருமணி நேரத்துல நாங்க உங்களை கடல்ல தள்ளப்போறோம், அதனால அதுவரைக்கும் நல்லா அனுபவிங்கனு சொல்றாங்க."

"அப்புறம்...?"

"அதனால நாம ஒருத்தரையொருத்தர் பின்னிக்கிட்டு ஒருமணிநேரம் அந்த இடமெல்லாம் உருண்டும்புரண்டும், அனுபவிக்கிறோம்."

"இப்ப நீ செய்யநினைக்கிற முக்கியமான விஷயம் இதுதான் இல்லையா?"

"அதேதான்."

"அடக் கடவுளே!" என் தலையைக் குலுக்கியபடி நான் சொன்னேன்.

ஞாயிறு காலை 9.30 மணிக்கு மிடோரி என்னைத் தேடிவந்தாள். நான் அப்போதுதான் எழுந்திருந்தேன். முகம்கூட கழுவியிருக்கவில்லை. யாரோ என் அறைக்கதவைத் தட்டி, "ஏய் வாட்டனபி, ஒரு பொண்ணு வந்திருக்கு" என்று கத்தினான். நான் மிடோரியைக் காண பொதுக்கூடத்துக்குப் போனேன். அங்கே அவள் நம்பமுடியாத அளவுக்கு மிகக்குட்டையான டெனிம் பாவாடையணிந்து, கால்களைக் குறுக்கேபோட்டு, கொட்டாவி விட்டபடி அமர்ந்திருந்தாள். அவளது நீண்ட மெல்லிய கால்களைப் பார்ப்பதற்காக காலையுணவுக்குச் சென்றுகொண்டிருந்த ஒவ்வொரு மாணவனும் அவ்விடத்தை மெதுவாகவே கடந்தான். அவள் உண்மையிலே அழகிய கால்களைக் கொண்டிருந்தாள்.

"நான் ரொம்ப சீக்கிரம் வந்துட்டேனா?" அவள் கேட்டாள்.
"நீ இப்பதான் எழுந்திருச்சிருக்க, நான் பந்தயமே கட்டுவேன்."

“நீ எனக்கு பதினைஞ்சு நிமிஷம் தரமுடியுமா? நான் முகம் கழுவி சவரம் பண்ணணும்.”

“நான் காத்திருக்கிறதைப் பத்தி எதுவும் இல்லை. ஆனா எல்லா பசங்களும் என் காலையே உத்துப் பாக்கிறாங்க.”

“நீ ஆண்களோட துயிற்கூடத்துக்கு இப்படியொரு குட்டைப் பாவாடையில வந்துட்டு வேறென்ன எதிர்பார்க்குற? நிச்சயமா அவங்க உத்துத்தான் பார்க்கப்போறாங்க.”

“சரி, அது பரவாயில்லை. நான் இன்னைக்கு, முழுக்க இளஞ் சிவப்பு நிறத்துல நாடா ஜரிகையெல்லாம் வெச்ச— உண்மையிலே அழகான பேண்டிஸ் போட்டு வந்திருக்கேன்.”

“அது விஷயத்தை இன்னும் மோசமாக்கப்போகுது,” நான் பெருமூச்சுடன் சொன்னேன். நான் என் அறைக்குத் திரும்பி, என்னால் முடிந்தவரை விரைவாகக் குளித்து, சவரம்செய்து, நீலநிற பொத்தான்களுடைய சட்டையும் சாம்பல்நிற ட்வீட் ஸ்போர்ட்ஸ் கோட்டும் அணிந்து, கீழிறங்கிவந்து, மிடோரிக்கு வழிகாட்டியபடியே துயிற்கூட வாசலுக்கு வந்தேன்.. நான் ஒருவித பதற்றத்திலிருந்தேன்.

மிடோரி துயிற்கூட கட்டடத்தை நிமிர்ந்து பார்த்தபடியே கேட்டாள், “வாட்டனபி, இங்குள்ள எல்லா பசங்களுமே சுயஇன்பம் செய்வாங்களா சொல்லேன்?”

“அநேகமா,” என்றேன். நான்.

“அவங்க அப்படிப் பண்ணும்போது பெண்களைப் பத்தி நினைப்பாங்களா?”

“நான் அப்படித்தான் நினைக்கிறேன். யாராச்சும் சுயஇன்பம் செய்யும்போது வினைச்சொல் சேர்க்கையைப் பற்றியோ, பங்குச் சந்தை பற்றியோ இல்ல சூயஸ் கால்வாய் பற்றியோ நினைப்பாங்களானு எனக்குச் சந்தேகமா இருக்கு. வாய்ப்பேயில்லை, நிச்சயமா சொல்றேன், எல்லாரும் பெண்களைப் பத்திதான் நினைப்பாங்க.”

“சூயஸ் கால்வாயா?”

“ஒரு உதாரணத்துக்குச் சொன்னேன்.”

“ஆக அவங்க குறிப்பிட்ட பெண்களைப் பற்றி நினைப்பாங்கனு நான் நினைக்கலாம், சரியா?”

“இதைப் பத்தி நீ உன்னோட பாய்ஃப்ரெண்ட்கிட்ட கேட்கக் கூடாதா?” நான் கேட்டேன். “ஒரு ஞாயித்துக்கிழமை காலைல நான் ஏன் இதுமாதிரியான விஷயங்களையெல்லாம் உனக்கு விளக்கணும்”

“நான் சும்மா ஆர்வத்துல கேட்டேன். அதோட இதுமாதிரியான விஷயங்களைக் கேட்டா என் பாய்ஃப்ரெண்ட் கோபமாயிடுவான். பொண்ணுங்க இதுமாதிரியான கேள்விகளெல்லாம் கேட்கக் கூடாதுன்னு சொல்வான்.”

“என்னைக் கேட்டா, அது முழுக்க இயல்பான எண்ணம்தான்னு சொல்வேன்.”

“ஆனா நான் தெரிஞ்சுக்கவிரும்பறேன். இது முழுக்கமுழுக்க ஒரு ஆர்வம்தான். ஆண்கள் சுயஇன்பம் செய்யும்போது குறிப் பிட்ட பெண்களைப் பத்தி நினைப்பீங்களா?”

நான் கேள்வியைத் தவிர்க்க முயற்சிப்பதைக் கைவிட்டேன். “சரி, குறைஞ்சபட்சம் நான் அப்படிச் செய்வேன். மத்தவங்களைப் பத்தி எனக்குத் தெரியாது.”

“நீ எப்பவாச்சும் சுயஇன்பம் செய்யும்போது என்னைப் பத்தி நினைச்சுப் பார்த்திருக்கியா? என்கிட்ட உண்மையைச் சொல்லு. நான் கோபப்பட மாட்டேன்.”

“இல்லை, உண்மையிலே நான் நினைச்சதில்லை,” நான் நேர்மையாய் பதில் சொன்னேன்.

“ஏன்? நான் அவ்ளோ அழகா இல்லையா?”

“ம், நீ அழகாத்தான் இருக்க, எல்லாம் சரிதான். நீ அழகா இருக்க, உன்னோட கவர்ச்சியான அங்கங்கள் உன்கிட்ட லட்சணமாதான் இருக்கு.”

“அப்ப நீயேன் என்னைப் பத்தி நினைக்கக்கூடாது?”

“முதல்ல, நான் உன்னைத் தோழியா நினைக்கிறேன். அதனால என்னோட பாலியல் கற்பனைகள்ல உன்னைச் சம்பந்தப்படுத்த நான் விரும்பலை, ரெண்டாவதா!”

“நீ நினைக்கிறதுக்கு வேற ஒருத்தங்க உனக்கு இருக்காங்க.”

“அவ்வளவுதான் விஷயம்,” என்றேன் நான்.

“இதுமாதிரியான விஷயங்கள்லகூட உனக்கு நல்ல பழக்கங்கள்

இருக்கு." என்றாள் மிடோரி. "நான் உன்கிட்ட விரும்பறது அதைத்தான். இருந்தாலும், நீ என்னை ஒரேயொரு முறை உன் கனவுல கொஞ்சநேரம் வர்றதுக்கு அனுமதிக்கமாட்டியா? நான் உன்னோட பாலியல் கற்பனையில இல்ல பகல் கனவுகள்ல இல்ல அதை நீ என்ன சொல்லி அழைக்கிறியோ அதுல ஒண்ணா இருக்கவிரும்பறேன். நாம நண்பர்கள் அதனாலதான் நான் உன்னை கேட்கிறேன். இதுமாதிரியான ஒண்ணை நான் வேற யாருகிட்ட கேட்கமுடியும்? என்னால சும்மா யாரோ ஒருத்தர்ட்ட போய், 'இன்னைக்கு ராத்திரி நீ சுயஇன்பம் செய்யும்போது, தயவுசெஞ்சு நீ என்னைப்பத்தி ஒரு நிமிஷம் நினைச்சுப்பார்ப்பியா'னு கேட்கமுடியாது. நான் உன்னை ஃப்ரெண்டா நினைக்கிறதாலதான் நான் கேட்டுக்கிட்டிருக்கேன். அதோட அதுக்கப்புறம் அது எப்படியிருந்துச்சுனு நீ எனக்குச் சொல்லணும்னு விரும்பறேன். நீ என்ன செஞ்சே, அதுமாதிரியான விஷயங்கள்."

நான் பெருமூச்சொன்றை வெளியிட்டேன்."

"இருந்தாலும் உன்னால நுழைக்கமுடியாது. ஏன்னா நாம வெறுமனே நண்பர்கள், சரியா? நீ உள்ள நுழைக்காதவரைக்கும், நீ விரும்புற எதையும் செய்யலாம், நீ விரும்புற எதையும் நினைக்கலாம்."

"எனக்குத் தெரியலை. இதுக்கு முன்னால இவ்வளவு நிறைய நிபந்தனைகளோட நான் அதை பண்ணினதில்லை."

"நீ என்னைப் பத்தி சும்மாவாச்சும் நினைச்சுப் பார்ப்பியா?"

"சரி, நான் உன்னைப் பத்தி நினைச்சுப் பார்க்கறேன்."

"வாட்டனபி, உனக்குத் தெரியுமா, என்னை அளவுக்கதிகமா பாலுறவு விருப்பம் உடையவளாவோ இல்லை ஏமாற்றமடைஞ்சவளாவோ வேறமாதிரியோ கேலிபண்றதாவோ இல்லை வேறெதாவோ நினைக்கிறதை நான் விரும்பலை. இந்த மாதிரி விஷயங்கள்ல ஒரு ஆர்வம். அதைப் பத்தி தெரிஞ்சுக்க விரும்பறேன். உனக்கே தெரியும், ஒரு பெண்கள் பள்ளிக்கூடத்துல பெண்களுக்கு நடுவுல வளர்ந்தவ நான். ஆண்கள் என்ன சிந்திப்பாங்க, அவங்க உடம்பு எதுமாதிரியானதுனு தெரிஞ்சுக்க நான் விரும்பறேன். வெறுமனே பெண்கள் பத்திரிக்கையோட கவனஈர்ப்பு வாசகப் பகுதியிலிருந்து இல்லாமா உண்மையான நானே பார்த்துக் கேட்டு தெரிஞ்சுக்க விரும்பறேன்."

“கேஸ் ஸ்டடியா?” நான் முனகினேன்.

“ஆனா, என்னோட பாய்ஃப்ரெண்ட் இது மாதிரியான விஷயங்களைத் தெரிஞ்சுக்கவோ, முயற்சிபண்ணவோ விரும்பும்போது அதை ரசிக்கிறதில்லை. அவன் கோபமடைஞ்சு என்னை காமவெறி பிடிச்சவன்னோ, பைத்தியம்னோ சொல்றான். அவன், என்னை அவனுக்கு வாய்வழிப் புணர்ச்சி செய்யக்கூட விடுறதில்லை. இப்ப அது ஒண்ணைத் தெரிஞ்சுக்கிறதுக்குத்தான் நான் துடியா துடிச்சுக்கிட்டிருக்கேன்.”

“ஓ...”

“வாய்வழிப் புணர்ச்சி உனக்குப் பிடிக்காதா?”

“இல்லை, உண்மையிலே நான் அதை வெறுக்கலை.”

“நீ அதை விரும்பறதா சொல்லமுடியுமா?”

“ம், அப்படி என்னால சொல்லமுடியும். ஆனா நாம அதை இன்னொரு சந்தர்ப்பத்துல பேசலாமா? இப்ப இதுவொரு அருமையான ஞாயிற்றுக்கிழமை காலைப்பொழுது. இதை சுயஇன்பத்தைப் பத்தியும் வாய்வழிப் புணர்ச்சி பத்தியும் பேசி நான் வீணடிக்க விரும்பலை. நாம வேற எதையாச்சும் பத்தி பேசலாம். நாம படிக்கிற அதே பல்கலைக்கழகத்துலதான் உன் பாய்ஃப்ரெண்ட் படிக்கிறானா?”

“இல்லை, அவன் வேறொரு பல்கலைக்கழகத்துல படிக்கிறான். நாங்க பள்ளிக்கூடத்துல ஒரு மன்ற செயல்பாட்டுல சந்திச்சோம். நான் பெண்கள் பள்ளிக்கூடத்துல படிச்சிக்கிட்டிருந்தேன். அவன் ஆண்கள் பள்ளியில படிச்சுக்கிட்டிருந்தான். உனக்கே தெரியும் கூட்டுக் கச்சேரி மாதிரியான சமாச்சாரங்களை அவங்க பண்ணுவாங்கனு, இருந்தாலும் நாங்க எங்க தேர்வை எழுதினபிறகுதான் தீவிரமா காதலிக்க ஆரம்பிச்சோம். ஏய், வாட்டனபி.”

“என்ன?”

“நீ அதைமட்டும் ஒரேயொரு தடவை பண்ணனும். சும்மா என்னைப் பத்தி நினைச்சுப் பாரு. சரியா?”

“சரி, அடுத்த தடவை முயற்சி பண்ணிப் பாக்குறேன்,” நான் சொன்னேன்.

நாங்கள் ஒச்சானாமிஸு செல்லும் பயணியர் தொடர்

வண்டியைப் பிடித்தோம். நாங்கள் ஷின்ஷிகுவுக்கு வந்தபோது, நான் காலையுணவு சாப்பிடாததை சரிக்கட்ட ரயில்வே நிலையத்தில் ஓரிடத்தில் காணப்பட்ட மெல்லிய சான்ட்விட்சை வாங்கினேன். நான் அதனுடன் அருந்திய காபியின் சுவை கொதிக்கவைத்த அச்சு மைபோல இருந்தது. ஞாயிற்றுக்கிழமை காலையில் தொடர்வண்டிகள் வெளியேசெல்லும் ஜோடிகளாலும் குடும்பங்களாலும் நிறைந்திருந்தது. பேஸ்பால் மட்டைகளுடனும் ஒரேவிதமான சீருடைகளுடனும் சிறுவர்கள் ஒரு குழுவாக விரைந்தோடிவந்து பெட்டியினுள் ஏறினர். தொடர்வண்டியில் சில பெண்கள் குட்டைப் பாவாடையணிந்து காணப்பட்டனர், ஆனால் எவருடையதும் மிடோரியின் பாவாடையளவுக்கு குட்டையாயில்லை. மிடோரி அவ்வப்போது மேலேறும் தனது பாவாடையை இழுந்துவிட்டபடி காணப்பட்டாள். சில ஆண்கள் அவளது தொடைகளை உற்றுப்பார்த்தனர், அது என்னை அமைதியிழக்கச் செய்தது, ஆனால் அவள் அதைப் பொருட்படுத்தியதாகவே தெரியவில்லை.

“நான் இப்ப என்ன செய்யவிரும்பறேன் தெரியுமா?” நாங்கள் பயணம் தொடங்கிய சற்றுநேரத்துக்கெல்லாம் அவள் என் காதில் கிசுகிசுத்தாள்.

“எனக்கொண்ணும் தோணலை,” என்றேன் நான். “ஆனா தயவுசெஞ்சு இதுமாதிரியான விஷயங்களை இங்க பேசாத. நீ பேசுறது யார் காதுலயாவது விழப்போகுது.”

“ரொம்ப மோசம். இது ஒருவகையில அநாகரிகம்,” மிடோரி வெளிப்படையான அதிருப்தியுடன் கூறினாள்.

“எப்படியோ இருக்கட்டும், நாம எதுக்கு ஒச்சானோமிஸு போய்க்கிட்டிருக்கோம்?”

“சும்மா கூட வா. உனக்கே தெரியும்.”

ஒச்சானோமிஸு நிலையத்தைச் சுற்றி பள்ளிகள் மிகுந்து காணப்படுவதால், ஞாயிற்றுக்கிழமை அந்தப் பகுதி தங்கள் வகுப்புகளுக்கோ தேர்வுக்கான பயிற்சிக்கோ செல்லும் பள்ளிக் குழந்தைகளால் நிறைந்துகாணப்பட்டது. மிடோரி ஒரு கையில் தனது தோள்பையின் வாரையும் மறுகையால் என் கையையும் பற்றியபடி கூட்டத்தினூடே தாறுமாறாகப் புகுந்துசென்றாள்.

திடீரென அவள் என்னிடம், “ஏய் வாட்டனபி, ஆங்கில ***நிகழ்கால சப்ஜஒங்டிவ்***விற்கும், ***இறந்தகால சப்ஜஒங்டிவ்***விற்கும் இடையிலான வித்தியாசத்தை உன்னால விளக்கமுடியுமா?”

“என்னால முடியும்னு நினைக்கிறேன்,” என்றேன் நான்.

“அப்படினா, தினசரி வாழ்க்கைல இதுமாதிரியான விஷயங்களுக்கு என்ன பிரயோஜனம்னு நான் உன்னைக் கேட்கலாமா?”

“ஒண்ணுமில்லை,” என்றேன் நான். “அது தெளிவா சொல்ற மாதிரி எந்தவொரு விதத்திலும் உதவாம இருந்தாலும், பொதுப் படையான விஷயங்களை இன்னும் அதிக ஒழுங்கோட நீ புரிஞ்சுக்க உதவற ஒருவித பயிற்சியா அமையும்.”

மிடோரி அதனை ஒருகணம் தீவிரமாகச் சிந்தித்தாள். “நீ அற்புதமான ஆளு,” என்றாள் அவள். “இது முன்னால ஒருதடவை கூட எனக்குத் தோணுனதேயில்லை. நான் எப்பவுமே சப்ஜங்டிவ் கேஸ், சிறப்பு நுண்கணிதம், வேதியியல் குறியீடுகள் எல்லாமே கொஞ்சமும் பயனில்லாதவைனு நினைச்சிருந்தேன். கழுத்துல வர்ற வலிமாதிரி. அதனால எப்பவுமே அதையெல்லாம் கண்டுக்கிடாமலே வந்திருக்கேன். இப்ப என் மொத்த வாழ்க்கையுமே ஒரு தவறா இருக்குமோனு ஆச்சர்யப்படறேன்.”

“நீ அதையெல்லாம் தவிர்க்கவா செஞ்சே?”

“ஆமா, என்னளவுல அவையெல்லாம் இல்லாததுமாதிரி. சைன்க்கும் கோசைன்க்கும் என்ன அர்த்தம்னு எனக்கு துளிகூட கருத்து கிடையாது.”

“நம்பவேமுடியலை! நீ எப்படி உன்னோட பரீட்சையில பாஸான?”

“முட்டாள்தனமா இருக்காத,” என்றாள் மிடோரி. “நுழைவுத்தேர்வுல வெற்றிபெற நாம எதையுமே தெரிஞ் சிருக்கவேண்டியதில்லை. நமக்குத் தேவையெல்லாம் கொஞ்சம் உள்ளுணர்வுதான்— எனக்கு நல்ல உள்ளுணர்வு உண்டு. ‘பின்வரும் மூன்றினுள் இருந்து சரியான விடையைத் தேர்வுசெய்க’— எனக்கு உடனே சரியான விடைதெரியும்.”

“என்னோட உள்ளுணர்வு உன்னளவுக்குச் சிறப்பான தில்லை, அதனால ஓரளவுக்கு நான் முறைப்படி இருந்தாக வேண்டியிருந்துச்சு. மேக்பீ பறவை ஒரு துளையுள்ள மரத்துல கண்ணாடித்துண்டுகளைச் சேர்க்கிறமாதிரி.”

“அது எந்தவிதத்துலயாவது உதவுதா?”

"ஆச்சரியம்தான். அநேகமா அது விஷயங்களைச் செய்றதை எளிமையானதா ஆக்குது."

"எந்த மாதிரியான விஷயங்கள்? எனக்கொரு உதாரணம் கொடேன்."

"இருத்தலிய சிந்தனையைச் சொல்லலாம். ஒன்றுக்குமேற்பட்ட மொழிகளில் நிபுணனாவது."

"அது என்ன மாதிரியான பலனைத் தரும்?"

"அது யார் அதைச் செய்றாங்கங்கிறதைப் பொறுத்தது. அது கொஞ்சபேருக்கு ஏதோ ஒருவிதத்துல உபயோகமா இருக்கும், இன்னும் சிலருக்கு உபயோகமா இருக்காது. ஆனா முக்கியமா அது பயிற்சிசெய்றதுதான். அது பயன்படுதா இல்லையாங்கிறது அடுத்த கேள்வி. நான் சொன்னதைப்போல."

"ம்ம்.." என்றாள் மிடோரி, பேச்சால் கவரப்பட்டதைப்போல தெரிந்தாள். அவள் என் கையைப் பிடித்தபடி குன்றிலிருந்து கீழிறங்கினாள். "வாட்டனபி, விஷயங்களை நீ உண்மையிலே நல்லா விளக்குற."

"ஆச்சரியமா இருக்கு," என்றேன்.

"நான் சொல்றது நிஜம், ஆங்கில சப்ஜுங்டிவ்க்கு என்ன பயன்னு நான் நூற்றுக்கணக்கான பேர்கிட்ட கேட்டிருக்கேன், அவங்கள்ல ஒருத்தர்கூட உன்னைமாதிரி எனக்கு நல்ல தெளிவான பதில் சொன்னதில்ல. ஆங்கில ஆசிரியர்கள்கூட. ஒண்ணு அவங்க குழம்பிப்போயிடுவாங்க இல்லை கோபப்படுவாங்க இல்லை சிரிச்சு மழுப்பிடுவாங்க. யாருமே எனக்கு ஒரு நாகரிகமான பதிலைச் சொன்னதில்லை. நான் கேள்வி கேட்கிறப்ப, உன்னை மாதிரி யாராச்சும் சரியான விளக்கம் சொல்லியிருந்தா, நானும்கூட சப்ஜுங்டிவ்ல ஆர்வத்தோட இருந்திருப்பேன். நாசமாப் போக!"

"ம்ம்," என்றேன் நான்.

"நீ எப்பவாச்சும் டாஸ் கேப்பிட்டல் படிச்சிருக்கியா?"

"படிச்சிருக்கேன், ஆனா முழுசா படிச்சதில்லை, பெரும்பாலான நபர்களைப்போல கொஞ்சம் கொஞ்சம்."

"நீ அதைப் புரிஞ்சுக்கிட்டியா?"

"நான் சிலதைப் புரிஞ்சுக்கிட்டேன், சிலதைப் புரிஞ்சுக்கலை. டாஸ் கேபிட்டல்மாதிரி ஒரு புத்தகத்தைப் படிக்கிறதுக்கு, அதுக்கே தேவையான அத்தியாவசியமான புத்திசாலித்தனமான அடிப்படைகள் நமக்கு வேணும். இருந்தாலும் மார்க்ஸிசத்தோட பொதுவான கருத்தை நான் புரிஞ்சுக்கிட்டதா தான் நினைக்கிறேன்."

"டாஸ் கேபிட்டல் மாதிரியான புத்தகங்களை வாசிச்சிராத முதலாமாண்டு மாணவன் ஒருத்தன், அதனை வெறுமனே வாசிக்கிறதால அதைப் புரிஞ்சுக்க முடியும்னு நினைக்கிறியா?"

"அது பெரிதும் சாத்தியமில்லைதான் நான் சொல்வேன்."

"உனக்குத் தெரியுமா, நான் பல்கலைக்கழகத்துக்கு வந்தப்ப நாட்டுப்புற இசைக்குழு ஒண்ணுல சேர்ந்தேன். நான் விரும்பின தெல்லாம் பாட்டுப் பாடறதைத்தான். ஆனா இதுல உள்ள உறுப்பினர்கள் எல்லாம் பயங்கரமான ஏமாத்துப்பேர்வழிங்க. அதைப்பத்தி நினைச்சாலே நான் முட்டாளாக்கப்பட்டதா உணர்றேன். அந்தக் குழுவுல நுழையறப்ப அவங்க முதல்ல சொல்றவிஷயமே நீங்க மார்க்ஸை வாசிக்கணும்கிறதுதான். யாரோவொருத்தர் நாட்டுப்புறப் பாட்டு சமூகத்தோடயும் புரட்சிகர இயக்கத்தோடயும் எப்படி பெரிதும் தொடர்புடையதா இருக்குனு உரையாற்றினார். கொடுமை என்னனா அதனால நான் வீட்டுக்குப்போய், எவ்வளவு சிரமப்பட்டு படிக்கமுடியுமோ அவ்வளவு சிரமப்பட்டு அதைப் படிக்க முயற்சிபண்ணினேன். ஆனா, எனக்கு கொஞ்சம்கூட புரியலை. அது சப்ஜுங்டிவ்வைவிட மோசமாயிருந்துச்சு. மூணுபக்கத்துக்கு மேல நான் படிக்கலை. அதனால நான் அடுத்த கூட்டத்துக்கு சமத்தான இளம்சாரணன்மாதிரி போய், நான் வாசிச்சேன் என்னால அதைப் புரிஞ்சுக்கமுடியலைனு சொன்னேன். அதுலயிருந்து அவங்க என்னை ஒரு முட்டாளைப்போல நடத்துனாங்க. அவங்க எனக்கு வர்க்கப்போராட்டம் பற்றிய அத்தியாவசியமான விழிப்புணர்வு இல்லைனும், நான் ஒரு சமூக முடம்னும் சொன்னாங்க. அதாவது, நான் சொல்றதென்னன்னா, அவங்க இதை அழுத்தமா சொன்னாங்க. இதெல்லாம் நான் ஒரு சில பக்கங்கள் வர்ற எழுத்தை புரியலைனு சொன்னதுக்காக. அவங்க பயங்கரமான ஆளுங்கனு நீ நினைக்கலை"

"உம்...," என்றேன் நான்.

"அதோட அவங்களோட கலந்துரையாடல்னு சொன்னது, பயங்கரமா இருந்துச்சு. எல்லாருமே பெரிய பெரிய வார்த்தைகளைப்

பயன்படுத்துனாங்க. என்ன பேசிக்கிட்டிருக்கோம்னு தங்களுக்குத் தெரிஞ்சமாதிரி பாவனை பண்ணினாங்க. ஆனா எப்பல்லாம் எனக்கு ஒரு விஷயம் புரியலையோ அப்ப நான் கேள்வி கேட்பேன். 'நீங்க பேசிக்கிட்டிருக்கிற மேட்டிமைவாத சுரண்டல் விவகாரம் என்ன? இது ஏதோ ஒருவிதத்துல கிழக்கிந்திய கம்பெனியோட தொடர்புடையதா?', 'தொழிற்துறை—கல்வி வளாகத்தை நொறுக்கணும்கிறதோட அர்த்தம் நாம பட்டப்படிப்பை முடிச்சதுக்கப்புறம் நாம ஒரு நிறுவனத்துல வேலை பார்க்கக்கூடாதா?' இதுமாதிரியான கேள்விகள். ஆனா யாருமே எனக்கு எதையுமே விளக்கத் தயாரா இல்லை. அதுக்கும்மேல அவங்க உண்மையாவே கோபமாயிட்டாங்க, உன்னால இதை நம்பமுடியுதா?"

"ம், நம்புறேன்," என்றேன் நான்.

"ஒருத்தன் என்னைப் பார்த்து கத்தினான், 'ஏய், அறிவுகெட்ட பெட்டைநாயே, மண்டையில எதுவுமேயில்லாம உன்னால எப்படி இந்தமாதிரி வாழமுடியுது?' சரி, அது முடிஞ்சது. நான் அதையெல்லாம் சகிச்சுக்க தயாரா இருக்கலை. சரி, நான் அவ்வளவு பெரிய புத்திசாலியில்லை. நான் உழைக்கும் வர்க்கம். அதுதான் உலகத்தை இயங்கவைக்குது. ஆனா இந்த உழைக்கும் வர்க்கம்தான் சுரண்டப்படுது. உழைக்கும் வர்க்கத்துல உள்ளவங்க புரிஞ்சுக்கமுடியாத பெரிய பெரிய வார்த்தைகளை அள்ளி இறைக்கிறது என்னவிதமான புரட்சி? அது என்னவிதமான அபத்தமான சமூகபுரட்சி? நானும்தான் இந்த உலகத்தை இன்னும் சிறப்பான இடமா மாத்தவிரும்பறேன். உண்மையிலே யாராச்சும் சுரண்டப்பட்டாங்கன்னா, நாம அதுக்கொரு முற்றுப்புள்ளி வைக்கணும். அப்படித்தான் நான் நம்புறேன். அதனாலதான் நான் கேள்விகேட்கிறேன். நான் சொல்றது சரியா இல்லையா?"

"நீ சொல்றது சரிதான்."

"ஆக எனக்கு ஒருவிஷயம் புரிஞ்சுடுச்சு. இவங்கெல்லாம் போலிங்க. அவங்க மனசுல இருக்கிறதெல்லாம், புதுப் பொண்ணுங்களை பெரிய பெரிய வார்த்தைகளால வசீகரிக்க முயற்சிபண்றதும், அவங்க பிரமிச்சு நிக்கையில, இவங்க தங்களோட கையை அவங்களோட பாவாடைமேல வைக்கிறதும்தான். அவங்க பட்டதாரியானதும், முடியை ஒட்டவெட்டிக்கிட்டு, மிட்சுபிக்கோ ஐபிஎம்முக்கோ ஃப்யூஜி பேங்குக்கோதான் அணிவகுப்பாங்க. இவங்க ஒருதடவைகூட மார்க்ஸையே வாசிச்சிராத பொண்ணு களைக் கல்யாணம்பண்ணி, குழந்தைகளைப் பெத்துக்கிட்டு,

வாந்தி வர்றதுமாதிரியான புதிய, கவர்ச்சியான பெயர்களை வைப்பாங்க. கல்வித்துறை— தொழிற்துறை சிக்கலை நொறுக்குறதா? என்னை சிரிக்க வைக்காதீங்க. அதோட புதிய உறுப்பினர்கள் அதேயளவுக்கு மோசமாயிருந்தாங்க. அவங்க ஒரு விஷயத்தைக்கூட புரிஞ்சுக்கலை, ஆனாலும் அவங்க புரிஞ்சதா பாவனை பண்ணிக்கிட்டு என்னைப் பார்த்து சிரிச்சாங்க. கூட்டம் முடிஞ்சதும் அவங்க என்கிட்ட சொன்னாங்க, 'முட்டாளா இருக்காத, நீ இப்ப புரிஞ்சுக்கிடலை என்ன? அவங்க சொல்றதுக்கெல்லாம் தலையாட்டு.' ஏய் வாட்டனபி, இதைவிடவும் என்னை கோபப்படுத்தின விஷயமெல்லாம் என்கிட்ட இருக்கு கேட்க விரும்புறியா?"

"நிச்சயமா, ஏன் கேட்கக்கூடாது?"

"நல்லது, ஒருமுறை அவங்க பின்னிரவு அரசியல் கூட்டத்துக்கு அழைச்சாங்க. அவங்க ஒவ்வொரு பொண்ணும், நடுஇரவு நொறுக்குத்தீனியா 20 அரிசி உருண்டையோடு தயாரிச்சுக் கொண்டுவரணும்னு சொன்னாங்க. அதாவது பாலியல்ரீதியான பாகுபாட்டைப்பற்றி பேசுறதுக்காக! ஒரு மாறுதலுக்கு நான் அமைதியா இருக்கிறதுனும் நல்ல பொண்ணுமாதிரி காட்டிக்கிடலாம்னும் முடிவுசெஞ்சேன். என்னோட 20 அரிசி உருண்டையோடுஉள்ள உமேபாஷியும் வெளியே நோரியும் வைச்சு தயாரிச்சதை எடுத்துட்டுப்போனேன். என்னோட சிரமத்துக்கு எனக்கு என்ன பலன் கிடைச்சதுனு நினைக்கிற? நான் அரிசியுருண்டையில வெறுமனே உமேபாஷி மட்டும் வெச்சு எடுத்துட்டு வந்ததுக்காகவும். மத்தவங்களோட ஒத்துப்போகிறமாதிரி எதுவும் எடுத்துட்ட வராததுக்காகவும் புகார் பண்ணினாங்க. மத்த பொண்ணுங்க எல்லாம் தங்களோட அரிசியுருண்டையில காட் ரே, சால்மேன் அதோட பெரிய பெரிய வறுத்த முட்டைத் துண்டுகளால நிறைச்சிருந்தாங்க. நான் பயங்கரக் கோபமாயிட்டேன். என்னால பேசவே முடியலை. புரட்சியை உருவாக்கிறதா நினைக்கிற இவங்கதான்— அரிசி உருண்டையைப் பத்தி இவ்ளோ சலசலப்பை உருவாக்குறாங்க. அவங்க உமேபாஷிக்கும் நோரிக்கும் நன்றியோட இருக்கணும். இந்தியாவுல பசியோட இருக்கிற குழந்தைகளை நினைச்சுப்பாரு."

நான் சிரித்தேன். "அப்புறம் உன் குழுவுல என்ன நடந்துச்சு?"

"நான் ஜூன்ல அதிலிருந்து வெளியேறிட்டேன். நான் பயங்கர கோபமாயிருந்தேன்," மிடோரி சொன்னாள். "இந்த மாதிரி மாணவர்கள்ல பெரும்பாலானவங்க ஏமாத்துப்

பேர்வழிங்க. யாராச்சும் தங்களுக்கு ஒண்ணுமே தெரியாதோன்னு கண்டுபிடிச்சுடுவாங்களோனு பயந்துசாவாங்க. அவங்க எல்லாருமே ஒரே புத்தகத்தைத்தான் படிப்பாங்க. ஒரே கோஷத்தைத்தான் கக்குவாங்க, ஜான் கோல்ட் ரேயைக் கேக்குறதுக்கும் பசோலினி படங்களைப் பார்க்கிறதுக்கும் விரும்புவாங்க. நீ இதை புரட்சினு சொல்வியா?"

"ஏய், என்னைக் கேட்காத, நான் உண்மையிலே எப்பவுமே புரட்சியெதையும் பார்த்ததில்லை"

"சரி, இதுதான் புரட்சினா, அதை நீங்களே வெச்சுக்குங்க. என்னோட அரிசி மாவுருண்டையில உமேபாஷி வெச்சதுக்கு அவங்க அநேகமா என்னைச் சுடுவாங்க. சப்ஜுங்டிவ்வை புரிஞ்சுக்கிட்டதுக்காக அவங்க உன்னையும்கூட சுடுவாங்க."

"அப்படியும் நடக்கலாம்."

"என்னை நம்பு, நான் என்ன பேசிக்கிட்டிருக்கேன்னு எனக்குத் தெரியும். நான் உழைக்கும் வர்க்கம். புரட்சி வருதோ இல்லையோ, உழைக்கும் வர்க்கம் அதே பழைய குப்பைக்குழில பிரயோஜனமில்லாத வாழ்க்கையைத் தொடர்ந்துக்கிட்டுதான் இருக்கப்போகுது. புரட்சிங்கிறது என்ன? நிச்சயம் அது நகர அரங்கோட பெயரை மாத்துற கொடுமை மட்டுமல்ல. ஆனா பெரிய பெரிய வார்த்தைகளைப் பயன்படுத்துற அந்தப் பசங்களுக்கு அது தெரியாது. வாட்டனபி நீ எப்பயாச்சும் வரி வசூலிக்கிற அதிகாரியைப் பார்த்திருக்கியா?"

"இல்லவேயில்லை."

"நல்லது, நான் பாத்திருக்கேன். நிறைய தடவை. அவங்க முரட்டுத்தனமா உள்ளே வருவாங்க, பெருசா அலட்டிப்பாங்க. 'இந்தக் கணக்குப் புத்தகம் எதுக்கானது' 'ஏய் நீங்க ஆவணங்களை கொஞ்சமும் ஒழுங்கில்லாம வெச்சிருக்கீங்க' 'நீங்க இதை வியாபாரச் செலவுகள்னா சொல்றீங்க' 'இப்பவே உங்களோட எல்லா ரசீதுகளையும் பார்க்க விரும்புறேன்.' அதேசமயம், நாங்க ஒருமூலையில பதுங்கிக்கிட்டு நிற்போம். சாப்பாட்டுவேளை வந்ததும் நாங்க அவங்களுக்கு சுஷி டீலக்ஸ் கடைக்கே வரவழைச்சு விருந்தளிக்கணும். இருந்தாலும் நான் உனக்கொண்ணைச் சொல்லியாகணும், எங்கப்பா ஒருமுறைகூட அவரோட வரிகள்ல ஏமாத்துவேலை செஞ்சதேயில்ல. அதுதான் அவரோட இயல்பு, அசலான பழம்பாணி நேர்மையான மனுசர். ஆனா அதை வரியதிகாரிகிட்ட சொல்லமுடியாது. அவர் செய்யறதெல்லாம் நோண்டுறது, நோண்டுறது, நோண்டுறதுதான். 'இங்க வருவாய்

கொஞ்சம் கம்மினு நீங்க நினைக்கலை?' ஆமா நாம பெருசா பணம் பார்க்கலைனா வருவாய் கம்மிதான். 'யார்கிட்ட பணம் இருக்கோ அங்க போங்க'னு நான் கத்த விரும்பியிருக்கேன். புரட்சி வந்திருந்தா இந்த வருமானவரி அதிகாரிகளோட குணத்துல மாறுதல் வந்திருக்கும்னு நீ நினைக்கிற?"

"ரொம்பவே சந்தேகம், ரொம்ப சந்தேகம்."

"அப்ப, அதைப் பண்ணுங்க. நான் எந்தப் பாழாய்ப்போன புரட்சியையும் நம்பப்போறதில்லை. நான் நம்பப்போறதெல்லாம் காதலைத்தான்."

"அமைதி," என்றேன் நான்.

"அமைதி," என்றாள் மிடோரி.

"ஏய், நாம எங்கபோறோம்?" நான் கேட்டேன்.

"மருத்துவமனைக்கு, எங்கப்பா அங்க இருக்கார். இன்னைக்கெல்லாம் அவரோட தங்கவேண்டியது என்னோட முறை," என்றாள் அவள்.

"உங்க அப்பாவா? நான் அவர் உருகுவேல இருக்கிறதா நினைச்சேன்"

"அது பொய்," சாதாரணமாக மிடோரி சொன்னாள். "அவர் உருகுவே போறதைப் பற்றி எப்பவும் கத்திக்கிட்டே இருக்கார். ஆனால் அவரால அதை எப்பவும் பண்ணமுடியாது. அவர் டோக்கியோவைவிட்டு போறதே கஷ்டம்."

"அவர் எந்தளவுக்கு மோசமா இருக்கார்?" நான் கேட்டேன்.

"அது நேரத்தைப் பொறுத்த விஷயம்," என்றாள் அவள்.

நாங்கள் மௌனமாக நடந்தோம்.

"நான் என்ன பேசுறேன்னு எனக்குத் தெரியும். எங்கம்மாவுக்கு வந்த அதே பிரச்சினைதான் இது. மூளைக்கட்டி. உன்னால நம்பமுடியுதா? அம்மா மூளைக்கட்டியால இறந்து ரெண்டு வருஷம்கூட ஆகியிருக்காது. இப்ப இவருக்கு மூளைக்கட்டி வந்திருக்கு."

பல்கலைக்கழக மருத்துவமனை வராந்தா இரைச்சலாகவும் வாரக்கடைசி நாளின் பார்வையாளர்களாலும், அத்தனை

ஹாருகி முரகாமி । 309

ஆபத்தில்லாத அறிகுறிகளை உடைய நோயாளிகளின் நெரிசலாகவும் காணப்பட்டது. எங்கும் மருத்துவமனைக்கேயுரிய சிறப்பு வாசனையான— கிருமிநாசினியின் வாசனைமிகுந்தும் பார்வையாளர்களின் பூங்கொத்துகள், சிறுநீர் மற்றும் படுக்கைகளின் வாசனையும் காணப்பட, தாதியர்கள் முன்னும்பின்னும் உயர்ந்த குதிகால் செருப்புகளின் சப்தமெழ நடந்துகொண்டிருந்தனர்.

பகுதி—பிரத்யேக அறையொன்றில் கதவருகிலுள்ள படுக்கையில் மிடோரியின் தந்தை இருந்தார். படுத்திருந்த நிலையில், அவர் மோசமாகக் காயம்பட்ட ஏதோவொரு சிறிய விலங்கைப்போன்று காணப்பட்டார். அவர் ஒரு பக்கமாகச் சாய்ந்து, துவண்டு, இடதுகை நரம்பினுள் ஊசியொன்று செலுத்தப்பட்டு அது அசைவற்றுத் தொங்கிய நிலையில் காணப்பட்டார். அவர் சிறிய, மெலிந்த மனிதராக— அவர் மேலும் சிறிதாகவும் மெலிந்தவராகவுமே மாறுவார் என்ற எண்ணத்தை ஏற்படுத்துபவராகக் காணப்பட்டார். ஒரு வெண்ணிற பேண்டேஜ் அவர் தலையைச் சுற்றி சுற்றப்பட்டிருக்க, அவரது வெளிறிய வெண்ணிறக் கைகளில் ஊசியாலும், நரம்புவழி செலுத்தப்படும் ட்ரிப்ஸாலும் ஏற்பட்ட துளைகளாலான புள்ளிகள் காணப்பட்டன. அவரது பாதி திறந்த கண்கள் அந்தரத்தில் வெறித்தபடியிருக்க, நாங்கள் அந்த அறையில் நுழைந்ததும், இரத்தம் தோய்ந்த அந்த கோளங்கள் எங்கள் பக்கம் திரும்பியது. ஒரு பத்துநொடி வரை எங்களின் மீதே நிலைத்து, பின் மீண்டும் அந்தரத்தில் தெரிந்த அந்த நிலையான புள்ளிக்கே திரும்பின.

நீங்கள் அந்தக் கண்களைப் பார்த்தபோது, அவர் சீக்கிரம் இறக்கப்போகிறார் என்பதை அறிந்திருப்பீர்கள். அவரது தசைகளில் உயிர்ப்புக்கான அறிகுறி எதுவுமில்லை, முன்பு உயிர்ப்பு இருந்ததற்கான தடயமும் சற்றும் இல்லை. அவரது உடல்— அனைத்து உடைமைகளும், வீட்டுப் பொருட்களும் அகற்றப்பட்டு இறுதியாக இடிப்பதற்காகக் காத்திருக்கும் சீரழிந்த பழைய கட்டடம்போல் இருந்தது. வறண்ட உதடுகளைச் சுற்றி, முளைவிட்ட களைகளைப்போல் மீசை செறிந்து காணப்பட்டது. ஒரு மனிதனின் வாழ்க்கைசக்தி இவ்வளவுதூரம் தீர்ந்தபின்பும், அவரது குறுந்தாடி வளர்கிறதே என நான் நினைத்தேன்.

மிடோரி ஜன்னலருகே காணப்பட்ட படுக்கையிலிருந்த தடித்த மனிதனுக்கு ஹலோ சொன்னாள். வெளிப்படையாகவே பேச இயலாத நிலையிலிருந்த அவர், ஆமோதித்து புன்னகைத்தார். அவர் சிலமுறை இருமி, அவரது தலையணை அருகிலிருந்த குவளையிலிருந்த கொஞ்சம் நீரை பருகியபின், ஒருபுறமாக

திரும்பிப்படுத்து தனது எடையை மார்புக்கு மாற்றிக்கொண்டு, ஜன்னலின் வழியே வெளியே பார்க்கத்தொடங்கினார். ஜன்னலுக்கப்பால் மின்கம்பம் ஒன்றையும் சில மின்சார கம்பிவடங்களையுமே காணமுடிந்தது. வேறெதனையும், வான் மேகங்களைக்கூட காணமுடியவில்லை.

“அப்பா, எப்படிப்பா இருக்கு?” அவளது தந்தையின் காதில் மைக்ரோபோனை சோதித்துப் பார்ப்பதுபோல பேசினாள் மிடோரி. “இன்னைக்கு எப்படி இருக்கீங்க?”

அவளது தந்தை உதடுகளை அசைத்தார். [நல்லாலாம் இல்லை] என்றார். அவரது தொண்டையின் பின்பகுதியிலிருந்து வறண்ட காற்றிலிருந்து வார்த்தைகளை உருவாக்கிப் பேசியதால் அதிகம் பேசவில்லை. [தலை] என்றார் அவர்.

“உங்களுக்குத் தலைவலிக்குதா?” மிடோரி கேட்டாள்.

[உம்] என்றார் அவர். வெளிப்படையாகவே ஒருமுறைக்கு ஒன்று அல்லது இரண்டு அசைகளை உச்சரிக்க இயலாதவராய்க் காணப்பட்டார்.

“ம், அதில ஆச்சரியமில்லை, உங்களோட தலையை இப்பதான் வெட்டித் திறந்திருக்காங்க. நிச்சயமா அது வேதனையாத்தான் இருக்கும். ரொம்ப மோசம்தான், ஆனா தைரியமா இருக்க முயற்சி பண்ணுங்க. இது என்னோட நண்பர் வாட்டனபி.”

“உங்களைச் சந்திக்கிறதுல மகிழ்ச்சி,” என்றேன் நான். மிடோரியின் தந்தை தனது உதடுகளை அரைகுறையாகத் திறந்தார், பின் அவற்றை மூடிக்கொண்டார்.

மிடோரி படுக்கையின் கால்பகுதி பக்கமிருந்த பிளாஸ்டிக் இருக்கையைக் காட்டி என்னை அதில் அமரும்படிச் சொன்னாள். சொல்லியபடி செய்தேன் நான். மிடோரி தனது தந்தைக்கு தண்ணீர் புகட்டினாள். மேலும் ஏதாவது பழத்துண்டோ அல்லது பழக்கூழ் உணவோ சாப்பிட விரும்புகிறாரா எனக் கேட்டாள். [வேண்டாம்] என்றார் அவர், மிடோரி அவர் ஏதாவது சாப்பிடவேண்டுமென வற்புறுத்தியபோது, [நான் சாப்பிட்டுட்டேன்] என்றார் அவர்.

அவரது படுக்கைக்கு அருகிலிருந்த மேஜையில் ஒரு கடிகாரம், ஒரு தண்ணீர்க் குடுவை, ஒரு குவளை, ஒரு தட்டு போன்றவை காணப்பட்டன. மேஜைக்குக் கீழிருந்த பெரிய காகிதப் பையிலிருந்து, மிடோரி கொஞ்சம் புதிய பைஜாமா, உள்ளாடை

மற்றும் இதர பொருட்களை எடுத்து அவற்றைச் சீர்படுத்தி, கதவினருகிலிருந்த பெட்டியில் வைத்தாள். பையின் கீழ்ப்பகுதியில் நோயாளிக்கான உணவு இருந்தது. இரண்டு திராட்சைக் கொத்துகள், பழப்பாகு மற்றும் மூன்று வெள்ளரிக்காய்கள்.

“வெள்ளரிக்காயா? இது இங்க என்ன பண்ணிக்கிட்டிருக்கு?” மிடோரி கேட்டாள். “என் தங்கச்சி என்ன நினைக்கிறானு என்னால கற்பனை பண்ணமுடியலை. நான் போன்ல அவகிட்ட அவ என்ன வாங்கணும்னு தெளிவா சொல்லியிருந்தேன். நிச்சயமா நான் வெள்ளரிக்காயைச் சொல்லவேயில்லை. அவ இதுக்குப் பதிலா கிவி பழம் வாங்கியிருக்கணும்.”

“ஒருவேளை அவ நீ சொன்னதை தப்பா புரிஞ்சுக்கிட்டிருக்கலாம்,” நான் கூறினேன்.

“ஆமா இருக்கலாம், ஆனா அவ கொஞ்சம் யோசிச்சுப் பார்த்திருந்தானா வெள்ளரி சரிப்பட்டு வராதுனு அவளுக்கே தெரிஞ்சிருக்கும். அதாவது, ஒரு நோயாளி என்ன செய்வார்? படுக்கைல உட்கார்ந்துக்கிட்டு பச்சை வெள்ளரிக்காயை அசை போடுவாரா? அப்பா, வெள்ளரி சாப்பிடறீங்களா?”]

[வேண்டாம்], என்றார் அவர்.

மிடோரி படுக்கையின் தலைப்பக்கமாக அமர்ந்து, தனது தந்தையின் வீட்டுச் செய்திகளை கூறினாள். தொலைக்காட்சியில் படம் தெளிவின்றித் தெரியவே அவள் பழுதுபார்ப்பவரை அழைத்ததையும், தக்காய்டோவிலுள்ள அவர்களது அத்தை இன்னும்சில நாட்களில் பார்க்க வருவாரெனவும் மருந்துக் கடைக்காரரான திரு மியாவாகி தனது பைக்கிலிருந்து விழுந்த விட்டதையும்— இதுபோன்ற செய்திகளையும் சொன்னாள். அவளது தந்தை உறுமலின்மூலம் அதற்கு பிரதிவினை செய்தார்.

“சாப்பிட ஏதும் வேண்டாம்னு நீங்க உறுதியாதான் சொல்றீங்களா?”

[வேண்டாம்] என அவளது தந்தை பதிலளித்தார்.

“வாட்டனபி, நீயென்ன சொல்ற? கொஞ்சம் திராட்சைப்பழம் சாப்பிடறியா?”

“வேண்டாம்” என்றேன் நான்.

சில நிமிடங்களுக்குப்பின், மிடோரி என்னை தொலைக்காட்சி

அறைக்கு இட்டுச்சென்றாள், சோபாவில் அமர்ந்தபடி ஒரு சிகரெட்டைப் புகைத்தாள். பைஜாமாவிலிருந்த மூன்று நோயாளிகளும் அங்கே புகைத்துக் கொண்டிருந்ததோடு ஒருவிதமான அரசியல் விவாத நிகழ்ச்சியைப் பார்த்துக்கொண்டிருந்தனர்.

"ஏய்," மிடோரி தன் கண்களைச் சிமிட்டியபடி கிசுகிசுத்தாள். "நாம உள்ள வந்ததிலிருந்து ஊன்றுகோலோட இருக்கிற அந்த வயதான ஆள் என் கால்களையே பார்த்துக்கிட்டிருக்கான். நீலக் கலர் பைஜாமா போட்டு கண்ணாடி மாட்டிக்கிட்டிருக்கிறவன்."

"இதுமாதிரியான பாவாடையை மாட்டிக்கிட்டு நீ வேறென்ன எதிர்பார்க்கிற?"

"இருந்தாலும் அது நல்லதுதான். நான் பந்தயம் கட்டறேன். அவங்கெல்லாம் சலிச்சுப்போயிருக்காங்க. இது அநேகமா நல்லதுதான் பண்ணும். இந்த கிளர்ச்சி அவங்க சீக்கிரமா குணமாக உதவிபண்ணும்."

"அதுக்கு நேர்மாறான விளைவை உண்டாக்காத வரையில."

மிடோரி தனது சிகரெட்டிலிருந்து எழும் புகையை உற்று நோக்கினாள். "தெரியுமா, எங்கப்பா அத்தனை மோசமான ஆளில்லை. அவர் பயங்கரமான விஷயங்களைச் சொல்லும்போது நான் சிலநேரம் அவர்மேல கோபப்பட்டிருக்கேன், ஆனா உள்ளுக்குள்ள அவர் நேர்மையானவர், அவர் உண்மையிலே எங்கம்மாவை நேசிச்சார். அவரோட சொந்தவழியில, அவரால முடிஞ்சவரைக்கும் வாழ்க்கையை முழுத் தீவிரத்தோட வாழ்ந்தார். அவர் கொஞ்சம் பலவீனமானவரா இருந்திருக்கலாம், அதோட அவருக்குக் கொஞ்சமும் வியாபாரத்துக்கான மூளையே கிடையாது. மத்தவங்க அவரை அவ்வளவா விரும்பலை, ஆனா தங்களோட பேச்சுத்திறமையால விஷயங்களை எளிமையா முடிக்கிற எத்தனையோ ஏமாத்துப் பேர்வழிகளையும், பொய்புரட்டுப் பேர்வழிகளைவிடவும் அவர் எவ்வளவோ மேலானவர். ஒருமுறை சொன்னா அதை மாத்திக்கிடாத விஷயத்துல நான் அவரளவுக்கே மோசமானவ. அதனாலேயே நாங்க நிறைய சண்டைபோட்டிருக்கோம். ஆனா உண்மையில அவர் மோசமான ஆளில்லை."

மிடோரி, தெருவில் தவறவிட்ட ஒன்றை எடுப்பதுபோல் என் கையை எடுத்து தனது மடியில் வைத்துக்கொண்டாள். என் கையில் பாதி அவளது பாவாடையிலும் மீதி அவளது தொடையில் பட்டபடியும் காணப்பட்டது. அவள் என் கண்களுக்குள் கொஞ்சநேரம் பார்த்தாள்.

“இதுமாதிரியான இடத்துக்கு உன்னைக் கூட்டிட்டு வந்ததுக்காக வருத்தப்படறேன்,” என்றாள் அவள், “ஆனா என்னோட இன்னும் கொஞ்சநேரம் இருக்கிறதுல பிரச்சினையில்லையே?”

“நீ விரும்புனா இன்னைக்கெல்லாம் நான் உன்னோட இருக்கிறேன்,” என்றேன் நான். “ஐஞ்சு மணி வரைக்கு நான் உன்னோட நேரம் செலவிட விரும்பறேன். அதுவரை எனக்கு செய்றதுக்கு வேலை எதுவுமில்லை.”

“வழக்கமா ஞாயிற்றுக்கிழமையை நீ எப்படி செலவிடுவ?”

“என்னோட துணிகளைத் துவைச்சு, தேய்ச்சுவைப்பேன்,” என்றேன் நான்.

“நீ உன்னோட கேர்ள்ஃப்ரெண்ட் பற்றி அதிகம் சொல்லவிரும்ப மாட்டேனு நினைக்கிறேன்?”

“இல்லை. நான் அப்படி நினைக்கலை. அது ஒருவிதத்துல சிக்கலானது என்னால அதை ரொம்ப நல்லவிதமா விளக்கமுடியும்னு நினைக்கலை.”

“அது பரவாயில்லை. நீ எதையும் விளக்கத் தேவையில்லை,” என்றாள் மிடோரி. “ஆனா, என்ன நடந்துக்கிட்டிருக்கினு நான் கற்பனை பண்றதை உன்கிட்ட சொன்னா நீ ஏதும் நினைப்பியா?”

“இல்லை, சொல்லு. நீ கற்பனை பண்றது எதுவாயிருந்தாலும் அது சுவாரசியமாத்தான் இருக்கப்போகுதுனு நான் நினைக்கிறேன்.”

“அது கல்யாணமான பொண்ணுனு நான் நினைக்கிறேன்.”

“அப்படியா நீ நினைக்கிற?”

“ஆமா, அவளுக்கு முப்பத்தியிரண்டு இல்ல முப்பத்திமூணு வயசு இருக்கும். அவ பணக்காரி, அழகானவ, விலங்கு ரோமத்தாலான மேற்கோட்டும் சார்லஸ் ஜோர்டன் ஷுக்களும், பட்டு உள்ளாடைகளும் அணியிறவ. அவ பாலுறவுக்கு ஏங்குறவ, அவ உண்மையிலே அருவருப்பான விஷயங்களைச் செய்ய விரும்பறவ. நீங்க ரெண்டுபேரும் வார நாட்களோட மதியப்பொழுதுல சந்திச்சு ஒருவர் மற்றவரோட உடம்பை தின்னுடறமாதிரி நடந்துக்குவீங்க. ஆனா அவளோட கணவன் ஞாயிற்றுக்கிழமைகள்ல வீட்டுல இருப்பார். அதனால அவ உன்னைப் பார்க்கமுடியாது. நான் சொல்றது சரியா?”

“ரொம்ப ரொம்ப சுவாரசியமா இருக்கு”

“அவ உன்னை வெச்சு தன்னோட கைகளைக் கட்டிக்கிட்டு, அவ கண்ணை மறைச்சுக் கட்டிக்கிட்டு, அவ உடலோட ஒவ்வொரு அங்குலத்தையும் நக்கவைப்பா. அப்புறம் அவ உன்னை தன்னோட உடம்புல விநோதமான விஷயங்களைச் செய்யவைப்பா, உடலை முறுக்கிவளைச்சு உடற்பயிற்சி செய்றவர்போல, சாத்தியமில்லாத நிலைகள்ல எல்லாம் செய்வா, நீ அவளை போலராய்டு கேமராவால படம்பிடிப்ப.”

“ரொம்ப வேடிக்கையா இருக்கு.”

“எல்லா நேரமும் அவ அதுக்காக ஏங்கிட்டு இருப்பா, அதனால அவ நினைக்கிற மாதிரியெல்லாம் செய்வா. அதோட அதைப்பத்தி தினமும் அவ நினைப்பா. அவளுக்கு இருக்கிறதெல்லாம் முடிவேயில்லாத நேரம், அதனால அவ எப்பவும் திட்டமிட்டுக்கிட்டே இருப்பா. ம்ம் அடுத்த தடவை வாட்டனபி வர்றப்ப நாம அதைப் பண்ணனும், இதைப் பண்ணனும். நீ படுக்கைக்கு வந்ததும் அவ பைத்தியம் பிடிச்சமாதிரியாயிடுவா, எல்லா பொஸிசனையும் முயற்சி பண்ணுவீங்க. ஒவ்வொரு முறையிலயும் மூணு முறை உச்சகட்டத்தை எட்டுவீங்க. அதோட அவ உன்கிட்ட சொல்வா, என்கிட்ட அழகான உடல் இல்லையா? இனிமே உன்னால இளம்பெண்கள்கிட்ட திருப்தியடைய முடியாது. இளம்பெண்கள் உனக்காக இதையெல்லாம் செய்யமாட்டாங்க. செய்வாங்களா என்ன? இல்ல இதைச் செய்வாங்களா நல்லாயிருக்கா? ஆனா இப்பவே உச்சகட்டத்தை எட்டிடாத.”

“நீ நிறைய போர்னோ படங்கள் பார்த்திருக்க,” சிரித்தபடியே நான் சொன்னேன்.

“நீ அப்படியா நினைக்கிற. நான் ஒருவிதத்துல அதுபத்தி கவலைப்பட்டுக்கிட்டிருந்தேன். ஆனா எனக்கு போர்னோ படங்கள் பிடிக்கும். அடுத்த தடவை ஒரு போர்னோ படத்துக்குக் கூட்டிட்டுப் போற சரியா?”

“ம், அடுத்த தடவை நீ ஃப்ரீயா இருக்கும்போது,“ என்றேன் நான்.

“உண்மையாவா? என்னால காத்திருக்கமுடியலையே. நாம சவுக்கடியோட கூடிய ஒரு அசல் சாடோ மாஸோசிஸ்ட் படத்துக்குப் போறோம். ஒரு பெண்ணை எல்லார் முன்னாடியும் சிறுநீர் கழிக்கவைக்கிற மாதிரியான படத்துக்கு. அதுதான் என்

விருப்பத்துக்குரியது."

"நாம போகலாம்."

"போர்னோ படங்கள்ல நான் ரொம்பவும் விரும்பறது என்னனு தெரியுமா?"

"நான் யூகிக்கப் போறதில்லை."

"பாலுறவுக் காட்சி தொடங்கும்போதெல்லாம், எல்லாரும் ஒண்ணை அவசரமா விழுங்கறப்ப வர்றதுமாதிரியான, இந்த மூச்சுத்திணற சத்தத்தைக் கேட்கலாம். அந்த சத்தத்தை விரும்பறேன். அது ரொம்ப இனிமையானது."

மீண்டும் மருத்துவமனை அறையில், மிடோரி தன் தந்தையிடம் மறுபடியும் சற்றுநேரம் பேசுவதை இலக்காகக் கொண்டாள், பதிலுக்கு அவர் முனகினார் அல்லது ஏதும் சொல்லவில்லை. பதினொரு மணி பக்கம் மற்றொரு படுக்கையிலிருந்த நபரின் மனைவி தன் கணவரின் பைஜாமாவை மாற்றுவதற்காகவும் அவருக்கு பழம் உரித்துத்தருவதற்காகவும் மற்றும் இதர விஷயங்களுக்காகவும் வந்தாள். அவள் வட்டமான முகத்தைக் கொண்டிருந்ததோடு இனிமையான நபராகவும் தோன்றினாள், மிடோரியும் அவளும் நிறைய சின்னச் சின்ன உரையாடல்களில் ஈடுபட்டனர். தாதி ஒருத்தி நரம்புவழி செலுத்தும் புதிய ட்ரிப்ஸுடன் வந்து, அவள் கிளம்புவதற்கு முன்பு மிடோரியுடனும் அந்நபரின் மனைவியுடனும் கொஞ்சநேரம் பேசினாள். நான் என் கண்களை அறையெங்கும் அலைந்து திரியவும் ஜன்னலின் வெளியே மின்சாரக் கம்பிகளைப் பார்க்கவும்விட்டேன். குருவிகள் அவ்வப்போது தட்டுப்பட்டதுடன், மின்சாரக் கம்பிகளில் வந்தமர்ந்தன. மிடோரி தன் தந்தையுடன் பேசவும் அவரது புருவத்திலிருந்த வியர்வையைத் துடைக்கவும், துணியொன்றில் சளியைத் துப்ப உதவவும் செய்தாள். மேலும் அருகிலிருந்த நோயாளியின் மனைவியுடன் பேசவும், தந்தைக்கு பணிவிடைசெய்யவும் அவ்வப்போது என்னிடம் ஏதாவது சொல்லவும் நரம்புவழி மருந்தைச் செலுத்தும் சாதனத்தைச் சோதிப்பதுமாய் காணப்பட்டாள்.

மருத்துவர் 11.30 மணியளவில் பார்வையிட வந்தார், எனவே மிடோரியும் நானும் வெளியே வந்து வராந்தாவில் காத்திருந்தோம். அவர் வெளியே வந்தபோது, மிடோரி தன் தந்தையின் உடல்நலம் குறித்து விசாரித்தாள்.

"ம், அவர் இப்பதான் அறுவை சிகிச்சை முடிச்சு வந்திருக்கார்,

நாங்க அவருக்கு வலிநிவாரணிகள் கொடுத்திருக்கோம். அதனால அவர் ரொம்பவே பலகீனமா இருக்கார்," என்றார் மருத்துவர். "அறுவை சிகிச்சையோட பலன்களைக் கணிக்கிறதுக்கு எனக்கு இன்னும் ரெண்டுமூணு நாள் தேவை. அது சரியானபடி போயிருந்துச்சுன்னா, அவர் சரியாயிடுவார், இல்லைன்னா, நாங்க அந்தச் சமயத்துல சிலமுடிவுகளை எடுக்கவேண்டிவரும்."

"நீங்க மறுபடியும் அவரோட தலையைத் திறக்கப்போறதில்லை தானே, திறப்பீங்களா?"

"அந்த நேரம் வர்றவரைக்கும் என்னால உண்மையில சொல்லமுடியாது," என்றார் மருத்துவர். "அட, நீ எவ்ளோ சின்ன ஸ்கர்ட் போட்டிருக்கே!"

"நல்லாயிருக்குதானே"

"படிக்கட்டுல நீ என்ன பண்ணுவே?" மருத்துவர் கேட்டார்.

"சிறப்பா ஏதும் பண்ணமாட்டேன். எல்லாரும் பார்க்கும்படி விட்டுடுவேன்," என்றாள் மிடோரி. மருத்துவருக்குப் பின்னால் தாதி சத்தமின்றிச் சிரித்தாள்.

"அட்டகாசம். ஒருநாள் நீ வரணும், உன் தலைக்குள்ள என்ன ஓடிட்டிருக்குனு நாங்க உன் தலையைத் திறந்து பார்க்குறதுக்கு. எனக்கொரு உதவி பண்ணு, மருத்துவமனையில இருக்கும்போது லிஃப்டைப் பயன்படுத்து. என்னால இன்னும் நிறைய நோயாளி களைச் சமாளிக்கமுடியாது. இப்பவே நான் ரொம்ப பிஸியா இருக்கேன்."

மருத்துவர் வந்துசென்றபின்பு விரைவிலேயே மதிய உணவு நேரமானது. தாதியொருத்தி, உணவுடன்கூடிய சக்கரவண்டியை அறை அறையாகக் கொண்டுவந்து கொடுத்துக்கொண்டிருந்தாள். மிடோரியின் தந்தைக்கு கூழ், பழம், வேகவைத்து முள்நீக்கப்பட்ட மீன் மற்றும் ஒருவிதமான பாகுபோன்று அரைக்கப்பட்ட காய்கறிகள் வழங்கப்பட்டன. மிடோரி அவரை சாய்ந்தமரச் செய்து, படுக்கையின் காலடியிலிருந்த கைப்பிடியைப் பயன்படுத்தி அவரது படுக்கையை உயர்த்தினாள். அவள் கரண்டியொன்றால் அவருக்கு சூப்பைப் புகட்டினாள். ஐந்து அல்லது ஆறு மிடறுகளுக்குப்பின் அவர் தன் முகத்தை ஒருபுறமாகத் திருப்பிக் கொண்டு [போதும், வேண்டாம்] என்றார்.

"குறைஞ்சது இதை மட்டுமாச்சும் நீங்க சாப்பிடணும்,"

என்றாள் மிடோரி. [பிறகு] என்றார் அவர்.

"நீங்க சரியில்லை— நீங்க சரியா சாப்பிடலைனா, உங்க பலத்தை எப்போதைக்குமா திரும்ப அடையமாட்டீங்க," என்றாள் அவள். "இன்னும் நீங்க மூத்திரம் போகலை?"

[வேணாம்] என்றார் அவர்.

"ஏய், வாட்டனபி, நாம கீழ சிற்றுண்டிச் சாலைக்குப் போகலாம்."

நான் போவதற்குச் சம்மதித்தாலும், உண்மையில் சாப்பிட வேண்டும்போல அவ்வளவாய் உணரவில்லை. சிற்றுண்டிச்சாலை மருத்துவர்களாலும் தாதியர்களாலும் பார்வையாளர்களாலும் நிறைந்து காணப்பட்டது. அந்த மிகப்பெரிய ஜன்னல்களற்ற, தரைத்தளத்துக்கு கீழான இடத்தில் நீண்ட வரிசையில் நாற்காலிகளும் மேஜைகளும் காணப்பட, சந்தேகமின்றி ஒவ்வொரு வாயும் சாப்பிட்டபடியோ, நோயினைக் குறித்து பேசியபடியோ காணப்பட்டது. சுரங்கத்தினுள்போல, குரல்கள் எதிரொலிக்கவும் அது மீண்டும் எதிரொலித்தபடியும் காணப்பட்டன. அவ்வப்போது **ஒலிபெருக்கி அமைப்பொன்றில்** செவிலியர் அல்லது மருத்துவருக்கான அழைப்பு எதிரொலியை மீறி ஒலித்தது. நான் ஒரு மேஜையில் இடம்பிடித்து இருக்க, மிடோரி இரண்டு சாப்பாடு வாங்கிக்கொண்டு ஒரு அலுமினியத் தட்டில் வைத்து அவற்றை எடுத்துவந்தாள். க்ரோக்கட்டஸ் க்ரீம் சாஸுடன், உருளைக்கிழங்கு சாலட், அரிந்த முட்டைக்கோஸ், அவித்த காய்கறிகள், சோறு மற்றும் மிசோ சூப்: இவை தட்டில் இடம்பெற்றிருந்தன— நோயாளிகளுக்கு அவர்கள் பயன்படுத்திய அதே வெண்ணிற பிளாஸ்டிக் தட்டுகளில் காணப்பட்டன. நான் என்னுடையதில் பாதியைச் சாப்பிட்டுவிட்டு மிச்சத்தை விட்டுவிட்டேன். மிடோரி கடைசி வாய்வரைக்கும் தனது உணவை சுவைத்துச் சாப்பிடுபவளாகத் தெரிந்தாள்.

"பசியில்லையா?" அவள் சூடான தேநீரைப் பருகியபடியே கேட்டாள்.

"உண்மையிலே இல்லை," என்றேன் நான்.

"இது மருத்துவமனை," சிற்றுண்டியகத்தைப் பார்வையிட்ட படியே அவள் சொன்னாள். "ஆட்கள் இந்த இடத்துக்குப் பழகாதவரைக்கும் எப்பவுமே இப்படித்தான் ஆகும். மருத்துவமனை வாசனை, சத்தம், புதியதாயில்லாத காற்று, நோயாளிகளோட முகங்கள், மன அழுத்தம், எரிச்சல், அதிருப்தி, வலி, சோர்வு—

இதெல்லாம்தான் காரணம். இதெல்லாம் நம்ம வயிறை ஏதோ பண்ணி பசியை இல்லாம பண்ணிடும். ஒருமுறை இதுக்கெல்லாம் பழகிட்டா, இதெல்லாம் பிரச்சினையாவே இருக்காது. அதோட நாம நல்லா சாப்பிடலைனா உடம்பு சரியில்லாதவங்களை உண்மையிலே கவனிச்சு பாத்துக்கமுடியாது. இது உண்மை. நான் என்ன பேசுறேன்னு தெரிஞ்சுதான் பேசுறேன், ஏன்னா என் தாத்தா, பாட்டி, அம்மாவை கவனிச்சுப் பார்த்ததோட இப்ப எங்கப்பாவையும் கவனிச்சுக்கிட்டிருக்கேன். நாம எப்ப அடுத்தவேளை சாப்பாட்டைத் தவறவிடப்போறோம்னு நமக்கு எப்பவுமே தெரியாது. அதனால எப்ப முடியுதோ அப்ப சாப்பிடறது அவசியம்."

"நீ என்ன சொல்லவர்றேனு எனக்குப் புரியுது," என்றேன் நான்.

"இங்க பார்க்கவர்ற சொந்தக்காரங்க என்னோட சாப்பிடுவாங்க, அவங்க எப்பவுமே உன்னை மாதிரியே பாதிச் சாப்பாட்டை மிச்சம்வெச்சிடுவாங்க. அவங்க அப்ப சொல்வாங்க, 'ஏய், மிடோரி, உனக்கு நல்லா பசிக்கிறது ஆரோக்கியமான விஷயம். நான் கொஞ்சமும் சாப்பிடமுடியாத அளவுக்கு கவலைல இருக்கேன்.' ஆனா, நிஜத்துல பார்த்தா, நான்தான் உண்மையில இங்க நோயாளியை அக்கறை எடுத்துப் பார்த்துக்கிறது. அவங்க சும்மா வந்து பார்த்துட்டு பரிதாபப்பட்டுட்டு திரும்பிடுவாங்க. பீயை அள்ளுறது, சளியைத் துடைக்கிறது, புருவத்தைத் துடைக்கிறதெல்லாம் நான் ஒருத்திதான். பரிதாபம் மட்டுமே, பீயை எல்லாம் சுத்தம் பண்ணிடும்னா யாரைவிடவும் 50 மடங்கு அதிகமா பரிதாபப்படுவேன். ஆனா அவங்க நான் என் சாப்பாட்டை மிச்சம்வைக்காம சாப்பிடறதைப் பார்த்து ஒரு பரிகாசமான பார்வையோட, 'ஏய் மிடோரி, உனக்கு என்ன ஒரு நல்ல பசி'னு சொல்வாங்க. அவங்க என்னை என்ன நினைக்கிறாங்க, வண்டியிழுக்கிற கழுதைன்னா? அவங்க உலகம் உண்மையிலே எப்படி இருக்குனு தெரிஞ்ச பெரியவங்கதான், பிறகேன் இவ்ளோ முட்டாளா இருக்காங்க? பெருசா பேசுறது சிரமமில்ல, ஆனா முக்கியமான விஷயம் நீ பீயள்ளிப்போடறியா இல்லையாங்குறதுதான். நான் புண்படுவேன்னு உனக்கே தெரியும். எல்லாரையும் மாதிரி நானும் சோர்ந்துபோயிடறேன். நான் ரொம்ப மோசமா உணர்றேன், அழணும்னுகூட விரும்பறேன். நான் என்ன சொல்றேன்னா, டாக்டருங்க கும்பலா ஒண்ணுகூடி, அவங்களால் காப்பாத்தமுடியும்கிற நம்பிக்கை இல்லாதப்பவும், ஒருத்தரோட தலையை வெட்டிப்பிளந்து, அதுக்குள்ள விஷயங் களைக் கிளறிவிட்டு, அதையே மறுபடி மறுபடி செய்யும்போது, ஒவ்வொருமுறை அவங்க அதைச் செய்யும்போதும் அது

அந்த நபரோட நிலைமையை மோசமாக்குது. அதோட கொஞ்சம் பைத்தியக்காரத்தனமாவும் ஆக்குது. நீ இதை எவ்ளோதூரம் விரும்புவ அதுக்கெல்லாம் மேல, நம்மோட சேமிப்பு காலியாகிக்கிட்டே வர்றதைப் பார்க்கிறோம். இன்னும் மூணரை வருஷம் தொடர்ந்து பல்கலைக்கழகத்துக்கு என்னால போகமுடியுமானு எனக்குத் தெரியலை. இதே நிலைமையில போனா என் தங்கச்சி கல்யாண வரவேற்பை நடத்த வழியே இருக்காது."

"வாரத்துல நீ எத்தனை நாள் இங்கே வர்ற?" நான் கேட்டேன்.

"வழக்கமா நாலு நாள்," என்றாள் மிடோரி. "இந்த இடம் முழுமையான மருத்துவப் பராமரிப்பை வழங்குறதா சொல்லுது. அதோட நர்ஸுங்களும் நல்லா கவனிச்சிக்கிறாங்க. ஆனா அவங்களுக்கு அளவுக்கதிகமான வேலை இருக்கு. அவங்க பக்கத்துல இல்லாதப்ப குடும்ப உறுப்பினர்கள் யாராச்சும் கவனிச்சுக்கணும். என்னோட தங்கச்சி கடையைப் பார்த்துக்கிறா, எனக்கு என் படிப்பு இருக்கு. இருந்தும், எப்படியோ வாரத்துல அவ மூணுநாளும் நான் நாலு நாளும் வந்து பார்த்துக்கிறோம். அப்பப்ப நாங்க நழுவிடவும் செய்றோம். என்னை நம்பு, இதை முழுக்க திட்டமிட்டு நடத்துறோம்."

"உனக்கு இவ்ளோ வேலை இருக்கும்போது, உன்னால எப்படி என்னோட நேரம் செலவழிக்கமுடியுது?"

"ஏன்னா நான் உன்னோட நேரம் செலவிடறதை விரும்புறேன்," ஒரு பிளாஸ்டிக் குவளையுடன் விளையாடியபடியே சொன்னாள் மிடோரி.

"இங்கேயிருந்து கொஞ்ச நேரம் வெளியே ஒரு நடை போயிட்டுவா," என்றேன் நான். "நான் உங்கப்பாவை கொஞ்ச நேரத்துக்கு பார்த்துக்கிடுறேன்."

"ஏன்?"

"நீ மருத்துவமனையிலிருந்து விலகியிருந்து உனக்கு நீயே ரிலாக்ஸ் பண்ணிக்கிறது அவசியம்— யார்கிட்டயும் பேசாத, சும்மா உன் மனசை மட்டும் தெளிவாக்கிக்க."

மிடோரி அதைப்பற்றி ஒரு நிமிடம் யோசித்துப்பார்த்துவிட்டு ஆமோதித்தாள். "ம்ம், ஒருவேளை நீ சொல்றது சரியாயிருக்கலாம். ஆனா என்ன செய்யணும்னு உனக்குத் தெரியுமா? நீ எப்படி

அவரைக் கவனிச்சுப் பார்த்துக்குவ?"

"நான் பார்த்துக்கிட்டுதான் இருக்கேன். பெரும்பாலும் எனக்குப் புரிஞ்சுடுச்சு. நீ நரம்புவழி மருந்து செலுத்துற சாதனத்தை சோதிச்சுப்பார்த்த, அப்பாவுக்கு தண்ணிகொடுத்த, வியர்வையைத் துடைச்சதோட சளியைத் துப்ப உதவி பண்ணுன, சிறுநீர்ப்பிறை கட்டிலுக்குக் கீழ இருக்கு, அவருக்குப் பசிச்சுதுனா, அவரோட மிச்சம் இருக்கிற மதிய உணவை ஊட்டிடுவேன். என்னால செய்யமுடியாத எதுவும் இருந்தா நர்ஸைக் கூப்பிடுவேன்."

"பண்ணவேண்டியது அவ்ளோதான்னு நான் நினைக்கிறேன்," மிடோரி ஒரு புன்னகையுடன் கூறினாள். "இருந்தாலும், ஒரேயொரு விஷயம் கேட்டுக்க. அவரோட தலைக்குள்ள ஏதோ புதுசா நடக்கத்தொடங்கியிருக்கு, அதனால அவர் யாராலயும் புரிஞ்சுக்கமுடியாத விநோதமான விஷயங்களைச் சொல்வார். அப்படி அவர் ஏதும் சொன்னாருன்னா அதைப் பத்தி கவலைப்பட்டுக்காத."

"எனக்கொண்ணும் பிரச்சினை இருக்காது," என்றேன் நான்.

மீண்டும் அறைக்குவந்து, மிடோரி அவளது தந்தையிடம் அவள் கவனிக்கவேண்டிய விஷயங்கள் இருப்பதாகவும், அவள் வெளியே சென்றிருக்கும்பொழுது நான் அவரைப் பார்த்துக்கொள்வேன் எனக் கூறினாள். அவருக்கு சொல்ல எதுவுமில்லைபோல தோன்றியது, அது அவருக்கு பொருட்டாகத் தோன்றாமலிருந்திருக்கவேண்டும். அவர் அங்கே கட்டிலில் மல்லாந்து படுத்தபடி, மேற்கூரையைப் பார்த்தபடி கிடந்தார். அவர் மட்டும் அவ்வப்போது கண்ணிமைகளை அசைக்காமலிருந்திருந்தால் அவரை இறந்ததாகச் சொல்லியிருப்பார்கள். குடிகாரர்போல் அவரது விழிகள் ரத்தமாகச் சிவந்திருந்தன. அவர் ஒவ்வொருமுறை ஆழ்ந்து மூச்சை உள்ளிழுக்கும்போதும் அவரது நாசித்துவாரங்கள் சற்றே விரிவடைந்தன. அதைத்தவிர, அவர் சிறு தசையையும் அசைக்கவில்லை. மிடோரிக்குப் பதிலளிக்க அவர் எந்த முயற்சியையும் மேற்கொள்ளவில்லை. அவரது இருண்ட நினைவின் ஆழங்களுக்குள் அவர் என்ன நினைத்துக் கொண்டிருப்பாரெனவோ உணர்ந்துகொண்டிருப்பாரெனவோ என அறிந்துகொள்ள நான் முயற்சியெதுவும் செய்யவில்லை.

மிடோரிபோனதும், அவரது தந்தையிடம் நான் அவசியம் பேச முயற்சிசெய்ய வேண்டுமென நினைத்தேன், அவரிடம் என்ன

சொல்வது, எப்படிச் சொல்வதென எனக்கு எந்த யோசனையும் இல்லாததால் நான் வெறுமனே அமைதியாக இருந்தேன். அவர் சீக்கிரமே தன் கண்களை மூடி தூங்கிப்போனார். நான் படுக்கையின் அருகிலிருந்த முக்காலியில் அமர்ந்து, எப்போதாவது அவரது மூக்கு துடிப்பதைக் கவனித்தபடியும் அவர் இப்போதைக்கு இறந்துபோகமாட்டார் என நம்பியபடியும் இருந்தேன். இந்த மனிதர் நான் அவரருகையில் இருக்கையில் தனது கடைசி மூச்சை வெளியிட்டால் அது எத்தனை வினோதமாயிருக்கும் என நினைத்தேன். அனைத்துக்கும் மேலாக, என் வாழ்விலேயே முதன்முறையாக அவரை இப்போதுதான் சந்தித்திருக்கிறேன், எங்களைப் பிணைக்கும் ஒரே விஷயம் எனது நாடக வரலாறு வகுப்பில் நான் சந்திக்க நேர்ந்த பெண்ணான மிடோரியே.

எனினும், அவர் இறந்துகொண்டிருக்கவில்லை. வெறுமனே அமைதியாக உறங்கிக்கொண்டிருந்தார். அவரது முகத்துக்கருகே என் முகத்தைக் கொண்டுபோனபோது, என்னால் அவரது பலவீனமான சுவாசத்தைக் கேட்கமுடிந்தது. நான் இறுக்கம்நீங்கி அடுத்த படுக்கையிலிருந்த நபரின் மனைவியுடன் பேசத்தொடங்கினேன். என்னை மிடோரியின் ஆண் நண்பனாகக் கருதிக்கொண்டு அவள் மிடோரியைத் தவிர வேறெதையும் பற்றி பேசவில்லை.

"அவள் உண்மையிலே அற்புதமான பெண்," என்றாள் அவள். "அவ அவளோட அப்பாவை ரொம்ப நல்லா பார்த்துப்பா. அவ நாகரிகமான, உணர்வுமிக்க, உறுதியான பெண், இதெல்லாத்துக்கும் மேல அழகானவளும்கூட. நீ அவசியம் அவளை நல்லபடியா நடத்தணும். அவளைத் தவறவிட்டுடாதீங்க. அவளை மாதிரி இன்னொருத்தியை உங்களால கண்டுபிடிக்கமுடியாது."

"நான் அவளை சரியானபடி நடத்துவேன்," பேச்சை வளர்க்காமல் நான் சொன்னேன்.

"வீட்டுல எனக்கு ஒரு பையனும் பொண்ணும் உண்டு. பையனுக்கு 17 வயசு, பொண்ணுக்கு 21 வயசு, ரெண்டு பேருமே மருத்துவமனைக்கு வர்றதைப் பத்தி எப்பவும் நினைச்சுப் பார்க்கிறதில்லை. பள்ளிக்கூடம் முடிஞ்ச அடுத்தநிமிஷம், அவங்க அலைச்சறுக்கு ஆடவோ, டேட்டிங்கோ இல்லை ஏதோ ஒண்ணுக்குப் போயிடறாங்க. அவங்க பயங்கர மோசம். அவங்களுக்குத் தேவையான கைக்காசுக்காக போட்டு படுத்திஎடுப்பாங்க. கிடைச்சதும் மாயமா மறைஞ்சுடுவாங்க."

1.30 மணியளவில் ஏதோ வாங்குவதற்காக அவள் மருத்துவமனையைவிட்டு கிளம்பிச்சென்றாள். இரண்டு பேரும் ஆழ்ந்த தூக்கத்திலிருந்தனர். மதியநேர மிதமான சூரியவெளிச்சம் அறைக்குள் பிரவகித்தது. எந்தக் கணமும் அமர்ந்திருக்கும் நாற்காலியிலிருந்து கீழே விழுந்துவிடுவேன் என்பதுபோல நான் உணர்ந்தேன். ஜன்னலருகிலிருந்த மேஜையின் மீதிருந்த பூச்சாடியில் காணப்பட்ட மஞ்சள் மற்றும் வெண்ணிற க்ரைசாந்திமஸ் பூக்கள், அது இலையுதிர்காலமென மக்களுக்கு ஞாபகப்படுத்தின. காற்றில் மதிய உணவில் மீந்த வேகவைத்த மீனின் இனிய மணம் மிதந்துவந்தது. செவிலியர்கள் வளாகத்தில் மேலும்கீழும் டக்டக் சப்தமெழ நடப்பதும், ஒருவருக்கொருவர் தெளிவான, ஊடுருவும் குரலில் பேசுவதையும் தொடர்ந்தனர். அவ்வப்போது அவர்கள் அறைக்குள் நுழைந்து, இரண்டு நோயாளிகளும் தூங்கிக் கொண்டிருப்பதை கண்டபோது, என்னைப் பார்த்து புன்னகையை வீசினர். ஏதாவது படிக்கக் கிடைத்தால் நல்லதென நினைத்தேன். ஆனால் அறையில் புத்தகங்களோ பத்திரிகைகளோ செய்தித்தாள்களோ இல்லை. சுவரில் ஒரேயொரு நாள்காட்டி மட்டுமே தொங்கியது.

நான் நவோகோவைப் பற்றி நினைத்தேன். நான், அவள் தனது ஹேர்சிலைடை மட்டும் அணிந்து நிர்வாணமாக நின்றதைப் பற்றி நினைத்தேன். நான் அவளது இடுப்பின் வளைவையும் அவளது அந்தரங்க ரோமத்தின் கருநிற சாயலையும் பற்றி நினைத்தேன். அவள் ஏன் தன்னை இவ்விதத்தில் என்னிடம் வெளிக்காட்டினாள்? அவளுக்கு தூக்கத்தில் நடக்கும் வியாதி இருக்குமோ? இல்லை அது வெறுமனே எனது கற்பனைதானா? காலம் செல்லச் செல்ல அந்தச் சிறிய உலகம் நினைவின் ஆழத்துக்குள் போனதோடு, அன்றிரவு அந்த நிகழ்வு உண்மையிலே நடந்ததா இல்லையா என்பதுபற்றிய எனது நிச்சயமின்மை வளர்ந்துகொண்டேபோனது. நான் எனக்கு நானே நிஜமெனச் சொன்னால், அது நிஜமென நம்பினேன். எனக்கு நானே கற்பனை எனச் சொன்னால், அது கற்பனைபோல தோன்றியது. அது ஒரு கற்பனையோ எனுமளவுக்கு பெரிதும் தெளிவாகவும் விவரங்களோடும் இருந்தது, நிஜமோ எனுமளவுக்கு, நவோகோவின் உடலும் அந்த நிலவொளியும் பெரிதும் முழுமையாய், அழகாய் இருந்தது.

மிடோரியின் தந்தை திடீரென விழித்துக்கொண்டு இருமத் தொடங்கினார். அது என் பகல்கனவுக்கு முற்றுப்புள்ளி வைத்தது. நான், அவர் சளியை துணியொன்றில் உமிழ உதவிசெய்ததோடு, துண்டொன்றால் அவரது புருவத்திலிருந்த வியர்வையைத் துடைத்தேன்.

“கொஞ்சம் தண்ணி சாப்பிடறீங்களா?” என நான் கேட்டேன். அதற்கு அவரது சம்மதம் நான்கு மில்லிமீட்டர் அளவிலான தலையசைப்பாக வெளிப்பட்டது. ஒவ்வொரு முறையும் கொஞ்சம் கொஞ்சமாய் உறிஞ்சிக்குடிக்கும்படி நான் சிறிய கண்ணாடியாலான தண்ணீர்க்குவளையைப் பிடித்துக்கொள்ள, வறண்ட உதடுகள் நடுங்க, தொண்டை வெட்டியிழுக்கக் குடித்தார். அவர் புட்டியிலிருந்த அனைத்து வெதுவெதுப்பான நீரையும் பருகினார்.

“இன்னும்கொஞ்சம் வேணுமா?” நான் கேட்டேன். அவர் பேச முயற்சிப்பதுபோல் தெரியவே, நான் என் காதை அருகே கொண்டுபோனேன். [போதும்] அவர் சிறிய, வறண்ட குரலில் சொன்னார்— முன்பைவிடவும் வறண்ட, சிறிய குரலில்.

“நீங்க ஏன் ஏதாச்சும் சாப்பிடக்கூடாது? நிச்சயம் நீங்க பசியோட இருக்கணும்.” அவர் மெல்லிய ஆமோதிப்பால் பதிலளித்தார். மிடோரி செய்ததுபோல் அவரது படுக்கையை சாய்வாக நிமிர்த்திவைத்து, ஒரு ஸ்பூன் காய்கறிப்பாகு, ஒரு ஸ்பூன் வேகவைத்த மீனென அவருக்கு ஊட்டத் தொடங்கினேன். அவரது உணவில் பாதியைச் சாப்பிடவே நம்பமுடியாத அளவுக்கு நீண்ட நேரமெடுத்தது. அதேசமயம் அவர் தன் தலையை சற்று அசைத்து, தான் போதுமான அளவு சாப்பிட்டுவிட்டதாக குறிப்பு தந்தார். அந்த அசைவு கிட்டத்தட்ட புலப்படாத அளவுக்கு மிகச்சிறியதாயிருந்தது. பெரிய சைகைகளைச் செய்வது அவருக்கு வேதனையை உண்டாக்கும் என்பது வெளிப்படை.

“பழம் சாப்பிடறீங்களா?” நான் அவரைக் கேட்டேன்.

[வேண்டாம்] என்றார் அவர். நான் ஒரு துண்டால் அவரது வாயோரத்தைத் துடைத்தேன். தட்டுகளை வராந்தாவுக்கு எடுத்துச்செல்லும் முன்பாக படுக்கையை மீண்டும் சமதளப் படுத்தினேன்.

“சாப்பாடு நல்லாயிருந்துச்சா?” நான் அவரைக் கேட்டேன்.

[மோசம்] பதிலளித்தார் அவர்.

“ஆமா,” நான் ஒரு புன்னகையுடன் சொன்னேன். “அது ரொம்ப மோசமாதான் தெரிஞ்சது.” மிடோரியின் தந்தை இனியும் கண்களைத் திறந்திருப்பதா அல்லது கண்களை மூடியபடி அப்படியே மௌனமாகப் படுத்திருப்பதா என தீர்மானிக்க முடியாதவராய் என்னை உற்றுப்பார்த்தபடியே இருந்தார். நான் யாரென அவருக்குத் தெரிந்திருக்குமா என நான் வியந்தேன்.

அவர் மிடோரி பக்கத்திலிருக்கும்போதைவிடவும் நான் மட்டும் இருக்கையில் பெரிதும் இறுக்கமற்றவராகக் காணப்பட்டார். அநேகமாக அவர் என்னை வேறு யாரோ ஒருவராக— தவறாகக் கருதியிருக்கவேண்டும். இல்லை குறைந்தபட்சம் அப்படித்தான் யோசிப்பதென நான் முடிவு செய்திருக்கவேண்டும்.

நான் முக்காலியில் அமர்ந்து கால்களை மடக்கியபடி, "வெளியே அழகிய பகல்பொழுது," என்றேன். "இது இலையுதிர்காலம், அருமையான வெப்பநிலை, நாம எங்க போனாலும் கூட்டம். இதுமாதிரியான அருமையான நாள்ள வீட்டுக்குள்ள ஓய்வா இருக்கிறதுதான் நம்மாள முடிஞ்ச சிறந்த விஷயம். அந்தக் கூட்டத்துக்கு நடுவுல சோர்வாயிடும். காற்றும் மோசமாயிருக்கும். ஞாயிற்றுக்கிழமைகள்ல நான் பெரும்பாலும் துணிகளைத் துவைப்பேன்— துணியையெல்லாம் காலையில சலவை செஞ் சபின்னால, அதை என்னோட துயிற்கூட மொட்டைமாடில காயப்போடுவேன். சூரியன் மறையுறதுக்குள்ள அதையெல்லாம் எடுத்து நல்லா தேய்ப்பேன். எல்லாத்தையும் தேய்ச்சு அடுக்குறதை பெரிசா நினைக்கிறதில்லை. இருக்கிற துணிகளையெல்லாம் சுருக்கமில்லாம ஆக்குறதில நல்லதொரு திருப்தி இருக்கு. அதோட தேய்க்குறதில நான் ரொம்பத் திறமையானவனும்கூட. நிச்சயமா முதல்ல மோசமாதான் தேய்ச்சேன். எல்லாத்துலயும் மடிப்புவிழற மாதிரி செஞ்சுக்கிட்டிருந்தேன். ஒரு மாச பயிற்சிக்குப் பின்னால, நான் செய்றது என்னனு எனக்குப் புரியவந்துச்சு. ஆக, எனக்கு ஞாயிற்றுக்கிழமை சலவை செய்றதுக்கும் தேய்க்கிறதுக்குமான நாள். இன்னைக்கு என்னால அதைப் பண்ணமுடியாது. ஒரு பூரணமான சலவைநாளை வீணடிக்கிறது ரொம்ப மோசம்.

"அது பரவாயில்லை, நான் நாளைக்கு சீக்கிரமே எழுந்து அதைப் பாத்துக்குவேன். கவலைப்படாதீங்க. ஞாயிற்றுக்கிழமைகள்ல எனக்குச் செய்றதுக்கு வேற வேலை கிடையாது."

"நாளைக்குக் காலைல நான் துணியைத் துவைச்சு, காயப் போட்டுட்டு, நான் என்னோட பத்துமணி வகுப்புக்குப் போவேன். இந்த ஒரு வகுப்புதான் நான் மிடோரியோட இருப்பேன். நாடக வரலாறு வகுப்பு. நான் யூரிபிடைஸ் பற்றி படிச்சுக்கிட்டு இருக்கேன். உங்களுக்கு யூரிபிடைஸைத் தெரியுமா? அவன் ஒரு பழங்கால கிரேக்கன்— அஸ்லியஸ், சோபோக்கில்ஸ் வரிசையில மாபெரும் கிரேக்கத் துன்பியல் படைப்புகளை உருவாக்கிய மூன்று பேர்களில் ஒருத்தன். மாஸிடோனியாவுல ஒரு நாய் கடிச்சதால அவன் இறந்ததா சொல்லப்படுது, ஆனா அதை எல்லாரும் நம்பலை. எப்படியோ இதுதான் யூரிபிடைஸ். எனக்கு சோபோக்கில்ஸை இன்னுமதிகமா பிடிக்கும், ஆனா இது

ரசனையைப் பொறுத்த விஷயம்னு நினைக்கிறேன். உண்மையிலே எது சிறந்ததுனு என்னால சொல்லமுடியாது."

"எது அவரோட நாடகத்தைக் குறிப்பிட்டுச் சொல்லும்படியா ஆக்குதுனா, கதாபாத்திரங்கள் ஒண்ணுக்கொண்ணு பெரிதும் குழம்பி, பொறியில அகப்பட்டு நிற்கிறதுதான். நான் என்ன சொல்றேன்னு உங்களுக்குப் புரியுதா? நிறைய மாறுபட்ட நபர்கள் தோன்றுவாங்க, அவங்க தங்களுக்கேயான தனிப்பட்ட சூழல்கள், காரணங்கள், சாக்குபோக்குகளை வெச்சிருப்பாங்க, ஒவ்வொருத்தரும் மகிழ்ச்சி அல்லது நீதிக்கான தங்களோட சொந்த யோசனைகளைப் பின்பற்றுவாங்க. அதோட விளைவா, யாருமே எதுவும் செய்யமுடியாது. நான் சொல்றதென்னன்னா, வெளிப்படையாவே அடிப்படையில எல்லாரோட நீதியும் வெற்றிபெறுவதோ, எல்லாரோட சந்தோஷமும் நிலைபெறுவதோ சாத்தியமில்லாதது, ஆக குழப்பம் நிலவும். அப்புறம் என்ன நடக்கும்னு நினைக்கிறீங்க ஒண்ணுமேயில்ல— முடிவுல ஒரு கடவுள் தோன்றி நெருக்கடியை சரிசெய்வார். 'நீ இப்படிப் போ, நீ இங்க வா, நீ அவளோட சேர்ந்துக்க, நீ இன்னும் கொஞ்சநேரம் உட்கார்ந்திரு'— இதுமாதிரி. அவர் ஒருவகையில பிரச்சினைகளுக்குத் தீர்வுசொல்றவர். கடைசியில எல்லாம் ரொம்பச் சரியா ஆயிடும். அவங்க இதை தெஸ் எக்ஸ் மெஷினானு (Deus ex machina) சொல்வாங்க. யூரிபிடைஸ் படைப்புகள்ல எப்பவுமே கிட்டத்தட்ட தெஸ் எக்ஸ் மெஷினா இருக்கும், அங்கதான் முக்கியமான அபிப்ராயங்கள் தீர்க்கப்படும்."

"ஆனா யோசிச்சுப் பாருங்க— நிஜவாழ்க்கையில தெஸ் எக்ஸ் மெஷினா இருந்திருந்தா என்னாகும்? எல்லாமே ரொம்ப எளிமையாயிடும். நீங்க தேங்கிப்போனதாவோ மாட்டிக்கிட்டதாவோ உணர்ந்தா மேலிருந்து கடவுள் ஒருவர் இறங்கிவருவார். உங்களோட எல்லா பிரச்சினைகளையும் தீர்த்துவைப்பாரு— அதைவிட எளிதான விஷயம் என்ன இருக்கப்போகுது? எப்படியோ இதுதான் நாடகவரலாறு. கூடுதலாவோ குறைவாவோ நாங்க பல்கலைக்கழகத்துல படிக்கிறது இதுதான்."

மிடோரியின் தந்தை எதுவும் சொல்லவில்லை, ஆனால் அவர் தனது வெறுமையான விழிகளை, நான் பேசிக்கொண்டிருந்த நேரம் முழுவதும் என்மீதே வைத்திருந்தார். அந்தக் கண்ணிலிருந்து நான் சொன்னது எதையாவது அவர் புரிந்துகொண்டாரா இல்லையா என என்னால் உறுதியாகச் சொல்லமுடியாது.

"அமைதி," என்றேன் நான்.

அவ்வளவுதூரம் பேசியபின்பு நான் பசியாக உணர்ந்தேன். காலையில் எதுவுமே சாப்பிட்டிருக்கவில்லை, மதிய உணவிலும் பாதியைமட்டுமே சாப்பிட்டிருந்தேன். மதியம் உணவை இன்னுமதிகம் சாப்பிடாததற்காக அப்போது வருத்தப்பட்டேன், ஆனால் வருத்தப்படுவது உதவப்போவதில்லை. நான் அலமாரியில் சாப்பிடுவதற்கு ஏதாவது இருக்குமா எனப் பார்த்தேன். அதில் ஒரு நோரி கேன், கொஞ்சம் விக்ஸ் இருமல் சொட்டுமருந்து, சாய் சாஸ் மட்டுமே இருந்தன. திராட்சைப் பழம், வெள்ளரியோடான காகிதப் பை இன்னும் அங்கேயே இருந்தது.

"நீங்க ஏதும் நினைக்கலைனா நான் கொஞ்சம் வெள்ளரி சாப்பிடப்போறேன்," என நான் மிடோரியின் தந்தையிடம் கூறினேன். அவர் பதில் சொல்லவில்லை. நான் மூன்று வெள்ளரி களை கைகழுவுமிடத்தில் கழுவி, ஒரு தட்டில் கொஞ்சம் சோயா சாஸ் விட்டுக்கொண்டேன். பின் ஒரு வெள்ளரியை நோரியால் சுற்றி, சோயா சாஸ் தொட்டு கடித்துத் தின்றேன்.

"ம்ம். பிரமாதம்!" நான் மிடோரியின் தந்தையிடம் சொன்னேன். "புதுசா, எளிமையா, உயிரோட்டமான வாசனையோட இருக்கு. உண்மையிலே நல்ல வெள்ளரி. கிவி பழத்தைவிடவும் ரொம்பவும் நடைமுறைக்கேற்ற உணவு."

நான் ஒரு வெள்ளரியை முடித்துவிட்டு அடுத்ததையும் சாப்பிடத் தொடங்கினேன். நோயாளிகளின் அறையானது நான் வெள்ளரி மெல்லும் சத்தத்தால் எதிரொலித்தது. நான் இரண்டா வது வெள்ளரியையும் முழுதாகச் சாப்பிட்டு முடித்தபின்பே இடைவேளைவிட தயாரானேன். பொது அறையிலிருந்த எரிவாயு அடுப்பில் நீரைக் கொதிக்கவைத்து தேநீர் தயாரித்தேன்.

"உங்களுக்கு ஏதாச்சும் குடிக்கவேணுமா? தண்ணி? ஜூஸ்?" மிடோரியின் தந்தையிடம் நான் கேட்டேன்.

[வெள்ளரி] என்றார் அவர்.

"அற்புதம்," நான் ஒரு புன்னகையுடன் சொன்னேன். "நோரி போடவா?" அவர் சிறிதாய் ஆமோதித்தார். நான் படுக்கையை மீண்டும் நிமிர்த்தினேன். பின் ஒரு வாய் கொள்ளக்கூடிய அளவில் வெள்ளரியை வெட்டி அதனை ஒரு துண்டு நோரியால் சுற்றி, குச்சியொன்றால் இரண்டையும் குத்தி, சோயா சாஸில் நனைத்து, அதனை காத்துக்கொண்டிருந்த நோயாளியின் வாயில் வைத்தேன். பெரிதாய் முகவெளிப்பாட்டில் மாற்றம் ஏதுமின்றி, மிடோரியின் தந்தை அந்த வெள்ளரித்துண்டை மீண்டும் மீண்டும் மென்று கடைசியில் விழுங்கினார்.

“எப்படியிருந்துச்சு? நல்லாயிருந்துச்சா?”

[நல்லாயிருந்துச்சு] என்றார் அவர்.

“சாப்பாடு நல்லாயிருக்கிறது நல்ல விஷயம்,” என்றேன் நான். “அது நாம உயிர்ப்போட இருக்கிறோம்கிறதுக்கான ஆதாரம்.”

அவர் அந்த வெள்ளரி முழுவதையும் சாப்பிட்டு முடித்தார். அவர் அதைச் சாப்பிட்டு முடித்ததும் தண்ணீர் கேட்டார். எனவே நான் தண்ணீர்ப் புட்டியிலிருந்து நான் அவருக்கு நீர் கொடுத்தேன். சில நிமிடங்களுக்குப்பின், அவர் சிறுநீர் கழிக்கவேண்டுமெனச் சொல்ல நான் சிறுநீர்ப் பிறையை எடுத்து அவரது ஆணுறுப்பின் நுனிக்கருகே வைத்தேன். பின் அந்த சிறுநீர்ப் பிறையை கழிப்பறையில் கொட்டி காலிசெய்துவிட்டு அதனைக் கழுவினேன். பின் நான் அந்த நோயாளிகள் அறைக்குத் திரும்பி எனது தேநீரைக் குடித்துமுடித்தேன்.

“எப்படி இருக்கு?” நான் கேட்டேன்.

[என்! தலை] என்றார் அவர்.

“வலிக்குதா?”

[கொஞ்சம்] அவர் மெல்லிய முனகலுடன் கூறினார்.

“சரி, அதுல ஆச்சரியம் ஏதுமில்லை, உங்களுக்கு இப்பதான் ஒரு ஆபரேஷன் முடிஞ்சிருக்கு. எனக்கு இதுவரைக்கும் ஆபரேஷனே நடந்ததில்லை. அதனால அது எப்படியிருக்கும்னு தெரியாது.”

[டிக்கெட்] என்றார் அவர்.

“டிக்கெட்டா? என்ன டிக்கெட்?”

[மிடோரி] [டிக்கெட்] என்றார் அவர்.

அவர் எதைப்பற்றி பேசுகிறார் என எனக்கெதுவும் தோன்றவில்லை, எனவே வெறுமனே அமைதியாயிருந்தேன். அவரும்கூட சற்றுநேரம் அமைதியாக இருந்தார். பின் அவர் [ப்ளீஸ்] என சொல்வதுபோல் தோன்றியது. அவர் தன் கண்களை அகலத் திறந்து என்னை கடுமையாகப் பார்த்தார். நான், அவர் என்னிடம் ஏதோ சொல்ல முயற்சிக்கிறார் என யூகித்தேன்., ஆனால் அது என்னவென்று என்னால் கற்பனை செய்யமுடியவில்லை.

[யூனோ] [மிடோரி] என்றார் அவர்.

"யூனோ ஸ்டேஷன்?"

அவர் மெலிதாய் தலையசைத்தார்.

நான் என்ன சொல்ல முயற்சிக்கிறாரென சுருக்கி புரிந்து கொள்ள முயற்சித்தேன்: "டிக்கெட், மிடோரி, ப்ளீஸ், யூனோ ஸ்டேஷன்," ஆனால் அதற்கு என்ன அர்த்தமென எனக்கு யோசனை எதுவுமில்லை. நான் அவரது மனம் குழம்பியிருக்கவேண்டுமென கருதினேன், ஆனால் அவரது கண்கள் முன்பைவிடவும் இப்போது பயங்கர தெளிவாகக் காணப்பட்டன. நரம்புவழி மருத்து செலுத்துவதற்கான சாதனம் பொருத்தப்படாத கையை என்னை நோக்கி உயர்த்தினார். அது அவரளவில் பெரிய முயற்சி, கை அந்தரத்தில் நின்றபடி நடுங்கியது, நான் எழுந்து, அவரது மெலிந்த, சுருக்கம் விழுந்த கையைப் பற்றினேன். அவர் என் பிடியிலிருந்தபடி, அவரால் திரட்டமுடிந்த சிறு சக்தியால் மீண்டும் [ப்ளீஸ்] என்றார்.

"கவலைப்படாதீங்க," என்றேன் நான். "டிக்கெட்ட நான் பாத்துக்கிறேன், மிடோரியையும்தான்." அவர் தனது கையை திரும்பவும் படுக்கைக்கு கொண்டுவந்து, தன் கண்களை மூடினார். பின், வேகமான பெருமூச்சுடன் அவர் தூக்கத்தில் விழுந்தார். அவர் இன்னும் உயிருடன் இருக்கிறாரா என்பதை நிச்சயப்படுத்திக்கொள்ள சோதித்தேன், பின் தேநீருக்காக மேலும் நீரை கொதிக்கவைக்க வெளியேவந்தேன். நான் அந்த சூடான திரவத்தை மிடறுகளாகக் குடித்தபடியே, சாவின் விளிம்பில் இருக்கும் அந்த சிறிய மனிதரிடம் ஒருவிதமான பிரியத்தை உருவாக்கிக்கொண்டதை உணரவந்தேன்.

அந்த இன்னொரு நோயாளியின் மனைவி சில நிமிடங்களுக்குப் பின்பு திரும்பிவந்து, எல்லாம் சரியாகப் போனதா எனக் கேட்டாள். நான் சரியாகப் போனதென உறுதியளித்தேன். அவரது கணவரும்கூட ஆழமாக மூச்சுவிட்டபடி நல்ல உறக்கத்தி லிருந்தார்.

மூன்று மணிக்குப்பின் மிடோரி திரும்பிவந்தாள்.

"நான் பூங்காவுல என்னென்னவோ யோசிச்சபடி இருந்தேன்," என்றாள் அவள். "நீ என்கிட்ட சொன்னபடியே செஞ் சேன், யாருகிட்டயும் பேசலை. சும்மா என் தலையிலுள்ள எணணங்களையெல்லாம் காலி பண்ணினேன்."

“அது எப்படியிருந்துச்சு?”

“நன்றி! நான் ரொம்பவும் நல்லா உணர்றேன். இப்பவும் மந்தமா, களைப்பா உணர்ந்தாலும், என் உடம்பு முன்னைவிடவும் ரொம்பவும் லகுவா தெரியுது. நான் நினைச்சதைவிடவும் அதிகமா களைப்பாயிருந்திருப்பேன்னு நான் நினைக்கிறேன்.”

அவளது தந்தை ஆழ்ந்த தூக்கத்திலிருக்க, அங்கே நாங்கள் செய்வதற்கு எதுவுமில்லை. எனவே நாங்கள் ஒரு தானியங்கி விற்பனை எந்திரத்திலிருந்து காபி வாங்கிக்கொண்டு, அதனை தொலைக்காட்சி அறையில் வைத்து அருந்தினோம். நான் மிடோரியிடம் அவள் இல்லாதபோது என்ன நடந்ததென விளக்கினேன். அவளது தந்தை நன்கு உறங்கியதையும், பின் எழுந்து அவரது எஞ்சியிருந்த மதிய உணவில் கொஞ்சம் சாப்பிட்டதையும், பின் நான் வெள்ளரி சாப்பிடுவதைப் பார்த்து தனக்கும் ஒன்று கேட்டதையும் ஒரு முழு வெள்ளிரியையும் சாப்பிட்டதையும், சிறுநீர் கழித்ததையும் கூறினேன்.

“வாட்டனபி, நீ அசத்திட்ட,” என்றாள் மிடோரி. “நாங்கள்லாம் அவரை ஏதாச்சும் சாப்பிட வைக்கிறதுக்குள்ள கிறுக்குப்பிடிச்சு நிக்கிறோம். ஆனா நீ அவரை ஒரு முழு வெள்ளரியைச் சாப்பிட வைச்சிருக்குற! நம்பவே முடியலை.”

“எனக்குத் தெரியலை, அவர் நான் என்னோட வெள்ளரியை அனுபவிச்சு சாப்பிடறதைப் பார்த்திருக்கணும்னு நினைக்கிறேன்.”

“இல்லைனா, மற்றவங்களை இறுக்கமில்லாம இயல்பா உணரவைக்கிற உன்னோட திறமை காரணமா இருக்கலாம்.”

“வாய்ப்பே இல்லை,” நான் சிரித்தபடியே சொன்னேன். “நிறைய பேர் உன்கிட்ட அதுக்கு நேரெதிராதான் என்னைப் பத்தி சொல்வாங்க.”

“நீ எங்க அப்பாவைப் பத்தி என்ன நினைக்கிற?”

“அவரை எனக்குப் பிடிச்சிருக்கு. நாங்க ஒருத்தர் மற்றவரைப் பற்றி சொல்ற அளவுக்கு எங்களுக்குள்ள அவ்வளவு பழக்கமில்லை, ஏன்னு எனக்குத் தெரியலை, அவர் இனிமையானவரா தெரியறார்.”

“அவர் அமைதியாயிருந்தாரா?”

“ரொம்பவே.”

“ஒரு வாரத்துக்கு முன்னால நீ அவரைப் பார்த்திருக்கணும். அவர் பயங்கர வேதனையோட இருந்தார்.” மிடோரி தன் தலையைக் குலுக்கியபடி சொன்னாள். “ஒரு மாதிரி தன்னோட நிதானத்தை இழந்து முரட்டுத்தனமா ஆயிட்டார். என் மேல ஒரு கண்ணாடிக் குவளையை எறிஞ்சு, ‘அறிவுகெட்ட பெட்டை நாயே, நீ செத்துடுவனு நான் நம்புறேன்’—கிறது மாதிரியான பயங்கர வார்த்தைகளைக் கத்தினார். இந்த நோய் ஆட்களை இதுபோல பேசவைக்கும். அவங்களுக்கே ஏன்னு தெரியாது, ஆனா திடீர்னு ஆட்களை உண்மையிலே மோசமா நடக்கும்படிச் செஞ்சுடும். என் அம்மா விஷயத்திலும் இப்படித்தான் ஆச்சு. அவங்க என்கிட்ட என்ன சொன்னாங்கனு நீ நினைக்கிற, ‘நீ என் பொண்ணே இல்லை! உன்னோட துணிச்சலை நான் வெறுக்கிறேன்’னாங்க. அவங்க அப்படிச் சொன்னப்ப இந்த மொத்த உலகமே கறுப்பா இருண்டுபோயிடுச்சு எனக்கு. ஆனா இதுமாதிரியான விஷயங்கள் இந்தக் குறிப்பிட்ட நோயோட அம்சங்கள்ல ஒண்ணு. மூளையோட ஒரு பகுதி ஆட்களை எல்லாவிதமான அசிங்கமான விஷயங்களையும் சொல்றதுக்கு ஏதோ ஒரு அழுத்தம் கொடுக்குது. இது இந்த நோயோட ஒருபகுதினு நமக்குத் தெரியும், இருந்தாலும் அது கஷ்டமாயிருக்கும். நீ என்ன நினைக்குற? இங்க நான் அவங்களுக்காகக் கிடந்து பாடுபடறேன். அவங்க இதுமாதிரியான எல்லா பயங்கரமான விஷயத்தையும் என்கிட்ட சொல்லிக்கிட்டிருக்காங்க.”

“நீ என்ன சொல்லவர்றேனு எனக்குத் தெரியுது,” என்றேன் நான். பின் மிடோரியின் தந்தை என்னிடம் முணுமுணுத்த துண்டுதுண்டான வார்த்தைகள் ஞாபகத்துக்கு வந்தன.

“டிக்கெட், யூனோ ஸ்டேஷன் இதெல்லாம் என்னனு எனக்கு ஆச்சரியமாயிருக்கு,” என்றாள் மிடோரி.

“அப்புறம் அவர் ப்ளீஸ், மிடோரின்னும் சொன்னார்.”

“ப்ளீஸ், மிடோரியைப் பார்த்துக்கன்னா?”

“இல்லைன்னா ஒருவேளை அவர் நீ யூனோவுக்குப் போய் ஒரு டிக்கெட் வாங்க விரும்பியிருக்கலாம். அந்த நாலு வார்த்தை களோட ஒழுங்குல அத்தனை குழப்பம், அவர் என்ன அர்த்தத்துல சொன்னார்னு யாருக்குத் தெரியும்? யூனோ ஸ்டேஷனோட உனக்கு எந்தவிதத்திலயாவது சிறப்பான தொடர்பு இருக்கா?”

“ம்ம், யூனோ ஸ்டேஷன்.” மிடோரி சற்றுநேரம் யோசித்துப் பார்த்தாள். “என்னால யோசிக்கமுடிஞ்ச ஒரே விஷயம் நான் ரெண்டுமுறை ஓடிப்போனேன், எனக்கு எட்டு வயசாயிருக்கும்

போது ஒருமுறை, பத்து வயசு இருக்கும்போது ஒருமுறை, இரண்டுமுறையும் நான் யூனோவிலிருந்து ஃபுகுஷிமாவுக்கு ட்ரெய்ன் பிடிச்சேன். கல்லா பெட்டியிலிருந்து எடுத்துட்டு வந்திருந்த பணத்திலிருந்து டிக்கெட் எடுத்தேன். வீட்டுல யாரோ என்னை உண்மையிலே கோபப்பட வெச்சிருந்தாங்க, அதுக்குப் பதிலடியா நான் ஓடிப்போனேன். ஃபுகுஷிமால எனக்கொரு அத்தை இருந்தாங்க., எனக்கு அவங்கமேல ஒருவிதமான ப்ரியம் உண்டு. அதனால அவங்க வீட்டுக்குப் போனேன். என்னை வீட்டுக்குக் கூப்பிட்டுவந்தது அப்பாதான். என்னைக் கூப்பிட்டுவர்றதுக்காக ஃபுகுஷிமாவுக்கு நூற்றுக்கணக்கான மைல்கள் தாண்டி வந்திருந்தார். யூனோவுக்கு வந்த அந்த ட்ரெய்ன்ல நாங்க பாக்ஸ் சாப்பாடு சாப்பிட்டோம். நாங்க திரும்பிவந்தப்ப எங்கப்பா என்கிட்ட எல்லாவிதமான விஷயங் களையும்பற்றி பேசினார். அதெல்லாம் வெறுமனே துண்டு துணுக்குகள்தான். ஒண்ணுக்கும் அடுத்ததுக்கும் நடுவுல நீண்ட இடைவெளி இருக்கும். 1923—ல நடந்த பெரிய நிலநடுக்கம், போர்பற்றி இல்லைனா நான் பிறந்த சமயத்துல நடந்த நிகழ்ச்சிகள், இயல்பா அவர் பேசாத விஷயங்கள் இதுமாதிரியான விஷயங்களைப் பேசினாரு. இப்ப நினைச்சுப்பார்த்தா, நாங்க ரெண்டுபேர் மட்டும்— நானும் என் அப்பாவும் நல்லதொரு நீண்ட உரையாடல் நடத்தியது அப்ப மட்டும்தான். ஏய், உன்னால இதை நம்பமுடியுதா? எங்கப்பா, வரலாற்றோட மிகப்பெரிய நிலநடுக்கங்கள்ல ஒண்ணு நடந்தப்ப, அவர் டோக்கியோவோட நடுவுல இருந்தும் அதைக் கவனிக்கக்கூட இல்லை.”

“வாய்ப்பே இல்லை.”

“உண்மையா! அவர் அவரோட பைக்கோட பின்புறமுள்ள இணைப்பு வண்டியில கொய்ஷிகாவா வழியில போய்க்கிட்டிருந்து ருக்காரு, அவர் எதையுமே உணரலை. அவர் வீட்டுக்கு வந்தப்ப, சுற்றிலுமிருந்த வீடுகளோட கூரை முகப்பிலிருந்த ஓடுகளெல்லாம் விழுந்துகிடந்திருக்கு. வீடுகள்ல உள்ள எல்லாரும் தூண்களைக் கட்டிப்பிடிச்சுக்கிட்டு கால்நடுங்க நின்னுக்கிட்டு இருந்துருக்காங்க. அவருக்கு அப்பவும் புரியலைங்கிறது அவர் கேட்டதிலிருந்தே தெரிஞ்சுருக்குது. “இங்க என்ன இழவு நடந்துக்கிட்டிருக்கு?’னு அவர் கேட்டிருக்கார். என் அப்பாவுக்கு கான்டோவோட மாபெரும் நிலநடுக்கம் பற்றிய விருப்பமான ஞாபகச் செய்தி இதுதான்.”

மிடோரி சிரித்தாள். “அவரோட பழைய நாட்கள் பற்றிய கதைகளெல்லாம் இதுமாதிரியானதுதான். எப்படியானாலும் அது

நாடகம் கிடையாது. இதெல்லாம் கொஞ்சம் வழக்கத்திலிருந்து மாறுபட்டது. ஏன்னு எனக்குத் தெரியலை, அவர் இந்தக் கதைகளையெல்லாம் சொல்லும்போது, கடந்த 50, 60 வருஷமா ஜப்பான்ல முக்கியமானது எதுவுமே நடக்காதது மாதிரியான உணர்வு நமக்கு ஏற்படும். 1936—ல நடந்த இளம் அலுவலர்களின் எழுச்சி, பசிபிக் போர் இதெல்லாம் "ஓ நீங்க சொன்னப்புறம்தான், அதுமாதிரி ஏதோ நடந்துச்சுங்கிறதே ஞாபகத்துக்கு வருது" மாதிரியான விஷயங்கள். அது ரொம்ப வேடிக்கையா இருக்கும்.

"ஆக, எப்படியோ அவர் என்கிட்ட ஃபுகுஷிமாவிலிருந்து யூனோ வர்றப்ப இந்தக் கதைகளையெல்லாம் கொஞ்சம்கொஞ்சமா சொன்னார். கடைசியில அவர் எப்பவும் சொல்வார், 'அதனால மிடோரி இதுலயிருந்து, உனக்குத் தெரியறது என்னன்னா, நீ எங்க போனாலும் இதேதான் கதை.' நான் இது மாதிரியான விஷயங்களால கவரப்படற அளவுக்கு சிறியவளா இருந்தேன்."

"ஆக இதுதான் யூனோ ஸ்டேஷன் பற்றிய உன்னோட விருப்பத்துக்குரிய ஞாபகம், அப்படித்தானே?" நான் கேட்டேன்.

"ஆமா," என்றாள் மிடோரி. "நீ எப்பவாச்சும் வீட்டை விட்டு ஓடியிருக்கியா வாட்டனபி?"

"இல்லவேயில்லை."

"ஏன் ஓடலை?"

"கற்பனைசக்தி குறைவுதான். ஓடலாம்னு எனக்கு எப்பவும் தோணுணதேயில்லை."

"நீ ரொம்ப வினோதமானவன்," அவள் உண்மையிலே கவரப்பட்டதுபோல் அவளது தலையை நிமிர்த்தியபடி சொன்னாள்.

"ஆச்சர்யமாயிருக்கு," என்றேன் நான்.

"சரி எப்படியோ, என் அப்பா நீ என்னைக் கவனிச்சுக்கணும்னு விரும்பறதா சொல்ல முயற்சிபண்ணியிருக்கணும்னு நினைக்கிறேன்."

"உண்மையாவா?"

"உண்மையா! அதுமாதிரியான விஷயங்கள் உள்ளுணர்வுப்பூர்வமா எனக்கு புரியும். நீ அவருக்கு என்ன பதில் சொன்னனு

சொல்லு?"

"அவர் என்ன சொல்லிட்டிருந்தார்னு எனக்குப் புரியலை, அதனால வெறுமனே நான் சரி, கவலைப்படாதீங்க, உன்னையும் டிக்கெட்டையும் நான் கவனிச்சுக்கிறேன்னு சொன்னேன்."

"நீ எங்க அப்பாகிட்ட உறுதிமொழி தந்தியா? நீ என்னை பொறுப்பா பார்த்துக்கிறதாவா சொன்ன?" அவள் தன் முகத்தில் பெரிதும் ஆர்வத்துடன் என் கண்களுக்குள் நேரடியாக உற்றுப்பார்த்தபடி கேட்டாள்.

"அதுமாதிரியெல்லாம் இல்லை," நான் விரைவாக அவள் சொன்னதைத் திருத்தினேன். "உண்மையிலே எனக்கு அவர் என்ன சொல்லவந்தார்னே தெரியலை, அதோட."

"கவலைப்படாத, நான் சும்மா விளையாட்டா கேட்டேன்," அவள் ஒரு புன்னகையுடன் சொன்னாள். "அப்படிச் சொன்னதுக் காக நான் உன்னை விரும்பறேன்."

மிடோரியும் நானும் எங்களது காபியை பருகிமுடித்து அறைக்குத் திரும்பினோம். அவளது தந்தை அப்போதும் ஆழ்ந்த தூக்கத்திலிருந்தார். நாம் அவரருகில் குனிந்துநின்றால் அவரது நிலையான மூச்சை கேட்கமுடியும், பின்மதிய வேளை வந்ததும், மருத்துவமனை ஜன்னலுக்கு வெளியே ஒளி மென்மையானதாக இலையுதிர்காலத்தின் நாசூக்கான ஒளிக்கு மாறியது. அப்போது வெளியிலிருந்த மின்கம்பியில் ஓய்வெடுத்துக்கொண்டிருந்த பறவைக்கூட்டம் பறந்துசென்றன. மிடோரியும் நானும் அறையின் மூலையில் அமர்ந்து, முழுநேரமும் அமைதியாகப் பேசிக்கொண்டிருந்தோம். அவள் என் உள்ளங்கையைப் பார்த்து நான் 105 வயதுவரை வாழ்வேனென்றும், மூன்றுமுறை திருமணம் செய்துகொள்வேனென்றும், சாலை விபத்தொன்றில் மரணமடைவேனென்றும் கணித்துச் சொன்னாள். "அவ்ளோ மோசமான வாழ்க்கையில்லை," என்றேன் நான்.

நான்கு மணியான சற்று நேரத்துக்கெல்லாம் அவளது தந்தை எழுந்ததும், மிடோரி அவரது தலையணையருகே சென்றமர்ந்து, அவரது புருவத்திலிருந்து வியர்வையைத் துடைத்து, அவருக்கு தண்ணீர் பருகத் தந்து, அவரது தலையில் வலி எப்படி யிருக்கிறதென கேட்டாள். ஒரு செவிலி வந்து அவரது உடல் வெப்பநிலையைக் குறித்துக்கொண்டு அவர் எத்தனைமுறை சிறுநீர் கழித்தாரென பதிவுசெய்துகொண்டு, நரம்புவழி மருந்துசெலுத்தும் சாதனத்தை சோதனை செய்தாள். நான் தொலைக்காட்சி அறைக்குச் சென்று, சற்று நேரம் கால்பந்து

ஆட்டத்தைக் கவனித்தேன்.

ஐந்து மணிக்கு நான் மிடோரியிடம் கிளம்புவதாகச் சொன்னேன். அவளது தந்தையிடம், "இப்ப நான் வேலைக்குக் கிளம்பியாகணும். நான் ஷின்ஷிகுவுல ஆறுல இருந்து 10.30 வரை இசைத்தட்டுகள் விற்பனை செய்றேன்," என விளக்கினேன்.

அவர் கண்களை என் பக்கம் திருப்பி தன் அனுமதியை மெலிதான தலையசைப்பில் வெளியிட்டார்.

"ஏய் வாட்டனபி, எனக்கு எப்படிச் சொல்றதுனு தெரியலை. நான் இன்னைக்கு உண்மையிலே நன்றிசொல்ல விரும்பறேன்." மிடோரி வரவேற்பறை வரை வந்து, என்னிடம் கூறினாள்.

"நான் அப்படியொண்ணும் பெருசா செஞ்சிடலை என்னால ஏதாவது உதவி ஆகணும்னா, நான் அடுத்தவாரமும்கூட வர்றேன். நான் மறுபடியும் உங்கப்பாவை பார்க்கவிரும்பறேன்."

"உண்மையாவா?"

"ம், துயிற்கூடத்துல எனக்குச் செய்றதுக்கு பெருசா எதுவும் இல்லை, அதோட நான் இங்க வந்தா எனக்கு சாப்பிட வெள்ளரி கிடைக்கும்."

மிடோரி கைகளைக் கட்டியபடி, அவளது ஷூவின் குதிகால் பகுதியிலுள்ள லினோலியம் சப்தமெழ நடந்துவந்தாள். "நான் உன்கூட மறுபடியும் குடிக்கப் போகணும்னு விரும்பறேன்," தன் தலையை சற்றே உயர்த்தியபடி சொன்னாள் அவள்.

"போர்னோ படம் பார்க்கிறது பற்றி என்ன சொல்ற?"

"நாம முதல்ல படம் பார்க்கிறோம் அப்புறம் குடிக்கப்போறோம். அதோட நாம் வழக்கமான அருவருப்பான விஷயத்தைப் பற்றி எல்லாம் பேசறோம்."

"அருவருப்பான விஷயங்களைப் பற்றி பேசுறது நான் கிடையாது." நான் மறுத்தேன். "நீதான்."

"இருக்கட்டும், நாம அதுமாதிரியான விஷயங்களைப் பத்தி பேசிக்கிட்டு, நம்மைப் ப்ளாஸ்டரால கட்டிக்கிட்டு படுக்கைக்குப் போறோம்."

"அடுத்து என்ன நடக்கும்னு உனக்கு தெரியுமா," நான் ஒரு பெருமூச்சுடன் சொன்னேன். "அதைப் பண்றதுக்கு நான் முயற்சி

ஹாருகி முரகாமி | 335

பண்ணுவேன், நீ என்னை அனுமதிக்கமாட்ட சரியா?"

அவள் மூக்கினூடாகச் சிரித்தாள்.

"எப்படியோ, அடுத்த ஞாயிறு காலைல என்னைக் கூப்பிட்டுக்க, நாம இங்க ஒண்ணா வருவோம்."

"நான் இன்னும்கொஞ்சம் நீளமான பாவோடையோட வரணும்?"

"நிச்சயமா," என்றேன் நான்.

எனினும் அடுத்த ஞாயிறு நான் மருத்துவமனைக்குப் போகவில்லை. மிடோரியின் தந்தை வெள்ளிக்கிழமை காலையே இறந்துபோனார்.

அவள் அதனைச் சொல்ல காலை 6.30 மணிக்கே தொலைபேசியில் அழைத்தாள். அழைப்பு மணி எனக்கொரு தொலைபேசி அழைப்பு வந்திருப்பதைத் தெரியப்படுத்த, நான் எனது பைஜாமாமேல் பின்னல் கம்பளிச்சட்டையை அவசரமாக அணிந்துகொண்டு பொதுக்கூடத்துக்கு இறங்கியோடினேன். குளிர்ச்சியான மழையொன்று மௌனமாகப் பொழிந்து கொண்டிருந்தது.

"கொஞ்ச நேரத்துக்கு முன்னால என்னோட அப்பா இறந்துட்டார்," மிடோரி அமைதியான, சிறிய குரலில் சொன்னாள். அவளிடம், நான் செய்றதுக்கு ஏதாவது இருக்கிறதா எனக் கேட்டேன். "நன்றி!" என்றாள் அவள். "உண்மையிலே எதுவுமில்லை. இறுதிச்சடங்கு எங்களுக்குப் பழக்கமானதுதான். நான் உனக்குச் சொல்லணும்னு விரும்பினேன்."

ஒருவிதமான பெருமூச்சு அவளது உதடுகளிலிருந்து வெளிப்பட்டது.

"இறுதிச் சடங்குக்கு வரவேண்டாம். சரியா? அதுமாதிரியான விஷயங்களை நான் வெறுக்கிறேன். நான் உன்னை அங்க பார்க்கிறத விரும்பலை."

"எனக்குப் புரியுது," என்றேன் நான்.

"நீ உண்மையிலே என்னை போர்னோ படத்துக்குக் கூட்டிட்டுப் போவதானே?"

"நிச்சயமா கூட்டிட்டுப்போவேன்."

“உண்மையிலே அருவருப்பான ஒரு படத்துக்கு”

“நான் இந்த விவகாரத்தை முழுக்க ஆராய்ச்சிபண்றேன்.”

“நல்லது. நான் உன்னைக் கூப்பிடுறேன்.” என்றபடியே அவள் தொலைபேசியை வைத்தாள்.

மிடோரியிடமிருந்து ஒரு வார்த்தைகூட வராமல் ஒரு வாரம் போனது. தொலைபேசி அழைப்போ, விரிவுரை அரங்கில் அவளது அடையாளமோ இல்லை. நான் எப்போதெல்லாம் துயிற்கூடத்துக்குத் திரும்பினேனோ அப்போதெல்லாம், அவளிடமிருந்து ஒரு செய்தி வந்திருக்குமென தொடர்ந்து நம்பிக்கையுடனிருந்தேன். ஆனால் அப்படி எதுவும் வரவில்லை. ஒருநாள் இரவு, நான் அவளுக்களித்த உறுதிமொழியை நிறைவேற்ற, அவளைப் பற்றி நினைத்தபடி சுயஇன்பம் செய்ய முயற்சித்தேன். ஆனால் அது பலனளிக்கவில்லை. நான் நவோகோவின் உருவத்தை நினைத்தபடி முயற்சித்தேன், ஆனால் நவோகோவின் உருவத்தால்கூட அம்முறை எந்த பலனும் இல்லை. அது முட்டாள்தனமாய் பட்டதால் நான் முயற்சியைக் கைவிட்டேன். நான் ஒரு வாய் விஸ்கியைக் குடித்து, பற்களைச் சுத்தம் செய்துவிட்டு படுக்கைக்குப் போனேன்.

ஞாயிறு காலையில் நான் நவோகோவுக்கு ஒரு கடிதமெழுதினேன். நான் அவளுக்கு எழுதிய விஷயங்களில் ஒன்று மிடோரியின் தந்தை பற்றியது. ***எனது விரிவுரை வகுப்புகளில் ஒன்றைச்சேர்ந்த பெண்ணின் தந்தையைப் பார்க்க நான் மருத்துவமனைக்குச் சென்றிருந்தேன். அவரது அறையில் வைத்து கொஞ்சம் வெள்ளரி சாப்பிட்டேன். நான் அவற்றை மென்றுதின்னும் ஒலியைக் கேட்ட அவர், தானும் கொஞ்சம் சாப்பிடவிரும்புவதாகக் கூறினார், அவரும் தனது வெள்ளரிக்காயை அதே சத்தத்தோடு மென்றார். எனினும், ஐந்து நாட்களுக்குப்பின் அவர் இறந்துபோனார். அவர் தனது வெள்ளரித்துண்டுகளை மென்றபோது உண்டாக்கிய சிறிய மெல்லும் சப்தத்தின் உயிர்ப்பான நினைவு இப்போதும் எனக்குள் இருக்கிறது. சிலர் இறக்கும்போது தம்மைப் பற்றிய விநோதமான, சிறிய நினைவுகளை விட்டுச் செல்கின்றனர்.*** என் கடிதம் தொடர்ந்தது.

படுக்கையில் படுத்துக்கிடக்கும்போதும், காலையில் எழுந்தபின்பும் நான் உன்னைப் பற்றியும் ரெய்கோ பற்றியும், பறவைப் பண்ணை பற்றியும் நினைக்கிறேன். மயில், புறாக்கள், கிளிகள், வான்கோழிகள் மற்றும் முயல்களைப் பற்றி நினைத்துப்பார்க்கிறேன். அந்த மழைபொழிந்த காலைப்பொழுதில்

நீயும் ரெய்கோவும் அணிந்திருந்த தலைக்கவசத்துடன் கூடிய மஞ் சள்நிற மழைக்கோட்டினை ஞாபகப்படுத்திக்கொள்கிறேன். நான் படுக்கையில் கதகதப்பாக படுத்திருக்கும்போது உன்னைப் பற்றி நினைப்பது நல்லதொரு உணர்வை எனக்கு ஏற்படுத்துகிறது. நல்ல உறக்கத்தில் நீ என்னருகே சுருண்டு படுத்திருப்பதுபோல் உணர்கிறேன். அதுமட்டும் உண்மையாக இருந்திருந்தால் அது எத்தனை அற்புதமாக இருக்கும் என்று நினைக்கிறேன்.

சிலசமயங்களில் நான் உன் இழப்பை பெரிதும் உணர்கிறேன். ஆனாலும் பொதுவாக, என்னால் முடிந்தவரைக்கும் சக்தியைத் திரட்டி நான் வாழ்க்கையை வாழ்ந்தபடி இருக்கிறேன். எப்படி நீ ஒவ்வொரு காலைப்பொழுதும் பறவைகளையும் வயல்களையும் கவனித்துக் கொள்கிறாயோ, அதுபோல நான் தினமும் காலையில் எனக்குநானே கீ கொடுத்துக்கொள்கிறேன். நான் எழுந்ததும் 36 முறை அந்த கீயை முடுக்கித் திருகி, பற்களைத் தேய்த்து, சவரம்செய்து, காலையுணவு சாப்பிட்டு, ஆடைகளை மாற்றிக்கொண்டு, துயிற்கூடத்தைவிட்டுக் கிளம்பி, பல்கலைக்கழகத்தை வந்தடைவேன். எனக்கு நானே, "சரி, இன்றைய தினத்தை நாம மற்றொரு நல்ல நாளா மாத்துறோம்"னு செல்லிக்கொள்வேன். முன்பு எப்படியோ நான் கவனித்ததில்லை, ஆனால் இப்போதெல்லாம் நான் எனக்கு நானே நிறைய பேசிக்கொள்வதாக மற்றவர்கள் சொல்கிறார்கள். அநேகமாக, நான் சக்தியைத் திரட்டிக்கொள்ள கீயை முடுக்கும்போது எனக்குநானே முணுமுணுத்திருப்பேன்.

உன்னைப் பார்க்க இயலாதிருப்பது சிரமமானதாக இருக்கிறது. ஆனால் உனக்காக இல்லாவிட்டால் டோக்கியோவில் என் வாழ்க்கை இன்னும் அதிக மோசமாக இருந்திருக்கும். நான் படுக்கையிலிருக்கும்போது நான் உன்னைப் பற்றி நினைப்பதால்தான், காலையில் இன்னுமொரு நல்ல நாளை வாழவேண்டுமென எனக்கு நானே கூறிக்கொள்ளமுடிகிறது. நீ அங்கே செயல்பட்டுக் கொண்டிருப்பதைப்போல நான் இங்கு என்னாலானதை சிறப்பாகச் செய்யவேண்டுமென அறிந்திருக்கிறேன்.

எனினும், இன்று ஞாயிற்றுக்கிழமை, நான் என் கீயை முறுக்கிக்கொண்டு செயல்படத் தேவையில்லாத நாள். நான் என் சலவை வேலைகளை முடித்துவிட்டு என் அறையிலிருந்து உனக்கு எழுதிக்கொண்டு இருக்கிறேன். நான் இந்தக் கடிதமெழுதி முடித்து, அஞ்சல்தலை ஒட்டி, தபால்பெட்டியில் போட்டுவிட்டேனென்றால், சூரியன் அஸ்தமனமாகும்வரை எனக்குச் செய்வதற்கு எதுவுமில்லை. நான் ஞாயிற்றுக்கிழமைகளில்

படிப்பதும்கூட இல்லை. வாரநாட்களில் வகுப்பு நேரங்களுக்கு இடைப்பட்ட நேரத்தில் நூலகத்தில் போதுமான அளவு படித்துவிடுவதால், ஞாயிற்றுக்கிழமைகளில் நான் படிப்பதற்கென எதுவும் மிச்சமிருப்பதில்லை. ஞாயிற்றுக்கிழமை மதியவேளைகள் அமைதியானவை, சச்சரவற்றவை. ஆனால் என்னளவிலோ தனிமையானவை. நான் புத்தகங்கள் எதையாவது வாசித்துக் கொண்டோ அல்லது இசைகேட்டபடியோ இருப்பேன். சில சமயங்களில், டோக்கியோவைச் சுற்றி வழக்கமாக ஞாயிறன்று நாம் நடந்த பல்வேறு பாதைகளை மீண்டும் நான் நினைத்தபடி இருக்கிறேன். குறிப்பிட்ட ஏதோவொரு நடையின்போது நீ அணிந்திருந்த ஆடைகளின் மிகத் துல்லியமான சித்திரம் என் மனதில் தோன்றும். ஞாயிற்றுக்கிழமை மதியங்களில் எல்லாவிதமான விஷயங்களும் என் மனதில் வருகிறது.

என் சார்பாக ரெய்கோவிடம் ஹாய் சொல்லவும். இரவுப்பொழுதில் உண்மையிலே அவளது கிதார் இசையைத் தவறவிடுகிறேன்.

நான் கடிதத்தை எழுதிமுடித்ததும், சில வரிசை கட்டடங்களைத் தாண்டி தபால்பெட்டி இருக்குமிடத்துக்கு நடந்தேன். பின் அருகிலிருந்த பேக்கரியில் எக் சான்ட்விச்சும் ஒரு கோக்கும் வாங்கினேன். நான் ஒரு ஊஞ்சலில் அமர்ந்தபடி உள்ளூர் மைதானத்தில் சில பையன்கள் பேஸ்பால் விளையாடுவதைப் பார்த்தபடி, அவற்றை மதிய உணவாகக் கொண்டேன். இலையுதிர்காலம் உச்சத்தை எட்டியதால், அது ஆகாயத்துக்கு ஓர் அடர்த்தியையும் அதன் நீலநிறத்தில் அதிகரிப்பையும் காட்டியது. ட்ராம் பாதையைப்போன்று, துல்லியமான இணையாகச்சென்ற, விண்வெளியில் வானூர்தி இட்டுச்சென்ற ஒளிக்கோட்டைக் காண்பதற்காக நான் மேல்நோக்கிப் பார்த்தேன். ஆட்டமுறை தப்பி என் பக்கம் உருண்டுவந்த பந்தை, நான் அவர்களிடம் எடுத்துவீசியபோது, அந்த இளம் ஆட்டக்காரர்கள் மரியாதையுடன் தங்கள் தொப்பியைக் கழற்றி, “நன்றி சார்” என்றபடி மாட்டினர். பெரும்பாலான சிறார் பேஸ்பால் ஆட்டத்தில் நடப்பதுபோல, அதில் நிறையமுறை ஒரு நிலையிலிருந்து அடுத்த நிலைக்குச் ஓடுவது (Walk and stolen bases) நடந்தது.

மதியம் வாசிப்பதற்காக நான் அறைக்குத் திரும்பினேன், ஆனால் கவனம் செலுத்தமுடியவில்லை. பதிலாக நான் மேற்கூரையை உற்றுப்பார்த்தபடி மிடோரியைப் பற்றி நினைத்துக்கொண்டிருந்தேன். அவளது தந்தை, அவர் மறைந்தபின், அவளைக் கவனித்துக்கொள்ளும்படிக் கேட்பதற்கு

உண்மையிலே முயற்சிசெய்திருப்பாரோ என ஆச்சரியப்பட்டேன். ஆனால் அவர் மனதில் என்ன இருந்திருக்குமென சொல்ல எனக்கு வழியேதுமில்லை. அநேகமாக அவர் என்னை வேறொருவராக நினைத்துக் குழப்பிக்கொண்டிருக்கவேண்டும். எப்படியிருந்தபோதும், குளிர்மழை பொழிந்துகொண்டிருந்த வெள்ளிக்கிழமை காலைப்பொழுதில் அவர் இறந்துவிட்டார், இப்போது உண்மையை அறிவது சாத்தியமில்லாதது. மரணத்தின்போது அவர் எப்போதைவிடவும் சிறிதாக சுருங்கியிருக்கவேண்டுமென நான் கற்பனைசெய்தேன். அத்தோடு அவர்கள் மின்னடுப்பில் அவர் சாம்பலாகும்வரை எரித்திருப்பார்கள். அவர் விட்டுச்சென்றது என்ன? பெரிதாய்ச் சொல்லவியலாத ஒரு புத்தகக்கடையும் இரு மகள்களும். குறைந்தபட்சம் அவர்களுள் ஒருத்தி கொஞ்சம் அதிகமாகவே விநோதமானவள். இது என்னமாதிரியான வாழ்க்கை? நான் ஆச்சரியப்பட்டேன். அவரது வெட்டித் திறக்கப்பட்ட தலையுடனும் கொஞ்சம் குழம்பிப்போன மூளையுடனும் மருத்துவமனை படுக்கையில் கிடந்தபடி, அவர் என்னைப் பார்த்தபோது அவர் மனதில் என்ன தோன்றியிருக்கும்?

மிடோரியின் தந்தையைப் பற்றிய இதுபோன்ற எண்ணங்களை நினைப்பது என்னை பெரிதும் துயரமான மனநிலைக்கு இட்டுச் சென்றது, எனவே நான் மொட்டை மாடிக்குச் சென்று துணிகள் உண்மையிலே உலராதபோதும், கீழே கொண்டுவரப்போனேன். பின் ஷின்ஷிகு தெருக்களில் நடந்தபடி நேரத்தை செலவிடக் கிளம்பினேன். ஞாயிற்றுக்கிழமை கும்பல் எனக்குக் கொஞ்சம் ஆறுதலை அளித்தது. கினோகுனியா புத்தகக் கடை, பரபரப்பான நேர தொடர்வண்டியைப்போல கூட்டம் நெருக்கியடித்தது. நான் ஃபாக்னரின் லைட் இன் ஆகஸ்ட் ஒரு பிரதி வாங்கினேன். பின் இருப்பதிலேயே இரைச்சலான ஜாஸ் கபே என நான் நினைக்கும் கடைக்குச் சென்று, சூடான, அடர்த்தியான, வெறுப்பூட்டும் சுவையிலான காபியைப் பருகியபடியே, ஆர்ஷெட்டி கோல்மேன் மற்றும் பட் பாவெலின் கேட்டபடியே எனது புதிய புத்தகத்தை வாசித்தேன். 5.30 மணிக்கு நான் என் புத்தகத்தை மூடிவிட்டு வெளியே வந்து, மிதமான இரவுணவைச் சாப்பிட்டேன். எத்தனை ஞாயிறுகள்— இதுபோல எத்தனை நூற்றுக்கணக்கான ஞாயிறுகள் எனக்காகக் காத்திருக்கின்றன? "அமைதியாக அரவமற்று, தனிமையாய்" எனக்கு நானே சத்தமாய்ப் பேசிக் கொண்டேன். ஞாயிற்றுக்கிழமைகளில் நான் எனது சுருள்வில்லை முடுக்குவதில்லை.

8

அந்த வாரத்தின் நடுவில் நான் உடைந்த கண்ணாடித்துண்டால் என் உள்ளங்கையைக் கிழித்துக்கொள்ள நேர்ந்தது. இசைத்தட்டு அலமாரியை பகுதி பகுதியாகப் பிரித்த கண்ணாடித் தடுப்பு கீறல்விட்டிருந்ததை நான் கவனிக்கவில்லை. என்னிடமிருந்து அவ்வளவு ரத்தம் பீறிட்டதை என்னால் நம்பவே முடியவில்லை, அது என் காலடித் தரையை பளிச்சிடும் சிவப்பு நிறமாக மாற்றியது. கடைநிர்வாகி துண்டொன்றைக் கண்டெடுத்து, காயத்தைச் சுற்றி அதை இறுகக்கட்டினார். பின் விபத்துப்பிரிவுக்கு தொலைபேசி அழைப்பொன்றை விடுத்தார். பெரும்பாலான நேரங்களில் சிறிதும் பயனில்லாத அவர், அப்போது ஆச்சர்யமூட்டும் திறமையுடன் செயலாற்றினார். அதிர்ஷ்டவசமாக மருத்துவமனை அருகிலேயே இருந்தது, ஆனால் அங்கே நான் சென்றடைவதற்குள் துண்டானது செந்நிறமாக ஊறி, அதையும் தாண்டிவந்த ரத்தம் மருத்துவமனை வராந்தாவில் சொட்டியது. அங்கிருந்தவர்கள் எல்லாம் என்னைக் கண்டு விரைந்து விலகியோடினர். நான் சண்டையொன்றில் காயம்பட்டிருப்பதாக அவர்கள் நினைப்பதுபோல தோன்றியது. சொல்லப்போனால் நான் வலியெதையும் உணரவில்லை, ஆனால் ரத்தம் நிற்கவேயில்லை.

மருத்துவர் நிதானமாக ரத்தத்தில் ஊறிய துண்டை நீக்கி, என் மணிக்கட்டிலுள்ள தமனியொன்றை அழுத்தி இரத்தப் பெருக்கை நிறுத்தி, காயத்தை தொற்றேதும் தாக்காமல் செய்து அதனைத் தையலிட்டு என்னை மறுநாளும் வரும்படி கூறினார். இசைத்தட்டு கடைக்குத் திரும்பியதும், நிர்வாகி

என்னை வீட்டுக்குப்போகும்படி கூறினார். அவர், நான் எனது வேலையைச் செய்ததாக குறித்துக்கொள்வதாகக் கூற, நான் துயிற்கூடத்துக்குப் பேருந்தேறி, நேராக நாகசாவா அறைக்குச் சென்றேன். வெட்டுக்காயத்தால் பதற்றத்துடனிருந்த நான் யாருடனாவது பேசவிரும்பினேன். மேலும் நாகசாவாவையும் பார்த்து நீண்ட நாட்களாகியிருந்தது.

அவன் தனது அறையில் ஒரு குவளை பீரைக் குடித்தபடி தொலைக்காட்சியில் ஸ்பானிஷ் பாடத்தைக் கவனித்துக் கொண்டிருக்கக் கண்டேன். "உனக்கு என்னடா ஆச்சு?" அவன் எனது கட்டுக்களைக் கண்டதும் கேட்டான். எனக்குநானே வெட்டுக்காயம் நிகழக் காரணமாகிவிட்டேன் எனவும் ஆனால் அது அத்தனை பெரிதில்லை எனவும் சொன்னேன். அவன் என்னை பீர் சாப்பிட அழைத்தான், நான் வேண்டாம் நன்றியெனக் கூறினேன்.

"கொஞ்சம் பொறு, இது இரண்டொரு நிமிஷத்துல முடிஞ்சுடும்," என்ற நாகசாவா, பின் தனது ஸ்பானிஷ் உச்சரிப்பைத் தொடர்ந்தான். நான் கொஞ்சம் நீரைக் கொதிக்கவைத்து தேநீர்ப் பொதியால் எனக்கு நானே ஒரு குவளை தேநீர் தயாரித்துக்கொண்டேன். ஒரு ஸ்பானிஷ் பெண்மணி உதாரண வாக்கியங்களை சொல்லிக்கொண்டிருந்தாள். 'நான் ஒருபொழுதும் இத்தகைய பயங்கர மழையைப் பார்த்ததில்லை!', 'பார்சிலோனாவில் பல பாலங்கள் அடித்துச்செல்லப்பட்டன.' நாகசாவா அந்த வாக்கியங்களை சத்தமாக உச்சரித்தான். "எவ்ளோ மோசமான வாக்கியங்கள்!" என்றான் அவன். "எப்பவும் இதுமாதிரியான குப்பையைத்தான் நமக்குத் தருவாங்க."

நிகழ்ச்சி முடிந்ததும் அவன் தொலைக்காட்சியை அணைத்து விட்டு, தனது சிறிய குளிர்பதனப்பெட்டியிலிருந்து இன்னொரு பீரை எடுத்தான். "உறுதியா சொல்லு, நான் உனக்கு இடைஞ்சலா ஏதும் வந்துடலையே?"

"வாய்ப்பே இல்லை. நான் மனசளவுல அலுத்துப்போய் இருந்தேன். நிச்சயமா உனக்கு பீர்வேண்டாமா?"

"இல்லை, உண்மையிலே எனக்கு வேண்டாம்," என்றேன் நான்.

"ம், அவங்க நேத்து தேர்வுமுடிவுகளை தபால் பண்ணியிருந்தாங்க. நான் பாஸாயிட்டேன்."

"வெளிநாட்டு அமைச்சகப் பணிக்கான தேர்வா?"

“அதேதான், அதிகாரபூர்வமா அது அயல்தேச விவகார பொதுச்சேவை பணியாளருக்கான முதல்வகுப்பு பணித்தேர்வுனு சொல்வாங்க. என்ன ஒரு ஜோக்!”

“வாழ்த்துகள்!” என்றபடி நான் கைகுலுக்குவதற்காக எனது இடது கையை நீட்டினேன்.

“நன்றி.”

“நீ பாஸானதுல நிச்சயமா எனக்கு ஆச்சர்யம் ஏதுமில்லை.”

“எனக்கும்கூடத்தான்,” நாகசாவா சிரித்தான். “ஆனா அது அதிகாரபூர்வமா அறிவிக்கப்படறது அருமையான விஷயம்.”

“வேலையில் சேர்ந்ததும் நீ வெளிநாடு போவேன்னு நினைக்கியா?”

“இல்லை, முதல்ல நமக்கு அவங்க ஒருவருஷம் பயிற்சிதருவாங்க. அப்புறம் கொஞ்சநாளைக்கு வெளிநாட்டுக்கு நம்மை அனுப்புவாங்க.”

நான் எனது தேநீரை அருந்த, அவன் தனது பீரை வெளிப்படையான திருப்தியுடன் குடித்தான்.

“நீ விரும்பினா நான் இங்கேயிருந்து போறப்ப இந்த ஃப்ரிட்ஜை நான் உனக்குத் தர்றேன்,” என்றான் நாகசாவா. “நீ இதை வாங்கிக்க விரும்புவதான, இல்லையா? இது பீர்வைக்க அருமையானது.”

“ம், விரும்புவேன்தான், ஆனா இது உனக்குத் தேவையில்லையா? நீ ஃபிளாட்ல வசிக்கப்போறியா இல்ல வேறெதிலயாவதா?

“முட்டாளா இருக்காத, இந்த இடத்தைவிட்டுப் போகும்போது நான் எனக்கு பெரிய ஃப்ரிட்ஜா வாங்கிக்கிறேன். நான் உயர்வான வாழ்க்கை வாழப்போறேன். இது மாதிரியான குப்பைக்குழில நாலு வருஷம்கிறதே ரொம்ப அதிகம். நான் இந்த இடத்துல பயன்படுத்துன எதையும் பார்க்கிறதுக்கே விரும்பலை. நீ எதுவேணும்னு சொல்லு நான் அதை உனக்குத் தர்றேன் — டிவி, தெர்மோஸ்ப்ளாஸ்க், ரேடியோ...”

“நீ எனக்கு கொடுக்கவிரும்பறது எதுவானாலும் எடுத்துக்கிறேன்.” என்றேன் நான். நான் அவனது சாய்வுமேஜையிலிருந்த பாடப் புத்தகத்தை எடுத்து உற்றுநோக்கினேன். “நீ ஸ்பானிஷ் படிக்கத் தொடங்கியிருக்கிறியா?”

"ஆமா, எத்தனை மொழி அதிகமா தெரியுதோ அவ்வளவுக்கு நல்லது. அதோட எனக்கு அதுக்கான திறமை இருக்கு. நான் எனக்குநானே ஃப்ரெஞ்ச் படிச்சேன். அது நடைமுறையில கச்சிதமா இருந்துச்சு. மொழிகள் எல்லாம் விளையாட்டு மாதிரி. ஒண்ணுக்கான விதிகளைத் தெரிஞ்சுக்கிட்டோம்னா எல்லாமும் ஒரே மாதிரிதான் செயல்படும். பெண்கள்மாதிரி."

"ஹா, வாழ்க்கையோட பிரதிபலிப்பு!" நான் பரிகாசத்துடன் சொன்னேன்.

"எப்படியோ இருக்கட்டும், நாம சீக்கிரமே வெளிய சாப்பிடப் போறோம்."

"பெண்களைத் தேடிப்போறதைச் சொல்றியா நீ?"

"இல்லை உண்மையிலே இரவுணவுக்கு. நீ, நான், ஹாட்சுமி. ஒரு நல்ல ரெஸ்டாரெண்டுல எனக்கு புதுவேலை கிடைச்சதைக் கொண்டாடுறதுக்கு. என்னோட அப்பாதான் பணம் கட்டப்போறது, அதனால நாம உண்மையிலே விலையதிகமான ஓரிடத்துக்குப் போறோம்."

"நீயும் ஹாட்சுமியும் மட்டும் போகக்கூடாதா?"

"இல்லை, நீயும் அங்க இருந்தா நல்லாயிருக்கும். நான் இன்னும் ரொம்ப இயல்பாயிருப்பேன். ஹாட்சுமியும் அப்படித்தான் உணர்வா."

கிஸுகி, நான், நவோகோ மாதிரி எல்லாம் திரும்பவுமா, ம்ஹூம், வேண்டாம்.

"நான் அதுக்கப்புறம் அன்னைக்கு ராத்திரியை ஹாட்சுமியோட செலவிடுவேன். அதனால சாப்பாட்டுக்கு மட்டுமாவது எங்களோட சேர்ந்துக்க."

"நீங்க ரெண்டுபேரும் உண்மையிலே நான் வரணும்னு விரும்புனா, சரி" என்றேன் நான். "சரி, எப்படியிருந்தாலும் ஹாட்சுமியைப் பத்தி நீ என்ன முடிவுக்கு வந்திருக்க? நீ உன்னோட பயிற்சியை முடிச்சதும், வெளிநாட்டுக்குப் போகவேண்டிய திருக்கும்— அநேகமா நீ திரும்பிவர வருஷக்கணக்கா ஆகும். அவளுக்கு என்னாகும்?"

"அது அவளோட பிரச்சினை."

"எனக்குப் புரியலை," என்றேன் நான்.

கால்கள் அவனது சாய்வு மேஜையின் மீதிருக்க, நாகசாவா ஒரே மடக்கில் நிறைய பீரைக் குடித்துவிட்டு கொட்டாவிவிட்டான்.

"பாரு, நான் கல்யாணம் செஞ்சுக்கிடணும்னு திட்டம் ஏதும் வெச்சிருக்கலை. நான் அதை ரொம்பத் தெளிவா ஹாட்சுமிக்குச் சொல்லிட்டேன். அவ வேற யாரையாச்சும் கல்யாணம் செஞ்சுக்க விரும்புனா, செஞ்சுக்கலாம். நான் அவளைத் தடுக்கமாட்டேன். அவ எனக்காக காத்திருக்கிறதுனா காத்திருக்கட்டும். அதுதான் நான் சொல்றது."

"நான் அதை உன் முடிவுக்கு விட்டுடறேன்," என்றேன் நான்.

"நீ என்னை முட்டாள்னு நினைக்கிற இல்லையா?"

"ஆமா நினைக்கிறேன்."

"பாரு, இந்த உலகம் இயற்கையிலே நியாயமில்லாத இடம். அதுல உள்ள விதிகள் எல்லாத்தையும் நான் உருவாக்கலை. எப்பவுமே அது அப்படித்தான் இருக்கு. நான் ஒரேயொருமுறைகூட ஹாட்சுமியை ஏமாத்தினதில்லை. நான் ஒரு முட்டாள்னு அவளுக்குத் தெரியும், அவ எப்ப என்னைப் பொறுத்துக்க முடியாதுனு தீர்மானிக்கிறாளோ அப்ப அவ என்னைவிட்டுப் போகலாம். நான் ஆரம்பத்திலிருந்தே இதை நேரடியா அவகிட்ட சொல்லிட்டேன்."

நாகசாவா தனது பீரைக் குடித்துமுடித்துவிட்டு ஒரு சிகரெட்டைப் பற்றவைத்தான்.

"உனக்கு வாழ்க்கையைப் பத்தி எந்தப் பயமும் இல்லையா?" நான் கேட்டேன்.

"ஏய், நான் ஒரு முழுமுட்டாள் இல்லை," என்றான் நாகசாவா. "நிச்சயமா சில சமயங்கள்ல வாழ்க்கையைப் பத்தி எனக்கும் பயம் வரும்தான். இருந்தாலும் அந்தப் பயம் நான் மற்ற எல்லாத்தையும் பாழாக்க அனுமதிக்கமாட்டேன். என்னால எவ்வளவுதூரம் முடியுமோ அவ்ளோ தூரம் 100 சதவிகிதம் வாழப்போறேன். எனக்கு என்ன வேணுமோ அதை எடுத்துக்கிட்டு எனக்கு வேண்டாததை விட்டுடுவேன். நான் வாழ்க்கையை அப்டித்தான் வாழநினைச்சிருக்கேன். ஆனா விஷயங்கள் சிக்கலாச்சுனா, அந்த சமயத்துல நான் நின்னு அதைப்பத்தி திரும்பவும் யோசிப்பேன். நீ யோசிச்சுப் பார்த்தா, உன்னோட திறமைகளை அதோட கடைசிவரைக்கும் பயன்படுத்துறதுக்கு சாத்தியமாக்காத சமூகம்

நியாயமில்லாத சமூகம்னு உணர்வ"

"ரொம்பவே தன்னலமான வாழ்க்கை முறை மாதிரி தோணுது," என்றேன் நான்.

"இருக்கலாம், ஆனா நான் பழம் விழுமானு சும்மா வானத்தைப் பார்த்து காத்துக்கிட்டு ஒண்ணும் இருக்கலை. என்னோட சொந்தவழியில, நான் கடுமையா உழைக்குறேன். உங்களைவிடவும் பத்துமடங்கு அதிகமா நான் உழைச்சுக்கிட்டு இருக்கேன்."

"அது உண்மைதான்," என்றேன் நான்.

"சிலசமயம் என்னைச் சுத்திப் பார்க்கிறப்ப குமட்டலா உணர்றேன். இந்த முட்டாள்கள் ஏன் ஏதாச்சும் செய்யக்கூடாது நான் ஆச்சர்யப்படறேன். அவங்க ஒரு மண்ணும் செய்யறதில்லை, அப்புறம் அதைப்பத்தி முனகறாங்க."

அவனது தொனியின் கடுமையைக் கண்டு நான் நாகசாவாவைப் பார்த்தேன். "என்னோட பார்வையில, எல்லாரும் கடுமையா உழைக்கிறாங்க. அவங்க நீண்ட நேரம் கடுமையா உழைக்கிறாங்க. இல்லை, நான் பார்க்கிறவிதம் தப்பா?"

"அது கடின உழைப்பு இல்லை. அது வெறும் உடலுழைப்பு," நாகசாவா உறுதியாகச் சொன்னான். "நான் சொல்ற கடின உழைப்புங்கிறது பெரிதும் தன்னளவில் திட்டமிட்டு ஒரு குறிக்கோளோட உழைக்கிறது."

"எல்லாரும் சாதாரணமா இருக்கும்போது ஸ்பானிஷ் படிக்கிறியே, அதுமாதிரின்னு சொல்றியா நீ?"

"அதேதான். நான் அடுத்த வசந்த காலத்துக்குள்ள ஸ்பானிஷ்ல சரளமா தேர்ச்சி பெறப்போறேன். ஆங்கிலம், ஜெர்மன், ஃப்ரெஞ்ச் எனக்கு நல்லா தெரியும். கிட்டத்தட்ட இத்தாலியை படிச்சு முடிச்சுட்டேன். இதுமாதிரியான விஷயங்கள் கடின உழைப்பு இல்லாம நடக்கும்னு நீ நினைக்கிறியா?"

நான் மிடோரியின் தந்தையைப்பற்றி நினைத்துக்கொண்டிருக் கையில் நாகசாவா தனது சிகரெட்டை இழுத்து ஊதினான். ஒரு மனிதர் தொலைக்காட்சியில் ஸ்பானிஷ் பாடம் படிக்கலாம் என்பதைப்பற்றி அநேகமாக நினைத்துக்கூட பார்த்திராத ஒரு மனிதர் இருந்திருக்கிறார். அநேகமாக அவர் கடின உழைப்புக்கும் உடல் உழைப்புக்கும் வித்தியாசம் இருக்கிறதென நினைத்துக்கூட பார்த்திருக்கமாட்டார். பெரும்பாலும் அவர்— வேலை

குறித்த பரபரப்பு, வீட்டிலிருந்து ஃபுகுஷிமாவுக்கு ஓடிப்போன மகளை வீட்டுக்கு அழைத்துவரும் மும்முரம்— இவற்றைப்பற்றி யோசிப்பதிலேயே அதிக மும்முரமாய் இருந்திருப்பார்.

“அப்ப, நம்மோட டின்னர் இந்த சனிக்கிழமை இருந்தா உனக்குப் பரவாயில்லையா?” என்றான் நாகசாவா.

“நல்லது,” என்றேன் நான்.

நாகசாவா அசாபுவின் தெருக்கடைசியில் அமைதியான கவர்ச்சிகரமான ஃப்ரெஞ்சு உணவகமென்றைத் தேர்வு செய்திருந்தான். அவன் கதவருகே தன் பெயரைச் சொன்னதும், எங்கள் இருவருக்கும் ஒதுக்கமான தனியறை காட்டப்பட்டது. அந்தச் சிறிய அறையின் சுவர்களில் 15 அச்சிடப்பட்ட படங்கள் தொங்கின. ஹாட்சுமியின் வருகைக்குக் காத்திருக்கையில், நாகசாவாவும் நானும் சுவைமிகுந்த ஒயினை சிறிது சிறிதாகப் பருகியபடியே ஜோசப் கான்ராடின் நாவல்கள் பற்றி பேசிக் கொண்டிருந்தோம். அவன் விலையதிகமாகத் தோற்றமளிக்கும் சாம்பல் நிற சூட் அணிந்திருந்தான். நான் சாதாரணமான நீலநிற ப்ளேசரில் இருந்தேன்.

ஹாட்சுமி 15 நிமிடங்களுக்குப்பின் வந்துசேர்ந்தாள். அவள் கவனமாக அலங்கரித்துக்கொண்டு, தங்க காதுவளையங்கள் அணிந்து, அழகான அடர்நீலநிற ஆடையும், ரசனைமிக்க நேர்த்தியான சிவப்பு ஷூவில் இருந்தாள். நான் அவளது ஆடையின் நிறத்தைப் பாராட்டியபோது, அவள் என்னிடம் அதற்கு மிட்நைட் புளூ என்று பெயரெனச் சொன்னாள்.

“என்ன ஒரு நேர்த்தியான ரெஸ்டாரெண்ட்!” என்றாள் அவள்.

“எங்கப்பா டோக்கியோ வரும்போதெல்லாம் இங்கதான் சாப்பிடுவார்,” என்றான் நாகசாவா. “நான் அவரோட இங்க ஒருமுறை வந்திருக்கேன். இதுமாதிரியான பகட்டான இடங்கள்ல எனக்கு அவ்வளவு ஆர்வமில்லை.”

“எப்பவாச்சும் சமயங்கள்ல இதுமாதிரியான பகட்டான இடங்கள்ல சாப்பிடறதுல பிரச்சினை ஏதுமில்லை.” என்ற ஹாட்சுமி என் பக்கம் திரும்பிக் கேட்டாள், “நீ ஒத்துக்கு வதானே?”

“நான் அப்படித்தான் நினைக்கிறேன். நான் பணம் செலுத்தாத வரையில.”

“எங்கப்பா வழக்கமா தன்னோட துணைவியை இங்க கூப்பிட்டு வருவார். அவருக்கு டோக்கியோவுலயும் ஒரு துணை இருக்கு, தெரியுமா?” என்றான் அவன்.

“உண்மையாவா?” ஹாட்சுமி கேட்டாள்.

நான் எதையுமே கேட்காததுபோல, ஒரு மிடறு ஒயினைக் குடித்தேன்.

அதேசமயம் ஒரு பரிசாரகன் வந்து எங்களது தேவைகளைக் குறித்துக் கொண்டான். பசிதூண்டும் ஒரு பதார்த்தத்தையும் சூப்பையும் தேர்வுசெய்தபின், நாகசாவா வாத்துக்கு உத்தரவிட, நானும் ஹாட்சுமியும் ***ஸூ பாஸ் எனும் ஒருவகை கடல் மீனு***க்குச் சொன்னோம். உணவு மிகமெதுவாக வந்ததால், நாங்கள் ஒயினையும் உரையாடலையும் அனுபவிக்கமுடிந்தது. நாகாசாவா முதலில் அயலுறவுத்துறை அமைச்சகத் தேர்வு பற்றி பேசினான். தேர்வு எழுதுபவர்களில் பெரும்பான்மையானவர்கள் அடிகாணமுடியாத பள்ளத்துக்குள் வீசப்பட்டவர்களைப்போன்று இழிந்தவர்கள் என்றும் ஆனாலும் அந்தக்கூட்டத்தில் ஒருசில நாகரிகமானவர்களும் இருக்கலாமென்றும் சொன்னான் அவன். நான் அவனிடம், சமூகத்தில் இழிவானவர்களுக்கும் நல்லவர் களுக்கும் இடையிலான விகிதம் அதிகமென்று நினைக்கிறானா குறைவென்று நினைக்கிறானா எனக் கேட்டேன்.

“நிச்சயமா, அவங்க ஒரேயளவாதான் இருக்காங்க.” என்றான் அவன். மேலும் அவன் சொன்னான்: “இது மாற்றவியலா விதி.”

நாகசாவா இரண்டாவது ஒயின் பாட்டிலுக்கும், அவனுக்கு டபுள் ஸ்காட்சுக்கும் உத்தரவிட்டான்.

பின் ஹாட்சுமி, அவள் என்னுடன் சேர்த்துவைக்க விரும்பும் பெண்ணொருத்தியைப்பற்றி பேசத்தொடங்கினாள். இது எங்களுக்கு இடையேயான நிரந்தரமான விஷயமாக, விவாதப் பொருளாக இருந்தது. அவள் எப்போதும் என்னிடம் தன் குழுவில் உள்ள அழகான பெண்ணைப் பற்றி சொல்லிக்கொண்டிருந்தாள். நான் எப்போதும் தப்பியோடிக் கொண்டிருந்தேன்.

“அவ உண்மையிலே அருமையானவ, உண்மையிலே அழகான பொண்ணு. அடுத்த தடவை அவளை என்கூட அழைச்சுட்டு வர்றேன். நீ அவளோட பேசிப்பாரு, நான் நிச்சயமா சொல்றேன், உனக்கு அவளைப் பிடிக்கும்.”

“இது நேரத்தை வீணடிக்குற வேலை, ஹாட்சுமி” என்றேன் நான். “உன் பல்கலைக்கழகத்துல உள்ள பெண்களோட வெளியே போகமுடியாத அளவுக்கு நான் ரொம்ப ஏழை. என்னால அவங்களோட பேசமுடியாது.”

“மடத்தனமா இருக்காதே, இவ எளிமையான, இயல்பான, பாசாங்கில்லாத பொண்ணு,” என்றாள் அவள்.

“சரி வாட்டனபி, சும்மா அவளைப்போய் பாரு. நீ அவளோட செக்ஸ் ஒண்ணும் வெச்சுக்கவேண்டாம்,” என்றான் நாகசாவா.

“நான் சொல்லக்கூடாதுதான்!” என்றாள் ஹாட்சுமி. “அவ கன்னித்தன்மை இழக்காதவ.”

“நீ இருக்கிற மாதிரி,” என்றான் நாகசாவா.

“ரொம்பச் சரி,” ஹாட்சுமி பளிச்சென்ற புன்னகையுடன் சொன்னாள். “நான் இருக்கிறமாதிரி. ஆனா உண்மையிலே,” அவள் என்னிடம் சொன்னாள். “ரொம்ப ஏழையா இருக்கேன்லாம் என்கிட்ட சொல்லாத. அதுக்கும் இதுக்கும் சம்பந்தமே இல்லை. நிச்சயமா, ஒவ்வொரு வருஷமும் சில பயங்கரமான காசுபிடுங்குற பெண்கள் இருக்கிறாங்கதான், ஆனா மத்த எல்லாரும் ரொம்ப சாதாரணமானவங்க. நாங்க எல்லாம் பள்ளிக்கூட சிற்றுண்டிச் சாலைல 250 யென்னுக்குத்தான் மதிய சாப்பாடு சாப்பிடுவோம்.”

“ஹாட்சுமி, ஒரு நிமிஷம் பொறுங்க,” நான் அவளது பேச்சில் இடையிட்டேன். “என் பள்ளிக்கூட சிற்றுண்டிச்சாலைல ஏ, பி, சினு மூணுவிதமான மதிய உணவு உண்டு. ஏ— வகைச் சாப்பாடு 120 யென், பி 100 யென், சி வகைச் சாப்பாடு 80 யென். நான் ஏ வகைச் சாப்பாட்டை சாப்பிடுறப்ப எல்லாரும் என்னை ஒருமாதிரி அசிங்கமா பார்ப்பாங்க. சி வகைச் சாப்பாட்டுக்குக்கூட வழியில்லாதவங்க 60 யென்னுக்கு விற்கிற ரேமன் நூடுல்ஸை வாங்கிச் சாப்பிடுவாங்க. இந்த மாதிரியான இடம்தான் நான் போறது. நீ இப்பவும் உன்னோட பல்கலைக்கழக பெண்களோட நான் பேசமுடியும்னு நினைக்கிறியா?”

ஹாட்சுமியால் சிரிப்பை அடக்கமுடியவில்லை. “அது ரொம்ப மலிவானது!” என்றாள் அவள் “ஒருவேளை நான் அங்க சாப்பிடப்போகலாம்! ஆனா உண்மையிலே டோரு நீ ஒரு அருமையான ஆள், நான் நிச்சயமா சொல்றேன் உன்னால இந்தப் பொண்ணோட ஒத்துப்போகமுடியும். அவ 120 யென்

சாப்பாட்டைக்கூட ரசிக்கலாம்.”

“வாய்ப்பே இல்லை,” நான் சிரித்தபடி சொன்னேன். “யாரும் அந்தச் சாப்பாட்டை விரும்பிச் சாப்பிடமாட்டாங்க. வேறெதையும் வாங்க வசதியில்லாதவங்கதான் அதைச் சாப்பிடுவாங்க”

“இருக்கட்டும், ஒருத்தரை அவரோட தோற்றத்தை வெச்சு எடைபோடக்கூடாது. நாங்க ஆடம்பரமான இடங்களுக்குப் போறது உண்மைதான். ஆனா எங்கள்ல வாழ்க்கையைப்பற்றி ஆழமான சிந்தனைகளைக் கொண்டிருக்கிற, விளையாட்டுத்தனமில்லாத ஆட்கள் பலபேர் இருக்கிறாங்க. எல்லாருமே ஸ்போர்ட்ஸ் கார் வெச்சிருக்கிற பாய்ஃப்ரெண்டை எதிர்பார்த்து இருக்கிறவங்க இல்லை.”

“அந்தளவுக்கு எனக்கும் தெரியும்,” என்றேன் நான்.

“வாட்டனபிக்கு ஒரு பெண் இருக்கா. அவன் காதலிக்கிறான்,” என்றான் நாகசாவா. “ஆனா அவன் அவளைப்பத்தி ஒருவார்த்தை பேசமாட்டான். இதுமாதிரியான விஷயங்கள்ல அவன் வாயே திறக்கமாட்டான். ஒரு புரியாத புதிர்.”

“உண்மையாவா?” ஹாட்சுமி என்னைக் கேட்டாள்.

“உண்மைதான்,” என்றேன் நான். “ஆனா இது புதிரெல்லாம் ஒண்ணுமில்லை. அது கொஞ்சம் சிக்கலான, பேசறதுக்கு சிரமமான விஷயம்.”

“கள்ளக்காதலா? ஓ! நீ என்கிட்ட பேசலாம்.”

நான் பதிலைத் தவிர்க்கும்விதமாக ஒருவாய் ஒயினைக் குடித்தேன்.

“நான் என்ன அர்த்தத்துல சொன்னேனு புரிஞ்சுதா?” நாகசாவா தனது மூன்றாவது சுற்று விஸ்கியைப் பருகியபடியே சொன்னான். “வாய்திறக்கமாட்டான். இவன் ஏதாவது விஷயம் பற்றி பேசுறதில்லைனு முடிவுசெஞ்சுட்டா, யாராலயும் இவன்கிட்டயிருந்து விஷயத்தை வாங்கமுடியாது.”

“என்ன ஒரு அவமானம்,” அவள் தன் முன்னாலிருந்த பாத்திரத்திலிருந்து சிறிய துண்டை வெட்டி தனது உதட்டுக்கு எடுத்துச் சென்றபடியே கூறினாள். “நீ மட்டும் அவளோட பழகுனா நாம டபுள் டேட்டிங் போகலாம்.”

“ஆமா, நாம தண்ணியடிச்சுட்டு ஜோடியைக் கொஞ்சம்

மாத்திக்கலாம்." என்றான் நாகசாவா.

"இதுமாதிரியான பேச்சு போதும்," என்றாள் ஹாட்சுமி.

"இதுமாதிரியான பேச்சுனு என்ன அர்த்தத்துல சொல்ற? வாட்டனபிக்கு உன்மேல ஒரு கண்ணு இருக்கு." என்றான் நாகசாவா.

"நான் பேசிக்கிட்டிருக்கிறதுக்கும் அதுக்கும் சம்பந்தம் இல்லை," ஹாட்சுமி முணுமுணுத்தாள். "அவன் அப்படிப்பட்ட ஆள் இல்லை. அவன் நேர்மையானவன் அக்கறையுள்ளவன். என்னால சொல்லமுடியும். அதனாலதான் நான் அவனுக்கு ஒரு பொண்ணைச் சேர்த்துவைக்க முயற்சி பண்ணிக்கிட்டு இருக்கேன்."

"ம், நிச்சயமா, அவன் நேர்மையானவன். முன்னால ஒருமுறை நாம பொண்ணுங்களை மாத்திக்கிட்டமே ஞாபகமிருக்கா வாட்டனபி?" நாகசாவா இதனை முகத்தை அத்தனை ஆர்வமில்லாததாக வைத்துக்கொண்டு சொன்னான், பின் மிச்சமிருந்த விஸ்கியனைத்தையும் ஒரேமூச்சில் விழுங்கிவிட்டு இன்னொரு விஸ்கிக்கு உத்தரவிட்டான்.

ஹாட்சுமி தனது முட்கரண்டியையும் கத்தியையும் வைத்துவிட்டு அவளது கைக்குட்டையால் வாயைத் துடைத்தாள். பின் என்னைப் பார்த்து அவள் கேட்டாள், "டோரு, நீ உண்மையிலே அப்படிச் செஞ்சியா?"

எனக்கு உண்மையில் அவளுக்கு எப்படிப் பதில் சொல்வதெனத் தெரியவில்லை. எனவே நான் ஒன்றும் சொல்லவில்லை.

"அவகிட்ட சொல்லு," என்றான் நாகசாவா. "என்ன கருமம்." மனநிலை கசப்பானதாக மாறத்தொடங்கியது. நாகசாவா மதுவருந்தும்போது வெறுக்கத்தக்கவனாக மாறிவிடுவான், ஆனால் இன்றிரவு அவனது வெறுப்பு ஹாட்சுமியை இலக்காகக் கொண்டிருந்ததேயன்றி, என்னையல்ல. அதை அறிந்திருந்ததால், தொடர்ந்து அங்கு அமர்ந்திருப்பது எனக்கு சிரமமானதாக மாறியது.

"இது ரொம்ப சுவாரசியமானதா தோணுது. நான் அதைப்பத்தி கேட்டுத் தெரிஞ்சுக்கவிரும்பறேன்," என்றாள் ஹாட்சுமி.

"நாங்க குடிச்சிருந்தோம்," என்றேன் நான்.

"அது சரிதான் டோரு, நான் உன்னைக் குறைசொல்லலை.

என்ன நடந்துச்சுனு நீ சொல்லணும்னு மட்டும்தான் நான் விரும்பறேன்."

"நாங்க ரெண்டுபேரும் ஷிபுயாவுல ஒரு பார்ல குடிச்சுக்கிட்டு இருந்தோம் அப்ப அந்த ரெண்டு பெண்களோட நட்பானோம். அவங்க ஏதோ ஒரு காலேஜ் படிக்கிறவங்க. அதோட அவங்க ரொம்பவே அழகா மெழுகுச் சிலை மாதிரியிருந்தாங்க. அப்புறம் எப்படியோ, நாங்க ஒரு ஹோட்டலுக்குப்போய் அவங்களோட படுக்கைக்குப்போனோம். எங்களோட அறை ஒருத்தருக்கொருத்தர் அடுத்தடுத்து இருந்துச்சு. நடுராத்திரில நாகசாவா என் அறைக் கதவைத் தட்டி, நாம ஜோடியை மாத்திக்குவோம்னு சொன்னான். அதனால நான் அவனோட அறைக்குப் போனேன். அவன் என்னோட அறைக்கு வந்தான்."

"அந்தப் பொண்ணுங்க ஒண்ணும சொல்லலையா?"

"இல்லை, அவங்க அளவுக்கதிகமா குடிச்சிருந்தாங்க."

"எப்படியோ, நான் அப்படிச் செஞ்சதுக்கு நல்லதொரு காரணம் இருந்துச்சு," என்றான் நாகசாவா.

"நல்ல காரணமா?"

"ம், அந்தப் பொண்ணுங்க ரொம்ப வித்தியாசமா இருந்தாங்க. ஒருத்தி உண்மையாவே அழகா இருந்தா, மத்தவ சுமாரா இருந்தா. அது எனக்கு நியாயமில்லாததா பட்டுச்சு. நான் அழகான பொண்ணோட போனேன், வாட்டனபி மற்றவளோட இருந்தான். அதனாலதான் நாங்க ஜோடிமாத்துனோம். சரியா வாட்டனபி?"

"ம், அப்படித்தான் இருக்கணும்னு நான் நினைக்கிறேன்," என்றேன். ஆனால் உண்மையில் அத்தனை அழகாயில்லாதவளையே எனக்குப் பிடித்திருந்தது. அவள் வேடிக்கையாகப் பேசுபவளாகவும் நல்ல பெண்ணாகவும் இருந்தாள். நாங்கள் பாலுறவுக்குப்பின், படுக்கையில் பேசி மகிழ்ந்தபடியிருந்தோம். அப்போதுதான் நாகசாவா வந்து, நாம் ஜோடிகளை மாற்றிக்கொள்ளலாமென யோசனை சொன்னான். நான் அந்தப் பெண்ணிடம் அவளுக்கு உடன்பாடுதானா எனக் கேட்டபோது, அதுதான் எங்கள் விருப்பமெனில் அவளுக்கும் சம்மதம்தான் என்றாள். அநேகமாக அவள் அந்த அழகிய பெண்ணுடன் நான் இருக்கவேண்டுமென விரும்புவதாக நினைத்திருக்க வேண்டும்.

"அது சந்தோஷமானதாவா இருந்துச்சு?" ஹாட்சுமி என்னைக்

கேட்டாள்.

"ஜோடியை மாற்றிக்கொண்டதையா நீங்க கேட்குறீங்க?"

"மொத்த விஷயமும்தான்."

"குறிப்பா அப்படிச்சொல்லமுடியாது. இது வெறுமனே நீங்க செய்ற மற்றொரு விஷயம். அந்த மாதிரி பெண்களோட படுக்கைக்குப்போறது அந்தளவுக்கு சந்தோஷமான விஷயம் இல்லை."

"அப்ப நீ ஏன் அதைப் பண்ற?"

"என்னாலதான்," என்றான் நாகசாவா.

"நான் டோருவைக் கேட்கிறேன்," நாகசாவாவுக்கு உடனடியாய் பதிலளித்தாள் ஹாட்சுமி. "இதுமாதிரியான விஷயங்களை நீ ஏன் பண்ற?"

"சமயங்கள்ல எனக்கு பெண்களோட படுக்கணும்கிற பயங்கர மான ஆசை வர்றதாலதான்."

"நீ யாரோ ஒருத்தரோட காதல்ல இருக்கும்போது, ஏதோ ஒருவிதத்துல அவளோட உன்னால சமாளிச்சுக்கமுடியாதா?" ஹாட்சுமி சில கணங்கள் சிந்தித்தபின்பு கேட்டாள்.

"இது சிக்கலான விஷயம்."

ஹாட்சுமி பெருமூச்சுவிட்டாள்.

அந்த நேரம் கதவுதிறந்து உணவு உள்ளே கொண்டுவரப்பட்டது. நாகசாவாவுக்கு பொரித்த வாத்து அளிக்கப்பட, ஹாட்சுமியும் நானும் எங்களது ***ஸூ பாஸைப்*** பெற்றோம். பரிசாரகன் எங்களது தட்டுகளில் புதிதாகச் சமைத்த காய்கறிகளை நிறைத்து, கிளம்புமுன் அவற்றின்மீது சாஸை ஊற்றி எங்கள் மூவரையும் மீண்டும் தனிமையில் விட்டுச்சென்றான்.

நாகசாவா வாத்தின் ஒரு துண்டைவெட்டி பேரார்வத்துடன் சாப்பிட்டான், அதைத்தொடர்ந்து நிறைய விஸ்கி குடித்தான். நான் ஒரு முள்கரண்டி நிறைய பசலைக்கீரையைச் சாப்பிட்டேன். ஹாட்சுமி தனது உணவைத் தொடவில்லை.

"டோரு, உன்னோட சூழலை ரொம்ப சிக்கலாக்குறது என்னனு எனக்குத் தெரியலை. ஆனா நீ இப்ப சொன்ன விஷயம் உனக்கு பொருத்தமானதில்லைனு நான் நினைக்கிறேன்.

நீ அந்த மாதிரி ஆளு இல்லை. நீ என்ன நினைக்கிற?” அவள் தன் கைகளை மேஜையின்மீது வைத்து என் கண்களுக்குள் உற்றுநோக்கினாள்.

“ம், நானே சிலசமயம் அந்தமாதிரி உணர்ந்திருக்கேன்,” என்றேன் நான்.

“அப்ப நீ ஏன் விட்டுரக்கூடாது?”

“ஏன்னா சமயங்கள்ல எனக்கு மனித கதகதப்பு தேவையாயிருக்கிறதாலதான்,” நான் நேர்மையாய்ப் பதிலளித்தேன். “சமயங்கள்ல பெண்ணோட உடல் கதகதப்பு மாதிரியான ஒண்ணை உணரலைனா, தாங்கமுடியாத அளவுக்கு நான் ரொம்பத் தனிமையா உணர்றேன்.”

“ஒருநிமிஷம், நான் இதையெல்லாம்பத்தி என்ன நினைக்கிறேன்னு என்னைச் சொல்லவிடு,” இடையிட்டான் நாகசாவா. “வாட்டனபிக்கு அவன் நேசிக்கிற ஒரு பொண்ணு இருக்கா, ஆனா சில சிக்கலான காரணங்களால, அவங்க பாலுறவு வெச்சுக்கமுடியாது. அதனால அவன் தனக்குள்ள, ‘பாலுறவுங்கிறது வெறுமனே பாலுறவு’னு சொல்லிக்கிட்டு தன்னோட தேவையை வேற யார்கிட்டயாவது பார்த்துக்கிறான், அதுல என்ன தப்பு? இது முழுக்க சரியாதான் படுது. அவன் அறையைப் பூட்டிக்கிட்டு எப்போதைக்குமா அறைக்குள்ள புரண்டுக்கிட்டு இருக்கமுடியாது, முடியுமா?”

“ஆனா டோரு, நீ உண்மையாவே அவளைக் காதலிச்சா, நீ உன்னைக் கட்டுப்படுத்துறது சாத்தியமா இருக்காது.”

“ஒருவேளை சாத்தியமாயிருக்கலாம்,” ஒரு துண்டு ஸீ பாஸை கிரீம் சாஸில் தோய்த்து என் வாய்க்குக் கொண்டுசென்றபடியே நான் சொன்னேன்.

“நீ ஒரு ஆணோட பாலியல் தேவையைப் புரிஞ்சுக்கிடலை,” என ஹாட்சுமியிடம் சொன்னான் நாகசாவா. “உதாரணத்துக்கு என்னைப் பார், நான் உன்கூட மூணுவருஷமா இருக்கேன், இந்தக் காலகட்டத்துல நிறைய பொண்ணுங்களோட படுத்துருக்கேன். ஆனா அதுல ஒண்ணுகூட என் ஞாபகத்துல இல்லை. அவங்களோட பெயர்கூட எனக்குத் தெரியாது. அவங்களோட முகம்கூட என் ஞாபகத்துல இல்லை. அவங்க ஒவ்வொருத்தரோடயும் சரியா ஒருமுறைதான் படுத்துருக்கேன். அவங்களைச் சந்திச்சேன், செஞ்சேன் அவ்ளோதான். அதுல என்ன தப்பு?”

"என்னால பொறுத்துக்கமுடியாதது உன்னோட திமிர்தான்," ஹாட்சுமி மென்மையான குரலில் சொன்னாள். "நீ மத்த பொண்ணுங்களோட படுத்தியா இல்லையாங்கிறது வேற விஷயம். நீ படுத்திட்டு திரியறப்ப நான் உண்மையில எப்பவுமே கோவப்பட்டதில்லை, கோவப்பட்டிருக்கேனா?"

"நான் பண்றதைத் படுத்திட்டுத் திரியறதுனுகூட நீ சொல்லமுடியாது. இது சும்மா ஒரு விளையாட்டு. யாரும் புண்படமாட்டாங்க," என்றான் நாகசாவா.

"நான் புண்படுறேன், ஏன் நான் உனக்குப் போதாதா?" என்றாள் ஹாட்சுமி. நாகசாவா ஒருகணம் மௌனமாக இருந்தபடி, தனது குவளையில் இருந்த விஸ்கியைச் சுழற்றினான். "நீ எனக்குப் போதாதுன்னு இல்லை. அது வேற தளம், வேறொரு கேள்வி. அது எனக்குள்ள இருக்கிற ஒரு பசி. நான் உன்னைப் புண்படுத்தியிருந்தா, அதுக்காக நான் வருத்தப் படறேன். ஆனா இது நீ எனக்குப் போதுமா, போதாதாங்கிற கேள்வியில்லை. என்னால அந்த வேட்கையோட மட்டும்தான் வாழமுடியும். நான் அந்தமாதிரியான ஆளு. அதுதான் என்னை நானாயிருக்கச்செய்யுது. அதுபத்தி நான் எதுவும் செய்றதுக்கு இல்லைனு உனக்குப் புரியலையா?"

கடைசியில் ஹாட்சுமி தனது கரண்டியை எடுத்து தனது மீனைச் சாப்பிடத் தொடங்கினாள். "குறைஞ்சது நீ டோருவையாச்சும் உன்னோட ஆட்டத்துக்கு இழுக்காம இரு."

"ஆனா வாட்டனபியும் நானும் நிறைய விஷயத்துல ஒரே மாதிரியானவங்க," என்றான் நாகசாவா. "நாங்க ரெண்டுபேருமே, முக்கியமா எங்களைத்தவிர மற்ற எதிலயும் ஆர்வமில்லாதவங்க. சரி நான் திமிர்பிடிச்சவன், அவன் அப்படியில்லை. ஆனா நாங்க ரெண்டுபேருமே நாங்க சிந்திக்கவோ, உணரவோ இல்லை செய்யவே செய்யாத எதிலும் ஆர்வமேதும் காட்டமாட்டோம். அதனாலதான் நாங்க மற்ற எல்லாரையும்விட முழுக்க மாறுபட்டவிதத்துல விஷயங்களை யோசிக்கிறோம். அவன்கிட்ட நான் விரும்புறதும் அதைத்தான். ஒரேயொரு வித்தியாசம் என்னன்னா, அவனைப்பற்றிய இந்த விஷயத்தை அவன் உணராததும் அதனால அவன் தயங்குறதும் புண்பட்டதா உணர்றதும்தான்."

"தயக்கமும் புண்படுற உணர்ச்சியும் இல்லாதவன் என்ன மனுஷஜென்மம்?" ஹாட்சுமி வினா எழுப்பினாள். "நீ எப்பவுமே அதுமாதிரியான விஷயங்களை உணர்ந்ததே இல்லைனு சொல்ல

முயற்சிபண்றியா?"

"நிச்சயமா நான் உணர்ந்திருக்கேன், ஆனா என்னை நானே அதையெல்லாம் எவ்வளவு குறைச்சுக்கமுடியுமோ அதுக்கேத்த மாதிரி சரிபண்ணிக்கிட்டிருக்கேன். ஒரு எலிகூட அதை மின்னதிர்ச்சிக்கு உட்படுத்தினா இருக்கிறதிலேயே குறைஞ்ச வலியுள்ள பாதையைத் தேர்ந்தெடுக்கும்."

"ஆனா எலி காதல்ல விழாது."

"எலிகள் காதல்ல விழாது," நாகசாவா என்னைப் பார்த்தான். "இது அற்புதம். நாம இதுக்கு பின்னணி இசை வாசிக்கணும். இரண்டு யாழோட முழு ஆர்கெஸ்ட்ரா அதோட..."

"என்னை பரிகாசம் பண்ணாத. நான் சீரியஸா பேசிக்கிட்டிருக்கேன்."

"நாம சாப்பிட்டுக்கிட்டிருக்கோம்," என்றான் நாகசாவா. "அதோட இங்க வாட்டனபி இருக்கான். நாம கடுமையான பேச்சையெல்லாம் இன்னொரு சமயத்துக்கு வெச்சுக்கிறது இன்னும் நாகரிகமா இருக்கும்."

"நான் வேணா கிளம்புறேன்," என்றேன் நான்.

"வேணாம், தயவுசெஞ்சு போகாத, நீ இங்கயிருக்கிறதுதான் நல்லாயிருக்கும்," என்றாள் ஹாட்சுமி.

"குறைஞ்சபட்சம் டெஸர்ட்டையாச்சும் சாப்பிடு," என்றான் நாகசாவா.

"உண்மையிலே, நான் ஏதும் நினைக்கமாட்டேன்."

நாங்கள் மூவரும் கொஞ்சநேரம் அமைதியாகச் சாப்பிட்டபடி இருந்தோம். நான் எனது மீனைச் சாப்பிட்டுமுடித்தேன். ஹாட்சுமி அவளுடையதில் பாதியை மிச்சம்வைத்தாள். நாகசாவா வெகுமுன்பாகவே அவனது வாத்தைக் காலிசெய்துவிட்டு விஸ்கியில் கவனம் செலுத்திக்கொண்டிருந்தான்.

"அருமையான ஸீ பாஸ்," நான் பாராட்டினேன், ஆனால் யாரும் நான் சொன்னதைக் கண்டுகொள்ளவில்லை. நிச்சயம் நான் சலனத்தை ஏற்படுத்தியிருக்கவேண்டும்.

பரிசாரகன் எங்களது தட்டுகளை எடுத்துச்சென்றுவிட்டு எலுமிச்சை சர்பத்தும் எஸ்பிரஸ்ஸோ காபியும் கொண்டுவந்தான்.

நாகசாவா தனது டெஸர்ட்டையும் காபியையும் தொட்டுக்கூட பார்க்காமல், நேராக ஒரு சிகரெட் புகைக்க ஆரம்பித்தான். ஹாட்சுமி அவளது சர்பத்தை புறக்கணித்தாள். "அடக் கஷ்டமே," என எனக்குநானே நினைத்துக்கொண்டு என்னுடைய சர்பத்தையும் காபியையும் பருகிமுடித்தேன். ஹாட்சுமி மேஜையின்மீதிருந்த அவளது கையையே வெறித்தபடி இருந்தாள். அவள் அணிந்திருந்த அனைத்தையும்போன்றே, அவளது கைகள் நேர்த்தியாகவும் அழகாகவும் மதிப்புமிக்கவையாகவும் இருந்தன. நான் நவோகோ மற்றும் ரெய்கோபற்றி நினைத்தேன். அவர்கள் இப்போது என்ன செய்துகொண்டிருப்பார்கள்? நான் வியந்தேன். நவோகோ சோபாவில் அமர்ந்தபடி புத்தகம் வாசித்துக்கொண்டிருப்பாள், ரெய்கோ நிச்சயம் அவளது கிதாரில் நார்வீஜியன் வுட் வாசித்துக்கொண்டிருப்பாள். அவர்களுடைய அந்தச் சிறிய அறைக்கு திரும்பச்செல்லவேண்டுமென்ற ஆவல் எனக்குள் தீவிரமாகத் தோன்றியது. இந்த இடத்தில் நான் என்ன இழவைச் செய்துகொண்டிருக்கிறேன்?

"நானும் வாட்டனபியும் ஒரேமாதிரியானவங்க, ஒருத்தரும் எங்களைப் புரிஞ்சுக்கலைனாலும் நாங்க கண்டுக்கப்போறதில்லை," என்றான் நாகசாவா. "அதுதான் மற்ற எல்லார்கிட்ட இருந்தும் எங்களை வேறுபடுத்துது. அவங்க எல்லாம் அவங்களைச் சுத்தியுள்ளவங்க அவங்களைப் புரிஞ்சுக்கிட்டாங்களா இல்லையானு கவலைப்பட்டுக்கிட்டுக்கிட்டு இருப்பாங்க. நாங்க அதை பொருட்படுத்தறது இல்லை. நாம வேற மற்றவங்க வேற."

"இது உண்மையா?" ஹாட்சுமி என்னைக் கேட்டாள்.

"இல்லை, நான் அவ்வளவு உறுதியானவன் இல்லை. யாருமே என்னைப் புரிஞ்சுக்கிடலைனா பரவாயில்லைனு நான் உணரமாட்டேன். நான் புரிஞ்சுக்கிற விரும்பற, என்னைப் புரிஞ் சுக்கிடணும்னு நினைக்கிற ஆட்கள் எனக்கு இருக்காங்க. இந்த சிலபேரைத் தவிர, இது ஒருவிதத்துல நம்பிக்கையில்லாததுதான்னு நான் உணர்றேன். நான் நாகசாவாவோட உடன்படமாட்டேன். மத்தவங்க என்னைப் புரிஞ்சுக்கிறப்ப, நான் அவங்களைப்பத்தி அக்கறைப்படுவேன்."

"இது நடைமுறையில நான் சொல்லிக்கிட்டிருக்கிற அதே விஷயம்தான்," நாகசாவா தனது காபிக் கரண்டியை எடுத்தபடியே சொன்னான். "இது அதேதான்! தாமதமா சாப்பிடுற காலையுணவு, சீக்கிரமா சாப்பிடுற மதிய உணவுக்கு இடையேயான வித்தியாசம்மாதிரிதான். ஒரே நேரம், ஒரே

சாப்பாடு பெயர்மட்டும் வேறவேற."

அப்போது ஹாட்சுமி நாகசாவாவிடம் கேட்டாள். "நான் உன்னை புரிஞ்சுக்கிட்டாலும் இல்லைனாலும் நீ பொருட்படுத்த மாட்டியா?"

"உனக்குப் புரியலை, புரியுதா? நபர் 'அ' நபர் 'ஆ'வைப் புரிஞ் சுக்கிறார், ஏன்னா அப்படி நடக்கிறதுக்கான சரியான நேரம் அது. மாறா நபர் 'ஆ' நபர் 'அ'வால புரிஞ்சுக்கப்படணும்னு விரும்பறதால இல்ல."

"அப்ப நான் ஒருவரால— உதாரணத்துக்கு உன்னால புரிஞ் சுக்கப்படணும்னு விரும்பறது, தப்பு இல்லையா?"

"இல்லை, அது தப்பெல்லாம் இல்லை," என்றான் நாகசாவா. "நீ என்னை புரிஞ்சுக்கணும்னு விரும்பறதை பெரும்பாலானவங்க காதல்னு சொல்வாங்க, என்னோட வாழ்க்கைமுறை மற்றவங் களோட வாழ்க்கைமுறையிலிருந்து மாறுபட்டது."

"ஆக நீ சொல்றததென்னன்னா நீ என்மேல காதல் வசப்படலை, அதானே?"

"ம், என்னோட வாழ்க்கைமுறையும் உன்னோடதும்—"

"உன்னோட வாழ்க்கைமுறை நாசமாப் போகட்டும்," ஹாட்சுமி கத்தினாள். நான் அவள் கத்தக்கேட்டது அதுவே முதலும் கடைசியுமாகும்.

நாகசாவா மேஜையருகிலிருந்த பொத்தானை அழுத்த, பரிசாரகன் பில்லுடன் உள்ளே வந்தான். நாகசாவா அவனிடம் ஒரு கிரெடிட் கார்டை கொடுத்தான்.

"நடந்ததுக்காக வருத்தப்படறேன், வாட்டனபி," என்றான் நாகசாவா. "நான் ஹாட்சுமியை வீட்டுலபோய் பார்க்கப்போறேன். நீ தனியா துயிற்கூடத்துக்குப் போயிடு. சரியா?"

"நீ என்கிட்ட வருத்தம் தெரிவிக்கவேண்டியதில்லை, அற்புதமான சாப்பாடு," என்றேன் நான், ஆனால் யாரும் பதிலுக்கு எதுவும் சொல்லவில்லை.

பரிசாரகன் கிரெடிட் கார்டை எடுத்துவர, தொகையை சரிபார்த்தபின் நாகசாவா பால்பாயிண்ட் பேனாவால் கையொப்பமிட்டான். பின் மூவரும் எழுந்து வெளியே வந்தோம். நாகசாவா வாடகைக் காரொன்றை அழைக்க தெருவில்

இறங்கப்போக, ஹாட்சுமி அவனை நிறுத்தினாள்.

“நன்றி, ஆனா இன்னைக்கு உன்கூட இன்னும் நேரம் செலவழிக்கவிரும்பலை. நீ என்னைப் பார்க்க வீட்டுக்கு வரவேண்டாம். உணவுக்கு நன்றி.”

“வேறென்ன பண்ணப் போற?,” என்றான் நாகசாவா.

“டோரு என்னைப் பார்க்க வீட்டுக்கு வரணும்னு நான் விரும்பறேன்.”

“எப்படினாலும்,” என்றான் நாகசாவா. “வாட்டனபி நடைமுறையில அப்படியே என்னை மாதிரிதான். அவன் ஒருவேளை இனிமையான சுபாவமுள்ளவனா இருக்கலாம். ஆனா இதயத்தோட உள்ளுக்குள்ள யாரையும் நேசிக்க இயலாதவன். எப்பவும் அவனோட ஒரு பகுதி ஓரளவுக்கு ரொம்பவும் விழிப்பா, விலகியே இருக்கும். அவன்கிட்ட அவனைவிட்டு விலகாத அந்தத் தேடல் இருக்கு, என்னை நம்பு, நான் என்ன பேசறேன்னு தெரிஞ்சுதான் பேசறேன்.”

நான் கைகளை அசைத்து ஒரு வாடகைக் காரை நிறுத்தி ஹாட்சுமியை முதலில் உள்ளே போகவிட்டேன். “அவ வீட்டுக்குப் போனதும் நான் தெரியப்படுத்துவேன்.”

“உன்னை இந்த இக்கட்டுல விட்டதுக்கு மன்னிச்சுக்க,” என்றான் நாகசாவா. ஆனால் அவன் ஏற்கெனவே வேறெதையோ சிந்திக்கத்தொடங்கியிருந்ததை என்னால் பார்க்கமுடிந்தது.

நான் காரினுள் நுழைந்ததும் ஹாட்சுமியைக் கேட்டேன், “நீ எங்க போகணும்னு விரும்பற? எபிஸுவுக்கா?” அவள் குடியிருப்பு எபிஸுவில் இருந்தது.

அவள் தலையாட்டினாள்.

“சரி, வேறெங்கியாச்சும் குடிக்கலாமா?”

“சரி,” அவள் ஆமோதிப்பாகச் சொன்னாள்.

“ஷிபுயா,” நான் ஓட்டுநரிடம் சொன்னேன்.

ஹாட்சுமி தன் கைகளைக் கட்டிக்கொண்டு, கண்களைமூடி இருக்கையின் ஓரம் சாய்ந்துகொண்டாள். காரின் ஓட்டத்தில் அவளது சிறிய தங்க வளையங்கள் ஒளிவீசின. அவளது நள்ளிரவு நீலநிற ஆடை, காரின் உட்புற இருளுக்குப் பொருத்தமாய்

தயாரிக்கப்பட்டதுபோல் தோன்றியது. அவ்வப்போது அவளது சற்றே ஒப்பனை செய்யப்பட்ட, அழகாய் அமைந்த உதடுகள், அவள் தனக்குத்தானே பேசிக்கொள்ளும் நிலையை எட்டியிருப்பதுபோன்று சற்றே நடுங்கின. அவளைப் பார்த்துக் கொண்டிருந்ததில் நாகசாவா அவளை ஏன் தனது சிறப்பான ஜோடியாய்த் தேர்ந்தெடுத்திருந்தான் என்பதை என்னால் புரிந்துகொள்ளமுடிந்தது. ஹாட்சுமியைவிடவும் எத்தனையோ அழகான பெண்கள் இருந்தனர். நாகசாவா அவர்களில் எவரையும் தன்னுடையவளாக்கிக் கொண்டிருக்க முடியும். ஆனால் ஹாட்சுமி உங்களது இதயத்தில் அதிர்வை ஏற்படுத்தும் ஒருவித தனித்தன்மையைக் கொண்டிருந்தாள். அவளிடமிருந்து வெளிப்பட்ட அந்த ஆற்றல் நுண்ணிய ஒன்று, அது வலிந்த தன்மையுடையதல்ல. ஆனால் அது ஆழ்ந்த எதிரொலிப்பை உண்டுபண்ணுவது. நான் ஷிபுயா செல்லும்வழியெல்லாம் அவளைக் கவனித்து வியந்தபடி, நான் உணர்ந்தபடியிருந்த அந்த உணர்வுபூர்வமான தாக்கம் என்னவாக இருக்கும் என பதில் ஒன்றைக் கண்டறிய இயலாமலே வந்தேன்.

கடைசியில் பன்னிரண்டோ இல்லை அதற்கும் கூடுதலான வருடங்களுக்குப் பின்னே அது எனக்குப் புலப்பட்டது. நான் ஓவியர் ஒருவரை நேர்காணல் செய்ய சான்டா ஃபி—க்குச் சென்று உள்ளூர் பிட்சா கடையொன்றில், பீர் அருந்தியபடியும் பீட்சா சாப்பிட்டபடியும் அதியற்புத அழகுவாய்ந்த சூர்ய அஸ்தமனம் ஒன்றைப் பார்த்துக்கொண்டிருந்தேன். எனது கை, தட்டு, மேஜை, உலகம்— அனைத்தும் அழகிய சிவப்பு வண்ணத்தில் தோய்ந்திருந்தன. ஏதோ ஒரு சிறப்புவகை பழச்சாறு அனைத்தின்மீதும் சிந்தித்தெறித்ததுபோல. என்னை முழுக்க ஆக்கிரமித்திருந்த அந்த சூர்ய அஸ்தமனத்தின் இடையில், ஹாட்சுமியின் பிம்பம் என் மனதில் கணப்பொழுது வந்துபோனது, அந்தக் கணத்தில், இதயத்தின் அந்த அதிர்வின் பொருளை நான் விளங்கிக்கொண்டேன். அது எப்போதும் நீடித்துவந்திருந்த— எப்போதும் தொடரக்கூடிய பூரணமடையாத ஒருவகை குழந்தைப் பருவ ஏக்கம். நான் அத்தகைய கள்ளமற்ற, கிட்டத்தட்ட பற்றியெரியும் ஆசையின் இருப்பை மறந்திருந்தேன். எனக்குள் ஹாட்சுமி கிளறிவிட்டது என்னவெனில், நீண்டகாலமாக செயலற்றுக்கிடந்த எனது சுயத்தின் ஒரு பகுதியையே. இந்தப் புரிதல் எனக்குள் எழுந்ததும் கிட்டத்தட்ட பொங்கி கண்ணீர்விடும் அளவுக்கு அத்தகையதொரு துயரத்தை எனக்குள் தோற்றுவித்தது. அவள் முழுக்க ஒரு சிறப்பான பெண்ணாக இருந்திருந்தாள். அவளைக் காப்பாற்ற, யாராவது எதையாவது செய்திருக்கவேண்டும்.

ஆனால் நாகசாவாவாலோ என்னாலோ அதைச் செய்திருக்க முடியவில்லை. எனக்குத் தெரிந்த எண்ணற்ற நபர்கள் செய்துகொண்டதுபோல, ஹாட்சுமி வாழ்க்கையின் ஒருகட்டத்தை எட்டியதும் கிட்டத்தட்ட ஒரு கணத்துக்கும் குறைவான நேரத்தில் வாழ்வை முடித்துக்கொள்வதெனத் தீர்மானித்தாள். நாகசாவா ஜெர்மனிக்குக் கிளம்பி இரண்டு வருடங்களுக்குப்பின், அவள் திருமணம் செய்துகொண்டாள், அதற்கு இரண்டு வருடங்களுக்குப்பின் சவரக் கத்தியால் தன் மணிக்கட்டை வெட்டிக்கொண்டாள்.

நிச்சயமாக, நாகசாவாதான் என்ன நடந்ததென்பதை எனக்குச் சொன்னது. போனிலிருந்து(Bonn) வந்த அவனது கடிதம் இப்படி இருந்தது. "ஹாட்சுமியின் மரணம் ஏதோ ஒன்றை இல்லாமலாக்கிவிட்டது. எனக்கேகூட இது தாங்கமுடியாத துயரமாக, வேதனையாக இருக்கிறது." நான் அவனது கடிதத்தைத் துண்டுதுண்டாகக் கிழித்து தூர எறிந்தேன். நான் அதன்பின் அவனுக்குக் கடிதமெழுதவே இல்லை.

ஹாட்சுமியும் நானும் ஒரு சிறிய மதுவிடுதி சென்று கொஞ்சம் குடித்தோம். இருவருமே அதிகம் பேசிக்கொள்ளவில்லை. அலுப்படைந்த, வயோதிகமான திருமண தம்பதிபோல, நாங்கள் இருவரும் எதிரெதிரே அமர்ந்தபடி, வேர்க்கடலையைக் கொறித்துக்கொண்டு அமைதியாகக் குடித்தபடி இருந்தோம். அந்த இடம் நிரம்பத்தொடங்கியபோது, நாங்கள் சற்றே ஒரு நடை சென்றோம். ஹாட்சுமி அவள் தொகையைச் செலுத்துவதாகச் சொன்னாள், குடிக்கலாம் என்று சொன்னதே என் யோசனை என்பதால் நான் செலுத்துவதாக வலியுறுத்தினேன்.

இரவுநேரக் காற்றில் ஆழ்ந்த குளிர் இருந்தது. ஹாட்சுமி தன்னை தனது கருநீல கார்டிகனால் போர்த்தியபடி என் பக்கத்தில் மௌனமாக நடந்துவந்தாள். இரவுநேர தெருக்களில் நாங்கள் நிதானமாக நடந்தபோது, என் மனதில் இலக்கெதுவும் இல்லை. என் கைகள் எனது பைக்குள் ஆழப் புதைந்திருந்தன. அது நவோகோவுடன் நடப்பதைப்போலவே இருப்பதாக எனக்குத் தோன்றியது.

"இங்க பக்கத்துல எங்கேயாச்சும் நாம பூல் ஆட்டம் ஆடற இடம் உனக்குத் தெரியுமா?" திடீரென ஹாட்சுமி என்னைக் கேட்டாள்.

"பூல்? நீ விளையாடுவியா?"

"ம், நான் நல்லாவே ஆடுவேன். நீ எப்படி?"

“நான் சுமாரா ஆடுவேன். நான் நேர்த்தியா ஆடுறவன் கிடையாது.”

“சரி, அப்ப நாம போகலாம்.”

நாங்கள் அருகிலேயே ஒரு பூல் அரங்கைக் கண்டுபிடித்து உள்ளே சென்றோம். அது சந்து ஒன்றின் கடைசியிலிருந்த சிறிய இடம். நாங்கள் இருவரும்— தனது நேர்த்தியான உடையிலிருந்த ஹாட்சுமியும் நீலநிற ப்ளேசர் மற்றும் ரெஜிமண்டல் டையிலிருந்த நானும் — அழுக்கடைந்த பூல் அரங்கில் மோதினோம். ஆனால் இதுவொன்றும் ஹாட்சுமிக்கு சற்றும் பொருட்டில்லை என்பது அவள் அவளது ஆடுவதற்கான கோலைத் தேர்வுசெய்ததிலும் திட்டமிட்டதிலும் தெரிந்தது. அவள் தனது பையிலிருந்து ஹேர்சிலைடு ஒன்றையெடுத்து, முடியை ஒருபக்கமாக ஒதுக்கி, ஹேர்சிலைடை அணிந்து, அவளது ஆட்டத்துக்கு இடைஞ்சல் தராதவிதம் செய்தாள்.

நாங்கள் இரண்டு ஆட்டங்கள் ஆடினோம். ஹாட்சுமி அவள் சொன்னதுபோலவே சிறப்பாக ஆடினாள். அதேசமயம் எனது வெட்டுக்காயம் பட்ட கையில் இன்னும் அணிந்திருந்த கனமான பேண்டேஜால் எனது ஆட்டம் தடுமாற்றத்துடனிருந்தது. அவள் என்னை தோல்வியடையச் செய்தாள்.

“உன் ஆட்டம் பிரமாதம்,” நான் பாராட்டாகச் சொன்னேன்.

“தோற்றம் ஏமாற்றக்கூடும்னு நீ சொல்றியா?” அவள் ஒரு பந்தை அடிக்க ஆயத்தமானபடி, சிரித்தபடியே சொன்னாள்.

“இதுமாதிரி ஆட நீ எங்க கத்துக்கிட்ட?”

“எங்க அப்பாவோட அப்பா— என் தாத்தா ஒரு வயதான விளையாட்டுப் பேர்வழி. அவரோட வீட்டுல அவர் ஒரு மேஜை வெச்சிருந்தார். நான் என் சகோதரனோட சும்மா சந்தோஷத்துக்காக பூல் விளையாடுறது வழக்கம். நான் கொஞ்சம் பெரியவளானதும் என் தாத்தா சரியான நகர்வுகளை எனக்குச் சொல்லித்தந்தார். அவர் அழகான, நவநாகரிகமான, அற்புதமான ஆள். ஆனாலும் இப்ப அவர் இறந்துட்டார். அவர் எப்பவும், நியூயார்க்குல டியன்னா டெர்பினைச் சந்திச்சது எப்படிங்கிறதைப் பத்தி பெருமை பேசிக்கிட்டிருப்பார்.”

அவள் ஒரேமுறையில் மூன்றை அடித்து, நான்காவதை முயற்சித்தபோது தவறவிட்டாள். நான் எப்படியோ நெருக்கியடித்து

ஒரு புள்ளியைப் பெற்றேன். பின் எளிதாய் அடிக்கக்கூடிய ஒன்றைத் தவறவிட்டேன்.

“இந்தக் கட்டாலதான்,” ஹாட்சுமி என்னை ஆறுதல் படுத்தினாள்.

“இல்லை, நான் ரொம்பநாளா விளையாடதாலதான் அடிக்கமுடியலை.” என்றேன் நான். “இரண்டுவருஷம் அஞ்சு மாசமாச்சு.”

“எப்படி உன்னால இடைவெளிக்காலத்தைப் பத்தி இவ்வளவு நிச்சயமா சொல்லமுடியுது?”

“என்னோட நண்பன், நாங்க சேர்ந்துவிளையாடின அன்னைக்கு இரவு இறந்துபோனான்,” என்றேன் நான்.

“அதனால நீ விளையாடுறதை நிறுத்திட்டியா?”

“இல்லை, உண்மையில அப்படியில்லை,” சற்றே யோசித்தபின் நான் சொன்னேன். “அதற்கப்புறம் நான் விளையாடறதுக்கான வாய்ப்பு அமையவேயில்லை. அவ்வளவுதான்.”

“உன்னோட நண்பன் எப்படி இறந்தான்?”

“போக்குவரத்து விபத்துல?”

அவள் பெரிதும் கவனத்துடன் ஒவ்வொரு ஷாட்டையும் அடித்தாள். வலுவைச் சீர்செய்தபடியும் துல்லியத்துடனும் இன்னும்சில ஷாட்களை அடித்தாள், அவளது கவனமாக ஒதுக்கப்பட்ட கூந்தல் அவள் கண்முன்பு ஊசலாடுவதையும், தங்க காதுவளையங்கள் மின்னுவதையும், கோர்ட் ஷூ தரையில் உறுதியாக ஊன்றியிருப்பதையும் அழகிய மெல்லிய விரல்கள் அவள் பந்தை அடிக்கும்போது மேஜையின் பச்சைநிற முரட்டுக் கம்பளிவிரிப்பில் அழுந்தியிருப்பதையும் என அவள் செயலில் ஈடுபடுவதைப் பார்த்தபடியிருந்தேன். அவளது பக்கமிருந்த அழுக்கடைந்த பூல் அரங்கு ஏதோவொரு நேர்த்தியான சமூக நிகழ்வின் பகுதியாக உருமாறியிருப்பதைப் போல் நான் உணர்ந்தேன். இதற்குமுன்பு நான் அவளுடன் நேரம் செலவிட்டதில்லை, நான் வாழ்வின் உயர்ந்த தளத்துக்கு அழைத்துச் செல்லப்பட்டதுபோல இது எனக்கொரு அற்புதமான அனுபவமாக இருந்தது. மூன்றாவது ஆட்டத்தின் முடிவில், அவள் மீண்டும் என்னைத் தோற்கடித்திருந்தாள்— என் வெட்டுக்காயம் வலிதரத் தொடங்க நாங்கள் விளையாட்டை நிறுத்தினோம்.

“என்னை மன்னிச்சுடு, நான் இந்த யோசனையைச் சொல்லி யிருக்கவே கூடாது,” அவள் உண்மையான அக்கறையுடன் சொன்னதுபோல் தோன்றியது.

“பரவாயில்லை,” என்றேன் நான். “இது ஒண்ணும் மோசமான காயமில்லை, உண்மையிலே நான் அனுபவிச்சு ஆடினேன்.”

நாங்கள் பூல் அரங்கைவிட்டு வெளியேறியபோது, கடை உரிமையாளரான மெலிந்த பெண் ஹாட்சுமியிடம், “சகோதரி, உனக்கு நல்ல பார்வை இருக்கு,” என்றாள். ஹாட்சுமி அவளிடம் இனிமையாகப் புன்னகை செய்ததுடன், பணம் செலுத்தும்போது நன்றிதெரிவித்தாள்.

நாங்கள் வெளியே வந்ததும் அவள் கேட்டாள், “வலிக்குதா?”

“அவ்ளோ வலி இல்ல,” என்றேன் நான்.

“காயம் திறந்திருக்கும்னு நீ நினைக்கிறியா?”

“இல்லை, அநேகமா அது சரியாதான் இருக்கும்.”

“எனக்குத் தெரியும்! நீ என் இடத்துக்கு வரணும். நான் உன்னோட கட்டை மாத்திக்கட்டுவேன். என்கிட்ட தொற்றுத்தடுப்பான் எல்லாம் இருக்கு. நான் அதோ அங்கதான் இருக்கேன்”

நான் அவளிடம் அது கவலைப்படுமளவுக்கு பெரிய விஷய மில்லை என்றும் எனக்குச் சரியாகிவிடுமெனவும் சொன்னேன், ஆனால் அவள் அந்தக் காயம் திறந்திருக்கிறதா இல்லையா என்று பார்ப்பதற்காகவது நாம் அதை சரிபார்க்கவேண்டுமென வற்புறுத்தினாள்.

“இல்லை நீ என்னோடு இருக்கிறதை விரும்பலையா? எவ்வளவு சீக்கிரம் முடியுமோ அவ்வளவு சீக்கிரமா உன் அறைக்குத் திரும்பவிரும்புற அப்படித்தானே?” அவள் குறும்பான புன்னகையுடன் சொன்னாள்.

“வாய்ப்பே இல்லை,” என்றேன் நான்.

“சரி, அப்ப சம்பிரதாயமா வற்புறுத்தாத. கொஞ் சதூரம்தான்.”

ஹாட்சுமியின் குடியிருப்பு ஷிபுயாவிலிருந்து எபிசு

போகும்வழியில் பதினைந்துநிமிட நடைதூரத்தில் இருந்தது. நாகரிகமான கட்டடம் என்பதற்கும் சற்று மேலாக, எந்தவிதத்திலும் அது வசீகரமான கட்டடமல்ல, அழகான சிறிய வரவேற்பறை மற்றும் மின்தூக்கியுடன் இருந்தது. ஹாட்சுமி என்னை சமையலறை மேஜையில் அமரச்செய்துவிட்டு, படுக்கையறைக்கு உடைமாற்றச் சென்றாள். அவள் வெளிவந்தபோது, பிரின்சிடன் ஹூடட் ஸ்வெட் சர்ட்டும் பருத்தி கால்சராயும் அணிந்திருந்தாள்— மேலும் இப்போது காதுவளையங்கள் காணப்படவில்லை. முதலுதவிப் பெட்டியை மேஜைமீது தயார்செய்துவிட்டு, அவள் என் கட்டை அவிழ்த்தாள். காயத்தின் தையல் இன்னும் பிரியாமலிருக்கிறதா என சோதித்து அறிந்தபின், காயத்தின்மேல் தொற்றுதடுக்கும் மருந்தைத் தடவி, புதிய கட்டுப்போட்டாள். இவையனைத்தையும் அவள் கைதேர்ந்தவள்போல செய்தாள்.

“நீ நிறைய விஷயங்கள்ல ரொம்ப திறமையானவளா இருக்கிறது எப்படி?” நான் கேட்டேன்.

“நான் ஒரு மருத்துவமனையில தன்னார்வலரா இருந்திருக்கேன். ஒருவிதத்துல செவிலிமாதிரி இருக்கிறது. அப்படித்தான் நான் கத்துக்கிட்டேன்.”

ஹாட்சுமி கட்டுப்போட்டு முடித்ததும், அவள் சென்று குளிர்பதனப் பெட்டியிலிருந்து இரண்டு பீர் கேன்களை எடுத்துவந்தாள். அவள் தன்னுடையதில் பாதி அருந்த, நான் என்னுடையதையும் அவள் மிச்சம்வைத்த பாதியையும் குடித்தேன். பின் அவள் தனது மன்றத்திலிருந்த பிற பெண்களின் படங்களைக் காட்டினாள். அவள் சொன்னது சரிதான் அவர்களில் சிலர் பேரழகாய் இருந்தனர்.

“நீ எப்ப கேர்ள்ஃப்ரெண்ட் வேணும்னு தீர்மானிக்கிறியோ, அப்ப என்கிட்ட வா,” என்றாள் அவள். “நானே நேரடியா உனக்கு அறிமுகப்படுத்தி வைக்கிறேன்.”

“சரிங்க மிஸ்.”

“சரி, டோரு என்கிட்ட உண்மையைச் சொல்லு. நீ என்னை வயசான கல்யாண புரோக்கர்னு நினைக்கலை?”

“ஓரளவுக்கு,” நான் புன்னகையுடன் அவளிடம் உண்மையைச் சொன்னேன். ஹாட்சுமியும் புன்னகைத்தாள். அவள் புன்னகை செய்தபோது அழகாகத் தெரிந்தாள்.

“டோரு, எனக்கு இன்னொரு விஷயத்தையும் சொல்லு.

நாகசாவாவையும் என்னையும் பத்தி நீ என்ன நினைக்கிற?" என்று கேட்டாள்.

"என்ன அர்த்தத்துல நான் என்ன நினைக்கிறேன்னு கேட்கிற? எதைப்பத்தி?"

"நான் என்ன செய்யணும்கிறதைப் பத்தி. இப்பத்திலிருந்து."

"நான் என்ன நினைக்கிறேன்கிறது ஒரு விஷயமே இல்லை," குளிர்ந்த பீரை ஒரே மூச்சில் எவ்வளவுமுடியுமோ குடித்துவிட்டு நான் சொன்னேன்.

"பரவாயில்லை, ரொம்பச் சரியா நீ என்ன நினைக்கிறேன்னு என்கிட்ட சொல்லு."

"சரி, நான் உன் இடத்துல இருந்தா, நான் அவனைவிட்டு விலகியிருப்பேன். விஷயங்களைப் ரொம்ப இயல்பா பார்க்கிற இன்னொருத்தரை நான் கண்டுபிடிச்சு, அதுக்கப்புறமா எப்போதைக்கும் சந்தோஷமா வாழ்ந்திருப்பேன். நீ அவனோட வாழறதுக்கு எந்தப் பாழாப்போன வழியுமில்லை. அவன் வாழறவிதத்தால, தன்னை மகிழ்ச்சியா மாத்திக்கிறதுக்கோ இல்லை மத்தவங்களை மகிழ்ச்சிப்படுத்தறதுக்கோ முயற்சிசெய்வோம்னு அவன் மனசுல எப்பவும் தோணாது. அவனோட இருக்கிறது உன் நரம்பு மண்டலத்தைச் சீரழிக்கமட்டும்தான் செய்யும். என்வரையில, நீ அவனோட மூணு வருஷமா இருந்துக்கிட்டிருக்கிறதே ஒரு அற்புதம்தான். நிச்சயமா என்னோட சொந்தப் பார்வையில, அவன்கிட்ட நான் ரொம்ப ப்ரியமானவன். அவன் வேடிக்கையானவன், அவன்கிட்ட நிறைய நல்ல குணங்கள் இருக்கு. நான் ஒருபோதும் அவனுக்குச் சமமாகமுடியாத அளவுக்கு அவன்கிட்ட சக்தியும் திறமைகளும் இருக்கு. ஆனா மொத்தத்துல விஷயங்கள் குறித்த அவனோட கருத்துகளும், அவன் வாழ்க்கையை வாழறவிதமும் இயல்பானதில்லை. சிலசமயம் நான் அவனோட பேசிக்கிட்டிருக்கிறபோது, வட்டப்பாதையில திரும்பத் திரும்ப சுத்திவர்றமாதி நான் உணர்றேன். ஆனா அதே செயல்பாடு அவனை மேல மேல எடுத்துக்கிட்டுபோகுது, என்னை வட்டமா ஒரே இடத்துல சுத்தவிட்டுடுது. இது என்னை ரொம்ப வெறுமையா உணரவைக்குது. மொத்தத்துல எங்களோட வழிமுறைகள் முழுக்க மாறுபட்டது. நான் என்ன சொல்றேனு புரியுதா?"

"புரியுது," ஹாட்சுமி குளிர்பதனப் பெட்டியிலிருந்து எனக்கு இன்னொரு பீரை எடுத்தபடியே சொன்னாள்.

“அதோட, அயலுறவு அமைச்சகத்துல ஒருவருடம் பயிற்சி எடுத்துக்கிட்டதும், அவன் வெளிநாடு போகப்போறான். அவ்ளோ காலமும் நீ என்ன செய்யப்போற? அவனுக்காக காத்திருப்பியா? அவனுக்கு யாரையும் திருமணம் செஞ்சுக்கிற எண்ணமில்லை.”

“அதுவும் எனக்குத் தெரியும்.”

“அப்ப நான் சொல்றதுக்கு எதுவுமில்லை.”

“அப்படியா,” என்றாள் ஹாட்சுமி.

நான் எனது குவளையை மெதுவாக பீரால் நிரப்பினேன்.

“நாம கொஞ்சம்முன்னால பூல் விளையாடிக்கிட்டிருந்தப்ப, என் மனசுல ஒண்ணு தோணிச்சு தெரியுமா” என்றேன் நான். “நான் ஒரே குழந்தையா இருந்தவன், ஆனா நான் வளர்றப்ப எப்பவும் அண்ணன்— தம்பி, அக்கா— தங்கை வேணும்னு விருப்பப்பட்டதோ, இல்லையேனு ஏங்குனதோ இல்லை. நான் தனியா சந்தோஷமாவே இருந்தேன். ஆனா உன்னோட பூல் விளையாடறப்ப திடீர்னு உன்னை மாதிரியான தங்கை— மிட்நைட் புளூ ட்ரெஸ்ஸும் தங்க காதுவளையங்களுமா உண்மையிலே அழகா, ஆளைத் தடுமாற வைக்கிற திறமையான தங்கை இருந்திருக்கக்கூடாதானு ஆசைப்பட்டேன்.”

ஹாட்சுமி என்பக்கம் மகிழ்ச்சிநிறைந்த புன்னகையொன்றை வெளிப்படுத்தினாள். “இத்தனை வருஷத்துல மத்தவங்க என்கிட்ட சொன்னதுலே அருமையான விஷயம் இதுதான்,” என்றாள் அவள். “உண்மையிலே.”

நான் முகம்சிவந்தபடியே, “நான் உன் விஷயத்துல விரும்பறதெல்லாம் நீ சந்தோஷமா இருக்கிணும்கிறதுதான். இது பைத்தியக்காரத்தனமா தோணலாம். நீ யாரோடயும் மகிழ்ச்சியா இருக்கிற ஒருத்தர் மாதிரிதான் தெரியுற, எப்படி நாகசாவா மாதிரியான ஆள்கிட்ட பழக்கமான?”

“இதுமாதிரியான விஷயங்கள் சாதாரணமா நடக்கும். அநேகமா அதைப் பத்தி நாம அதிகமா எதுவும் செய்யமுடியாது. உறுதியா என்விஷயத்துல இது உண்மை. நிச்சயமா, இதுக்குப் பொறுப்பு நானே தவிர அவனில்லைனு நாகசாவா சொல்வான்.”

“அவன் சொல்வான்னு நான் உறுதியா சொல்றேன்.”

“எப்படியோ டோரு, நான் உலகத்துலேயே புத்திசாலிப்

பெண்ணெல்லாம் கிடையாது. ஏதாவது சொல்லணும்னா நான் ஒருவகையில முட்டாள், பழம்பஞ்சாங்கம். என்னால வாழ்க்கைமுறை, பொறுப்புபத்தி கொஞ்சம்கூட அக்கறை எடுத்துக்கமுடியாது. நான் விரும்புறதெல்லாம், நான் நேசிக்கிற ஆணைத் திருமணம் செஞ்சுக்கிட்டு ஒவ்வொரு ராத்திரியும் அவன் என்னை தன்னோட கைகளுக்குள்ள அணைச்சுக்கிறதும் குழந்தைகளைப் பெத்துக்கிறதும்தான். அதுவே எனக்கு அதிகம் வாழ்க்கையில நான் விரும்புறதெல்லாம் அதுதான்."

"ஆனா நாகசாவா வாழ்க்கைகிட்ட இருந்து எதிர்பார்க்கிறதுக்கும் இதுக்கும் தொடர்பே இல்லை."

"இருந்தாலும், ஆட்கள் மாறுவாங்கனு நீ நினைக்கலையா?" ஹாட்சுமி கேட்டாள்.

"அவங்க வெளியவந்து சமூகத்துக்குள்ளபோய், அடிபட்டு வளர்ச்சியடைவாங்களே அதுமாதிரி சொல்றியா?"

"ஆமா, அவன் என்கிட்டயிருந்து நீண்ட காலத்துக்கு விலகியிருந்தா, என்னைப் பத்தின அவனோட உணர்வுகள் மாறலாம்னு நீ நினைக்கலையா?"

"அவன் சாதாரணமான ஆளா இருந்திருந்தா ஒருவேளை மாறலாம்," நான் சொன்னேன். "ஆனா அவன் வித்தியாசமானவன். அவன் நம்பமுடியாத அளவுக்கு— நீயோ நானோ கற்பனைபண்ண முடிஞ்சதைவிடவும் மன உறுதி படைச்சவன். அதோட எதிர்கொள்கிற ஒவ்வொரு நாள்லயும் அவன் தன்னை இன்னும் பலமிக்கவனா மட்டும்தான் மாத்திக்குவான். அவனை வீழ்ச்சியடையச் செய்றமாதிரி எதுவும் இருந்தா, அவன் இன்னும் தன்னை வலுவாக்கிக்கத்தான் முயற்சிசெய்வான். அவன் முன்னால ஒருமுறை யாரோ ஒருத்தரைத் தோற்கடிக்கிறதுக்காக நத்தைகளை விழுங்குனவன். இந்த மாதிரியான ஆள்கிட்டயிருந்து என்ன கிடைக்கும்னு நீங்க எதிர்பார்க்கிறீங்க?"

"ஆனா அவனுக்காக காத்திருக்கிறதைத்தவிர நான் செய்றதுக்கு எதுவுமில்லை," ஹாட்சுமி தனது தாடையைக் கைகளில் தாங்கியபடி சொன்னாள்.

"நீ அவனை அவ்வளவுதூரம் காதலிக்கிறியா?"

"ஆமா, காதலிக்கிறேன்," ஒருகணமும் தாமதமின்றிப் பதிலளித் தாள்.

"அடக் கடவுளே," நான் என் பீரின் கடைசி மிடறைக் குடித்து

விட்டு பெருமூச்சுடன் சொன்னேன். "நீங்க வேற யாரையாச்சும் காதலிச்சிருந்து இத்தனை உறுதியாயிருந்திருந்தா, இது நிச்சயம் அற்புதமான விஷயமாயிருந்திருக்கும்."

"நான் அறிவில்லாதவ, பழம்பஞ்சாங்கமான பொண்ணு," என்றாள் அவள். "இன்னொரு பீர் சாப்பிடுறியா?"

"நன்றி வேண்டாம், நான் அவசியம் கிளம்பணும். கட்டுப்போட்டதுக்கும் பீருக்கும் நன்றி."

நான் எனது ஷூக்களை அணிந்தபடி ஹால்வழியில் நின்றுகொண்டிருக்கையில் தொலைபேசி ஒலித்தது. ஹாட்சுமி என்னைப் பார்த்தாள். தொலைபேசியைப் பார்த்தாள், பின் மீண்டும் என்னைப் பார்த்தாள்.

நான் வெளியே வந்தபடியே, "குட்நைட்" என்றேன். நான் கதவை மூடியபோது, ஹாட்சுமி தொலைபேசியைக் கையிலெடுப்பதை, ஒரு கணத்துக்கும் குறைவான நேரத்தில் பார்த்தேன். அதுதான் நான் அவளை கடைசியாகப் பார்த்தது.

நான் துயிற்கூடத்துக்குத் திரும்பும்போது 11.30 மணி ஆகியிருந்தது. நான் நேரடியாக நாகசாவா அறைக்குச்சென்று, அவனது அறைக்கதவைத் தட்டினேன். பத்தாவது முறை தட்டும்போதுதான் அது சனிக்கிழமை இரவென்பது எனக்குப் புலப்பட்டது. எப்போதும் சனிக்கிழமை இரவுகளில் அவனது உறவினர் வீடுகளில் தங்குவதாகக்கூறி, இரவுவேளை வெளியிலிருப்பதற்கான அனுமதி பெற்றிருந்தான் நாகசாவா.

நான் என் அறைக்குத் திரும்பி, எனது கழுத்துப் பட்டையைக் கழற்றி, எனது மேற்சட்டையையும் காற்சட்டையையும் ஒரு தூக்கியில் தொங்கவிட்டு, பைஜாமாவுக்கு மாறி எனது பற்களைத் துலக்கினேன். கடவுளே! நாளை மீண்டும் ஞாயிறு என நான் நினைத்தேன். ஒவ்வொரு நான்கு நாட்களுக்கு ஒருமுறையும் ஞாயிறு வருவதுபோல் தோன்றியது. இன்னும் இரண்டு ஞாயிறுபோனால் எனக்கு 20 வயதாகியிருக்கும். நான் படுக்கையில் படுத்தபடி எனது நாட்காட்டியை உற்றுநோக்கியபடியிருக்க இருண்ட உணர்வுகள் என்னை அடித்துச்சென்றன.

நான் எனது சாய்வுமேஜையில், நவோகோவுக்கான ஞாயிறு காலை கடிதத்தை எழுத அமர்ந்திருந்தேன், பெரிய குவளையில் காபி பருகியபடி, மைல்ஸ் டேவிஸின் பழைய இசைத்தொகுதியைக் கேட்டுக்கொண்டிருந்தேன். வெளியே நல்ல மழைபொழிந்துகொண்டிருக்க, எனது அறை நீர்வாழ்

உயிரிகளின் கண்காட்சிசாலைபோல குளிர்ந்து காணப்பட்டது. நான் சற்றுமுன்பு துணி போட்டுவைப்பதற்கான பெட்டியிலிருந்து வெளியே எடுத்த மேற்சட்டையில் பாட்சை உருண்டைகளின் வாசம் எழுந்துகொண்டிருந்தது. மேலே ஜன்னல் சட்ட கண்ணாடியில் பருத்த ஈயொன்று அசைவின்றி அமர்ந்திருந்தது. கொடியை அசையச் செய்ய காற்றில்லாததால், ரோமானிய மேலவை உறுப்பினரின் மேலங்கிபோல கொடிக்கம்பத்தில் உதயசூரியன்கொடி அசைவின்றி நிலையாகக் காணப்பட்டது. ஒரு மெலிந்த, மிரண்ட தோற்றமுடைய பழுப்புநிற நாய், முற்றத்தில் திரிந்தபடி, மலர்ப்பாத்தியில் காணப்பட்ட ஒவ்வொரு பூங்கொத்தையும் மோப்பம்பிடித்தபடி அலைந்தது. ஒரு நாய், மழைநாளென்றால் மலர்களை மோப்பம் பிடித்தவாறு ஏன் திரியவேண்டும் என என்னால் கற்பனைசெய்ய முடியவில்லை.

என் கடிதமோ நீண்ட ஒன்று, எப்போதெல்லாம் பேனாவைப் பிடித்த எனது வலது கை வலியெடுத்ததோ அப்போதெல்லாம் நான் எனது கண்களை மழைபொழியும் முற்றத்தில் அலைய விடுவேன்.

நான் இசைத்தட்டுக்கடையில் வேலைசெய்யும்பொழுது எப்படி என் வலது கையில் மோசமாக வெட்டுப்பட்டேன் என்பதை நவோகோவுக்கு சொல்வதில் தொடங்கி, நாகசாவா அயலுறவுத் துறை அமைச்சகத் தேர்வில் தேர்ச்சி பெற்றதற்காக முந்தையநாள் இரவு நான், ஹாட்சுமி, நாகசாவா மூவரும் எப்படி அதைக் கொண்டாடினோம் என்பதைச் சொல்லிச்சென்றேன். நான் அந்த உணவகத்தையும் உணவுகளையும் விவரித்தேன். சாப்பாடு அருமையாக இருந்தது, ஆனால் இடையிலேயே சூழல் தர்மசங்கடமாக மாறியதைக் கூறியிருந்தேன்.

நான் ஹாட்சுமியுடன் பூல் ஆடியதை எழுதியபோது, கிஸுகியைத் தொடர்புபடுத்தி எழுதுவதா என நான் தயங்கினேன், ஆனாலும் எழுதுவதெனத் தீர்மானித்தேன். அது அவசியம் எழுதப்படவேண்டிய ஒன்றென நான் உணர்ந்தேன்.

'எனக்கு— கிஸுகி இறந்த தினத்தில்— அவன் அடித்த கடைசி ஷாட் இப்போதும் நினைவிருக்கிறது. அது சிரமமான, தீவிரம்குறைந்த, அவனால் முடியாதென நான் எதிர்பார்த்த ஷாட். ஆனாலும் அதிர்ஷ்டம் அவன் பக்கம் இருப்பதாகவே பட்டது. ஷாட் முழுக்க துல்லியமாக இருந்தது. வெள்ளை மற்றும் சிவப்புப் பந்துகள் சற்றும் சப்தமெழுப்பாமல் ஒன்றின்மீது மற்றது உராய்ந்தபடி ஆட்டத்தின் கடைசி ஸ்கோராக பச்சைநிற கம்பளி

விரிப்பில் சென்று விழுந்தது. அது அத்தகையதொரு அழகான ஷாட், இன்றைக்கும் அதன் உயிர்ப்பான பிம்பம் என்னுள் இருக்கிறது. அதன்பின்பு கிட்டத்தட்ட இரண்டரை வருடமாக, நான் ஒருபோதும் பந்தடிக்கும் கோலைத் தொட்டதில்லை.

அன்றிரவு நான் ஹாட்சுமியுடன் பூல் ஆடினேன். எனினும் முதல் ஆட்டம் முடியும்வரை கிஸுகியின் நினைவு மனதில் சற்றும் எழவில்லை. இது எனக்கு பெரிய அதிர்ச்சியாக இருந்தது. எப்பொழுதெல்லாம் நான் பூல் விளையாடுகிறேனோ, அப்போதெல்லாம் எனக்கு கிஸுகியின் ஞாபகம் வருமென நான் எப்போதும் நினைத்து வந்திருந்தேன். ஆனால் முதல் ஆட்டம் முடிந்து, அங்கிருந்த விற்பனை எந்திரத்தில் பெப்ஸி வாங்கி அதனைப் பருகும்வரை அவன் நினைவே வரவில்லை. அந்த விற்பனை எந்திரம்தான் அவனை ஞாபகப்படுத்தியது. நாங்கள் வழக்கமாக விளையாடும் பூல் அரங்கில் ஒரு குளிர்பான விற்பனை எந்திரம் உண்டு, எங்களது ஆட்டத்தின் முடிவை பலசமயம் இத்தகைய குளிர்பானத்தை வைத்து பந்தயம் கட்டுவோம்.

நேரடியாக கிஸுகியின் எண்ணம் எழாததற்காக, நான் அவனை மறந்துவிட்டதற்காக குற்றவுணர்வுகொண்டேன். என் அறைக்குத் திரும்பி, பின்வருவதுபோல சிந்திக்கத் தலைப்பட்டேன்: அது நடந்து இரண்டரை வருடங்கள் போய்விட்டன, கிஸுகிக்கு இப்போதும் 17 வயதுதான். இதன்பொருள் அவனைப்பற்றிய எனது நினைவு மங்கிவிட்டது என்பதல்ல. அவனது மரணம் எழுப்பிய விஷயங்கள் இன்றும் அப்படியே எனக்குள் பளிச்செனவும் தெளிவாகவும் இருக்கின்றன. அவற்றுள் சில அப்போதைவிட இப்போது இன்னும் தெளிவாக இருக்கின்றன. நான் சொல்லவிரும்புவது இதைத்தான்: விரைவில் எனக்கு 20 வயதாகப்போகிறது. 16 மற்றும் 17 வயதில் நானும் கிஸுகியும் பகிர்ந்துகொண்டதில், ஒருபகுதி ஏற்கெனவே மறைந்துவிட்டன. எத்தனைதான் அழுதாலும் அது திரும்ப வரப்போவதில்லை இதனை இதைவிடவும் சிறப்பாக என்னால் விளக்கமுடியாது. ஆனால், உன்னால் அநேகமாக நான் என்ன உணர்கிறேன், நான் என்ன சொல்ல முயற்சிக்கிறேன் என புரிந்துகொள்ளமுடியுமென நினைக்கிறேன். உண்மையில், உலகத்தில் நீ ஒருத்திதான் அதைப் புரிந்துகொள்ளக்கூடியவள்.

இப்போது நான் உன்னை எப்போதைவிடவும் அதிகமாக நினைக்கிறேன். இன்றைக்கு மழைபொழிந்துகொண்டிருக்கிறது. மழைபொழியும் ஞாயிறுகள் எனக்குச் சிரமமானவை. மழை பொழியும்போது, என்னால் சலவைசெய்ய முடியாது, துணியை

தேய்த்து அடுக்கமுடியாது, மேலும் மொட்டைமாடியில் படுத்திருக்கமுடியாது. நான் செய்யமுடிவதெல்லாம், ரெக்கார்டு பிளேயரை, தானாகவே திரும்ப இசைக்கும் அமைப்பில்வைத்து, இதயத்தை உருக்கும் பாடல்களைக் கேட்டபடி முற்றத்தில் மழைபொழிவதைக் கவனித்துக் கொண்டிருப்பதுதான். நான் உனக்கு முன்பே எழுதியதுபோல் நான் ஞாயிறுகளில் வலிந்து உத்வேகப்படுத்திக்கொள்வதில்லை. அதனால்தான் இந்தக் கடிதம் இத்தனை பெரிதாக அமைந்திருக்கிறது. நான் இத்துடன் நிறுத்திக் கொள்கிறேன். நான் உணவருந்தும் அறைக்கு மதியஉணவுக்குச் சென்றுகொண்டிருக்கிறேன்.

குட்பை.

9

மறுநாள் விரிவுரையின்போதும்கூட மிடோரிக்கான எந்த அறிகுறியும் இல்லை. அவளுக்கு என்ன ஆகியிருக்கும்? நாங்கள் கடைசியாக தொலைபேசியில் பேசியபின் பத்து நாட்கள் போய் விட்டன. அவளைத் தொலைபேசியில் அழைக்க நினைத்தேன். ஆனால் அவளே என்னை அழைப்பதாகக் கூறியிருந்ததால் அதற்கெதிராக முடிவெடுத்தேன்.

அந்த வியாழனன்று நான் நாகசாவாவை உணவருந்தும் அறையில் பார்த்தேன். அவன் எனக்கு அடுத்தபடி தட்டு நிறைய உணவுடன் அமர்ந்து எங்களது விருந்தை பெரிதும் விரும்பத் தகாததாக ஆக்கியதற்கு வருத்தம் தெரிவித்தான்.

"அதைவிடு," என்றேன் நான். "அட்டகாசமான இரவுணவுக்காக நான் உனக்கு நன்றிசொல்லணும். இருந்தாலும், உன்னோட முதல் வேலையைக் கொண்டாடுறதுக்கு அது ஒரு வேடிக்கையான வழின்னு நான் ஒத்துக்கத்தான் செய்யணும்."

"உன்னால அதை திரும்பவும் சொல்லமுடியும்."

நாங்கள் மௌனமாகச் சாப்பிடுவதில் சில நிமிடங்கள் கழிந்தன.

"நான் ஹாட்சுமியோட சமாதானமாயிட்டேன்" என்றான் அவன்.

"அதுல எனக்கு ஆச்சரியமில்லை."

"திரும்பவும் யோசிச்சுப்பார்த்தா நான் உன்கிட்டயும்கூட கொஞ்சம் முரட்டுத்தனமா நடந்துக்கிட்டிருக்கேன்."

"இந்த மன்னிப்பெல்லாம் எதுக்கு?" நான் கேட்டேன். "உனக்கு உடம்பு சரியில்லையா?"

"ஒருவேளை இருக்கலாம்." அவன் ஆமோதிப்புடன் சொன்னான். "ஹாட்சுமி, நீ அவளை என்கிட்ட இருந்து விலகச் சொன்னதை என்கிட்ட சொன்னா."

"அது மட்டும்தான் அர்த்தமுள்ளதா இருக்கும்" என்றேன் நான்.

"ஆமா... நானும் அப்படித்தான் நினைக்கிறேன்" என்றான் அவன்.

எனது மிசோ சூப்பை உறிஞ்சிக்குடித்தபடியே சொன்னேன். "அவ ஒரு அற்புதமான பொண்ணு."

"எனக்குத் தெரியும்." அவன் ஒரு பெருமூச்சுடன் சொன்னான். "எனக்கு அவ கொஞ்சம் அதிகம்தான்."

நான் மரண உறக்கம் உறங்கிக்கொண்டிருக்கையில் அழைப்புமணி ஒலித்து எனக்கு ஒரு தொலைபேசி அழைப்பு வந்திருப்பதைத் தெரியப்படுத்தியது. ஆழ்ந்த தூக்கத்திலிருந்த என்னை அது முழுக்குழப்பத்துக்கு இட்டுச்சென்றது. நான் என் தலை நீரில் மூழ்கியபடி, மூளை வீங்கிப்போகுமளவுக்கு தூங்கியதைப்போல் உணர்ந்தேன். கடிகாரம் 6.45 என்று சொல்லியது. ஆனால் அது அதிகாலையா? மாலையா என எனக்கு எதுவும்தெரியவில்லை. அத்துடன் இன்றைக்கு என்ன கிழமை என்றுகூட ஞாபகப்படுத்த முடியவில்லை. நான் ஜன்னலுக்கு வெளியே பார்த்து, கம்பத்தில் கொடியெதுவும் இல்லையென அறிந்தேன். அது அநேகமாக மாலைப்பொழுதாக இருக்கவேண்டும். ஆக, கொடியேற்றுவதால் ஏதோ ஒரு பயன் இருக்கத்தான் செய்கிறது.

"ஏய், வாட்டனபி, நீ இப்ப ஃப்ரீயா?" மிடோரி கேட்டாள்.

"எனக்குத் தெரியலை. இன்னைக்கு என்ன கிழமை?"

"வெள்ளிக்கிழமை."

"இது, காலையா, மாலையா?"

“நிச்சயமா சாயங்காலம்தான். நீ ரொம்ப வினோதமானவன். இப்ப சாயங்காலம் 6.18 மணி.”

‘அப்ப இது சாயங்காலம்தானா. இதுதான் சரி. நான் என்னோட படுக்கையில் படுத்துக்கிட்டே வாசிச்சுக்கிட்டிருக்கும்போது தூங்கியிருக்கணும். வெள்ளிக்கிழமை. என் தலை செயல்படத் துவங்கியது. வெள்ளிக்கிழமை இரவுகளில் நான் இசைத்தட்டு கடைக்குச் செல்லவேண்டியதில்லை. “ஆமா... நான் ஃப்ரீதான், நீ எங்க இருக்க?”

“யூனோ ஸ்டேஷன்ல. நீ ஏன் என்னை ஷின்ஷிகுவுல வந்து சந்திக்கக்கூடாது? நான் இப்ப கிளம்பறேன்.”

நாங்கள் ஓரிடத்தையும் நேரத்தையும் முடிவுசெய்ததும் தொலைபேசியை வைத்தோம்.

நான் “டக்கி”க்குள் நுழைந்தபோது, மிடோரி பணம்செலுத்தும் இடத்திலிருந்து தொலைவில் மதுபானத்துடன் அமர்ந்திருந்தாள். அவள் ஆண்கள் அணியும் மடிப்புகளுடனான வெண்ணிற பால்மேக்கன் மேற்கோட்டும் மெல்லிய மஞ்சள் நிற மேற்சட்டை, நீலநிற ஜீன்ஸூம், ஒரே மணிக்கட்டில் இரு கைக்காப்புகளும் அணிந்திருந்தாள்.

“நீ என்ன குடிச்சிக்கிட்டிருக்கே?” நான் கேட்டேன்.

“டாம் காலின்ஸ்.”

நான் சோடாவுக்கும் விஸ்கிக்கும் உத்தரவிட்டேன். பின்பே மிடோரியின் காலருகே ஒரு பெரிய சூட்கேஸ் இருப்பதை அறியவந்தேன்.

“நான் வெளியூர் போயிருந்தேன். இப்பதான் திரும்பினேன்” என்றாள் அவள்.

“நீ எங்கே போயிருந்தே?”

‘‘தெற்கே நாரா வரையிலும், வடக்கே ஆமோரி வரையிலும்.”

“ஒரே சமயத்திலயா?”

“முட்டாளா இருக்காத. ஒருவேளை நான் வினோதமாயிருக்கலாம். ஆனால் என்னால ஒரேசமயத்துல வடக்கேயும், தெற்கேயும் போகமுடியாது. என் பாய்ஃப்ரெண்ட்டோட நாரா போயிருந்தேன். அப்புறம் நான் மட்டும் ஆமோரி கிளம்புனேன்.”

நான் எனது விஸ்கியை சோடா கலந்து ஒருவாய் சப்பினேன். பின் மிடோரி தன் உதடுகளுக்கிடையில் பற்றியிருந்த சிகரெட்டைப் பற்றவைக்க ஒரு தீக்குச்சியை உரசினேன். "நீ நிச்சயம் சிரமமான நேரத்தைக் கடந்திருக்கணும். இறுதிச்சடங்கு மற்றதெல்லாம் எப்படிப் போச்சு?"

"இல்லை... இறுதிச்சடங்கு எளிமையான ஒரு விஷயம். எங்களுக்கு நிறைய அனுபவம் உண்டு. நாம ஒரு கிமானோவைப் போட்டுக்கிட்டு அங்க ஒரு பொண்ணா உட்கார்ந்தாபோதும், மத்ததெல்லாம் ஒரு மாமாவோ, பக்கத்து வீட்டுக்காரரோ அது மாதிரியான ஆட்கள் கவனிச்சுக்குங்க. அவங்க ஷேக்கைக் கொண்டுவருவாங்க. சுஷிக்கு சொல்லிவிடுவாங்க. ஆறுதலான விஷயங்களைச் சொல்வாங்க. அழுகையைத் தொடர்வாங்க, ஞாபகார்த்த பொருட்களைப் பங்குபிரிச்சிடுவாங்க. அது உற்சாகமானது. ஒரு சுற்றுலா. ஒவ்வொருநாளும் ஒருத்தரைக் கவனிச்சுப் பராமரிக்கிறதோட ஒப்பிட்டா அது முழுக்க ஒரு சுற்றுலா. நானும் என் தங்கச்சியும் சக்தியெல்லாம் இழந்துபோயிருந்தோம். எங்களால் அழக்கூட முடியலை. எங்ககிட்ட கண்ணீர் எதுவும் மிச்சமில்லை. உண்மையில் நாம அப்படி கண்ணீர் விடாதப்ப, அவங்க நம்மைப் பத்தி முணுமுணுப்பாங்க. அந்தப் பொண்ணுங்க பனிக்கட்டிமாதிரி உறைஞ்சு போனவங்க. அப்புறமென்ன, நாங்க இனி அழப்போறதில்ல. நாங்க ரெண்டுபேரும் அப்படிப்பட்ட ஆளுங்க. நாங்க அழறமாதிரி நடிச்சிருக்க முடியும். ஆனா, நாங்க அது மாதிரியான எதையும் எப்பவும் பண்ணினதில்லை. முட்டாப்பசங்க எவ்வளவு அதிகமா அவங்க எங்களை அழுதுபார்க்க விரும்பினாங்களோ, அவ்ளோ தூரம் நாங்க அவங்களுக்கு அந்த திருப்தியைத் தர்றதில்லைன்னு முடிவுபண்ணினோம். என் தங்கச்சியும் நானும் முழுக்க வெவ்வேறு விதமானவங்க. ஆனா இது மாதிரியான விஷயம் வர்றப்ப, நாங்க முழுக்க ஒத்துப்போவோம்."

மிடோரி பரிசாரகனை கைகாட்டி அழைத்து இன்னொரு டாம் காலின்ஸுக்கும் ஒரு சிறிய கிண்ணத்தில் பிஸ்டோஸுவுக்கும் உத்தரவிட்டபோது அவளது கையிலிருந்த கைக்காப்புகள் சப்தமெழுப்பின.

"அப்புறமென்ன? இறுதிச் சடங்குகளெல்லாம் முடிஞ்சு எல்லாரும் வீட்டுக்குப் போனதும், சூரியன் அஸ்தமனமாகிறவரை நாங்க இரண்டுபேரும் ஷேக்கை குடிச்சோம். பெரிய அரைக்காலன் பாட்டில்கள்ல ஒண்ணை முழுசா காலிசெஞ்சு இன்னொண்ணுல பாதியையும் குடிச்சோம். அந்த நேரம் மொத்தமும் நாங்க எல்லாரையும்— அவன் ஒரு முட்டாள், அவன் தலைக்கனம்

புடிச்சவன், அவன் சடை நாய் மாதிரி இருந்தான், மத்தவன் பன்னி, அந்த ஆளு ஒரு வெளிவேஷக்காரன், இந்தாளு திருடன்னு பேசி சுமையைக் குறைச்சோம். அது எவ்வளவு அற்புதமா இருக்கும்னு உனக்குத் தெரிஞ்சிருக்காது."

"என்னால கற்பனை பண்ணமுடியுது."

"நாங்க மூத்திரம் பெஞ்சுட்டு படுக்கப்போனோம். ரெண்டு பேரும் மணிக்கணக்குல உறங்கினோம். போனோ இல்ல வேறெதோ அழைச்சா, அதுபாட்டுக்கு அழைக்கட்டும்னு நாங்க விட்டுட்டோம். நல்லாத் தூங்குனோம். கடைசியில நாங்க எழுந்ததும் சுஷிக்கு சொல்லிட்டு, என்ன செய்றதுங்கிறதைப் பத்திப் பேசினோம். கடையைக் கொஞ்சநாள் பூட்டிட்டு, நாங்க வாழ்க்கையை அனுபவிக்கிறதுன்னு முடிவுசெஞ்சோம். நாங்க எங்களை மாசக்கணக்குல வருத்திக்கிட்டு இருந்திருந்தோம். ஒரு இடைவேளைக்கு இரண்டுபேரும் தகுதியானவங்கதான். என்னோட தங்கச்சி அவளோட பாய்ஃப்ரெண்டோட கொஞ் சநாளைக்கு சுத்தித்திரியணும்னு விரும்பினா. நான் என்னோட பாய்ஃப்ரெண்டைக் கூட்டிக்கிட்டு கொஞ்ச நாளைக்கு ஒரு பயணம் போறதுன்னும் வெறித்தனமா புணர்றதுன்னும் முடிவுசெஞ்சேன்." மிடோரி தனது வாயை இறுக மூடிக்கொண்டு தன் காதுகளைத் தேய்த்தாள். "ஐயோ, சாரி."

"அது பரவாயில்லை. ஆக நீங்க நாராவுக்குப் போனீங்க" என்றேன் நான்.

"ஆமா, எனக்கு எப்பவுமே அந்த இடம் பிடிக்கும். கோயில்கள், மான், பூங்கா."

"அப்புறம் நீங்க வெறிபிடிச்ச மாதிரி புணர்ந்தீங்க?"

"இல்லை... சுத்தமா இல்லை. ஒரே ஒரு முறைகூட புணரலை." அவள் ஒரு பெருமூச்சுடன் சொன்னாள்.

"நாங்க ஹோட்டல் அறைக்குள்ளே போய் எங்களோட பேக்குகளை இறக்கி வெச்சதும், என்னோட மாதவிலக்கு தொடங்கிடுச்சு. உண்மையில் பீய்ச்சியடிச்சிடுச்சு."

என்னால் சிரிப்பை அடக்கமுடியவில்லை.

"ஏய்... இது வேடிக்கை இல்லை. எனக்கு ஒரு வாரம் முன்னவே விலக்காயிடுச்சு. அது நடந்தப்ப என்னால அழுகைய கட்டுப்படுத்த முடியலை. என்னோட எல்லா மனத்துயரங்களும் எனக்குள்ளிருந்து வெளிப்பட்டிருக்கணும்னு நினைக்கிறேன்.

என்னோட பாய்ஃப்ரெண்ட் ரொம்பப கோபமாகிட்டான். அவன் உடனுக்குடனே கோபப்படுற டைப். இருந்தாலும் இது என்னோட தப்பில்லை. நான் ஒண்ணும் எனக்கு மாதவிலக்கு வேணும்னு ஆசைப்பட்டு வந்ததில்லையே. அதோட எனக்கு மாதவிலக்கு வர்றப்ப ஒருவிதமான கனமான மனநிலையிலேயே இருப்பேன். முதல்நாளும் ரெண்டாம்நாளும் நான் எதையும் செய்ய விரும்பமாட்டேன். அது மாதிரி இருக்கிறப்ப, என்கிட்டயிருந்து தள்ளியிருக்கிறதுல நீ உறுதியா இருந்துக்க."

"நான் அப்படித்தான் விரும்பறேன். ஆனா எனக்கெப்படி தெரியும்?" நான் கேட்டேன்.

"சரி, என் மாதவிலக்கு தொடங்கின ரெண்டொரு நாட்களுக்கு நான் தொப்பி மாட்டிக்கிறேன், சிவப்புத் தொப்பி. அப்ப தெரிஞ்சுடும்" அவள் சிரிப்புடன் கூறினாள். "நீ என்னைத் தெருவுல சிவப்புத் தொப்பியோட பார்த்தா, என்னோட பேசாத, தப்பியோடிடு."

"அட்டகாசம். எல்லா பெண்ணுங்களும் இப்படிப் பண்ண ணும்னு நான் விரும்பறேன்" என்றேன் நான். "சரி, போகட்டும். நாராவுல நீங்க என்ன பண்ணுனீங்க?"

"நாங்க வேற என்ன பண்ணமுடியும்? நாங்க மானுக்கு உணவு கொடுத்தோம். எல்லா இடங்களுக்கும் ஒரு நடைபோனோம். அது வேதனையா இருந்துச்சு. எங்களுக்குள்ள பெரிய சண்டை. நாங்க திரும்பினதுக்கப்புறம் இன்னும் நான் அவனைப் பார்க்கவேயில்லை. நான் ரெண்டொரு நாள் சுத்தித்திரிஞ்சுட்டு, நான் மட்டும் அருமையானதொரு பயணம்போறதுன்னு முடிவுசெஞ்சேன். அதனால நான் அமோரி போனேன். முதல் ரெண்டு நாள் ராத்திரி நான் ஹிரோசாகியிலுள்ள தோழியோட தங்கினேன், அப்புறம் நான் ஹிமோகிட்டா, டாப்பி இதுமாதிரியான இடங்களைச் சுற்றிப்பார்க்கத் தொடங்கினேன். அதெல்லாம் அருமையா இருந்துச்சு. நான் ஒருசமயம் அந்தப் பகுதியைப் பற்றி வரைபட கையேடு எழுதியிருந்தேன். எப்பவாச்சும் இந்த இடங்களுக்குப் போயிருக்கியா?"

"போனதேயில்லை."

"எப்படியோ," மிடோரி தனது டாம் காலின்ஸை பருகியபடியும் ஒரு பிஸ்டாஷியோ பருப்பை உடைக்கச் சிரமப்பட்டபடியும், "நான் மட்டும் தனியா பயணம்செஞ்ச நேரமெல்லாம், உன்னைப்பத்திதான் நினைச்சுக்கிட்டிருந்தேன். நீ மட்டும் என்னோட இருந்திருந்தா எவ்ளோ நல்லா இருந்திருக்கும்னு

நான் நினைச்சுக்கிட்டிருந்தேன்."

"எப்படி நினைக்கலாம்?"

"எப்படியா?" மிடோரி என்னைப் பார்த்தபடி கண்கள் குறிப்பாக எதன் மீதும் நிலைக்காமல் கேட்டாள். "எப்படி நினைக்கலாம்னு நீ என்ன அர்த்தத்துல கேட்கிற?"

"அதே அர்த்தத்துலதான், என்னைப் பத்தின சிந்தனை உனக்கு எப்படி வந்துச்சு?"

"ஒருவேளை நான் உன்னை விரும்புறதால, வந்திருக்கலாம். அப்படியில்லைன்னா நான் ஏன் உன்னைப்பத்தி நினைச்சுக் கிட்டிருக்கப் போறேன்? யாராச்சும் அவங்க விரும்பாத ஒருத்தரோட இருக்கிறதைப்பத்தி எப்பவாச்சும் நினைப்பாங்களா?"

"ஆனா உனக்கு பாய்ஃப்ரெண்ட் இருக்கான்" என்றேன் நான். "நீ என்னைப் பத்தி நினைக்கக்கூடாது" எனது சோடா கலந்த விஸ்கியை மெதுவாகப் பருகினேன்.

"எனக்கு பாய்ஃப்ரெண்ட் இருந்தா, நான் உன்னைப்பத்தி நினைக்க அனுமதியில்லைனு சொல்றியா?"

"இல்லை... அப்படியில்லை. நான் வெறுமனே..."

"இப்ப இதுக்கு ஒரு முடிவு தெரிஞ்சாகணும் வாட்டனபி." மிடோரி என்னை நோக்கி கைகாட்டியபடி சொன்னாள். "நான் உன்னை எச்சரிக்கிறேன். எனக்குள்ள ஒரு முழு மாசதுயரம் அடைஞ்சுகிடக்கு. எந்த நேரமும் வெடிச்சுக்கிளம்ப தயாரா இருக்கு. அதனால நீ என்கிட்ட பாத்துப் பேசு, இனி இதுபோல எதுவும்சொன்னா நான் இந்த இடத்தை என் கண்ணீரால நிறைச்சிடுவேன். ஒருதடவை நான் அழ ஆரம்பிச்சா, ராத்திரி முழுக்க அழறதுல கை தேர்ந்தவ. அதுக்கு நீ தயாரா இருக்கியா? அழத் தொடங்கினா. நான் ஒரு அசல் மிருகம். நான் எங்கே இருக்குறேன்கிறது ஒரு விஷயமே இல்லை. நான் வேடிக்கைக்காகச் சொல்லலை."

நான் ஆமோதித்தபடி அமைதியானேன். நான் ரெண்டாவது முறையாக சோடாவுக்கும் விஸ்கிக்கும் சொல்லிவிட்டு சில பிஸ்டாசியோக்களைச் சாப்பிட்டேன். பின்னால் எங்கோ எந்திரத்தின் கலக்கும் சப்தமும், கண்ணாடிக்குவளைகளின் மோதல் சத்தமும் பனிக்கட்டி தயாரிக்கும் எந்திரத்தின் உராய்வொலியும், சாராவாகானின் பழம்பாணியிலான காதல் பாட்டொன்றின் சத்தமும் கேட்டது.

“டேம்பன் சம்பவம் நடந்ததிலிருந்து எனக்கும் என் பாய் ஃப்ரெண்டுக்கும் இடையில் உறவு சுமுகமா இல்லை.”

“டேம்பன் சம்பவமா?”

“ஆமா... ஒரு மாசத்துக்கு முன்னால நான் அவனோடயும், அவனோட சில நண்பர்களோட வெளியே ஓரிடத்துல குடிச்சிட்டிருந்தேன். அப்ப என் வீட்டுப் பக்கத்துல உள்ள ஒரு பெண்ணோட டேம்பன், அவ தும்முறப்ப வெளியே வந்து விழுந்த கதையைச் சொன்னேன். இது வேடிக்கையானதுதான?”

‘‘வேடிக்கையாத்தான் இருக்கு’’ நான் சிரித்தபடி சொன்னேன்.

“ம்... மற்ற எல்லா நபர்களும்கூட அப்படித்தான் நினைச்சாங்க. ஆனா அவன் ஆத்திரமாயிட்டான். நான் இது மாதிரியான அசிங்கம்பிடிச்ச விஷயங்களைப் பத்தி பேசியிருக்கக்கூடாதுனு சொன்னான். அவன் அந்த மாதிரியொரு அடுத்தவங்க சந்தோஷத்தைக் கெடுக்கிற ஆள்.”

“அட...”

“அவன் அற்புதமான ஆளு. ஆனா இதுமாதிரியான விஷயம்னு வர்றப்ப உண்மையிலேயே குறுகின புத்தியுள்ளவனாயிடுவான்” என்றாள் மிடோரி. “உதாரணமா நான் வெண்ணிற உள்ளாடைகளைத் தவிர வேறெதையும் அணிஞ்சா நிதானமிழந்துடுவான். அது குறுகிய மனப்பான்மைன்னு நீ நினைக்கல?”

“அப்படியும் இருக்கலாம்“ என்றேன் நான். “ஆனா அது ரசனையைப் பொறுத்த விஷயம்.” ஆனால் இதுமாதிரியான ஒரு ஆள் மிடோரியைப் போன்றதொரு கேர்ள்ஃப்ரெண்ட்டை விரும்புவது நம்பமுடியாததாகத் தோன்றியது. எனினும் நான் இந்த எண்ணத்தை வெளியே சொல்லவில்லை.

“சரி, நீ என்ன பண்ணிக்கிட்டிருக்க?” அவள் கேட்டாள்.

“ஒண்ணுமில்லை. எப்பவும்போலத்தான்” என்றேன் நான்.

ஆனால் அதன்பின் நான் அவளுக்கு உறுதிமொழி தந்ததுபோல மிடோரியை நினைத்தபடியே சுயஇன்பம் செய்ய நான் செய்த முயற்சி ஞாபகத்துக்கு வந்தது. நான் அதனை எங்களைச் சுற்றியுள்ள மற்றவர்களுக்குக் கேட்காதபடி தாழ்ந்த குரலில் அவளிடம் சொன்னேன்.

மிடோரியின் கண்கள் பளிச்சிட்டன. அவள் தன் விரல்களை சொடக்கிட்டாள்.

“அது எப்படி போச்சு? நல்லா இருந்துச்சா?”

“இல்லை. பாதியிலேயே நான் அசௌகரியமா உணர்ந்து நிறுத்திட்டேன்.”

“நீ உன்னோட எழுச்சியை இழந்துட்டதாவா சொல்ற?”

“கிட்டத்தட்ட அப்படிதான்.”

“ச்சே,” என்னை நோக்கி தொந்தரவூட்டும் பார்வையொன்றை வீசியபடி அவள் சொன்னாள். “நீ உன்னை தர்மசங்கடத்துக்கு ஆளாக விட்டிருக்கக்கூடாது. உண்மையிலே கவர்ச்சியான ஒண்ணைப்பத்தி நினைச்சுப் பாத்திருக்கணும். சரி, நான் உனக்கு அனுமதிதர்றேன். ஏய், அது என்னனு எனக்குத் தெரிஞ்சிடுச்சு. அடுத்தமுறை நான் உன்கூட போன்ல பேசுறேன்: ‘ஓ,ஓ அது அற்புதம்... ஓ என்னால அதை உணரமுடியுது.. நிறுத்து, நான் உச்சத்தைத் தொடப்போறேன்... ஏய் அப்படிப் பண்ணாத’ நீ சுயஇன்பம் பண்றப்ப இதுமாதிரியான சமாச்சாரங்களை நான் உன்கிட்ட சொல்றேன்.”

“துயிற்கூடத்தோட போன், வரவேற்பறையோட முன்பக்க கதவுபக்கமா இருக்கு. ஆட்கள் எப்பவும் உள்ளயும் வெளியேயும் போய்க்கிட்டிருப்பாங்க. நான் அங்க இதுமாதிரி சுயஇன்பம் செய்றதைப் பார்த்தா, துயிற்கூடத் தலைவர் என்னை கையாலே அடிச்சுக்கொன்னுடுவார்.”

“ச்சே, ரொம்ப மோசம்.”

“சரி விடு,” என்றேன் நான். “இன்னொரு நாள் எனக்கு நானே மறுபடி முயற்சி பண்றேன்.”

“உன்னோட சிறந்த முயற்சியை வெளிப்படுத்து,” என்றாள் மிடோரி.

“நான் பண்ணுவேன்,” என்றேன் நான்.

“ஒருவேளை நான் இயல்பாவே கவர்ச்சியா இல்லாமலிருக் கலாம்.” என்றாள் அவள். “நான் கவர்ச்சியோ இல்லையோனு நினைக்கிறேன்.”

“அப்படியில்லாம் இல்லை,” நான் அவளிடம் உறுதியாய்க்

கூறினேன். "இது பெரிதும் மனநிலையைப் பொறுத்தது."

"உனக்கே தெரியும், என்கிட்ட பெரிதும் உணர்ச்சியைத் தூண்டுற பின்னழகு இருக்கு. விரல்களால அதை எல்லா இடத்திலயும் மென்மையா தீண்டறது.. ம்ம்ம்..."

"நான் அதை மனசுல வைச்சிருப்பேன்."

"ஏய், நாம ஏன் இப்பபோய் ஒரு அசிங்கமான படம் பார்க்கக் கூடாது?" மிடோரி யோசனை தெரிவித்தாள். "உண்மையிலே ஆபாசமான சாடிஸ்டிக் மாசோசிஸ்டிக் வகை படம்."

நாங்கள் மதுவிடுதியிலிருந்து ஒரு மீன் கடைக்குச்சென்று, அங்கிருந்து, ஷின்ஷிகுவின் மிகவும் பழைய, வயதுவந்தோருக்கான படங்கள் திரையிடும் அரங்கத்துக்கு, ட்ரிபிள் எக்ஸ் வகையறா படம் பார்க்கச் சென்றோம். நாங்கள் செய்தித்தாளில் சாடிஸ்டிக் மாசோஸ்டிக் வகையறா படம் இந்த ஓரிடத்தில் மட்டுமே காட்டப்படுவதாகக் கண்டறிந்தோம். திரையரங்கின் உள்ளே ஒருவித குறிப்பிட்டுச் சொல்லமுடியாத வாசனை வீசியது. எங்களுக்கு நேரம் நன்றாக இருந்தது. நாங்கள் எங்கள் இருக்கையில் சென்று அமர்ந்தபோது படம் அப்போதுதான் துவங்கியிருந்தது. ஒரு காரியதரிசியையும் அவளது பள்ளிசெல்லும் சகோதரியையும் ஆண்கள் குழுவொன்று கடத்திச்சென்று, சாடிஸ்டிக் தொந்தரவுக்கு உட்படுத்துவதே அதன் கதையாகும். அந்த ஆண்கள் மூத்தவளை, அவளது தங்கையை கற்பழித்துவிடுவோமென மிரட்டியே அனைத்து மோசமான விஷயங்களையும் செய்யவைக்கின்றனர், ஆனால் மூத்தவள் சீக்கிரமே தீவிரமாக அதில் இன்பம் காண்பவளாகிவிடுகிறாள், இளையவள், அவர்கள் தன் சகோதரியை உட்படுத்தும் ஏறுக்குமாறான நிலைகளனைத்தையும் பார்த்து, உண்மையிலே அதில் காமவசப்பட்டு விடுகிறாள். அது இருண்ட உணர்வேற்படுத்தும், ஒரேவிஷயம் திரும்பத் திரும்ப வரும் படமாக இருந்ததால் கொஞ்ச நேரத்துக்குப்பின் நான் சலிப்படைந்தேன்.

"நான் மட்டும் இளையபெண்ணாக இருந்தால், அத்தனை எளிதாக உணர்ச்சி வசப்பட்டிருக்கமாட்டேன். நான் தொடர்ந்து பார்த்தபடியிருந்திருப்பேன்." என்றாள் மிடோரி.

"நிச்சயமா நீ பார்த்திருப்பனு நான் உறுதியா சொல்றேன்," என்றேன் நான்.

"இருக்கட்டும், ஒரு கன்னிப்பெண்ணா— பள்ளிக்கூட பெண்ணா அவளோட மார்பகக் காம்பு ரொம்ப கருப்பா

இருக்கிறதா நீ நினைக்கலை?"

"நிச்சயமா"

மிடோரியின் கண்கள் திரையின்மீதே இருந்தன. கொடுத்த பணத்தின் மதிப்பைவிடவும் கூடுதலாக, ஒரு படத்தை இத்தனை தீவிரத்துடன் பார்க்கும் ஒருத்தியைப் பார்த்து நான் கவரப்பட்டேன். அவள் தொடர்ந்து தன் எண்ணங்களை என்னிடம், "கடவுளே நீ அதைப் பார்த்தியா!" என்றோ "மூணு பேர் ஒரே சமயத்துல! அவங்க அவளை பிரிச்சுமேயப் போறாங்க!" என்றோ, "நான் அதை யார்கிட்டயாவது முயற்சிபண்ணி பார்க்கப்போறேன். வாட்டனபி" என என்னிடம் சொல்லியபடியிருந்தாள். நான் படத்தைவிடவும் மிடோரியின் இத்தகைய கருத்துகளை அதிகம் ரசித்தபடியிருந்தேன்.

இடைவேளையில் விளக்குகள் எரிந்தபோதே, அங்கே வேறு பெண்கள் யாரும் இல்லையென நான் உணர்ந்தேன். எங்களருகே அமர்ந்திருந்த ஒரு இளைஞன்— அநேகமாய் ஒரு மாணவன் மிடோரியை ஒருமுறை பார்த்துவிட்டு, தூரமாக தனது இருக்கையை மாற்றிக்கொண்டான்.

"வாட்டனபி, எனக்கொண்ணு சொல்லுவியா, இந்த மாதிரி படம் பார்க்கிறப்ப உன்னோடது விறைச்சுடுமா?"

"ம், ஆமா சமயங்கள்ல," என்றேன் நான். "அதுக்காகத்தான அவங்க இந்த படத்தை தயாரிச்சுருக்காங்க."

"நீ சொல்றபடி பார்த்தா, இதுமாதிரியான காட்சி தொடங்குற ஒவ்வொரு முறையும், திரையரங்குல இருக்கிற ஆண்கள் எல்லாரோட சமாச்சாரமும் விறைச்சு நிற்கும். முப்பது இல்லைனா நாற்பது பேரோட சமாச்சாரம் ஒரே நேரத்துல விறைச்செழுந்து நிற்குமா? திடீர்னு நாம இதைப்பத்தி நினைச்சுப்பார்த்தா ரொம்ப வினோதமா இருக்குறதா நினைக்கலை?"

"ஆமா, நீ அதை சொன்னதுக்கப்புறம், நானும் அப்படித்தான் நினைக்குறேன்."

இரண்டாவதாக திரையிடப்பட்டது பெரிதும் சாதாரணமான போர்னோ திரைப்படம், அதாவது முதலாவதைவிடவும் இன்னுமதிக அலுப்பூட்டுவதாக இருந்தது. அது நிறைய வாய்வழிப் புணர்ச்சி காட்சிகளைக் கொண்டிருந்தது. ஆணுறுப்பையோ அல்லது பெண்ணுறுப்பையோ இல்லை அறுபத்தொன்பது நிலையிலோ அவர்கள் வாய்வழிப்புணர்ச்சியைத் தொடங்கியதும்

ஒலியமைப்பானது திரையரங்கை பலமான துழாவும் அல்லது உறிஞ்சும் ஒலியால் நிறைத்தது. அவற்றைக் கேட்டு, நான் எனது வாழ்வை இயல்புக்குமாறான உலகில் வாழ்ந்துகொண்டிருப்பதாக, வினோதமாக எண்ணத் தலைப்பட்டேன்.

“யார் இந்த சத்தங்களைக் கண்டுபிடிச்சிருப்பாங்கனு, நான் ஆச்சரியப்படறேன்.” நான் மிடோரியிடம் கூறினேன்.

“அவங்க அற்புதமானவங்கனு நான் நினைக்கிறேன்!” என்றாள் அவள்.

படத்தில் ஆணுறுப்பு பெண்ணுறுப்புக்குள் உள்ளும்வெளியும் நகரும் ஓசையும் இருந்தது. அதுமாதிரியான ஒலிகள் இருக்குமென நான் ஒருபோதும் நினைத்ததில்லை. ஆண் அதிகமாக மூச்சிரைத்தான்., பெண் வழக்கமான உணர்ச்சி வெளிப் பாடுகளான— “அப்படித்தான்” என்றோ “இன்னும்” என்றபடியே ஆணின்கீழ் உணர்ச்சியால் துடித்தாள். மேலும் நாம் படுக்கை கிறீச்சிடுவதையும் கேட்கலாம். இத்தகைய காட்சிகள் மேலும் மேலும் வந்தபடியே இருந்தன. தொடக்கத்தில் மிடோரி அவற்றை ரசித்ததுபோல் தெரிந்தது, சற்று நேரத்துக்குப்பின் அவளுக்கும் சலித்துப்போக, நாம் கிளம்பலாமெனச் சொன்னாள். நாங்கள் வெளியே வந்து, சிலமுறை ஆழ்ந்து மூச்சுவிட்டோம். என் வாழ்விலேயே ஷின்ஷிகுவின் வெளிப்புறக்காற்று எனக்கு ஆரோக்கியமாகப்பட்டது அதுவே முதல்முறை.

“படம் வேடிக்கையா இருந்துச்சு,” என்றாள் மிடோரி. “நாம அதை மறுபடி எப்பவாச்சு முயற்சிபண்ணலாம்.”

“அவங்க ஒரே விஷயத்தைத்தான் தொடர்ந்து பண்றாங்க,” என்றேன் நான்,

“ம், அவங்க வேறென்ன பண்ணமுடியும்? நாம எல்லாருமே ஒரே விஷயத்தைத்தானே திரும்ப செஞ்சுக்கிட்டிருக்கோம்.”

அவள் சொன்னதில் அர்த்தம் இருந்தது.

நாங்கள் இன்னொரு மதுக்கூடத்துக்குச் சென்று மதுவுக்கு உத்தரவிட்டோம். நான் மேலும் விஸ்கியருந்த, மிடோரி இன்ன தென்று விவரிக்கமுடியாத மூன்று அல்லது நான்கு காக்டெய்லை அருந்தினாள். மறுபடி வெளியே வந்ததும், மிடோரி தான் மரமொன்றில் ஏறவிரும்புவதாகச் சொன்னாள்.

“இங்க பக்கத்துல எங்கேயும் மரங்கள் இல்லை, அப்படி ஏதாச்சும் இருந்தாலும் மரம் ஏறமுடியாத அளவுக்கு நீ ரொம்ப

போதையில இருக்குற," என்றேன் நான்.

"நீ எப்பவுமே அளவுக்கதிகமா பாழாப்போன உணர்வோட இருக்க. நீ எல்லாத்தையும் கெடுத்துடற. நான் குடிக்கிறேன்னா அது போதையில இருக்கிறதுக்குதான். அதுல என்ன தப்பு? அதோட நான் போதையில இருக்கிறப்பவும் என்னால மரம் ஏறமுடியும். ஷிட், நான் பெரிய, உயரமான, அட்டகாசமான மரத்தோட உச்சிவரை ஏறப்போறேன், நான் எல்லார்மேலேயும் மூத்திரம் விடப்போறேன்."

"உனக்கு எந்தவிதத்திலயாச்சு சிறுநீர்க் கழிப்பிடம் தேவையில்லையா?"

"ம்,"

நான் மிடோரியை ஷின்ஷிகு நிலையம் அருகிலிருந்த கட்டணக் கழிப்பிடத்துக்கு இட்டுச்சென்றேன், நாணயத்தை அதற்கான இடத்தில்போட்டு, அவளை உள்ள திணித்தனுப்பினேன், பின் ஒரு மாலைநேர செய்தித்தாள் வாங்கிக்கொண்டு, அருகிலேயே நின்றபடி அவள் வெளியே வருவதற்கு காத்திருந்த சமயத்தில் வாசிக்க ஆரம்பித்தேன். ஆனால் அவள் வெளியே வரவேயில்லை. பதினைந்து நிமிடங்கள் சென்றதும் நான் கவலைப்பட ஆரம்பித்தேன். பின் உள்ளேசென்று அவளைத் தேட தயாராகையில், கடைசியாக அவள் வெளிறிய தோற்றத்துடன் வெளிப்பட்டாள்.

"மன்னிச்சுக்க, நான் தூங்கிட்டேன்," என்றாள் அவள்.

"இப்ப உனக்கு பரவாயில்லையா?" எனது கோட்டை அவளது தோளைச்சுற்றிப் போட்டபடியே நான் கேட்டேன்.

"உண்மையா சொல்லப்போனா இல்லை," என்றாள் அவள்.

"நான் உன்னை வீட்டுக்குக் கூட்டிட்டுப்போவேன். ஒண்ணுமில்லை நீ வீட்டுக்குப்போய், நல்ல, நீண்ட குளியல் ஒண்ணுபோட்டு படுத்தாபோதும். நீ களைச்சுப்போயிருக்க."

"நான் வீட்டுக்குப் போகப்போறதில்லை. அதுல என்ன அர்த்தமிருக்கு? அங்க யாருமேயில்லை. அதுமாதிரியான ஒரு இடத்துல நான் மட்டும் தனியா படுக்கவிரும்பலை."

"அட்டகாசம்," என்றேன் நான். "அப்ப நீ என்ன பண்ணப் போற?"

“இங்க பக்கத்திலிருக்கிற மலிவான ஏதாவது ஹோட்டலுக்குப் போய், ராத்திரியெல்லாம் உன் கைகளுக்குள்ள உணர்வே இல்லாம நல்லா தூங்கப்போறேன். நாளைக்குக் காலையில நாம எங்கேயாச்சும் சாப்பிட்டுட்டு இரண்டுபேரும் விரிவுரைக்கு ஒண்ணா போறோம்.”

“நீ இதையெல்லாத்தையும் திட்டம்போட்டிருக்கிற, இல்லையா? அதுக்காகத் தானே நீ எனக்கு போன்பண்ணுனே.”

“நிச்சயமா.”

“நீ உன்னோட பாய்ஃப்ரெண்டை கூப்பிட்டிருக்கணுமே தவிர என்னை இல்ல. அது ஒண்ணுமட்டும்தான் அர்த்தமுள்ளதா இருக்கும். அதுக்குத்தான் பாய்ஃப்ரெண்டுங்க இருக்காங்க.”

“ஆனா நான் உன்னோட இருக்கத்தான் விரும்பறேன்.”

“நீ என்னோட இருக்கமுடியாது,” என்றேன் நான். “முதல்ல, நள்ளிரவுக்கு முன்னால நான் துயிற்கூடத்துக்கு திரும்பியாகணும். இல்லைனா நான் விதிகளை மீறினதா ஆயிடும். ஒருமுறை அப்படி மீறிட்டு அதுக்காக எல்லா நரகத்தையும் எதிர்கொள்ளவேண்டி வந்துச்சு. இரண்டாவதா, நான் ஒரு பொண்ணோட படுக்கைக்குப்போனா, நான் அவளோட அந்த சமாச்சாரத்தைப் பண்ணத்தான் விரும்புவேன், படுக்கைல கிடந்தபடி என்னைக் கட்டுப்படுத்திக்க போராடுறது கடைசியான விஷயமாதான் இருக்கும். நான் கேலிபண்ணலை. நான் உன்னை நிர்பந்தப்படுத்துறதுல போய்முடியும்.”

“நீ என்னை அடிச்சுக் கட்டிப்போட்டு பின்னால இருந்து கற்பழிச்சுடுவனு சொல்லவர்றியா”

“ஏய், இங்கபாரு, நான் சீரியஸா பேசிக்கிட்டிருக்கேன்.”

“ஆனா நான் ரொம்பத் தனிமைல இருக்கேன். நான் யாராவது ஒருத்தரோட இருக்கவிரும்பறேன். நான் உனக்கு மோசமான விஷயங்களைப் பண்ணிக்கிட்டிருக்கேன்னும், பதிலுக்கு எதுவுமேசெய்யாம வேண்டுகோள் விடுக்கிறதும், தலையில தோணுறதையெல்லாம் சொல்லிக்கிட்டு இருக்கேன்னும், உன்னை உன் அறையிலிருந்து வெளிய வரவைச்சு, என்னை எல்லா இடத்துக்கும் கூட்டிக்கிட்டுப் போகச்சொல்லி வற்புறுத்துறேன்னும் எனக்குத் தெரியும்.. ஆனா உன் ஒருத்தன்கிட்டதான் இதுமாதிரி யெல்லாம் நடந்துக்கமுடியும். நான் உயிரோட இருக்குற இந்த 20 வருஷங்கள்ல, வேற யார்கிட்டயும் என் விருப்பம்போல எப்பவும்

நான் நடந்துக்கிட்டதில்லை. என் அப்பா, அம்மா, எப்பவும் நான் சொல்றதை கொஞ்சம்கூட சட்டை பண்ணுனதில்லை. அப்புறம் என் பாய்ஃப்ரெண்ட், ம், அவன் இந்த மாதிரியான ஆளே இல்லை. நான் என்னிஷ்டத்துக்கு இருக்க முயற்சிபண்ணினா கோபமாயிடுவான். ஆக நாங்க சண்டைபோடுறதுல போய்முடியும். இதுமாதிரியான விஷயங்களை உன் ஒருத்தன்கிட்டதான் நான் சொல்லமுடியும். அதோட நான் இப்ப உண்மையிலே, உண்மையிலே களைப்பா இருக்கேன், யாராச்சும் என்கிட்ட, அவங்க என்னை எவ்ளோ விரும்பறாங்க, நான் எவ்ளோ அழகானவ இதுமாதிரியான விஷயங்களைப் பேசக்கேட்டுக்கிட்டே தூக்கத்துலவிழ விரும்பறேன். நான் விரும்பறதெல்லாம் இவ்வளவுதான். அப்புறம் நான் எழுந்திரிக்கிறப்ப, நான் முழு சக்தியோட இருப்பேன். மறுபடி இதுமாதிரியான சுயநலமான வேண்டுகோளை எப்பவும் கேட்கமாட்டேன், சத்தியமா சொல்றேன், நான் நல்ல பொண்ணா இருப்பேன்."

"என்னை நம்பு, நீ சொல்றதைக் கேட்டேன், ஆனா நான் செய்றதுக்கு ஏதுமில்லை."

"ஏய், ப்ளீஸ், இல்லைனா நான் இங்கேயே தரையில உட்கார்ந்து தலையைக் குனிஞ்சுக்கிட்டு ராத்திரியெல்லாம் அழப்போறேன். அதோட என்கிட்ட முதல்ல பேசப்போற ஆணோட போய்ப் படுப்பேன்."

அந்த மிரட்டல் சாதித்தது. நான் துயிற்கூடத்துக்கு தொலை பேசியில் அழைத்து நாகசாவாவிடம் பேசவேண்டுமென்றேன். அவன் தொலைபேசியைக் கையில் வாங்கியதும், நான் அவனிடம், நான் ஒரு பெண்ணுடன் இருப்பதாகவும், நான் மாலையிலே துயிற்கூடம் திரும்பியதுபோல ஏதாவது செய்யமுடியுமாவென கேட்டேன்.

"நல்லது, அது நல்ல காரணம்தான். உனக்கு உதவறதுல எனக்கு சந்தோஷம்தான். நான் உன்னோட பெயர்ப்பலகைக்கு நேரா உள்ளேனு திருப்பிவைச்சுடுறேன். கவலைப்படாத, உனக்குத் தேவையான நேரத்தை எடுத்துக்க. காலையில நீ என்னோட ஜன்னல்வழியா உள்ள வந்துடலாம்."

"நன்றி. நான் உனக்கு கடன்பட்டிருக்கேன்," என்றபடி தொலைபேசியை வைத்தேன்.

"என்ன சரியாயிடுச்சா?" மிடோரி கேட்டாள்.

"பெரும்பாலும்," நான் பெருமூச்சுடன் சொன்னேன்.

ஹாருகி முராகாமி | 387

“அற்புதம், இது ரொம்பச் சீக்கிரம் நாம டிஸ்கொதெக்கு போகலாம்.”

“ஒருநிமிஷம், நீ களைப்பாயிட்டனு நான் நினைச்சேன்.”

“இதுமாதிரியான விஷயத்துக்கு நான் நல்லாவே இருக்கேன்.”

“கடவுளே.”

அவள் சொன்னது சரிதான். ஒரு டிஸ்கோவுக்குச் சென்று நாங்கள் நடனமாட ஆட அவளது ஆற்றல் சிறிது சிறிதாகக் கிளம்பிவந்தது. அவள் இரண்டுசுற்று விஸ்கியும் கோக்கும் அருந்தினாள், அவளது முன்நெற்றி வியர்வையில் நனையும்வரை நடனமாடுமிடத்தில் இருந்தாள்.

ஒரு மேஜையில் அமர்ந்து நாங்கள் ஓய்வெடுத்தபோது அவள் வியந்தாள், “இது ரொம்ப சந்தோஷமா இருக்கு! நான் இதுபோல நடனமாடி ரொம்பகாலமாச்சு. எனக்குத் தெரியலை, நாம நம்மோட உடம்பை அசைக்கும்போது நம்மோட மனம் விடுதலையடைஞ்சமாதிரி இருக்கு.”

“உன்னோட மனநிலை எப்பவுமே விடுதலையாத்தான் இருக்குனு நான் சொல்வேன்.”

“வாய்ப்பே இல்லை,” அவள் தலையை மறுப்பாய் அசைத்த படியும் புன்னகையுடனும் சொன்னாள். “எப்படியோ இப்பதான் நான் நல்லா உணர்றேன். எனக்கு பயங்கர பசி. நாம பிஸ்ஸா சாப்பிடப்போகலாம்.”

நான் எனக்குத் தெரிந்த பீட்சா கடைக்கு அவளைக் கூட்டிச்சென்று, ஒரே தடவையில் குடிக்கும் அளவிலான பீருக்கும் ஆங்கோலா பீட்சாவுக்கும் உத்தரவிட்டேன். நான் அத்தனை பசியுடனில்லை என்பதால் பன்னிரண்டில் நான்கை மட்டுமே சாப்பிட்டேன். மிடோரி மிச்சமிருந்ததனைத்தையும் காலிசெய்தாள்.

“நிச்சயமா நீ சீக்கிரமே சரியாயிட்ட,” என்றேன் நான். “கொஞ்ச நேரத்துக்கு முன்னால நீ வெளிறிப்போய் தள்ளாடிட்டிருந்த.”

“அது ஏன்னா என்னோட சுயநலம் யாரோடயாச்சும் நேரத்தை நல்லபடியா செலவிடச் சொன்னது. அது என்னை சக்தியுள்ளவளா ஆக்கினது. ஆனா, இந்த பீட்சா அருமையா இருக்கு.”

"சரி, சொல்லு, உண்மையிலே வீட்டுல யாரும் இல்லையா?"

"உண்மையாதான். என்னோட தங்கை அவ தோழியோட இடத்துல தங்கியிருக்கா. இப்ப, அவ உண்மையிலே பயப்படுறா. நான் வீட்டுல இல்லைனா, அவளால அங்க தனியா தூங்கமுடியாது."

"நாம இந்த மலிவான ஹோட்டல் விஷயத்தை மறந்துடலாம். அதுமாதிரியான இடத்துக்குப்போறது உன்னை மட்டமா உணரவைக்கும். வீட்டுல, நானும் படுக்கிறதுக்குத் தேவையான வசதிகள் நிச்சயம் உங்கிட்ட இருக்கும்தானே?"

மிடோரி அதுபற்றி ஒருநிமிடம் யோசித்தாள், பின் ஆமோதித்தாள். "சரி, நாம இரவை என்னோட வீட்டுல கழிப்போம்."

நாங்கள் ஆட்சுகா செல்ல யமானோட் தொடர்வண்டியைப் பிடித்தோம், விரைவிலேயே நாங்கள் கோபயாஷி புத்தகக் கடையை மூடியிருந்த உலோகக் கதவை உயர்த்தினோம். கதவின்மீது காணப்பட்ட காகித அறிவிப்பானது, **"தற்காலிகமாக மூடப்பட்டிருக்கிறது"** என அறிவித்தது. கதவு நீண்ட நாட்களாகத் திறக்கப்படாததுபோல், இருண்ட கடையை பழம் காகித வாசனை நிறைத்திருந்தது. பாதி அலமாரிகள் காலியாகக் காணப்பட, பெரும்பாலான பத்திரிகைகள் திருப்பியனுப்பப்பட கட்டுக்களாகக் கட்டப்பட்டுக் கிடந்தன. எனது முதல் வருகையின்போது அனுபவப்பட்ட, வெறுமையான, நடுக்கும் உணர்வு அதிகரிக்கமட்டுமே செய்தது. அந்த இடம், கடற்கரையில் கைவிடப்பட்ட பழைய கப்பல்போல தோற்றமளித்தது.

"நீங்க மறுபடியும் கடையைத் திறக்கப்போறதில்லையா?" நான் கேட்டேன்.

"இல்லை, நாங்க இதை விக்கப்போறோம். நாங்க பணத்தைப் பங்குபிரிச்சுக்கிட்டு, கொஞ்ச காலத்துக்கு யாரோட பாதுகாப்பிலயும் இல்லாம எங்க விருப்பத்துக்கு வாழப்போறோம். என்னோட தங்கை அடுத்தவருஷம் கல்யாணம் பண்ணிப்பா. எனக்கு மூணுவருஷம் பல்கலைக்கழகத்துல படிப்பு இருக்கு. குறைந்தபட்சம் அதுவரைக்கும் எங்களைப் பாத்துக்கப் போதுமான அளவு சம்பாதிக்கணும். நான் என்னோட பகுதிநேர வேலையைத் தொடர்ந்து பண்ணுவேன். இந்த இடத்தை வித்துட்டோம்னா, நான் என் தங்கையோட ஒரு குடியிருப்புல கொஞ்சகாலத்துக்கு வாழ்வேன்."

“யாராச்சும் இதை வாங்கிக்குவாங்கனு நீ நினைக்கிறியா?”

“அனேகமா. கம்பளியாடை கடை திறக்கவிரும்பற ஒருத்தரை எனக்குத் தெரியும். சமீபமா அவங்க என்னை நான் இதை விற்க விரும்புறேனானு கேட்டுக்கிட்டே இருக்காங்க. அப்பா பாவம், இந்த இடத்தை அடையறதுக்கு அவர் கடுமையா பாடுபட்டார், கொஞ்ச கொஞ்சமா இதுக்கான தவணையைக் கட்டினார். கடைசியில அவருக்கு எதுவும் மிஞ்சலை. ஆற்று நுரைபோல எல்லாம் உருகி மறைஞ்சிடுச்சு.”

“இருந்தாலும், அவருக்கு நீ இருந்தியே.” என்றேன் நான்.

“நானா?!” மிடோரி ஒரு சிரிப்புடன் சொன்னாள். அவள் ஆழமூச்சிழுத்து சுவாசத்தை வெளியிட்டாள். “நாம மாடிக்குப் போவோம். கீழ இங்க குளிரா இருக்கு.”

மாடியில், என்னை சமையலறையில் அமரச்செய்துவிட்டு, அவள் குளிப்பதற்காக நீரை சூடுபடுத்தச் சென்றாள். அவள் அதில் மும்முரமாக இருக்கையில் தேநீர் தயாரிப்பதற்காக கொதிகலனின்மீது பாத்திரமொன்றை வைத்தேன். தொட்டி சூடேறுவதற்குக் காத்திருக்கையில், சமையலறை மேஜையில் நாங்கள் ஒருவருக்கொருவர் எதிரெதிரே அமர்ந்து தேநீர் பருகினோம். தாடையைக் கையில் தாங்கியபடி, அவள் என்னை நீண்ட நேரம் நன்கு கூர்ந்துபார்த்தாள். கடிகாரத்தின் டிக்டிக் ஓசை, வெப்பச்சீர்நிலைக் கருவி ஓடுவதும் நிற்பதுமாக செயல்படுவதைப்போன்று குளிர்பதனப் பெட்டியின் இயந்திரம் இயங்குவதும் நிற்பதுமான ஓசைதவிர்த்து வேறு சத்தமெதுவுமில்லை. கடிகாரம் நள்ளிரவு வேகமாக அணுகிக் கொண்டிருப்பதைக் காட்டியது.

“வாட்டனபி, உன் முகத்தை நல்லா கவனிச்சுப்பாத்தேன் உனக்கு ரொம்ப சுவாரசியமான முகம்.”

“அப்படியா நினைக்கிற?” சற்றே துணுக்குற்றபடி நான் கேட்டேன்.

“ஒரு அழகான முகம் எனக்கு ரொம்பநாள் நினைவுல இருக்கும்,” என்றாள் அவள். “உன்னோட முகம்!. எவ்வளவு அதிகமா அதைப் பார்க்கிறேனோ, அவ்வளவு அதிகமா இவன் சாதிப்பான்னு நினைக்கிறேன்.”

“நானும்கூடத்தான். அப்பப்ப என்ன கருமத்தை நான் செய்யப்போறேனோனு என்னைப் பத்தி நினைக்கிறதுண்டு.”

“ஏய், நான் அப்படி மோசமான அர்த்தத்துல நினைக்கலை. என்னோட உணர்வுகளை வார்த்தையா வெளிப்படுத்துறதுல நான் அவ்வளவு திறமையானவ இல்லை. அதனாலதான் மத்தவங்க என்னை தப்பா புரிஞ்சுக்கிறாங்க. நான் சொல்ல முயற்சிசெய்றதெல்லாம், நான் உன்னை விரும்பறேன்கிறதைத்தான். நான் இதை உன்கிட்ட முன்னால சொல்லியிருக்கேனா?”

“சொல்லியிருக்க,” என்றேன் நான்.

“நான் என்ன சொல்லவர்றேன்னா, ஆண்களெல்லாம் எப்படிப்பட்டவங்கனு கண்டறியறதுல பிரச்சினை இருக்கிறது என் ஒருத்திக்கு மட்டும்தான்னு இல்லை. ஒவ்வொருமுறையும் அதை கொஞ்சம் கொஞ்சமா, நான் எட்டிக்கிட்டு இருக்கேன்.”

மிடோரி மார்ல்போரா பெட்டியை எடுத்துவந்து ஒன்றைப் பற்றவைத்தாள். “பூஜ்யத்திலிருந்து தொடங்கறப்ப நாம தெரிஞ்சுக்கவேண்டியது நிறைய இருக்கும்.”

“நான் ஆச்சர்யப்படலை.”

“ஓ! நான் கிட்டத்தட்ட மறந்தேபோனேன். நீ எங்கப்பாவுக்கு பத்தி ஏத்திவைக்க விரும்புறியா?”

நான் புத்தபீடம் இருந்த அறைக்கு மிடோரியைத் தொடர்ந்து சென்று, அவளது தந்தையின் புகைப்படம்முன் ஒரு பத்தியை ஏற்றிவைத்து, வணங்கினேன்.

“அன்னைக்கொரு நாள் நான் என்ன பண்ணினேன் தெரியுமா?” மிடோரி கேட்டாள். “நான் முழுநிர்வாணமா என் அப்பாவோட படத்துக்குமுன்னால நின்னேன். என்னோட எல்லா உடைகளையும் களைஞ்சுட்டு அவர் நல்லா, நீண்ட நேரம் பார்க்கவிட்டேன். ஒரு மாதிரியான யோகா செய்ற நிலைல இருந்தபடி, அப்பா, இதோ இதுதான் என்னோட மார்புகள், இது என்னோட பெண்ணுறுப்பு இதுபோல ஏதோ சொன்னேன்.”

“என்ன கருமத்துக்கு நீ அதுமாதிரியான விஷயங்களைச் செய்யணும்?” நான் கேட்டேன்.

“எனக்குத் தெரியலை. நான் அவருக்குக் காட்டவிரும்பினேன். என்னோட உடல்ல பாதி அவரோட விந்தணுக்கள்ள இருந்து வந்தது சரியா? நான் ஏன் அவருக்குக் காட்டக்கூடாது. ‘இதோ நீ உருவாக்குன பொண்ணு’ நான் அந்த சமயம் கொஞ்சம் குடிச்சிருந்தேன். அதுதான் அதுக்குக் காரணம்னு நான் நினைக்கிறேன்.”

ஹாருகி முரகாமி । 391

“நானும் அப்படித்தான் நினைக்கிறேன்.”

“என் தங்கச்சி உள்ள வந்துட்டு கிட்டத்தட்ட விழுந்துடப் பார்த்தா. நான் எங்கப்பாவோட படத்துக்குமுன்னால முழு நிர்வாணமா, காலைப் பரப்பிக்கிட்டு இருந்தேன். நீ ஏதோ ஒருவிதமா திகைச்சுப்போயிட்டனு நினைக்கிறேன்.”

“நானும் அப்படித்தான் நினைக்கிறேன்.”

“நான் ஏன் அப்படிப் பண்றேன்னு விளக்கிட்டு, ‘அதனால நீயும் உன் உடைகளைக் கழட்டு மோமோ (மோமோங்கிறது அவளோட பெயர்). என் பக்கத்துல உட்கார்ந்து அவருக்குக் காட்டு’னு சொன்னேன். ஆனா அவ அப்படிப் பண்ண மாட்டேன்னுட்டா, அவ அதிர்ச்சியோட வெளியேபோனா. அவ உண்மையிலே பழமைவாத மதிப்பீடுகளைக் கொண்டிருக்கிறா.”

“வேற வார்த்தையில சொன்னா, உன்னோட ஒப்பிட்டா அவ இயல்பானவளா இருக்கானு சொல்றியா”

“வாட்டனபி, நீ எங்கப்பாவைப் பத்தி என்ன நினைச்சேனு சொல்லு?”

“நான் ஒரேயொரு முறை சந்திச்ச நபர்களைப் பத்தி சொல்றதுல எனக்குத் திறமை போதாது. ஆனா அவரோட தனியா இருந்ததுல எனக்கு சிரமம் ஒண்ணும் இருக்கலை. நான் ரொம்பவும் நல்லபடியாதான் உணர்ந்தேன். நாங்க எல்லா விதமான விஷயங்களையும் பத்திப் பேசினோம்.”

“என்ன மாதிரியான விஷயங்கள்?”

“யூரிபிடிஸ்,” என்றேன் நான்.

மிடோரி பலமாகச் சிரித்தாள். “நீ ரொம்ப விநோதமானவன். யாரும் அவங்க அப்பதான் சந்திக்கிற, சாவை எதிர்பார்த்துக் காத்திருக்கிற நபரோட யூரிபிடிஸ் பற்றி பேசமாட்டாங்க.”

“ம், எந்தப் பொண்ணும் தன்னோட அப்பாவோட ஞாபகார்த்தப் படம் முன்னால காலைப் பரப்பிக்கிட்டு உட்காரவும்தான் மாட்டாங்க.”

மிடோரி வாய்க்குள் சிரித்தபடி பீடத்திலிருந்த மணியை ஒருமுறை அடித்தாள். “குட் நைட் டாடி. நாங்க இப்ப கொஞ்சம் சந்தோஷமா இருக்கப்போறோம். அதனால கவலைப்படாம கொஞ்சம் தூங்குங்க. நீங்க இனியும் வேதனைப்பட போறதில்லை

சரியா? நீங்க இறந்தவர் சரியா? நீங்க வேதனைப்படலைங்கிறதுல நான் நிச்சயமா இருக்கேன். அப்படி ஏதும் உங்களுக்கு வேதனையிருந்துச்சுன்னா, நீங்க கடவுள்கிட்ட புகார் பண்றது நல்லது. கடவுள்கிட்ட இது ரொம்ப கொடூரம்னு சொல்லுங்க. நீங்க அம்மாவைச் சந்திப்பீங்கனும், நீங்க ரெண்டுபேரும் உண்மையிலே அதைப் பண்ணுவீங்கனும் நம்பறேன். நான் நீங்க சிறுநீர் கழிக்க உதவும்போது உங்களோட உறுப்பைப் பார்த்தேன். அது ரொம்பவே வசீகரமா இருந்துச்சு. அதனால உங்ககிட்ட இருக்கிற எல்லாத்தையும் அவங்களுக்கு கொடுங்க. குட்நைட்."

நாங்கள் ஒருவர்பின் ஒருவராக குளித்து, பைஜாமாவை மாற்றிக்கொண்டோம். நான் அவளது தந்தையின் கிட்டத்தட்ட புதிதான ஜோடி பைஜாமாவை இரவல் வாங்கியிருந்தேன். அவை கொஞ்சம் சிறிதாக இருந்தன என்றாலும், ஒன்றுமில்லாததற்கு இது நல்லதுதானே. மிடோரி பூஜையறையின் தரையில் எனக்காக ஒரு மெத்தையை விரித்தாள்.

"பீடத்துக்கு முன்னால படுக்கிறதுக்கு நீ ஒண்ணும் பயப் படலையே" அவள் கேட்டாள்.

"கொஞ்சமும் பயமில்லை. நான் மோசமா ஏதும் பண்ணலையே" புன்னகையுடன் கூறினேன்.

"ஆனா நீ என்கூடதங்கப்போற, அதோட நான் நல்லா தூங்குற வரைக்கு என்னை இறுக அணைச்சுக்கப்போற சரியா?"

"சரி," என்றேன் நான்.

நடைமுறையில் நான் மிடோரியின் சிறிய படுக்கையில் படுத்தபடி, நான் என் கைகளுக்குள் அவளை அணைத்துக்கொண்டேன். அவளது மூக்கு என் மார்பிலிருக்க, தனது கைகளை என் இடுப்பில் வைத்திருந்தாள். எனது வலது கை அவளது முதுகைச் சுற்றிக்கிடக்க, எனது இடதுகையால் படுக்கையிலிருந்து விழாமலிருப்பதற்காக படுக்கையின் விளிம்பைப் பிடித்தபடி தொடர்ந்து போராடியபடியிருந்தேன். அது நிச்சயமாக பாலியல் இன்பத்துக்கு உகந்த சூழலாக இல்லை. எனது மூக்கு அவளது தலையின் மேலிருக்க, அவளது கத்தரிக்கப்பட்ட நீளம் குறைந்த முடி அவ்வப்போது கிச்சுகிச்சு மூட்டியது.

"சரி, என்கிட்ட ஏதாச்சும் பேசு," மிடோரி தன் முகம் என் மார்பில் புதைந்திருக்க சொன்னாள்.

"நான் என்ன சொல்லனும்னு நீ விரும்பற?"

“ஏதாச்சும், என்னை நல்லவிதமா உணரச்செய்றமாதிரி ஒண்ணு.”

“நீ உண்மையிலே அழகி,” என்றேன் நான்.

“—மிடோரி, என் பெயரோட சொல்லு.” என்றாள் அவள்.

“நீ உண்மையிலே அழகி மிடோரி,” நான் சொன்னதை திருத்திக்கொண்டேன்.

“நான் உண்மையிலே அழகிங்கிறதுமூலமா நீ என்ன சொல்லவர்றே?”

“மலைகள் நொறுங்கிப் பொடியாகவும் சமுத்திரங்கள் வற்றிப்போகும்படியான அளவுக்கு அத்தனை அழகி.”

மிடோரி தனது முகத்தையுயர்த்தி என்னைப் பார்த்தாள். “வார்த்தைகளை நீ தனியொரு விதமா பயன்படுத்தற.”

“நீ அப்படிச்சொல்லுறப்ப என்னோட இதயம் நெகிழ்ந்து போறதை என்னால உணரமுடியுது.” என்றேன் நான் புன்னகை யுடன்.

“இதைவிடவும் இனிமையா ஏதாச்சும் சொல்லு.”

“எனக்கு உண்மையிலே உன்னைப் பிடிக்கும், மிடோரி. நிறைய்ய...”

“நிறையனா எவ்வளவு?”

“ஒரு இளவேனிற்கால கரடியைப்போல.”

“இளவேனிற்கால கரடியா?” மிடோரி மீண்டும் ஏறிட்டுப் பார்த்தாள். “இளவேனிற்கரடியா இதெல்லாம் என்ன?”

“நீ வசந்தகாலத்துல ஒருநாள் தனியா வயலுக்கு நடுவுல நடந்துக்கிட்டு இருக்க, அப்ப இந்த இனிமையான, வெல்வெட் தோலும் மினுமினுப்பான கண்களுமா கரடிக்குட்டி உனக்குப் பக்கத்துல நடந்துவருது. அது உன்கிட்ட சொல்லுது, ‘ஹாய், சின்னப்பொண்ணே. என்னோட கட்டிப்புரள விரும்புறியா?’ ஆக, நீயும் கரடிக்குட்டியும் அன்னைக்கு முழுவதும் ஒருத்தர் மத்தவங்களோட அணைப்புல, புல்லால மூடப்பட்ட அந்த மலையிலகிடந்து உருள்றீங்க. நல்லாருக்கா?”

“ம், உண்மையிலே அருமையாயிருக்கு.”

"அவ்ளோதூரம் நான் உன்னை விரும்பறேன்."

"நான் இதுவரை கேட்டதிலேயே இதுதான் சிறப்பானது," என்றாள் மிடோரி. என் நெஞ்சோடு இறுகத்தழுவியபடியே, "நீ என்னை அவ்வளவுதூரம் விரும்பினா, நான் செய்யச்சொல்றது எதுவானாலும் செய்யணும் சரியா? நீ கோபப்படக்கூடாது, சரியா?"

"இல்லை, நிச்சயம் கோபப்படலை."

"அதோட நீ எப்போதைக்குமா, நீ என்னை அக்கறையா பார்த்துக்கணும்."

"நிச்சயமா பார்த்துக்குவேன்," அவளது சிறிய, மென்மையான ஆண்பிள்ளை பாணியிலமைந்த முடியை வருடியபடியே நான் சொன்னேன். "கவலைப்படாத, எல்லாம் நல்லா அமையப் போகுது."

"ஆனா நான் பயந்துபோயிருக்கேன்," என்றாள் அவள்.

நான் அவளை மென்மையாக அணைத்துக்கொண்டேன், சீக்கிரமே அவளது தோள்கள் உயர்ந்து தாழத்தொடங்கின. மேலும் என்னால் சீரான உறக்கத்தின்போதான சுவாசத்தைக் கேட்கமுடிந்தது. நான் அவளது படுக்கையிலிருந்து நழுவி, சமையலறைக்குச் சென்று அங்கே ஒரு பீரைப் பருகினேன். நான் சற்றுகூட தூக்கமாக உணரவில்லை. எனவே ஏதாவதொரு புத்தகத்தை வாசிப்பதைப் பற்றி யோசித்தேன். ஆனால் அருகில் வாசிக்கத் தகுதியான புத்தகம் எதையும் காணவில்லை. நான் மிடோரியின் அறைக்குச் சென்று ஏதாவது புத்தகம் கிடைக்குமாவென பார்ப்பதுபற்றி யோசித்தேன். ஆனால் அவள் தூங்கிக்கொண்டிருக்கையில் துருவித் தேடி அவளை எழச்செய்வதை நான் விரும்பவில்லை.

நான் வெளியைப் பார்த்தபடி, எனது பீரைக் குடித்தபடி சற்றுநேரம் அமர்ந்திருந்தேன். அப்போதுதான் நான் புத்தகக் கடையில் இருந்தேன் என்பது உறைத்தது. நான் கீழ்த்தளம்சென்று, விளக்கைப்போட்டு விலைமலிவான புத்தகங்களின் அலமாரியில் தேடத்தொடங்கினேன். அங்கே எனக்கு ஆர்வமூட்டுவதாய் பெரிதும் எதுவுமில்லை, பெரும்பாலானவை நான் ஏற்கெனவே வாசித்தவை. ஆனால் எனக்கு எதையாவது வாசித்தாகவேண்டும், அது எதுவாயிருந்தாலும் பரவாயில்லை. நான் ஹெர்மன் ஹெஸ்ஸேவின் நிறம் மங்கிப்போன பினீத் தி வீல் பிரதியை எடுத்துக்கொண்டேன். அது நீண்டகாலமாக விற்பனையாகாமல்

ஹாருகி முரகாமி | 395

கடையில் தேங்கியிருந்திருக்கவேண்டும். நான் அதற்கான பணத்தை பணப்பெட்டியில் விட்டுவந்தேன். கோபயாஷி புத்தகக் கடையின் கடன்களைக் குறைப்பதற்கான எனது சிறிய பங்களிப்பாக அது இருக்கட்டும்.

நான் சமையலறை மேஜையிலமர்ந்து, எனது பீரைப் பருகியபடி பினீத் தி வீலைப் படித்துக்கொண்டிருந்தேன். நான் அந்த நாவலை முதன்முறையாக, பள்ளியில்நுழைந்த வருடத்தில் படித்திருந்தேன்.. இப்போது, எட்டு வருடங்களுக்குப்பின் அதே புத்தகத்தை இங்கே இந்தப் பெண்ணின் சமையலறையில் வைத்து, அவளது இறந்துபோன தந்தையின் சிறிய பைஜாமாவை அணிந்து வாசித்துக்கொண்டிருக்கிறேன். வேடிக்கை. இந்த விநோதமான சூழல் இருந்திருக்காவிட்டால், அநேகமாக நான் ஒருபோதும் பினீத் தி வீலை மறுவாசிப்பு செய்திருக்கமாட்டேன்.

அந்தப் புத்தகம் அதற்கேயுரிய பழைய நிகழ்வுகளைக் கொண்டிருந்தாலும் ஒரு நாவலாக அது மோசமானதில்லை. நான் நள்ளிரவில் அந்த அமைதியான புத்தகக் கடையில் நாவலினூடே மெதுவாக, வரிவரியாக அனுபவித்தபடி, வாசித்தேன். சமையலறை அலமாரியில் தூசுபடிந்த பிராந்தி பாட்டிலொன்று காணப்பட்டது. நான் ஒரு காபிக் குவளையில் சிறிது ஊற்றி, அதை சப்பிக் குடித்தேன் அது என்னைக் கதகதப்பாக்கியதேயன்றி, நான் தூக்கமாக உணர உதவவில்லை.

மூன்று மணிக்கு சற்றுமுன்பு நான் மிடோரியைக் காணச்சென்றேன். ஆனால் அவள் ஆழ்ந்த உறக்கத்திலிருந்தாள். நிச்சயம் அவள் களைத்துப்போயிருக்க வேண்டும். ஜன்னலுக்கு அப்பாலிருந்த கடைத் தொகுதிகளிலிருந்து வந்த ஒளியானது, நிலவொளிபோன்று மென்மையான வெண்ணிற மினுமினுப்பை அறையின்மீது உண்டுபண்ணியது. மிடோரி தனது முதுகுப்புறத்தை வெளிச்சத்துக்குக் காட்டியபடி உறங்கிக்கொண்டிருந்தாள். அவள் விறைத்துப் போனதுபோல மிக நேர்த்தியாக அசைவின்றிக் கிடந்தாள், அவளருகே குனிந்தபோது, அவளது மூச்சின் ஒலியைக் கேட்டேன். அவள் சரியாக தனது தந்தையைப்போலவே உறங்கினாள்.

தனது சமீபத்திய பயணத்தில் அவள் எடுத்துச்சென்ற சூட்கேஸ் படுக்கையினருகில் காணப்பட்டது. அவளது வெண்ணிற மேற்கோட்டு ஒரு நாற்காலியின் பின்புறம் தொங்கியது. அவளது மேஜையின் மேற்புறம் சீராக ஒழுங்குசெய்யப்பட்டிருக்க, அதனை ஒட்டியிருந்த சுவரில் ஸ்னூப்பி நாட்காட்டி தொங்கியது. நான் திரையை ஓரமாகத் தள்ளி, கீழே அநாதரவாக இருந்த கடைகளைப்

பார்த்தேன் அனைத்து கடைகளும் மூடப்பட்டு, அவற்றின் உலோகக் கதவுகள் கீழிறக்கப்பட்டிருந்தன. குடியிருப்புகளிலிருந்து தொலைவில் காணப்பட்ட இடங்களின் முன்னால் காணப்பட்ட மதுவிற்பனை எந்திரங்கள் மட்டுமே, விடியலுக்காக ஏதோ ஒன்று காத்திருக்கிறது என்ற உணர்வைத் தந்தன. தொலைதூரத்திலிருந்து வந்த லாரிச் சக்கரங்களின் உறுமல், சூழலில் அவ்வப்போது ஆழ்ந்த நடுக்கத்தை ஏற்படுத்தியது. நான் சமையலறைக்குத் திரும்பி, எனக்கு இன்னும் சிறிது பிராந்தியை ஊற்றிக்கொண்டு பினீத் தி வீலை தொடர்ந்து வாசித்தேன்.

நான் அதை படித்துமுடித்தபோது ஆகாயத்தில் ஒளிவர ஆரம்பித்திருந்தது. நான் எனக்குக் கொஞ்சம் உடனடி காபி தயாரித்துக்கொண்டு, மேஜையிலிருந்த பால்பாய்ண்ட் பேனா, காகிதத்தை நான் மிடோரிக்கு தகவல்தெரிவிக்கப் பயன்படுத்திக் கொண்டேன்: ***நான் உங்களுடைய பிராந்தியில் சிறிது பருகினேன். பினீத் தி வீல் பிரதியொன்று வாங்கினேன். வெளியே வெளிச்சம் வந்திருக்கிறது. எனவே நான் வீட்டுக்குக் கிளம்புகிறேன். குட் பை.*** பின் சற்று தயக்கத்துக்குப்பின், நான் எழுதினேன். ***நீ உறங்கும்போது உண்மையிலேயே அழகாகத் தெரிகிறாய்.*** எனது காபி குவளையை நான் கழுவினேன். சமையலறை விளக்குகளை அணைத்துவிட்டு தரைத்தளத்துக்கு இறங்கி, சத்தமின்றி கதவைத்தூக்கி வெளியேவந்தேன். அருகில் வசிப்பவர்கள் என்னைப் பார்த்தால் நிச்சயம் சந்தேகப்படுவார்களென கவலைப்பட்டேன், ஆனால் காலை 5.50 மணிக்கு அங்கே தெருவில் யாரும் இல்லை. காகங்கள் மட்டுமே, வழக்கம்போல் மொட்டை மாடியில் அமர்ந்து தெருவை உற்றுப்பார்த்தபடி காணப்பட்டன. நான் மிடோரியின் ஜன்னலில் காணப்பட்ட வெளிறிய இளஞ் சிவப்புத் திரையை நிமிர்ந்துபார்த்துவிட்டு, ட்ராம் நிறுத்தத்துக்கு நடக்க ஆரம்பித்தேன். அதில் கடைசிநிறுத்தம்வரை பயணித்து, எனது துயிற்கூடத்துக்கு நடந்தேன். வழியில் நான் திறந்திருந்த சிற்றுண்டிக் கடையொன்றைக் கண்டு, காலையுணவாக சாதமும், மிசோ சூப்பும் உப்புநீரில் ஊறவைத்த காய்கறிகளும் முட்டைபொறியலும் சாப்பிட்டேன். நான் துயிற்கூடத்தை பின்புறமாகச் சுற்றிவந்து, தரைத்தளத்திலிருந்த நாகசாவாவின் ஜன்னலைத் தட்டினேன். அவன் உடனடியாக என்னை உள்ளே விட்டான்.

“காபி” அவன் கேட்டான்.

“வேணாம்.”

நான் அவனுக்கு நன்றிசொல்லி, எனது அறைக்கு ஏறிவந்தேன்.

எனது பற்களைத் துலக்கி, கால்சராயைக் களைந்து, போர்வையால் மூடி, கண்களை இறுகமூடினேன். கடைசியில், கனத்த ஈயக்கதவு போன்று கனவுகளற்றதோர் உறக்கம் என்மீது கவிந்தது.

நான் நவோகோவுக்கு ஒவ்வொரு வாரமும் கடிதம் எழுதினேன்., அவளும் பலசமயங்களில் பதில்கடிதமெழுதுவாள். அவளது கடிதங்கள் ஒருபோதும் மிக நீண்டதாக இருக்காது. விரைவிலேயே குளிர்மிகுந்த நவம்பர்மாத காலைகளும் மாலைகளும் வரப்போவதற்கான அறிகுறிகள் தென்பட்டன.

நீ, இலையுதிர்கால பருவநிலை தீவிரமாகிக்கொண்டிருந்தபோது தான் டோக்கியோவுக்குத் திரும்பினாய். எனவே கொஞ் சநாட்களுக்கு, எனக்குள் ஏற்பட்ட வெற்றிடம், உன்னைச் சந்திக்க முடியாததனால் ஏற்பட்ட இழப்பாலா இல்லை பருவமாற்றத்தாலா என என்னால் சொல்லவியலாது. ரெய்கோவும் நானும் எல்லாநேரமும் உன்னைப்பற்றி பேசுகிறோம். அவள் உனக்கு அவசியம் ஹாய் சொல்லவேண்டுமெனச் சொல்கிறாள். அவள் என்னிடம் எப்போதும்போல இனிமையாக நடந்துகொள்கிறாள். என்னுடன் அவள்மட்டும் இருந்திருக்காவிட்டால், இந்த இடத்தில் என்னால் தாக்கப்பிடித்திருக்க முடிந்திருக்குமென நான் நினைக்கவில்லை. நான் இரவில் தனிமையாக உணரும்போது அழுகிறேன். என்னால் அழமுடிவதென்பது நல்லதென ரெய்கோ சொல்கிறாள். ஆனால் தனிமையாக உணர்வதென்பது உண்மையிலே வேதனைப்படுத்துகிறது. நான் இரவில் தனிமையாக உணரும்போது, இருளுக்குள்ளிருந்து ஆட்கள் என்னுடன் பேசுகிறார்கள். கிஸுகி, என் அக்கா போன்றவர்கள், அவர்கள் எல்லா நேரமும் எனனுடன் பேச விரும்புகிறார்கள். அவர்களும்கூட தனிமையிலிருப்பதால் பேசுவதற்கு யாரையாவது எதிர்பார்த்துக்கொண்டிருக்கிறார்கள்.

நான் இரவில் தனிமையிலும் வேதனையிலும் இருக்கும்போது பல சமயங்களில் உன்னுடைய கடிதங்களை திரும்பவும் வாசிப்பேன். புற உலகிலிருந்து வரும் நிறைய விஷயங்களால் நான் குழம்பிப்போகிறேன், ஆனால் உன்னைச் சுற்றியுள்ள உலகைக் குறித்த உனது விவரணைகள் ஆச்சர்யகரமான ஆறுதலைத் தருகின்றன, இது மிகவும் விநோதமாயிருக்கிறது! ஏன் அப்படி இருக்கவேண்டுமென நான் வியப்படைவேன். எனவே நான் அவற்றை மீண்டும் மீண்டும் வாசிக்கிறேன். ரெய்கோவும்கூட அவற்றை வாசிக்கிறாள். பின் என்னிடம் நீ சொன்ன விஷயங்களைப் பற்றி நாங்கள் பேசுவோம். நான் உண்மையிலே அந்தப் பெண் மிடோரியின் தந்தையைப் பற்றிய பகுதியை ரசித்தேன். நாங்கள் ஒவ்வொரு வாரமும் உன்

கடிதத்தை எங்களது பொழுதுபோக்குகளில் ஒன்றாக எதிர் பார்த்திருக்கிறோம். —ஆம் இது போன்றதொரு இடத்தில் கடிதங்களே எங்களது பொழுதுபோக்குகள்.

வாரத்தில் ஒருவேளை உனக்கென எழுதுவதற்காக என்னா லானவரை முயற்சிசெய்கிறேன்., ஆனால் உண்மையில் வெள்ளைத்தாளின் முன்பு அமர்ந்ததும், நான் மனச்சோர்வாக உணர ஆரம்பிக்கிறேன். நான் இந்தக் கடிதத்தை எழுதுவதற்கும்கூட உண்மையில் என்னைநானே வலிந்து செயல்படவேண்டி யிருந்தது. ரெய்கோ நான் உனக்கு கடிதம் எழுதச்சொல்லி கடிந்துகொண்டிருக்கிறாள்— ஆனால் என்னை தவறாகப் புரிந்துகொள்ளாதே— நான் உன்னிடம் பேசவும், சொல்லவும் விரும்பும் விஷயங்கள் நூற்றுக்கணக்கில் உள்ளன. அவற்றை வார்த்தைப்படுத்துவதுதான் எனக்கு கடினமாக உள்ளது. அதனால்தான் கடிதங்கள் எழுதுவது எனக்கு மிகுந்த வேதனையாக இருக்கிறது.

மிடோரியைப் பற்றிச் சொல்வதானால், அவள் சுவாரசியமான நபராகப் படுகிறாள். உனது கடிதத்தைப் படித்ததில், அவள் உன்மீது நேசத்துடன் இருக்கிறாள் என்ற உணர்வு எனக்கு எழுந்தது. நான் அதனை ரெய்கோவிடம் சொன்னபோது, ***“ம் நிச்சயமா அவ காதலிக்கிறா, நான்கூட வாட்டனபியை நேசிக்கிறேன்”*** என்றாள். நாங்கள் காளான்கள் பறிக்கவும், செஸ்ட்நட் கொட்டைகளைச் சேகரிக்கவும் செய்து அவற்றை தினமும் சாப்பிடுகிறோம். நான் தினமும் என்றுசொல்லும்போது, சாதமும் செஸ்ட்நட்டும், சாதமும் மட்சுடேக் காளானும் என அவை பெரிதும் அற்புதமான சுவையுடையதாக இருக்கின்றன. எங்களுக்கு அவை ஒருபோதும் சலிக்கவில்லை. எனினும், ரெய்கோ அவற்றை அதிகம் சாப்பிடுவதில்லை. பறவைகளும் முயல்களும் நலம்.

குட்பை.

எனது இருபதாவது பிறந்தநாளுக்கு அதுமுடிந்த மூன்றாவது நாளுக்குப்பின், நவோகோவிடமிருந்து எனக்காக ஒரு பொதி யொன்று வந்தது. உள்ளே ஒயின் நிறத்திலான ஒரு நெக் புல் ஓவரும் கடிதமொன்றும் காணப்பட்டன.

இனிய பிறந்தநாள் வாழ்த்துக்கள்! 20 வயதுடையவனாக நீ ஒரு மகிழ்ச்சியான வருடத்தைக் கொண்டாடப்போகிறாயென நான் நம்புகிறேன். 20 வயதினளாக என்னுடைய வருடம் துயரார்ந்ததாக முடியப்போகிறது. நீ உன்னுடைய பங்கு மகிழ்ச்சியோடு

எனக்கான பங்கு மகிழ்ச்சியையும் சேர்த்து பெறவேண்டுமென உண்மையிலே விரும்புகிறேன். உண்மையிலேயே. இந்த ஜம்பரை நானும் ரெய்கோவும் பாதிப் பாதியாக பின்னினோம். அதனை நான் மட்டுமே முழுதாகப் பின்னியிருந்தால், பின்னிமுடிக்க அடுத்த வருடம் காதலர்தினம் வரை ஆகியிருக்கும். இதில் நன்றாகப் பின்னப்பட்ட பாதிப்பகுதி ரெய்கோ பின்னியது, மோசமாகப் பின்னப்பட்ட மீதி நான் பின்னியது. ரெய்கோ, தான் மேற்கொள்ளும் அனைத்தையும் சிறப்பாகச் செய்பவள். அவளை நான் கவனிக்கும்போது, சமயங்களில் நான் என்னையே வெறுக்கிறேன். அதாவது நான் சொல்வதென்னவெனில் நான் உண்மையிலேயே நன்றாகச் செய்வேனென்று சொல்ல ஒருவிஷயமும் இல்லை.

குட்பை

நலமாய் வாழ்.

அந்தப் பொதியில் ரெய்கோ எழுதிய சிறுகுறிப்பும்கூட இருந்தது.

எப்படி இருக்கிறாய் நீ? உனக்கு வேண்டுமானால், நவோகோ மகிழ்ச்சியின் சிகரமாயிருக்கலாம். ஆனால் என் வரையில் அவள் அலங்கோலமானவள். சாமர்த்தியமற்றவள். இருந்தும் உன் பிறந்தநாளுக்காக குறித்த நேரத்தில் நாங்கள் இந்த ஜம்பரை ஒருவாறாக சமாளித்து பின்னிமுடித்தோம் அழகாய் இருக்கிறது இல்லையா? நாங்களே இதன் நிறத்தையும் பாணியையும் தேர்வுசெய்தோம்.

இனிய பிறந்தநாள் வாழ்த்துகள்.

10

1969— ஆம் வருடத்தை பின்னோக்கி நினைவுகூர்ந்தால், என் மனதில் வருவதெல்லாம் சேற்றுப்பரப்பொன்றுதான்— ஆழமான, பிசுபிசுப்பான சேறு. ஒவ்வொரு முறை நான் அடியெடுத்து வைக்கும்போதும் அது என் ஷூவை மூழ்கடிக்கப் போவதுபோன்ற உணர்வு. நான் களைத்துப்போனவனாக சேற்றினூடே நடக்கிறேன். எனக்கு முன்னும்பின்னும் சேற்றின் முடிவில்லாத இருளைத்தவிர எதையும் பார்க்கமுடியவில்லை.

எனது தடுமாற்றமான நடையை ஒத்தவிதத்தில் நேரமும் மெதுவாக நகர்ந்தது. என்னைச் சுற்றியுள்ளவர்கள் என்னிலிருந்து வெகுதூரம் சென்றிருக்க, எனது காலமும் நானும் பின்தங்கி, சேற்றினூடே போராடிக்கொண்டிருந்தோம். என்னைச் சுற்றியுள்ள உலகம் பெரும் நிலைமாற்றத்தின் எல்லையில் இருந்தது. வேறுபலரைப் போலவே மரணம் ஜான் கோல்ட் ரேனையும் எடுத்துக்கொண்டிருந்தது, சற்று தொலைவில் சாலைத் திருப்பத்தில், இருப்பதுபோல— அனைவரும் புரட்சிகரமான மாறுதல்கள் வரப்போவதாக கூச்சலிட்டனர். ஆனால் அந்த மாறுதல்கள் இரு பரிமாணம்கொண்ட மேடை அமைப்பைப் போன்றவை, அவை பின்னணியோ சாரமோ அல்லது பொருளோ அற்றதாய் இருந்தன. ஒவ்வொரு நாளும், என் முன்னாலிருந்த ஒருபோதும் முடிவுறாத சேற்றுப்பரப்பில் கண்ணைப் பதித்தபடி, அபூர்வமாகவே மேலே பார்த்தபடி சிரமத்துடன் நடந்தேன். என் வலது காலை ஊன்றி, இடது காலைத் தூக்கியபடியும், இடது காலை ஊன்றி வலதுகாலைத்

தூக்கியபடியும் எங்கேயிருக்கிறேனென்றோ, சரியான திசையில் செல்கிறேனா எனவோ ஒருபோதும் அறியாமல் ஒருசமயத்துக்கு ஒரு அடியென நான் தொடர்ந்து நகர்ந்தபடி இருக்கிறேன் என்பதை மட்டும் அறிந்திருந்தேன்.

எனக்கு 20 வயதானது, இலையுதிர்காலம்போய் குளிர்காலம் வந்தது. ஆனால் என் வாழ்வில் குறிப்பிடத்தக்கவிதத்தில் எதுவும் மாறவில்லை. என் விரிவுரைகளுக்குச் சென்றபடி, இசைத்தட்டுக் கடையில் வாரத்துக்கு மூன்று இரவுகள் வேலைசெய்தபடி, அவ்வப்போது ***தி கிரேட் கேட்ஸ்பை***யை மறுவாசிப்பு செய்தபடி, ஞாயிற்றுக்கிழமைகளில் எனது சலவையைச் செய்தபடியும் நவோகோவுக்கு நீண்ட கடிதம் எழுதியபடியும் கிளர்ச்சி எதுவுமின்றிப் போனது. சமயங்களில் நான் மிடோரியுடன் சாப்பிடவோ, மிருககாட்சிச்சாலைக்கோ அல்லது திரைப்படத்துக்கோ செல்வேன். கோபயாஷி புத்தகக் கடையின் விற்பனை திட்டமிட்டபடி நடந்தது. மிடோரியும் அவளது சகோதரியும் மியோதானி அருகிலுள்ள பெரிதும் நல்ல வருவாய்கொண்டவர்களுடைய சுற்றுப்புறத்தில் இரு படுக்கையறை வசதிகொண்ட குடியிருப்புக்கு மாறினர். மிடோரி அவளது சகோதரியின் திருமணத்துக்குப்பின் அங்கிருந்து வெளியேறி தனக்கென ஒரு குடியிருப்பை வாடகைக்குப் பிடித்துக்கொள்ளப்போவதாகக் கூறினாள். அதேசமயம் அவள் தனது புதிய இடத்துக்கு மதிய உணவருந்த ஒருமுறை வருமாறு அழைப்புவிடுத்தாள். அது பிரகாசமான, நேர்த்தியான குடியிருப்பு. கோபயாஷி புத்தகக் கடைமேல் குடியிருந்ததைவிடவும், அங்கே வசித்ததை மிடோரி பெரிதும் விரும்பியதுபோல் தோன்றியது.

எப்போதாவது சமயங்களில், நாகசாவா எங்களது இன்ப உலாக்களில் ஒன்றுக்காக வெளியே செல்லலாமென சொல்வான், ஆனால் அதற்குப்பதில் வேறெதாவது வேலையிருந்தது. நான் சச்சரவை விரும்பவில்லை. பெண்களுடன் படுப்பதை நான் விரும்பவில்லை என்பதில்லை. நான் மேற்கொண்ட மொத்த செயல்களையும் நினைத்துப்பார்த்தபோது, நகரில் போய் குடிப்பது, சரியான பெண்களைத் தேடுவது, அவர்களிடம் பேசி ஹோட்டலுக்குச் செல்வது— இவையெல்லாம் அதிகபட்ச சிரமம். ஒருபோதும் இதையெண்ணி சலிப்போ, களைப்போ அடையாமல் இந்தச் சடங்கைத் தொடர்வதற்காக நாகசாவாவை நான் பாராட்டவேண்டும். ஒருவேளை ஹாட்சுமி சொன்னது என்னிடம் ஒருவித தாக்கத்தை ஏற்படுத்தியிருக்கலாம்— யாரென்றே தெரியாத, ஒரு முட்டாள் பெண்ணுடன் படுப்பதைவிடவும் நவோகோவைப்பற்றி சிந்திப்பதுமட்டுமே என்னை பெரிதும் மகிழ்ச்சியை உணரச்செய்யமுடியும். புற்கள்சூழ்ந்த மைதானத்தில்

என்னை உச்சகட்டத்துக்கு இட்டுச்சென்ற நவோகோவின் விரல்கள் தந்த பரவசம் என்னுள் உயிர்ப்புடன் இருந்தது.

டிசம்பரின் தொடக்கத்தில், குளிர்கால விடுமுறையின்போது அவளை நான் பார்க்கவருவது சரியாயிருக்குமா என்று கேட்டு நான் அவளுக்கு எழுதினேன். நான் அங்கு வருவதை அவர்கள் விரும்புவதாகச்சொல்லி ரெய்கோவிடமிருந்து பதில்வந்தது. நவோகோவுக்கு எழுதுவதில் பிரச்சினையென்றும், அதனால் அவளுக்காக தான் எழுதியதாகவும், முக்கியமாக நான் இதனை நவோகோ நலமாக இல்லை என அர்த்தப்படுத்திக் கொள்ளக் கூடாது. நான் கவலைப்பட எந்த அவசியமும் இல்லை, இத்தகைய விஷயங்கள் அலையைப்போல வரும் என அவள் விளக்கியிருந்தாள்.

விடுமுறை வந்தபோது, நான் எனது பொருட்களை முதுகுப்பையில் திணித்துக்கொண்டும், பனிப்புதை செருப்பை அணிந்தும் கியாட்டோவுக்கு கிளம்பினேன். அந்த விநோதமான மருத்துவர் சொன்னது சரிதான்: பனியால் போர்த்தப்பட்டிருந்த குளிர்கால மலைகள் மகத்தான அழகுடையவாய்த் திகழ்ந்தன. முன்புபோல நான், நவோகோ, ரெய்கோவுடன் அந்தக் குடியிருப்பில் இரண்டு இரவுகள் உறங்கினேன். மூன்று நாட்கள் அவர்களுடன் பெரிதும் முன்புபோலவே அதேவிதமான விஷயங்களை மேற்கொண்டேன். சூரியன் இறங்கியதும், ரெய்கோ அவளது கிதாரை இசைக்க, நாங்கள் மூவரும் அமர்ந்து பேசினோம். நாங்கள் சுற்றுலாவிற்குப் பதில், கிராமங்களுக்கு இடையே ஸ்கையிங் போனோம். ஸ்கைஸ் அணிந்து மரங்களினூடே ஒருமணி நேர நடை நாங்கள் மூச்சிரைக்கவும் வியர்க்கவும் காரணமாயிற்று. நேரமிருந்தபோது நாங்கள் அங்கே குடியிருப்பவர்களுடனும் பணியாளர்களுடனும் சேர்ந்து பனியை அகற்றினோம். இரவுணவின்போது மருத்துவர் மியாதா எங்கள் மேஜைக்குவந்து, ஏன் சுட்டுவிரலைவிட நடுவிரல் நீளமாக இருக்கிறதென விளக்கினார். வாயிற்காவலன் ஓமுரா மீண்டும் என்னிடம் டோக்கியோவின் பன்றி இறைச்சிபற்றி பேசினான். நகரிலிருந்து பரிசாக நான் கொண்டுவந்திருந்த இசைத்தட்டுகளைக் கண்டு ரெய்கோ மகிழ்ச்சியடைந்தாள். அவள் சில ட்யூன்களை நகல்செய்து, தனது கிதாரில் வாசிக்க முயற்சிசெய்தாள்.

நவோகோ இலையுதிர்காலத்திலிருந்ததைவிடவும் இன்னும் குறைவாகவே பேசினாள். நாங்கள் மூவரும் ஒன்றாக இருக்கையில், அவள் ஸோபாவில் அமர்ந்தபடி, புன்னகையுடன் இருந்தாலேயன்றி ஒரேயொரு வார்த்தைகூட பேசவில்லை. அவள் பேசாததை

ஈடுகட்டுவதுபோல ரெய்கோ பேசிக்கொண்டிருந்ததாகத் தோன்றியது. “கவலைப்படாத,” நவோகோ என்னிடம் கூறினாள், “இது சும்மா அதுமாதிரியான சமயங்கள்ல ஒண்ணுதான் நான் பேசுறதைவிடவும், நீங்க ரெண்டுபேரும் பேசுறதைக் கவனிக்கிறது எனக்கு ரொம்பவே குதூகலமா இருக்கு.”

ரெய்கோ தனக்குத்தானே சில வேலைகளை எடுத்துக்கொண்டு, நானும் நவோகோவும் படுக்கையறையில் இருக்கும்படி பார்த்துக்கொண்டாள். நான் அவளது கழுத்து, தோள், மார்புகளில் முத்தமிட்டேன், முன்போலவே அவள் கையைப் பயன்படுத்தி என்னை உச்சகட்டத்தை எட்டச்செய்தாள். பின் அவளை நெருக்கமாக அணைத்தபடியே, நான் அவளிடம் இந்த இருமாதங்களாக அவளது ஸ்பரிசம் என்னிடம் நீடித்திருந்ததையும், நான் அவளை நினைத்தபடியே சுயஇன்பம் செய்ததையும் கூறினேன்.

“நீ வேற யாரோடயும் படுக்கலை?,” நவோகோ கேட்டாள்.

“ஒருமுறைகூட படுக்கலை,” என்றேன். நான்.

“சரி, நீ அப்ப ஞாபகத்துல வெச்சுக்க இன்னொண்ணும் இருக்கு.” அவள் நழுவியிறங்கி எனது ஆணுறுப்பை முத்தமிட்டாள், பின் அதனை தன் கதகதப்பான வாயால்மூடி, அவளது நாவை அது முழுக்க ஓடவிட்டாள். அவளது நீண்ட, நேரான கூந்தல் அவளது உதடுகளின் ஒவ்வொரு அசைவிலும் எனது இடுப்பிலும் அடிவயிறிலும் தொட்டுரசியது. நான் இரண்டாவது முறையாக உச்சம்தொட்டேன்.

“உன்னால இதை ஞாபகம் வெச்சுக்கமுடியும்னு நினைக்கிறியா?” அவள் கேட்டாள்.

“நிச்சயமா என்னாலமுடியும், நான் எப்பவும் இதை ஞாபகம் வெச்சிருப்பேன்.” என்றேன் நான்.

நான் அவளை இறுக்கியணைத்தபடி என் கையை அவளது பேண்டீஸுக்குள் நுழைத்து, இன்னும் உலர்ந்து காணப்பட்ட பெண்ணுறுப்பைத் தொட்டேன். நவோகோ தனது தலையைக் குலுக்கியபடி, என் கையை வெளியே இழுத்தாள். நாங்கள் சற்றுநேரத்துக்கு எதுவும்பேசாமல் ஒருவரையொருவர் அணைத்த படியிருந்தோம்.

“இந்த தேர்வு முடிந்ததும் துயிற்கூடத்தைவிட்டு வெளியேவந்து குடியிருப்பு ஒன்றைத் தேடுறதுபற்றி நான் யோசிச்சுக்கிட்டிருக்கேன்,”

என்றேன் நான். "நான் போதும்கிற அளவுக்கு துயிற்கூட வாழ்க்கையை வாழ்ந்து முடிஞ்சுட்டேன். தொடர்ந்து பகுதிநேர வேலைபார்த்தா, என்னோட செலவுகளை பெரும்பாலும் சமாளிச்சுடலாம். நான் முன்னால சொன்னமாதிரி, என்னோட டோக்கியோவுல வந்து வசிக்கிறதுபத்தி என்ன நினைக்கிற?"

"ஓ! டோரு நன்றி, இதுமாதிரியான ஒண்ணைப்பத்தி என்கிட்ட கேட்டதுல எனக்கு ரொம்ப சந்தோஷம்!"

"இந்த இடத்தை நான் தப்பா ஏதும் நினைக்கிறேன்னு இல்லை. இங்க அமைதியா இருக்கு, சுற்றுப்புறங்கள்லாம் ரொம்ப சிறப்பா இருக்கு, அதோட ரெய்கோ அற்புதமான ஆளு. ஆனா இது நீண்ட நாள் தங்கறதுக்கான இடமில்லை. இது நீண்டநாள் தங்கறதுக்கான கூடுதல் சிறப்புத்தன்மைகளோட இருக்கு. எவ்வளவு அதிகமா நீ இங்க தங்குறியோ, அவ்ளோதூரம் இந்தவிடத்தைவிட்டு கிளம்பறது சிரமம்னு நான் உறுதியா சொல்வேன்."

பதில்சொல்வதற்குப் பதிலாக நவோகோ தனது பார்வையை வெளியில் பதித்தாள். ஜன்னலுக்கப்பால், பனியைத் தவிர பார்ப்பதற்கு எதுவுமில்லை. ஆகாயத்தில் பனிமேகங்கள் தாழ்வாகவும் கனமாகவும் மிதந்தன. பனிமூடிய பூமிக்கும் அவற்றுக் குமிடையே சிறிய இடைவெளி மட்டுமே காணப்பட்டது.

"வேணும்கிற நேரமெடுத்துக்கோ, இதுபத்தி யோசி," என்றேன் நான். "என்ன ஆனாலும், மார்ச் கடைசியில நான் மாறப்போறேன். நீ எப்ப என்னோட சேர்ந்துக்க முடிவுபண்ணினாலும் நீ வரலாம்."

நவோகோ ஆமோதித்தாள். நான் கண்ணாடியில் வடிவமைக்கப் பட்ட நுட்பமான கலைப்பொருளைக் கையாள்வதுபோல கவனமாக என் கைகளை அவளைச் சுற்றிப்போட்டேன். அவள் தன் கைகளை என் கழுத்தில் போட்டாள். நான் நிர்வாணமாக இருக்க, அவள் மிகச்சிறிய வெண்ணிற உள்ளாடையை மட்டுமே அணிந்திருந்தாள். நாள் முழுவதும் பார்த்துக்கொண்டே இருக்கலாம்போன்று அவளது உடல் அழகாக இருந்தது.

"என் அந்தரங்கம் ஏன் ஈரமாகலை?" நவோகோ முணுமுணுத் தாள். "அந்த ஒருமுறை மட்டுமே எனக்கு அது நடந்துச்சு. என்னோட இருபதாவது பிறந்ததினத்தில, அந்த ஏப்ரல் மாதத்தில. உன்னோட கைகளுக்குள்ள என்னை அணைச்சிருந்த அந்த இரவுல, என்கிட்ட என்ன பிரச்சினை?"

“நிச்சயமா இது உளவியல்பூர்வமானதுனு என்னால உறுதியா சொல்லமுடியும்,” என்றேன் நான். “அவகாசம் கொடு, எந்த அவசரமும் இல்லை.”

“என்னோட பிரச்சினை எல்லாமே உளவியல் பூர்வமானதுமட்டும்தான்,” என்றாள் நவோகோ. “எனக்கு எப்பவுமே சரியாகலைனா என்னாகும்? என் மிச்ச வாழ்க்கையெல்லாம் என்னால செக்ஸ்வெச்சுக்க முடியலைனா என்னாகும்? நீ எப்பவுமே இதேபோல என்னை நேசிச்சுக்கிட்டிருப்பியா? எப்பவுமே கையும் வாயுமே உனக்குப் போதுமானதாயிருக்குமா? இல்லை நீ வேற பொண்ணுங்களோட படுத்து உன் செக்ஸ் பிரச்சினையைத் தீர்த்துக்குவியா?”

“நானொரு பிறவி நம்பிக்கைவாதி,” என்றேன் நான்.

நவோகோ படுக்கையிலமர்ந்து ஒரு டிசர்ட்டை அணிந்தாள். அதன்மேல் ஒரு கம்பளிச்சட்டையை அணிந்தாள், பின் அவளது ஜீன்ஸை மாட்டிக் கொண்டாள். நானும் எனது ஆடைகளை அணிந்துகொண்டேன்.

“என்னை இதைப் பத்தி யோசிக்கவிடு,” என்றாள் நவோகோ. “நீயும் இதைப்பத்தி யோசி.”

“நான் யோசிப்பேன்,” என்றேன் நான். “உதட்டைப் பத்தி சொல்லப்போனா, இப்ப நீ அதைவெச்சு செஞ்சது அற்புதமா யிருந்துச்சு.”

அவள் சற்றே சிவந்துபோனதுடன் சிறிதாய் புன்னகைக்கவும் செய்தாள். “கிஸுகிகூட வழக்கமா இப்படித்தான் சொல்வான்.”

“அவனும் நானும் பெரிய அளவுக்கு ஒரேமாதிரி ரசனையும் அபிப்ராயமும் உடையவங்க,” என்றேன் நான் புன்னகையுடன்.

நாங்கள் சமையலறை மேஜையில் எதிரெதிரே அமர்ந்தபடி, காபி அருந்தியபடியே பழைய நாட்களைப் பற்றி பேசிக்கொண்டிருந்தோம். அவள் கிஸுகி பற்றி நிறைய பேசத்தொடங்கினாள். அவள் தனது வார்த்தைகளை கவனமாகவும், தயக்கத்துடனும் தேர்ந்தெடுத்துப் பேசினாள். அவ்வப்போது, பனி சற்று பொழிவதும் நிற்பதுமாயிருந்தது. நான் அங்கிருந்த மூன்று நாட்களும் வானம் ஒருபொழுதும் தெளிவாகவே காணப்படவில்லை. “நான் இங்க மறுபடியும் மார்ச்ல வருவேன்னு நினைக்கிறேன்,” என நான் கிளம்பும்போது கூறினேன். நான் எனது மழைக்கோட்டுடன்,

அவளை கடைசியாக ஒருமுறை அணைத்து, அவளது உதடுகளில் முத்தமிட்டேன்.

"குட் பை," என்றாள் அவள்.

முற்றிலும் புதிய தன்மையுடன் 1970 வந்தது, அது எனது பதின்பருவ ஆண்டுகளுக்கு ஒரு முற்றுப்புள்ளி வைத்தது. இப்போது முற்றிலும் புதிய சேற்றுப்பரப்புக்கு நான் வந்தாக வேண்டியிருந்தது. அத்துடன் அது தேர்வுக்கான நேரம், நான் அவற்றில் ஒப்பீட்டளவில் எளிதாகவே வெற்றிபெற்றேன். உங்களுக்கு செய்வதற்கு எதுவும் இல்லாமலிருந்து, நீங்கள் எல்லாநேரமும் விரிவுரைகளுக்குச் செல்வதில் செலவிடுகையில், ஆண்டு இறுதித் தேர்வை எழுதுவதற்கு சிறப்புத் திறமையெதுவும் தேவையில்லை.

எனினும், துயிற்கூடத்தில் சில பிரச்சினைகள் எழுந்தன. அரசியல் பிரிவொன்றைச் சேர்ந்த சில மாணவர்கள், தங்களது அறைகளில் இரும்புக் குழாய்களையும் தலைக்கவசங்களையும் வைத்திருந்தனர். துயிற்கூடத்தின் தலைவர் அணியைச் சேர்ந்த பேஸ்பால் ஆட்டக்காரர்களுடன் அவர்கள் மோதலொன்றில் ஈடுபட்டனர். அதன் விளைவாக அவர்களில் இருவர் காயம்பட்டதுடன் ஆறுபேர் வெளியேற்றப்பட்டனர். இச்சம்பவத்தின் அதிர்வு நீண்டகாலத்துக்கு உணரப்பட்டதுடன், கிட்டத்தட்ட தினம்தோறும் சிறுசிறு சண்டைகள் தோன்றின. துயிற்கூடத்தில் இறுக்கமான சூழல் நிலவியதுடன், அனைவரும் ஒருவித அச்சத்துடன் காணப்பட்டனர். நானே பேஸ்பால் ஆட்டக்காரர்களில் ஒருவரால் தாக்கப்படவிருந்தேன். நாகசாவா தான் தலையிட்டு விஷயத்தை சுமுகமாக்கித் தந்தான். எப்படியிருந்தபோதும் அது நான் அங்கிருந்து வெளியேறுவதற்கான சமயம்.

என்னுடைய பெரும்பாலான தேர்வுகள் முடிந்ததும், நான் ஆர்வமுடன் குடியிருப்பொன்றை தேடத்துவங்கினேன். ஒரு வார தேடலுக்குப்பின், கிச்சிஜோஷியின் புறநகர்ப்பகுதியில் ஒரு சரியான இடத்தைக் கண்டடைந்தேன். அந்த அமைவிடம் அத்தனை வசதியானதல்ல, ஆனால் அது ஒரு வீடு. ஒரு தனிவீடு— அசல் தேடல். உண்மையில் அது தோட்டக்காரர் குடில் அல்லது அதுபோல வேறெதாவது வகை குடிசை. நீண்டு காணப்பட்ட தோட்டத்தோடு, அது பிரதான வீட்டிலிருந்து விலகி நல்ல பெரிய நிலத்தின் மூலையில் காணப்பட்டது. வீட்டு உரிமையாளர் முன் வாசலைப் பயன்படுத்துவார், நான் பின்வாசலைப் பயன்படுத்தலாம். இது எனது அந்தரங்கத்தைப்

பாதுகாக்க சாத்தியமாக்கியது. அது பெரியதொரு அறையையும், சிறிய சமையலறை மற்றும் குளியலறையையும் கொண்டிருந்தது. அத்துடன் கற்பனைசெய்யவியலாத அளவுக்கு பெரிய அந்தரங்க அறையொன்றையும் கொண்டிருந்தது. அது தோட்டத்தைப் பார்த்தவாறு முற்றத்தையும்கூட கொண்டிருந்தது. ஒரு இனிமையான, வயதான தம்பதி அந்த வீட்டை சந்தைமதிப்பைவிடவும் குறைவான வாடகையில், அவர்களது பேரன் டோக்கியோ வர ஆயத்தமென முடிவுசெய்யும்போது வாடகைக்கு வருபவர் இடத்தைக் காலிசெய்துதர ஆயத்தமாயிருக்கவேண்டுமென்ற நிபந்தனையின்பேரில் வாடகைக்கு விட்டனர். அவர்கள் கட்டுப்பாடுகள் எதுவும் பிறப்பிக்கப்போவதில்லை எனவும் நான் அங்கே என் விருப்பம்போல் வாழலாம் எனவும் உறுதியளித்திருந்தனர்.

நாகசாவா நான் இடம்மாறுவதற்கு உதவினான். எனது பொருட்களை இடம்மாற்ற வேன் ஒன்றை இரவல்பெறுவதை அவன் பார்த்துக் கொண்டதோடு, உறுதியளித்தபடி அவனது குளிர்பதனப்பெட்டி, தொலைக்காட்சி, பெரிய அளவிலான தெர்மோஸ்ப்ளாஸ்க் போன்றவற்றை எனக்குத் தந்தான். அவை இனிமேல் அவனுக்குத் தேவையில்லை, ஆனால் எனக்கோ அவை கச்சிதமானவை. மிதாவுக்கு அருகிலிருந்த குடியிருப்பொன்றுக்கு, இரண்டொரு நாளில் அவனும் இடம்பெயரவிருந்தான்.

அவன் கிளம்பும்போது என்னிடம், “நீண்ட காலத்துக்கு நாம ஒருவரையொருவர் பார்க்கப்போறதில்லைனு நான் நினைக்கேன். அதனால நல்லபடியா இருந்துக்க. இன்னும் கொஞ்ச வருஷத்துக்குப்பின்னால நாம எதிர்பாராம சந்திப்போம்னு நான் இப்பவும் நிச்சயமா இருக்கேன்.” என்றான்.

“நான் இப்பவே அதை எதிர்பார்த்து இருக்கேன்.” என்றேன் நான்.

“நாம ஒருசமயம் பொண்ணுங்களை மாத்திக்கிட்டேமே, அதுல அந்த விநோதமான தோற்றமுடைய பொண்ணு நல்லாவே இருந்தா.”

“சரிதான்,” நான் ஒரு சிரிப்புடன் சொன்னேன். “எப்படியோ ஹாட்சுமியை கவனமா பார்த்துக்கோ. அவளைமாதிரியான நல்ல பொண்ணைக் கண்டுபிடிக்கிறது கஷ்டம். அவ— பார்வைக்குத் தெரியறதைவிடவும் ரொம்ப மென்மையானவ.”

“ம், எனக்குத் தெரியும்,” ஆமோதிப்பாய் அவன் கூறினான். “நான் இல்லாதப்ப நீ அவளை எடுத்துக்குவனு நான் நம்பியிருந்தேன்.

நீங்க ரெண்டுபேரும் சிறந்த ஜோடியா இருப்பீங்க."

"ஆமா, சரிதான்." என்றேன் நான்.

"சும்மா வேடிக்கைக்காக சொன்னேன், எப்படியோ சந்தோஷமா இரு. உனனோட வழியில நிறைய இடைஞ்சல் வரும்னு நான் உணர்றேன், ஆனா நீ ஒரு பிடிவாதமான முட்டாள். நீ அதை சமாளிப்பனு நான் நம்பறேன். நான் ஒரு அறிவுரை சொன்னா தப்பா எடுத்துக்கமாட்டியே?"

"சும்மா சொல்லு."

"உன்னை நினைச்சு நீயே வருத்தப்படாத, மடையனுங்க மட்டும்தான் அப்படி வருத்தப்படுவாங்க." என்றான் அவன்.

"நான் இதை மனசுல வைச்சுப்பேன்.," என்றேன் நான். நாங்கள் கைகுலுக்கி, எங்களது வெவ்வேறு வழியில் சென்றோம். அவன் அவனது புதிய உலகிற்கும், நான் திரும்பவும் எனது சேற்றுவெளிக்கும்.

நான் இடம்மாறி மூன்று நாட்களுக்குப்பின், நவோகோவுக்கு கடிதமெழுதினேன். நான் எனது புதியவீட்டைப் பற்றி விவரித்தும், துயிற்கூடத்திலுள்ள முட்டாள்களிடமிருந்தும் அவர்களது அனைத்து மூளையதிர்ச்சிகளிருந்தும் விலகியிருப்பது எத்தனை ஆறுதலாயிருக்கிறதென விவரித்திருந்தேன். நான் இப்போது புதுமையானதொரு மனதுடன் எனது புதிய வாழ்வைத் தொடங்கமுடியும்.

எனது ஜன்னல் பெரியதொரு தோட்டத்தைப் பார்த்தவாறு அமைந்திருந்தது. அருகிலுள்ள பூனைகளுக்கெல்லாம் அதுதான் சந்திப்பிடம். வராந்தாவில் படுத்தவாறு அவற்றைக் கவனிப்பது எனக்குப் பிடிக்கும். எத்தனை பூனைகள் ஒன்றுகூடுமென எனக்கு உறுதியாய்த் தெரியவில்லை. ஆனால் இதுவொரு பெரிய பூனைக்கூட்டம் என்பது நிச்சயம். அவை குழுவாக சூரியக் குளியல் மேற்கொள்ளும். நான் அங்கே வசிப்பதைக் காண்பதில் அவற்றுக்கு பெரிதும் சந்தோஷமென நான் கருதவில்லை. ஆனாலும் ஒருமுறை நான் பழைய பாலாடைக் கட்டியொன்றை அங்கே வைத்ததும் அவற்றுள் சில ஊர்ந்துவந்து அதைச் சுவைத்தன. அநேகமாக அவை வெகுவிரைவில் என் நண்பர்களாகிவிடும். அவற்றுள் வரிகளுடன்கூடிய பாதிக் காதை இழந்த ஆண் பூனையொன்று இருக்கிறது. அது எவ்வளவுதூரம் எனது பழைய துயிற்கூட தலைவரைப்போல இருக்கிற தென்பது வியப்பளிப்பதாகும். இப்போதிருந்து என்றைக்கு

வேண்டுமானாலும் அது கொடியேற்றத் தொடங்கும் என நான் எதிர்பார்த்திருக்கிறேன்.

ஒருவகையில் இங்கிருந்து எனக்கு பல்கலைக்கழகம் தொலைவே, ஆனால் எனது மூன்றாவது வருடம் தொடங்கிவிட்டால், எனக்கு அதிகமாக காலை விரிவுரைகள் இருக்காது. எனவே அது அத்தனை மோசமாய் இருக்கப் போவதில்லை. தொடர்வண்டியில் வாசிக்க நேரமிருக்கும் என்பதால், அது இன்னும் சிறப்பானதே. நான் இப்போது இங்கே செய்யவேண்டியதெல்லாம் வாரத்துக்கு மூன்று நான்கு நாட்களுக்கு செய்வதுபோன்ற எளிதான வேலையைக் கண்டறிவதுதான். அதன்பின் நான் எனது உத்வேகமூட்டிக் கொள்ளும் வாழ்க்கைக்குத் திரும்பவேண்டியதுதான்.

நான் அவசரப்படுத்த விரும்பவில்லை, ஆனால் ஒருவருடத்தில் புதிய விஷயங்களைத் தொடங்க சிறந்தசமயம் ஏப்ரல்தான். மேலும் ஒன்றாக வாழத்தொடங்குவதுதான் நமக்கு சிறந்த விஷயமாத இருக்கும் என்ற உணர்வு எழுவதை என்னால் தடுக்கமுடியவில்லை. அது சரிப்பட்டு வருமெனில், நீ பல்கலைக்கழகத்துக்கு திரும்பப்போகவும்கூட செய்யலாம். யதார்த்தத்தில் நாம் ஒன்றாக வாழ்வதில் பிரச்சினையிருக்குமெனில் உனக்காக அருகில் ஒரு குடியிருப்பை கண்டுபிடிக்கமுடியும் .நாம் செய்யவேண்டிய மிகமுக்கியமான விஷயம், நாம் எப்போதும் ஒருவருக்கொருவர் மிகவும் அருகிலிருப்பதுதான். நிச்சயமாக அது வசந்த காலமாகத்தான் இருக்கவேண்டுமென்பதில்லை. நீ கோடைகாலம் சிறப்பானதென நினைத்தால், எனக்கும்கூட அது சரியே. நீ என்ன நினைக்கிறாய் என்பதை எனக்குத் தெரியப்படுத்து, சரியா?

கொஞ்சகாலத்துக்கு நான் வேலையில் சற்றே கூடுதல் நேரத்தை செலவிட திட்டமிட்டபடி இருக்கிறேன். இடம்பெயர்வதற்கான செலவுகளை எதிர்கொள்வதற்காக. நான் தனியாக வசிக்கத் தொடங்கியதிலிருந்து, ஒரு விஷயத்திற்காகவோ அல்லது மற்றொரு விஷயத்திற்காகவோ ஒரு கணிசமான தொகை எனக்குத் தேவைப்படுகிறது. பானைகள், சமையல் பாத்திரங்கள், தட்டுக்கள் அதுமாதிரியான பொருட்களுக்காக. எனினும் மார்ச்சில் நான் பொறுப்புகளின்றி இருப்பேன், உன்னைப் பார்க்கவருவதை நான் நிச்சயமாக விரும்புகிறேன். உனக்கு எந்தத் தேதி சரியாகவரும்? அதைக்கூறினால், க்யோட்டோவுக்கு ஒரு பயணத்துக்கு திட்டமிடுவேன். உன்னைப் பார்ப்பதற்கும் உன் பதிலைக் கேட்பதற்கும் நான் எதிர்பார்ப்புடன் இருக்கிறேன்.

அடுத்த சில நாட்கள் நான் அருகிலிருந்த கிச்சிஜோஷி ஷாப்பிங்

மாவட்டத்தில் எனக்குத் தேவையான பொருட்களை வாங்குவதில் செலவிட்டு, வீட்டில் எனக்குநானே எளிய உணவுகளை சமைக்கத் தொடங்கினேன். நான் உள்ளூர் மரக்கடை ஒன்றில் கொஞ்சம் மரப்பலகைகள் வாங்கி அவற்றை, ஒரு மேஜை செய்துகொள்ள அளவாக வெட்டிக்கொண்டேன். நான் அதன்மீது படிக்கமுடியும், என் உணவைக்கூட அதன்மீது வைத்துச் சாப்பிடமுடியும். நான் சில அலமாரிகளைச் செய்து, அதில் நன்கு தேர்வுசெய்த மசாலாக்களை வாங்கியடுக்கினேன். ஆறுமாதம் இருக்கக்கூடிய ஒரு வெண்ணிற பெட்டைப் பூனை என்னை விரும்பியதுடன் என் இடத்துக்கு சாப்பிட வரத்தொடங்குவதென தீர்மானித்தது. நான் அதனை கடல்காகமென அழைத்தேன்.

ஓரளவுக்கு நான் என் இடத்தைச் சீர்படுத்தியதும், நான் நகருக்குள் சென்று வண்ணப்பூச்சு செய்பவருக்கு உதவியாளனாக வேலைக்குப் போய்வந்தேன். அந்தவிதத்தில் முழுக்க இரண்டு வாரங்கள் கடந்தன. சம்பளம் நன்றாகவே இருந்தது. ஆனால் வேலை உயிரையெடுப்பதாக இருந்தது, அதனுடைய நெடி என் தலைசுற்றக் காரணமானது. தினசரி வேலைமுடிந்ததும் நான் மலிவான உணவகமொன்றில் சாப்பிடுவேன். பின் பீரால் வயிறை நிறைப்பேன். வீட்டுக்குத் திரும்பி பூனையுடன் விளையாடு வேன், பின் ஒரு பிணத்தைப் போன்று உறங்குவேன். இந்த காலகட்டத்தில் நவோகோவிடமிருந்து பதில்வரவில்லை.

நான் வண்ணப்பூச்சு செய்துகொண்டிருந்ததற்கு நடுவில் மிடோரி என் மனதில் ஞாபகத்துக்குவந்தாள். கிட்டத்தட்ட மூன்றுவாரங்களாக நான் அவளுடன் தொடர்பிலில்லை. நான் அவளிடம் இடம்பெயரப்போகிறேன் என்றுகூட சொல்லவில்லை என்பதை உணர்ந்தேன். நான் அவளிடம் இடம்பெயர்வதைப் பற்றி யோசித்துக்கொண்டிருக்கிறேன் என குறிப்பிட்டபோது, "உண்மையாவா?" என்றாள் அவள். அதுதான் நாங்கள் கடைசி முறையாகப் பேசியது.

நான் ஒரு தொலைபேசிப்பெட்டிக்குச் சென்று அவளது எண்ணுக்கு அழைத்தேன். பதிலளித்த பெண் அநேகமாக அவளது சகோதரியாக இருக்கவேண்டும். நான் என் பெயரைச் சொன்னபோது, அவள் "ஒருநிமிஷம்," என்றாள், ஆனால் மிடோரி தொலைபேசிக்கு வரவேயில்லை.

பின் சகோதரி, அல்லது அந்த யாரோவொரு பெண் திரும்பவும் தொலைபேசிக்கு வந்தாள். "மிடோரி, உன்கிட்ட பேசமுடியாத அளவுக்கு பயங்கர கோபத்துல இருக்கிறதா சொல்றா. நீ பாட்டுக்கு இடம்மாறிட்டு அவளுக்கு எதுவுமே

ஹாருகி முரகாமி | 411

சொல்லலை சரியா? நீ எங்கே போறேன்னு எதுவுமே சொல்லாம காணாமபோயிட்ட சரியா? சரி, இப்ப நீ அவள கோபத்துல கொந்தளிக்கிறமாதிரி பண்ணிட்ட. சில விலங்குகள் மாதிரி அவ ஒருமுறை கோபமானா, அப்படியேதான் இருப்பா."

"நீங்க அவகிட்ட போனைத் தரமுடியுமா? நான் விளக்கிச் சொல்லுவேன்."

"அவ எந்த ஒரு விளக்கத்தையும் கேட்க தயாரில்லைனு சொல்றா"

"அப்ப நான் உங்ககிட்ட விளக்கட்டுமா? உங்ககிட்ட அப்படி பண்றதை நான் விரும்பலை, ஆனாலும் நான் சொல்றதைக்கேட்டு அவகிட்ட சொல்ல முடியுமா?"

"என்னால முடியாது! அதை நீயே செய். என்ன மாதிரி ஆம்பளை நீ? இது உன்னோட பொறுப்பு அதனால நீயே பண்ணு. அதுவும் சரியா பண்ணு."

அது நம்பிக்கையற்றதாக இருந்தது. நான் அவளுக்கு நன்றி சொல்லி தொலைபேசியை வைத்தேன். மிடோரி கோபமாக இருப்பதற்கு நான் உண்மையிலே குற்றம்சொல்ல முடியாது. பொருட்களை இடம்மாற்றி, புதிய இடத்தில் அடுக்கி, கொஞ்சம் கூடுதல்பணத்துக்காக வேலை தேடுவதில் மும்முரமாயிருந்ததில் நான் அவளைப்பற்றி சற்றும் நினைக்கவில்லை. இந்த நேரமனைத்திலும் நவோகோவைக்கூட நான் மனதில் நினைத்திருக்கவில்லை. இதுவொன்றும் எனக்குப் புதிதான ஒன்றில்லை. எப்போதெல்லாம் நான் ஏதோவொன்றில் ஆர்வமுடன் ஈடுபடுகிறேனோ, அப்போது மற்ற அனைத்தையும் மறந்துவிடுவேன்.

ஆனால் நிலைமை தலைகீழாக இருந்து, மிடோரி என்னிடம் சொல்லிக்கொள்ளாமல் எங்காவது சென்றிருந்தாலோ, மூன்றுவாரம் தொடர்பும் இல்லாமலிருந்தாலோ நான் எப்படி உணர்ந்திருப்பேன் என சிந்திக்க ஆரம்பித்தேன். நான் புண்பட்டிருப்பேன்— மோசமாக புண்பட்டிருப்பேன் என்பதில் சந்தேகமில்லை. நாங்கள் காதலர்கள் இல்லைதான், ஆனால் ஒருவிதத்தில் ஒருவருக்கொருவர் காதலர்களைவிடவும் ஆழ்ந்தவிதத்தில் நாங்கள் வெளிப்படைத்தன்மையுடன் இருந்திருக்கிறோம். இந்த எண்ணம் என்னை பெரிதும் துயரத்துக்குள்ளாக்கியது. நீங்கள் உண்மையிலே அக்கறைசெலுத்தும் ஒருவரை காயப்படுத்துவது— அதுவும் விழிப்புணர்வின்றி அப்படிச் செய்வது மோசமான ஒன்று.

நான் வேலையிலிருந்து வீடுதிரும்பியதும், நான் என் புதிய மேஜையிலமர்ந்து மிடோரிக்கு எழுதினேன். நான் முடிந்தவரை நேர்மையாக எப்படி உணர்கிறேன் என அவளுக்குக் கூறினேன். பெரிதும் கவனக்குறைவாகவும் உணர்ச்சியற்றவிதத்திலும் இருந்ததற்காக விளக்கமோ காரணங்களோயின்றி மன்னிப்பு கேட்டேன். நான் எழுதினேன். *நான் உன் பிரிவை உணர்கிறேன். எத்தனை விரைவில் முடியுமோ அத்தனை சீக்கிரம் நானுன்னைப் பார்க்கவிரும்புகிறேன். எனது புதிய வீட்டை நீ காணவேண்டுமென்று நான் விரும்புகிறேன். தயவுசெய்து எனக்கு பதிலெழுதவும்* என்றெழுதி, நான் அந்தக் கடிதத்தை சிறப்புத் தபாலில் அனுப்பினேன்.

பதில் வரவேயில்லை.

அது ஒரு விநோத வசந்தகாலத்தின் தொடக்கமாக இருந்தது. நான் விடுமுறை முழுதும் கடிதங்களுக்குக் காத்திருப்பதிலேயே செலவிட்டேன். நான் பயணம் எதையும் மேற்கொள்ளவில்லை, என் பெற்றோர்களைப் பார்க்க வீட்டுக்குச் செல்லமுடியவில்லை, என்னால் பகுதிநேர வேலையில்கூட சேரமுடியவில்லை. ஏனெனில் நவோகோவிடமிருந்து இன்ன தேதியில் நான் அவளை வந்துபார்க்கும்படி விரும்புவதாகச் சொல்லி கடிதம் வரலாம். எனவே எதுவும் சொல்வதற்கில்லை. மதியவேளைகளில் அருகிலுள்ள கிச்சிஜோஷி ஷாப்பிங் மாவட்டத்தில் ஜாஸ் கபேக்களில் வாசித்தபடியோ அல்லது டபுள் எக்ஸ் படம்பார்த்தபடியோ செலவிடுவேன். கிட்டத்தட்ட யாரையும் நான் பார்க்கவோ, யாருடனும் பேசவோ இல்லை. வாரத்திற்கு ஒருமுறை நவோகோவுக்கு கடிதம் எழுதினேன். பதில்வருமென்று நம்பிக்கையுடனிருப்பதாக நான் குறிப்பிடவே இல்லை. அவளுக்கு எந்தவிதத்திலும் அழுத்தம்தர நான் விரும்பவில்லை. நான் அவளுக்கு— எனது வண்ணம் பூசும் வேலைபற்றி, கடல்காகம் (பூனை) பற்றி, தோட்டத்திலுள்ள பீச் மலர்கள் பற்றி, டோபு விற்கும் நற்குணமுள்ள வயதான பெண்மணி பற்றி, உள்ளூர் உணவகமொன்றில் இருக்கும் மோசமான, வயதான பெண்மணி பற்றி, எனக்குநானே தயாரிக்கும் உணவுபற்றி மட்டுமே எழுதினேன். இருந்தும் அவள் கடிதம் எழுதவேயில்லை.

எப்போதாவது வாசிப்பதிலோ அல்லது இசைத்தட்டு கேட்பதிலோ நான் அலுப்படைந்துபோனால், நான் தோட்டத்தில் சற்றுநேரம் வேலைசெய்வேன். எனது வீட்டுரிமையாளரிடமிருந்து நான் சருகுகளை வாரும் சாதனம், துடைப்பம், செடிவெட்டும் கத்தரி போன்றவற்றை இரவல் வாங்கி, களையெடுப்பதிலும் புற்களைச் சீராக வெட்டிவிடுவதிலும் என் நேரத்தைச்

செலவிடுவேன். தோட்டத்தை அழகாக தோன்றச்செய்ய அதிகமாக எதுவும் செய்யவேண்டியிருக்கவில்லை. ஒருமுறை வீட்டு உரிமையாளர் அவருடன் சேர்ந்து என்னை ஒரு குவளைத் தேநீர் அருந்த அழைத்தார். எனவே நாங்கள் பிரதானவீட்டின் முன்முற்றத்தில் பசும்தேநீர் அருந்தியபடியும் ரைஸ் கிராக்கர் ருசித்தபடியும, சிறிய உரையாடலில் ஈடுபட்டோம். ஓய்வுக்குப்பின், அவர் காப்பீட்டு நிறுவனமொன்றில் வேலை செய்ததாகவும், ஆனால் அதனையும் சில வருடங்களில் விட்டுவிட்டதாகவும் அவர் கூறினார். இப்போது வேலையின்றி இருப்பதை சாதாரணமானதாக எடுத்துக்கொண்டதாகக் கூறினார். நீண்ட காலமாகவே இந்த குடும்பத்துக்கு இந்த வீடும் நிலமும் இருந்து வருவதாகவும், அவரது குழந்தைகள் வளர்ந்து சொந்தக்காலில் நிற்க ஆரம்பித்துவிட்டதாகவும், அவரால் வேலையில்லாமலேயே, வயதான காலத்தை வசதியாக வாழமுடியுமெனவும் கூறினார். அதனால்தான் அவரும் அவரது மனைவியும் எப்போதும் ஒன்றாக பயணத்திலிருப்பதாகவும் கூறினார்.

"அது சிறப்பானது," என்றேன் நான்.

"இல்லை அது அப்படியில்லை," என்றார் அவர். "பயணம் சந்தோஷமானதில்லை. அதைவிடவும் நான் பெரிதும் வேலைசெய்வதையே விரும்புவேன்."

அவர் தோட்டத்தை தன்போக்கில் வளரவிட்டுவிட்டதாகக் கூறினார். அந்தப் பகுதியில் நாகரிகமான தோட்டக்காரர்கள் இல்லாததும் அவருக்கு ஒவ்வாமையிருப்பதால், இறங்கி வேலைசெய்வது சாத்தியமற்றதாக இருப்பதும்தான் அதற்கு காரணமென்றார். புற்களை வெட்டுவது அவருக்கு தும்மலை உண்டுபண்ணியது.

நாங்கள் தேநீர் அருந்திமுடிந்ததும், அவர் எனக்கு பொருட்களைப் போட்டுவைக்கும் கொட்டகையொன்றைக்காட்டி, எனது தோட்டவேலைக்கு நன்றியாக, உள்ளே இருப்பவற்றில் எதைவேண்டுமானாலும் நான் பயன்படுத்திக்கொள்ளலாம் என என்னிடம் கூறினார். "இந்தப் பொருட்களால எங்களுக்கு எந்தப் பயனும் இல்லை. அதனால தயங்காத," என்றார் அவர்.

உண்மையில் அந்த இடம் ஒரு பழைய மரத்தாலான குளியல்தொட்டி, குழந்தைகளுக்கான நீச்சல்தொட்டி, பேஸ்பால் மட்டைகள்— அனைத்து விதமான பொருட்களால் நிறைந்திருந்தது. நான் பழையதொரு பைக், இரண்டு நாற்காலிகளுடன் கூடிய கையடக்கமான உணவருந்தும் மேஜை, ஒரு கண்ணாடி, கிதார்

போன்றவற்றை கண்டெடுத்தேன். "உங்களுக்கு சம்மதம்னா நான் இதனையெல்லாம் இரவல் வாங்கிக்கிறேன்," என்றேன் நான்.

"தயங்காத," அவர் மறுபடியும் கூறினார்.

நான் ஒருநாள் முழுக்க அந்த பைக்கில் செலவிட்டு துருவெல்லாம் நீக்கினேன். பேரிங்குகளுக்கு எண்ணெய்போட்டு சக்கரங்களுக்குக் காற்றடித்தேன், கியர்களைச் சரிசெய்தேன். பின் அதனை பைக் பழுதுபார்க்குமிடத்திற்கு இட்டுச்சென்று புதிய கியர் கேபிள் பொருத்தினேன். நான் எல்லாம் செய்துமுடித்தபோது அது வித்தியாசமான பைக்காக தோற்றமளித்தது. நான் மேஜையின் கடினமான அழுக்குப் படிவை சுத்தம்செய்து, அதற்கு புதிதாக வார்னிஷ் பூசினேன். கிதாரின் தந்தியிழைகளை மாற்றி, உடைந்திருந்த அதன் ஒருபகுதியை ஒட்டிச் சரிசெய்தேன். ஒரு தூரிகையை எடுத்து ட்யூனிங் முனையில் சேர்ந்திருந்த துருவை நீக்கி சரிசெய்தேன். அது பெரிதும் கிதார்போன்றே இல்லாதபோதும் குறைந்தபட்சம் நான் அதை சுருதி சேரும்படிச் செய்தேன். பள்ளிப் பருவத்திலிருந்தே என் கையில் கிதார் இருந்ததில்லை என்பதை நான் உணரவந்தேன். நான் தாழ்வாரத்தின் கீழமர்ந்து என்னால் முடிந்தவரை தி ட்ரிப்டர்ஸின் அப் ஆன் தி ரூப்பை (Up on the Roof) வசப்படுத்தி இசைக்கமுயன்றேன். இன்னும் நான் பெரும்பாலான ஸ்வரங்களை ஞாபகத்தில் வைத்திருப்பதை யெண்ணி ஆச்சரியமடைந்தேன்.

அடுத்ததாக நான் சில மரப்பலகைகளை எடுத்து நானே ஒரு கனசதுர கடிதப்பெட்டியை தயார்செய்தேன். நான் அதற்கு சிவப்புவண்ணம்பூசி, என் பெயரை அதன்மேல் எழுதி அதனை என் கதவுக்கு வெளியே பொருத்தினேன். ஏப்ரல் 3—ஆம் தேதிவரை எனது பெட்டிக்கு வந்த ஒரே அஞ்சல் எனது துயிற்கூடத்திலிருந்து திருப்பியனுப்பப்பட்ட ஒன்றாகும்: எனது பள்ளியின் மறுகூடல் குழுவினரிடமிருந்து வந்த அறிக்கை. பழைய மாணவர்கள் மீண்டும் கூடுவதில், நான் விரும்புவது ஏதுமில்லை. நான் கிஸுகியுடன் இருந்தது அந்த வகுப்பில்தான். நான் அதனை குப்பைத் தொட்டியில் எறிந்தேன்.

ஏப்ரல் 4 மதியவேளையில் கடிதப்பெட்டியில் நான் ஒரு கடிதத்தைக் கண்டேன். அதன் பின்புறத்தில் ***ரெய்கோ இஷிதா*** என்று காணப்பட்டது. கடிதம் ஒட்டப்பட்ட பகுதியை எனது கத்திரியால் சீராக, தெளிவாக கத்தரித்து, அதனை வாசிப்பதற்காக தாழ்வாரத்துக்கு வந்தேன். இது நல்ல செய்தியாக இருக்கப் போவதில்லை என எனக்கொரு உணர்வு, நான் நினைத்தது சரியாக இருந்தது.

முதலில், பதிலுக்காக இத்தனை நீண்ட காலத்துக்கு காத்திருக்கச் செய்ததற்கு ரெய்கோ மன்னிப்பு கேட்டிருந்தாள். நவோகோ எனக்கு ஒரு கடிதம் எழுத சிரமப்பட்டுக்கொண்டிருந்ததாகவும், ஆனால் அவள் ஒருபோதும் ஒரு கடிதத்தை அதன் கடைசி வரை எழுதமுடியுமென தோன்றாவில்லையென அவள் சொல்லி யிருந்தாள்.

உன்னைத் தொடர்ந்து காக்கவைப்பது எத்தனை தவறானது என ஒவ்வொரு முறையும் எடுத்துச்சொல்லி, அவளது இடத்தில் நானிருந்து உனக்குப் பதில் எழுதுகிறேன் என்று சொன்னேன். அப்போதெல்லாம் அவள் இது மிகவும் அந்தரங்கமான விவகாரமெனவும் அவள் தானேதான் உனக்கு கடிதம் எழுதவேண்டுமெனவும் வற்புறுத்தினாள். அதனால்தான் நான் உனக்கு விரைந்து கடிதமெழுத முடியாமல்போனது. நான் உண்மையாகவே வருந்துகிறேன். நீ என்னை மன்னிப்பாயென நம்புகிறேன்.

ஒரு பதிலுக்காக காத்திருக்கநேர்ந்த சிரமமான மாதத்தை நீ எதிர்கொண்டிருப்பாயென நான் அறிவேன், ஆனால் இந்த மாதம் நவோகோவுக்கும் சிரமமானதாகவே இருந்தது, என்னை நம்பு அவள் எதிர்கொள்வதை புரிந்துகொள்ள முயற்சிசெய். நான் முழுநேர்மையுடன் சொல்வதானால், அவளது நிலை நன்றாக இல்லை. அவள் தன் சொந்தக்காலில் நிற்க தன்னாலான மட்டும் முயற்சிக்கிறாள், ஆனால் இதுவரை முடிவுகள் அத்தனை நன்றாக இல்லை.

பின்னோக்கிப் பார்த்தால், அவளது பிரச்சினையின் முதல் அறிகுறி கடிதம் எழுதமுடியாத நிலையே என்பதை என்னால் இப்போது காணமுடிகிறது. அது கிட்டத்தட்ட நவம்பர் கடைசியிலிருந்தோ, டிசம்பர் தொடக்கத்திலிருந்தோ நிகழ்ந்தது. பின் அவள் சப்தங்களை கேட்கத்தொடங்கினாள். எப்போதெல்லாம் அவள் கடிதம் எழுதத்தொடங்கினாளோ, அப்போதெல்லாம், அவளிடம் ஆட்கள் பேசுவதைக் கேட்டாள். அது அவள் எழுதுவதை சாத்தியமற்றதாக்கியது. அந்தக் குரல்கள், அவள் வார்த்தையைத் தேர்வுசெய்வதை தடைசெய்தன. உனது இரண்டாவது வருகையின்போதுவரை அது அத்தனை மோசமாயில்லை, எனவே நான் அதனை முக்கியமானதாய் எடுத்துக்கொள்ளவில்லை. இங்குள்ள எங்கள் அனைவருக்கும் கூடுதலாகவோ குறைவாகவோ இதுமாதிரியான அறிகுறிகள் விட்டுவிட்டு வந்துசெல்லும். அவளது விஷயத்தில், நீ வந்துபோனபின் இந்த அறிகுறிகள் முழுக்க தீவிரமாகிவிட்டன. அப்போது அவள் சாதாரண உரையாடலை மேற்கொள்ளவே

சிரமப்படுகிறாள். அவளால் பேசுவதற்கான சரியான வார்த்தையைக் கண்டுகொள்ளவே முடியவில்லை, அது அவளை பெரிதும் குழப்பமான நிலைக்கு, குழப்பமும் அச்சமும் கலந்த நிலைக்கு இட்டுச் செல்கிறது.. அதேசமயம், அவள் குரல்களை கேட்பது இன்னும் தீவிரமடைந்திருக்கிறது.

நாங்கள் தினமும் சிறப்பு நிபுணர்களுடன் ஒரு அமர்வு மேற்கொள்கிறோம். நவோகோ, மருத்துவர்கள் மற்றும் நான்— ஒன்றாக அமர்ந்து, அவளுக்குள் உடைந்துபோன பகுதி எதுவென மிகச்சரியாக கண்டுபிடிக்க முயற்சிக்கிறோம். சாத்தியமெனில் எங்களது அமர்வுகளொன்றில் உன்னையும் சேர்த்துக் கொள்வது நல்லதென நான் யோசனை கூறினேன். மருத்துவரும் அதற்கு ஆதரவாகவே இருந்தார். ஆனால் நவோகோ அதற்கு எதிர்ப்புதெரிவித்தாள். அதற்கு அவள் சொன்ன காரணம் என்னவென மிகச்சரியாக நான் உனக்குச் சொல்லட்டுமா: நான் அவனைச் சந்திக்கும்போது, என் உடல் இவையெல்லாவற்றிலுமிருந்து சுத்தமாக இருக்கவேண்டுமென நான் விரும்புகிறேன். நான் அவளிடம் இதெல்லாம் ஒரு பிரச்சினையில்லை, எத்தனை சீக்கிரம் முடியுமோ அத்தனை சீக்கிரம் அவள் குணமடைய வேண்டும் அதுதான் பிரச்சினையென என்னால் ஆனமட்டும் வலியுறுத்தினேன். ஆனால் அவள் தன் மனதை மாற்றிக்கொள்ளவில்லை

இது சிறப்பு மருத்துவமனையல்ல என்று ஒருமுறை நான் உன்னிடம் விளக்கியிருக்கிறேனென நினைக்கிறேன். நிச்சயமாக, இங்கே நாங்கள் சிறப்பு மருத்துவர்களைக் கொண்டிருக்கிறோம். அவர்கள் திறனுள்ள சிகிச்சைகளை அளிக்கவும் செய்கிறார்கள். ஆனால் தீவிர சிகிச்சையென்பது வேறுவிஷயம். இந்த இடத்தின் நோக்கம், ஒரு நோயாளி தன்னைத்தானே குணப்படுத்திக் கொள்ளும் ஆற்றல்மிகு சுற்றுச்சூழலை உருவாக்குவதே யாகும். சரியாகச் சொன்னால் அதில் மருத்துவ சிகிச்சை உள்ளடங்கியதில்லை. அதன் பொருள், நவோகோவின் நிலை இன்னும் மோசமானால், அவர்கள் அநேகமாக அவளை வேறொரு மருத்துவமனைக்கோ, அல்லது மருத்துவ வசதியுள்ள இடத்துக்கோ மாற்றுவார்கள். தனிப்பட்ட விதத்தில், நான் இதனை வேதனையானதாகக் கருதுவேன். எனினும் நாங்கள் அதனைச் செய்தாக வேண்டும். அவள் தற்காலிகமாக இந்த இடத்தைவிட்டுப் போனாலும் இங்கு மீண்டும் சிகிச்சைக்கு வரமுடியாதென்பதை சொல்லத்தேவையில்லை. அல்லது இன்னும் சிறப்பாக, மருத்துவமனையில் முழுமையாகக் குணமடைந்து சரியானாலும் ஆகலாம். எப்படியிருந்தபோதும், எங்களால் முடிந்த அனைத்தையும் நாங்கள் செய்துகொண்டிருக்கிறோம். நவோகோவும் தன்னாலான

ஹாருகி முரகாமி | 417

அனைத்தையும் செய்துகொண்டிருக்கிறாள். அதேவேளையில் நீ செய்யக்கூடிய சிறந்தவிஷயம், அவள் குணமடைவாள் என்ற நம்பிக்கையுடன் இருப்பதும், தொடர்ந்து அவளுக்குக் கடிதம் எழுதுவதும்தான்

அதில் 31— மார்ச் என தேதி குறிக்கப்பட்டிருந்தது. நான் அதனை வாசித்தபின்பு, நான் முன்தாழ்வாரத்தில் இருந்தபடியே என் கண்களை தற்போது வசந்த காலத்தின் புத்துணர்வு நிரம்பப்பெற்றிருந்த தோட்டத்தில் அலையவிட்டேன். ஒரு முதிர்ந்த செர்ரிமரம் அங்கே நின்றிருந்தது. அதன் பூங்கொத்துகள் அதன் சிறப்பின் உச்சத்தைத் தொட்டிருந்தன. மென்மையானதொரு இளங்காற்று வீசியது. பகல் வெளிச்சம் அதன் விசேஷமான மங்கிய, புகைமூட்டமான நிறத்தை அனைத்துக்கும் வழங்கியது. கடற்காகம் எங்கோ அலைந்து திரிந்துவிட்டுவந்து, முன்முற்றத்தின் பலகையை பிறாண்டிக்கொண்டிருந்தபின் எனக்கருகில் நீட்டிப் படுத்து தூக்கத்தில் ஆழ்ந்தது.

நான் கொஞ்சம் தீவிர சிந்தனை செய்யவேண்டுமென எனக்குத் தெரியும், ஆனால் எப்படிச் சிந்திப்பதென எனக்கு எந்த யோசனையும் இல்லை. உண்மையைச் சொல்வதானால், நான் கடைசியாகச் செய்யவிரும்பும் விஷயம் சிந்தனை. இந்த விஷயத்தில் எனக்கு வேறு தேர்வேயில்லை என்ற நிலை சீக்கிரம் வரும். அப்படி ஒரு நேரம் வரும்போது நான் விஷயங்களை நீண்ட நேரம் நன்றாகச் சிந்தனை செய்வேன். ஆனால் இப்போது அல்ல.

நான் அந்தப் பகல் பொழுதை தூணொன்றில் சாய்ந்தபடி தோட்டத்தை உற்றுநோக்குவதிலும் கடல்காகத்தை வருடிவிடுவதிலும் செலவிட்டேன். நான் முழுமையாக சக்தியிழந்ததுபோல உணர்ந்தேன். மதியம் வளர்ந்து அந்திப்பொழுது நெருங்கியது, நீலநிற நிழல்கள் தோட்டத்தைச் சூழ்ந்தன. கடற்காகம் காணாமல்போக, நான் செர்ரி பூக்களைப் பார்த்தபடி இருந்தேன். வசந்தகால இருளில், அவை சீழ்பிடித்த புண்ணின் பிளவிலிருந்து வெளிப்பட்ட சதையைப்போன்று தோற்றமளித்தன. தோட்டம் அழுகிய சதையின் புதிய, கடும் துர்நாற்றத்தால் நிறைந்திருந்தது. அப்போது சரியாக நான் நவோகோவின் சதையைப் பற்றி நினைத்தேன். நவோகோவின் அழகிய தசை இருளில் என் முன்பு கிடந்தது., அவளது சருமத்தின்வழியாக கணக்கற்ற மொட்டுகள் வெடித்து, கிட்டத்தட்ட கண்ணுக்குப் புலப்படாத பசிய இளம்காற்றில், நடுங்கிக்கொண்டிருந்தன. அத்தகையதொரு அழகிய உடல் ஏன் இத்தனை நோய்வாய்ப்பட்டிருந்தது? நான் திகைப்பிலாழ்ந்தேன். அவை ஏன் நவோகோவை தனியே

விட்டுச்செல்லக்கூடாது?

நான் உள்ளேசென்று எனது திரையை இழுத்துவிட்டேன். ஆனால் உள்ளேயும்கூட வசந்தகால வாசனையிலிருந்து தப்பிக்க முடியவில்லை. ஆனால் வசந்தகால வாசனை தற்போது என் மனதில் ஏற்படுத்திய ஒரே விஷயம் அழுகல்நாற்றம் மட்டுமே. என் திரைச்சீலைக்குப் பின்னால் மறைந்திருந்த நான், வசந்த காலத்தின்மீது பயங்கர வெறுப்பு கொண்டேன். வசந்தகாலம் எனக்காகக் கொண்டுவந்திருந்ததை நான் வெறுத்தேன். அது எனக்குள் எழுப்பிய மந்தமான, துடிக்கும் வலியை நான் வெறுத் தேன். நான் என் வாழ்க்கையில் அத்தனை தீவிரத்துடன் எதனையும் வெறுத்ததில்லை.

அதன்பின்பு நான் மூன்று நாட்களை, கடலின் ஆழத்தில் நடப்பதுபோன்று செலவிட்டேன். மற்றவர்கள் என்னிடம் சொன்னதை நான் அரிதாகவே கேட்டேன். நான் சொன்னதைப் புரிந்துகொள்வதிலும் அவர்களுக்கு அதேயளவு சிரமமிருந்தது. புறஉலகுக்கும் எனக்குமிடையில் எந்த நேரடித் தொடர்பில்லாததுபோல் தனித்து, ஒருவித சவ்வு என் முழு உடலையும் மூடியதுபோல் உணர்ந்தேன். நான் அவர்களுடனோ அவர்கள் என்னுடனோ தொடர்பிலில்லை. நான் முழுக்க திக்கற்றவனாக இருந்தவரை, அவர்கள் என்னை எட்ட இயலாதவர்களாக இருந்தனர்.

நான் சுவரின்மீது சாய்ந்து, மேற்கூரையை வெறித்தவாறு இருந்தேன். நான் பசியாக உணர்கையில், என் கைக்குக் கிடைத்ததைக் கொறித்தேன், கொஞ்சம் நீர் பருகினேன். சோகம் என்னைத் தாக்கியபோது நான் என்னை விஸ்கியால் வீழ்த்தினேன். நான் குளிக்கவில்லை, சவரம் செய்யவில்லை. அந்த மூன்று நாட்களும் இப்படித்தான் கழிந்தன.

ஏப்ரல்—6 அன்று மிடோரியிடமிருந்து கடிதமொன்று வந்தது. பத்தாம் தேதியன்று நாங்கள் விரிவுரைகளுக்காக வருகைதரும்போது அவளை வளாகத்தில் சந்திக்கவும் மதிய உணவு சாப்பிடவும் என்னை அழைத்திருந்தாள். நம் கணக்கை நேர்செய்ய, என்னால் முடிந்தவரை உனக்கு கடிதம் எழுதுவதை தள்ளிப்போட்டேன். எனவே நாம் சமாதானமாகப் போகலாம். நான் உன்னிடம் ஒப்புக்கொள்ளத்தான் வேண்டும். **நான் உன் பிரிவை உணர்கிறேன்.** நான் அந்தக் கடிதத்தைத் திரும்பத் திரும்ப, நான்கு முறை முழுமையாகப் படித்தேன். இருந்தும், என்னால் அவள் என்னிடம் என்ன சொல்ல முயல்கிறாள் என புரிந்து கொள்ளமுடியவில்லை. அதற்கு என்ன அர்த்தம் இருக்கமுடியும்?

எனது மூளை பெரிதும் குழம்பியிருந்தது. ஒரு வாக்கியத்திற்கும் அடுத்ததற்குமான தொடர்பைக் கண்டுபிடிக்கமுடியவில்லை. சேர்க்கை நாளில் அவளைச் சந்திப்பது எப்படி எங்களை சமமாக மாற்றும்? அவள் என்னுடன் மதிய உணவு சாப்பிட விரும்புவதேன்? எனக்கு உண்மையிலே புரியவில்லை. எனது மனம், தரைக்குக்கீழ் வளரும் தாவரத்தின் ஈரச்சதுப்பான வேர்களைப் போன்று மந்தமாகக் காணப்பட்டது. ஆனால் எப்படியாவது அந்த மனநிலையிலிருந்து விடுபடவேண்டுமென நான் அறிந்திருந்தேன். அதன்பிறகே நாகசாவாவின் அந்த வார்த்தைகள் ஞாபகத்துக்கு வந்தன. 'உனக்காக வருத்தப்படாத. மடையங்க மட்டும்தான் அப்படிச் செய்வாங்க.'

"ஆமா, நாகசாவா சொன்னது சரிதான்." எனது சுயம் சிந்திப்பதைக் கேட்டேன். ஒரு பெருமூச்சொன்றை வெளியிட்டு, எழுந்துநின்றேன்.

பல வாரங்களுக்குப்பின் முதல்முறையாக நான் சலவைசெய்தேன்., பொதுக்குளியலறை சென்று சவரம்முடித்து குளித்து, எனது இடத்தை சுத்தம்செய்து, ஒரு மாறுதலுக்கு உணவுக்குத் தேவையானதை வாங்கிவந்து எனக்குநானே ஒரு நாகரிகமான உணவைச் சமைத்துச் சாப்பிட்டு, பட்டினியாகக் கிடந்த கடல்காகத்துக்கு உணவிட்டு, பீர்மட்டும் குடித்து, முப்பது நிமிடங்கள் உடற்பயிற்சி செய்தேன். சவரத்தின்போது, கண்ணாடியில் நான் இளைத்துப்போயிருந்ததைக் கண்டேன். என் கண்கள் குழி விழுந்திருந்தன. நானே என்னை சிரமப்பட்டு அடையாளம் கண்டுபிடிக்க வேண்டியிருந்தது.

அடுத்தநாள் காலை நீண்ட பைக் சவாரி போய்வந்து, வீட்டில் மதிய உணவை முடித்து, நான் ரெய்கோவின் கடிதத்தை மீண்டும் ஒருமுறை வாசித்தேன். பின் சிரத்தையுடன் அடுத்து நான் செய்யவேண்டியதுபற்றி யோசித்தேன். ரெய்கோவின் கடிதத்தை பெரிதும் கடினமானதாக எடுத்துக்கொள்ள முக்கிய காரணம், நவோகோ நலமடைந்து வந்தாளெனும் எனது ஆக்கபூர்வ நம்பிக்கையை அது தகர்த்ததுதான். 'நீ நினைப்பதைவிடவும் எனது பிரச்சினை ரொம்ப மோசமானது. அதற்குப் பெரிதும் ஆழமான வேர் இருக்கிறது' என நவோகோவே என்னிடம் சொல்லியிருந்தாள். மேலும் ரெய்கோவும் என்ன நடக்குமென சொல்லிவிடமுடியாதென என்னை எச்சரித்திருந்தாள். இருந்தும், நான் நவோகோவை இருமுறை பார்த்திருந்ததால், அவள் குணமாகிவந்தாள் என்ற மனப்பதிவை அடைந்திருந்தேன். நான், அவள் யதார்த்த உலகுக்குத் திரும்புவதற்கான தைரியத்தை வரவழைத்துக்கொள்ள வேண்டியதுதான் ஒரே

பிரச்சினையென கற்பனைசெய்திருந்தேன். அதைமட்டும் அவள் செய்திருந்தாளெனில் நாங்கள் இருவரும் ஆற்றலுடன் இணைந்து சாதித்திருக்கமுடியுமென நினைத்தேன்.

ரெய்கோவின் கடிதம், வலுவில்லாத அனுமானங்களால் நான் எழுப்பியிருந்த கற்பனைக்கோட்டையைத் தகர்த்து, சூன்யமான உணர்வுடன்கூடிய, வெற்றுப்பரப்பை மட்டுமே விட்டுச்சென்றிருந்தது. நான் மறுபடியும் எழுந்துநிற்க ஏதாவது செய்தாகவேண்டும். நவோகோ குணமாக, அனேகமாக நீண்ட காலமாகலாம். அதன்பின்பும் அவள் பெரிதும் பலவீனமாகவும் எப்போதைவிடவும் அவளது தன்னம்பிக்கையை இழந்தும் காணப்படலாம் இந்த புதிய சூழலுக்கு நான் என்னை தயார்செய்யவேண்டும். நான் உறுதியானவனாக ஆகவேண்டும், அது அனைத்துப் பிரச்சினைகளையும் தீர்க்காது என்றாலும். அந்த அளவுக்கு நான் அறிந்திருந்தேன். எனது உத்வேகத்தைத் தக்கவைத்தபடி அவள் குணமாக காத்திருப்பதைத்தவிர செயவதற்கு ஒன்றுமில்லை.

நான் நினைத்தேன்— ஏய் கிஸுகி, உன்னைப்போலில்லாமல், எனக்குத் தெரிந்தவரை சிறப்பாக வாழ்வதென நான் வாழ்க்கையைத் தேர்வு செய்திருக்கிறேன். நிச்சயமாக அது உனக்கு கடினமாக இருந்தது, என்ன கொடுமை, அது எனக்கும் கடினமாக இருக்கிறது. உண்மையிலே கடினமாக. இதனாலெல்லாம்தான் நீ உன்னை அழித்துக்கொண்டு நவோகோவை விட்டுப்போய்விட்டாய், ஆனால் அதனைமட்டும் நான் எப்போதும் செய்யமாட்டேன். நான் எப்போதும்— ஒருபோதும் அவளைக் கைவிடமாட்டேன். ஏனெனில் அனைத்துக்கும் மேலாக நான் அவளை நேசிக்கிறேன். நான் அவளைவிடவும் உறுதியானாவன். நான் மேலும் மேலும் உறுதியானவனாக ஆகப்போகிறேன். நான் முதிர்ச்சியுள்ளவனாக ஆகப்போகிறேன். நான் ஒரு வாலிபனாக ஆகப்போகிறேன். ஏனெனில் அதுதான் நான் செய்யவேண்டியது. முடியுமெனில் நான் எப்போதும் 17 அல்லது 18 வயதிலேயே இருக்க வேண்டுமென நினைத்ததுண்டு. ஆனால், இனி அப்படி நினைக்கப் போவதில்லை. இனியும் நான் விடலைப்பருவத்தினன் இல்லை. இப்போது எனக்கு பொறுப்புணர்வு வந்திருக்கிறது. நாம் ஒன்றுசேர்ந்து சுற்றித்திரிந்த அதே நபரல்ல நான். எனக்கு இப்போது 20 வயது. தொடர்ந்து வாழ்வதற்கான விலையை நான் செலுத்தியாகவேண்டும்.

"உட்காரு வாட்டனபி, உனக்கு என்ன ஆச்சு?" மிடோரி கேட்டாள். "நீ எலும்பும் தோலுமா இருக்க"

"அவ்வளவு மோசமாவா இருக்கேன்?"

"நான் பந்தயம் கட்டுறேன், உன்னோட அந்த கல்யாணமான பெண்தோழியோட அளவுக்கதிகமா நேரம் செலவிடுற"

நான் புன்னகைத்தபடி மறுப்பாய்த் தலையை ஆட்டினேன். "அக்டோபர் தொடக்கத்துலயிருந்தே நான் எந்த ஒரு பெண்ணோடயும் படுக்கலை."

"ப்பூ! அது உண்மையாயிருக்கமுடியாது. நாம ஆறுமாசத்தைப் பத்தி பேசிக்கிட்டிருக்கோம்!"

"நீ கேட்டது சரிதான்."

"அப்ப நீயெப்படி இவ்வளவு எடைகுறைஞ்ச?"

"வளர்ச்சி அடைஞ்சதனால," நான் சொன்னேன்.

மிடோரி அவளது கைகளை என் தோளில்வைத்து, என் கண்களுக்குள் பொய்யான கோபத்துடன் பார்த்தாள். அது விரைவிலேயே இனிய புன்னகையாக மாறியது. "அது உண்மைதான்," என்றாள் அவள். "ஏதோ ஒண்ணு மாறியிருக்கு, நீ மாறியிருக்க."

"நான் வளர்ந்துக்கிட்டிருக்கேன்னு உன்கிட்ட சொன்னேன். நான் இப்ப இளைஞன்"

"உன் மூளை செயல்படுற விதத்தை வெச்சுப்பார்த்தா, நீ அற்புதமான ஆளு," அவள் உண்மையாகவே வசீகரிக்கப்பட்டது போல் சொன்னாள். "நாம சாப்பிடலாம். நான் பயங்கர பசியா இருக்கேன்."

நாங்கள் இலக்கியப் பிரிவுக்குப் பின்னாலிருந்த சிறு உணவகத்துக்குச் சென்றோம். நான் சிறப்பு மதிய உணவுக்கு உத்தரவிட்டேன். அவளும் அதையே சொன்னாள்.

"ஏய் வாட்டனபி, நீ என்மேல கோபமாயிருக்கியா?"

"எதுக்கு?"

"உனக்கு பதிலளிக்காததுக்காக, பதிலுக்குப் பதில் செஞ்சதுக்காக. நீ மன்னிப்பு கேட்ட, எல்லாம் பண்ணிட்ட. நான் அதைச் செஞ்சிருக்கக்கூடாதுனு நீ நினைக்கிறியா?"

"ஆமாம், ஆனா அது என்னோட தவறால தொடங்குச்சு.

அப்படித்தான் அது தொடருது."

"என்னோட தங்கை நான் அப்படிப் பண்ணியிருக்கக்கூடாதுனு சொல்றா. அது கொஞ்சமும் விட்டுத்தராத செயல், ரொம்ப சின்னபிள்ளைத்தனமானதுனு சொல்றா."

"ஆமா, ஆனா இதுமாதிரி பதிலுக்கு பதில் செஞ்சது உன்னை திருப்தியா உணரவெச்சுது இல்லையா?"

"ம்ம்."

"அப்ப சரிதான்."

"நீ மன்னிச்சுக்கிட்டிருக்க, இல்லையா?" மிடோரி சொன்னாள். "ஆனா என்கிட்ட உண்மையைச் சொல்லு வாட்டனபி, நீ ஆறு மாசமா செக்ஸே வெச்சுக்கலை?"

"ஒருமுறைகூட இல்லை."

"அப்ப, நீ படுக்கையில என்னோட இருந்தப்ப, உனக்கு உண்மையிலே அது ரொம்பவும் தேவையா இருந்திருக்கணும்."

"ஆமா, அப்படி உணர்ந்ததாதான் நான் நினைக்கிறேன்."

"ஆனா நீ அதைப் பண்ணலை, இல்லையா?"

"பாரு, இப்ப எனக்கு கிடைச்சிருக்கிறதுல சிறந்த தோழி நீ. நான் உன்னை இழக்கவிரும்பலை," என்றேன் நான்.

"அந்த நேரம் நீ உன்னோடதை என் அந்தரங்கத்துல பலவந்தம் பண்ணியிருந்தா, என்னால எதிர்த்திருக்கமுடியாது. நான் ரொம்ப களைச்சுப் போயிருந்தேன், தெரியுமா?"

"ஆனா, அப்ப என்னோடது ரொம்ப பெரிசா, விறைப்பா இருந்துச்சு," என்றேன் நான்.

மிடோரி புன்னகைத்தபடி என் மணிக்கட்டைத் தொட்டாள். "அதுக்குக் கொஞ்சம் முன்னாலதான் நான் உன்மேல நம்பிக்கை வைக்கிறதுனு முடிவு பண்ணினேன். அதனாலதான் நான் முழு அமைதியோட அந்த மாதிரி தூங்கமுடிஞ்சது. எனக்கு ஒண்ணும் ஆகாதுனு, நான் அங்கே பாதுகாப்பா இருப்பேன்னு எனக்குத் தெரியும். நான் உணர்வேயில்லாமா நல்லா தூங்கினேன், இல்லையா?"

"நிச்சயமா நீ நல்லா தூங்கின."

"அதுக்குப் பதிலா நீ மட்டும் எங்கிட்ட, 'ஏய் மிடோரி நாம அதைப் பண்ணலாம், அப்புறம் எல்லாம் அற்புதமா இருக்கும்'னு சொல்லியிருந்தா அநேகமா நான் உன்னோட அதைப் பண்ணியிருப்பேன். நான் உன்னைத் தூண்ட முயற்சிபண்றதாகவோ, கேலி செய்றதாவோ நினைக்காத. நான் என் மனசுல இருக்கிறதை முழுநேர்மையோட சொல்லிக் கிட்டிருக்கேன்."

"தெரியும். எனக்குத் தெரியும்."

நாங்கள் மதிய உணவைச் சாப்பிடும்போது, ஒருவருக்கொருவர் எங்களது வருகைப்பதிவேடு அட்டையைக் காட்டிக்கொண்டோம். அப்போது, இருவரும் ஒரே பாடத்திட்டங்களுக்கு சேர்ந்திருந்ததை நாங்கள் கண்டோம். அதனால் குறைந்தபட்சம் நான் அவளை வாரத்துக்கு இருமுறையாவது பார்க்க வேண்டியிருக்கும். அங்கிருந்து திரும்புகையில் மிடோரி என்னிடம் அவளது வாழ்க்கை ஏற்பாடுகளைப்பற்றி கூறினாள். அவளோ அல்லது அவளது சகோதரியோ குடியிருப்பொன்றில் வாழ்வதற்குப் பழகியதில்லை. ஏனெனில் அது மிகவும் எளிது என அவள் சொன்னாள். அவர்கள் எப்போதும் தினமும் நோயுற்றவர்களைப் பேணுவதற்கோ, புத்தகக்கடை வேலையில் உதவுவதற்கோ, அதற்கோ இதற்கோ என பைத்தியக்காரத்தனமாக தினமும் ஓடியாடித் திரிய வேண்டியிருந்தது.

"இருந்தாலும் கடைசியில நாங்க இதுக்குப் பழகிக்கிட்டோம்," என்றாள் அவள். "இந்தவிதத்துலதான் நாங்க எப்போதைக்கும் வாழப்போறோம்— எவரொருவரோட தேவையைப்பத்தியும் கவலைப்படாம, நாங்க எப்படி படுக்க நினைக்கிறோமோ அப்படிப் படுத்துக்கிட்டு, எங்களோட உடல்கள் என்னவோ தரையிலிருந்து சில இஞ்ச் உயரத்துல மிதந்துக்கிட்டிருக்கிறமாதிரி, அதுமுதல்ல எங்களை பதட்டமா ஆக்குச்சு,. அது யதார்த்தமா படலை. உண்மையில யதார்த்த வாழ்க்கை அப்படி இருக்காதுங்கிறதுபோல. நாங்க ரெண்டுபேரும் எல்லாமும் எந்த நிமிஷமும் மாறிடும்கிற மாதிரி டென்ஷனாவே இருந்தோம்."

"ஒரு ஜோடி வருத்தப்படுபவர்கள்," நான் ஒரு புன்னகையுடன் சொன்னேன்.

"ம், இப்பவரைக்கும் எங்களுக்கு இதே வாழ்க்கை ரொம்ப குரூரமா போய்க்கிட்டிருந்துச்சு," மிடோரி கூறினாள். "ஆனா அது பரவாயில்லை. நாங்க எங்களுக்கானதைத் திரும்பப்பெறப் போறோம்."

“நீங்க வாங்குவீங்கனு நான் உறுதியா சொல்றேன்.” என்றேன் நான். “உன்னை எனக்குத் தெரியும், ஆனா உன்னோட தங்கை இத்தனை நாளா என்ன பணணிக்கிட்டிருக்கிறாங்கனு சொல்லு?”

“கொஞ்ச நாட்கள் முன்னால அவளோட தோழி ஒருத்தி ஆடம்பரப் பொருட்கள் கடையொண்ணு திறந்திருக்கா. என்னோட தங்கை வாரத்துக்கு மூணுமுறை போய் உதவி பண்ணிட்டுவர்றா. அதில்லாம சமையல்கலை பழகிக்கிட்டிருக்கா, அவளோட வருங்கால கணவனோட வெளியேபோறது, சினிமாவுக்குப் போறது, எதுவும் செய்யாம இருக்கிறதுனு வாழ்க்கையை அனுபவிச்சுக்கிட்டு இருக்கிறா.”

பின் மிடோரி எனது புதிய வாழ்க்கைபற்றி கேட்டாள். நான் அந்த வீட்டின் அமைப்பு, பெரிய தோட்டம், கடற்காகம் எனும் பூனை, எனது வீட்டு உரிமையாளர் பற்றி அவளிடம் விவரித்தேன்.

“நீ உனக்கு நீயே அனுபவிச்சு வாழ்ந்துக்கிட்டிருக்கியா?” அவள் கேட்டாள்.

“பெருமளவுக்கு.” என்றேன் நான்.

“என்னை முட்டாளாக்கிட்டு,” மிடோரி கூறினாள்.

“ஆமா, இது வசந்தகாலமும்கூட.” என்றேன் நான்.

“நீ போட்டிருக்கிற அசத்தலான புல்ஓவர் உன்னோட கேர்ள்ப்ரெண்ட் உனக்காகப் பின்னுனதுதான”

ஒரு திடீர் அதிர்ச்சியுடன் நான் குனிந்து அந்த ஓயின் நிற மேற்கோட்டைப் பார்த்தேன், “உனக்கு எப்படி தெரியும்?”

“இதுமாதிரியான விஷயங்கள் வர்றப்ப நீ ரொம்ப நேர்மையான ஆளு. நிச்சயமா நான் யூகம் பண்ணித்தான் சொல்றேன். இருக்கட்டும், உனக்கு என்ன பிரச்சினை?” மிடோரி கேட்டாள்.

“எனக்குத் தெரியலை, நான் கொஞ்சம் உற்சாகமா இருக்க முயற்சி பண்ணிக்கிட்டிருக்கேன்.”

“வாழ்க்கைங்கிறது ஒரு சாக்லேட் பாக்ஸ்னு மட்டும் ஞாபகம் வெச்சுக்க.”

நான் என் தலையை சற்றே குலுக்கியபடி அவளைப் பார்த்தேன். "ஒருவேளை நான் அவ்வளவு புத்திசாலியா இல்லாம இருக்கலாம், ஆனா சில சமயங்கள்ல நீ எதைப் பத்தி பேசிக்கிட்டிருக்கனு எனக்குத் தெரியறதில்லை."

"சாக்லேட் பெட்டியில வெவ்வேறுவிதமான சாக்லேட்கள் ஒண்ணாவர்றது உனக்குத் தெரிஞ்சிருக்கும்தானே, அதில சிலது உனக்குப் பிடிக்கும். இன்னும் சிலது பிடிக்காது சரியா? நீ உனக்குப் பிடிச்ச சாக்லேட் எல்லாத்தையும் சாப்பிட்டுடற, உனக்கு அவ்வளவா பிடிக்காத சாக்லேட் மட்டும்தான் மிச்சமிருக்கும் இல்லையா? ஏதாவது துயரமான விஷயங்கள் வர்றப்ப நான் இதைப்பத்தி நினைச்சுப்பார்ப்பேன். இப்ப இதையெல்லாம் காலி பண்ணிட்டா, எல்லாம் சரியாயிடும். வாழ்க்கைங்கிறது ஒரு சாக்லேட் பாக்ஸ்."

"நீ இதைத் தத்துவம்னு சொல்லலாம்னு நினைக்கிறேன்."

"ஆனா இது உண்மை. நான் இதை அனுபவத்திலிருந்து கத்துக்கிட்டேன்."

நாங்கள் காபி பருகிக்கொண்டிருக்கும்போது இரண்டுபெண்கள் உள்ளேவந்தனர். அவர்களை பல்கலைக்கழகத்திலிருந்தே மிடோரிக்கு பழக்கம்போல் தோன்றியது. மூவரும் தங்கள் வருகை அட்டையை ஒப்பிட்டபடி, லட்சக்கணக்கான வெவ்வேறு விஷயங்களைப்பற்றி பேசினர். "நீ ஜெர்மன்ல என்ன மார்க் வாங்கினே?", "அவன் கல்லூரி வளாக மோதல்ல காயம்பட்டுட்டானாம்", "அருமையான ஷூ, நீ இதை எங்க வாங்குன?" நான் அரைகுறையாய்க் கவனித்தேன். அவர்களது கருத்துகள் உலகின் வேறொரு மூலையிலிருந்து வருவதுபோல உணர்ந்தேன். நான் காபியை சிறிது சிறிதாகக் குடித்தபடியே, கடையின் ஜன்னல்வழி கடந்துசென்ற காட்சிகளைக் கவனித்தேன். புதுவருடம் நெருங்கிவரும் வேளையில், பல்கலைக்கழக வசந்தகால காட்சியைப்போலவே இருந்தது. ஆகாயத்தில் மூடுபனிப்படலம் காணப்பட்டது. செர்ரிமரங்கள் பூத்துக்குலுங்கின. புதிய மாணவர்கள் கைநிறைய புதிய புத்தகங்களைச் சுமந்தபடி திரிந்தனர். (நீங்கள் ஒருபார்வையில் புதிய மாணவன் என்பதைச் சொல்லிவிடமுடியும்.) நான் என் கவனம் சற்றே மாறுவதையும் நவோகோ பற்றி— இந்த வருடமும் அவளது படிப்புக்குத் திரும்பமுடியாமல் இருப்பதைப்பற்றி நினைத்தேன். ஜன்னலருகில் ஒரு குவளைநிறைய அனிமோன்ஸ் மலர்கள் காணப்பட்டன.

அந்த மற்ற இருவரும் தங்களது மேஜைக்குத் திரும்பியதும்,

மிடோரியும் நானும் பக்கத்தில் நடந்துவரலாமென கிளம்பினோம். நாங்கள் பழைய புத்தகக் கடைகளுக்குச்சென்று, சில புத்தகங்களை வாங்கினோம். இன்னொரு காபியருந்த மற்றொரு சிற்றுண்டிக் கடைக்குச்சென்றோம். நடைபாதை கடையொன்றில் சற்றுநேரம் பின்பால் (pinball) விளையாடினோம். பின் பூங்கா இருக்கையில் அமர்ந்தபடி பேசியபடியிருந்தோம். அல்லது மிடோரி பேசிக்கொண்டிருக்க நான் வெறுமனே உம் கொட்டியபடியிருந்தேன். அவள் தாகமாக இருப்பதாகச் சொன்னபோது நான் எதிர்ப்புறமிருந்த பத்திரிகை முகவர் கடையொன்றுக்குச் சென்று எங்களுக்கு இரு கோக்குகளை வாங்கிவந்தேன். நான் திரும்பிவந்தபோது அவள் தன் பால்பாய்ண்ட் பேனாவால் கோடிட்ட தாளொன்றில் எழுதிக் கொண்டிருப்பதைப் பார்த்தேன்.

“என்ன அது?” நான் கேட்டேன்.

“ஒண்ணுமில்லை,” என்றாள் அவள். “நான் கிளம்பணும்,” அவள் 3.30—க்குக் கூறினாள். “நான் என்னோட தங்கையை ஜின்சாவுல சந்திக்கணும்.”

நாங்கள் சுரங்க நடைபாதை நிலையத்துள்சென்று வெவ்வேறு திசைகளில் பிரிந்தோம். மிடோரி கிளம்பும்போது, தற்போது நான்காக மடிக்கப்பட்டிருந்த துண்டுக்காகிதத்தை என் பையினுள் திணித்தாள். “நீ வீட்டுக்குப்போனதும் இதை வாசி,” என்றாள் அவள். நான் அதனைத் தொடர்வண்டியில் வைத்து வாசித்தேன்.

“நீ அருந்துவதற்கு பானம் வாங்கப்போயிருக்கும்போது நான் இந்தக் கடிதத்தை எழுதிக்கொண்டிருக்கிறேன். எனக்கருகே இருக்கையொன்றில் இருக்கும் ஒருவருக்கு கடிதம் எழுதுவது என் வாழ்விலேயே இதுதான் முதல்முறை. ஆனால், இப்படிமட்டுமே நான் உன்னை தொடர்புகொள்ளமுடியும் என்று நினைக்கிறேன். நான் சொல்வது எதையும் நீ அரிதாகவே கேட்கிறாய் என்பதைச் சொல்கிறேன். நான் சொல்வது சரியா?

இன்றைக்கு நீ எனக்கு மிகவும் மோசமான ஒன்றைச்செய்தாய் என்பதை உணர்கிறாயா? எனது தலையலங்காரம் மாறியுள்ளது என்பதைக்கூட நீ கவனிக்கவில்லை, இல்லையா? நான் கூந்தலில் எப்போதைக்குமாக அக்கறைகாட்டி, அதை வளர்த்தெடுக்க முயற்சிசெய்து, கடைசியில் கடந்தவார முடிவில், நீ உண்மையில் பெண்மைத் தன்மையுடன் என்றுசொல்லும் பாணிக்கு எப்படியோ கொண்டுவந்தேன். ஆனால் நீ அதை சற்றும்

கவனிக்கவில்லை. அது பெரிதும் நன்றாக இருந்தது, எனவே நீண்ட இடைவெளிக்குப்பின் முதல்முறையாக நீ என்னைப் பார்க்கும்போது, நான் உனக்கு அது சிறிய அதிர்ச்சியளிக்குமென நினைத்தேன். ஆனால் அது உன் கவனத்தில் படக்கூட இல்லை. அது வேதனையானதென நீ நினைக்கவில்லையா? நான் இன்று என்ன உடை அணிந்திருந்தேன் என்பதுகூட உனக்கு ஞாபகமிருக்காதென பந்தயம் கட்டுகிறேன். ஏய், நான் ஒரு பெண்! உன் மனதில் வேறுபிரச்சினை இருந்தால்தான் என்ன? நீ என்னை நாகரிகமாக ஒருமுறையாவது பார்த்திருக்கலாம். நீ சொல்லவேண்டியதெல்லாம், "கூந்தல் அழகாயிருக்கு," நீ லட்சக்கணக்கான எண்ணங்களில் மூழ்கியிருந்தாலும், என்னால் உன்னை மன்னித்திருக்கமுடியும், ஆனால் அப்படி நடக்கவில்லை.

அதனால்தான் நான் உன்னிடம் பொய்சொல்லப்போகிறேன். நான் என் தங்கையை ஜின்சாவில் சந்திக்கப் போகவேண்டுமென்பது உண்மையில்லை. உன் வீட்டில் இரவைக் கழிக்கவேண்டுமென நான் திட்டமிட்டிருந்தேன். என்னுடைய பைஜாமாவைக்கூட நான் எடுத்துவந்திருந்தேன். இது உண்மை. என் பையில் பைஜாமாவும் டூத்பிரஷும் வைத்திருந்தேன். நான் எத்தகையதொரு முட்டாள்! நீ ஒருபோதும் உன்னுடைய புதிய இடத்தைப் பார்க்க என்னை அழைக்கக்கூடஇல்லை என்பதைச் சொல்கிறேன். நல்லது, வெளிப்படையாகவே நீ தனியாக இருக்க விரும்புகிறாய், என்ன கொடுமை, எனவே நான் உன்னை தனியே இருக்கும்படி விட்டுப் போகப்போகிறேன். போ, போய் உன் இதயம் திருப்தியாகும்வரை சிந்தனைசெய்!

ஆனால் என்னைத் தவறாக புரிந்துகொள்ளாதே. நான் முழுக்க உன்மீது பைத்தியமாக இல்லை. வெறுமனே நான் வருத்தமாக இருக்கிறேன். நான் எனக்கேயான பிரச்சினைகளுடன் இருந்தபோது நீ என்னிடம் நல்லவிதமாக நடந்துகொண்டாய், ஆனால் இப்போது நீ உனக்கேயான பிரச்சினைகளைக் கொண்டிருக்கிறாய். நான் செய்வதற்கு ஒன்றுமில்லைபோல் தோன்றுகிறது. நீ உனது சிறிய உலகில், முழுக்க பூட்டிக்கொண்டு உள்ளாய். நான் அதைத் தட்ட முயற்சிசெய்யும்போது, நீ ஒருகணம் ஏறிட்டுப்பார்த்துவிட்டு உள்ளே சென்றுவிடுகிறாய்.

நமக்கான பானங்களுடன் நீ திரும்பிவருவதை நான் பார்க்கிறேன்— யோசனையுடன் நடந்துவருவதை. உன் கவனம் மாறுமென நான் நம்பியிருந்தேன். ஆனால் மாறவில்லை. இப்போது நீ என்னருகே உனது கோக்கைப் பருகிக்கொண்டிருக்கிறாய். நீ கவனித்துவிட்டு, 'ஏய், உன் கூந்தல் மாறிவிட்ட'தென சொல்வா

யென ஒரு கடைசி நம்பிக்கையை வைத்திருந்தேன். ஆனால் நடக்கவில்லை. நீ மட்டும் கேட்டிருந்தால் நான் இந்தக் கடிதத்தைக் கிழித்தெறிந்துவிட்டு, 'நாம உன் வீட்டுக்குப் போகலாம் நான் உனக்காக அருமையான இரவுணவு தயார்பண்றேன். அப்புறம் நாம படுக்கைக்குப்போய் கட்டியணைச்சுக்கிடலாம்'னு சொல்லி யிருப்பேன். ஆனால் நீ ஒரு இரும்புத் தட்டு அளவுக்கே உணர்ச்சி யுள்ளவனாக இருந்தாய்.

குட்பை

பின்குறிப்பு: அடுத்தமுறை நாம் சந்திக்கும்போது தயவுசெய்து என்னுடன் பேசவேண்டாம்.

நான் கிச்சிஜோஷியில் இறங்கியதும் தொடர்வண்டி நிலையத்திலிருந்து மிடோரியின் குடியிருப்புக்கு தொலைபேசியில் அழைத்தேன். ஆனால் யாரும் எடுக்கவில்லை. செய்வதற்கு சிறப்பாக எதுவுமில்லாததால், சுற்றுப்புறத்தில் நடந்தபடியே, நான் விரிவுரை வகுப்பு தொடங்கியதும் சேர்ந்துகொள்ள ஏதாவது பகுதிநேர வேலைகிடைக்குமா எனத் தேடினேன்.. சனி, ஞாயிறு முழுக்க எனக்கு வேலையெதுவுமில்லை, திங்கள், புதன், வியாழக்கிழமைகளில் ஐந்து மணிக்குமேல் என்னால் வேலைக்குவர இயலும். ஆனால் எனது குறிப்பிட்ட திட்டப்படி பொருத்தமான வேலையைக் கண்டுபிடிப்பது எனக்கு எளிதாக இருக்கவில்லை. நான் அதனைக் கைவிட்டு வீடுதிரும்பினேன். இரவுணவுக்காக மளிகைப் பொருட்கள் வாங்க நான் வெளியேவந்தபோது, மிடோரியின் வீட்டுக்குத் திரும்பவும் தொலைபேசியில் அழைத்தேன். அவளது தங்கை, மிடோரி இன்னும் வீடு திரும்பவில்லை எனவும் எப்போது வருவாளென தனக்கு எந்த யோசனையில்லையெனவும் கூறினாள். நான் அவளுக்கு நன்றிசொல்லி தொலைபேசியை வைத்தேன்.

சாப்பிட்டபின், நான் மிடோரிக்கு கடிதமெழுத முயற்சித்தேன். ஆனால் ஒன்றிரண்டுமுறை எழுதி அவை சரியாக வராததால் அதைக் கைவிட்டு அதற்குப்பதிலாக நவோகோவுக்கு எழுதினேன்.

இங்கே வசந்தகாலம், புதிய பல்கலைக்கழக ஆண்டு தொடங்கிவிட்டது என நான் எழுதினேன். *நான் அவளது பிரிவை உணர்வதாகவும், ஏதாவதொரு வழியில் அவளைச் சந்திக்கவும் பேசவும் முடியுமென நம்பியிருப்பதாகவும் நான் கூறினேன். எப்படியிருந்தபோதும், நான் என்னை உறுதிமிக்க வனாக மாற்றுவதென தீர்மானித்திருக்கிறேன். என்னால்*

சொல்லமுடிந்ததெல்லாம், நான் செய்யவேண்டியது அதுதான் என்று நான் எழுதினேன்.

இன்னுமொரு விஷயம் உள்ளது. ஒருவேளை இது நான் பொருட்படுத்த வேண்டியதாயிருக்கலாம், எந்தவிதத்திலும் நீ இதனை பொருட்படுத்தாமல் இருக்கலாம். இனியும் நான் யாருடனும் படுக்கப்போவதில்லை. நீ கடந்தமுறை என்னைத் தொட்டதை நான் மறக்கவிரும்பவில்லை, இது நீ நினைப்பதைவிடவும் எனக்கு மிகுந்த அர்த்தமுடையது. நான் எல்லாநேரமும் இதைப்பற்றியே நினைத்துக்கொண்டிருக்கிறேன்.

நான் அந்தக் கடிதத்தை ஒரு உறையிலிட்டு, ஒரு அஞ்சல்தலையை ஒட்டி, அதைப் பார்த்தபடியே நீண்ட நேரம் என் சாய்வுமேஜையில் அமர்ந்திருந்தேன். அது வழக்கத்தைவிடவும் பெரிதும் சுருக்கமான கடிதம், ஆனால் நவோகோ என்னை நன்றாகப் புரிந்துகொள்வாள் என்றொரு உணர்வு எனக்கிருந்தது. நான் எனக்கு ஒன்றரை இஞ்ச் அளவுக்கு விஸ்கி ஊற்றி, இரண்டே மடக்கில் குடித்துவிட்டு தூங்கச்சென்றேன்.

மறுநாள் கிச்சிஜோஷி அருகே நான் சனி, ஞாயிறுகளில் செய்யும்படியான ஒரு வேலையைக் கண்டடைந்தேன். ஒரு சிறிய இத்தாலிய உணவகமொன்றில் மேஜைப் பரிசாரகன் வேலை, நிபந்தனைகள் மிகவும் மோசமென்றாலும், பயண மற்றும் மதிய உணவுச்செலவும் அதில் அடக்கம். எப்போதாவது, யாராவது பின்னிரவுப் பணிசெய்து திங்கள், புதன், வியாழனன்று காலைப்பணிக்கு விடுமுறை எடுக்கும்போது (அடிக்கடி இதுபோல் நிகழும்) நான் அவர்களது இடத்தில் பணியாற்றமுடியும். இது எனக்கு மிகப் பொருத்தமாக இருந்தது. நான் மூன்று மாதங்கள் வேலையில் தொடர்ந்தால் அவர்கள் என் சம்பளத்தை உயர்த்துவார்களென நிர்வாகி கூறினார். மேலும் அவர்கள் அந்த சனிக்கிழமையே நான் பணியைத் தொடங்கவேண்டுமென விரும்பினர். ஷின்ஷிகுவில் இசைத்தட்டுக் கடை நடத்திய முட்டாளைவிடவும் அவன் பெரிதும் நாகரிகமானவனாக இருந்தான்.

நான் மிடோரியின் குடியிருப்பிற்கு திரும்பவும் தொலைபேசியில் பேச முயற்சிசெய்தேன், திரும்பவும் அவள் தங்கை பதிலளித்தாள். நேற்றிலிருந்து மிடோரி இன்னும் திரும்பவில்லை என்றாள் அவள். குறிப்பாக, தற்போது குரல் சுரத்தின்றி இருந்ததுடன் அவளே கவலைப்படத் தொடங்கியதுபோல் தோன்றியது. அவள் எங்கே போயிருப்பாளென எனக்கு ஏதாவது தெரியுமா? எனக் கேட்டாள். எனக்குத் தெரிந்ததெல்லாம் மிடோரி தன் பையில்

அவளது பைஜாமாவையும் டூத்பிரஷையும் வைத்திருக்கிறாள் என்பதுதான்.

புதனன்று விரிவுரையின்போது நான் மிடோரியைப் பார்த்தேன். அவள் அடர் பச்சைநிற புல் ஓவரும், கோடைகாலத்தில் அடிக்கடி அணியும் கறுநிற குளிர்கண்ணாடியும் அணிந்திருந்தாள். அவள் கடைசிவரிசையில், நான் முன்பொருமுறை பார்த்த, ஒல்லியான கண்ணாடியணிந்த பெண்ணுடன் பேசியபடி அமர்ந்திருந்தாள். நான் அவளை நெருங்கி, பிறகு அவளுடன் பேசவிரும்புவதாகச் சொன்னேன். கண்ணாடியணிந்த பெண் என்னை முதலில் பார்த்தாள், அதன்பின்பே மிடோரி பார்த்தாள். உண்மையில் அவளது சிகையலங்காரம் முன்பிருந்ததைவிடவும் ஓரளவு அதிக பெண்மைத்தன்மை மிக்கதாய் பெரிதும் முதிர்ச்சிமிக்கதாய் இருந்தது.

“நான் ஒருத்தரைச் சந்திக்கவேண்டியதிருக்கு.” தலையைச் சற்றே பின்னுக்கிழுத்தபடி அவள் கூறினாள்.

“நான் உன்னோட நேரத்தை அதிகமா எடுத்துக்கமாட்டேன்,” என்றேன் நான். “ஐந்தே நிமிஷம்.”

மிடோரி தனது குளிர்கண்ணாடியைக் கழற்றி கண்களைச் சுருக்கினாள். சில நூறடி தொலைவில் கைவிடப்பட்ட, சிதைவுற்றுக்கொண்டிருக்கும் வீடொன்றை நோக்குவதுபோல் பார்த்தாள்.

“மன்னிக்கனும், நான் உன்னோட பேசவிரும்பலை,” என்றாள் அவள்.

கண்ணாடியணிந்த பெண், மன்னிக்கணும், அவ உன்கூட பேசவிரும்பலை என்று சொல்வதுபோல் பார்த்தாள்.

விரிவுரையரங்கின் முன்வரிசையின் வலதோரம் நான் அமர்ந்தேன். (டென்னசி வில்லியம்சின் படைப்புகளின் மீதான பார்வை மற்றும் அமெரிக்க இலக்கியத்தில் அவற்றின் இடம்.) அது முடிந்ததும் நீண்ட இடைவெளியில் மூன்றுவரை எண்ணி திரும்பிப்பார்த்தேன். மிடோரி போயிருந்தாள்.

ஏப்ரல் முழுக்க நான் மட்டுமே தனிமையாகவே செலவிட்ட பெரிதும் தனிமையான மாதமாக இருந்தது. ஏப்ரலில் என்னைச் சுற்றியுள்ளவர்களெல்லாம் மகிழ்ச்சியாகத் தெரிந்தனர். யாவரும் தங்களது மேற்கோட்டை தூக்கியெறிந்துவிட்டு, சூரியனின் பிரகாசமான ஒளியில் பரஸ்பர தோழமையை அனுபவித்தபடி,

பேசியபடியும் கைகளைக் கோத்துக்கொண்டு ஓடிப்பிடித்தும் விளையாடிபடியும் காணப்பட்டனர். ஆனால் நான் எப்போதும் தனியாகவே இருந்தேன். நவோகோ, மிடோரி, நாகசாவா நானிருந்த இடத்திலிருந்து மூவரும் காணாமல்போயிருந்தனர்.. இப்போது நான் யாருக்கும் குட்மார்னிங்கோ, இல்லை, இந்த நாள் இனிய நாளாகட்டுமோ சொல்லவேண்டியதில்லை. நான் ஸ்டோர்ம் ட்ரூப்பரைக்கூட இழந்திருந்தேன். மாதம் முழுவதையும் நம்பிக்கையின்மையுடன்கூடிய தனிமை உணர்வில் நான் கழித்தேன். நான் மிடோரியுடன் இன்னும் சிலமுறை பேசமுயற்சித்தேன், ஆனால் அவளிடமிருந்து எனக்குக் கிடைத்த பதிலெல்லாம் ஒன்றுதான்— 'நான் இப்போது உன்கூட பேசவிரும்பவில்லை'. அவளது குரலின் தொனியிலிருந்து, அவள் அதே பொருளில்தான் சொல்கிறாளென அறிந்திருந்தேன். அவள் எப்போதும் அந்த கண்ணாடியணிந்த பெண்ணுடன் இருந்தாள், அல்லது நான் அவளை உயரமான, குட்டை முடியுடனான நபருடன் கண்டேன். அவன் நம்பவியலாத நீண்ட கால்களைக் கொண்டிருந்தான். எப்போதும் கூடைப்பந்தாட்டத்துக்கான வெண்ணிற ஷூக்களை அணிந்து காணப்பட்டான்.

ஏப்ரல் முடிந்து மே வந்தது, ஆனால் மே ஏப்ரலைவிடவும் இன்னும் மோசமாக இருந்தது. மே மாத வசந்தகால உச்சத்தில், என் இதயத்தின் நடுக்கத்தை அடையாளம் கண்டுகொள்வதைத் தவிர்த்து எனக்கு வேறு வழியெதுவும் இருக்கவில்லை. அது வழக்கமாக சூரியன் அஸ்தமனமாகையில் நிகழ்ந்தது. மாலையின் லேசான இருளில், மேக்னோலியாவின் மென்மையான நறுமணம் காற்றில் மிதக்கையில் என் இதயம் முன்னெச்சரிக்கையின்றி புடைத்து, வலியுடன் நடுங்கி, ஆதரவின்றித் துடிக்கும். நான் என் கண்களை மூடியபடி, பற்களை இறுகக் கடித்துக்கொண்டு, அது கடப்பதற்காகக் காத்திருப்பேன். அது கடந்துபோகும்— ஆனால் தனக்கேயான நேரத்தை எடுத்துக்கொண்டு, அது கடந்துசென்ற பாதையில் லேசான வலியை விட்டுச்செல்லும்.

அந்த நேரங்களில் நான் நவோகோவுக்கு கடிதமெழுதுவேன். அவளுக்கான என் கடிதங்களில் நெஞ்சைத் தொடும், இனிய, அழகான விஷயங்களை மட்டுமே விவரிப்பேன். புல்வெளியின் வாசனை, வசந்தகால தென்றலின் வருடல், நிலவின் ஒளி, நான் பார்த்த திரைப்படம், நான் ரசித்த பாடல், என்னை உற்சாகமூட்டிய புத்தகம் போன்றவற்றை. நான் எழுதியதை திரும்பப் படிக்கும்போது இதுபோன்ற கடிதங்கள், எனக்கே ஆறுதலாய்த் திகழும். நான் வசித்த உலகம் அற்புதமான ஒன்று என்ற உணர்வைப் பெறுவேன். நான் இதுபோல எண்ணற்ற கடிதங்களை எழுதினேன். ஆனால் நவோகோவிடமிருந்தோ

ரெய்கோவிடமிருந்தோ பதிலெதுவும் வரவில்லை.

நான் வேலைசெய்த உணவகத்தில் இதோத் என்னும் என் வயதுடைய இன்னொரு மாணவனுடன் அறிமுகமானேன். இனிய, அமைதியான, கலைக்கல்லூரியொன்றின் தைலவண்ணத் துறையைச் சேர்ந்த அந்த மாணவன் என்னுடன் உரையாடலில் ஈடுபடுவதற்குக் கொஞ்சம் காலமானது, ஆனால் அதைத்தொடர்ந்து நாங்கள் வேலைக்குப்பின் மதுபான கடைக்குச்சென்று, எல்லாவிதமான விஷயங்களைப் பற்றியும் பேசிக் கொண்டிருப்போம். அவனும் வாசிப்பதிலும் இசைகேட்பதிலும் விருப்பமுடையவன், எனவே நாங்கள் எப்போதும் வழக்கமாக எங்களுக்குப் பிடித்தமான இசைத்தட்டுகள், புத்தகங்கள்பற்றிப் பேசுவோம். அவன் மெலிந்த, பெரிதும் குட்டை முடியுடனான நல்ல தோற்றமுடையவன். வழக்கமான கலைப்பிரிவு மாணவர்களை விடவும் தூய்மையான ஆடைகளை அணிபவன். எப்போதும் அவனுக்கு சொல்வதற்கு அதிக விஷயங்கள் இருந்ததில்லை, ஆனால் அவன் தனக்கென உறுதியான அபிப்ராயங்களையும் ரசனைகளையும் கொண்டிருந்தான். அவன் ஃப்ரெஞ்ச் நாவல்களை— குறிப்பாக ஜியார்ஜஸ் பேட்டெய்லி, போரிஸ் வியான் இவர்களின் நாவல்களை விரும்பினான். இசையில், மொஸார்ட் மற்றும் ரேவல் அவன் தேர்வு. என்னைப்போலவே, அவனும் இதைப்போன்ற விஷயங்களைப் பற்றி பேசக்கூடிய ஒரு நண்பனை எதிர்பார்த்திருந்தான்.

இதோத் ஒருமுறை என்னை அவனது குடியிருப்புக்கு அழைத்தான். அது என்னுடைய குடியிருப்பைப்போன்று சென்றடைவதற்கு அத்தனை சிரமமானதல்ல. இனோகாஷிரா பூங்காவுக்குப் பின்னுள்ள, விநோதமான ஒரே தளத்திலான வீடு அது. அவனது அறை திரைச்சீலைகள் மற்றும் ஓவியத்திற்கான பொருட்களால் நிறைந்திருந்தது. நான் அவனது படைப்புகளைப் பார்க்கலாமா என கேட்டேன். ஆனால் அவன் எனக்கு எதுவொன்றையும் காட்டவியலாத அளவுக்கு பெரிதும் தர்மசங்கடமாக உணர்வதாகக் கூறினான். அவனது தந்தையிடமிருந்து சத்தமின்றி எடுத்துவந்திருந்த ஷிவாஸ் ரீகலை கொஞ்சம் நாங்கள் பருகினோம். அவனது கரியடுப்பில் சிறுமீன் வகையொன்றைச் சுட்டோம். ராபர்ட் காசாடியஸ் மொஸார்ட்டின் பியானோ இசைவாசிப்பைக் கேட்டோம்.

இதோத் நாகசாகியைச் சேர்ந்தவன். அவன் வீட்டுக்குச் செல்லும் போதெல்லாம், உறவுகொள்ளக்கூடிய கேர்ள்ஃப்ரெண்ட் ஒருத்தியைக் கொண்டிருந்ததாக அவன் கூறினான். எனினும் பின்னால் அவளுடன் விஷயங்கள் சுமுகமாகப் போகவில்லை

என்றான்.

“பெண்களெல்லாம் எப்படிப்பட்டவங்கனு உனக்குத் தெரியுமா, 20 இல்லை 21 வயசானதும், திடீர்னு அவங்களுக்கு உறுதியான எண்ணங்கள் வந்துடும். அவங்க ரொம்பவே யதார்த்தவாதியாயிடுவாங்க. அப்படி நடக்கும்போது, ரொம்ப இனிமையானதா, அழகானதா தெரிஞ்ச எல்லாம் சாதாரணமானதா கவலைதர்றதா தெரியத்தொடங்கும். இப்ப நான் அவளைப் பார்க்கும் போதெல்லாம், வழக்கமா நாங்க அதை பண்ணிமுடிச்சதும், ‘நீ பட்டம் வாங்கினதுக்கப்புறம் என்ன செய்யப்போறே?’னு கேட்க ஆரம்பிச்சிருக்கிறா.”

“சரி, நீ படிச்சுமுடிச்சதும் என்ன செய்யப்போற?” நான் அவனைக் கேட்டேன்.

வாய் நிறைய மீனை மென்றபடியே, அவன் தன் தலையை ஆட்டினான். “நான் என்ன பண்ணமுடியும்? நான் தைல ஓவியத்துறைல இருக்கேன். இதுமாதிரியான விஷயங்களைப் பத்தி கவலைப்பட்டா, யாருமே தைல ஓவியப் படிப்பு படிக்கமுடியாது. நாம சாப்பாடு சாப்பிடறதுக்காக அதைப் பண்ணக்கூடாது. அவ, ‘ஏன் நீ, நாகசாகிக்குத் திரும்பி ஓவிய ஆசிரியராகக் கூடாது?’ங்கிறது மாதிரி பேச ஆரம்பிச்சிருக்கிறா. அவ ஆங்கில ஆசிரியையா ஆக திட்டமிட்டுக்கிட்டு இருக்கிறா.”

“இனிமேலும் நீ அவமேல ரொம்பவும் ஆர்வமா இல்லைதானே, இருக்கியா?”

“சுருக்கமா சொன்னா அதுதான் அர்த்தம்,” இதோத் ஒப்புக்கொண்டான். “உலகத்துல ஓவிய ஆசிரியரா வர்றதுக்கு யாரு விரும்புவாங்க? நான் என்னோட மொத்த வீணாப்போன வாழக்கையையும், டீன் ஏஜ் குரங்குகளுக்கு எப்படி படம் வரையச் சொல்லித் தர்றதுங்கிறதுல வீணடிக்கப்போறதில்லை.”

“அது வேறவிஷயம்,” என்றேன் நான். “நீ அவகிட்டயிருந்து அவசியம் விலகணும்னு நினைக்கலையா? உங்க ரெண்டுபேர் நல்லதுக்காகவும்.”

“நிச்சயமா நான் செய்வேன். ஆனா அவகிட்ட அதை எப்படிச் சொல்றதுனு எனக்குத் தெரியலை. அவ தன்னோட வாழ்க்கையை என்னோட சேர்ந்து வாழ திட்டம்போட்டுட்டு இருக்கிறா. ‘ஏய் நாம அவசியம் பிரிஞ்சாகணும், இனியும் நான் உன்னை விரும்பலை’னு அந்தக் கர்மத்தை நானெப்படிச் சொல்வேன்?”

நாங்கள் பனிக்கட்டியின்றி ஷிவாஸை அப்படியே குடித்தோம். மீன் தீர்ந்தபோது, நாங்கள் கொஞ்சம் வெள்ளரியையும் முளைக்கீரையையும் வெட்டி அவற்றை மிசோ நனைத்துச் சாப்பிட்டோம். எனது பற்கள் வெள்ளரித் துண்டுகளை மென்றபோது, நான் மிடோரியின் தந்தையை நினைத்தேன். அது மிடோரியின்றி எனது வாழ்க்கை எத்தனை சுவையற்றதாகவும் தட்டையானதாகவும் ஆகியிருந்ததென ஞாபகப்படுத்தியது. இது என்னை மோசமான மனநிலைக்கு இட்டுச்சென்றது. என்னுடைய கவனமில்லாமலேயே அவள் எனக்குள் பெரிதும் இடம்பிடித்திருந்தாள்.

"உனக்கு கேர்ள்ஃப்ரெண்ட் இருக்காளா?" இதோத் கேட்டான்.

"ஆமா," என்றேன் நான். ஒரு கணத்துக்குப்பின் சொன்னேன், "ஆனா, இப்ப அவளோட இல்லை."

"ஆனா, நீங்க ஒருத்தர் மற்றொருத்தரோட உணர்ச்சியைப் புரிஞ்சுக்கிட்டிருக்கீங்க சரியா?"

"அப்படிதான் நினைக்க நான் விரும்பறேன். இல்லைனா, என்ன அர்த்தமிருக்கு?" நான் வாய்க்குள் சிரித்தபடி கூறினேன்.

இதோத் மொஸார்ட்டின் மகத்துவம் குறித்து கிசுகிசுப்பான குரலில் பேசினான். எப்படி ஒரு கிராமத்துப் பையன் அங்குள்ள மலைப்பாதைகளை நன்கறிவானோ, அதுபோல அவன் மொஸார்ட்டை உள்ளும்புறமும் அறிந்திருந்தான். அவனது தந்தை இசையை நேசித்தவர். அவன் சிறுவனாக இருந்தபோதிலிருந்தே அவனை இசைக்கு அறிமுகம் செய்திருந்தார். எனக்கு செவ்வியல் இசைகுறித்து அவ்வளவாகத் தெரியாது. ஆனால் இதோத்தின் புத்திசாலித்தனமான, இதயப்பூர்வமான விளக்கத்துடன் ("இதோ இந்தப் பகுதி," "இது எப்படி இருக்கு?") மொஸார்ட்டின் இசையைக் கேட்டபோது, வெகுநாட்களுக்குப்பின் முதன்முறையாக நான் அமைதியடைந்ததாக உணர்ந்தேன்.. இனோகாஷிரா பூங்காவுக்குமேலே தெரிந்த வளர்பிறை நிலவைப் பார்த்தபடி நீங்கள் ஷிவாஸ் ரீகலை அதன் கடைசிச்சொட்டுவரை குடித்துத் தீர்த்தோம். அருமையான விஸ்கி.

இதோத், நான் அங்கே இரவைக் கழிக்கலாமென சொன்னான், ஆனால் நான் அவனிடம் எனக்கு செய்யவேண்டியதொரு வேலையிருப்பதாகச்சொல்லி, விஸ்கிக்கு நன்றிசொல்லி அவனது குடியிருப்பைவிட்டு ஒன்பதுமணிக்கு முன் கிளம்பினேன். என் இடத்துக்குத் திரும்பும்வழியில் தொலைபேசி

பெட்டியொன்றிலிருந்து நான் மிடோரியை அழைத்தேன். நான் பெரிதும் ஆச்சரியப்படும்படி உண்மையில் அவளே பேசினாள்.

"மன்னிக்கணும், நான் இப்ப உன்கூட பேசவிரும்பலை."

"எனக்குத் தெரியும், எனக்குத் தெரியும். ஆனா நம்மோட உறவு இப்படி முடிஞ்சுபோறதை நான் விரும்பலை. என்னோட வெகுசில நண்பர்கள்ல நீயும் ஒருத்தி, உன்னைப் பார்க்கமுடியாம இருக்கிறது புண்படுத்துது. எப்ப நான் உன்கிட்ட பேசமுடியும்? குறைந்தபட்சம் அந்தளவாவது நீ சொல்லணும்னு நான் விரும்பறேன்."

"நான் உன்கிட்ட பேசணும்போல விரும்பும்போது."

"நீ எப்படி இருக்கே?" நான் கேட்டேன்.

"நல்லாருக்கேன்," என்று சொல்லி அவள் தொலைபேசியை வைத்தாள்.

மே மாத நடுவில் ரெய்கோவிடமிருந்து ஒரு கடிதம் வந்தது.

"அடிக்கடி கடிதம் எழுதுவதற்கு நன்றி. நவோகோ உன் கடிதங்களை ரசிக்கிறாள். நானும் அப்படியே. அவற்றை நான் வாசித்தால் நீ பொருட்படுத்தமாட்டாய்தானே, பொருட் படுத்துவாயா?

வெகுநீண்ட நாட்களுக்கு என்னால் உனக்கு பதிலெழுத முடியவில்லை. மன்னிக்கவும். உன்னிடம் உண்மையைச் சொல்வதெனில், நான் கொஞ்சம் சோர்வடைந்ததுபோல் உணர்ந்துகொண்டிருக்கிறேன். மேலும் சொல்வதற்கு பெரிதும் நல்ல செய்திகள் எதுவும் இல்லை. நவோகோ நலமாக இல்லை. ஒருநாள் அவளது தாயார் கோபேயிலிருந்து வந்திருந்தாள். நாங்கள் நால்வரும்— நவோகோ, அவளது தாயார், நான் மற்றும் மருத்துவர்— நல்ல, நீண்ட உரையாடல் நடத்தி, கொஞ்ச நாட்களுக்கு நவோகோ உண்மையான மருத்துவமனைக்கு தீவிர சிகிச்சைக்காகப் போவதென்றும், முடிவுகளைப் பொறுத்து ஒருவேளை இங்கே திரும்பவரலாமென்றும் முடிவுக்குவந்தோம். சாத்தியமெனில் அவள் இங்கேயே தங்கவும் தன்னை நலமடையச் செய்யவும் விரும்புவதாகவும், நவோகோ, கூறுகிறாள். மேலும் அவள் சென்றால் நான் அவளது பிரிவை உணரவும், அவளைப்பற்றி கவலைப்படவும் போகிறேனென எனக்குத் தெரியும். ஆனால் உண்மை என்னவெனில், இங்கே அவளைக்

கட்டுக்குள் வைத்திருப்பது மேலும் மேலும் சிரமமாகிவருகிறது. பெரும்பாலான நேரங்களில் அவள் நன்றாகவே இருக்கிறாள். ஆனால் சமயங்களில் அவளது உணர்வுகள் மிகவும் நிலையற்றதாகிவிடுகிறது. அப்படி நடக்கையில் நாங்கள் எங்களது கண்களை அவளிடமிருந்து விலக்க முடிவதில்லை. அவள் என்ன செய்வாள் என்று சொல்வதற்கில்லை. குரல்களை கேட்கும் நிகழ்வுகள் தீவிரமாக இருக்கையில், அவள் முழுமையாக தன்னை மூடிக்கொள்வதுடன் அவளது ஆழத்தினுள் தன்னைப் புதைத்துக்கொள்கிறாள்.

அதனால்தான் கொஞ்சநாட்களுக்கு நவோகோ முறையான மனநல சிகிச்சை மையத்தில் சிகிச்சைபெறுவது, அவளுக்கு சிறந்த விஷயமாக இருக்குமென நானே ஒப்புக்கொண்டேன். அப்படிச் சொல்வதையே நான் வெறுக்கிறேன், ஆனால் நம்மால் செய்யமுடிந்ததெல்லாம் அதுதான். நான் முன்பே உன்னிடம் ஒருமுறை சொன்னதுபோல, பொறுமையே மிக முக்கியமான விஷயம். நம்பிக்கை இழக்காமல் ஒருநேரத்திற்கு ஒன்றென சிடுக்கான நூலிழைகளை சரிசெய்தபடியே போகவேண்டும். அவளது நிலை எத்தனை மோசமாகத் தோற்றமளித்தபோதும், நாம் அந்த அறுந்த இழையை சீக்கிரமோ தாமதமாகவோ கண்டுகொள்ளவேண்டும். நாம் திடீரென இருளான இடத்தில் நுழைய நேரிட்டால், கண்கள் இருளுக்குப் பழகும்வரை அமைதியாக அமர்ந்திருப்பதுபோல.

இந்தக் கடிதம் உன்னை அடைவதற்குள் நவோகோ அந்த இன்னொரு மருத்துவமனைக்குப் போயிருப்பாள். இந்த முடிவு எடுத்தபின்பு உன்னிடம் சொல்லலாமென நான் காத்திருந்தேன், ஆனால் அது மிக விரைவாக நடந்துவிட்டது, அதற்காக நான் வருந்துகிறேன். புதிய மருத்துவமனை உண்மையிலே சிறந்த மருத்துவர்களுடன்கூடிய சிறந்த மருத்துவமனைதான். முகவரியை நான் கடைசியில் எழுதுவேன், நவோகோவுக்கு அந்த முகவரிக்கு கடிதமெழுதவும். அவர்கள் அவளது நிலை குறித்து தொடர்ந்து எனக்கும் தெரிவிப்பார்கள், எனவே நான் கேள்விப்படுவதை உனக்கும் தெரியப்படுத்துகிறேன். அது நல்லசெய்தியாக இருக்குமென்று நான் நம்புகிறேன். இது உனக்கு சிரமமான ஒன்றாக இருக்கப்போகிறதென எனக்குத் தெரியும், எனினும் உனது நம்பிக்கையைத் தளரவிடாதே. நவோகோ இனி இங்கே இல்லையென்றபோதும், அவ்வப்போது எனக்கு எழுதவும்.

குட்பை

அந்த வசந்தகாலத்தில் நான் மிக அதிக எண்ணிக்கையில்

கடிதங்கள் எழுதினேன். வாரம் ஒருமுறை நவோகோவுக்கும் ரெய்கோவுக்கு சில கடிதங்களும், இன்னும் சில கடிதங்கள் மிடோரிக்கும். நான் விரிவுரை அரங்கில்வைத்து கடிதம் எழுதினேன். கடல்காகம் என் மடியிலிருக்க வீட்டில் எனது சாய்வு மேஜையில் கடிதங்கள் எழுதினேன். எனது ஓய்வுவேளைகளில் இத்தாலிய உணவகத்தில் காலிமேஜைகளில் வைத்து கடிதங்கள் எழுதினேன். எனது உடைந்துநொறுங்கும் வாழ்க்கையின் பகுதிகளை ஒன்றிணைப்பதற்காக நான் கடிதம் எழுதுவதுபோல் இருந்தது.

மிடோரிக்கு நான் இவ்வாறு எழுதினேன்: **நான் உன்னுடன் பேசமுடியாத காரணத்தால் எனக்கு ஏப்ரலும் மேயும் வலிமிகுந்த, தனிமையான மாதங்களாக அமைந்தன. வசந்தகாலம் இத்தனை வலிமிகுந்ததாகவும் தனிமையானதாகவும் இருக்குமென்று நான் எப்போதும் அறிந்ததில்லை. இதுபோல ஒரு வசந்தகாலம் வருவதைவிடவும் மூன்று பிப்ரவரிகள் இருப்பதே மேலானது. இதைச் சொல்வது வெகுதாமதமானதென எனக்குத் தெரியும், ஆனாலும் உன்னுடைய புதிய தலையலங்காரம் உனக்கு மிகச்சிறப்பாக இருக்கிறது. உண்மையிலே அழகாக இருக்கிறது. நான் தற்போது இத்தாலியன் உணவகமொன்றில் வேலைசெய்து வருகிறேன். அங்குள்ள சமையல்கலைஞர் எனக்கு சுவையாக ஸ்பாகட்டி செய்வதற்கு சிறப்பாகச் சொல்லித்தந்தார். உனக்கு அதை சீக்கிரமே செய்துதரவிரும்புகிறேன்.**

நான் தினமும் பல்கலைக்கழகத்துக்குச் சென்றேன், உணவகத்தில் வாரத்துக்கு இரண்டு, மூன்று நாட்கள் வேலைபார்த்தேன். இதோத்துடன் புத்தகங்கள் பற்றியும் இசை பற்றியும் பேசினேன். அவன் எனக்கு இரவல் தந்த சில போரிஸ்வியான் புத்தகங்களைப் படித்தேன், கடிதங்கள் எழுதினேன். கடல்காகத்துடன் விளையாடினேன், ஸ்பாகட்டி தயாரித்தேன். தோட்டத்தில் வேலைசெய்தேன். நவோகோவை நினைத்தபடி சுயஇன்பம் செய்தேன், அத்துடன் நிறைய படங்கள் பார்த்தேன்.

கிட்டத்தட்ட ஜூனின் நடுவில் மிடோரி என்னுடன் பேசத்தொடங்கினாள். இரண்டு மாதங்களாக நாங்கள் ஒருவருக்கொருவர் ஒருவார்த்தைகூட பேசியிருக்கவில்லை. ஒரு விரிவுரையின் முடிவில் அவள் என்னருகில் அமர்ந்து, கைகளில் தாடையைத் தாங்கியபடி அமர்ந்து எதுவும் பேசாமலிருந்தாள். ஜன்னலுக்கு வெளியே மழைபெய்துகொண்டிருந்தது— உண்மையிலே மழைக்காலத்து மழை அதன் கீழுள்ள அனைத்துப் பொருட்களையும் நனைத்தபடி காற்றேதுமின்றி அடித்துப்பெய்தபடி காணப்பட்டது. இதர மாணமவர்கள்

வகுப்புக்குள் நிறையத்தொடங்கி வெகுநேரத்துக்குப் பின்னேயும் ஒருவார்த்தையும் பேசாமல் எனக்கருகிலேயே அமர்ந்திருந்தாள். பின் அவளது ஜுன்ஸ் மேற்சட்டையின் பாக்கெட்டிலிருந்து மார்ல்போரோ ஒன்றையெடுத்து உதடுகளுக்கிடையில் வைத்து தீப்பெட்டியை என் கையில் தந்தாள், நான் குச்சியொன்றை உரசி அவளது சிகரெட்டைப் பற்றவைத்தேன். மிடோரி தனது உதட்டைப் பிரித்து சற்றே சிகரெட் புகையை என் முகத்தின்மீது ஊதினாள்.

"என் ஹேர்ஸ்டைல் பிடிச்சிருக்கா?" அவள் கேட்டாள்.

"அற்புதமா இருக்கு."

"எவ்ளோ அற்புதம்?"

"உலகத்துல உள்ள எல்லா காடுகளோட மரங்களனைத்தையும் முறிஞ்சு விழச்செய்ய போதுமான அளவுக்கு அற்புதமான தாயிருக்கு."

"உண்மையிலே நீ அப்படி நினைக்கிறியா?"

"நான் உண்மையிலே அப்படித்தான் நினைக்கிறேன்.."

அவள் சற்றுநேரம் தன் கண்களை என்மேலேயே வைத்திருந்தாள். பின் தனது வலது கையை என்னிடம் நீட்டினாள். நான் அதைப் பற்றிக்கொண்டேன். நான் நினைத்ததைவிடவும் அவள் ரொம்பவே கடுமையின்றித் தெரிந்தாள். அவள் சாம்பலைத் தரையில் தட்டிவிட்டு எழுந்துநின்றாள்.

"நாம சாப்பிடலாம், நான் பயங்கர பசியிலிருக்கேன்." என்றாள் அவள்.

"நீ எங்கே போகலாம்னு விரும்பற?" நான் கேட்டேன்.

"நிகோன்பாஷியிலுள்ள டகாஷியாமா பல்பொருள் அங்காடி யிலுள்ள உணவகத்துக்கு."

"ஏன் அந்த இடத்துக்கு?"

"சமயத்துல நான் அங்க போகவிரும்புவேன், அவ்வளவு தான்."

எனவே நாங்கள் நிகோன்பாஷி செல்லும் சுரங்கத் தொடர் வண்டியைப் பிடித்தோம். அந்த இடம் யதார்த்தத்தில் காலியாக இருந்தது. காலை முழுவதும் மழைபெய்துகொண்டிருந்தது

காரணமாக இருக்கலாம். அந்த பெரிய குகைபோன்ற பல்பொருள் அங்காடியில் மழைவாசனை நிறைந்திருக்க, அனைத்து ஊழியர்களும் நாங்க இப்ப என்னசெய்யணும் என்பதுபோன்ற தோற்றத்துடன் காணப்பட்டனர். மிடோரியும் நானும் தரைத்தளத்துக்குச் சென்று, பார்வைக்கு அடுக்கப்பட்டிருந்த ப்ளாஸ்டிக் டப்பாவில் அடுக்கப்பட்டியிருந்த உணவை நன்கு பார்வையிட்டு, இருவரும் பழம்பாணியிலான— சோறு, ஊறுகாய், மீன் வறுவல், டெம்புரா மற்றும் டெரியாகி சிக்கன் இவற்றுடனான கலவையான, குளிர்ந்த மதிய உணவைத் தேர்வுசெய்தோம். உள்ளே அது நடுப்பொழுதாக இருந்தபோதும் பெரிதும் கூட்டமின்றிக் காணப்பட்டது.

பல்பொருள் அங்காடி உணவகத்தில் மட்டுமே கிடைக்கும் நேர்த்தியான, வெண்ணிற குவளையில் க்ரீன் டீ சாப்பிட்டபடியே நான் சத்தமாக ஆச்சரியப்பட்டேன். "கடவுளே, பல்பொருள் அங்காடி ரெஸ்டாரெண்டுல கடைசியா நான் மதிய உணவு சாப்பிட்டு எவ்ளோ நாளிருக்கும்?"

"இதுமாதிரியான விஷயங்களைச் செய்ய எனக்குப் பிடிக்கும்," என்றாள் மிடோரி. "ஏன்னு தெரியலை, இது நான் ஏதோ சிறப்பான விஷயத்தைப் பண்றமாதிரி உணரவைக்குது. அநேகமா நான் சிறுமியா இருந்த காலகட்டத்தை நினைவுபடுத்துது. என் பெற்றோர் என்னை எப்பவுமே என்னை டிபார்ட்மெண்ட் ஸ்டோருக்கு அழைச்சுட்டுப்போனதில்லை."

"என் பெற்றோர் கூட்டிட்டுப்போனதெல்லாம் அங்க மட்டும் தானோனு ரகசிய சந்தேகம் வருது. எங்க அம்மா அந்த இடங்கள்மேல ஆர்வமா இருந்தாங்க."

"நீ அதிர்ஷ்டக்காரன்."

"நீ என்ன பேசிக்கிட்டிருக்கிற? குறிப்பா எனக்கு டிபார்ட் மெண்ட் ஸ்டோர்களுக்குப் போறதே பிடிக்காது."

"இல்லை, உன்னை அந்தமாதிரி இடங்களுக்கு கூப்பிட்டுப்போற அளவுக்கு நீ அதிர்ஷ்டக்காரனா இருந்துருக்கனு நான் சொன்னேன்."

"ம், நான் அவங்களுக்கு ஒரே குழந்தை." என்றேன் நான்.

"நான் சின்னவளா இருந்தப்ப, நான் வளர்ந்ததும் நானே டிபார்ட்மெண்ட் ஸ்டோர், ரெஸ்டாரெண்ட் போறமாதிரியும், விரும்புனதெல்லாம் சாப்பிடற மாதிரியும் கனவுகாண்கிறது

வழக்கம். ஆனா என்ன ஒரு வெறுமையான கனவு. இதுமாதிரியான இடத்துல நான் மட்டும் தனியா வாய்நிறைய சோறைத் திணிச்சுக் கிட்டிருக்கிறதுல என்ன சந்தோஷம் இருக்கு? சாப்பாடும் அவ்வளவு விசேஷம் கிடையாது. அதோட இந்த இடம் பெருசா, கூட்டமா, நெரிசலா, இரைச்சலா இருக்கும். இருந்தும், அப்பப்ப சமயங்கள்ல இங்க வர்றதுபத்தி நான் யோசிப்பேன்."

"கடந்த ரெண்டுமாசமா உண்மையிலே நான் தனிமையா இருந்துக்கிட்டிருக்கேன்," என்றேன் நான்.

"ஆமா, எனக்குத் தெரியும். நீ உன் கடிதங்கள்ல எனக்கு எழுதியிருந்த" என்றாள் மிடோரி. அவளது குரல் வெறுமையாய் இருந்தது. "இருக்கட்டும், நாம சாப்பிடலாம். நான் இப்ப யோசிக்க முடிஞ்சதெல்லாம் அதுதான்."

நாங்கள் கவர்ச்சியான, மெருகேற்றப்பட்டிருந்த அரைவட்ட நிலவு வடிவத்திலிருந்த உணவுப்பெட்டியின் தனித்தனியாக தடுக்கப்பட்டிருந்த பகுதிகளில் அளவாகக் காணப்பட்ட வறுத்த, பொறித்த, ஊறவைக்கப்பட்டவை அனைத்தையும் காலிசெய்து மெருகேற்றப்பட்ட கிண்ணங்களிலிருந்த சூப்பையும், வெண்ணிறக் குவளைகளில் இருந்த க்ரீன் டீயையும் பருகினோம்.

உணவைத் தொடர்ந்து மிடோரி சிகரெட் ஒன்றைப் புகைத்தாள். அவள் புகைத்து முடிந்ததும், ஒரு வார்த்தையும் பேசாமல் எழுந்து அவளது குடையைக் கையிலெடுத்தாள். நானும் எழுந்து என் குடையை எடுத்துக்கொண்டேன்.

"இப்ப நீ எங்க போகவிரும்பற?" நான் கேட்டேன்

"மாடிக்குதான். டிபார்ட்மெண்ட் ஸ்டோர் உணவகத்துல சாப்பிட்டு முடிச்சதும், அதுதானே அடுத்த கட்டம்."

மழையில், மாடியில் யாரும் காணப்படவில்லை, செல்லப் பிராணிகள் பகுதியில் எழுத்தர் யாரும் காணப்படவில்லை. சிறு கடைகள் மற்றும் குழந்தைகள் சவாரி மேற்கொள்ளும் அனுமதிச் சீட்டு பூத்துகளின் கதவுகள் மூடப்பட்டிருந்தன. நாங்கள் எங்களது குடையை விரித்தபடி, நனைந்துபோயிருந்த மரக்குதிரைகளிடையேயும் தோட்டத்து நாற்காலிகள் மற்றும் கடைகளிடையேயும் நடந்தோம். டோக்கியோவின் நடுவில், எந்த ஓரிடமும் ஆட்களின்றி இத்தனை வெறுமையாய் காணப்படுமா என்பது நம்பிவியலாததாகத் தோன்றியது. மிடோரி தான் தொலைநோக்கிவழியே பார்க்கவிரும்புவதாகக் கூறினாள். எனவே நான் ஒரு நாணயத்தை அதனுள் போட்டுவிட்டு, அவள்

பார்வையிடுவதற்கான துவாரம்வழியே நோக்கும்போது, அவளது குடையை அவள் தலைக்குமேல் பிடித்திருந்தேன்,

மாடியின் ஒரு ஓரத்தில், குழந்தைகள் சவாரிசெய்வதற்கான விளையாட்டுகளுடன்கூடிய, கூரையுடனமைந்த விளையாட்டுப் பகுதி காணப்பட்டது. மிடோரியும் நானும் நடைமேடைபோன்று காணப்பட்ட பகுதியில் அடுத்தடுத்து அமர்ந்து மழையைப் பார்த்தபடியிருந்தோம்.

"சரி பேசு," என்றாள் மிடோரி. "நீ என்கிட்ட சொல்லவிரும்புற விஷயம் ஒண்ணு இருக்குனு எனக்குத் தெரியும்."

"நான் சாக்குப்போக்கு சொல்ல முயற்சிபண்ணிக்கிட்டிருக்கலை. ஆனா அந்த சமயம் உண்மையிலே பிரச்சினையில இருந்தேன். என் மூளை முழுக்க குழம்பிப்போயிருந்துச்சு. எதுவுமே என் மனசுல பதிவாகலை. என்னால இனியும் உன்னைப் பார்க்கமுடியாதுங்கிற நிலையில இருந்தப்ப ஒருவிஷயம் மட்டும் ரொம்பத் தெளிவாயிடுச்சு. நீ என் வாழ்க்கையில இருந்தவரை மட்டும்தான் என்னால காலம்தள்ள முடிஞ்சுதுனு நான் உணர்ந்தேன். நான் உன்னைப் பிரிஞ்சபோது, உண்மையிலே வலியும் தனிமையும் என்னைச் சூழ்ந்துடுச்சு."

"இந்த ரெண்டுமாசமா நீயில்லாம நான் எவ்வளவு வேதனையும் தனிமையுமா உணர்ந்திருப்பேன்னு உனக்கு எந்த யோசனையும் இல்லையா?"

இது முற்றிலும் என்னைத் திகைக்கச்செய்தது. "இல்லை," என்றேன் நான். "இது எனக்குத் தோணவேயில்லை. நான் நீ என்மேல கோபமாயிருக்கிறதாவும், என்னைப் பார்க்க விரும்பலைனும் நினைச்சிருந்தேன்."

"உன்னால எப்படி இந்தமாதிரி முட்டாளாயிருக்க முடியுது. நிச்சயமா நான் உன்னைப் பார்க்கவிரும்பினேன். எவ்ளோதூரம் நான் உன்னை விரும்பறேன்னு நான் சொல்லியிருக்கேன்! நான் ஒருத்தரை விரும்பறபோது, உண்மையிலே அவங்களை விரும்பறேன். என்னால சும்மா ஸ்விட்ச்போட்டு அணைக்கிறமாதிரி விரும்பியும் விரும்பாமவும் இருக்கமுடியாது. குறைந்தபட்சம் அந்தளவுக்காவது நீ என்னைப் பத்தி உணரலையா?"

"ம், நிச்சயமா, ஆனா!"

"இதனாலதான் நான் உன்மேல இவ்ளோ ஆத்திரமாயிருந்தேன். நான் உனக்கு நல்ல பாடம் கற்பிக்கவிரும்பினேன். நாம

ஒருத்தரையொருத்தர் நீண்டகாலமா பார்க்கலை. நீ என்னடான்னா அந்த இன்னொருத்தியையே நினைச்சுக்கிட்டு, சுயஉணர்வே இல்லாம என்னை திரும்பிப் பார்க்கக்கூட செய்யலை. எப்படி நான் உன்மேல கோபப்படாம இருப்பேன்? ஆனா அதெல்லாம் தவிரவும், கொஞ்சநாளைக்கு நான் உன்கிட்ட விலகியிருக்கிறது நல்லதுனு எனக்கொரு உணர்வு இருந்துக்கிட்டே இருந்துச்சு. என் மனசுலுள்ள விஷயங்கள் தெளிவாகறதுக்காக."

"என்ன மாதிரியான விஷயங்கள்?"

"நிச்சயமா, நம்மோட உறவுதான். அது நான் அவனோட இருக்கிறதைவிடவும் உன்னோட இருக்கிறதை ரொம்பவே ரசிக்கிற கட்டத்தை நெருங்கிட்டிருந்துச்சு. அதுல ஏதோ வினோதமா இருக்கிறதா நீ நினைக்கலை? வித்தியாசமா படலை? நிச்சயமா நான் இப்பவும் அவனை விரும்பறேன். அவன் கொஞ்சம் தன்முனைப்புள்ள, விசால மனமில்லாத, ஒருவிதமான சர்வாதிகாரி. ஆனா அவன்கிட்ட நிறைய நல்ல விஷயங்களும் இருக்கு. அதோட நான் முக்கியமானவன்னு நினைச்ச முத ஆள் அவன்தான். ஆனா நீ, ம் நீ எனக்கு ஸ்பெஷலானவன்தான். நான் உன்னோட இருக்கும்போது நான் ஏதோ ஒருவிதத்துல சரியா இருக்கிறதா உணர்றேன். நான் உன்மேல நம்பிக்கை வெச்சிருக்கேன். நான் உன்னை விரும்பறேன். நான் உன்னைத் தவறவிட விரும்பலை. நான் மேலும் மேலும் குழப்பமானவளா ஆனேன், அதனால நான் அவன்கிட்ட போய் என்ன பண்றதுனு கேட்டேன். அவன் உன்னைப் பார்க்கிறதை நிறுத்தச்சொன்னான். நான் உன்னைத் தொடர்ந்து பார்த்தேன்னா நான் அவனோட தொடர்பை முறிச்சுக்கிடணும்னு அவன் சொன்னான்."

"நீ என்ன பண்ணுன?"

"நான் அவன்கிட்டயிருந்து பிரிஞ்சுட்டேன். சாதாரணமா." மிடோரி தன் வாயில் ஒரு மார்ல்போராவை வைத்து, அதனைத் தன் கைகளால் மறைத்து பற்றவைத்து புகையை உள்ளிழுத்தாள்.

"ஏன்?"

"ஏன்?!" அவள் கத்தினாள். "நீ என்ன பைத்தியமா? உனக்கு ஆங்கிலத்துல சப்ஜங்டிவ் தெரியும், திரிகோணமிதியை புரிஞ்சுப்ப, மார்க்ஸ் வாசிப்ப, ஆனா இருக்கிறதிலே எளிமையான ஒண்ணுக்கு உனக்கு விடைதெரியாது? நீ கேட்க வேற செய்றியே ஏன்? ஒரு பொண்ணை இதுமாதிரியான ஒண்ணை சொல்லும்படி செய்றது ஏன்? நான் அவனை விரும்பறதைவிடவும் அதிகமா

உன்னை விரும்பறேன். அவ்வளவுதான். நிச்சயமா, இன்னும் கொஞ்சம் அழகான ஒருத்தன்மேல காதல்வசப்படணும்னு நான் விரும்பினேன். ஆனா அப்படிச்செய்யலை, நான் உன்மேல காதல் வசப்பட்டுட்டேன்."

நான் பேசமுயற்சித்தேன், ஆனால் வார்த்தைகள் தொண்டை யிலே சிக்கிக்கொண்டதுபோல உணர்ந்தேன்.

மிடோரி தனது சிகரெட்டை தேங்கிக்கிடந்த நீரில் எறிந்தாள். "தயவுசெஞ்சு நீ அந்தப் பார்வையை உன் முகத்திலிருந்து மாத்திக்கமுடியுமா? நீ என்னை அழவைக்கப்போற. கவலைப்படாத, நீ வேறொருத்தரோட காதல்ல இருக்கனு எனக்குத் தெரியும். நான் உன்கிட்டயிருந்து எதையும் எதிர்பார்க்கலை. ஆனா குறைஞ்சபட்சம் நீ என்னை கட்டியணைக்கணும். எனக்கு இந்த இரண்டுமாசம் ரொம்ப சிரமமானதா இருந்திருக்கு."

நான் எனது குடையை ஓரமாக வைத்துவிட்டு, நாங்கள் விளையாட்டுப் பகுதிக்குப்பின்னால் சென்று, ஒருவரை யொருவர் இறுக அணைத்துக் கொண்டோம். எங்களது உடல்கள் ஒன்றின்மீதொன்று அழுந்த, எங்களது இதழ்கள் சந்தித்துக்கொண்டன. மழைவாசனை அவளது கூந்தலிலும் ஜீன்ஸ் மேற்சட்டையிலும் படிந்திருந்தது. பெண்களின் உடல்கள் மிக மென்மையானவை. கதகதப்பானவை. அவளது மார்புகள் எனது நெஞ்சில் எங்களது உடையினூடாக அழுந்துவதை என்னால் உணரமுடிந்தது. மற்றொரு மனித உயிருடனான நான் கடைசியாக உடல்ரீதியான தொடர்பு வைத்து எத்தனை காலமிருக்கும்?

"நான் உன்னை கடைசியா பார்த்த அன்னைக்கு ராத்திரி நான் அவன்கிட்ட பேசுனேன். நாங்க பிரிஞ்சுட்டோம்," என்றாள் மிடோரி.

நான் அவளிடம் சொன்னேன். "என் இதயத்தோட ஆழத்துல யிருந்து நான் உன்னை நேசிக்கிறேன், மறுபடி எப்போதைக்கும் நான் உன்னை இழக்க விரும்பலை. ஆனா நான் செய்றதுக்கு எதுவுமில்லை. என்னால எதுவும் பண்ணமுடியாது."

"அவளாலயா?"

நான் ஆமோதித்தேன்.

"சொல்லு, நீ அவளோட படுத்துருக்கியா?"

"ஒரு தடவை, ஒரு வருஷத்துக்குமுன்னால."

"அப்புறம் நீ அவளைப் பார்க்கலை?"

"நான் அவளை இரண்டுமுறை பார்த்திருக்கேன். ஆனா நாங்க எதுவும் பண்ணலை."

"ஏன் பண்ணலை? அவ உன்னை நேசிக்கலையா?"

"அது சொல்ல சிரமமானது, உண்மையிலே அது சிக்கலானது. குழப்பமானது அதோட அது நீண்ட காலமா தொடர்ந்துக்கிட்டிருக்கு, இனியும் எதெது என்னனு எனக்குத் தெரியலை. அவளுக்கும் தெரியாது. எனக்குத் தெரிஞ்சதெல்லாம், ஒரு மனுஷனா இது எல்லாத்துலயும் எனக்கொரு விதமான பொறுப்பு இருக்குங்கிறதுதான். என்னால சும்மா முகத்தைத் திருப்பிக்கிட்டுப் போயிடமுடியாது. குறைஞ்சபட்சம், இப்ப நான் அதுபத்தி உணர்றது இப்படிதான், அவ என்மேல காதல்ல இல்லைனாகூட."

"வாட்டனபி, என்னை இதைச் சொல்றதுக்கு அனுமதி," என் கழுத்தில் அவளது தாடையை அழுத்தியபடி சொன்னாள். "நான் உண்மையான, உயிருள்ள பொண்ணு, உண்மையான, துடிப்புள்ள ரத்தம் என் நரம்புகள்ல ஓடுது. நீ என்னை உன் கைகள்ல அணைச்சுப்பிடிச்சுக்கிட்டு இருக்கிற, நான் உன்னைக் காதலிக்கிறேன்னு உன்கிட்ட சொல்லிக்கிட்டு இருக்கிறேன். நீ செய்யச் சொல்ற எதையும் செய்றதுக்கு நான் தயாரா இருக்கேன். நான் கொஞ்சம் பைத்தியமா இருக்கலாம், ஆனா நான் நல்ல பொண்ணு. நேர்மையானவ, கடுமையா உழைக்கிறவ, ஒருவிதத்துல அழகானவ. எனக்கு அழகான மார்புகள் இருக்கு, நான் நல்லா சமையல் செய்வேன், அதோட எங்கப்பா எனக்காக ஒரு தொகை விட்டுட்டுப் போயிருக்கார். நான் ஒரு அசலான பேரம் பேசுறேனு நீ நினைக்கலையா? நீ என்ன எடுத்துக்கலைனா, நான் வேறெங்கியாச்சும் போய்ச்சேர்றதுல போய்முடிவேன்."

"எனக்கு அவகாசம் வேணும்," என்றேன் நான். "யோசிக்கவும் விஷயங்களைச் சரிப்படுத்தவும் சில முடிவுகளை எடுக்கவும் எனக்கு நேரம் வேணும். என்னை மன்னிச்சுடு, இந்த நிமிஷத்துல நான் சொல்லமுடிஞ்சதெல்லாம் இதுதான்.

"ம், நீயும் என்னை இதயத்தோட ஆழத்திலிருந்து நேசிக்கிற, சரியா? நீ மறுபடி எப்பவும் என்னைப் பிரிய விரும்பலை, சரிதான?"

"நான் அந்த அர்த்தத்துலதான் சொன்னேன்."

ஹாருகி முரகாமி I 445

மிடோரி முகத்தில் சிரிப்புடன் என்னிடமிருந்து விலகினாள். “சரி, நான் காத்திருப்பேன். உன்மேல எனக்கு நம்பிக்கை இருக்கு.” என்றாள் அவள். “ஆனா நீ என்னை ஏத்துக்கும்போது என்னை மட்டும்தான் நீ ஏத்துக்கணும். உன்னோட கைகளுக்குள்ள அணைக்கும்போது, நீ என்னைப்பத்தி மட்டும்தான் சிந்திக்கணும். புரியுதா?”

“நான் ரொம்பச் சரியா புரிஞ்சுக்கிட்டேன்.”

“நீ என்னை என்ன செஞ்சாலும் அதைப்பத்தி எனக்குக் கவலையில்லை. ஆனா நீ என்னைப் புண்படுத்துறதைமட்டும் விரும்பலை. என்னோட வாழ்க்கையில நான் போதுமான அளவுக்கு புண்பட்டுட்டேன். தேவைக்கு அதிகமான்னுகூட சொல்லலாம். இப்ப நான் சந்தோஷமாயிருக்க விரும்பறேன்.”

நான் அவளை நெருக்கமாக இழுத்து, அவளது உதட்டில் முத்தமிட்டேன்.

“அந்தப் பாழாப்போன குடையைப் போட்டுட்டு, உன் ரெண்டு கையையும் என்னைச் சுத்திப்போட்டு இறுக்கு!” என்றாள் அவள்.

“ஆனா நாம நல்லா நனைஞ்சுடுவோம்!”

“அதனாலென்ன நீ யோசிக்கிறதை நிறுத்திட்டு என்னை இறுக கட்டிப் பிடிக்கணும்னு நான் விரும்பறேன்! இதுக்காக முழுசா ரெண்டு மாசம் நான் காத்துக்கிட்டிருந்தேன்.”

நான் குடையைக் கீழேவைத்துவிட்டு, மழையில் நனைந்தபடி அவளை நெருக்கமாக அணைத்துக்கொண்டேன். நெடுஞ்சாலையில் மந்தகதியில் விரைந்துசென்ற சக்கரங்களின் சப்தம் எங்களை மூடுபனிபோல் சூழ்ந்து கொண்டது. மழை இடைவெளியோ சப்தமோயின்றி பெய்தபடி என்னுடைய மற்றும் அவளது முடியை நனைத்தபடி, எங்களது கன்னத்தில் கண்ணீரைப்போல் வழிந்தபடி அவளது டெனிம் மேற்சட்டையிலும் எனது மஞ்சள்நிற நைலான் வின்ட்ஷுட்டரிலும் அடர்த்தியான கறையைப்போல் பரவியபடி இருந்தது.

“திரும்பவும் கூரைக்குக்கீழே போறதைப்பத்தி என்ன நினைக்கிற?” நான் கேட்டேன்.

“என்னோட வீட்டுக்கு வா. இப்ப வீட்ல யாருமில்லை இப்படியேயிருந்தா நம்ம ரெண்டுபேருக்குமே ஜலதோஷம் பிடிக்கும்.”

"அது உண்மைதான்."

"இது நாம இப்பதான் நதியை நீந்திக்கடந்த மாதிரி இருக்கு," மிடோரி சிரித்தபடியே சொன்னாள். "என்ன ஒரு அற்புதமான உணர்வு!"

நாங்கள் ஆடைப்பிரிவில் நன்கு பெரிய துண்டுவாங்கி, ஒவ்வொருவராய் குளியலறைசென்று உலர்த்திக்கொண்டோம். பின் நாங்கள் அத்தியாவசியமான டாப்அப் பயணச்சீட்டுகளுடன், மியோகதானியிலுள்ள அவளது குடியிருப்புக்குச் செல்லும் சுரங்கரயிலைப் பிடித்தோம். அவள் என்னை முதலில் குளிக்க அனுமதித்துவிட்டு பின் அவள் குளித்தாள். என் உடைகள் காயும் பொழுதில் அணிவதற்கு, துண்டு இரவல் தந்தாள். மிடோரி போலோ சர்ட் மற்றும் பாவாடைக்கு மாறினாள். நாங்கள் சமையலறை மேஜையில் காபியைப் பருகியபடி அமர்ந்திருந்தோம்.

"உன்னைப் பத்தி எனக்குச் சொல்லு," மிடோரி சொன்னாள்.

"என்னைப் பத்தி என்ன?"

"ம், எனக்குத் தெரியலை நீ வெறுக்குறது எதை?"

"கோழியிறைச்சி, பால்வினைநோய், அதிகமா பேசுற முடி திருத்துபவர்."

"வேற என்ன?"

"தனிமையான ஏப்ரல் இரவுகள், ஜரிகைபோட்ட தொலைபேசி உறைகள்."

"வேற ஏதாச்சும்?"

நான் தலையை ஆட்டினேன். "வேற எதையும் என்னால யோசிக்கமுடியலை."

"என்னோட பாய்ஃப்ரெண்ட் சொல்லப்போனா முன்னாள் பாய்ஃப்ரெண்ட் எல்லாவிதமான விஷயங்களையும் அவன் வெறுத்தான். சொல்லணும்னா நான் ரொம்ப குட்டையான பாவாடை அணியறது, அல்லது நான் புகைபிடிக்கறது, ரொம்ப சீக்கிரமா எனக்குப் போதையேறிடறது, அருவருப்பான விஷயங்களைப் பேசுறது, அவனோட நண்பர்களை விமர்சிக்கிறது இதுமாதிரியான விஷயங்களை. அதனால நீ என்கிட்ட விரும்பாத விஷயம் இருந்துச்சுனா சொல்லிடு, முடிஞ்சா அதை

சரிபண்ணிக்கிறேன்."

சற்றுநேரம் யோசித்துவிட்டுச் சொன்னேன், "என்னால அப்படி எதுவும் சொல்லமுடியலை, அப்படி ஒண்ணுமில்லை."

"உண்மையாவா?"

"நீ அணியிற எல்லாமே எனக்குப் பிடிக்கும். நீ செய்யுறது, பேசுறது, நடந்துக்கிற விதம், போதையில பேசுறது எல்லாமே எனக்குப் பிடிக்கும்."

"உண்மையிலே நான் எப்படி இருக்கிறேனோ அப்படியே இருந்தா சரிதான்னு நீ சொல்றியா?"

"நீ எப்படி மாறலாம்னு எனக்கெதுவும் தெரியலை, அதனால நீ இருக்கிற விதமே சிறப்பாதான் இருக்கணும்."

"நீ என்னை எவ்ளோதூரம் நேசிக்கிற?" மிடோரி கேட்டாள்.

"உலகத்துல உள்ள புலிகள் எல்லாம் உருகி வெண்ணெயா ஆகிற அளவுக்கு நேசிக்கிறேன்." என்றேன் நான்.

"அட்டகாசம்," ஒரு திருப்திகரமான தொனியில் அவள் கூறினாள். "திரும்பவும் நீ என்னைக் கட்டிப்பிடிக்கமுடியுமா?"

நாங்கள் அவளது படுக்கையை அடைந்து இருவரும் தழுவிக்கொண்டு, மழையின் சப்தம் எங்களது காதுகளை நிறைத்தபடியிருக்க முத்தமிடத் தொடங்கினோம். பின் நாங்கள் உலகத்தின் தோற்றம் முதற்கொண்டு அவித்தமுட்டையின் பக்குவம் எப்படியிருந்தால் எங்களுக்குப் பிடிக்கும் என்பதுவரை அனைத்தையும் பற்றிப் பேசினோம்.

"மழைநாட்கள்ல எறும்புகள் என்ன பண்ணும்னு எனக்கு ஆச்சரியமா இருக்கு?" என மிடோரி கேட்டாள்.

"தெரியலை," என்றேன் நான். "எறும்புங்க கடின உழைப்பாளிங்க, அதனால அநேகமா அதுங்க வீட்டைச் சுத்தம் பண்றதுலயோ, கையிருப்பைச் சரிபார்க்கிறதுலயோ செலவிடும்."

"அதுங்க அவ்ளோ கடினமா உழைச்சா, ஏன் பரிணாம வளர்ச்சி அடையலை? எப்போதைக்குமா அதுங்க அப்படித்தானே இருக்கு."

"எனக்குத் தெரியலை, ஒருவேளை குரங்கோட ஒப்பிட

அதனோட உடலமைப்பு பரிணாம வளர்ச்சிக்கு பொருத்தமா இல்லாம இருக்கலாம்."

"ஏய், வாட்டனபி உனக்கு தெரியாத விஷயங்கள் நிறைய இருக்கு. உனக்கு எல்லாம் தெரியும்னு நினைச்சிருந்தேன்."

"இந்த உலகம் பெருசு," என்றேன் நான்.

"உயர்ந்த மலைகள், ஆழமான கடல்கள்," என்றாள் மிடோரி. அவள் என் துண்டினுள் கைவிட்டு விறைப்புடனிருந்த என்னுடையதைப் பற்றினாள். பின், எச்சிலை விழுங்கியபடி அவள் சொன்னாள், "ஏய் வாட்டனபி, ஜோக்கடிக்கிறது ஒருபக்கமிருக்கட்டும், இது சரிப்பட்டு வரப்போறதில்ல. இவ்வளவு பெரிய, கடினமான ஒண்ணை என்னால எப்பவும் உள்வாங்கிக்க முடியாது. வாய்ப்பேயில்லை."

"நீ கேலிபண்றே," நான் ஒரு பெருமூச்சுடன் சொன்னேன்.

"ஆமா," சிரித்தபடியே அவள் கூறினாள். "கவலைப்படாத, அது ரொம்பச் சரியா இருக்கப்போவுது. நான் நிச்சயமா சொல்றேன். அது பொருந்தும். ம், நான் அதைப் பார்க்கிறதுல பிரச்சினையில்லையே?"

"உன் விருப்பம்போல செய்,"

மிடோரி விரிப்புக்குள் மறைந்தபடி என் உடலின் கீழ்ப்பகுதி முழுவதும் வருடினாள். எனது ஆணுறுப்பின் தோலை தள்ளிப்பார்த்து, அவளது உள்ளங்கையால் எனது விதைகளைத் தாங்கிப் பார்த்தாள். பின் அவளது தலையை வெளியே நீட்டி பெருமூச்சுவிட்டாள். "நான் அதை நேசிக்கிறேன்!" என்றாள் அவள். "சந்தோஷப்படுத்துறதுக்காக சொல்லலை, உண்மையாவே அதை எனக்குப் பிடிச்சுருக்கு!" என்றாள்.

"நன்றி," எளிய நன்றியுணர்வுடன் நான் சொன்னேன்.

"வாட்டனபி, உண்மையிலே எல்லா விஷயங்களையும் சரிசெய்றவரை நீ என்கூட அதைப் பண்ணவிரும்பலையா?"

"வேற வழியில்லை, நான் உன்கூட அதைப் பண்ணவிரும்பலை," என்றேன் நான். "நான் ரொம்ப மோசமா, அதைப் பண்ணனும்னு வெறியோட இருக்கிறேன். ஆனா அது சரியானதா இருக்காது."

"நீ ரொம்பவே பிடிவாதக்காரன்! நான் மட்டும் உன் இடத்துல

இருந்திருந்தா, நான் சாதாரணமா அதைப் பண்ணிட்டு, அதைப் பத்தி அப்புறமா யோசிப்பேன்."

"அப்படி யோசிப்பியா நீ?"

"சும்மா வேடிக்கைக்குச் சொன்னேன்," மெலிந்தகுரலில் சொன்னாள் மிடோரி. "நான் நீயா இருந்தாலும், அநேகமா அதை நான் செய்யமாட்டேன். அதுதான் எனக்கு உன்கிட்ட பிடிச்சவிஷயம்."

"நீ என்னை எவ்வளவுதூரம் லவ் பண்றே?" நான் கேட்டேன். ஆனால் அவள் பதில் சொல்லவில்லை. பதிலாக அவளது உதடுகளை எனது மார்பகக் காம்புகளில்வைத்து, என் ஆணுறுப்பைப் பற்றிப்பிடித்திருந்த அவளது கையை அசைக்க ஆரம்பித்தாள். எனக்குத் தோன்றிய முதல்விஷயம், நவோகோ அவளது கையை அசைப்பதிலிருந்து இது எத்தனை மாறுபட்டதாயிருக்கிறது என்பதுதான். இரண்டுமே மென்மையானதாய், அற்புதமானதாய் இருந்தபோதும் அவர்கள் அதைச் செய்வதில் ஏதோ மாறுபட்டும், எனவே அது முற்றிலும் வித்தியாசமான அனுபவத்தைப் போன்றும் இருந்தது.

"ஏய் வாட்டனபி, நீ அந்த இன்னொரு பெண்ணைப்பத்தி நினைச்சுக்கிட்டிருக்கே பந்தயம் கட்டறேன்."

"இல்லை," நான் பொய் சொன்னேன்.

"உண்மையாவா?"

"உண்மையா"

"ஏன்னா நான் அதை உண்மையிலே வெறுப்பேன்."

"என்னால வேற யாரையும் பத்தி நினைக்கமுடியாது," நான் சொன்னேன்.

"என்னோட மார்புகளையோ, இல்ல கீழயோ தொட விரும்புறியா?" மிடோரி கேட்டாள்.

"ஆஹா, நான் தொடத்தான் விரும்புறேன், ஆனா தொடாம இருக்கிறது நல்லது. நாம ஒரே நேரத்துல எல்லா விஷயத்தையும் செஞ்சா, எனக்கு அது ரொம்பவே அதிகம்."

மிடோரியும் ஆமோதித்தபடியே போர்வைக்குக் கீழே சலசலப்பெழ, அவளது பேண்டீஸைக் கழற்றிவிட்டு, என்

ஆணுறுப்பின் முனையில் அதனை வைத்தாள்.

"நீ இதுமேல வெளியவிடலாம்," என்றாள் அவள்.

"ஆனா இது அசிங்கமாயிடும்."

"நிறுத்து, நீ பண்றியா? நீ என்னை அழவைக்கப்போற," கண்ணீர்விடும் நிலையில் கூறினாள் அவள். "நான் செய்யவேண்டியதெல்லாம் அதை சலவைசெய்றதுதான். அதனால அடக்காத, உன் விருப்பம்போல அதை வரவிடு. என் பேண்டீஸ் பத்தி கவலைப்பட்டா, எனக்கு புதுசா ஒரு ஜோடி எடுத்துக்கொடு, இல்லைனா இது என்னோட பேண்டீஸ்ங்கிறதால அதை வரவிடாம அடக்குறியா?"

"வாய்ப்பே இல்லை," என்றேன் நான்.

"அப்ப அதுமேல விடு, போகவிடு."

நான் வெளிவிட்டதும், மிடோரி எனது விந்துவைப் பார்வையிட்டாள். "ஆஹா, இது எவ்ளோ அதிகம்!"

"ரொம்ப அதிகமா?"

"இல்லை, இது பரவாயில்லை, மடையா. உன் விருப்பம்போல வெளியவிடு," ஒரு புன்னகையுடன் அவள் சொன்னாள். பின் அவள் என்னை முத்தமிட்டாள்.

மாலையில், அருகில் கொஞ்சம் பொருட்களை வாங்கி இரவுணவை தயாரித்தாள். நாங்கள் சமையலறை மேஜையில், பச்சை பட்டாணியுடன், சாதமும் டெம்புராவும் சாப்பிட்டு, அவையனைத்தையும் பீருடன் நிறைவுசெய்தோம்.

"நிறைய சாப்பிட்டு நிறைய விந்தணுக்களை தயார்செய், அப்புறம் நான் இனிமையானவளா நடந்துக்கிட்டு, நீ அதை வெளியேற்ற உதவுவேன்," என்றாள் மிடோரி.

"ரொம்ப நன்றி," என்றேன் நான்.

"அதை வெளியேத்துறதுக்கான எல்லா வழிகளும் எனக்குத் தெரியும். நாங்க புத்தகக் கடை வெச்சிருந்தபோது பெண்கள் பத்திரிகைகள்ல இருந்து தெரிஞ்சு வைச்சிருக்கேன். ஒருமுறை அந்த பத்திரிகைங்க, பெண்கள் கர்ப்பமா இருக்கிறப்ப, செக்ஸ் வெச்சுக்கமுடியாத சமயத்துல அவங்களோட கணவர் தங்களை ஏமாத்தாம எப்படி பாத்துக்கிறதுங்கிறதைப்பத்தி சிறப்பு

பதிப்பு போட்டிருந்தாங்க. நூத்துக்கணக்கான வழிகள் இருக்கு. அதையெல்லாம் முயற்சிபண்ணிப் பார்க்க விரும்புறியா?"

"நான் காத்திருக்கிறது சிரமம்தான்," என்றேன் நான்.

மிடோரிக்கு விடைதந்தபிறகு, தொடர்வண்டி நிலையத்தில் நான் ஒரு செய்தித்தாள் வாங்கினேன். ஆனால் தொடர்வண்டியில் அதைப் பிரித்தபிறகே செய்தித்தாளைப் பிரிக்க சற்றும் விருப்பமில்லை என்பதையும், உண்மையில் அதில் சொல்லப்பட்டிருந்தது எதையும் புரிந்துகொள்ளமுடியவில்லை என்பதையும் உணர்ந்தேன். என்னால் செய்யமுடிந்ததெல்லாம், விளங்கிக் கொள்ளவியலாத அந்த அச்சிடப்பட்ட தாளை உற்றுப்பார்ப்பதும், இப்போது முதற்கொண்டு என்ன நிகழப்போகிறதெனவும், என்னைச் சுற்றி விஷயங்கள் எப்படி மாற்றமடைந்துகொண்டிருந்தன என திகைப்படைந்ததும்தான். நான் உலகம் ஒவ்வொருகணமும் துடித்துக்கொண்டிருப்பதுபோல் உணர்ந்தேன். நான் ஆழமாக பெருமூச்சுவிட்டு கண்ணை மூடினேன். அன்று நான் செய்ததுகுறித்து சிறிதும் வருத்தமாக உணரவில்லை. நான் அந்த நாளை திரும்பவும் வாழநேர்ந்தால், அவையனைத்தையும் மிகச்சரியாக அதேவிதத்திலேயே திரும்பவும் செய்யநேரிட்டிருக்கும் என நிச்சயமாக அறிந்திருந்தேன். நான் மாடியின்மீது மழைநடுவில் மிடோரியை இறுக்கமாக அணைப்பேன், அவளுடன் சேர்ந்து சொட்டச் சொட்ட நனைவேன். அவளது படுக்கையில், அவளது விரல்கள் என்னை உச்சத்துக்கு இட்டுச்செல்ல நான் இடம்தருவேன். அந்த விஷயங்கள் குறித்து எனக்கு சந்தேகமில்லை. நான் மிடோரியை நேசித்தேன். அவள் என்னிடம் திரும்பவந்ததில் நான் மகிழ்ச்சியடைந்திருந்தேன். நாங்கள் இருவரும் சாதிக்கமுடியும், அது நிச்சயம். மிடோரியே சொன்னதுபோல உண்மையான, நரம்புகளில் ரத்தம் ஓடுகிற, உயிர்ப்புள்ள பெண் அவள். மேலும் அவள் தனது கதகதப்பான உடலை என் கையில் தந்தாள். அவளை உடைகளைந்து நிர்வாணமாக்கி, அவளது உடலினூடாகப் புகுந்து, அவளது கதகதப்பில் புதைந்துகொள்ளும் தீவிர ஆசையை நான்தான் அடக்கிக்கொள்ளவேண்டியிருந்தது. அவள் எனது ஆணுறுப்பை கையிலெடுத்து, கைகளை அசைத்தபோது, நான் அவளை தடுப்பதற்கு வழியே இருந்திருக்கவில்லை. நான் அவள் அதைச் செய்வதை விரும்பினேன். அவள் அதைச் செய்வதை விரும்பினாள். நாங்கள் காதலில் இருந்தோம். அத்தகைய விஷயத்தை யாரால் தடுத்திருக்கமுடியும்? நான் மிடோரியை நேசித்தேன். என்பது உண்மை. அநேகமாக சற்று காலமாகவே நான் அதை அறிந்திருக்கவேண்டும். முடிவுக்கு வருவதைத்தான் நான் வெகுகாலம் தள்ளிப்போட்டு வந்திருக்கவேண்டும்.

பிரச்சினை என்னவென்றால் இந்த முன்னேற்றங்களை நவோகோவிடம் என்னால் ஒருபோதும் விளக்கியிருந்திருக்க முடியாது என்பதுதான். எந்த ஒரு சமயத்திலும் அது சிரமமானதாகவே இருந்திருக்கும். எனினும் நவோகோவின் தற்போதைய நிலையில், நான் இன்னொரு பெண்மீது காதல் வசப்பட்டிருக்கிறேன் என அவளிடம் சொல்வதற்கு வழியே இல்லை. தவிரவும், நான் இப்போதும் நவோகோவை நேசித்தேன். அந்தக் காதல் எத்தனை சிக்கலானதாக இருந்தபோதும், நான் அவளைக் காதலித்தேன். எனக்குள் ஏதோவொரு இடத்தில் நவோகோவுக்காக மட்டுமே இன்னும் யாரும் தீண்டாத, பரந்த, திறந்தவெளி இடம் பாதுகாக்கப்பட்டிருக்கிறது.

நான் செய்யக்கூடிய ஒரேவிஷயம், முழுநேர்மையுடன் அனைத்தையும் ஒப்புக்கொண்டு ரெய்கோவுக்கு ஒரு கடிதமெழுதுவதுதான். வீட்டில், நான் முற்றத்தில் அமர்ந்தபடி, இரவில் தோட்டத்தில் மழை அடித்துப்பெய்வதைப் பார்த்தபடி, எனது தலைக்குள் வார்த்தைகளைக் கோர்த்தபடியிருந்தேன். பின் நான் எனது மேஜைக்குச்சென்று கடிதத்தை எழுதினேன். ***நான் உங்களுக்கு இப்போது இதுபோல ஒரு கடிதமெழுதுவது கிட்டத்தட்ட என்னால் தாங்கமுடியாததாக இருக்கிறது,*** என நான் தொடங்கினேன். நான் மிடோரியுடனான எனது உறவை சுருக்கமாகச் சொல்லி, அன்று என்ன நடந்ததென விவரித்திருந்தேன்.

நான் எப்போதும் நவோகோவை நேசித்துவந்திருக்கிறேன். இப்போதும் நான் அவளை நேசிக்கிறேன். ஆனால் மிடோரிக்கும் எனக்குமிடையில் இருப்பதென்னவென இறுதியாக தீர்மானிக்கும் கட்டம் வந்திருக்கிறது. என்னைத் தடுக்கவியலாத சக்தியொன்று எதிர்காலத்துக்கு இட்டுச்சென்றுகொண்டிருக்கிறது. நவோகோவிடம் நான் உணர்வது பெரிதும் அமைதியான, நாகரிகமான வெளிப்படைத்தன்மையான காதல், ஆனால் மிடோரியிடம் நான் உணர்வது முற்றிலும் மாறுபட்ட உணர்வு. அது தன்போக்கில் செயல்படுகிறது, அதன் உயிர்ப்பும் சுவாசமும் துடிப்பும் என் இருப்பின் ஆழம்வரை நுழைந்து என்னை வேரோடு அசைக்கிறது. என்ன செய்வதென எனக்குத் தெரியவில்லை. நான் குழம்பிப் போயிருக்கிறேன். என் செயலை நியாயப்படுத்த நான் முயற்சித்துக் கொண்டிருக்கவில்லை. எனக்குத் தெரிந்த அளவில் நான் நேர்மையாக வாழ்ந்திருக்கிறேன் என நான் நம்புகிறேன். நான் ஒருபோதும் எவரிடமும் பொய்சொன்னதில்லை, நான் இத்தனை வருடங்களில் பிறரை புண்படுத்தக்கூடாதென கவனமெடுத்தே வந்திருக்கிறேன். இருந்தும் இந்த புதிர்வட்டப்பாதையில் நான் தூக்கியெறியப்பட்டதாக உணர்கிறேன். எப்படி இது நடந்தது?

என்னால் விளக்கமுடியவில்லை செய்யவேண்டியதென்ன என்று எனக்குத் தெரியவில்லை. ரெய்கோ, உங்களால் சொல்லமுடியுமா? நான் அறிவுரை கேட்கக்கூடிய ஒரே ஆள் நீங்கள் மட்டுமே.

நான் அந்தக் கடிதத்தை அன்று இரவே சிறப்புத் தபாலில் அனுப்பினேன். ரெய்கோவின் பதில் ஐந்துநாள் கழித்து ஜூன் 17 தேதியிட்டு வந்தது.

என்னை நல்ல செய்தியிலிருந்து தொடங்கவிடு. நவோகோ யாரும் எதிர்பார்த்ததைவிடவும் மிகவிரைவாக குணமடைந்துவருகிறாள். நான் ஒருமுறை அவளிடம் தொலைபேசியில் பேசக்கூட செய்தேன், அவள் உண்மையான தெளிவுடன் பேசினாள். சீக்கிரமே அவள் இங்கே திரும்பக்கூட செய்யலாம்.

இப்போது உன்னைப் பற்றி பேசலாம்.

நீ அனைத்தையும் பெரிதும் கடுமையாக எடுத்துக்கொள்கிறாய் என நினைக்கிறேன். பிறரை நேசிப்பதென்பது அற்புதமான விஷயம், அந்த காதல் நேர்மையானதெனில், யாரும் மீளமுடியாத சிக்கலில்போய் மாட்டிக்கொள்ள மாட்டார்கள். நீ உன்மீது அதிக நம்பிக்கை வைக்கவேண்டும்.

உனக்கு நான் சொல்லும் அறிவுரை எளிமையானது. முதலில், இந்த மிடோரியால் மிகவலுவாக ஈர்க்கப்பட்டால், நீ அவளிடம் காதல்வசப்படுவது மட்டுமே இயல்பானது. அது நல்லபடியாகப் போகலாம் அல்லது போகாதிருக்கலாம். ஆனால் காதல் அப்படிப்பட்டதுதான். நீ காதலில் விழும்போது, நீ உன்னை அதனிடம் ஒப்படைப்பதே இயல்பான விஷயம். நான் நினைப்பது இப்படித்தான். இதுவும் நேர்மையில் ஒருவிதம்.

இரண்டாவதாக, மிடோரியிடம் நீ பாலுறவு வைத்துக்கொள்வதா வேண்டாமா என்பதை நீதான் முடிவுசெய்யவேண்டும். என்னால் எதுவும் சொல்லமுடியாது. மிடோரியிடம் இதுபற்றி பேசி, எது உனக்கு அர்த்தமுள்ளதாகப்படுகிறதோ அந்த முடிவுக்கு வா.

மூன்றாவதாக, இவையெதனையும் நவோகோவிடம் சொல்லாதே. நீ அவளிடம் சொல்லியே ஆகவேண்டுமென்ற கட்டம் வரும்போது, நீயும் நானும் சேர்ந்து நல்லதொரு திட்டத்தை வகுப்போம். எனவே, இதனை, பேசவேண்டாம், அதனை என்னிடம் விட்டுவிடு.

நான்காகவதாக நான் உனக்குச் சொல்லவேண்டிய விஷயம், நீ அவளிடம் ஒரு காதலனுக்கான உணர்வுகளை இனியும்

கொண்டிராதபோதும், நவோகோவின் சக்திக்கான பெரும் ஆதாரமாக இருந்துவருகிறாய். நீ இன்னும் அவளுக்குச் செய்ய வேண்டியது ஏராளமாக இருக்கிறது எனவே அனைத்தையும் உன்னுடைய பெரிதும் இறுக்கமானவிதத்தில் போட்டு சிந்தித்துக் குழப்பிக்கொள்ளாதே. நாமனைவரும் (நாமனைவரும் என்பதன்மூலம், இயல்பான மற்றும் இயல்பாயில்லாத இருவரையும் குறிக்கிறேன்.) குறையுள்ள உலகில் வாழும் குறையுடைய மனிதப் பிறவிகள். ஒரு வங்கிக் கணக்காளரின் இயந்திரத்தனமான நுட்பத்துடனோ அல்லது நமது அத்தனை செயல்களையும் அளந்து திட்டமிட்டோ வாழமுடியாது நான் சொல்வது சரிதானா?

என்னுடைய தனிப்பட்ட உணர்வென்னவெனில், மிடோரி அற்புதமான பெண்ணைப்போல் தோன்றுகிறாள். உனது கடிதத்தை வாசித்ததன்மூலம் நீ ஏன் அவளிடம் ஈர்க்கப்பட்டாயென நான் புரிந்துகொண்டேன். அதில் துளியும் பாவமில்லை. மேலும், நான் நீ ஏன் எப்போதும் நவோகோவால் ஈர்க்கப்படுகிறாய் என்பதையும் புரிந்துகொள்கிறேன். இதில் துளிகூட பாவமோ, குற்றமோ எதுவுமில்லை. நமது மகத்தான பெரிய உலகில் இதுமாதிரியான விஷயங்கள் எல்லாநேரமும் நிகழ்ந்தபடிதான் இருக்கிறது. இது அழகான நாளொன்றில் அழகான ஏரியில் படகில் சென்றபடி, ஆகாயமும் ஏரியும் அழகாக இருப்பதாக சிந்திப்பதைப்போன்றது. எனவே உன்னை நீயே நிந்தித்துக்கொள்வதை நிறுத்து. விஷயங்களை அவற்றின் இயல்பான போக்கில் விட்டால், அவை எங்கே செல்லவேண்டுமோ அங்கே செல்லும். நீ என்னதான் சிறப்பாக முயற்சிசெய்தபோதிலும், பிறர் புண்பட வேண்டிய நேரம் வரும்போது புண்படத்தான் போகிறார்கள். வாழ்க்கை அத்தகையதுதான். நான் மேடையொன்றிலிருந்து போதனைசெய்வதுபோல தெரியலாம் என்பதை நான் அறிவேன், ஆனால் இதுபோல வாழக் கற்றுக்கொள்வதற்கான நேரம் இது. நீ உன் வழிமுறைகளுக்கு ஏற்றதுபோல் வாழ்க்கை அமையவேண்டுமென கடினமாக முயற்சிசெய்கிறாய். நீ ஒரு பைத்தியக்கார விடுதியில் நேரம்செலவிட விரும்பவில்லையெனில், இன்னுமதிகமாய் வெளிப்படையாய், வாழ்க்கையின் இயல்பான ஓட்டத்துடன் பொருந்திப் போகிறவனாய் நீ இருக்கவேண்டும். வெறுமனே நானொரு சக்தியற்றவளாக, குறையுள்ள மனுஷியாக இருக்கலாம், ஆனாலும் வாழ்க்கை எத்தனை அற்புதமானதாக இருந்திருக்கிறது என எனக்குநானே நினைத்துக்கொள்ளும் தருணங்களும் இருக்கிறது. என்னை நம்பு, இது உண்மை! எனவே இந்த நிமிஷம் நீ செய்துகொண்டிருப்பதை நிறுத்திவிட்டு மகிழ்ச்சியாக இரு. உன்னை நீயே மகிழ்ச்சியாக வைத்துக்கொள்ள முயற்சிசெய்.

நீயும் நவோகோவும் மகிழ்ச்சியான முடிவின் மூலமாக விஷயங்களைப் பார்க்கமுடியாததற்கு நான் வருந்துகிறேன் என்பதைச் சொல்லத்தேவையில்லை. ஆனால் எது சிறந்ததென யார்தான் சொல்லமுடியும்? அதனால்தான் மற்றவர்களைப் பற்றி அதிகம் கவலைப்படாமல், எந்த ஒரு வாய்ப்பு வந்தபோதும், எங்கே மகிழ்ச்சியைக் கண்டபோதும் நீ அதைக் கைப்பற்றிக் கொள்ளவேண்டும். வாழ்க்கையில் நமக்கு அத்தகைய வாய்ப்புகள் ரெண்டு மூன்று முறைக்குமேல் வருவதில்லை என்பது எனது அனுபவம். அவற்றை நாம் தவறவிட்டால், வாழ்வின் மிச்ச காலமெல்லாம் அதற்காக நாம் வருந்தநேரிடும்.

யாருக்காகவும் இன்றி நான் தினமும் கிதார் இசைத்துக் கொண்டிருக்கிறேன். இது சற்றே அர்த்தமில்லாததாகப் படுகிறது. எனக்கு இருள், மழைபொழியும் இரவுகள் இரண்டும் பிடிக்காது. என்னுடன் அறையில் நீயும் நவோகோவும் திராட்சை சாப்பிட்டபடியிருக்க, நான் கிதார் இசைக்க எனக்கு இன்னொரு வாய்ப்பு கிடைக்குமென நான் நம்புகிறேன்.

நல்லது அதுவரைக்கும்
ரெய்கோ இஷிதா.

11

நவோகோவின் மரணத்திற்குப்பின் ரெய்கோ எனக்கு சிலமுறை கடிதம் எழுதினாள். அது என் தவறில்லையெனவும், மழைக்கு இவர்தான் காரணமென எவரையும் குற்றம்சொல்ல முடியாததைப்போன்றே இது யாருடைய தவறுமில்லை என்று அவள் சொல்லியிருந்தாள். ஆனால் நான் பதில் எழுதவேயில்லை. நான் என்ன சொல்லியிருக்கமுடியும்? அதனால் என்ன நன்மை நடந்திருக்கும்? நவோகோ இந்த உலகில் இனி இல்லை: அவள் கைப்பிடிச் சாம்பலாகிவிட்டாள்.

ஆகஸ்ட் கடைசியில் கோபேவில் நவோகோவுக்கு சாதாரணமானதொரு இறுதிச்சடங்கை நடத்தினார்கள். அதுமுடிந்ததும் நான் டோக்கியோ திரும்பினேன். நான் என் வீட்டு உரிமையாளரிடம், நான் கொஞ்ச நாட்களுக்கு வெளியூர் செல்லப்போகிறேனெனவும், இத்தாலிய உணவகத்தில் என் தலைவரிடம், நான் வேலைக்கு வரஇயலாதெனவும் கூறினேன். மிடோரிக்கு இப்போது என்னால் எதுவும் சொல்லமுடியாதெனவும் எனினும் அவள் எனக்காக இன்னும் கொஞ்ச காலம் காத்திருப்பாளென நம்புவதாகவும் ஒரு சிறிய குறிப்பெழுதினேன். அடுத்த மூன்றுநாட்கள் நான் திரைப்படங்கள் பார்ப்பதில் செலவிட்டேன், டோக்கியோவிலுள்ள அனைத்து புதிய படங்களையும் பார்த்தபின், நான் எனது தோளில் சுமக்கும்பையை தயார்செய்தேன். வங்கியிலிருந்த எனது சேமிப்பனைத்தையும் எடுத்துக்கொண்டு, ஷின்ஷிகு தொடர்வண்டிநிலையம் சென்று, எதிர்ப்பட்ட, நகரைவிட்டுச் செல்லும் முதல் எக்ஸ்பிரஸில்

ஏறினேன்.

எனது பயணத்தில் நான் எங்கெல்லாம் பயணம்செய்தேன் என ஞாபகப்படுத்துவது சாத்தியமில்லாதது. நான் பார்த்தவை, கேட்டவை, வாசனைகள் போதுமான அளவுக்கு தெளிவாக நினைவிலிருக்கின்றன. ஆனால் நகர்களின் பெயர்கள் மறந்துவிட்டன, அதேபோல எங்கிருந்து எங்குசென்றேன் என்ற வரிசையும் மறந்துவிட்டேன். நான் தொடர்வண்டியில் ஏறியோ பேருந்தைப்பிடித்தோ லாரியில் இரவல் பயணம்செய்தோ ஊர்விட்டு ஊர் சென்றேன். கடற்கரையிலோ, ஆற்றங்கரையிலோ பூங்காவிலோ பேருந்து— ரயில் நிலையங்களிலோ, கார்நிறுத்து மிடங்களிலோ எனது படுக்கைப்பொதியை விரித்து தூங்கினேன். ஒருமுறை உள்ளூர் காவல்நிலையத்தின் ஓரத்தில் தூங்கிக்கொள்ள அனுமதிக்கும்படி வற்புறுத்தினேன், மற்றொருசமயம் இடுகாட்டினருகே படுத்துத்தூங்கினேன். நான் எங்கே தூங்கினேன் என பொருட்படுத்தவில்லை, மக்கள் நடமாட்டமில்லாத பகுதியா என்பதை மட்டும் கவனத்தில்கொண்டு, எனது படுக்கைப்பொதியில் நான் விரும்பும்வரை படுத்துறங்கினேன். நடந்து களைத்துப்போகையில், நான் அந்தப் பொதியினுள் ஊர்ந்துசென்று கொஞ்சம் மட்டமான விஸ்கியைப் பருகியபடி ஆழ்ந்து தூங்கிவிடுவேன். நல்ல நகரங்களில் மக்கள் எனக்கு உணவும் அளித்து கொசுவர்த்திச் சுருளும் தந்தனர். அத்தனை நல்லதல்லாத நகரங்களில் காவலர்களுக்குத் தெரிவித்து என்னை பூங்காவைவிட்டு துரத்தினர். இவை எந்தவிதத்திலும் எனக்கு எந்த வித்தியாசத்தையும் ஏற்படுத்தவில்லை.

சமயங்களில் பணத்தட்டுப்பாடு ஏற்படும்போது, சில நாட்கள் கூலியாளாக வேலைசெய்து, எனக்குத் தேவையான பணத்தைச் சம்பாதித்துக்கொண்டேன். எனக்கு எப்போதுமே செய்வதற்கு வேலையிருந்தது. நான் சாதாரணமாக மனதில் எந்த இலக்குமின்றி ஒரு நகரத்திலிருந்து அடுத்த நகரத்துக்கு நகர்ந்துகொண்டேயிருந்தேன். உலகம் பெரிதாகவும் விநோதமான விஷயங்களாலும் வித்தியாசமான மனிதர்களாலும் நிறைந்ததாக இருந்தது. ஒருமுறை நான் மிடோரியின் குரலைக் கேட்கவிரும்பியதால் அவளுக்கு தொலைபேசியில் அழைப்புவிடுத்தேன்.

“ரொம்ப நாட்களுக்கு முன்பே பருவத்தேர்வு தொடங்கிடுச்சு, தெரியுமா?” என்றாள் அவள். சில பாடங்களுக்கு ஏற்கெனவே பேப்பர் கேட்க ஆரம்பிச்சுட்டாங்க. நீ என்ன செய்யப்போற? முழுசா மூணுவாரம் தொடர்பே இல்லாம இருந்துருக் கேங்கிறதை நீ உணர்ந்துருக்கியா? நீ எங்க இருக்க? என்ன

பண்ணிக்கிட்டிருக்க?"

"மன்னிச்சுடு, நான் இப்ப டோக்கியோ திரும்பமுடியாது. இப்பமுடியாது."

"நீ என்கிட்ட சொல்லப்போறது இவ்வளவுதானா?"

"இந்தசமயத்துல என்னால உண்மையிலே சொல்லமுடிஞ்சது இவ்வளவுதான். ஒருவேளை அக்டோபர்ல…"

மிடோரி ஒருவார்த்தையும் சொல்லாமல் போனை வைத்தாள்.

நான் என் பயணங்களைத் தொடர்ந்தேன். அவ்வப்போது குளிப்பதற்காகவும் சவரம் செய்வதற்காகவும் விலைமலிவான விடுதியில் தங்கினேன். நான் கண்ணாடியில் பார்த்த என் உருவம் பயங்கரமானதாக இருந்தது. சூரியன் என் சருமத்தை வறண்டுபோகச் செய்திருந்தது, என் கண்கள் குழிவிழுந்திருந்தன, வினோதமான கறைகள், வெட்டுக்காயங்கள் என் தாடையில் காணப்பட்டன. நான் ஏதோவொரு குகையை ஊர்ந்து கடந்து வந்தவனைப்போல் காணப்பட்டேன். ஆனாலும் அனைத்துக்கும் மேல் அது நான்தான். அது நானே.

அந்த சமயம் நான், டோக்கியோவிலிருந்து என்னால் எத்தனைதூரம் முடியுமோ அத்தனை விலகி நான் கடற்கரையோரப் பகுதிகளில்— டோட்டோரி அல்லது ஹையோஹோவின் மறைவுப் பகுதிகளில் நடமாடிக் கொண்டிருந்தேன். கடற்கரையோரமாக நடப்பது எளிதானது. நான் படுப்பதற்கான வசதியான இடத்தை எப்போதும் கண்டுபிடிக்கமுடிந்தது. அலையில் அடித்துவந்த கட்டையில் கணப்பு ஏற்படுத்தி, உள்ளூர் மீன்காரனிடம் வாங்கிவந்த கருவாட்டை வறுத்துச் சாப்பிடுவேன். பின் நான் கொஞ்சம் விஸ்கியைக் குடித்துவிட்டு, நவோகோவைப் பற்றி நினைத்தபடியே அலையோசையைக் கேட்டபடியிருப்பேன். அவள் இறந்துவிட்டாள், இனி அவள் இந்த உலகத்தின் ஒரு பகுதியில்லை என நினைப்பது பெரிதும் வினோதமாகப்பட்டது. அந்த உண்மையை என்னால் உள்வாங்க முடியவில்லை. என்னால் அதை நம்பமுடியவில்லை. நான் அவளது சவப்பெட்டியில் ஆணியடித்த சப்தத்தைக் கேட்டிருந்தும், அவள் சூன்யத்துக்குத் திரும்பிவிட்டாள் என்ற உண்மைக்கு என்னை தகவமைத்துக் கொள்ள முடியவில்லை.

இல்லை, அவளது பிம்பம் என் நினைவில் பெரிதும் உயிர்ப்புடன் இருந்தது. அவள் எனது ஆணுறுப்பை தன் வாயில்

விழுங்குவதையும், அவளது கூந்தல் எனது இடுப்பினருகே சரிந்துகிடப்பதையும் என்னால் அப்போதும் காணமுடிந்தது. அவளது மார்பகங்கள் என் மேல் அழுந்தியிருக்க, அவளது இதமான வெம்மையை, என்மேல் அவளது மூச்சுக்காற்றை என்னால் உணரமுடிந்தது. மேலும் அந்த இக்கட்டான கணத்தில் உச்சமெட்டுவதையன்றி எதுவும் செய்யமுடியாமலிருப்பதை உணரமுடிந்தது. ஐந்து நிமிடங்களுக்குமுன்புதான் நிகழ்ந்ததுபோல் இவையனைத்தையும் தெளிவாக என்னால் நினைவுகூர முடிந்ததுடன், இன்னும் நவோகோ நிச்சயமாக என்னருகில் இருந்ததுபோலவும் என்னால் அவளை அணுகவும் தீண்டவும் முடியும் என்பதுபோல் உணர்ந்தேன். ஆனால் அவள் அங்கில்லை: அவளது உடல் இனியும் இந்த உலகத்தில் இல்லை.

நவோகோவின் பிம்பங்கள் என்னிடம் திரும்பவந்தபோது, இரவுகள் என்னால் தூங்கவியலாததாக இருந்தன. அவற்றை நிறுத்த என்னிடம் எந்த வழியுமில்லை. அவளது எண்ணற்ற நினைவுகள் எனக்குள் நெருக்கிக் கொண்டிருந்தன. அவற்றுள் ஒன்று மெல்லிய திறப்பைக் கண்டவுடன், மற்றவையும் நிறுத்தமுடியாத வெள்ளம்போன்று முடிவில்லாத பெருக்காக விசையுடன் வெளிப்பட்டன. மழைநாள் காலைப்பொழுதொன்றில் மஞ்சள்நிற மழைத்தொப்பியணிந்து பறவைப் பண்ணையைச் சுத்தம்செய்தது, அவற்றுக்கான உணவுப்பையை வைத்திருந்தது, வெட்டியெடுக்கப்பட்ட பிறந்தநாள் கேக், என் சட்டையை நனையச்செய்த நவோகோவின் உணர்ச்சிமிகு கண்ணீர், (ஆம், அப்போதும்கூட மழைபெய்துகொண்டிருந்தது) நவோகோ அவளது ஒட்டக முடியிலான மேற்சட்டையை அணிந்து குளிர்காலத்தில் என்னருகில் நடந்தது, அவள் எப்போதும் அணிந்திருக்கும் ஹேர்சிலைடைத் தொடுவதுபோன்ற நவோகோவின் பிம்பம், நவோகோ அவளது மகத்தான, தெளிவான கண்களால் என்னை உற்றுப்பார்க்கும் பிம்பம், நவோகோ ஸோபாவில் அமர்ந்து, கால்முட்டியில் தாடைவைத்தபடி, அவளது நீலநிற இரவுடைக்குப்பின் கால்கள் மறைந்தபடியிருக்கும் தோற்றம்.

கரைநோக்கி வரும் ஒரு அலையைப்போன்று, அந்த நினைவுகள் என்மீது மோதி, என் உடலை ஒரு புதிய இடத்துக்கு— நான் இறந்தவருடன் வாழும் ஓர் இடத்துக்கு இழுத்துச்செல்லும். அங்கே நவோகோ உயிருடனிருந்தாள். நான் அவளுடன் மறுபடியும் பேசமுடியும், என் கைகளுக்குள் அவளை அணைத்துக்கொள்ளமுடியும். அந்த இடத்தில் மரணம், வாழ்க்கையை முடிவுக்குக் கொண்டுவரும் தீர்மான சக்தியாக இல்லை, அங்கே, வாழ்க்கையை உள்ளடக்கிய பல்வேறு சக்திகளுள் ஒன்றாக மரணம் இருந்தது. அங்கே தனக்குள்

மரணத்தையும் உள்ளடக்கியபடி நவோகோ வாழ்ந்தாள். மேலும் அவள் என்னிடம் சொன்னாள், "கவலைப்படாத, இது மரணம் மட்டும்தான், இது உன்னை கவலைக்குள்ளாக்க அனுமதிக்காத."

அந்த புதிய இடத்தில் சோகமெதனையும் நான் உணரவில்லை. மரணம் மரணமாகவும், நவோகோ நவோகோவாகவும் இருந்தனர். "என்ன பிரச்சினை?" கூச்சமிக்க ஒரு புன்னகையுடன் அவள் என்னைக் கேட்டாள், "நான் இங்கிருக்கேன், இல்லையா?" அவளது பழக்கமான சிறு சைகை என் இதயத்தைக் குணப்படுத்தும் களிம்பாக ஆறுதல்படுத்தியது. "இதுதான் மரணம்னா, மரணம் அப்படியொண்ணும் மோசமானதில்லை," நான் எனக்குநானே நினைத்துக்கொண்டேன். "அது உண்மைதான், மரணம் ஒண்ணும் பெரிசில்லை. இது வெறுமனே மரணம். இங்க விஷயங்களெல்லாம் ரொம்ப எளிமை யானதுதான்," என்றாள் நவோகோ. நவோகோ என்னுடன் இருண்ட அலைகள் மோதியுடையும் இடைவெளியில் பேசினாள்.

அதேசமயம், அலைகள் பின்வாங்குகையில் நான் கடற்கரையில் தனித்துவிடப்பட்டேன். எங்கும் செல்ல இயலாதவனாக இருந்தேன். கண்ணீர் வரும்வரை, அடர்ந்த இருளில் துயரம் என்னைச் சூழ்ந்துகொள்ளும். நான் அழுதுகொண்டிருந்தேன் என்பதைவிடவும், வியர்வையைப்போல் கண்ணீர் என்னிலிருந்து பெருகிவழிந்தது என்ற அளவிலேயே நான் உணர்ந்தேன்.

நான் கிஸுகியின் மரணத்திலிருந்து ஒன்றே ஒன்றை அறிந்திருந்தேன். 'மரணம் வாழ்க்கைக்கு எதிரானதாக அல்லாமல், வாழ்வின் ஒரு பகுதியாக இருக்கிறது' எனும் தத்துவ வடிவில். இதனை என்னுடைய சுயத்தின் ஒரு பகுதியாக ஆக்கியிருந்தேன் என நம்பியிருந்தேன்.

நமது வாழ்வை வாழ்வதன்மூலம் நம் மரணத்தைப் பேணிவளர்க்கிறோம். இது உண்மையாக இருந்தபோதிலும், நாம் கற்றுக்கொள்ளவேண்டிய உண்மைகளில் ஒன்றுமட்டுமே. நவோகோவின் மரணத்திலிருந்து நான் கற்றுக்கொண்டது என்ன வெனில், நமது அன்பிற்குரிய ஒருவரை இழந்து நாம் அனுபவிக்கும் துயரத்தை எந்த உண்மையாலும் குணப்படுத்தமுடியாது. எந்த உண்மையாலும், எத்தகைய நேர்மையாலும் எத்தகைய வலிமையாலும், எத்தகைய கருணையாலும் அந்த துயரத்தைக் குணப்படுத்தமுடியாது. நாம் செய்யக்கூடியதெல்லாம் அந்த துயரத்தை ஆரம்பம்முதல் முடிவுவரை பார்த்து, அதிலிருந்து ஏதாவது அறிந்துகொள்ளலாம். ஆனால் எச்சரிக்கை எதுவுமின்றி

நம்மிடம் அடுத்துவரும் துயரத்தை எதிர்கொள்வதற்கு அப்படி நாம் கற்றுக்கொண்டது உதவாது. இரவில் அலைகளின் ஓசையைக் கேட்டபடியும் பகலில் காற்றின் சப்தத்தைக் கவனித்தபடியும் நாளுக்குநாள் நான் எனது முதுகில் பையும், தலையில் மணலுமாக விஸ்கி, ரொட்டி, நீர் இவற்றில் பிழைப்பை நடத்தியபடி நான் மேலும் மேலும் மேற்குநோக்கி சென்றேன்.

காற்றுவீசும் ஒரு மாலைப்பொழுதில், கைவிடப்பட்ட ஒரு உடைந்த கப்பலொன்றின் பக்கவாட்டில் நான் எனது படுக்கைப்பொதியில் கண்ணீர் விட்டுக் கொண்டிருந்தபோது, என்னைக் கடந்துசென்ற இளம் மீனவன் எனக்கொரு சிகரெட் தந்தான். நான் அதனை ஏற்றுக்கொண்டு, ஒரு வருடத்துக்குப்பின் முதன்முறையாக புகைத்தேன். அவன் நான் ஏன் அழுது கொண்டிருந்தேனென கேட்டான். கிட்டத்தட்ட யோசிக்காமல் நான் அவனிடம் என் அம்மா இறந்துவிட்டதாகச் சொன்னேன். என்னால் துயரத்தைத் தாங்கமுடியவில்லை எனவும், எனவே நான் சாலைகளில் திரிகிறேனெனவும் அவனிடம் சொன்னேன். அவன் தனது ஆழ்ந்த அனுதாபத்தைத் தெரிவித்துவிட்டு அவனது வீட்டிலிருந்து பெரிய ஷேக் பாட்டிலொன்றையும் இரண்டு குவளைகளையும் கொண்டுவந்தான்.

நாங்கள் குடித்தபடி அமர்ந்திருந்தபோது காற்று கடற்கரை மணலில் சீற்றத்துடன் வீசியது. அவன் என்னிடம், எனக்கு 16 வயதிருக்கும்போது அவன் தன் தாயை இழந்துவிட்டதாகக் கூறினான். ஆரோக்கியமில்லாத அவள், காலைமுதல் இரவுவரை உழைத்து உழைத்தே ஓய்ந்துபோனாள். நான் அவன் சொல்வதை அரைகுறையாய்க் கவனித்தபடி, எனது ஷேக்கை பருகியபடி, அவ்வப்போது பதிலுக்கு உம் கொட்டியபடி இருந்தேன். எங்கோ தொலைதூர உலகிலிருந்து கதையொன்றைக் கேட்டபடியிருந்தேன். என்ன கருமத்தை இவன் பேசிக்கொண்டிருக்கிறான் நான் ஆச்சரியப்பட்டேன். திடீரென அவனது கழுத்தை நெறிக்கும் தீவிர சீற்றம் என்னுள் நிரம்பியது. உன்னுடைய அம்மாவைப் பற்றி யார் அக்கறைப்பட்டது நான் நவோகோவை இழந்திருக்கிறேன்! அவளது அழகிய உடல் இந்த உலகிலிருந்தே மறைந்து விட்டது. என்ன கருமத்துக்கு நீ உன் பாழாப்போன அம்மாவைப் பத்தி சொல்லிக்கிட்டு இருக்குற?!

ஆனால் எனது சீற்றம் பறறியெழுந்த வேகத்திலியே மறைந்தது. நான் என் கண்களை மூடியபடி, மீனவனின் முடிவில்லாத பேச்சை அரைகுறையாய்க் கேட்டபடி இருந்தேன். அதேசமயம் அவன் நான் சாப்பிட்டேனா என என்னைக் கேட்டான். இல்லை என்றேன் நான். ஆனால் நான் என் முதுகுப்பையில்

ரொட்டி, பாலாடைக்கட்டி, ஒரு தக்காளி, சாக்லெட் துண்டு ஆகியவற்றை வைத்திருந்தேன். நான் மதிய உணவாக என்ன சாப்பிட்டேன்? அவன் கேட்டான். ரொட்டி, பாலாடைக்கட்டி, தக்காளி, சாக்லெட் எனச் சொன்னேன். "இங்கேயே காத்திரு," என்று சொல்லியபடி அவன் ஓடிச்சென்றான். நான் அவனை நிறுத்தமுயற்சித்தேன், ஆனால் அவன் திரும்பிப்பாராமலே இருளுள் மறைந்தான்.

நான் செய்யமுடிந்ததெல்லாம் எனது ஷேக்கை தொடர்ந்து குடிப்பதுதான். கடற்கரை மணல் வெடிக்கப்பட்ட பட்டாசுகளால் மாசுபட்டிருந்தது. அலைகள் கரைமீது வெறித்தனமான கர்ஜனையுடன் மோதின. மெலிந்த நாயொன்று அதன் வாலை ஆட்டியபடியே, எனது சிறு கூடார நெருப்புக் கணப்புக்கு ஏதாவது திங்கக் கிடைக்குமென வந்தது. ஆனால் அதேயளவில் அதனைக் கைவிட்டு திரிந்தலையத் தொடங்கியது.

அந்த இளம் மீனவன் அரைமணி நேரத்துக்குப் பின் இரண்டு பெட்டி நிறைய சுஷியுடனும் ஒரு புது பாட்டில் நிறைய ஷேக்குடனும் வந்தான். நான் முதலில் முதல் பெட்டியைச் சாப்பிடவேண்டுமெனவும் ஏனெனில் அதில் மீன் கலந்திருக்கிறதெனவும், ஆனால் கீழுள்ள பெட்டியில் நோரி ரோல்களும், நன்கு வறுக்கப்பட்ட டோபு தோல்களாலானதும் இருப்பதால் நாளை முழுவதும் தாங்குமென அவன் கூறினான். புதிய பாட்டிலில் இருந்த ஷேக்கால் எங்களது இருவர் குவளைகளையும் அவன் நிறைத்தான். நான் அவனுக்கு நன்றிசொல்லி அது இரண்டுபேரின் தேவைக்கு அதிகமானது என்றபோதும் மேல்பெட்டி முழுவதையும் நான் மட்டுமே காலிசெய்தேன். நாங்கள் இருவரும் எங்களால் முடிந்தவரை ஷேக்கைக் குடித்துமுடித்ததும், அவன் இரவு எனக்கு தங்க இடமளிப்பதாகச் சொன்னான். ஆனால் நான் கடற்கரையில் தனியே தூங்குவதையே பெரிதும் விரும்புவேனென்று சொன்னதும், அவன் அதை விட்டுவிட்டான். அவன் செல்வதற்காக எழுந்தபோது, அவனது பையிலிருந்து மடிக்கப்பட்ட 5,000 யென் நோட்டு ஒன்றை எடுத்து, என் சட்டைப் பையில் திணித்தான். "கொஞ்சம் நல்ல சாப்பாடு வாங்கிச் சாப்பிடு, உன்னைப் பார்க்க பரிதாபமா இருக்கு." என்றான் அவன். என் தேவைக்கும் அதிகமாக அவன் செய்திருப்பதாகவும், அதற்கெல்லாம் மேலாக என்னால் பணத்தை ஏற்றுக்கொள்ளமுடியாது என்றேன் நான். ஆனால் அவன் அதைத் திரும்பப்பெற மறுத்துவிட்டான். "இது பணமில்லை, என்னோட உணர்வு. இதைப்பத்தி ரொம்ப யோசிக்காம சும்மா வெச்சுக்க," என்றான் அவன். என்னால் முடிந்ததெல்லாம் அவனுக்கு நன்றிசொல்லி அதை

ஏற்றுக்கொள்வதுதான்.

அவன் போனதும், என்னுடைய பள்ளி இறுதியாண்டில் நான் முதன்முறை உறவுகொண்ட என்னுடைய பழைய தோழியைப்பற்றி திடீரென நான் நினைத்தேன். எத்தனை மோசமாக நான் அவளை நடத்தியிருக்கிறேன் என உணர்ந்தபோது, எனக்குள் நடுக்கம் பரவியோடியது. என்னால் அவளுக்கேற்பட்ட வலிகுறித்தோ, உணர்வுகள் அல்லது எண்ணங்கள் குறித்து நான் அபூர்வமாகத்தான் நினைத்துப் பார்த்திருக்கிறேன். அவள் அப்படியொரு இனிமையும் மென்மையும் மிக்கவளாக இருந்தாள், ஆனால் அந்த சமயத்தில் அவளது இனிமையை அனுபவித்துவிட்டு, பின்னால் அவளைப் பற்றி சற்றேனும் சிந்தனை செய்யாமலிருந்திருக்கிறேன். இப்போது அவள் என்ன செய்துகொண்டிருப்பாள் நான் வியந்தேன். அவள் என்னை மன்னித்திருப்பாளா.. குமட்டல் ஒரு அலையைப்போல் எனக்குள் எழுந்து, நான் அந்த பழைய கப்பலினருகில் வாந்தியெடுத்தேன். அதிகமான ஷேக்கின் காரணமாக என் தலை வலித்தது. அந்த மீனவனிடம் பொய் சொன்னதற்காகவும், அவனது பணத்தைப் பெற்றுக்கொண்டதற்காகவும் மோசமாக உணர்ந்தேன். நான் திரும்பவும் டோக்கியோ செல்ல, இதுதான் நேரம், நான் தீர்மானித்தேன். நான் இதனை எப்போதைக்குமாகத் தொடரமுடியாது. எனது முதுகுப்பையில் படுக்கைப் பொதியைத் திணித்து, என் தோளில் அதன் வார்களை மாட்டி உள்ளூர் தொடர்வண்டி நிலையத்துக்கு நடந்தேன். பயணச்சீட்டு அலுவலகத்தில் திறப்பின் அருகே இருந்த நபரிடம், நான் முடிந்தவரை விரைவில் டோக்கியோ செல்ல விரும்புவதாகச் சொன்னேன். அவன் தன் கால அட்டவணையைப் பார்த்துவிட்டு, ஒரு இரவுத் தொடர்வண்டியிலிருந்து மற்றொரு தொடர்வண்டி என பிடித்து, நான் காலைக்குள் ஒசாகா சென்றுவிட்டால், அங்கிருந்து அதிவிரைவு தொடர்வண்டியைப் பிடித்துவிடலாமென சொன்னான். நான் அவனுக்கு நன்றிசொல்லி, அந்த மீனவன் கொடுத்த 5,000 யென் நோட்டை டோக்கியோ செல்வதற்கான பயணச்சீட்டு வாங்கப் பயன்படுத்தினேன். தொடர்வண்டிக்குக் காத்திருக்கையில், நான் ஒரு செய்தித்தாள் வாங்கி தேதியைப் பார்த்தேன். அக்டோபர் 2, 1970. ஆக நான் ஒரு மாதம் முழுக்க பயணம் செய்திருக்கிறேன். நான் யதார்த்த உலகுக்குள் திரும்பச்செல்லவேண்டுமென அறிந்திருந்தேன்.

அந்த ஒரு மாத பயணம் என் ஆன்மாவை உயர்த்தவுமில்லை, நவோகோ மரணத்தால் ஏற்பட்ட அதிர்ச்சியைக் குறைக்கவுமில்லை. நான் எப்படிக் கிளம்பினேனோ பெரிதும் அதே நிலையில்தான் டோக்கியோ திரும்பினேன். மிடோரிக்கு தொலைபேசியில்

அழைத்து என்னைப் பற்றி சொல்லக்கூட என்னால் முடியவில்லை. நான் அவளிடம் என்ன சொல்லியிருக்கமுடியும். "இப்ப எல்லாம் முடிஞ்சிடுச்சு, நீயும் நானும் ஒண்ணா சந்தோஷமாயிருப்போமா?" என்றா இல்லை, அது கேள்விக்கு அப்பாற்பட்ட விஷயம். அதனை என்னதான் வார்த்தைகளில் அழகுபடுத்தினாலும், உண்மை ஒன்றுதான். நவோகோ இறந்துவிட்டாள், மிடோரியோ இன்னும் உயிருடனிருந்தாள். நவோகோ வெண்ணிறச் சாம்பலாகிவிட்டாள், மிடோரி உயிருடனிருக்கும், சுவாசிக்கும் உயிருள்ள மனுஷி.

நான் ஒருவித அசூயையான உணர்வால் சூழப்பட்டேன். நான் டோக்கியோ திரும்பியபோதும் நாட்கணக்கில் என் அறைக்குள் கதவை மூடிக்கொண்டிருந்ததைவிடவும் வேறெதுவும் செய்துவிடவில்லை. என் நினைவு உயிரோடிருப்பவளைவிடவும் இறந்தவள்மீதே பெரிதும் நிலைகொண்டிருந்தது. அங்கே நான் நவோகோவுக்காக ஒதுக்கியிருந்த அறைகள் பூட்டியே கிடந்தன. மரச்சாமான்கள், வெண்ணிற விரிப்பால் போர்த்தப்பட்டிருந்தன. ஜன்னலோரங்கள் தூசுபடிந்து காணப்பட்டன. ஒவ்வொரு நாளின் கணிசமான பகுதியை நான் அந்த அறையிலேயே செலவிட்டேன். நான் கிஸுகியைப் பற்றி நினைத்தேன், "ஆக நீ கடைசியில் நவோகோவை உன்னுடையவளாக்கிவிட்டாய்." எனது சுயம் அவனிடம் சொல்வதைக் கேட்டேன். "ம், ஆரம்பத்திலிருந்தே அவள் உன்னுடையவளாய்த்தான் இருந்தாள். இப்போது, அவள் உரிய இடத்தில் இருக்கிறாள். ஆனால் இந்த உலகில், வாழும் இந்த பூரணமற்ற உலகில், நவோகோவுக்கு என்னால் செய்யமுடிந்த சிறப்பானதைச் செய்தேன். எங்கள் இருவருக்கும் புதிய வாழ்வைத் தொடங்க முயற்சிசெய்தேன். ஆனால் அதை மறந்துவிடு கிஸுகி. அவளை நான் உனக்காகக் கொடுக்கிறேன். அனைத்துக்கும்மேல், அவள் தேர்வுசெய்தது உன்னைத்தான். அவளது இதயத்தின் ஆழத்தைப்போன்று இருண்ட மரங்களுக்கு நடுவில் அவள் தூக்கிட்டுக்கொண்டாள். முன்பொருசமயம், என்னில் ஒரு பகுதியை இறப்பின் உலகுக்கு இழுத்துச்சென்றுவிட்டாய்., இப்போது நவோகோ இன்னொரு பகுதியை அங்கே இழுத்துச்சென்றுவிட்டாள். சிலசமயம் நான் அருங்காட்சியகத்தின் பொறுப்பாளர்போல, எவரும் வராத, வேறெவருமின்றி நான் மட்டும் கூர்ந்து கவனித்துக்கொண்டிருக்கும் மிகப்பெரிய காலி அருங்காட்சியகத்தின் பொறுப்பாளர்போல உணர்கிறேன்."

நான் டோக்கியோவிலிருந்து திரும்பிய நான்காவது நாள், ரெய்கோவிடமிருந்து ஒரு கடிதம் வந்தது. விரைவுத் தபால். அது ஒரு எளிய குறிப்புதான்: ***சில வாரங்களாக என்னால் உன்னுடன்***

தொடர்புகொள்ள முடியவில்லை. நான் கவலையிலிருக்கிறேன். தயவுசெய்து என்னை தொலைபேசியில் அழை. காலை 9 மணி முதல் இரவு 9 மணி வரை நான் தொலைபேசி அருகில் காத்திருப்பேன்.

நான் அன்றிரவு 9 மணிக்கு அவளுக்கு அழைப்புவிடுத்தேன். ஒருசில மணியடித்ததுமே ரெய்கோ போனை எடுத்தாள்.

“உனக்கொண்ணும் இல்லையே?” அவள் கேட்டாள்.

“கூடவோ குறையவோ நல்லாருக்கேன்,” என்றேன் நான்.

“நாளை மறுநாள் நான் வந்து உன்னைப் பார்த்தா நீ ஏதும் நினைச்சுக்க மாட்டியே?”

“என்னைப் பார்க்கவா? நீங்க இங்க டோக்கியாவிலனா சொல்றீங்க?”

“ரொம்பச் சரியா அப்படித்தான் சொல்றேன். நான் உன்னோட நீண்ட, சிறப்பான உரையாடல் நடத்தணும்னு விரும்பறேன்.”

“நீங்க சானடோரியத்தை விட்டுக் கிளம்பறீங்களா?”

“அந்த ஒருவிதத்துலதான் நான் வந்து உன்னைப் பார்க்கமுடியும். இல்லையா? எப்படியோ நான் இந்த இடத்தைவிட்டு கிளம்பறதுக்கான நேரம்வந்தாச்சு. எல்லாத்துக்கும்மேல நான் இங்க எட்டுவருஷமா இருக்கிறேன். அவங்க இனியும் என்னை வெச்சிருந்தா, நான் உபயோகமில்லாதவளா ஆக ஆரம்பிச்சிடுவேன்.”

நான் பேசுவதற்கு சிரமமாக உணர்ந்தேன். சிறு மௌனத்திற்குப் பின் ரெய்கோ தொடர்ந்தாள். “நாளை மறுநாள் 3.20 புல்லட் ட்ரெய்ன்ல நான் வருவேன். என்னை ஸ்டேஷன்ல வந்து பார்க்கமுடியுமா? நான் எப்படி இருப்பேனு நீ இன்னும் ஞாபகம் வெச்சிருக்கியா இல்லை நவோகோ இறந்ததோட என்மேல உனக்கு ஆர்வம் போயிடுச்சா?”

“வாய்ப்பே இல்லை, நாளை மறுநாள் 3.20—க்கு டோக்கியோ ஸ்டேஷன்ல உங்களைச் சந்திக்கிறேன்,” என்றேன் நான்.

“என்னை அடையாளம் கண்டுபிடிக்கிறதுல உனக்குச் சிரமம் இருக்காது. கிதார் பெட்டியோட இருக்கிற வயதான பொண்ணு தான் நான். அந்த மாதிரி நிறைய பேர் இருக்கமாட்டாங்க.”

உண்மையில், கூட்டத்தில் ரெய்கோவைக் கண்டுபிடிப்பதில் எனக்கு எந்தச் சிரமமும் இல்லை. அவள் ஆண்கள் அணியும் ட்வீட் மேற்சட்டையும், வெண்ணிற கால்சட்டையும் சிவப்பு ட்ரெய்னர்ஸும் அணிந்திருந்தாள். அவளது முடி எப்போதையும்விட குட்டையாய், வழக்கமான சடைவிழுந்து காணப்பட்டது. அவளது வலதுகையில் பழுப்புநிற தோல் சூட்கேஸும், இடது கையில் கிதார் பெட்டியும் காணப்பட்டது. அவள் என்னைப் பார்த்த கணத்தில், எனைப்பார்த்து பெரிய, சுருக்கம் விழும் சிரிப்பை வெளிப்படுத்தினாள். பதிலுக்கு நானும் அசட்டுச் சிரிப்பை வெளிப்படுத்துவதை உணர்ந்தேன். நான் அவளது உடைப்பெட்டியை எடுத்துக்கொண்டு அவளருகே நடந்தபடி மேற்கு புறநகர்ப் பகுதி தொடர்வண்டிக்கு நடந்தேன்.

“ஏய் வாட்டனபி, எவ்ளோ நாளைக்கு மூஞ்சியை வருத்தமா வெச்சுட்டு அலைவ இல்லை இப்பல்லாம் டோக்கியோவுல இதுதான் பேஷனா?”

“நான் கொஞ்சகாலமா பயணம் செஞ்சுட்டிருந்தேன், எல்லா நேரமும் கண்டதையும் சாப்பிட்டேன்,” என்றேன் நான். “புல்லட் ட்ரெய்ன்ல வந்ததை எப்படி உணர்றீங்க?”

“அட்டகாசம்!” என்றாள் அவள். “நாம ஜன்னலைத் திறக்கமுடியாது. ஸ்டேஷன் சிற்றுண்டிச்சாலைல நான் பாக்ஸ் லஞ்ச் வாங்கணும்னு ஆசைப்பட்டேன்.”

“அவங்க ட்ரெய்ன்லே அதை விற்பாங்களே. உங்களுக்குத் தெரியாதா?”

“ம், விலையதிகமான ப்ளாஸ்டிக் சான்ட்விச்சுகள். பசியில இருக்கிற குதிரைகூட அதைத் தொடாது. கோடன்பா ஸ்டேஷன்ல கிடைக்கிற பாக்ஸ் லஞ்ச்சை நான் எப்பவும் ரசிச்சுச் சாப்பிடுவேன்.”

“முன்பொரு காலத்துல, புல்லட் ட்ரெய்ன்லாம் வர்றதுக்கு முன்னால.”

“ம், நான் புல்லட் ட்ரெய்ன்லாம் வர்றதுக்கு முந்தைய காலத்தைச் சேர்ந்தவதான்.”

கிச்சிமோஷி செல்லும் தொடர்வண்டியில், ரெய்கோ ஒரு சுற்றுலா பயணியின் ஆர்வத்துடன் நிலக்காட்சியைப் பார்த்தாள்.

“இந்த எட்டு வருஷத்துல இது ரொம்பவும் மாறியிருக்கா?” நான் கேட்டேன்.

“நான் இப்ப எப்படி உணர்றேன்னு உனக்குத் தெரியாது, இல்லையா வாட்டனபி?”

“இல்லை, எனக்குத் தெரியாது.”

“நான் பயந்துபோயிருக்கேன்,” என்றாள் அவள். “ரொம்ப பயந்துபோயிருக்கேன், சாதாரணமா நான் பைத்தியமாயிடுவேன். இங்கிருந்து மறைஞ்சுபோக நான் என்ன செய்யணும்னு எனக்குத் தெரியலை.” என்று நிறுத்தினாள். “ஆனா சாதாரணமா பைத்திய மாயிடுவேன்கிறது ஒருவிதமான நிதானமான வெளிப்பாடுனு நீ நினைக்கலை?”

நான் சிரித்தபடி அவள் கையைப் பிடித்துக்கொண்டேன், “கவலைப்படாதீங்க, உங்களுக்கு ஒண்ணும் ஆகாது. உங்களோட தனிப்பட்ட வலிமை உங்களை இவ்ளோ தூரம் கொண்டுவந்திருக்கு.”

“என்னை அந்த இடத்தைவிட்டு வெளியே வரவைச்சது என்னோட தனிப்பட்ட வலிமைகிடையாது. அது நவோகோவும் நீயும்தான். நவோகோ இல்லாம அங்க என்னால இருக்கமுடியாது. உன்கூட பேசறதுக்காக நான் டோக்கியோவுக்கு வந்தேன். அவ்வளவுதான். எதுவுமே நடக்காமபோயிருந்தா அநேகமா நான் அங்கேயே வாழ்க்கை முழுவதும் இருந்திருப்பேன்.”

நான் ஆமோதித்தேன்.

“இனிமே நீங்க என்ன செய்றதா திட்டம் வெச்சிருக்கீங்க?”

“நான் அசாகிகாவா போகப்போறேன்,” என்றாள் அவள். “ஹொக்காய்டோ காடுகளுக்குப் போறவழியில. அங்க என்னோட பழைய தோழியொருத்தி இசைப்பள்ளி நடத்துறா. அவ ரெண்டுமூணு வருஷமா என்னை அவளுக்கு உதவச்சொல்லி கேட்டுக்கிட்டிருக்கிறா. நான் அவகிட்ட அங்க ரொம்ப குளிரா இருக்கும்னு சொல்லியிருந்தேன். கடைசியில் நான் அசய்காவா போறதுக்கா நான் திரும்ப சுதந்திரம் அடைஞ்சேன் அதுமாதிரியான இடத்தை நினைச்சு உற்சாகமாகறது சிரமம்.”

“அது அவ்ளோ மோசமான இடமில்லை,” நான் சிரித்தபடியே கூறினேன். “நான் அங்க போயிருக்கேன். அது மோசமான சிறு நகரம் கிடையாது. அதுக்கேயான சிறப்பான சூழலைக் கொண்டிருக்குது”

"உனக்கு நிச்சயமா தெரியுமா?"

"நல்லா தெரியும். டோக்கியோவுல இருக்கிறதைவிடவும் அது ரொம்பவே சிறப்பானது."

"நல்லது, நான் வேறெங்கேயும் போகவேண்டியதில்லை. அதோட நான் ஏற்கனவே என் பொருட்களையெல்லாம் அங்க அனுப்பிட்டேன். ஏய் வாட்டனபி, நீ என்னை அசய்காவா வந்துபார்ப்பேன்னு எனக்கு சத்தியம் பண்ணு."

"நிச்சயமா நான் வந்துபார்ப்பேன். ஆனா நீங்க அப்படியே போகணுமா? கொஞ்ச நாளைக்கு நீங்க டோக்கியோவுல தங்கக்கூடாதா?"

"முடிஞ்சா நான் இங்க சில நாட்கள் சுத்திப்பார்க்க விரும்பறேன். நீ என்னை சகிச்சுக்குவியா? நான் உனக்கு இடைஞ்சலா இருக்கக்கூடாது."

"எந்த பிரச்சினையுமில்லை, எனக்குப் பெரிய தனியறை ஒண்ணு இருக்கு. என்னோட படுக்கைப் பொதியோடு அதுல உறங்கிக்கமுடியும்."

"நான் உனக்கு அப்படியொண்ணை செய்யக்கூடாது."

"இல்லை, உண்மையிலே அது மிகப்பெரிய அறை."

ரெய்கோ அவளது கால்களுக்கிடையேயிருந்த கிதார் பெட்டியில் தாளத்துடன் தட்டினாள். "நான் அசாய்காவா போறதுக்கு கொஞ்சம் முன்னால அநேகமா நான் என்னை ஒரு நிலைக்குக் கொண்டுவரப்போறேன். வெளியுலகில இருக்கிறதுக்கு நான் இன்னும் பழகலை. நான் கொண்டுவராத விஷயங்கள் நிறைய இருக்கு. அதோட நான் படபடப்பா இருக்கேன். நீ எனக்குக் கொஞ்சம் உதவமுடியும்னு நினைக்கிறியா. உன் ஒருத்தன்கிட்டதான் நான் கேட்கமுடியும்."

"உங்களுக்கு உதவமுடியற எதுவொண்ணையும் நான் செய்வேன்." என்றேன்.

"நான் உனக்கு இடைஞ்சலா இல்லைனு நான் நம்புறேன்," என்றாள் அவள்.

நீங்க எனக்கு இடைஞ்சல் பண்றதுக்கு எந்த வழியும் இல்லை," என்றேன் நான். அவள் என்னைப் பார்த்தபடியிருக்க, அவளது உதட்டின் ஓரங்கள் புன்னகையால் மேலே சென்றன. ஆனால்

ஹாருகி முராகாமி | 469

அவள் எதுவும் சொல்லவில்லை..

நாங்கள் அதன்பின் கிச்சிஜோஷி ஸ்டேஷனை அடையும் வரையோ, பேருந்தில் எனது இடத்துக்குச் சென்றடையும்வரையோ அரிதாகவே பேசினோம். டோக்கியோவின் மாற்றங்கள், இசைக்கல்லூரியில் ரெய்கோவின் காலகட்டம், நான் ஒருமுறை அசகிகாவா மேற்கொண்ட பயணம் பற்றி அவ்வப்போது சில கருத்துகள் பரிமாறிக்கொண்டோம், ஆனால் நவோகோ பற்றி எதுவும் பேசிக்கொள்ளவில்லை. நான் கடைசியாக ரெய்கோவைப் பார்த்து பத்துமாதங்கள் ஆகியிருந்தபோதும் அவளருகில் ஆறுதலாகவும் வசதியாகவும் உணர்ந்தது வினோதமே. அது ஒரு பழக்கமான உணர்வாக இருந்தது, யோசித்ததில் நவோகோவுடன் டோக்கியோ தெருக்களில் நடக்கும்போது வழக்கமாக இப்படித்தான் உணர்வேனென்பது புலப்பட்டது. நவோகோவும் நானும் இறந்துபோன கிஸுகியுடன் உடனிணைந்து இருந்ததுபோலவே, ரெய்கோவும் நானும் இறந்துபோன நவோகோவுடன் உடனிணைந்தவர்கள். இந்த எண்ணம் தொடர்ந்து பேசுவதை சாத்தியமற்றதாக்கியது. சற்றுநேரம் பேசிக்கொண்டிருந்த ரெய்கோ, நான் எதுவும் பேசாதது உணர்ந்து அவளும் மௌனமானாள். பேருந்தில் இருவரும் ஒரு வார்த்தையும் பேசவில்லை.

நவோகோவை க்யோட்டோவில் மிகச்சரியாக ஒரு வருடம் முன்பு நல்ல தெளிவான வெளிச்சம்மிக்க இலையுதிர்காலத்தின் தொடக்கத்திலொரு மதியப்பொழுதில்தான் நான் சென்றுபார்த்தது. மேகங்கள் வெண்மையாகவும் எலும்பைப்போன்று குறுகலாகவும் காணப்பட்டன. ஆகாயம் பரந்தும் உயர்ந்தும் தெரிந்தது. இளம் காற்றின் வாசனை, ஒளியின் சாயை, புற்களின்மீது காணப்பட்ட சிறுபூக்கள், ஒலியுடன் சேர்ந்த நுண்ணிய எதிரொலிப்புகள் இவையனைத்தும் இலையுதிர்காலம் மீண்டும் வருமெனவும், பருவத்தின் ஒவ்வொரு சுழற்சியின்போதும் எனக்கும் இறந்தவளுக்குமான இடைவெளியை அதிகரிக்குமெனவும் எனக்குச் சொல்லின. கிஸுகிக்கு இப்போதும் 17 வயதுதான். மேலும் நவோகோவுக்கு இனியெப்போதும் 21 வயதுதான்.

“ஆகா, இதுமாதிரி இடத்துக்கு வரும்போது எவ்வளவு ஆறுதலா இருக்கு!” நாங்கள் பேருந்தை விட்டிறங்கியதும் சுற்றிலும் பார்த்தபடி ரெய்கோ கூறினாள்.

“ஏன்னா இங்க எதுவுமில்லை,” என்றேன் நான்.

நான் தோட்டத்தின் பின்வாசல் வழியாக எனது குடிலுக்கு

ரெய்கோவை அழைத்துச்செல்ல, ரெய்கோ தான் கண்ட அனைத்தாலும் ஈர்க்கப்பட்டாள்.

"இது அட்டகாசமா இருக்கு! இந்த அலமாரி, மேஜையெல்லாம் நீயே உருவாக்குனதா?" என்றாள் அவள்.

"ம்," தேநீரை ஊற்றியபடியே கூறினேன் நான்.

"வெளிப்படையாவே நீ கைவேலையில தேர்ந்தவன். அதோட இடத்தையும் நீ சுத்தமா வெச்சிருக்க"

"ஸ்டோர்ம் ட்ரூப்பரோட தாக்கம், அவன் என்னை ஒரு வெறிபிடிச்ச சுத்தக்காரனா மாத்திட்டான். என்னோட வீட்டுரிமையாளர் குறைசொல்வார்ங்கிறதுக்காக இல்லை."

"ம், உன்னோட வீட்டுரிமையாளர்! நான் அவர்கிட்ட அவசியம் என்னை அறிமுகம் செஞ்சுக்கணும். தோட்டத்துக்கு மறுபுறம் இருக்கிறது அவரோட இடம்னு நான் நினைக்கிறேன்."

"அவர்கிட்ட நீங்க அறிமுகம் செஞ்சுக்கணுமா எதுக்கு?"

"எதுக்குனு நீ என்ன அர்த்தத்துல கேட்கிற? ஒரு விநோதமான வயசான பொண்ணு உன்னோட இடத்துல தென்படுறா, கிதார் வாசிக்கிறா, என்ன நடந்துக்கிட்டிருக்குனு அவர் ஆச்சரியப் படப்போறார். ஆரம்பத்துலயே சரியானபடி நடந்துக்கிறது நல்லது. நான் அவருக்காக ஒருபெட்டி தேநீர் இனிப்புகூட வாங்கிவந்திருக்கேன்."

"ரொம்ப புத்திசாலி," என்றேன் நான்.

"வயதாக ஆக ஞானம் வரும். அவர்கிட்ட நான் க்யோட்டோ வுல இருந்து உன்னைப் பார்க்க வந்திருக்கிற உன்னோட அம்மாவழி அத்தைனு சொல்லப்போறேன். அதனால நீ எதுவும் மாத்திச்சொல்லிடாத. இதுமாதிரியான சமயத்துல் வயசுவித்தியாசம் உதவிக்கு வரும். யாரும் சந்தேகப்படப் போறதில்லை.

ரெய்கோ தனது பையிலிருந்து இனிப்புப்பெட்டியை எடுத்துக்கொண்டு தனது மரியாதையை தெரிவிக்கச் சென்றாள். நான் முற்றத்திலமர்ந்து இன்னொரு குவளை தேநீரைப் பருகியபடி, பூனையுடன் விளையாடியபடி அமர்ந்தேன். இருபது நிமிடங்கள் சென்று, கடைசியில் ரெய்கோ திரும்பிவந்தாள், அவள் தன் பையிலிருந்து ஒரு டின் ரைஸ் க்ராக்கரை எடுத்து எனக்குப் பரிசளித்தாள்.

ஒரு க்ராக்கரை சுவைத்தபடியே, "இவ்ளோ நேரமா நீங்க என்ன பேசிக்கிட்டிருந்தீங்க?" என நான் கேட்டேன்.

"நிச்சயமா உன்னைப் பத்திதான்," பூனையைத் தாங்கிப்பிடித்த படியும், தனது கன்னத்தை சொறிந்தபடியும் சொன்னாள் அவள். "நீ ரொம்ப பொறுப்பான வாலிபன், அக்கறையுள்ள மாணவன்னு அவர் சொல்றார்."

"அவர் என்னைப் பத்திதான் பேசிக்கிட்டிருந்தார்னு உங்களுக்கு நிச்சயமா தெரியுமா?"

"அவர் உன்னைப்பத்திதான் பேசிக்கிட்டிருந்தார்ங்கிறதுல கொஞ்சமும் சந்தேகம் இல்லை." அவள் ஒரு சிரிப்புடன் கூறினாள். பின் என் கிதாரைப் பார்த்தாள். அவள் அதனைக் கையிலெடுத்து, ஸ்ருதி சேர்த்துவிட்டு, அந்தோனியோ கார்லோஸ் ஜோபிமினுடைய டெசாஃபினோடோவை இசைத்தாள். நான் கடைசியாக ரெய்கோ கிதார் இசைக்கக்கேட்டு பல மாதங்கள் இருக்கும். அது எனக்கு பழைய, இதமான உணர்வைத் தந்தது.

"நீ கிதார் பழகுறியா?" அவள் கேட்டாள்.

"இது வீட்டுரிமையாளரோட பொருள் வைப்பறைல இழுபட்டுக்கிட்டு கிடந்துச்சு, அதனால நான் இரவல் வாங்கி எப்பவாவது சமயங்கள்ல வாசிப்பேன். அவ்வளவுதான். "

"நான் உனக்கு இன்னொரு சமயம் சொல்லித்தருவேன். கொஞ் சமும் காசுவாங்காம." ரெய்கோ கிதாரை கீழேவைத்துவிட்டு அவளது ட்வீட் மேற்சட்டையைக் கழற்றினாள். வராந்தா தூணின்மீது சாய்ந்தபடி அவள் சிகரெட்டொன்றைப் புகைத்தாள். அவள் குறுகிய கைப்பகுதியைக் கொண்ட கட்டம்போட்ட மெட்ராஸ் சட்டை அணிந்திருந்தாள்.

"நல்ல சட்டை, நீ அப்படி நினைக்கலை?" அவள் கேட்டாள்.

"ஆமா," என்றேன் நான். உண்மையில் நேர்த்தியான பாணியிலமைந்த நல்ல தோற்றம்கொண்ட சட்டையாக இருந்தது அது.

"இது நவோகோவோடது," என்றாள் ரெய்கோ. "எங்க ரெண்டுபேரோட சட்டையளவும் ஒண்ணுதான்னு உனக்குத் தெரிஞ்சிருக்காதுனு நான் பந்தயம் கட்டறேன். குறிப்பா அவ முதல்ல ஆரோக்கிய வாசஸ்தலம் வர்றப்ப. அதுக்கப்புறம் அவ கொஞ்சம் எடைபோட்டுட்டா, அப்படியும் நாங்க பெருமளவுக்கு

ஒரே அளவுதான். ப்ளவுஸ், காற்சட்டை, ஷூக்கள், தொப்பிகள் எல்லாம். நாங்க பகிர்ந்துக்காத ஒரேவிஷயம் பிராதான். நடைமுறையில என்கிட்ட எதுவும் கிடையாது. அதனால நாங்க எப்பவும் உடைகளை மாத்திக்குவோம். உண்மையில, அது பெருமளவுக்கு கூட்டா உரிமை கொண்டாடுறமாதிரித்தான்."

இப்போது அவள் சொன்னபின்பே, ரெய்கோவின் உடல்வாகு கிட்டத்தட்ட நவோகோவின் உடல்வாகை ஒத்தே காணப்பட்டதை நான் கண்டேன். அவளது முகத்தோற்றம், மெலிந்த கை, கால்களின் தோற்றம் காரணமாகவே, எப்போதும் அவள் நவோகோவைவிட மெலிந்தவளாகவும் உருவத்தில் சிறியவளாகவும் மனப்பதிவை ஏற்படுத்தியிருந்தாள். ஆனால் அவள் உண்மையில் ஆச்சர்யமேற்படுத்தும்விதத்தில் திடமானவளாக இருந்தாள்.

"இந்த ஜாக்கெட்டும் காற்சட்டையும்கூட அவளுடையதுதான்," என்றாள் ரெய்கோ. "இதெல்லாம் அவளோடது, நான் அவளோட உடைகளை அணிஞ்சிருக்கிறதுல உனக்கேதும் வருத்தமிருக்கா?"

"கொஞ்சம்கூட இல்லை, யாரோ ஒருத்தர்— முக்கியமா நீங்க அவளோட உடைகளை அணிஞ்சிருக்கிறதுல நவோகோவுக்கு சந்தோஷம்தான்னு என்னால நிச்சயமா சொல்லமுடியும்," என்றேன் நான்.

"அவளோட உடைகள்தவிர வேறெதையும்பத்தி அவ உயிலோ வேறெதுவுமோ விட்டுப்போகலை. இது விநோதம்தான்," ரெய்கோ விரல்களைச் சற்றே சொடுக்கியபடி சொன்னாள். அவ தன்னோட மேஜையிலிருந்த குறிப்பு அட்டையில் ஒரேயொரு வரி மட்டும் கிறுக்கியிருந்தா. "என்னோட உடைகள் அனைத்தையும் ரெய்கோவுக்கு கொடுக்கவும். அவ வினோதமானவனு நீ நினைக்கலை அவ சாகிறதுக்கு தயாராகிறப்ப எல்லா விஷயத்தையும் விட்டு அவளோட உடைகளைப் பத்தி ஏன் அக்கறைப்படணும் யாராச்சும் உடைகளை ஒரு பொருட்டா நினைப்பாங்க? அவசியம் அவ சொல்லவிரும்பிய பிற விஷயங்கள் நூத்துக்கணக்குல இருந்திருக்கலாம்."

"இல்லாமலும் இருந்திருக்கலாம்," என்றேன் நான்.

தனது சிகரெட்டை உறிஞ்சியபடி, ரெய்கோ சிந்தனையில் ஆழ்ந்தவளாய்த் தோன்றினாள். பின் அவள் கூறினாள், "நீ முழுக்கதையையும், வரிசைப்படி கேட்க விரும்புவனு நினைக்கிறேன்."

“நான் கேட்கவிரும்புறேன், தயவுசெஞ்சு எல்லாத்தையும் எனக்குச் சொல்லுங்க.”

“ஒசாகா மருத்துவமனை சோதனைகள் நவோகோவோட நிலையை தற்காலிகமா முன்னேறிக்கிட்டிருக்கிறதா காட்டினாலும், அவ அங்க ஓரளவுக்கு நீண்டகாலம் தங்கவேண்டியிருக்கும். அப்பதான் அவங்க தீவிர சிகிச்சையைத் தொடர்ந்து அதனோட எதிர்காலப் பலன்களை அடையமுடியும்னு தெரியவந்துச்சு. ஆகஸ்ட் பத்தையொட்டி நான் உனக்கு அனுப்புன கடிதத்துல இதுவரைக்கும் நான் உனக்குச் சொல்லியிருந்தேன்.”

“சரிதான். நான் அந்தக் கடிதத்தைப் படிச்சேன்.”

“ம், ஆகஸ்டு 24—ல நவோகோவோட அம்மாகிட்டயிருந்து, நவோகோ என்னைப் பார்க்க சானடோரியம் வரலாமானு கேட்டு போன்வந்துச்சு. நவோகோ என்கிட்ட விட்டுவந்த பொருட்களை பேக் பண்ணவும், கொஞ்ச நாட்களுக்கு அவ என்னைப் பார்க்கமுடியாதுங்கிறதுனால அவ என்னோட நல்லதொரு நீண்ட உரையாடலை நிகழ்த்தவும், முடிஞ்சா என் குடியிருப்புல ஒரு இரவு தங்கவும் விரும்பினா. நானும் உண்மையிலே அவளைப் பார்க்கிறதுக்கும் அவளோட பேசறதுக்கும் ரொம்பவே விரும்பினேன். அதனால நவோகோவும் அவங்க அம்மாவும் மறுநாள் ஆகஸ்டு 25—ஆம் தேதி ஒரு வாடகைக் கார்ல வந்தாங்க. நாங்க மூணுபேரும் ஒண்ணா அவளோட பொருட்களை அடுக்கிக்கிட்டும் பேசிக்கிட்டும் இருந்தோம். பின் மதியப்பொழுது நவோகோ அவ அம்மா வேணா வீட்டுக்குப் போகட்டும், அவளுக்கு பிரச்சினையேதுமில்லைனு சொன்னா, அதனால அவங்க ஒரு வாடகைக்காரை கூப்பிட்டு, அதுல போயிட்டாங்க. நவோகோ அப்படியொரு நல்ல உற்சாகமா இருந்ததுனால நாங்க கொஞ்சமும் கவலைப்படலை. உண்மையிலே, அதுவரைக்கும் நான் ரொம்பவே கவலைப்பட்டேன். நான் அவ மனச்சோர்வோட, சோர்ந்து, இளைச்சுப்போய் இருப்பானு எதிர்பார்த்துக்கிட்டு இருந்தேன். நான் என்ன சொல்றேன்னா, அந்த மாதிரி மருத்துவமனைகள்ல அவங்க செய்ற பரிசோதனைகளும் சிகிச்சைபோன்ற விஷயங்களும் ஒருத்தரை நிலைகுலையவெச்சுடும். அதனால இந்த வருகைகுறித்து உண்மையிலே சந்தேகங்கள் இருந்துச்சு. ஆனா அவளை ஒருமுறை பார்த்ததே, அவ நல்லாயிருந்தானு என்னை முழுக்க திருப்திபடுத்த போதுமானதாயிருந்துச்சு. நான் எதிர்பார்த்ததைவிட அவ ரொம்பவே ஆரோக்கியமாயிருந்தா. அதோட அவளை கடைசியா பார்த்ததைவிடவும் ரொம்பவே சிரிச்சுக்கிட்டும் ஜோக்கடிச்சு பேசிக்கிட்டும் இருந்தா.

அவ புதுசா வெட்டிக்கிட்ட தன்னோட சிகையலங்கார பாணியைக் காட்டினா அதனால நவோகோவோட அம்மா எங்களைத் தனியா விட்டுட்டுப்போனாலும் கவலைப்பட ஏதுமில்லைனு நான் நினைச்சேன். நவோகோ என்கிட்ட, இந்தமுறை அந்த மருத்துவமனையைச் சேர்ந்த மருத்துவர்கள் தன்னை முழுமையாகக் குணப்படுத்த அனுமதிக்கப் போறதா சொன்னா, அதுக்கு நான் அநேகமா அதுதான் செய்யவேண்டிய விஷயம்னு சொன்னேன். அப்புறம் நாங்க ரெண்டுபேரும் ஒரு நடைபோனோம், நடக்கும்போதெல்லாம் பேசிக்கிட்டே வந்தோம். முக்கியமா எதிர்காலத்தைப் பத்தி. நவோகோ என்கிட்ட தான் உண்மையிலே விரும்பறதெல்லாம் நாம ரெண்டுபேரும் இந்த சானடோரியத்தைவிட்டு வெளியேறி, எங்கேயாச்சும் போய் நாம ரெண்டுபேரும் ஒண்ணா வாழணும்னு சொன்னா."

"ஒண்ணா வாழணும்னு? நீங்களும் நவோகோவும்?"

"ஆமா சரிதான்," ரெய்கோ சற்றே தோளைக்குலுக்கியபடி கூறினாள்.

"அதனால நான் அவகிட்ட இது எனக்கு நல்லதாத்தான் படுது, ஆனா வாட்டனபிக்கு என்ன பதில்? அதுக்கு அவ சொன்னா, கவலைப்படவேண்டாம், நான் அவனோட விஷயங்களை யெல்லாம் நேர்செஞ்சுடுவேன்னு. அவ்ளோதான். அப்புறம் அவளும் நானும் எங்கே வாழறது, என்ன பண்றது மாதிரியான விஷயங்களைப் பேசினோம். அதுக்கப்புறம் நாங்க பறவைப் பண்ணைக்குப்போய், பறவைகளோட விளையாடினோம்."

நான் குளிர்சாதனப் பெட்டியிலிருந்து பீரொன்றை எடுத்து அதைத் திறந்தேன். ரெய்கோ மற்றுமொரு சிகரெட்டைப் பற்றவைத்தாள், பூனை அவளது மடியில் ஆழ்ந்த உறக்கத்தி லிருந்தது.

"அந்தப் பொண்ணு எல்லாத்தையும் தனக்குள்ள திட்டம் போட்டு வந்திருந்தா. அதனாலதான் அவ முழு சக்தியோடவும் சிரிச்சுக்கிட்டும் ஆரோக்கியமாகவும் இருந்தானு நான் உறுதியா சொல்றேன். ரொம்பச் சரியா தான் என்ன செய்யப்போறோம்னு அவளுக்குத் தெரிஞ்சிருந்தாதான், மனசிலிருந்து சுமையிறங்கின மாதிரி அவளை உணரவெச்சிருக்கணும். அப்புறம் நாங்க அவளோட பொருட்களைப் பார்த்து, அதுல அவ தனக்குத் தேவையில்லாததை தோட்டத்துல உள்ள வட்டமான உலோக பாத்திரத்துலபோட்டு எரிச்சோம்: அவ நாட்குறிப்பா பயன்படுத்தின நோட்டு, அவளுக்கு வந்த கடிதங்கள் எல்லாத்தையும்.

உன்னோட கடிதங்களும்கூட. இது எனக்குக் கொஞ்சம் வினோதமா பட்டுது, அதனால நான் அவளை இதையெல்லாம் ஏன் எரிக்கிறேனு கேட்டேன். அவ எப்பவுமே உன்னோட கடிதங்களை பாதுகாப்பான இடத்துல வெச்சு அதெல்லாத்தையும் திரும்பத் திரும்ப படிப்பா. 'நான் கடந்தகாலத்தைச் சேர்ந்த அனைத்திலுமிருந்து விடுபட்டுக்கிட்டு இருக்கேன். அப்பதான் எதிர்காலத்துல புதுசா பிறப்பெடுத்ததுபோல உணரமுடியும்னு'— அவ சொன்னா. நான் அவ சொன்னதை பெரும்பாலும் அப்படியே நம்பிட்டேனு நினைக்கிறேன். அதோட அதுல அதுக்கேயான ஒரு தர்க்கம் இருந்துச்சு. அவ ஆரோக்கியமும் சந்தோஷமும் அடையணும்னு எவ்ளோதூரம் விரும்பினேன்னு நான் ஞாபகப்படுத்திப் பார்க்கிறேன். அன்னிக்கு ரொம்ப இனிமையானவளாவும் துடிப்பானவளாவும் இருந்தா. அப்ப நீ அவளைப் பார்த்திருக்கணும்னு விரும்பறேன்.

"அது முடிஞ்சதும், நாங்க வழக்கமா போறதுபோல இரவுணவுக்கு டைனிங் ஹாலுக்குப் போனோம். அப்புறம் நாங்க குளிச்சதும் இதுபோல சிறப்புத் தருணங்களுக்காக வெச்சிருக்கிற அருமையான ஒயின் பாட்டிலை நான் திறந்தேன். நாங்க ஒயின் சாப்பிட்டோம். நான் கிதார் வாசிச்சேன். எப்போதையும்போல அவளோட விருப்பத்துக்குரிய பாடல்களான பீட்டில்ஸின் நார்வீஜியன் வுட், மிட்செல்லி. நாங்க ரெண்டுபேரும் ரொம்பவும் நல்லா உணர்ந்தோம். நாங்க விளக்கையணைச்சுட்டு, உடையெல்லாம் களைஞ்சுட்டு படுக்கையில விழுந்தோம். அது ஆவிபறக்கிற சூடான இரவுகள்ல ஒண்ணு. நாங்க ஜன்னலை அகலத் திறந்துவெச்சிருந்தோம். ஆனா கொஞ்சமும் காற்றே இல்லை. வெளியே மையைப்போல இருட்டா இருந்துச்சு. கோடைகால புற்களின் வாசனை மூச்சுவிடவே சிரமப்படற அளவுக்கு ரொம்பவே அதிகமா இருந்துச்சு., திடீர்னு நவோகோ உன்னைப்பத்தி பேசத்தொடங்கினா— அவ உன்கூட உறவு வெச்சுக்கிட்ட இரவைப்பத்தி பேசுனா. மிகநுணுக்கமான விவரங்களோட. எப்படி நீ உடைகளைக் களைஞ்ச, நீ அவளைத் தீண்டுன, அவ அந்தரங்கம் எவ்வளவுதூரம் ஈரமாயிருந்துச்சு, எப்படி நீ அவளுக்குள்ள நுழைஞ்ச, அது எவ்வளவு அற்புதமாயிருந்துச்சு— இதெல்லாத்தையும் அவ என்கிட்ட நுணுக்கமா விவரிச்சா. அதனால நான் அவகிட்ட கேட்டேன். திடீர்னு நீ ஏன் இதையெல்லாம் என்கிட்ட சொல்லிட்டு இருக்க அதாவது, அதுவரைக்கும் அவ என்கிட்ட செக்ஸ்பத்தி வெளிப்படையா பேசுனதில்லை. நிச்சயமா, சிகிச்சையோட ஒரு அம்சமா நாங்க செக்ஸ்பத்தி கொஞ்சம் பேசினதுண்டு. ஆனா விவரமா பேசறதுக்கு ரொம்பவே சங்கடப்படுவா. ஆனா இப்ப

அவளை என்னால நிறுத்தமுடியலை. நான் அதிர்ச்சியடைஞ் சுட்டேன்.

“அதனால அவ சொன்னா: ‘எனக்குத் தெரியலை, நான் அதைப்பத்தி பேசணும்போல உணர்றேன். நீங்க கேட்க விரும்பலைனா நான் நிறுத்திடறேன்’ என்றாள். இல்லை, நீ அவசியமா பேசவேண்டியது எதுவுமிருந்தா, அதெல்லாத்தையும் பேசிடறது நல்லது. நீ சொல்றது எதுவானாலும் நான் கவனிப்பேன். என்றேன் நான்.

“அதனால அவ தொடர்ந்து தன் கதையைச் சொன்னா: ‘அவன் எனக்குள்ள நுழைஞ்சப்ப, அது அவ்ளோ வலிக்கும்னு என்னால நம்பவே முடியலை. எல்லாத்துக்கும்மேல அது எனக்கு முதல்முறை. என் அந்தரங்கம் ஈரமா இருந்துச்சு. அவன் நேரா உள்ளே நுழைஞ்சான். என்னோட மூளை குழப்பமாயிருந்துச்சு— இருந்தும் அது ரொம்பவே வலிச்சது. அவன் தன்னால முடிஞ் சவரைக்கும் அவனோடதை உள்ளே நுழைச்சுட்டான்னு நான் நினைச்சேன், ஆனா அப்புறம் என் கால்களை உயரத்தூக்கியபடி இன்னும் உள்ளே நுழைஞ்சான். அது ஐஸ்வாட்டர்ல அமுக்கினமாதிரி உடம்புமுழுக்க குளிரை உண்டுபண்ணுச்சு. என்னுடைய கால்கள் மரத்துப்போச்சு, எனக்குள்ள குளிர்நடுக்கம் ஏற்பட்டுச்சு. என்ன நடந்துக்கிட்டிருக்குனு எனக்குத் தெரியலை. நான் அங்கேயே அப்போதே இறக்கப்போறேனு நினைச்சேன். அப்படியோ இப்படியோ அதுபத்தி நான் அக்கறைப்படலை. ஆனா நான் வேதனைல இருக்கேன்னு உணர்ந்து அவன் இயங்குவதை நிறுத்தினான். அவனோடது இன்னும் எனக்குள்ள இருக்க, என் கூந்தல், கழுத்து, மார்புகள்னு என் உடம்பெல்லாம் நீண்ட நேரத்துக்கு முத்தம் தரத் தொடங்கினான். கொஞ்சம் கொஞ்சமா என் உடலுக்கு கதகதப்பு திரும்புனுச்சு. அப்புறம் ரொம்ப மெதுவா அவன் இயங்கத் தொடங்குனான். ஆஹா, ரெய்கோ அது எவ்வளவு அற்புதமா இருந்துச்சு! இப்ப என் மூளை உடனே உருகி வழியப்போறமாதிரி அது இருந்துச்சு. நான் அப்படியே எப்போதைக்குமா, என் மிச்ச வாழ்க்கை முழுவதும் அவன் கைகளுக்குள்ளே இருக்கவிரும்புனேன். அது அவ்வளவு அற்புதமாயிருந்துச்சு.

“அதனால நான் அவகிட்ட சொன்னேன், அது அவ்வளவு அற்புதமாயிருந்துச்சுனா நீயேன் வாட்டனபியோட இருந்து தினமும் அதைப் பண்ணலை. அதற்கு அவ சொன்னா, ‘இல்லை ரெய்கோ, அது மறுபடி எப்பவும் நடக்காதுனு எனக்குத் தெரியும். அது எனக்கு ஒருமுறை நிகழ்ந்து மறையுற, மறுபடி எப்பவும் நிகழாத ஒண்ணுனு எனக்குத் தெரியும். அது வாழ்க்கையில

ஒரேயொருமுறை நடக்குற விஷயம். நான் அதுக்குப் பின்னால அதைச் செய்யணும்னு எப்பவும் உணர்ந்ததில்லை. அதோட, அதுபோல மறுபடி எப்பவும் என் அந்தரங்கம் ஈரமா ஆனதில்லை.'

"நிச்சயமா ஒரு இளம்பெண்ணுக்கு பலசமயம் நிகழ்ற விஷயம்தான் இது. பெரும்பாலான பேருக்கு அது வயசாக ஆக சரியாயிடும். எல்லாத்துக்கும்மேல, அது ஒருமுறை நிகழ்ந்த பின்னால, கவலைப்பட ஏதுமில்லை. மறுபடி அப்படி நடக்காதுனு நான் அவளுக்கு விளக்குனேன். எனக்கு கல்யாணமான புதுசுல நான் எல்லாவகையான சிரமத்துக்கும் ஆளாகியிருக்கேன்னு சொன்னேன்.

"ஆனா அவ சொன்னா, 'இல்லை, இது அதில்லை ரெய்கோ. நான் அதைப்பத்தி கொஞ்சமும் கவலைப்படலை. யாரும் எனக்குள்ள மறுபடி நுழையறதை நான் விரும்பலை. எந்த ஒருத்தரும் மறுபடி அந்தமாதிரி அத்துமீறுறதை நான் விரும்பலை'."

நான் எனது பீரைக் குடித்தேன். ரெய்கோ தனது ரெண்டாவது சிகரெட்டை முடித்திருந்தாள். ரெய்கோவின் மடியில் உடம்பை நீட்டிநெளித்து, வேறொரு புதிய கோணத்தில் படுத்து திரும்பவும் தூங்கிப்போனது கடல்காகம். ரெய்கோ தனது மூன்றாவது சிகரெட்டைப் பற்ற வைக்கும்வரை எப்படித் தொடர்வதென்ற தடுமாற்றத்துடன் காணப்பட்டாள்.

"அதன்பின்பு நவோகோ தேம்ப ஆரம்பித்தாள். நான் அவளது படுக்கையின் ஓரத்திலமர்ந்து அவளது முடியைக் கோதிவிட்டேன். 'கவலைப்படாதே,' என்றேன் நான், 'எல்லாம் நல்லவிதமாக இருக்கப்போகிறது. உன்னைப்போன்ற அழகான ஒரு இளம்பெண், தன்னை அணைத்துக்கொள்ளவும் மகிழ்ச்சியாக வைத்துக்கொள்ளவும் ஓர் ஆண்துணையைக் கொண்டிருக்கவேண்டும்.' நவோகோ வியர்வையாலும் கண்ணீராலும் ஊறிப்போயிருந்தாள். நான் ஒரு குளியல் துண்டையெடுத்து அவளது முகத்தையும் உடலையும் துடைத்தேன். அவளது பேண்டீஸ்கூட நனைந்திருந்தது. எனவே நான் அவள் அவற்றைக் களைய உதவிசெய்தேன். ஒரு நிமிஷம் பொறு, ஏதாவது வித்தியாசமா கற்பனை பண்ணிக்காத, கேலிக்கூத்தா அப்ப ஏதும் நடந்துக்கிட்டிருக்கலை. நாங்க எப்பவும் சேர்ந்து இருக்கிறது வழக்கம். அவ என்னோட தங்கச்சி மாதிரி."

"எனக்குத் தெரியும், தெரியும்," என்றேன் நான்.

“சரி. எப்படியோ, நவோகோ நான் அவளைக் கட்டியணைச் சுக்கணும்னு விரும்பறதா சொன்னாள். கட்டியணைச்சுக்க முடியாதமாதிரி ரொம்ப சூடா இருக்குனு நான் சொன்னேன். அதுக்கு அவ நாம ஒருத்தரையொருத்தர் பார்த்துக்கறது இதுதான் கடைசியா இருக்கும்னு அவ சொன்னா. நடுவுல ஒரு துண்டு இருக்க, எங்களோட வியர்த்த உடல்கள் ஒண்ணொடொன்னு ஒட்டிக்கிறமாதிரி நாங்க ஒருத்தரையொருத்தர் கட்டியணைச்சுக் கிட்டோம். அவ அமைதியானதும் நான் மறுபடியும் அவளைத் துடைச்சுவிட்டேன். அவளோட இரவுடையை மாட்டி அவளை படுக்கையில படுக்கவைச்சேன். அவ உடனேயே நல்ல தூக்கத்துல ஆழ்ந்துட்டா. இல்லைனா அவ சும்மா தூங்குறமாதிரி பாவனை பண்ணியிருக்கணும். எப்படியிருந்தபோதும், அன்னைக்கு ராத்திரி அவ ரொம்ப இனிமையா, அழகா தெரிஞ்சா, பிறந்ததிலிருந்து சின்னதாகூட எந்த ஒரு தீங்கும்செய்யாத 13 இல்லை 14 வயசுப் பொண்ணுமாதிரி அவமுகம் இருந்துச்சு. அவளோட முகத்துல தெரிஞ்ச அந்த தோற்றத்தைப் பார்த்துட்டு, நிம்மதியான இதயத்தோட நான் உறங்கமுடியும்னு தெரிஞ்சுவைச்சிருந்தேன்.

நான் ஆறு மணிக்கு எழுந்திரிச்சப்ப, அவ அங்கில்லை. அவளோட இரவு உடை அவ விட்டுட்டுப்போன இடத்திலேயே கிடந்துச்சு. ஆனா அவளோட உடைகள், ட்ரெய்னர், எப்பவும் என் தலையணை பக்கத்துல வெச்சிருக்கிற டார்ச் லைட் காணாமபோயிருந்துச்சு. உடனேயே ஏதோ தப்பு நடந்திருக்குனு நான் தெரிஞ்சுக்கிட்டேன். அதாவது, டார்ச்சை எடுத்துட்டுப் போயிருக்கானா அவ இருட்டுலேயே கிளம்பிப்போயிருக்கணும். எதுக்கும் பார்ப்போம்னு நான் அவளோட மேஜையில தேடிப்பார்த்தேன், அங்க ஒரு குறிப்பு இருந்துச்சு. ***என் ஆடைகளையெல்லாம் ரெய்கோவுக்குக் கொடுக்கவும்.*** உடனே நான் எல்லாரையும் எழுப்பிட்டேன், அவளைத் தேடி நாங்க வெவ்வேற பாதையில போனோம். நாங்க அங்குள்ள ஒவ்வொரு இன்ச்சையும் தேடினோம், துயிற்கூடத்தோட உட்பகுதியி லிருந்து சுற்றுப்புற மரங்கள்வரை. அவளைக் கண்டுபிடிக்க எங்களுக்கு ஐந்துமணி நேரமாச்சு. அவ தன்னோட கயிறைக்கூட எடுத்துவந்திருந்தா.”

ரெய்கோ பெருமூச்சுவிட்டபடி பூனையைத் தட்டிக் கொடுத்தாள்.

“கொஞ்சம் டீ தரட்டுமா?” நான் கேட்டேன்.

“கொடு, நன்றி,” என்றாள் ரெய்கோ.

நான் தண்ணீரைக் கொதிக்கவைத்து ஒரு பாத்திரம் நிறைய தேநீர்கொண்டு முற்றத்துக்குத் திரும்பினேன். பகல்வெளிச்சம் மங்கத்தொடங்கியது. மரங்களின் நீண்ட நிழல்கள் எங்கள் காலடிவரை நீண்டது. நான் எனது தேநீரைக் குடித்தபடியே மகிழ்ச்சிதரும்விதமாக மஞ்சள் நிற குளோப் மலர்கள் இளம் சிவப்புநிற அசாலியஸ் மலர்கள் மற்றும் உயரமான பச்சைநிறம் கொண்ட நந்தின்ஸ் மலர்கள் கலந்து காணப்பட்ட தோட்டத்தை விநோதமாகப் பார்த்தேன்.

"அப்புறம் ஆம்புலன்ஸ் வந்து நவோகோவை எடுத்துச்சென்றது. காவலர் என்னை கேள்விகேட்க தொடங்கினாங்க. பெரியளவுல சந்தேகம் ஏதுமில்லை. தற்கொலை குறிப்புமாதிரியான ஒன்று இருந்தது, ஆக அதோடு அது வெளிப்படையாகவே தற்கொலையாகத்தான் இருக்கவேண்டும், எனவே அவர்கள் மனநோயாளிகள் செய்கிற விஷயங்களில் ஒன்றான தற்கொலையாக அதனை முடிவுசெய்தனர். எனவே அது பெரிதும் சம்பிரதாயமாகவே இருந்தது. அவர் சென்ற உடனே நான் உனக்கு தந்தியனுப்பினேன்."

"என்ன ஒரு வருத்தகரமான சின்ன இறுதிச்சடங்கா அது இருந்துச்சு," நான் கூறினேன். "நவோகோ இறந்தது எனக்குத் தெரிஞ்சதுல நவோகோ குடும்பம் வெளிப்படையாவே மனமுடைஞ்சுட்டாங்க. அவங்க, மத்தவங்க இது தற்கொலைனு தெரிஞ்சுக்கிறதை விரும்பலைனு நான் நிச்சயமா சொல்வேன். அநேகமா நான் அங்க இருந்திருக்கக்கூடாது. அது என்னை இன்னும் மோசமா உணரவெச்சது. அங்கிருந்து திரும்புன உடனேயே நான் என் பயணத்தைத் தொடங்கிட்டேன்."

"ஏய், வாட்டனபி நாம ஒரு நடை போய்வரலாம். நாம இரவுணவு தயாரிக்கிறதுக்கு ஏதாச்சும் வாங்கிட்டு வரலாம். நான் நல்ல பசியோட இருக்கேன்."

"நிச்சயமா, நீங்க சாப்பிட விரும்பறது ஏதாவது இருக்கா?"

"சுகியாகி," என்றாள் அவள். "நான் அதுமாதிரியான ஒண்ணைச் சாப்பிட்டு பல வருஷங்கள் ஆச்சு. மாட்டிறைச்சி, வெங்காயமுளை, நூடுல்ஸ், வறுத்த டோபு, காய்கறிகள் கலந்த சுகியாகியை சாப்பிடறமாதிரி வழக்கமா நான் கனவு காணுறதுண்டு."

"நிச்சயமா நாம அதைச் சாப்பிடலாம், ஆனா என்கிட்ட சுகியாகி பேன் இல்லை."

“அதை என்கிட்ட விட்டுடு. நான் உன்னோட வீட்டுரிமையாளர் கிட்ட இருந்து நான் இரவல் வாங்குவேன்.” அவள் பிரதான வீட்டுக்கு விரைந்துசென்று, நல்ல பெரிய அளவிலான பேன், குக்கர் மற்றும் ரப்பர்வளையத்துடன் திரும்பினாள்.

“மோசமில்லையே?”

“மோசமில்லை!”

நாங்கள் அருகிலிருந்த சிறு கடைகளில்— மாட்டிறைச்சி, முட்டைகள், காய்கறிகள், டோபு என அனைத்துப் பொருட்களையும் வாங்கினோம். நான் ஓரளவுக்கு நல்ல வெள்ளை ஒயினை தேர்ந்தெடுத்தேன். நான் பணம் செலுத்தமுயன்றபோது, அனைத்துக்கும் தான் பணம் செலுத்துவதாக வற்புறுத்தினாள்.

“நான் என்னோட மருமகனை உணவுப்பொருளுக்கு காசு கொடுக்கவிட்டேன்னு அவங்க கேள்விப்பட்டா அந்தக் குடும்பம் என்னைப் பார்த்து எப்படிச் சிரிக்கும்னு யோசிச்சுப்பாரு. தவிரவும், நான் ஓரளவு கணிசமான பணம் கொண்டுவந்திருக்கேன். அதனால கவலைப்படாத. நான் சானடோரியத்திலிருந்து வெறும்கையோட வரலை.”

ரெய்கோ அரிசியைக் கழுவி, உலையில் இடுகையில், நான் முற்றத்தில் சமையலுக்கான அனைத்தையும் தயார்செய்தேன். அனைத்தும் தயாரானதும், ரெய்கோ தனது கிதாரை எடுத்து, அதனை மெதுவான பாக் ஃப்குவேயில் சோதிப்பதுபோல தெரிந்தது. சிரமமான இடங்களில் அவள் வேண்டுமென்றே வேகம்குறைத்தோ, அதிகரித்தோ, உணர்ச்சிவசப்படாமலோ, உணர்ச்சி பூர்வமாகவோ செய்தபடி அந்த சாதனத்திலிருந்து அவளால் வெளிக்கொணர முடிந்த பல்வேறுவிதமான சப்தங்களை வெளிப்படையான இன்பத்துடன் கேட்டபடியிருந்தாள். ரெய்கோ கிதார் இசைக்கும்போது, புதிய ஆடையைப் பார்த்ததும் சந்தோஷப்படும் 17 வயதுப் பெண்போல காணப்பட்டாள். அவளது விழிகள் மின்னின. புன்னகையின் வெளிப்பாடாய் அவள் உதட்டை நெளித்தாள். அவள் அந்தப் பகுதியை இசைத்ததும், ஒரு தூணினமீது சாய்ந்து, சிந்தனையில் ஆழ்ந்தவளைப்போன்று ஆகாயத்தை நோக்கினாள்.

“நான் உங்ககிட்ட பேசுனா ஏதும் நினைப்பீங்களா?” நான் கேட்டேன்.

“ஒண்ணும் நினைக்கமாட்டேன், நான் சும்மா எவ்ளோ பசியாயிருக்கேன்னுதான் யோசிச்சிக்கிட்டிருக்கேன்,” என்றாள்

ரெய்கோ.

“நீங்க இங்க இருக்கையில உங்க கணவர் இல்லை மகளைப் பார்க்கலாம்னு யோசனை பண்ணலை? அவங்க நிச்சயம் டோக்கியோவுலதான் எங்கேயாச்சும் இருக்கணும்.”

“ரொம்ப பக்கத்துலதான். யோகோகாமாவுல. இல்லை, நான் அவங்களைப் பார்க்கிறமாதிரி திட்டம் எதுவும் எனக்கில்லை. நான் நிச்சயமா உன்கிட்ட முன்னயே சொல்லியிருக்கேன். என்கூட அவங்க இனி எதுவும் வெச்சுக்காததுதான் அவங்களுக்கு நல்லது. அவங்க புதிய வாழ்க்கையைத் தொடங்கியிருக்காங்க. நான் அவங்களைப் பார்த்தா நான் ரொம்ப மோசமா உணர்வேன். இல்லை, விலகியிருக்கிறதுதான் சிறந்தது.”

அவள் தனது காலியான செவன் ஸ்டார் சிகரெட் பாக்கெட்டை நசுக்கி எறிந்துவிட்டு அவளது உடைப்பெட்டியிலிருந்து புதியதொரு பாக்கெட்டை எடுத்தாள். முத்திரையை உடைத்து சிகரெட் ஒன்றை அவளது வாயில் வைத்தாள். ஆனால் அவள் பற்றவைக்கவில்லை.

“ஒரு மனுஷ ஜென்மமா நான் முடிஞ்சுபோயிட்டேன், நீ பார்த்துக்கிட்டு இருக்கிறதெல்லாம், சுற்றியலைஞ்சுக்கிட்டிருக்கிற என்னோட பழைய நினைவுகள்தான். என்னோட மிகமுக்கிய பகுதி, என்னோட சாராம்சமா இருந்தது பல வருஷங்களுக்கு முன்னாலேயே இறந்துடுச்சு, தன்னிச்சையான நினைவுகளால நான் இயங்கிக்கிட்டிருக்கேன்.”

“ஆனா இப்ப இருக்கிற உங்களை நான் விரும்பறேன் ரெய்கோ, சுற்றியலைகிற நினைவுகளோ இல்லை வேறெதுவோ, நீங்கயிருக்கிற விதத்துல அதைப்பத்தி நான் எதைச் சொன்னாலும் அது எந்த வித்தியாசத்தையும் ஏற்படுத்தப்போறதில்லை. நீங்க நவோகோவோட ஆடைகளை அணிஞ்சிருக்கிறதுல உண்மையிலே எனக்கு சந்தோஷம்.”

ரெய்கோ புன்னகைத்தபடி தனது சிகரெட்டை லைட்டரால் பற்றவைத்தாள். “ஒரு இளைஞனா, ஒரு பெண்ணை எப்படி சந்தோஷமா ஆக்குறதுனு நீ தெரிஞ்சுவைச்சிருக்க.”

“நிச்சயமா எனக்குத் தெரியும்.” புன்னகைத்தபடி சொன்னாள் ரெய்கோ. பின் விரைவில் சாதம் ரெடியானதும், நான் பேனில் எண்ணை ஊற்றி சுகியாகிக்கான பொருட்களை தயார்செய்து வைத்தேன்.

“இது கனவெல்லாம் இல்லைனு, சொல்லு.” காற்றை வாசனை பிடித்தபடி கேட்டாள் ரெய்கோ.

“இல்லை, இது 100 சதவிகிதம் அசல் சுகியாகி,” என்றேன் நான். “நிச்சயமா, அனுபவத்து அடிப்படைல பேசுறப்ப.”

பேசுவதற்குப்பதில், எங்களது சாப் ஸ்டிக்குடன் சுகியாகியை நிறைய பீருடன் வெளுத்துக்கட்டினோம். சாதத்துடன் நிறைவு செய்தோம். வாசனையால் தாக்குண்டு சீகல் புரண்டெழுந்தது, எனவே நாங்கள் எங்களது இறைச்சியை அதனுடன் பகிர்ந்து கொண்டோம். நாங்கள் முழுவதும் சாப்பிட்டு முடித்ததும் நிலவைப் பார்த்தபடி முகப்புத்தூணில் சாய்ந்தமர்ந்தோம்.

“திருப்தியா?” நான் கேட்டேன்.

“முழுதிருப்தி,” அவள் முனகினாள். “என் வாழ்நாள்ல நான் இவ்வளவு அதிகமா சாப்பிட்டதில்லை.”

“இப்ப நீங்க என்ன செய்ய விரும்புறீங்க?”

“ஒரு சிகரெட் பிடிச்சுக்கிட்டு பொதுக்குளியலறைக்குப் போகணும். என் கூந்தல் அலங்கோலமா இருக்கு. அதனை நான் அலசவேண்டியது அவசியம்.”

“பிரச்சினையில்லை, தெருவோட கடைசியில பொதுக் குளியலறை ஒண்ணு இருக்கு.”

“நீ ஏதும் தப்பா நினைக்கலைனா சொல்லு வாட்டனபி, நீ அந்தப் பொண்ணு மிடோரிகூட படுத்திருக்கியா?”

“நீங்க, நாங்க செக்ஸ் வெச்சுக்கிட்டோமானா கேட்கறீங்க? இதுவரை இல்லை. விஷயங்கள் சரியாகிற வரைக்கும் வெச்சுக் கிடவேண்டாம்னு நாங்க முடிவுபண்ணியிருக்கோம்.”

“ம், இப்ப அதெல்லாம் சரியாயிடுச்சு, இல்லைனு நீ சொல்லமுடியுமா?”

நான் தலையை அசைத்தேன். “இல்ல, நவோகோ இறந்துட்டா அதைச் சொல்றீங்களா?”

“இல்லை அதைச் சொல்லலை. நவோகோ இறக்கிறதுக்கு ரொம்ப முன்னாலயே நீ மிடோரியைவிட்டு பிரியதில்லைங்கிற உன்னோட முடிவை எடுத்துட்ட. நவோகோ உயிரோட இருக்கிறா இல்லை இறந்துட்டா, இது எதுவும் உன்னோட முடிவை

மாத்தப்போறதில்லை. நீ மிடோரியைத் தேர்வு பண்ணியிருக்கிற. நவோகோ மரணத்தைத் தேர்வு பண்ணியிருக்கிறா. நீ இப்ப முழுக்க வளர்ந்தவன், உன்னோட தேர்வுக்கு நீதான் பொறுப்பேத்துக்கணும். இல்லைனா நீ எல்லாத்தையும் நாசமாக்கிடுவ."

"ஆனா என்னால அவளை மறக்கமுடியாது," என்றேன் நான். "நான் நவோகோகிட்ட அவளுக்காக காத்துக்கிட்டிருக்கேன்னு சொன்னேன். ஆனா என்னால அதைச் செய்யமுடியலை. கடைசியில நான் அவளைப் புறக்கணிச்சுட்டேன். யாரையும் குற்றம்சொல்றதுக்காக நான் இதைச் சொல்லிக்கிட்டிருக்கலை. இது என்னளவிலேயே ஒரு பிரச்சினை. நான் அவளைப் புறக்கணிக்கலைனாலும், விஷயங்கள் அதேமாதிரிதான் நடந்திருக்கும்னு நினைக்கிறேன். நவோகோ எப்பவுமே மரணத்தைத் தேர்வுசெஞ்சு வந்திருக்கா. ஆனா அது வேறவிஷயம். நான் என்னை மன்னிக்கவேமுடியாது. உணர்வுகள்ல ஏற்படற இயல்பான மாற்றத்துக்கு நான் ஒண்ணும் பண்ணமுடியாதுனு நீங்க எனக்குச் சொல்லலாம். ஆனா நவோகோவோட என்னோட உறவு அத்தனை எளிமையானதில்லை. நாங்க அதைப்பத்தி நின்னு நிதானமா யோசிச்சா, நானும் அவளும் வாழ்க்கைக்கும் மரணத்துக்கும் இடையிலான எல்லையில ஒன்றாகப் பிணைக்கப் பட்டிருந்தோம். ஆரம்பம் முதலே எங்களுக்குள்ள அப்படித்தான் இருந்துச்சு."

"நவோகோவோட மரணம் சம்பந்தமா நீ ஒருவிதமான வேதனையை உணர்ந்தா, உன்னோட மிச்சவாழ்க்கை பூராவும் நீ அந்த வேதனையை உணரச்சொல்லி நான் உனக்கு அறிவுரை சொல்லுவேன். நீ அது அதையும் ஒத்துக்கதான் செய்யணும். ஆனா அதைத்தவிர நீ மிடோரியோட முழுக்க சந்தோஷமாயிருக்கணும். உன்னோட வேதனை அவளோட உறவை எந்தவிதத்திலும் பாதிக்கப்போறதில்லை. நீ ஏற்கெனவே இப்ப புண்படுத்தியதைவிடவும் இன்னும் அதிகமா புண்படுத்தினா, காயம் சரிப்படுத்தமுடியாத அளவுக்குப் போயிடும். அதனால அது ஒருவேளை கஷ்டமாயிருக்கலாம், நீ உறுதியானவனா இருந்தாகணும். நீ இன்னும் அதிகமா, பெரிதும் வயதுவந்தவனா வளர்ந்தாகணும்,. சானடோரியத்தைவிட்டு ட்ரெய்னோட பெட்டியில இவ்ளோதூரம் வந்திருக்கேன்னா உன்கிட்ட சொல்றதுக்குத்தான்."

"நீங்க எங்கிட்ட என்ன சொல்லிக்கிட்டிருக்கீங்கனு புரிஞ்சுக்கிட்டேன்." நான் ரெய்கோவிடம் சொன்னேன். "ஆனா, நான் இன்னும் அதை முழுக்க பின்பற்ற ஆயத்தமா இல்லை. நான் சொல்றதென்னன்னா, அது என்னவொரு துயரகரமான

இறுதிச்சடங்கு! யாரும் அந்தமாதிரி இறந்துபோகக்கூடாது."

ரெய்கோ தனது கையை நீட்டி என் தலையை வருடினாள். "நாம எல்லாருமே ஒருநேரத்துல அப்படி இறக்கத்தான் செய்யணும். நான் இறப்பேன். அதேபோல நீயும் இறப்ப."

நாங்கள் ஆற்றின் கரையோரமாக ஐந்துநிமிடம் நடந்து உள்ளூர் பொதுக்குளியலறைக்குச் சென்று பெரிதும் புத்துணர்ச்சியுடன் வீடு திரும்பினோம். நான் ஒயின் பாட்டிலைத் திறந்தேன். நாங்கள் முற்றத்திலமர்ந்து அதைப் பருகினோம்.

"ஏய் வாட்டனபி, நீ இன்னொரு கிளாஸ் கொண்டுவர முடியுமா?"

"நிச்சயமா, ஆனா எதுக்காக?" நான் கேட்டேன்.

"நாம நவோகோவுக்கான இறுதிச்சடங்கை நடத்தப்போறோம். நாம ரெண்டுபேர் மட்டும். அத்தனை மோசமில்லாத ஒரு இறுதிச் சடங்கு."

நான் அவளிடம் கிளாஸைத் தந்ததும், ரெய்கோ அதன் விளிம்புவரை ஊற்றி தோட்டத்திலிருந்த கல்விளக்கின்மேல் வைத்தாள். பின் அவள் கைகளில் கிதாருடன், தூணின்மீது சாய்ந்து முற்றத்தில் அமர்ந்து, ஒரு சிகரெட்டைப் புகைத்தாள்.

"இப்ப நீ ஒரு தீப்பெட்டியை எடுத்துட்டு வரமுடியுமா? உன்னால கண்டுபிடிக்க முடிஞ்ச பெரிய தீப்பெட்டியா எடுத்துட்டு வா"

நான் ஒரு பெரிய அளவிலான சமையலறைத் தீப்பெட்டி யொன்றை எடுத்துவந்து அவளுக்கருகில் அமர்ந்தேன்.

"இப்ப நான், நீ என்ன செய்யணும்னு விரும்பறேன்னா நான் ஒவ்வொருமுறை ஒரு பாடல் இசைக்கும்போதும் நீ ஒரு தீக்குச்சியை கீழ அடுக்கணும், சும்மா தீக்குச்சியை வரிசையா அடுக்கினாபோதும். என் நினைவுக்கு வர்ற ஒவ்வொரு பாட்டையும் நான் பாடப்போறேன்."

முதலில் அவள் மென்மையான, இனிய பாடலொன்றை ஹென்ரி மான்சினியின் டியர் ஹார்ட்டிலிருந்து இசைத்தாள்.

"நீ இதோட இசைத்தட்டை நவோகோவுக்கு கொடுத்திருக்க, இல்லையா?" அவள் கேட்டாள்.

“கொடுத்திருக்கேன். கடந்த வருஷத்துக்கு முந்தின வருஷ கிறிஸ்துமஸுக்கு. அவ உண்மையிலே அந்தப் பாடலை விரும்புனா.”

“நானும்கூட விரும்புறேன்,” என்றாள் நவோகோ. “எவ்ளோ இனிமையான, அழகான பாட்டு...” இன்னொரு வாய் ஒயினைப் பருகும்முன்பு, இன்னொருமுறை அந்த இனிய பாடலின் சில வரிகளை அவள் இசைத்தாள். நான் முழுக்க நிதானம் இழக்கிறதுக்கு முன்னால என்னால எத்தனை பாட்டுக்களை இசைக்கமுடியும்னு ஆச்சரியப்படறேன். இது அருமையான இறுதிச்சடங்கா, அத்தனை துயரகரமானதா இல்லாம இருக்கப் போகுதுனு நீ நினைக்கலை?”

ரெய்கோ பீட்டில்ஸுக்கு நகர்ந்தாள், நோர்வீஜியன் வுட்(Norwegian Wood), யெஸ்டெர்டே(Yesterday), மிட்செல்லி(Michelle), சம்திங்(Something) இசைத்தாள். அவள் ஹியர் கம்ஸ் த சன்னை (Here comes the sun)பாடியபடியே இசைத்தாள். பின் தி ஃபூல் ஆன் தி ஹில்லை (The Fool on the Hill) இசைத்தாள். நான் ஒரு வரிசையில் ஏழு தீக்குச்சிகளை அடுக்கினேன்.

“ஏழு பாடல்களா?” மேலும் ஒயினைப் பருகியபடியும் மற்றொரு சிகரெட்டைப் புகைத்தபடியும் சொன்னாள் ரெய்கோ. “அந்தப் பேர்வழிகளுக்கு வாழ்க்கையோட சோகம், இனிமையைப் பத்தி நிச்சயமா கொஞ்சம் தெரிஞ்சிருக்கு.”

அந்தப் பேர்வழிகள் என்று ரெய்கோ சொன்னது நிச்சயமாக ஜான் லெனன், பால் மெக்கார்ட்னி, ஜார்ஜ் வாரிசன் போன்றோரைத்தான். சிறு இடைவெளிக்குப்பின், ரெய்கோ தனது சிகரெட்டை நசுக்கிவிட்டு தன் கிதாரை திரும்ப எடுத்தாள். அவள் பென்னி லேன்(Penny Lane), ப்ளாக்பேர்டு(Blackbird), ஜூலியா(Julia), வென் ஐ”ம் இன் *64*, நோ வேர் மென்(Nowhere Man), அன்ட் ஐ லவ் ஹர்(And I Love Her), ஹே ஜூடு (Hey Jude) இசைத்தாள்.

“எத்தனை பாட்டு வந்திருக்கு?”

“பதினான்கு.” என்றேன் நான்.

அவள் பெருமூச்சுவிட்டபடி என்னைக் கேட்டாள், “என்ன சொல்ற நீ ஏதாச்சும் பாடுறியா?— ஒரு பாட்டு”

“வாய்ப்பேயில்லை, நான் வாசிச்சா பயங்கரமா இருக்கும்.”

“அப்ப பயங்கரமாவே வாசி.”

நான் என் கிதாரை எடுத்து, அப் ஆன் தி ரூஃபை(Up on the Roof) தட்டுத்தடுமாறி வாசித்தேன். ரெய்கோ புகைத்தபடியும் குடித்தபடியும் ஓய்வெடுத்தாள். நான் வாசித்து முடித்ததும், அவள் கைதட்டினாள்.

அடுத்ததாக அவள் ரேவலின் பாவன்னே ஃபார் எ டையிங் குயின்(Pavanne for a dying Queen)— கிதார் வடிவத்தை வாசித்தாள். பின் டிபஸ்ஸியின் கிளேர் டி லூனே (Claire de Lune) வன் அழகிய முழுமையான ரெண்டிஷனை வாசித்தாள்.

"நவோகோ இறந்ததுக்கப்புறம் இந்த இரண்டுலயும் நான் தேர்ச்சியானேன்," என்றாள் ரெய்கோ. "கடைசிவரை, இசையில அவளோட ரசனை சென்டிமெண்டலுக்குமேல உயரவேயில்லை."

அடுத்து அவள் சில பாக்சுராக் பாடல்களை வாசித்தாள். க்ளோஸ் டு யு(Close to You), ரெய்ன்ட்ராப்ஸ் கீப் பாலிங் ஆன் மை ஹெட்(Raindrops keep Falling on my Head), வாக் ஆன் பை(Walk on by), வெட்டிங் பெல் ப்ளுஸ்(Wedding Bell Blues).

"இருபது," என்றேன் நான்.

"நான் பாடலிசைக்கும் மனிதயந்திரம்மாதிரி!" ரெய்கோ வியப்பாய்க் கூறினாள். "என்னோட பேராசிரியர்கள் மட்டும் என்னை இப்ப பார்த்தா மயங்கி விழுந்துடுவாங்க."

அவள் ஒயினைக் குடித்தபடியும் சிகரெட்டைப் பிடித்தபடியும் பாடல்களை இசைத்தபடியும் போனாள். சில போஸோநோவாக்கள், ரோஜர்ஸ் அண்ட் ஹார்ட், ஜெர்ஸ்வின், பாப்டிலான், ரே சார்லஸ், கரோல் கிங், தி பீச் பாய்ஸ், ஸ்டீவி வொன்டர், கியு சகாமோட்டோவினுடைய சுகியாகி கிங், புளூ வெல்வெட், க்ரின் ஃபீல்ட்ஸ். சமயங்களில் அவள் தன் கண்களை மூடியபடி தலையாட்டவோ, வாசிப்புடன் சேர்ந்து மெல்லிய குரலில் பாடவோ செய்தாள்.

வைன் தீர்ந்ததும் நாங்கள் விஸ்கியைத் திறந்தோம். தோட்டத்து கல்விளக்கில் குவளையில் நான் ஊற்றிவைத்த வைனை எடுத்துவிட்டு, அதனை விஸ்கியால் நிறைத்துவைத்தோம்.

"நம்மோட பாடல் எண்ணிக்கை எப்படி போயிட்டிருக்கு?" ரெய்கோ கேட்டாள்.

"நாற்பத்தெட்டு" என்றேன் நான்.

நாற்பத்தொன்பதாவது பாடலாக எலெனார் ரிக்பியை ரெய்கோ இசைத்தாள். ஐம்பதாவதாக நார்வீஜியன் வுட் மற்றொருமுறை இசைக்கப்பட்டது. அதன்பின் அவள் கைகளுக்கு சற்று ஓய்வளித்துவிட்டு கொஞ்சம் விஸ்கியைக் குடித்தாள். “இதுபோதும்னு நினைக்கிறேன்,” என்றாள் அவள்.

“அட்டகாசம்,” என்றேன் நான்.

ரெய்கோ என்னைக் கண்களுக்குள் நோக்கியபடி சொன்னாள். “இப்ப நான் சொல்றதைக் கவனி, வாட்டனபி. நீ பார்த்த அந்த துயரகரமான குட்டி இறுதிச்சடங்கைப் பத்தி எல்லாத்தையும் நீ மறந்திடணும்னு நான் விரும்பறேன். நம்மோட அற்புதமான இறுதிச் சடங்கை மட்டும் ஞாபகத்தில் வை.”

நான் ஆமோதித்தேன்.

“நல்லபடியா மனசுல வைச்சுக்கிறதுக்கு இதோ இன்னும் ஒண்ணு,” என்ற அவள் அவளது விருப்பத்துக்குரிய பாக் ஃபுகுவேவை ஐம்பத்தொன்றாவதாக இசைத்தாள். அவள் இசைத்துமுடித்ததும், கிசுகிசுப்பைவிடவும் சற்று உரத்த குரலில் கேட்டாள், “என்னோட அதைச் செய்றது பத்தி என்ன நினைக்கிற, வாட்டனபி?”

“வினோதம், நானும் அதையேதான் நினைச்சுக்கிட்டிருந்தேன்,” என்றேன் நான்.

நாங்கள் உள்ளே சென்று திரையை இழுத்துவிட்டோம். பின் இருண்ட அறையில் நானும் ரெய்கோவும் மற்றவரின் உடலை என்னவோ அதுதான் நாங்கள் செய்யவேண்டிய இயல்பான விஷயம்போல தேடினோம். நான் அவளது மேற்சட்டையையும் கால்சட்டையையும் நீக்கினேன். பின் அவளது உள்ளாடையையும் களைந்தேன்.

“நான் வினோதமான வாழ்க்கையை வாழ்ந்திருக்கிறேன், ஆனா என்னைவிடவும் 19 வயது குறைந்த பையனால என்னோட உள்ளாடை தீண்டப்படும்னு நான் ஒருபோதும் நினைச்சதில்லை.”

“நீங்களே கழட்டணும்னு விரும்பறீங்களா?”

“இல்லை, முன்னேறிப் போ. ஆனா என்னோட சுருக்கங்களைப் பார்த்து ரொம்பவும் அதிர்ச்சியடைஞ்சிடாத.”

“உங்களோட சுருக்கங்கள் எனக்குப் பிடிக்கும்.”

"நீ என்னை அழவைக்கப்போற," அவள் கிசுகிசுத்தாள்.

நான் அவள் உடலெங்கும் முத்தமிட்டேன், சுருக்கம்விழுந்த இடங்களின் சிறப்புக் கவனமெடுத்து அவற்றை என் நாவால் தொடர்ந்தேன். அவளுக்கு ஒரு சின்னப் பெண்ணின் மார்பகங்களே இருந்தன. அவற்றை நான் வருடியதுடன், அவளது மார்பகக் காம்புகளை என் பற்களால் கவ்வினேன். பின் அவளது வெம்மையான, ஈரப்பதமிக்க பெண்ணுறுப்பில் விரலொன்றை நுழைத்து அசைக்க ஆரம்பித்தேன்.

"தப்பான இடம் வாட்டனபி, அது ஒரு சுருக்கம்," ரெய்கோ என் காதில் கிசுகிசுத்தாள்.

"இதுமாதிரியான நேரத்துல நீங்க ஜோக்கடிப்பீங்கனு என்னால நம்பவே முடியலை."

"சாரி," என்றாள் அவள். "நான் பயந்துபோயிருக்கேன். நான் பல வருஷங்களா இதைப் பண்ணவேயில்லை. ஒரு பதினேழு வயசுப் பொண்ணைப்போல நான் உணர்றேன். நான் ஒரு ஆணை அவனோட அறையில சும்மா பார்க்கலாம்னு வந்துட்டு, திடீர்னு பார்த்தா நிர்வாணமா ஆனமாதிரி."

"உங்ககிட்ட உண்மையைச் சொல்றதாயிருந்தா, ஒரு பதினேழு வயசுப் பெண்ணை பலாத்காரம் பண்றதுபோல நான் உணர்றேன்."

எனது விரல்களில் ஒன்று அவளது சுருக்கத்தினுள் இருக்க, நான் எனது உதடை அவளது கழுத்துமுதல் காதுவரை நகர்த்தியபடியும், மார்பகக் காம்பொன்றை என் விரல்களில் பற்றியபடியும் இருந்தேன். அவளது மூச்சு வேகமானதுடன், தொண்டை நடுங்கத்தொடங்கியது, நான் அவளது நீண்ட, மெலிந்த கால்களை விலக்கி என்னுடையதை அவளுக்குள் சிரமமின்றி நுழைத்தேன்.

"நீ என்னை கர்ப்பமாக்க போகலை, போறியா? நீ அந்தக் கவனம் எடுத்துக்க சரியா?" ரெய்கோ என் காதில் முணுமுணுத்தாள். "இந்த வயசுல கர்ப்பமானா எனக்கு ரொம்ப தர்மசங்கடமா இருக்கும்."

"கவலைப்படாதீங்க, இயல்பா இருங்க." என்றேன் நான்

நான் என்னுடையதை முழுக்க நுழைத்ததும், அவள் நடுங்கியபடியே ஒரு பெருமூச்சை வெளியிட்டாள். அவளது பின்புறத்தை வருடித்தந்தபடி நான் அவளுக்குள் இயங்கினேன்.

எதிர்பாராமல் நான் உச்சத்தை எட்டினேன். அது தீவிரமான, நிறுத்தவியலாத வெளியேற்றமாக இருந்தது. அவளை இறுகப் பற்றியபடி அவளது கதகதப்பான அந்தரங்கத்தினுள் எனது விந்து மீண்டும் மீண்டும் அடித்து வெளியேறியது.

“ஐ ஆம் ஸாரி, என்னால என்னைக் கட்டுப்படுத்திக்க முடியலை,” என்றேன் நான்.

“முட்டாளா நடந்துக்காத,” எனது பிட்டத்தில் ஒரு அறை கொடுத்தபடி சொன்னாள் ரெய்கோ. “நீ அதைப்பத்தி கவலைப் படக்கூடாது. பொண்ணுங்களோட சேரும்போது நீ எப்பவுமே இதையே மனசுல நினைச்சுட்டிருப்பியா?”

“ஆமா, பெரும்பாலும்.”

“சரி, நீ என் விஷயத்துல அதைப்பத்தி நினைக்கவேண்டாம். மறந்துடு. உன் விருப்பம்போல உன்னைப் போகவிடு. இது நல்லாயிருந்துச்சா?”

“அற்புதம், அதனாலதான் என்னால என்னைக் கட்டுப்படுத்த முடியாம போச்சு.”

“இது உன்னைக் கட்டுப்படுத்திக்கிறதுக்கான நேரமில்லை. இது அருமையாயிருக்கு. அது எனக்கும்கூட நல்லாயிருந்துச்சு.”

“ரெய்கோ, உங்களுக்குத் தெரியுமா?” நான் சொன்னேன்.

“என்ன?”

“நீங்க மறுபடியும் ஒரு காதலரைக் கண்டடையணும். நீங்க அட்டகாசமா இருக்கீங்க. இது என்ன ஒரு வீண்”

“சரி, நான் அதுபத்தி யோசிக்கிறேன்,” என்றாள் அவள். “ஆனா அசாகிகாவாவுக்கு எல்லாரும் காதலர்களையும் பொருட்களையும் எடுத்துப்போவாங்களானு ஆச்சரியப்படறேன்.”

சில நிமிடங்களுக்குப்பின் விறைப்படைய ஆரம்பிக்க, நான் அவளுள் மறுபடியும் நுழைந்தேன். ரெய்கோ மூச்சைப் பிடித்துக்கொண்டு கீழிருந்தபடி என்னைப் பின்னிக்கொண்டாள். நான், என் கைகளால் அவளை முழுமையாக அணைத்தபடி, நாங்கள் பேசியபடி, மெதுவாக இயங்கினேன். அந்தமாதிரி பேசுவது அற்புதமாக இருந்தது. நான் வேடிக்கையாகச் சொன்னது அவளைச் சிரிக்கவைக்க, எனது குறியில் ஏற்பட்ட நடுக்கம் உடலெங்கும் ஏற்பட்டது. நாங்கள் அதேவிதத்தில்

ஒருவரையொருவர் அணைத்தபடி கிடந்தோம்.

"ஓ, இது அட்டகாசமா இருக்குது!" என்றாள் ரெய்கோ.

"இயங்குறதும் மோசமானதில்லை," என்றேன் நான்.

"போ, ஒரு முயற்சிசெஞ்சுபாரு."

நான் அவளது இடுப்பை உயர்த்தி என்னால் எவ்வளவுதூரம் முடியுமோ அத்தனைதூரம் சென்றேன். பின் வட்டவடிவில் இயங்குவதன் உணர்ச்சியை, அதன் முழுமையான அளவில் அனுபவித்தேன்.

அன்றிரவில் நாங்கள் மொத்தம் நான்குமுறை எங்கள் உடல்களை ஒன்றிணைத்தோம். ஒவ்வொரு முறையின் முடிவிலும், ரெய்கோ என் தோளில் சாய்ந்து, கண்களைமூடி சற்றே நடுங்கியபடி நீண்ட பெருமூச்சை வெளியிட்டாள்.

"நான் மிச்சவாழ்க்கை முழுக்க மறுபடி இதை எப்பவும் செய்யப்போறதில்லை," என்றாள். "வாட்டனபி, தயவுசெஞ்சு இது உண்மைனு எனக்குச் சொல்லு. இப்ப நான் ஓய்வா இருக்கலாமானு எனக்குச் சொல்லு, ஒரு வாழ்க்கைக்குத் தேவையானதை நான் செஞ்சுட்டேன்னு சொல்லு.

"ஒருத்தரும் உங்ககிட்ட அப்படிச் சொல்லமுடியாது," என்றேன் நான். "அதைத் தெரிஞ்சுக்க வழியேயில்லை."

விமானத்தில்செல்வது விரைவாகவும் எளிதாகவும் இருக்குமென ரெய்கோவை ஏற்றுக்கொள்ளச்செய்ய முயற்சித்தேன். ஆனால் அவள் அசாகிகாவாவுக்கு தொடர்வண்டியில் செல்வதாக வலியுறுத்தினாள்

"ஹோக்காய்டோவுக்கு தோணியில்செல்வது எனக்குப் பிடிக்கும். அதோட விமானத்துல போறதுல எனக்கு விருப்பம் எதுவுமில்லை," என்றாள் அவள். அவளுடன் யூனோ நிலையம் சென்றேன் நான்.

அவள் தனது கிதாரை எடுத்துச்செல்ல, நான் அவளது உடைப்பெட்டியை தூக்கிவந்தேன். தொடர்வண்டி வந்துசேர்வதற்காக நாங்கள் நடைமேடை இருக்கையொன்றில் காத்திருந்தோம். ரெய்கோ, டோக்கியோ வந்தபோது அணிந்த அதே வெண்ணிற காற்சட்டை மற்றும் அதே ட்வீட் மேல்சட்டை அணிந்திருந்தாள்.

"நீ உண்மையிலே அசாகிகாவா அத்தனை மோசமான இடமில்லைனு நினைக்கிறியா?" அவள் கேட்டாள்.

"அது ஒரு அருமையான நகரம், நான் சீக்கிரமே உங்களைப் பார்க்க அங்க வருவேன்."

"உண்மையாவா?"

நான் ஆமோதித்தேன். "அதோட நான் உனக்கு கடிதம் எழுதுவேன்."

"எனக்கு உன்னோட கடிதங்கள் பிடிக்கும். நவோகோ, நீ அவளுக்கு அனுப்புன கடிதங்களையெல்லாம் எரிச்சுட்டா. அவையெல்லாம் அப்படியொரு சிறந்த கடிதங்களும்கூட."

"கடிதங்கள் வெறும் காகிதத் துண்டுகள். அவற்றை எரிச்சபிறகு, நம்ம இதயத்துல என்ன தங்குதோ, அதைப் பத்திரப்படுத்தணும். எது மறையக்கூடியதோ அது மறைஞ்சுடும்."

"வாட்டனபி, உனக்குத் தெரியுமா, தனியா அசாகிகாவா போறதுல நான் பயந்துபோயிருக்கேன்கிறதுதான் உண்மை. அதனால எனக்கு கடிதம் எழுதுறதுல உறுதியா இரு. நான் உன் கடிதத்தைப் படிக்கும்போதெல்லாம், நீ என் பக்கத்துல இருக்கிறமாதிரி உணர்வேன்."

"அதுதான் உங்க விருப்பம்னா, எப்பவும் நான் உங்களுக்கு எழுதுவேன். ஆனா கவலைப்படாதீங்க. எனக்கு உங்களைத் தெரியும், நீங்க எங்கபோனாலும் நல்லாயிருப்பீங்க."

"அப்புறம் இன்னொரு விஷயம். எனக்குள்ள ஏதோ தடுமாறுறமாதிரி எனக்கொரு உணர்வு. அது என்னோட கற்பனையா இருக்குமோ?"

"வெறும் நினைவுதான்," சொல்லியபடி நான் புன்னகைத்தேன். ரெய்கோவும் புன்னகைத்தாள்.

"என்னை மறந்துடாத," என்றாள் அவள்.

"எப்பவும் நான் உங்களை மறக்கமாட்டேன்," என்றேன் நான்.

"நாம மறுபடி எப்பவும் சந்திக்காமலே போகலாம், ஆனா நான் எங்க போனாலும் உங்களையும் நவோகோவையும் ஞாபகம் வெச்சிருப்பேன்."

அவள் அழுதுகொண்டிருப்பதை நான் கண்டேன். நானறியும் முன்னாலே நான் அவளை முத்தமிட்டுக்கொண்டிருந்தேன். நடைமேடையில் பிறர் எங்களை உற்றுநோக்கியபடியிருந்தனர், ஆனால் இனியும் அதைப்பற்றி கவலைப்பட்டுக் கொண்டிருக்க வில்லை. நாங்கள்— அவளும் நானும்— உயிர்ப்புடன் இருந்தோம். நாங்கள் யோசிக்கவேண்டியதெல்லாம் தொடர்ந்து வாழ்வதைப் பற்றிதான்.

"சந்தோஷமா இரு," அவள் தொடர்வண்டியில் ஏறும்போது என்னிடம் கூறினாள். "நான் சொல்லவேண்டிய அறிவுரை யெல்லாம் சொல்லிட்டேன். நான் சொல்றதுக்கு மிச்சம் ஏதுமில்லை. சந்தோஷமா இரு. என்னோட பங்கையும் நவோகோவோட பங்கையும் சேர்த்து எடுத்துக்கோ."

ஒருகணம் நாங்கள் கையைப் பற்றியபடி இருந்தோம், பின் நாங்கள் பிரிந்தோம்.

நான் மிடோரியை தொலைபேசியில் அழைத்தேன்.

"நான் உன்கிட்ட பேசணும்," என்றேன் நான். "நான் உன்கிட்ட லட்சக்கணக்கான விஷயங்கள் பேசவேண்டியிருக்கு. நாம பேச லட்சக்கணக்கான விஷயங்கள் இருக்கு. இந்த உலகத்துல எனக்கு வேண்டியதெல்லாம் நீதான். நான் உன்னைப் பார்க்கவும் பேசவும் விரும்பறேன். நாம ரெண்டுபேரும் எல்லாத்தையும் முதல்லயிருந்து தொடங்கணும்னு விரும்பறேன்."

மிடோரி பதிலுக்கு நீண்ட மிக நீண்ட மௌனத்தை வெளிப்படுத்தினாள்— உலகிலுள்ள புதிதாக செதுக்கிவிடப்பட்ட அனைத்து புல்வெளிகளின்மீது பொழிந்த மூடுபனிப்பொழிவு அனைத்துக்குமான மௌனம். நெற்றி கண்ணாடியில் அழுந்தி யிருக்க, நான் கண்களை மூடியபடி காத்திருந்தேன். கடைசியில் மிடோரியின் அமைதியான குரல் மௌனத்தைக் கலைத்தது. "நீ இப்ப எங்கிருக்க?"

ரிசீவரை இறுகப்பற்றியபடி, தொலைபேசி பெட்டிக்கு அப்பால் என்ன இருக்கிறதென பார்க்க, என் தலையை உயர்த்தி திரும்பிப்பார்த்தேன். நான் அப்போது எங்கிருந்தேன்? எனக்கு எந்த கருத்தும் இல்லை சற்றும் யோசனை இல்லை. இது எந்த இடம்? என் கண்களில் பட்டதெல்லாம் எங்கும் நில்லாது நடந்துசெல்லும் மக்களின் எண்ணவியலாத தோற்றங்கள்தான். மீண்டும் மீண்டும் இடமேயல்லாத அந்த இடத்தின் மையத்திலிருந்து மிடோரியைக் கூவியழைத்தேன்.

○○○